ஆர்தேமியோ க்ரூஸ்சின் மரணம்

ஆர்தேமியோ க்ரூஸ்சின் மரணம்

கார்லோஸ் ஃபுயந்தஸ்

ஆங்கிலத்தில்

ஆல்ஃப்ரெட் மெக் ஆடம்

தமிழில்

ஸ்ரீதர் ரங்கராஜ்

எதிர் வெளியீடு

ஆர்தேமியோ க்ரூஸ்சின் மரணம்

கார்லோஸ் ஃபுயந்தஸ்
தமிழில்: ஸ்ரீதர் ரங்கராஜ்

முதல் பதிப்பு: ஏப்ரல் 2018

எதிர் வெளியீடு,
96, நியூ ஸ்கீம் ரோடு, பொள்ளாச்சி - 642002.
தொலைபேசி: 04259 - 226012, 99425 11302.

விலை: ரூ. 400

The Death of Artemio Cruz

Carlos Fuentes

LA MUERTE DE ARTEMIO CRUZ by Carlos Fuentes
Copyright © 1962 by Carlos Fuentes.
By arrangement with the Proprietor. All rights reserved.

Translated from the Spanish by Alfred Mac Adam

Translated from the English by Sridhar Rangaraj

First Edition: April 2018

Published by
Ethir Veliyeedu, 96, New Scheme Road. Pollachi - 642002.
Email: ethirveliyedu@gmail.com
www.ethirveliyedu.in

Price: ₹ 400

Wrapper Design: Santhosh Narayanan

ISBN : 978-93-87333-13-0

Layout : Publishing Next

Printed at Jothy Enterprises, Chennai.

All rights reserved. No part of this book may be reprinted or reproduced or utilised in any form or by any electronic, mechanical or other means, now known or hereafter invented, including photocoping and recording, or in any information storage or retrieval system, without permission in writing from the Publisher.

C. ரைட் மில்ஸ்-க்கு

அமெரிக்காவின் உண்மையான குரல்
லத்தீன்–அமெரிக்கப் போராட்டத்தின் தோழன் மற்றும் துணைவன்

மரணத்தின் முன்சிந்தனையே விடுதலையின் முன்சிந்தனையாக இருக்கிறது.

மான்டேன்யா, கட்டுரைகள்

குளிர்ந்த தொட்டிலின் மூலம்
இம்மண்ணுக்கு வரும் மனிதர்களே
மற்றும் கல்லறையின் மூலம் நுழைபவர்களே
உங்கள் செயல்களைக் கவனிப்பீராக...

கால்டிரான், The Grand Theatre of the World

நான் தனி, எனக்கு வேண்டுவன என்னவென்று எனக்குத் தெரியும்... மற்றோருக்கு நான் அதிகபட்சமாக மற்றுமொரு சாத்தியம் மட்டுமே.

ஸ்டெந்தால், The red and the Black

...நான் மற்றும் அவன் மற்றும் நாம் மூவர்
எப்போதும் மூவரே!

கரோஸ்டிஸா, Death Everlasting

வாழ்க்கைக்கு மதிப்பென்று ஏதுமில்லை, எதுவுமேயில்லை: அதுவே வாழ்க்கையின் மதிப்பு.

பிரபலமான மெக்சிகோ பாடல்

கார்லோஸ் ஃபுயந்தஸ் (1928-2012): 1960-70-களில் உருவான 'லத்தீன்-அமெரிக்க இலக்கிய வளர்ச்சி'யில் செல்வாக்குச் செலுத்திய Boom Writers-களுள் முக்கியமானவர். பனாமா நகரத்தில் பிறந்த ஃபுயந்தஸ் தனது பால்யத்தைப் பல்வேறு லத்தீன்-அமெரிக்க நகரங்களில் கழித்தார். சிறுகதைகள், நாவல்கள், கட்டுரைகள், நாடகங்கள், திரைக்கதைகளை எழுதியுள்ள ஃபுயந்தஸ் மெக்சிகோ, ஃப்ரான்ஸ், அமெரிக்கா உள்ளிட்ட பல நாடுகளிலிருந்தும் பல்வேறு விருதுகளைப் பெற்றவர், பல்வேறு கௌரவப்பதவிகளை வகித்தவர். 1975 முதல் 1977 வரை ஃப்ரான்சுக்கான மெக்சிகோவின் தூதராகப் பணிபுரிந்தார். இவரது முதல் நாவலான Where the Air Is Clear (1958) மிகப்பெரிய வரவேற்பைப் பெற்றது. Aura (1962), Terra Nostra (1975), The Old Gringo (1985), Christopher Unborn (1987) ஆகியவை இவரது குறிப்பிடத்தக்க நாவல்கள். The Death of Artemio Cruz (1962) எனும் இந்நாவல் லத்தீன்-அமெரிக்க இலக்கிய வளர்ச்சியில் ஒரு மைல்கல்லாகக் கருதப்படுகிறது. மெக்சிகோ அரசாங்கம் இவரது பெயரால் ஸ்பானிய மொழிப் படைப்புகளுக்கான விருதை 2012-இல் இருந்து வழங்கி வருகிறது.

மெக்சிகோ புரட்சி

மெக்சிகோ புரட்சி 1910 நவம்பர் 20-இல் துவங்கி 1920 மே 21 வரை நடந்த, மெக்சிகோவின் அரசு மற்றும் பண்பாட்டை மாற்றியமைத்த ஓர் ஆயுதப்போராட்டம். 1876 முதல் 1911 வரை 35 ஆண்டுகளாகப் பதவியிலிருந்த ஜெனரல் பொர்ஃபீரியோ டயஸ்சை எதிர்த்து நாடுதழுவிய அளவில் வெடித்த ஒரு புரட்சி. 1910-இல் நடந்த அதிபருக்கான தேர்தலில் ஃப்ரான்சிஸ்கோ மதேரோ எனும் நிலச்சுவான்தார் டயஸ்சை எதிர்த்துப் போட்டியிட்டார். அத்தேர்தலின் மோசடியான முடிவுகளுக்குப்பிறகு டயஸ்சை எதிர்த்துப் பல்வேறு குழுக்களின் ஆயுதப்போராட்டங்கள் தொடங்கின.

புரட்சியின் முக்கிய நிகழ்வுகள்:

❖ 1910-1911 பொர்ஃபீரியோ டயஸ்சின் படையான ஃபெடரல்களை எதிர்த்து மதேரோ, ஸபாடிஸ்டா (ஸபாட்டா) உள்ளிட்ட படைக்குழுவினர் போரிட்டனர்.

❖ டயஸ் பதவியிலிருந்து நீக்கப்பட்டு மே 1911-இல் ஃப்ரான்ஸ்சுக்கு நாடுகடத்தப்பட்டார்.

❖ 1911 - ஃப்ரான்சிஸ்கோ மதேரோ மெக்சிகோவின் அதிபராகப் பதவியேற்றார். தொடக்கத்தில் அவருடன் டயஸ்சை எதிர்த்துப்போரிட்ட கம்யூனிசவாதிகளான பாஸ்கல் ஓரஸ்கோவின் படையினர் மதேரோ பதவியேற்றபிறகு அவரை எதிர்த்துக்கொண்டு விக்டோரியானோ ஹுவெர்தாவின் படையில் இணைந்தனர். ஹுவெர்தாவால் மதேரோ 1913-இல் கொல்லப்பட்டார்.

❖ 1913 - மதேரோவை வீழ்த்தியபின் ஹுவெர்தா அதிபர் பதவிக்கு வந்தார். பதவிக்காலம் 1913-1914. இக்காலகட்டத்தில் ஹுவெர்தாவின் படைகளை எதிர்த்து வெனுஸ்தியானோ கரான்சா, பான்சோ வியா மற்றும் ஸபாட்டாவின் படைகள் போரிட்டன.

❖ *1913* - கரான்சா வடக்குப்பகுதியினருடன் அரசியலமைப்பு ஆதரவாளர்கள் என்ற அளவில் ஒரு கூட்டணியை உண்டாக்கினார். இவரது படைப்பிரிவை அமெரிக்க அரசாங்கம் (*1913* முதல் *1918* வரை) மற்றும் பிரிட்டிஷ் அரசு (*1916-1918*) ஆதரித்தது.

❖ *1914* - புரட்சிப்படைத் தலைவர்களுக்கிடையேயான அக்வாஸ்கலியந்திஸ் மாநாடு நடைபெற்றது. வியா மற்றும் ஸபாட்டா உள்ளிட்ட படைகள் ஒருபுறமும் கரான்சா தரப்புப் படையினரோடு போரிட்டது.

❖ *1915* - கரான்சாவின் படை பான்சோ வியாவின் படையை செலாயா போரில் தோற்கடித்தது.

❖ *1915* - கரான்சா மெக்சிகோவின் அதிபராகப் பதவியேற்றார்.

❖ *1917* - மெக்சிகோ அரசியலமைப்புச் சட்ட உருவாக்கம்.

❖ *1919* - தெற்குப்பகுதி விவசாயிகளைக்கொண்டு உருவாக்கப்பட்ட விடுதலைப்படையின் தலைவரான ஸபாட்டா கொலை செய்யப்பட்டார்.

❖ *1920* - வெனுஸ்தியானோ கரான்சா கொல்லப்பட்டார். கரான்சாவின் படைகளோடு ஓப்ரிகானின் படைகளும் ஸபாட்டாவின் எஞ்சியுள்ள படைகளும் போரிட்டன. இந்தக் கூட்டணிக்கு *1913* வரை அமெரிக்கா ஆதரவளித்திருந்தது. அது தனது ஆதரவை விலக்கிக்கொண்ட நிலையில் ஜெர்மனி தனது ஆதரவைத் தெரிவித்தது. அல்வாரோ ஓப்ரிகான் மெக்சிகோவின் பிரதமரானார்.

➢ *1923* - பான்சோ வியா கொல்லப்பட்டார்.

- *1928* - அல்வாரோ ஓப்ரிகான் கொல்லப்பட்டார்.

❖ *1929* - தேசியப் புரட்சிக் கட்சி (PNR) உருவானது.

கண் விழித்தேன்... எனது ஆண்குறியில் குளிர்ச்சியான அப்பொருள் பட்டதும் விழிப்பு வந்துவிட்டது. என்னையறியாமல் நான் சிறுநீர் கழிப்பேன் என்பதே எனக்குத்தெரியாது. கண்களை மூடியபடி இருந்தேன். அருகில் உள்ள குரல்கள்கூடச் சரியாகக் கேட்கவில்லை. ஒருவேளை நான் என் கண்களைத் திறந்தால் அவற்றைத் தெளிவாகக் கேட்க முடியுமா? ஆனால் என் இமைகள் மிகவும் கனமாக இருக்கின்றன: இரண்டு ஈயத்துண்டுகள் போல, நாவில் காசுகள், செவிகளில் சுத்தியல், ஒரு... ஒருவிதமான களிம்பேறிய வெள்ளியைப் போன்றதொரு சுவாசம். அனைத்தும் உலோகச்சுவை. அல்லது தனிமச்சுவை. நான் சிறுநீர் கழிக்கிறேன் என்பதே தெரியாமல் கழிக்கிறேன். நினைவு தவறியிருந்தேன் என்பதை இப்போது அதிர்ச்சியோடு நினைத்துப் பார்க்கிறேன் - ஒருவேளை நான் எனக்கே தெரியாமல் அதிகமாகக் குடித்து, உணவருந்தியிருக்கக் கூடும். ஏனெனில் தொலைபேசியை எடுக்கக் கைநீட்டி, தவறுதலாக அதைக் கீழே தட்டிவிட்டபோது எடையற்று உணர்ந்தேன். பிறகு அங்கே படுக்கையில் முகம் கவிழ்ந்தபடி, கைகள் கீழே தொங்க, நாளங்கள் துடிக்கக் கிடந்தேன். இப்போது நினைவு திரும்புகிறது. ஆனால் நான் என் கண்களைத்திறக்க விரும்பவில்லை. இருந்தாலும் என் முகத்தின் அருகே பளபளப்பான ஏதோ ஒன்றைப் பார்க்கிறேன். மூடிய என் கண்களுக்குள் கருப்புநிற வெளிச்சமாகவும் நீலநிற வட்டங்களாகவும் அது தெரிகிறது. முகத்தசைகளை இறுக்கி, எனது வலதுகண்ணைத் திறக்கிறேன் என்பதை பெண்களின்

கைப்பையில் வைத்துத் தைக்கப்பட்ட சதுரமான கண்ணாடி ஒன்றில் பார்க்கிறேன். அதுதான் நான். அதுதான் நான். ஒழுங்கற்ற கண்ணாடிச்சதுரங்களால் பகுதிகளாகப் பிரதிபலிக்கப்படும் அந்தக் கிழவன்தான் நான். அந்தக் கண் நான்தான். அந்தக்கண் நானே. திரட்டி வைக்கப்பட்ட கோபங்களினால் கரையிடப்பட்டிருக்கும் அந்தக் கண்தான் நான். பழைய, மறந்துவிட்ட, ஆனால் எப்போதும் புதுப்பித்துக்கொள்ளப்படுகிற கோபம். இமைகளுக்கிடையே அமைந்துள்ள அந்த வீங்கிய பச்சைநிறக்கண்கள்தான் நான். இமைகள். இமைகள். பிசுபிசுக்கும் இமைகள். அந்த மூக்கும் நான்தான். அந்த மூக்கு. தொடர்ச்சியற்றது. அகலமான நாசித்துளை கொண்டது. அந்தக் கன்ன எலும்புகள்தான் நான். கன்ன எலும்புகள். அங்கேதான் என்னுடைய வெண்தாடி ஆரம்பிக்கிறது. ஆரம்பிக்கிறது. முகச்சுளிப்பு. முகச்சுளிப்பு. முகச்சுளிப்பு. முதுமைக்கோ அல்லது வலிக்கோ சம்பந்தமில்லாத அந்த முகச்சுளிப்புதான் நான். முகச்சுளிப்பு. புகையிலையினால் கரையான பற்கள். புகையிலை. புகையிலை. என் சு-சு-சுவாசம் அந்தச் சதுரக்கண்ணாடியில் ஆவியாய்ப் படர்கிறது. இப்போது யாரோ படுக்கைக்கு அருகிலிருந்த மேசையிலிருந்து அதை அகற்றுகிறார்கள்.

“இதோ பாருங்கள் டாக்டர், இவர் சும்மா நடிக்கிறார்...”

“திரு. க்ரூஸ்...”

“இந்த நேரத்தில்கூட, தான் சாகும் நேரத்திலும்கூட அவருக்கு நடிக்கத் தோன்றுகிறது!”

நான் பேச விரும்பவில்லை. என் நாக்கு முழுவதும் பழம்காசுகளால் நிறைந்துள்ளது, அதன் சுவையால். ஆனால், என் கண்களை இன்னும் சற்றுத் திறக்கிறேன், இமைகளின் நடுவே அந்த இரண்டு பெண்களைக் காணமுடிகிறது. மருந்து வாசனையுடன் இருக்கும் மருத்துவர்: அவரது வியர்த்துப்போன, சாராய நெடியோடு என் சட்டைக்குக் கீழே மார்பைத் தட்டிக் கொண்டிருக்கும் கைகள். நான் அவற்றை விலக்க முயற்சி செய்கிறேன்.

“அமைதியாக இருங்கள், திரு.க்ரூஸ், அமைதி ...”

இல்லை. நான் வாயைத் திறக்கப்போவதில்லை, அல்லது கண்ணாடியில் எதிரொளிக்கும் அந்த இதழ்களற்ற கோடுகளைத்

திறக்கப்போவதில்லை. போர்வைக்கு மேலே கைகளை அகல விரித்து வைத்துக்கொண்டுள்ளேன். போர்வை என் வயிறுவரை உள்ளது. என் வயிறு... ஆஹ்... தொடைகளுக்கு இடையில் இருக்கும் அந்தக் குளிர்ந்த உபகரணத்தோடு என் கால்கள் அகலமாக விரிந்துள்ளன. நான் உணரும் அந்த மெல்லிய வலியுடன் என் இதயம் அமைதியாக உறங்குகிறது. அந்தவலி... திரையரங்குகளில் நான் நெடுநேரம் ஒரே விதமாக அமர்ந்திருந்தால் உணரும் வலி. ரத்த ஓட்டம் சரியாக இல்லை, அவ்வளவுதான். வேறொன்றுமில்லை. வேறொன்றுமில்லை. கவலைப்படும்படியாக ஒன்றுமில்லை. அதைத்தவிர கவலைப்படும் விதமாக ஒன்றுமில்லை. என் உடல்குறித்துச் சிந்திக்கவேண்டும். உடலைக்குறித்துச் சிந்திப்பது உன்னைச் சோர்வாக்கும். உன் சொந்த உடல். முழுமையான உன் உடல். உன்னைச் சோர்வாக்கும். எனவே அதைப்பற்றிச் சிந்திக்காமல் இருப்பதே நல்லது. இதோ நான் என்னுடைய பதற்றத்தை, நிதானத்தைக் குறித்துச் சிந்தித்துக்கொண்டிருக்கிறேன், செல்களைக் குறித்து, பரவிக்கிடக்கும் ரத்தஅணுக்கள் குறித்துச்சிந்திக்கிறேன். இம்மருத்துவர் தட்டிக்கொண்டிருக்கும் என் உடல். அச்சம். நான் என் உடல் குறித்துச் சிந்திக்க அச்சப்படுகிறேன். என் முகமா? அதைப் பிரதிபலித்துக்கொண்டிருந்த கைப்பையை தெரேசா நீக்கிவிட்டாள். அதை அந்தப் பிரதிபலிப்பில் உள்ளதுபோல் நினைவுகொள்ள முயற்சி செய்கிறேன். ஒரு கண் காதுக்கு மிக அருகில், மற்றொன்று அதிலிருந்து வெகுதூரம் விலகி, முகச்சுளிப்பு மூன்று வட்டக் கண்ணாடிகளில் பரவி, சீரற்ற உடைந்த கண்ணாடித்துண்டுகளால் உருவான முகம். நெற்றி-யிலிருந்து வியர்வை வடிந்துகொண்டிருக்கிறது. மீண்டும் கண்களை மூடிக்கொண்டு கேட்கிறேன். என் முகமும் உடலும் மீண்டும் என்னிடமே கொடுக்கப்படும்படி கேட்கிறேன். நான் கேட்கிறேன், அதேசமயம் அந்தக்கைகள் என்னை வருடுவதும் தெரிகிறது. அதன் தொடுதலில் இருந்து விலக விரும்புகிறேன். ஆனால் அதற்கான வலிமை என்னிடம் இல்லை.

“இப்போது பரவாயில்லையா?”

அவளைப் பார்க்க முடியவில்லை. என்னால் கதலீனாவைப் பார்க்கமுடியவில்லை. அதையும் தாண்டிப் பார்க்கமுடிகிறது. தெரேசா நாற்காலியில் அமர்ந்திருக்கிறாள். அவளது கரங்களில் பிரிக்கப்பட்ட செய்தித்தாள். என்னுடைய செய்தித்தாள். அது

தெரேசாதான். ஆனால் அவளது முகம் விரிக்கப்பட்ட பக்கங்களுக்குப் பின்னால் மறைந்திருக்கிறது.

“சன்னலைத் திற.”

“இல்லை, இல்லை. உங்களுக்குச் சளிபிடித்துவிட்டால் நிலைமை இன்னும் மோசமாகிவிடும்.”

“சும்மாயிருங்கள் அம்மா, அவர் நடிக்கிறார் என்பது தெரியவில்லையா?”

ஆஹ். தூபத்தின் நறுமணத்தை நுகர்கிறேன். ஆஹ். வாயிற்கதவில் சலசலப்பு. இதோ தூபமணத்துடன் அவன் வந்துவிட்டான், தன்னுடைய பாதம்வரை நீண்ட கருப்புநிற அங்கியோடு, முன்னே இருக்கும் ஈசோப்[1]போடு, இந்த விடையனுப்புதல் மிகவும் மூர்க்கமானது, உண்மையில் இதுவொரு பயமுறுத்தல்தான். ஹா. அவர்களும் இதன் வலையில் விழுந்துவிட்டார்கள்.

“பாடீயா இல்லையா இங்கே?”

“ஆம், இருக்கிறார். வெளியே இருக்கிறார்.”

“உள்ளே வரச் சொல்லுங்கள்.”

“ஆனால்...”

“முதலில் பாடீயா.”

ஆஹ். பாடீயா. அருகில் வா. ஒலிப்பதிவுக்கருவியைக் கொண்டுவந்தாயா? உனக்கு எது நல்லது என்று உனக்குத் தெரியுமானால் கோயோஅகானிலுள்ள என் வீட்டிற்கு ஒவ்வொரு இரவில் வரும்போதும் எடுத்துவருவதுபோல இங்கேயும் எடுத்துவந்திருப்பாய். அனைத்தும் முன்பைப்போலவே இருக்கிறது என்று முன்னெப்போதையும்விட இப்போது நீ என்னை நம்பவைக்க வேண்டியுள்ளது. சடங்குகளைத் தொந்தரவு செய்யவேண்டாம் பாடீயா. அது பரவாயில்லை. நீ அருகில் வா. அவர்களுக்கு நீ வருவதில் விருப்பமில்லை போல.

“அவருக்கு அருகில் போ, அப்போதுதான் நீ யாரென்று அவருக்குத் தெரியும். உன் பெயரைச் சொல்.”

“நான்... நான் க்ளோரியா...”

அவள் முகத்தை இன்னும் தெளிவாகப் பார்க்க முடிந்தால், அவளுடைய முகநெளிப்பை இன்னும் தெளிவாகப் பார்க்க முடிந்தால். இறந்த செதில்களின் வாசனையை அவள் கவனிக்க வேண்டும்; இந்தக் குழிவிழுந்த மார்பை அவள் பார்த்துக்கொண்டிருக்கலாம், இந்தக் கலைந்த சாம்பல்நிறத் தாடியை, மூக்கிலிருந்து வடிந்து கொண்டிருக்கும் நீரை, இந்த...

அவர்கள் அவளை என்னிடமிருந்து விலக்கி அழைத்துச்செல்கிறார்கள்.

மருத்துவர் என் நாடியைப் பரிசோதிக்கிறார்.

“நான் இதைப்பற்றி மற்ற மருத்துவர்களுடன் ஆலோசிக்க வேண்டும்.”

கதலீனா என் கரங்களைச் சொறிந்துவிடுகிறாள். என்னவொரு பயனற்ற கவனிப்பு. அவளைத் தெளிவாகப் பார்க்க முடியவில்லை. ஆனாலும் பார்வையை அவளிடத்தில் நிறுத்த முயலுகிறேன். அவளைப் பற்றுகிறேன். அவளது குளிர்ந்த கரங்களைப் பற்றுகிறேன்.

“அன்று காலை அவனுக்காக மகிழ்ச்சியோடு காத்துக்கொண்டிருந்தேன். குதிரையில் ஏறி ஆற்றைக் கடந்து சென்றோம்.”

“என்ன? பேச முயற்சி செய்யவேண்டாம். பேசி உங்களைக் களைப்பாக்கிக் கொள்ளாதீர்கள். நீங்கள் சொல்வது எனக்குப் புரியவில்லை.”

“நான் மீண்டும் அங்கே செல்ல விரும்புகிறேன் கதலீனா. எவ்வளவு பயனற்றது.”

ஆம்: பாதிரி எனக்கருகில் மண்டியிடுகிறான். தன்னுடைய வார்த்தைகளை முணுமுணுக்கிறான். பாடீயா ஒலிப்பதிவுக்கருவியை முடுக்கிவிடுகிறான். நான் என் குரலைக் கேட்கிறேன். என் வார்த்தைகளை. ஏய், ஒரு சத்தம். ஏய், நான் கத்துகிறேன். ஏய், நான் பிழைத்துவிட்டேன். வாசலில் இரண்டு மருத்துவர்கள் நின்றுகொண்டிருக்கிறார்கள். நான் பிழைத்துவிட்டேன் ரெஜீனா. வலிக்கிறது, வலிக்கிறது ரெஜீனா, வலிக்கிறது என்பதை

உணர்கிறேன். ரெஹீனா. சிப்பாயே. என்னை அணைத்துக்கொள்; வலிக்கிறது. யாரோ என் வயிற்றில் நீண்ட, குளிர்ந்த வாளைச் செருகிவிட்டார்கள்; யாரோ இருக்கிறார்கள், என் வயிற்றில் கத்தியைச் செருகிய வேறு யாரோ இருக்கிறார்கள்: அந்தத் தூபவாசனையை முகர்கிறேன், நான் களைப்பாக இருக்கிறேன். அவர்கள் விருப்பப்படி செயல்பட அனுமதிக்கிறேன். நான் உறுமிச் சத்தமிடும்படி அவர்கள் என்னைத் தூக்க அனுமதிக்கிறேன். என் வாழ்க்கை ஒன்றும் உங்களுக்கெல்லாம் கடன்பட்டதல்ல. என்னால் முடியவில்லை, என்னால் முடியவில்லை, நான் இதைத் தேர்ந்தெடுக்கவில்லை, வலி என் இடுப்பை வளையவைக்கிறது. குளிர்ந்த என் பாதங்களைத் தொடுகிறேன், நீலம்பாரித்த அக்கால்விரல்கள் எனக்கு வேண்டாம், எனது புதிய நீலம்பாரித்த கால்விரல்கள், ஆஆஆஆஏஏஏய்ய், நான் பிழைத்துவிட்டேன். நேற்று என்ன செய்தேன்? நேற்று என்ன செய்தேன் என்று யோசிக்க ஆரம்பித்தால் இப்போது எனக்கு நடந்து கொண்டிருப்பதைப்பற்றி நினைக்க மாட்டேன். இது நல்ல யோசனை. மிக நல்லது. நேற்றை யோசி. நீ அவ்வளவு முட்டாளில்லை; நீ ஒன்றும் அவ்வளவு வேதனையில் இல்லை; உன்னால் அதைப்பற்றி சிந்திக்க முடிகிறதே. நேற்று நேற்று நேற்று. நேற்று ஆர்தேமியோ க்ரூஸ் ஹெர்மோசில்லோவிலிருந்து மெக்சிகோ நகரத்திற்குப் பறந்துவந்தான். ஆம். நேற்று ஆர்தேமியோ க்ரூஸ்... நோயுறுவதற்கு முன்பு, நேற்று ஆர்தேமியோ க்ரூஸ்... இல்லை அவன் நோயுறவில்லை. நேற்று ஆர்தேமியோ க்ரூஸ் அவன் அலுவலகத்தில் இருந்தான், அப்போது மிகவும் நோய்மையை உணர்ந்தான். நேற்றல்ல. இன்றுகாலை. ஆர்தேமியோ க்ரூஸ். நோயுறவில்லை. இல்லை. ஆர்தேமியோ க்ரூஸ்சுக்கு அப்படி ஆகாது. இது வேறு மனிதன். இந்த நோயுற்றவனின் படுக்கைக்கு எதிரே தொங்கிக்கொண்டிருக்கும் கண்ணாடியில் இருப்பவன். இன்னொரு மனிதன். ஆர்தேமியோ க்ரூஸ். அவனது இரட்டை. ஆர்தேமியோ க்ரூஸ் நோயுற்றிருக்கிறான். இன்னொருவன். ஆர்தேமியோ க்ரூஸ் நோயுற்றிருக்கிறான். அவன் உயிரோடு இல்லை. அவன் நிச்சயமாக உயிரோடிருக்கிறான். ஆர்தேமியோ க்ரூஸ் பிழைத்துவிட்டான். இன்னும் சில வருடங்கள் வாழப் பிழைத்துக்கொண்டான்... வருடங்களை அவன் தொலைத்துவிடவில்லை, வருடங்களைத் தொலைக்கவில்லை. அவன் சில நாட்களே வாழ்ந்தான். அவனது இரட்டை. ஆர்தேமியோ க்ரூஸ். அவனது உருவமொத்தவன். நேற்று ஆர்தேமியோ க்ரூஸ், சாவதற்கு முன் சிலநாட்களே வாழ்ந்தவன்,

நேற்று ஆர்தேமியோ க்ரூஸ்... அது நான்தான்... மேலும் அது இன்னொரு மனிதன்... நேற்று...

தினமும் செய்வதைத்தான் நேற்றும் செய்தாய். அது ஞாபகம் வைத்துக்கொள்ளுமளவு முக்கியமானதா என்று உனக்குத்தெரியாது. நீ நினைவில் வைத்துக்கொள்ள விரும்புவதெல்லாம், மெல்லிய ஒளியில உனது படுக்கையறையில் சாய்ந்தபடி என்ன நடக்கப்போகிறது என்பதைச் சிந்திப்பதுதான: ஏற்கெனவே என்ன நடந்திருக்கிறது என்பது குறித்து நீ முன்னறிந்திருக்க விரும்பவில்லை. அந்த மெல்லிய வெளிச்சத்தில் உனது கண்கள் முன்னால் பார்க்கின்றன; ஆனால் அவற்றுக்கு இறந்தகாலத்தை எப்படி அனுமானிப்பதென்று தெரியவில்லை. ஆம்; நேற்று நீ ஹெர்மோசில்லோவிலிருந்து பறந்து செல்வாய், நேற்று, ஏப்ரல் 9, 1959, நரகம்போலத் தகித்துக்கொண்டிருக்கும் தலைநகர் சொனாராவிலிருந்து காலை 9:55-க்குக் கிளம்பும் 'கம்பானியா மெக்சிகானா விமான சேவை' மூலம் மாலை 4:30 மணிக்கு மெக்சிகோ நகரத்தை வந்தடைவாய். நான்கு மோட்டார்கள் கொண்ட விமானத்தில் உன்னுடைய இருக்கையிலிருந்து உணக்கிய செங்கற்களால், தகரத்தால் ஆன கூரைகள் கொண்ட தட்டையான, சாம்பல்நிற நகரத்தைப் பார்ப்பாய். விமானப்பணிப்பெண் செலோஃபேனில் பொதியப்பட்ட சிக்லெட்டைக் கொடுப்பாள் - நீ குறிப்பாக அதைக்கவனத்தில் வைத்துக்கொள்வாய், ஏனெனில் அவளொரு அழகான பெண்ணாக இருப்பாள் (அப்படித்தான் இருந்தாக வேண்டும், இனி அனைத்தையும் எதிர்கால வாக்கியமாக நினைக்காதே), அழகான பெண்களை நீ எப்போதுமே விரும்பிப் பார்ப்பாய், உனக்கோ செய்வதைக்காட்டிலும் நினைப்பதே தவறு என்று கண்டிக்கப்படும் வயது, (வார்த்தைகளைத் தவறாகப் பயன்படுத்துகிறாய்: நீ அதை நினைப்பதற்காக எப்போதும் உன்னைக் கண்டித்துக்கொள்வதில்லை, உன்னால் நினைக்கமட்டும்தான் முடியும் என்றாலும்). **புகை பிடிக்காதீர், இருக்கைவாரை அணிந்து கொள்ளுங்கள்** என்ற சமிக்ஞைகள் மறைந்து, விமானம் மெக்சிகோ பள்ளத்தாக்கிற்குள் நுழையும்போது காற்றில் மிதக்கும் சக்தியை இழந்துவிட்டதுபோலத் திடீரெனக் கீழிறங்கும்; பிறகு சடுதியில் வலப்பக்கம் சாயும், பொதிகள், மேலாடைகள், பெட்டிகள் அனைத்தும் சரிய, சேர்ந்த குரலில்

ஓலங்கள் கிளம்பும். குறைவான உயரத்தில் பறந்தபடி வலது இறக்கையில் இருக்கும் நான்காவது மோட்டார் செயலிழக்கும்வரை நெருப்புப் பொறிகள் தெறிக்கும். எல்லோரும் ஓலமிட்டுக்கொண்டிருக்க நீ மட்டும் அமைதியாக, நகராமல், சிக்லெட்டை மென்றுகொண்டு, குறுக்கும்மறுக்குமாக ஓடி பயணிகளைச் சமாதானப்படுத்திக் கொண்டிருக்கும் பணிப்பெண்ணின் கால்களை ரசித்தபடி இருப்பாய். விமானத்தில் உள்ள தானியங்கி தீயணைக்கும் கருவிகள் வேலைசெய்து விமானம் எந்தச் சிக்கலுமின்றிக் கீழிறங்கும். ஆனால் நீ மட்டும்தான், ஒரு எழுபத்தியோருவயதுக் கிழவன் மட்டும்தான் தன்னுடைய நிதானத்தை இழக்காமல் இருந்தான் என்பதை யாருமே கவனிக்கவில்லை. வெளியே காண்பித்துக்கொள்ளாமல் உன்னை நினைத்து நீயே பெருமைப்படுவாய். எத்தனையோ கோழைத்தனமான காரியங்களைச் செய்திருப்பதால் உன்னால் வீரமாகவும் இருக்கமுடியும் என்று நினைத்துக்கொள்வாய். பிறகு உனக்குள் நீயே புன்னகைத்துக்கொண்டு, இல்லையில்லை இதில் முரண் ஏதும் இல்லை: இதுதான் உண்மை, சொல்லப்போனால் பொதுப்படையான உண்மை என்று கூறிக்கொள்வாய். நீ சொனாராவுக்கு சாலைமார்க்கமாக வந்திருந்தாய் - 1959ஆம் வருடத்தைய வால்வோ, வண்டி எண் DF 712 - ஏனெனில் சில அரசாங்க அதிகாரிகள் மோசமாக நடந்துகொண்டிருந்தார்கள். அவர்கள் உனக்கு விசுவாசமாக இருப்பதை உறுதிசெய்யும் பொருட்டு நீ அவ்வளவு தூரம் பயணம் செய்யவேண்டியதாயிற்று. நீ விலை கொடுத்து வாங்கிய - வாங்கிய, அதுதான் உண்மை, உன்னுடைய வருடாந்திர அறிக்கைப் பேச்சுகளைப்போன்று பொய்யான வார்த்தைகளால் உன்னை நீயே ஏமாற்றிக்கொள்ள மாட்டாய்: அவர்களைச் சரிக்கட்டுவேன், சம்மதிக்க வைப்பேன், இல்லை நீ அவர்களை வாங்கிவிடுவாய் - பிறகு அவர்கள் சொனோரா - சினலோவா - மெக்சிகோ தடத்தில் மீன்களைக் கொண்டுசெல்லும் கனரக வாகனங்கள் மீது வரி விதிப்பார்கள் (இன்னொரு அசிங்கமான வார்த்தை), நீ அந்த அதிகாரிகளுக்கு பத்து சதவீதம் அளிப்பாய். இந்த இடையில் உள்ளவர்களால் மீன் நகரத்தை அடையும்போது அதீத விலையோடு இருக்கும். உன்னுடைய லாபமானது மீனின் அசல் விலையை விட இருபது மடங்கு அதிகமாக இருக்கும். இதையெல்லாம் நீ நினைத்துப் பார்ப்பாய். உன்னுடைய செய்தித்தாளின் தலையங்கத்திற்குப் பொருத்தமான விஷயம் இது

என்று தெரிந்தபின்னும் உன்னுடைய பேராசைகளைத் தொடர்வாய், இருப்பினும் இதையெல்லாம் நினைவுபடுத்திக்கொள்வது வீணான வேலை என்றுதான் நினைக்கிறாய். ஆனால் இதை வலியுறுத்துவாய், இதைத் தொடர்ந்து செய்வாய். இதை வலியுறுத்துவாய். மற்ற விஷயங்களை நினைவுபடுத்திக்கொள்ள விரும்புகிறாய். அனைத்திற்கும் மேலாக இப்போது நீயிருக்கும் நிலையை மறக்கநினைக்கிறாய். உன்னை நீயே சமாதானப்படுத்திக் கொள்ளலாம்: நீ உன் வீட்டில் இல்லை. ஆனால் சீக்கிரமே இருப்பாய். உன் மயக்க நிலையிலேயே அவர்கள் உன்னை உன் வீட்டுக்குத் தூக்கிச்செல்வார்கள். நீ உன் அலுவலகத்தில் மயங்கி விழுந்தாய்; மருத்துவர் வந்து உன்னைப்பரிசோதித்து முடிவுசொல்ல இன்னும் சிலமணிநேரங்களாகும் என்பார். மற்ற மருத்துவர்களும் வருவார்கள். அவர்களுக்கு எதுவும் தெரியாது, எதையும் புரிந்துகொள்ளவும் மாட்டார்கள். சிக்கலான வார்த்தைகளைப் பயன்படுத்துவார்கள். உன்னை நீ கற்பனை செய்துகொள்ள விரும்புவாய். ஒரு வெறுமையான, சுருக்கங்களுடைய தோற்பையைப்போல. உன் கன்னங்கள் நடுங்க, உன் மூச்சு சீரற்று இருக்கும். உன் அக்குள்கள் வியர்த்து நாற்றமடிக்க, உன் கால்களுக்கிடையில் உள்ள அனைத்தும் வீச்சமடிக்கும். நீ அங்கேயே கிடப்பாய், குளிக்காமல், சவரம் இல்லாமல்: வியர்வைக் கிடங்காக, தொந்தரவு தரும் நரம்புகளோடு, ஒரு நினைவற்ற உடலியல் செயல்பாடாக. ஆனால் நேற்று என்ன நடக்கும் என்பதை நினைத்துப்பார்க்கும்படி உன்னை வலியுறுத்தியபடி இருப்பாய். விமான நிலையத்திலிருந்து உன்னுடைய அலுவலகத்திற்குச் செல்லும் வழியில் கண்ணீர்ப்புகையினால் நிறைக்கப்பட்ட ஒரு நகரத்தைக் கடந்து செல்வாய். ஏனெனில் கபாலித்தோ ப்ளாஸாவில் நடந்த ஒரு பேரணியை அப்போதுதான் காவல்துறை கலைத்திருக்கும். நீ உன் பத்திரிகை ஆசிரியரோடு தலைப்புச்செய்தி, தலையங்கம் மற்றும் கேலிச்சித்திரம் குறித்து விவாதித்தபின் அவற்றைக் குறித்து நிறைவுகொள்வாய். உன்னுடைய அமெரிக்கப்பங்குதாரர் வந்து உன்னைச் சந்திப்பார். அவரிடம் நீ இந்த ‘கூட்டணி அமைத்துச் சுத்தம் செய்ய’ விரும்பும் இயக்கங்களின் ஆபத்துகள் குறித்து விவாதிப்பாய். பிறகு உன்னுடைய நிர்வகிப்பாளர் பாடீயா அலுவலகத்திற்கு வந்து இந்தியர்கள் கிளர்ச்சி செய்கிறார்கள் என்று தெரிவிப்பான். நீ பாடீயா மூலமாக, வகுப்பு நிலங்களுக்கான ஆணையரிடம் அவர்களை ஒடுக்கும்படி உத்தரவிடுவாய்; அவர்கள்

உன்னிடமிருந்து காசு வாங்குவதெல்லாம் இதற்காகத்தானே. நேற்று காலையில் நிறைய வேலைகளைச் செய்வாய். லத்தீன் அமெரிக்கக் கொடையாளரின் பிரதிநிதி உன்னைச் சந்திக்க வருவார். நீ அவரிடம் பேசி உன் செய்தித்தாளுக்கான மானியத்தொகையை அதிகரித்துக்கொள்வாய். உன் பத்திரிக்கையில் கிசுகிசு பத்திகள் எழுதுபவளை வரச்சொல்லி அவளிடம், சோனோரா பகுதியில் உனக்குப் போட்டியாக வியாபாரம் செய்யும் கோத்தோவைப் பற்றிய ஓர் அவதூறை இணைக்கச்சொல்வாய். எவ்வளவோ காரியங்களைச் செய்வாய்! பிறகு பாடீயாவுடன் அமர்ந்து உன்னுடைய சொத்துகளை மதிப்பிடுவாய். அது உனக்கு மிகுந்த மகிழ்ச்சியை அளிக்கக்கூடியதாக இருக்கும். உன் அலுவலகத்தின் ஒருபக்கச்சுவர் முழுவதும் நீ நடத்தும் வியாபாரங்களின் வலைப்பின்னலை வரைபடமாகக் காண்பித்துக்கொண்டிருக்கும்: செய்தித்தாள் நிறுவனம், நில விற்பனை முதலீடுகள் - மெக்சிகோ நகரம், பியூப்லா, கௌதலஜாரா, மான்டெர்ரே, குலியாகென், ஹெர்மோசில்லோ, க்வேமாஸ், அகபுல்கோ - ஜல்டிபானில் உள்ள கந்தக ஆலைகள், ஹிடால்கோவின் சுரங்கங்கள், தரஹூமுராவில் மரங்களை வெட்டிக்கொள்வதற்கான சலுகைகள், சங்கிலித்தொடர் விடுதிகளில் உனது பங்குகள், குழாய்கள் தயாரிக்கும் தொழிற்சாலை, மீன் வியாபாரம், நிதியீடுகளுக்கான நிதிகள், பங்கு வர்த்தகத்திற்கான வலையமைப்பு, அமெரிக்க நிறுவனங்களுக்கான பிரதிநிதித்துவம், இருப்புப்பாதைகளுக்கான கடன் வழங்குவதன் நிர்வாகம், நலவாரியங்களில் ஆலோசகர் பதவிகள். வெளிநாட்டு நிறுவனங்களில் பங்குகள் - சாயம், எஃகு மற்றும் துப்புரவுப்பொருட்கள் - இன்னும் ஒரேயொரு உண்மைமட்டும் அந்த வரைபடத்தில் இல்லை: லண்டன், நியூயார்க் மற்றும் ஜூரிச்சில் வைப்புநிதியாக உள்ள 15 மில்லியன் டாலர்கள். கூடாது என மருத்துவர்கள் எச்சரித்திருந்தும் ஒரு சிகரெட்டைப் பற்றவைத்துக் கொள்வாய். பிறகு பாடீயாவிடம் இந்தச்சொத்து எப்படிச்சேர்ந்தது என்ற படிநிலைகளை ஒப்புவிப்பாய். புரட்சியின் முடிவில் பியூப்லா மாவட்ட நாட்டுப்புற விவசா-யிகளுக்கு மிக அதிகமான வட்டியில் அளிக்கப்பட்ட குறுகியகாலக் கடன்கள்; எதிர்கால வளர்ச்சியை முன்பே கணித்து பியூப்லா நகரத்திற்கு அருகிலுள்ள சொத்துகளைக் கையகப்படுத்தியது, நட்பு ரீதியிலான தலையீட்டிற்காக அந்தந்தக் காலங்களில் பிரதமராக அதிகாரத்தில் யார் இருந்தார்களோ அவர்களுக்குத்தான் நன்றி கூறவேண்டும்; மெக்சிகோ நகரத்து உட்பிரிவில் உள்ள சொத்துகள்,

மெட்ரோபாலிட்டன் செய்தித்தாளைக் கையகப்படுத்தியது; சுரங்கத்தொழில் பங்குகளை வாங்கி, மெக்சிகோ-அமெரிக்க நிறுவனமாக அதை மாற்றி அதில் உன்னை முக்கிய நபராக நிலைநிறுத்திக்கொண்டது, அனைத்தும் சட்டத்திற்கு இணக்கமாக நிகழ்ந்ததுதான்; அமெரிக்க முதலீட்டாளர்கள் நம்பியிருக்கும் மனிதன்; சிகாகோ, நியூயார்க், மற்றும் மெக்சிகோ அரசாங்கங்களுக்கு இடையேயான தொடர்பாளர்; பங்குப்பத்திரங்களின் சந்தையை வளைத்து விலையை ஏறவோ இறங்கவோ செய்வது, உன்னுடைய தேவை அல்லது விருப்பத்தின் பேரில் விற்பதோ வாங்குவதோ செய்வது; பிரதமர் அலிமானுடனான வசதியான, நெருக்கமான உறவு; உட்பகுதிகளில் அமைந்துள்ள நகரங்களில் புதிய தாலுகாக்களை உண்டாக்கும் பொருட்டு விவசாயிகளிடமிருந்து பிடுங்கப்பட்ட வகுப்புவாரி சொத்துகளை நீ கையகப்படுத்திக்கொண்டது; காடுகளில் மரம் வெட்டிக்கொள்ள சலுகைகள். ஆம் - பாடீயாவிடம் தீப்பெட்டி கேட்டவாறு பெருமூச்சொன்றை விடுவாய் - இருபதுவருடத் தன்னம்பிக்கை, சமூக அமைதி, வர்க்க இணைவாக்கம்; லஸாரோ கார்டெனாஸ்சைத் திருப்திப்படுத்தியதன் பின்னான இருபதுவருட வளர்ச்சி; நிறுவனத்தின் விருப்பங்களுக்குக் கிடைத்த இருபதுவருடப் பாதுகாப்பு; இருபதுவருடங்களாக அடங்கிப்போகும் தொழிற்சங்கத் தலைவர்கள், உடைத்தெறியப்பட்ட வேலைநிறுத்தங்கள். பிறகு நீ உன் கைகளை வயிறு வரை உயர்த்துவாய், பின் அடங்காது நிற்கும் உன் நரைத்ததலை வரை, கைகள் தொப்பென்று கண்ணாடி மேசையின் மீது விழும், அதன்பிறகு மீண்டும் ஒருமுறை, இம்முறை நெருக்கமாக, நோயுற்ற உன் இரட்டையின் பிரதிபலிப்பைக் காண்பாய், தலையிலிருந்து அனைத்துவிதமான சத்தங்களும் பெருகிவழிந்து கொண்டிருக்க, சிரிப்போடு அத்தனை பேரின் வியர்வையும் உன்னைச் சூழும். அவர்களின் தசை உன் மூச்சினைத் திணறச்செய்யும், உன் நினைவை இழக்கச்செய்யும். பிரதிபலிப்பிலிருந்த உன் இரட்டை மற்றொருவனோடு சேர்ந்து கொள்வான். அதுதான் நீ, எழுபத்தோரு வயதுக்கிழவன், உலோக மேசைக்கும் அதன் நாற்காலிக்கும் இடையே மயங்கிக்கிடக்கும் கிழவன், உன் சுயசரிதைக்குள் என்னென்ன உண்மைகள் வைக்கப்படும், எவை தவிர்க்கப்பட்டு மறைக்கப்படும் என்று தெரியாதநிலையில் நீயிருப்பாய். அது உனக்குத் தெரியப்போவதே இல்லை. அவை அருவருப்பான உண்மைகள், அவற்றைக்கொண்ட

முதல் ஆள் நீதான் என்றோ அல்லது நீ மட்டுமே அப்படியான வாழ்க்கைப் பதிவுகளைக் கொண்டவன் என்றோ இல்லை. நீயும் நல்ல தருணங்களைக் கொண்டிருப்பாய். அவற்றையும் நீ நினைத்துப்பார்ப்பாய். ஆனால் நீ வேறுசில சம்பவங்கள், வேறுசில நாள்கள் ஆகியவற்றையும் நினைத்துப்பார்க்க வேண்டியதாக உள்ளது. அந்த நாள்கள் இறந்தகாலத்தில் தொலைவில் உள்ளன, அருகாமையிலும் உள்ளன, மறதியை நோக்கித் தள்ளப்பட்டவை, நினைவில் பதிந்துள்ளவை - சந்திப்புகள் மற்றும் புறக்கணிப்புகள், கணநேரத்திற்கான அன்பு, விடுதலை, கோபம், தோல்வி, விருப்பம் - அவற்றுக்கு நீ அளிக்கும் பெயர்களைக் காட்டிலும் அதிகமான ஒன்றாய் அவை இருந்தன, இருக்கும்: உன்னுடைய விதி உன்னை ஒரு வேட்டைநாயைப் போல் செலுத்திய நாள்கள், அவை உன்னைக் கண்டுகொள்ளும், உன்னை அதிகமாகப் பாதிக்கும், செயல்களை, வார்த்தைகளை உனக்கு ஞாபகப்படுத்தும், சிக்கலான, ஒளிபுகாத, கொழுப்பாலான பொருள், எப்போதைக்குமாக மற்றவற்றோடு பின்னிப்பிணைந்து இருக்கிறது, தொட்டு உணரமுடியாதது, உன் ஆன்மாவின் சாரம் அப்பொருளால் உறிஞ்சப்பட்டு விட்டது: சீமைமாதுளையின் மீதான விருப்பம், விரல் நகங்களை வளர்க்க வேண்டுமென்ற லட்சியம், வளர்ந்து கொண்டிருக்கும் வழுக்கை குறித்தான மனச்சோர்வு, பாலைவனம் மற்றும் சூரியன் தரும் துன்பம், சுகாதாரமற்ற உணவுகள் குறித்த மனவுறுதியின்மை, வெப்பமண்டல நதிகளின் திசை திருப்பம், கொடுவாள் மற்றும் துப்பாக்கி மருந்து பற்றிய அச்சம், சுத்தம் செய்யப்பட்ட விரிப்புகளின் இழப்பு, கருநிறக் குதிரைகளின் இளமை, கைவிடப்பட்டதொரு கடற்கரையின் வயோதிகம், அஞ்சல் உறைகள் மற்றும் வெளிநாட்டுத் தபால்தலைகளின் கண்டுபிடிப்பு, தூபப்புகை மீதான கடும் வெறுப்பு, நிகோடினின் எதிர்வினை, சிவப்பேறிய பூமியின் வலி, மதியநேர உள்முற்றம் தரும் இதம், அனைத்துப் பொருட்களின் ஆன்மா: இரண்டு பாதிகளைப் பிரிக்கும் உன் நினைவுகளின் அறுபடல்; அவற்றை மீண்டும் ஒன்றாக இணைக்கும், கலைக்கும், தொடரும், கண்டுகொள்ளும் வாழ்க்கையின் பற்று. பழத்திற்கு இரண்டு பாதிகள்: இன்று மீண்டும் அவை ஒன்றாக இணையும். நீ கைவிட்டு வந்த பாதியை நினைவு கூர்வாய்: விதி எப்படியும் உன்னைக் கண்டுகொள்ளும்: நீ கொட்டாவி விடுவாய்: அவற்றை நினைத்துப்பார்க்கத் தேவையில்லை: நீ கொட்டாவி விடுவாய்: பொருட்கள் மற்றும் அவற்றின் மீதான பற்று மங்கத்தொடங்கிவிட்டது,

அவை வரும்வழியில் துண்டுகளாகச் சிதறி விழுந்துவிட்டன: அங்கே, பின்புறத்தில், அங்கே ஒரு பூங்கா இருந்தது: அங்கே நீ மீண்டும் செல்ல முடியுமானால், முடிவில் மீண்டும் அதைக் கண்டுகொள்ள முடியுமானால். நீ மீண்டும் கொட்டாவி விடுவாய்: நீ நகரவேயில்லை: மீண்டும் கொட்டாவி விடுவாய்: நீ பூங்காவின் மண்ணில் இருக்கிறாய். ஆனால் வெளிறிய கிளைகள் பழம்தர மறுக்கின்றன. தூசு கிளம்பும் ஆற்றுப்படுகை நீர்தர மறுக்கிறது. நீ கொட்டாவி விடுவாய்: நாள்கள் வேறானவையாக, ஒரேமாதிரியாக, தொலைதூர அலையாக இருக்கும். நீ தேவை, அவசரம் மற்றும் ஆச்சரியங்களை சீக்கிரமே மறந்துவிடுவாய். மீண்டும் கொட்டாவி விடுவாய்: கண்களைத் திறந்து பொய்யான அக்கறையோடு உன்னருகே நிற்கும் பெண்களைப் பார்ப்பாய். அவர்களின் பெயர்களை உச்சரிப்பாய்: கதலீனா, தெரேசா. அவர்கள் தங்களின் ஏமாற்றத்தை, வன்முறைக்கு ஆளாக்கப்பட்ட உணர்வை மறைத்துக்கொள்ள முடியாமல் இருப்பர். அவர்களின் எரிச்சலடைந்த மறுதலிப்பு, இப்போது கட்டாயத்தின் காரணமாக அக்கறையாக, பாசமாக, துக்கமாக வெளிப்படுகிறது. இந்த அக்கறை எனும் முகமூடிதான் மாறுதலுக்கான முதல் அறிகுறி. உன் நோய்மை, உன் தோற்றம், கண்ணியம், மற்றவர்களின் பார்வை, மரபுவழிப் பழக்கங்கள் ஆகியவை அவர்கள்மீது சுமத்தப்பட்டுள்ளன. நீ கொட்டாவி விடுவாய்: கண்களை மூடிக்கொள்வாய்: கொட்டாவி விடுவாய்: நீ, ஆர்தேமியோ க்ரூஸ், அவன்: உன் கண்களை மூடியபடி உன்னுடைய நாட்களில் நீ வளர்வாய்.

1941: ஜூலை 6

அவன் தனது அலுவலகத்திற்குச் செல்லும் வழியில் இருந்தான். ஓட்டுநர் வண்டியை செலுத்திக்கொண்டிருக்க இவன் செய்தித்தாளை வாசித்துக்கொண்டிருந்தான். போக்குவரத்து நின்றுவிட்டது: பார்வையை உயர்த்தினான். இரண்டு பெண்கள் கடைக்குள் நுழைவதைப் பார்த்தான். ஓரக்கண்ணால் அவர்களைக் கவனித்தான். வண்டி சற்று முன்னால் நகர்ந்தது. இவன் சிதி பரானி மற்றும் எல் அலமேன்[3] குறித்த செய்திகளை வாசித்துக்கொண்டு, ரோமெல் மற்றும் மாண்ட்கோமேரியின் புகைப்படங்களைப் பார்த்தான். ஓட்டுநர் சுட்டெரிக்கும் வெயிலில் வியர்த்துவழிந்து, தன்னை உற்சாகப்படுத்திக்கொள்ள வானொலியைக் கேட்கமுடியாத நிலையிலிருக்க, ஆப்பிரிக்காவில் போர் ஆரம்பித்தவுடன் கொலம்பிய காஃபி விளைவிப்பாளர்களுடன் வர்த்தகத்தில் ஈடுபட்டது மோசமானதொரு யோசனையல்ல என்று அவன் நினைத்துக்கொண்டான். பெண்கள் கடைக்குள் நுழைந்ததும் அங்கிருந்த இளம்பெண் அவர்களைத் தயவுசெய்து அமரச்சொல்லிவிட்டு உரிமையாளரை அழைக்கச்சென்றாள் (ஏனெனில் அந்த இரண்டு பெண்களும் யாரென்று அவளுக்குத் தெரியும் - அம்மாவும் மகளும் - உரிமையாளர் அவர்கள் வந்தவுடன் தெரிவிக்கும்படி உத்தரவிட்டிருந்தாள்). அந்த இளம்பெண் தரை விரிப்பில் சத்தமின்றி நடந்து பின்னறைக்குச் சென்றாள். அங்கே அவ்விடத்தின் உரிமையாளார் பச்சைநிற தோல்மேசையின்மீது சாய்ந்தபடி அழைப்பிதழ்களுக்கு முகவரி எழுதிக்கொண்டிருந்தாள்; இளம்பெண் உள்ளே நுழைந்து அம்மாவும் மகளும் வந்துவிட்டனர் என்று தெரிவித்ததும் வெள்ளிச்சங்கிலியில் கோர்க்கப்பட்ட தனது கண்ணாடியைக் கீழேவிட்டாள். பின் பெருமூச்செறிந்து, “நல்லது, நல்லது, நல்லது, முக்கியமான நாள் வரப்போகிறது”

என்றாள். இளம்பெண்ணுக்கு நன்றி தெரிவித்து, தன்னுடைய ஊதா-நிறக் கேசத்தைச் சரிசெய்து கொண்டாள். உதடுகளைச்சுழித்து, கையிலிருந்த மென்த்தால் சிகரெட்டை அணைத்தாள். இரண்டு பெண்களும் பொருள்களைக் காட்சிப்படுத்தியிருந்த அறையில் அமர்ந்திருந்தனர். இருவரும் உரிமையாளர் வரும்வரை ஒரு வார்த்தைகூடப் பேசிக்கொள்ளவில்லை. வந்தவுடன் அந்த அம்மாள் சரியானது எது என்பதைக்குறித்து தீவிரமான கருத்துகளைக் கொண்டவளாய் ஒருபோதும் துவங்கியிராத உரையாடலுக்கு நடுவிலிருப்பதாய் பாவனைசெய்து உரத்த குரலில், "...ஆனால் மிக அழகாகத் தோற்றமளித்த அந்த இன்னொரு பாணியைப் பற்றி என்ன சொல்கிறாய். உன்னைப்பற்றித் தெரியாது. ஆனால் நான் அதைத்தான் தேர்வு செய்வேன்; உண்மையில் அது நன்றாக இருக்கிறது மிகமிக அழகாக இருக்கிறது." உடன்வந்த மகள் தலையசைத்து ஆமோதித்தாள். தனக்காக இல்லாமல் இப்போது வந்துகொண்டிருக்கும் பெண்ணுக்காகத் தன் அம்மா நிகழ்த்தும் உரையாடல் அது என்பதை அவள் அறிவாள். வந்தவள் தாயை விடுத்து மகளை நோக்கித் தன் கைகளை நீட்டி, மிகப்பெரிய புன்னகையுடன் வாழ்த்தினாள். அவளது ஊதாநிறக் கேசம் கொண்ட தலை ஒருபக்கமாகச் சாய்ந்தது. மகள் உரிமையாளருக்கு இடம் தரும் பொருட்டு அங்கிருந்த நீளிருக்கை நோக்கி நகர்ந்தாள். ஆனால் அவளது தாய் பார்வையாலும் வயிற்றுக்கு நேரே ஒற்றை விரலசைப்பாலும் தடுத்தாள்; மகள் நகர்வதை நிறுத்திவிட்டு மகிழ்ச்சியோடு, சாயம் பூசப்பட்ட கேசத்துடனிருந்த உரிமையாளரை இன்முகத்துடன் பார்த்துக்கொண்டிருந்தாள். என்ன விதமான பாணி என்று அவர்களிருவரும் தேர்ந்தெடுத்துவிட்டார்களா என்று கேட்டபடி அவள் நின்றுகொண்டிருந்தாள். இல்லை, இன்னும் இல்லை, எது என்று இன்னமும் முடிவுக்கு வரவியலவில்லை. எனவேதான் அனைத்துப்பாணிகளையும் மீண்டும் ஒருமுறை பார்க்கவேண்டும் என்று அவள் பதிலளித்தாள். ஏனெனில் மற்ற அனைத்துமே இதில் அவர்கள் தேர்ந்தெடுக்கும் பாணியைச் சார்ந்தே அமையும், பூக்களின் நிறம், மணப்பெண் தோழியின் ஆடை ஆகியவை.

"உங்களை இந்தவகையில் தொந்தரவு செய்ய நேர்ந்ததற்கு மன்னியுங்கள், நாங்கள்..."

"மேடம், இதற்காகத்தானே நாங்கள் இருக்கிறோம். உங்களுக்குப் பணிசெய்வதில்தானே எங்கள் மகிழ்ச்சி."

“நல்லது, நாங்கள் சரியானதைத் தேர்ந்தெடுக்க விரும்புகிறோம்.”

“நிச்சயமாக.”

“தவறாக எதையும் செய்துவிடக்கூடாது. பிறகு கடைசி நிமிடத்தில்...”

“நீங்கள் சொல்வது முற்றிலும் சரி. அமைதியாக, நிதானமாகத் தேர்ந்தெடுப்பதுதான் சரி. அப்போதுதான் பின்னால்...”

“அதேதான். நாங்கள் சரியானதை நிச்சயித்துக்கொள்ள விரும்புகிறோம்.”

“நான் பெண்களை ஆயத்தமாகும்படி கூறுகிறேன்.”

மீண்டும் தனித்து விடப்பட்டதால் மகள் கால்களை நீட்டி வசதியாக அமர்ந்தாள்; அம்மா அவளை நோக்கி எச்சரிக்கும் பார்வையோடு ஒரேநேரத்தில் அனைத்து விரல்களையும் அசைத்தாள். ஏனெனில் அவளது காலுறையின் பட்டை வெளியில் தெரிந்தது. மேலும் அவளது இடது காலுறையில் எச்சில் வைக்கும்படி சமிக்ஞை செய்தாள். மகள் காலுறையை உற்றுநோக்கி பட்டு இழைபிரிந்திருந்த இடத்தைக் கண்டுபிடித்து ஆள்காட்டி விரலை ஈரப்படுத்தி அந்த இடத்தை அழுத்தினாள். “சற்று தூக்கமயக்கமாக இருக்கிறேன். அதனால்தான்” என்று தன் தாய்க்கு விளக்கமளித்தாள். அவள் தாய் புன்னகைத்து மகளின் கைகளைத் தட்டிக்கொடுத்தாள். அவர்கள் வெளிர்சிவப்புநிற நீளிருக்கையில் பேசாமல் அமர்ந்து கொண்டிருந்தனர். மகள் மீண்டும் தனக்குப் பசிக்கிறது என்றாள். இது முடிந்தபிறகு சேன்போனுக்குச் சென்று ஏதேனும் சாப்பிடலாம் என்றாள் அம்மா. ஆனால் தான் சாப்பிட முடியாது ஏனென்றால் சமீபமாகத் தன் எடை அதிகரித்துவிட்டது என்றாள்.

“குறைந்தபட்சம் நீயாவது இதுகுறித்தெல்லாம் கவலைப்பட வேண்டியதில்லை.”

“ஏன் கவலைப்பட வேண்டாம்?”

“இன்னமும் நீ இளம்பெண்ணுக்கான உடலமைப்போடுதான் இருக்கிறாய். ஆனால் பின்னாள்களில் கவனமாக இருக்கவேண்டும். என் குடும்பத்தில் அனைத்துப் பெண்களுமே இளமையாக இருக்கும்போது நல்ல வடிவில் இருப்பார்கள். ஆனால் நாற்பதைத் தாண்டியவுடன் எடை அதிகரித்துவிடும்.”

“நீங்கள் நன்றாகத்தான் இருக்கிறீர்கள்.”

“உனக்கு ஞாபகமில்லை அவ்வளவுதான், நீ மறந்துவிட்டாய். தவிரவும்...”

“நான் எழும்போதே பசியுடன் எழுந்தேன். காலை உணவு நன்றாகத்தான் சாப்பிட்டேன்.”

“இப்போதைக்குக் கவலைப்பட வேண்டாம். ஆனால் பின்னாள்களில் கவனமாக இரு.”

“குழந்தை பெற்றுக்கொண்டால் உடம்பு குண்டாகிவிடுமோ?”

“இல்லை, அதுவொரு பிரச்சினையில்லை. இல்லவே இல்லை. சில வாரங்கள் உணவுக் கட்டுப்பாட்டில் இருந்தால் பழையபடி ஆகிவிடலாம். பிரச்சினை நாற்பது வயதைத் தாண்டியபின்னரே ஆரம்பிக்கிறது.”

பின்னறையில் உரிமையாளர், முழங்காலிட்டு, குண்டூசிகளை வாயில் வைத்தபடி தன்னுடைய இரண்டு மாதிரிப்பெண்களைத் தயார் செய்கையில் பதற்றத்தில் கைகளை வேகமாக உதறிக்கொண்டாள். சிறிய கால்களைக் கொண்டிருப்பதற்காக அப்பெண்களைக் கடிந்து கொண்டாள். இவ்வளவு சிறிய கால்கள் கொண்ட பெண் எப்படி அழகாகத் தெரிவாள்? அவர்கள் இன்னமும் உடற்பயிற்சி செய்யவேண்டும், டென்னிஸ் விளையாட வேண்டும், குதிரை ஏற்றம் செய்யவேண்டும், இவையெல்லாம் உங்கள் உடலை நல்ல வடிவத்தில் வைத்திருக்கும் என்றாள். அந்தப்பெண்கள் அவளிடம் நீங்கள் பதற்றமாகத் தென்படுகிறீர்கள் என்றதும் ஆமாம், அந்த இரண்டு பெண்களுமே என் பதற்றத்திற்குக் காரணம் என்றாள். அந்த அம்மாள் எப்போதுமே அவளுடன் கைகுலுக்குவதில்லை, அதேசமயம் அவரது மகள் நல்லமாதிரி, சற்றே கவனக்குறைவு உடையவள், மரக்கட்டையில் உள்ள புடைப்பைப்போல அமைதியாக அமர்ந்திருப்பாள்; ஆனால் இதைச் சந்தித்துதான் ஆகவேண்டும். ஏனெனில் அவர்கள் அவளுடைய நண்பர்களல்ல. எனவே எதுவும் கூறமுடியாத நிலை, அனைத்திற்கும் மேலாக அமெரிக்கர்கள் கூறுவதுபோல், “வாடிக்கையாளர் சொல்வதுதான் எப்போதுமே சரி” நீங்கள் இருவரும் முன்னறைக்குள் நுழையும்போது சீஸ், சீஸ் என்று கூறியபடி நுழைய வேண்டும் சீஈஈஈஈஈ என்று நீளமாகக் கூறவேண்டும். அவள் வேலைசெய்யப் பிறந்தவள் இல்லையென்றாலும் வேலை செய்யவேண்டும்.

மேலும் இந்நாட்களில் காணக்கிடைக்கும் சீமாட்டிகளின் குணம் அறிந்ததுதான். அதிர்ஷ்டவசமாக ஞாயிற்றுக்கிழமைகளில் தனது பால்ய நண்பர்களுடன் சேர்ந்திருக்கவும் தானும் மனித இனத்தைச் சேர்ந்தவள்தான் என்பதை உணரவும் முடிகிறது என்றாள். நாங்கள் சீட்டாடுவோம் என்று அந்தப் பெண்களிடம் கூறினாள், அவர்கள் ஆயத்தமாகிவிட்டார்கள் என்று தெரிந்ததும் கைதட்டி உற்சாகமடைந்தாள். ஆனால் அந்தச் சிறியகால்கள்தான் கெடுக்கிறது. வேலை முடிந்ததும் வாயில் வைத்திருந்த குண்டூசிகளைக் கவனமாக எடுத்து ஊசிப்பஞ்சில் சொருகினாள்.

“இன்று அவர் விருந்திற்கு வருவாரா?”

“யார்? உன் வருங்காலக் கணவரா அல்லது உன் அப்பாவா?”

“அப்பாதான்.”

“எனக்கெப்படித் தெரியும்?”

அவன் பார்க்கும்போது பலாசியோ தெ பெல்லாஸ் ஆர்டிஸ்சின் செம்மஞ்சள் நிற விதானம் மற்றும் அதன் கனத்த வெண்ணிறத்தூண்கள் கடந்து சென்றன. இருந்தும் அவன் தலையை உயர்த்தி உயரத்தில் மின்கம்பிகள் நெருங்கியும் ஒன்றிலிருந்து ஒன்று விலகியும் ஓடிக்கொண்டு - அவை அப்படி இல்லை, தலையை இருக்கையின் சாம்பல்நிறக் கம்பளி விரிப்பில் வைத்துப் பார்க்கும்போது - கிடைமட்டமாக அல்லது மின்மாற்றியோடு இணைக்கப்பட்டிருப்பதைப் பார்த்தான். அஞ்சலகத்தின் காவிநிற வெளீசிய நுழைவாயில், இலைவடிவக் கற்சிலைகள், முழுமையான மார்பகங்கள் மற்றும் மெக்சிகோ வங்கியின் வெறுமையாக்கப்பட்ட வளமார்கொம்புகள். பழுப்புநிறத் தொப்பியிலிருந்த பட்டுப்பட்டையைத் தடவிப்பார்த்துக் கொண்டான். வண்டி பள்ளத்திலும் மேட்டிலும் இறங்கி ஏறும்போது தனது முன்னங்கால்களை அழுத்திக் கொண்டு இருக்கையில் குதித்தான்; அவனுக்கு எதிரே சேன்போனின் நீலநிற மொசைக் கற்கள் மற்றும் சான்ஃப்ரான்சிஸ்கோ கன்னிமாடத்தின் செதுக்கப்பட்ட கருங்கற்கள். அவனுடைய லிமோசின் வாகனம் இசபெல்லா கத்தோலிக்காவின் மூலையில் நின்றது. ஓட்டுநர் இறங்கி தொப்பியைக் கழற்றியபடி கதவைத் திறந்துவிட, அவன் தன்னுடைய தொப்பியை மாட்டியபடி, தொப்பியிலிருந்து தப்பித்த முடிக்கற்றைகளை நெற்றிப்பொட்டோரம் ஒதுக்கிக்கொண்டு இறங்குகிறான். அதிர்ஷ்டக் குலுக்கல் சீட்டு விற்பவர்கள், காலணியை

மெருகேற்றுபவர்கள், ரெபோஸோவில் பொதிந்துவைக்கப்பட்ட பெண்கள், மேலுதட்டில் சளிப்பொருக்குத் தட்டிய சிறுவர்கள் சூழ அவ்வெளிமுற்றத்தைக் கடந்து, சுழலும் கதவுகளின் ஊடாக உள்ளே நுழைந்ததும் முன்கூடத்தின் சன்னலில் தனது டையைச் சரிசெய்ய நின்றான். அருகில் காலே மடீரோவைப் பார்த்திருந்த இரண்டாம் சன்னலில் இவனைப்போலவே ஒத்த உருவுடைய இன்னொருவனும் அதேநேரத்தில் தனது டையின் முடிச்சைச் சரிசெய்கிறான். அதே நிக்கோடின் படிந்த விரல்கள், அதே அகன்ற மார்புடைய மேலாடை, ஆனால் நிறமற்றது, பிச்சைக்காரர்கள் சூழ்ந்து நிற்க, அவன் கையை இறக்கும் அதேநேரத்தில் மற்றவனும் கையை இறக்குகிறான். அவன் திரும்பி நடக்குமுன் தெருவில் இறங்கிச் செல்கிறான். அவன் ஒருகணம் குழம்பி, பிறகு மின்தூக்கி எங்கே என்று தேடினான்.

மீண்டும் அந்நீளும் கைகள் அவளை அயர்ச்சிக்குள்ளாக்குகின்றன. தன் மகளின் கையை அழுத்தி அந்தச்செயற்கையான, சூடு மிகுந்த, சோப்பு, கொலோன் மற்றும் புதிய பொருட்களின் வாசனையோடு சேர்ந்து மணக்கும் அவ்விடத்திற்குள் வேகமாக நடக்கும்படி சமிக்ஞை செய்கிறாள். கண்ணாடிக்குப் பின் அடுக்கிவைக்கப்பட்டுள்ள அழகுசாதனப் பொருட்களைக் காண்பதற்காகச் சிறிது தாமதித்து, கண்களைச் சுருக்கி சிவப்புநிற மென்பட்டில் அணிவகுத்து நிற்கும் அழகுப்பொருட்களைக் கூர்ந்துநோக்கிச் சிந்திக்கிறாள். சிறிய ஜாடியில் வைக்கப்பட்டுள்ள குழமம் ஒன்றையும் ("நடிகைகளுக்கானது") சிவப்புப்பட்டின் நிறத்தில் இரண்டு உதட்டுச்சாயங்களும் வாங்கிக்கொண்டு, தன்னுடைய முதலைத்தோலினால் ஆன கைப்பையிலிருந்து அதற்கான பணத்தை எடுக்க முடியாமல் திணறினாள்: "இதிலிருந்து இருபது பெசோ தாள் ஒன்றை எடேன்." பொருள்களையும் மீதப்பணத்தையும் பெற்றுக்கொண்டு, உணவகத்திற்குள் நுழைந்து, இருவர் அமரும் மேசையைத் தேர்ந்தனர். தெஹுவானா உடையணிந்த பணிப்பெண்ணிடம் மகள் ஆரஞ்சுப் பழச்சாறும் வாதுமை அப்பமும் கொண்டுவரப் பணித்தாள். அவள் அம்மாவால் உருக்கிய வெண்ணெய் ஊற்றிய பவுண்ட் கேக் வேண்டுமெனக் கேட்காமல் இருக்க இயலவில்லை. இருவரும் அங்கே தெரிந்தவர்கள் யாரேனும் இருக்கிறார்களா என்று சுற்றிவரப் பார்த்தனர். மஞ்சள் நிற அங்கியின் மேல் அணிந்திருந்த மேலாடையைக் கழற்றி வைக்கலாமா என்று மகள் கேட்டாள். அங்கிருந்த வெப்பமும் வானின் கண்கூசும் வெளிச்சமும் அவளால் தாங்கமுடியாததாக இருந்தது.

“யோவான் க்ராஃபோர்ட்” என்றாள் மகள். “யோவான் க்ராஃபோர்ட்.”

“இல்லை, இல்லை. அதை அப்படிக் கூறக்கூடாது. அப்படி இல்லை. க்ரோ-ஃபார், க்ரோ-ஃபார்; இப்படித்தான் உச்சரிப்பார்கள்.”

“க்ரா-ஃபோர்.”

“இல்லை, இல்லை. க்ரோ. க்ரோ. க்ரோ. அதிலுள்ள aயும் wயும் சேர்ந்து o போல ஒலிக்கும். அப்படித்தான் அதைச் சொல்லவேண்டுமென்று நினைக்கிறேன்.”

“திரைப்படம் எனக்கு அவ்வளவாகப் பிடிக்கவில்லை.”

“இல்லை. அது அவ்வளவு நல்ல படமில்லை. ஆனால் அவள் மிகவும் அழகாக இருந்தாள்.”

“மிகவும் அலுப்பாக இருந்தது.”

“அந்தப்படத்துக்கு போயாக வேண்டும் என்று அவ்வளவு அடம்பிடித்தாய்...”

“எல்லோரும் நன்றாக இருக்கிறது என்றார்கள். ஆனால் அப்படி இல்லை.”

“ஏதோ பொழுதுபோக்கும் ஒரு வழி.”

“க்ரோ-ஃபோர்ட்.”

“ஆம். அப்படித்தான் அதைக்கூறவேண்டும். க்ரோ-ஃபோர். அதிலுள்ள பீ யின் ஒலிப்பு அமைதியானது.”

“க்ரோ-ஃபோர்.”

“அதேதான். நான் தவறாகக் கூறவில்லை என்று நினைக்கிறேன்.”

இளம்பெண் சர்க்கரைப்பாகினை அப்பத்தின் மீது ஊற்றி அதைத் துண்டுகளாக்கி அனைத்துத் துண்டுகளும் சர்க்கரைப்பாகில் நனைந்திருப்பதை உறுதிப்படுத்திக்கொண்டாள். பாகில் ஊறிய, வாட்டப்பட்ட ஒவ்வொரு துண்டையும் எடுத்து வாய்க்குள் தள்ளும்போது தன் தாயைப்பார்த்துப் புன்னகைத்தாள். அவளின் தாய் அவளைப் பார்க்கவில்லை. ஒருகை மற்றொன்றுடன் உறவாடிக் கொண்டிருந்தது. கட்டைவிரல் மற்ற விரல் நுனிகளை வருடியபடி,

விரல் நகங்களை நுட்பமாய்ப் பரீட்சிப்பது போல. முகத்தைப்பார்க்க விரும்பாதவள் போல அவளுக்கருகில் இருந்த இரண்டு கைகளையும் பார்த்தாள்; எவ்வளவு விருப்பத்தோடு ஒருகை மீண்டும் மற்றொன்றைப் பற்றிக்கொண்டது, சிறு துவாரத்தைக்கூட விடாமல் எவ்வளவு நிதானமாக அதை ஆராய்ந்தது. இல்லை அவற்றில் மோதிரங்கள் ஏதும் இருக்கவில்லை; அவர்கள் சாதாரணமாகச் சேர்ந்து வெளியில் வந்தவர்களாக இருக்கலாம் அல்லது அதைப்போல ஏதோவொன்று. அவள் தனது பார்வையைத் திருப்பி மகளின் தட்டிலிருந்த சர்க்கரைப்பாகுக் குட்டையைக் கவனிக்க முயற்சிசெய்தாள். ஆனால் விரும்பாமலேயே அவளது பார்வை அருகில் அமர்ந்திருந்த இணையர்களின் கைகளுக்குத் தாவியது. இம்முறையும் முகத்தைப்பார்க்காமல் உறவாடிக்கொண்டிருக்கும் கைகளை மட்டும் பார்த்தது. மகள் தன்னுடைய ஈறுகளை நாவால் வருடி பற்களுக்கிடையில் மாட்டிக்கொண்டிருந்த வாதுமை மற்றும் அப்பத்துணுக்குகளை நீக்கினாள். பிறகு துடைக்கும் காகிதத்தைச் சிவப்பாக்கி தன் உதடுகளைச் சுத்தம் செய்துகொண்டாள். மீண்டும் உதட்டுச்சாயம் பூசிக்கொள்ளுமுன் துணுக்குகள் ஏதேனும் ஒட்டியிருக்கிறதா என்று உறுதிப்படுத்திக்கொண்டு அம்மாவிடம் சுவைத்துப்பார்க்கவென்று சிறிது பவுண்ட் கேக்கைக் கேட்டாள். தனக்கு காஃபி வேண்டாம் என்றாள், அது அவளைப் பதற்றமாக்குகிறது, அவளுக்கு காஃபி மிகவும் பிடித்தமான ஒன்றாக இருந்தாலும் இப்போது அது வேண்டாம், ஏற்கெனவே அவள் பதற்றத்தில்தான் இருக்கிறாள். அம்மா அவளது கைகளைத் தட்டிக்கொடுத்து நிறைய வேலை இருக்கிறது செல்லலாம் என்றாள். ரசீதுக்குப் பணம் செலுத்தி, வெகுமதியாகச் சில காசுகளை வைத்துவிட்டு, இரண்டு பெண்களும் எழுந்தனர்.

அந்த அமெரிக்க நாட்டவன், எவ்வாறு கொதிக்கும் நீர் படிவுகளின்மீது செலுத்தப்படுகிறது, நீர் எவ்வாறு அதைக்கரைக்கிறது, எவ்வாறு அழுத்தக்காற்று கந்தகத்தை மேலே கொண்டுவருகிறது என்று விவரித்தான். அவன் மீண்டும் ஒருமுறை அவ்வமைப்பை விளக்க, அருகிலிருந்த மற்றொரு அமெரிக்கன் தங்கள் கண்டுபிடிப்பு குறித்து மிகவும் மகிழ்ச்சியாக இருப்பதாகக்கூறி, கைகளால் பலமுறை காற்றினை வெட்டி, சிவந்த தோல்கொண்ட முகத்தினருகே கைகளை ஆட்டியபடி ஸ்பானிஷ் மொழியில், "மாடத்தில் சிக்கல் எதுவும் இல்லை; கந்தகக் கல்தான் மோசமானது; மாடத்தில் சிக்கல் எதுவும் இல்லை; கந்தகக் கல்தான் மோசமானது; மாடத்தில் சிக்கல் எதுவும் இல்லை..." என்று மீண்டும் மீண்டும் கூறிக்கொண்டிருந்தான். அவன் தன்னுடைய

விரல்களால் மேசையின் கண்ணாடிப்பரப்பில் தாளமிட்டான். அவர்கள் தன்னிடம் ஸ்பானிய மொழியில் பேசும்போதெல்லாம் தனக்கு விஷயம் புரியவில்லை என்று அவர்கள் நினைக்கிறார்கள் என்ற உண்மை அவனுக்குப் பழக்கமானதுதான். அவர்கள் ஸ்பானிய மொழியை மோசமாகப் பேசுகிறார்கள் என்பதால் அல்ல. அவனுக்கு எதுவும் சரியாகப்புரியாது என்று அவர்கள் நினைக்கிறார்கள். "கந்தகக்கல் மோசமானது." அவன் தனது முழங்கைகளை மேசையின் மீதிருந்து அகற்றியதும் பொறியாளர் அந்த இடத்திற்கான வரைபடத்தை மேசைமீது விரித்தார். மற்றொருவர் அந்த இடம் வளமானது என்றும் முழுவீச்சில் சுரங்கத்தைத் தோண்டினால் கூட இருபத்தோராம் நூற்றாண்டு வரை தொடரலாம் என்றார்; முழுவீச்சில், படிமங்களை அவர்கள் தீர்க்கும் வரை; முழுவீச்சில். அதை அவன் ஏழுமுறை கூறி முடித்ததும் புவியியலாளர்களின் கண்டுபிடிப்புகளை அடையாளமிட்ட, பச்சைநிறப் பரப்பில் முக்கோணங்களால் குறியிட்ட பகுதியிலிருந்து இந்தப் பிரசங்கத்தின் ஆரம்பத்தில் வைத்த கையினை அகற்றிக்கொண்டான். அமெரிக்கன் அவனை நோக்கிக்கண்சிமிட்டி, அந்த இடங்களில் தேவதாரு மற்றும் நூக்குக் காடுகள் ஏராளமாய் அடர்ந்து இருக்கிறதென்றும் அம்மரங்களிலிருந்து கிடைக்கும் பலன்கள் முழுவதும் - நூறு சதவிகிதம் - மெக்சிகன் பங்குதாரரையே சேரும் என்றான்; அவர்கள், அதாவது அமெரிக்கப் பங்குதாரர்கள் இந்த வியாபாரத்தில் தலை-யிட்டுக்கொள்ள மாட்டார்கள், என்றாலும் மீண்டும் அவ்விடத்தில் தொடர்ந்து மரங்களை நடும்படி அவனுக்கு அறிவுறுத்துகிறார்கள்; எங்கும் காடுகள் அழிக்கப்படுவதை அவர்கள் பார்த்து வருகிறார்கள்; அந்த மரங்கள் பணமதிப்புடையவை என்று அவர்களுக்குப் புரிவதில்லையா? ஆனால் அது அவனுடைய சொந்த விஷயம், ஏனெனில் காடுகள் இருந்தாலும் இல்லாவிட்டாலும் கந்தக மாடங்கள் அங்கிருக்கும். அவன் புன்னகைத்து எழுந்துநின்றான். தன்னுடைய கால்சராய்க்கும் இடுப்புவார்ப்பட்டைக்கும் இடையில் கட்டைவிரலை நுழைத்து, உதடுகளில் பொருத்தியிருந்த பற்றவைக்காத சுருட்டினை மேலும்கீழுமாக ஆட்டினான். அமெரிக்கர்களுள் ஒருவன் எழுந்து அதைத்தன் தீப்பெட்டியால் பற்றவைக்கும் வரை. தீக்குச்சியை அருகில் கொண்டு வந்ததும் சுருட்டின் நுனி கங்காகிச் சிவக்கும்வரை அதைப்பிடித்திருக்கச் செய்தான். பிறகு, தனக்கு இரண்டு மில்லியன் டாலர்கள் பணம் வேண்டும் என்று அவன் கேட்டதும் அவர்கள் எதற்காக என்றனர். என்ன இருந்தாலும் மூன்று லட்சம் கொடுத்ததற்கே மகிழ்ச்சியோடு அவனைச் சமமான பங்குதாரராக அவர்கள்

சேர்த்துக் கொண்டிருக்கிறார்கள். மேலும் அந்த முதலீடு பலனளிக்கத் துவங்கும்வரை யாருக்கும் ஒருபென்னிகூட கிடைக்கப்போவதில்லை. அந்தப் புவியியலாளர் தனது சட்டைப் பையிலிருந்து மலையாட்டுத் தோல் ஒன்றை எடுத்துத் தனது கண்ணாடியைத் துடைத்துக்கொண்டார். இதுவே தான் முன்வைக்கும் நிபந்தனை என்று அவன் கூறும் நேரத்தில் மற்றொருவன் மேசைக்கும் சன்னலுக்கும், சன்னலுக்கும் மேசைக்குமாக நடந்து கொண்டிருந்தான். இந்த இரண்டு மில்லியன் டாலர்கள் என்பது முன் தொகையோ அல்லது கடன் தொகையோ அல்லது அதுபோல வேறெதுவுமோ அல்ல: அவர்களுக்குத் தேவையான சலுகைகளைப் பெற அவர்கள் அவனுக்குச் செலுத்தவேண்டிய தொகை அது; அந்தத்தொகை இல்லாவிட்டால் சலுகைகளைப் பெறுவது இயலாமலே கூடப்போய்விடலாம்; இப்போது அவனுக்குத் தரப்போகும் தொகையை அவர்கள் காலப்போக்கில் சம்பாதித்துக் கொள்ளலாம்; ஆனால் அவன் இல்லாமல், அதாவது முதன்மையாக உள்ள ஒரு மனிதன் இல்லாமல், இதை இவ்வளவு வெளிப்படையாகக் கூறுவதற்குத் தான் வருத்தப்பட்டாலும், அந்தப் படிமங்களை எடுப்பதற்கான சலுகைகளை அவர்கள் ஒருநாளும் பெறமுடியாது என்று ஆங்கிலத்தில் கூறினான். ஒரு பொத்தானை அழுத்தித் தனது காரியதரிசியை அழைத்தான். காரியதரிசி ஒரு தாளில் இருந்த பல்வேறு எண்களைக் கடகடவென வாசிக்க, அமெரிக்கர்கள் பலமுறை சரி என்று கூறிக்கொண்டே வந்தார்கள். சரி, சரி, சரி, அவன் புன்னகையோடு அவர்களுக்கு விஸ்கியை உபசரித்து, அந்தப் படிமங்களை அடுத்த நூற்றாண்டுவரையிலும் நன்கு சுரண்டிக்கொள்ளலாமென்றும் அதேசமயம் இதில் ஒருநிமிடம் கூட அவனைச் சுரண்டிவிட முடியாதென்றும் கூறினான். அவர்கள் கோப்பையை உயர்த்தி மகிழ்ச்சி தெரிவிக்கையில் அந்த அமெரிக்கர்கள் - ஒரேயொருமுறை - தங்கள் மூச்சுக்கு அடியில் பெட்டைநாயின் மகன் என்று முணுமுணுத்தனர்.

இரண்டு பெண்களும் கைகளைக்கோர்த்து நடந்துகொண்டிருந்தனர். தலைகுனிந்து மெதுவாக நடந்துகொண்டிருந்த அவர்கள், எவ்வளவு அழகாக இருக்கிறது, எவ்வளவு விலையுயர்ந்தது, இதைவிட நல்லது அந்தத்தெருவில் கிடைக்கிறது, அதைப்பாரேன், எவ்வளவு நன்றாக இருக்கிறது என்று கூறுவதற்காக, அவர்கள் களைப்படைந்து ஒரு காஃபிவிடுதிக்குள் நுழையும்வரை, ஒவ்வொரு கடைவாசலின் சன்னலருகிலும் நின்றனர். அங்கே வசதியானதொரு மேசையை, லாட்டரிச்சீட்டு விற்பனை செய்பவர்கள் அலையும் அடர்த்தியான புழுதி வீசுகின்ற வாசலுக்கருகில் இல்லாமல், கழிப்பறைக்கு

அருகில் இல்லாமல் தேர்ந்தெடுத்து அமர்ந்து இரண்டு கனடிய ஆரஞ்சுச் சாறுகள் கொண்டுவரப் பணித்தனர். அவள் அம்மா முகப்பூச்சினைச் சரிசெய்துகொண்டு கையடக்கக் கண்ணாடியில் தனது நிமிளை நிறக்கண்களை உறுத்துப்பார்த்தாள். அவற்றின் கீழ் உருவாகி வரும் பைகளைப்பற்றிச் சிந்தித்து பின் சடுதியில் அதை மூடினாள். இருவரும் நிறமூட்டப்பட்டு, வாயுவூட்டம் செய்யப்பட்ட பானத்தை சிறுசிறு மிடறுகளாக அருந்துமுன் அதிலிருந்து நுரைக்கும் காற்றுக்குமிழ்கள் வெளியேறி அடங்குவதற்காகக் காத்திருந்தனர். மகள் ரகசியமாகத் தனது காலணிகளைக் கழற்றி களைத்திருந்த பாதங்களைத் தேய்த்துவிட்டுக் கொண்டபோது, அவள் அம்மா வீட்டிலுள்ள தனித்தனியான, தனியானவை என்றாலும் ஒன்றொடொன்று தொடர்ச்சியான அறைகளை, ஒவ்வொரு அறைக்குள்ளும் காலை மற்றும் இரவு நேரங்களில் மூடப்பட்ட கதவுகளின் வழி நுழைந்து விடும் நானாவித சத்தங்கள் குறித்து நினைவுகூர்ந்தாள்: யாரேனும் தொண்டையைச் செருமும் ஒலி, மூடுகாலணிகள் தரையில் விழும் ஓசை, மாடத்தட்டில் சாவிகள் வைக்கப்படும் ஓசை, எண்ணெய் இடவேண்டிய அலமாரியின் கீல்கள் எழுப்பும் சத்தம், சிலசமயங்களில் தூங்குபவர்களின் மூச்சின் சீரான ஒலி. அவளது முதுகுத்தண்டில் மேலிருந்து கீழாக ஒரு நடுக்கம் ஓடியது. அவள் ஒவ்வொருநாள் காலையிலும் முன்னங்காலினால் ஓசையெழுப்பாமல் நடந்து அந்தக் கதவுவரை செல்வாள், இதேபோல் முதுகுத்தண்டு சில்லிடும். அந்த முக்கியமற்ற சாதாரணமான ஒலிகள் கூட ரகசிய ஒலிகளாக மாறுவது கண்டு அவள் வியந்திருக்கிறாள். மீண்டும் படுக்கைக்குச்சென்று போர்வைக்குள் தன்னைப் புதைத்துக்கொண்டு, ஒளிச் சிதறல்களாகப் பரவியிருக்கும் உத்திரத்தில் தன்னுடைய பார்வையை நிலைபெறச்செய்வாள்: அது வெளியில் இருக்கும் கஷ்கொட்டை மரத்தின் நிழல். குளிர்ந்த தேநீராகிவிட்டதை அருந்திவிட்டுப் படுத்துக்கொண்டவளை காலையில் பணிப்பெண் வந்து எழுப்பி அன்று முழுவதும் பல்வேறு விதமான வேலைகள் அவர்களுக்கிருப்பதை நினைவூட்டினாள். இப்போது கையில் குளிர்ந்த பானமுடைய அந்தக் கோப்பையை வைத்திருக்கையில் அன்று அதிகாலையின் சம்பவங்கள் அவளுக்கு ஞாபகம் வருகிறது.

அவன் தனது நாற்காலியில் அதன் மரைகள் கிறீச்சிடும்படி நன்றாகச் சாய்ந்து உட்கார்ந்து தனது செயலாளரிடம் கேட்டான்: “ஏதேனும் ஒரு வங்கிக்கேனும் இப்படியான துணிச்சல் உண்டா? என்னை நம்பக்கூடிய ஒரு மெச்சிக்கனாவது இருக்கிறானா?” அவன் தனது மஞ்சள்நிறப்பென்சிலை எடுத்து செயலாளரின்

முகத்தைச் சுட்டினான்: இதை அவன் குறித்துக் கொள்ளட்டும்: பாடீயாவாகிய அவன் இதற்குச் சாட்சியாகட்டும்: யாருமே இதற்குத் துணியமாட்டார்கள் என்றாலும் அவன் அந்தச் செல்வத்தை தெற்கிலுள்ள காடுகளில் மட்கும்படி விடப்போவதில்லை; க்ரிங்கோக்கள்* மட்டுமே இந்த முற்றாய்வுக்குப் பணம் தருகிறார்கள் எனும்போது அவன் என்னதான் செய்ய முடியும்? செயலாளர் அப்போது என்ன மணியாகிறது என்று நினைவுபடுத்தினான். அவன் பெருமூச்செறிந்து இன்றைய நாளுக்கு இது போதும் என்றுகூறி தனது செயலாளரை உணவுக்கு அழைத்தான். இருவரும் சேர்ந்து உண்ணலாம். உனக்கு ஏதேனும் புதிய இடங்களைத் தெரியுமா? செயலாளர் தெரியும் என்றான். ஒரு புதிய இடம் பசியூக்கிகளுக்குப் பெயர்பெற்றது. இதமான சூழல், சுவையான கிஸ்ஸ்தீயா, வெண்ணெய் கட்டிகள், ஃப்லோர், வ்யீட்லகோஷே போன்ற உணவுகள் கிடைக்கும்; தெருமுனையில்தான் இருக்கிறது. இருவரும் சேர்ந்து போகலாம். அவனுக்குக் களைப்பாக இருந்தது; மதியம் அவன் மீண்டும் அலுவலகத்திற்கு வர விரும்பவில்லை. இன்னொரு வகையில் பார்த்தால் அவர்கள் இன்று கொண்டாடவேண்டிய நாள். ஏன் கூடாது? மேலும் அவர்கள் இருவரும் சேர்ந்து ஒருபோதும் உணவுக்குச் சென்றதில்லை. இருவரும் அமைதியாக வெளியேறி அவேனிடா சின்கோ தே மாயோ நோக்கி நடக்க ஆரம்பித்தனர்.

“நீ இன்னும் இளைஞன்தான், உன் வயதென்ன?”

“இருபத்தியேழு.”

“எப்போது பட்டம் பெற்றாய்?”

“மூன்று வருடத்திற்கு முன்பு. ஆனால்...”

“என்ன ஆனால்?”

“படிப்பது வேறாகவும் நடைமுறை வேறாகவும் இருக்கிறது.”

“அது உனக்கு நகைப்பாக இருக்கிறதா? பல்கலைக்கழகத்தில் என்ன சொல்லிக்கொடுத்தார்கள்?”

“நிறைய மார்க்சியம். நான் என்னுடைய ஆய்வையே உபரி மதிப்பு என்ற தலைப்பில்தான் செய்தேன்.”

“அந்தப் பயிற்சி உனக்கு உதவ வேண்டும் பாடீயா.”

“ஆனால் வெளியுலகம் முற்றிலும் வேறானது.”

“நீ என்ன மார்க்சிஸ்ட்டா?”

“என் நண்பர்கள் எல்லோரும்கூட மார்க்சிஸ்ட்டுகள்தான். இது அந்தக்காலகட்டத்தில் எல்லோரும் கடந்து செல்லக்கூடிய ஒரு நிலை.”

“இந்த உணவகம் எங்கே இருக்கிறது?”

“நெருங்கிவிட்டோம், அந்தத் தெருமுனையில் இருக்கிறது.”

“எனக்கு நடந்துசெல்வதில் விருப்பமில்லை.”

“இதோ இங்கேதான் இருக்கிறது.”

அவர்கள் தங்களிடமிருந்த பொதிகளை இருவருக்குள் பிரித்து எடுத்துக்கொண்டு பெல்லாஸ் ஆர்டிஸ் நோக்கி நடக்கத் துவங்கினர். அங்கேதான் வாகன ஓட்டி காத்திருக்கிறான். ஒருவரையொருவர் பார்த்துக்கொள்ளாமல் அவர்கள் நடக்கத்துவங்கினர். ஆண்டெனாவால் ஈர்க்கப்பட்டதுபோல அவ்வப்போது கடைகளின் சன்னல் கண்ணாடி வழி பொருட்களைப் பார்த்தபடி நடந்தனர். திடீரென அம்மா தனது கையிலிருந்த பையைக் கீழே விட்டு மகளின் கையை இறுகப்பற்றினாள்: அவர்களுக்கு நேரெதிரே இரண்டு நாய்கள் உறைந்த கோபத்தோடு உறுமிக்கொண்டிருந்தன; இரண்டும் விலகி உறுமிக்கொண்டன, இரண்டும் ஒன்றையொன்று கழுத்துப்பகுதியில் ரத்தம்வரக் கடித்துக்கொண்டன. சாலைக்கு ஓடி மீண்டும் சண்டையிடத் துவங்கின. கூர்மையான பற்கடிகள், உறுமல்கள் - இரண்டும் தெருநாய்கள், சாதாரண வகை. வாயில் நுரைதள்ளிக் கொண்டிருந்தன. ஒன்று ஆண் மற்றொன்று பெண். மகள் கீழேவிழுந்த பையை எடுத்துக்கொண்டு அம்மாவை வண்டி நிறுத்தும்இடம் நோக்கி அழைத்துச்சென்றாள். அவர்கள் வண்டிக்குள் ஏறியதும் வாகனமோட்டி அவர்கள் மீண்டும் லாஸ் லோமாஸ்சுக்குத் திரும்புகிறார்களா என்று கேட்டுக்கொண்டான். மகள் ஆம் என்றுகூறி சிலநாய்கள் தங்களைப் பயமுறுத்திவிட்டது என்றாள், அம்மா அதெல்லாம் ஒன்றுமில்லையென்று மறுத்து தான் இப்போது நன்றாக இருப்பதாகக் கூறினாள்: அது எதிர்பாராமல் அவர்களுக்கு மிக அருகில் நடந்த சம்பவம். ஆனால் அவர்கள் மீண்டும் மதியநேரத்தில் வரவேண்டும் இன்னமும் நிறையப் பொருள்கள் வாங்கவேண்டியுள்ளது, இன்னும் நிறையக் கடைகளுக்குச் சென்று பார்க்கவேண்டும். மகள், இன்னமும் நிறையநாள் இருக்கிறது, ஒரு மாதத்திற்கும் மேலாக இருக்கிறது

என்றாள். ஆம், ஆனால் நாள்கள் பறந்தோடிவிடும் என்றாள் அம்மா. மேலும் உன் அப்பா திருமணத்திற்கான வேலைகள் எதையும் செய்யவில்லை, அனைத்தையும் நம்மிடம் விட்டுவிட்டார். எது எப்படி இருந்தாலும் சமூக வித்தியாசங்கள் குறித்துச் சிலவற்றை நீ புரிந்துகொள்ள வேண்டும், பார்க்கின்ற எல்லோரிடமும் கைகுலுக்ககூடாது. தவிரவும் இந்தத் திருமணம் நடந்து முடியவேண்டும். அப்போதுதான் உன்னுடைய அப்பாவுக்கு தான் குறிப்பிட்டதொரு வயதை அடைந்துவிட்டோம் என்பது புரியும். குறைந்தபட்சம் இதையாவது அவருக்குக் கற்றுக்கொடுக்க வேண்டும். அவருக்கு தாம் ஐம்பத்தியிரண்டு வயது ஆள் என்பதே புரிந்தாற்போல இல்லை. நீ உடனே குழந்தை பெற்றுக்கொள்வாய் என்று நம்புகிறேன். உன் அப்பா பதிவுத்திருமணத்தின் போதும், மதவழிமுறைத் திருமணத்தின்போதும் என்னருகில் அமர்ந்திருப்பது, மக்கள் அவரை வாழ்த்துவதைக் கேட்பது, எல்லோரும் அவரை மரியாதைக்குரிய நடுத்தர வயது மனிதராக நடத்துவதைப் பார்ப்பது நல்லது. அநேகமாக இதெல்லாம் அவரிடத்தில் ஒரு மாற்றத்தை உருவாக்கலாம், அநேகமாக.

அந்தக்கை என்னைத் தொடுவதை உணர்கிறேன். அதிலிருந்து என்னை விலக்கிக்கொள்ள விரும்புகிறேன். ஆனால் அதற்கான வலு என்னிடம் இல்லை. எவ்வளவு பயனற்ற அன்பு இது, கதலீனா. எவ்வளவு பயனற்றது. என்னிடம் உன்னால் என்ன கூறமுடியும்? இதுநாள்வரை சொல்லத் துணிவில்லாத சொற்களை சொல்லத்துணிகிறாயா? இன்றா? எவ்வளவு பயனற்றது. எதுவும் பேசாதே. ஆடம்பரமான வெற்று விளக்கங்களை அனுமதியாதே. எந்தத் தோற்றத்தில் எப்போதும் இருந்தாயோ அதற்கு உண்மையாக இரு; கடைசிவரை உண்மையாக இரு. பார்: உன் மகளிடமிருந்து கற்றுக்கொள். தெரேசா. நம்முடைய மகள். இது எவ்வளவு மோசமானது. என்ன ஒரு பயனற்ற சொல் இது. நம்முடைய. அவள் நடிப்பதில்லை. இதற்கு முன்னால், என்னால் கேட்க முடியாமல் இருந்தபோது உன்னிடம் கூறியிருக்கலாம்: "இதெல்லாம் சீக்கிரம் முடிந்தால் பரவாயில்லை. நம்முடைய வாழ்க்கையை நாசம் செய்வதற்காகவே உடல்நிலை சரியில்லாததுபோல அற்புதமாக நடிக்கக்கூடியவர் இவர்" என்பதுபோல ஏதாவது ஒன்றை உன்னிடம் கூறியிருக்கலாம். இன்று காலை, நீண்ட, நிம்மதியான உறக்கத்திலிருந்து நான் விழித்தபோது அதுபோல ஏதோ சில சொற்கள் என்காதில் விழுந்தன. அவர்கள் இரவில்

எனக்களித்த மருந்து, மயக்கத்தை உண்டாக்கும் மருந்து பற்றி எனக்கு லேசாக நினைவிருக்கிறது. நீ அப்போதும் இப்படிக் கூறியிருக்கலாம்: "ஓ, கடவுளே, அவர் அதிகமாக வேதனைப்படாமல் இருக்கவேண்டும்." உன் மகளின் வார்த்தைகளுக்கு வேறு அர்த்தத்தை உண்டாக்க நீ விரும்பியிருக்கலாம். ஆனால் நான் முணுமுணுக்கும் வார்த்தைகளுக்கு வேறு அர்த்தத்தை உருவாக்க உனக்குத் தெரியாது:

"அன்று காலை அவனுக்காக மகிழ்ச்சியோடு காத்துக்கொண்டிருந்தேன். குதிரையில் ஏறி ஆற்றைக் கடந்து சென்றோம்."

ஆஹ். பாடீயா. அருகில் வா. ஒலிப்பதிவுக் கருவியைக் கொண்டுவந்தாயா? உனக்கு எது நல்லது என்று உனக்குத் தெரியுமானால், கோயோஅகானிலுள்ள என் வீட்டிற்கு ஒவ்வொரு இரவு வரும்போதும் எடுத்துவருவதுபோல இங்கேயும் எடுத்துவந்திருப்பாய். அனைத்தும் முன்பைப்போலவே இருக்கிறது என்று முன்னெப்போதையும்விட இப்போது நீ என்னை நம்பவைக்க வேண்டியுள்ளது. சடங்குகளைத் தொந்தரவு செய்யவேண்டாம், பாடீயா. அது பரவாயில்லை. நீ அருகில் வா. அவர்களுக்கு நீ வருவதில் விருப்பமில்லை போல.

"இல்லை ஆலோசகரே, எங்களால் இதை அனுமதிக்க முடியாது."

"இது நாங்கள் வருடமாகச் செய்துகொண்டு வருகிற ஒரு விஷயம் மேடம்."

"அவர் எந்தநிலையில் இருக்கிறார் என்பது அவருடைய முகத்தைப்பார்த்தால் தெரியவில்லையா?"

"நான் இதை முயற்சிசெய்து பார்க்கிறேன், அனைத்தும் தயாராகி விட்டது. ஒலிநாடாக் கருவியினை மின் இணைப்பில் தொடர்பு கொடுத்தால் போதுமானது."

"இதற்கு நீங்கள் முழுப்பொறுப்பையும் ஏற்றுக்கொள்வீர்கள் என்றால்..."

"தோன்[4] ஆர்தேமியோ...தோன் ஆர்தேமியோ... காலையில் நான் ஒலிப்பதிவுக் கருவியைக் கொண்டுவந்துள்ளேன்..."

நான் தலையசைக்கிறேன். புன்னகைக்க முயற்சி செய்கிறேன். மற்ற நாள்களைப் போலவே. யாரையாவது நிச்சயமாக நம்பலாம்

என்றால் அது இந்தப்பாடீயா. நிச்சயமாக என் நம்பிக்கைக்குத் தகுதியானவன். என் சொத்துகளில் நல்லதொரு பங்கும் என் மொத்த சொத்துகளையும் நிர்வகிக்கும் நிரந்தரப்பொறுப்பும் அவனுக்கு அளிக்கப்படவேண்டும். அவனை விட்டால் வேறு யார்? அவனுக்கு அனைத்தும் தெரியும். ஆஹ், பாடீயா. இன்னமும் நீ என்னுடைய அனைத்து உரையாடல்களையும் அலுவலகத்தில் சேமித்து வைத்திருக்கிறாயா? ஆஹ், பாடீயா. உனக்குத்தான் அனைத்தும் தெரியும். உனக்கு நல்லவிதத்தில் நான் திருப்பிச்செலுத்த வேண்டும். நான் என் புகழை உனக்கு விட்டுச்செல்கிறேன்.

தெரேசா தன்னுடைய முகத்தை மறைக்கும்படியாக செய்தித்தாளை விரித்து அமர்ந்திருக்கிறாள்.

தூபத்தின் மணத்தோடு அவன் வருவதையும் என்னால் உணர முடிகிறது. அவனுடைய கருப்புப் பாவாடையோடு, முன்னே ஈசோப்பை வைத்தபடி, எனது கடுமைக்கும் கண்டிப்பிற்கும் விடைகொடுக்க வருகிறான்; ஹா, நான் அவர்களை ஏமாற்றி-விட்டேன்; அதோ தெரேசா போலியான கவலையோடு அங்கிருக்கிறாள், இப்போது தனது கைப்பையிலிருந்து கையடக்கக்கண்ணாடியை எடுத்துத் தனது மூக்கினில் உள்ள பூச்சினைச் சரிசெய்து கொள்கிறாள். அப்போதுதான் மீண்டும் போலியாக அழமுடியும். நான் என்னுடைய கடைசிக்கணங்களை உருவகித்துப் பார்க்கிறேன். சவப்பெட்டி குழிக்குள்ளே இறக்கப்படும்போது பலபெண்கள் போலியாக அழுதுகொண்டு தங்களது முகப்பூச்சினை என் கல்லறையின் முன்னே சரிசெய்து கொள்கிறார்கள். நல்லது; இப்போது சற்றுத் தெம்பாக உணர்கிறேன். என்னுடைய உடலின் நாற்றம் இந்தப்போர்வையிலிருந்து வீசாமல் இருந்தால் இன்னமும் நன்றாக இருக்கும். அதில் நான் ஏற்படுத்திய அசிங்கமான கறைகள் இல்லாமலிருந்தால்... நான் உண்மையிலேயே இப்படி ஒழுங்கற்ற, கரகரப்பான சத்தத்துடன்தான் சுவாசித்துக் கொண்டிருக்கிறேனா? இப்படிக் கரிய தெளிவின்மை சூழ, இந்த முகத்தோடுதான் அவனை அலுவலகத்திற்கு வரவேற்கவேண்டுமா? ஆஆஆஹ். ஆஆஆஆஹ். நான் என்னுடைய மூச்சைக் கட்டுப்பாட்டுக்குள் கொண்டுவரவேண்டும்... என் கைகளை இறுக்கிக்கொள்கிறேன். ஆஆஆஹ், என் முகத்தசைகள், அந்த மாவு நிற முகத்தைக் கொண்டவன் நாளை அல்லது நாளை மறுநாள் அல்லது எப்போதுமே இல்லையா - நாளிதழ்களில் வரப்போகும் செய்தியின் விபரங்களைத் தெரிந்துகொள்ள வந்திருக்கிறான்: “அன்னாருடைய இறுதிச்சடங்குகள் ஹோலி மதர் சர்ச்சில் நடக்கவிருப்பது பற்றி...”

மேலும் அவன் தனது மழுங்கச் சவரம்செய்யப்பட்ட முகத்தை என்னுடைய கொப்பளித்துக் கொண்டிருக்கும் சாம்பல்நிறக் முடிகளுடைய கன்னத்திற்கருகே கொண்டு வருகிறான். சிலுவைக் குறியிடுகிறான். "என்னை ஆசிர்வதியுங்கள் பிதாவே, நான் பாவம் செய்திருக்கிறேன்" என்று முணுமுணுக்கிறான். என்னால் தலையைத் திருப்பிக்கொண்டு உறுமலை வெளிப்படுத்த மட்டுமே இயலுகிறது. அந்நேரத்தில் அவனுடைய முகத்தில் எறிய விரும்பும் பொருள்களின் உருவங்கள் என் கற்பனையில் நிறைகின்றன: அந்த இரவில் ஏழையும் இழிந்தவனுமான அந்தத் தச்சனுக்கு அதிர்ச்சியில் இருக்கும் கன்னியின் மேல் ஏறும் மகிழ்ச்சி வாய்த்தது. அவள் தன் குடும்பத்தார் கூறிய கதைகளையும் பொய்களையும் நம்புகிறவளாக இருந்தாள், தன் தொடைகளுக்கு இடையே வெண்புறாக்களை வைத்துக்கொள்வாள். அதன்மூலம் கருத்தரிக்கலாம் என்று நம்பினாள். தோட்டத்தில் தன்னுடைய பாவாடைக்குள் புறாக்களை வைத்துக்கொண்டவள் மேல் இப்போது இந்தத் தச்சன் ஏறிக்கொண்டிருக்கிறான். முழுக்கவே நியாயமான ஆசைதான். ஏனெனில் அவளும் மிகஅழகாகத்தான் இருந்திருக்க வேண்டும். எனவேதான் அவள்மீது ஏறிக் கொண்டிருக்கிறான், தெரேசாவின் கோபம், வெறுப்பு கலந்த போலி அழுகை அதிகரிக்கிறது. அவ்வெளுத்த நிறமுடையவள், என் கடைசிக்கலகத்தை உவகையோடு விரும்புகிறாள். அதுவே அவளது இறுதிக்கோபத்தின் பின்னாலிருக்கும் நோக்கம். இவர்கள் இப்படி எதுவுமே செய்யாமல் அமர்ந்திருப்பது நம்பமுடியாததாக உள்ளது. ஒரு தசையைக்கூட அசைக்கவில்லை. ஒரு பதில் குற்றச்சாட்டு ஏதுமில்லை. இது இன்னமும் எவ்வளவு நேரம் நீடிக்கப்போகிறது? நான் இப்போது முன்பளவு மோசமாக உணரவில்லை. அநேகமாக நான் குணமடைந்துவிடுவேன். என்ன ஒரு அடி! நீயும் அப்படித்தான் நினைக்கிறாய், இல்லையா? நான் நல்லதொரு முகத்தை அணிந்துகொண்டு இதைப் பார்க்க விரும்புவேன். உன்னால் இச்சூழ்நிலையை அனுகூலமாக எடுத்துக்கொண்டு கட்டாயமாக நேசித்தே ஆகவேண்டிய நிலையை மறந்துவிட்டு, உன்னுடைய தொண்டையில், கண்களில் சிக்கியிருக்கும், வாக்குவாதம் மற்றும் அவமானச் சுமைகள் சேர்ந்து வசீகரிப்பில்லாத ஓர் மனிதத்தன்மையை உண்டாக்கியிருக்கிறதே, இறுதியில் அதை இறக்கி வைக்க உன்னால் இயலுமா என்று பார்ப்பேன். ரத்தச்சுழற்சி கெட்டுவிட்டது. அவ்வளவுதான், சிக்கலாக ஒன்றும் இல்லை. சை! இவர்களைப் பார்த்துக்கொண்டிருப்பது அலுப்பாக இருக்கிறது. பாதி மூடியபடி கடைசியாகப் பார்த்துக் கொண்டிருக்கும் கண்களுக்கு முன்னால் நல்ல சுவாரசியமான ஏதேனும் ஒன்றை வைக்கவேண்டும். ஆஹ். அவர்கள்

என்னை அந்த வீட்டிற்குக் கொண்டு செல்லாமல் இந்த வீட்டிற்குக் கொண்டு வந்திருக்கிறார்கள். உனக்கு அதைப்பற்றியெல்லாம் என்ன தெரியும். அப்படியொரு அறிவு. கடைசியாக இன்னுமொருமுறை பாடீயாவைப் பற்றிக் கூறத்தான் வேண்டும். எது என்னுடைய உண்மையான வீடென்று அவனுக்குத்தான் தெரியும். அங்குள்ள, நான் மிகவிரும்பும் பொருள்களைப் பார்த்தே நான் மகிழ்ச்சியடைய முடியும். அங்கிருக்கும் பழைய, மெருகேற்றப்பட்ட உத்திரங்களைப் பார்ப்பதற்காகவே நான் கண்திறப்பேன்; கையெட்டும் தூரத்தில் நான் அணியும் என்னுடைய கையற்ற ஆடை என் கட்டிலின் தலைப்பகுதியை அலங்கரிக்கும். என் கட்டிலருகே உள்ள கொத்துவிளக்குத் தண்டுகள், வெல்வெட் சாய்மானம் உடைய நாற்காலிகள், என்னுடைய பொஹீமியாவின் பளிங்குக்கற்கள். எனக்கருகில் செராஃபின் புகைந்துகொண்டிருக்கும். நான் அந்தப் புகையினைச் சுவாசித்துக்கொண்டிருப்பேன். மேலும், நான் பணித்தவாறே அவள் ஆடை அணிந்திருப்பாள். அழகாக உடுத்தியிருப்பாள், கண்ணீர் வடிக்க மாட்டாள், கருப்பு ஆடைகளுக்கு அங்கே இடமில்லை. அங்கே நான் வயதானவனாக, களைப்புற்றவனாக உணரமாட்டேன். அங்கிருக்கும் அனைத்தும் இப்போதும் வாழ்கின்ற, இப்போதும் காதலிக்கின்ற, இன்னமும் முன்பிருந்த முன்பிருந்த முன்பிருந்த அதே மனிதன்தான் நான் என்று எனக்கு நினைவூட்டும் வகையில் அலங்கரிக்கப்பட்டிருக்கும். எதற்காக இந்த அசிங்கமான கிழட்டுச் சனியன்கள் எனக்கெதிரே அமர்ந்திருக்கின்றன. இந்தப் போலியான சோம்பேறிகள் இப்போதைய இந்த நான், முன்பிருந்த அதே நானல்ல என்று நினைவூட்டவா? அனைத்தும் தயாராக இருக்கிறது. அங்கே என்னுடைய வீட்டில் அனைத்தும் ஆயத்தமாக இருக்கிறது. இந்தமாதிரியான சூழ்நிலையில் என்ன செய்யவேண்டும் என்று அவர்களுக்குத்தெரியும். அவர்கள் என்னை நினைவு வைத்திருப்பார்கள். அவர்கள் என்னிடம் இப்போதுள்ள நானைப் பற்றிப்பேசுவார்கள். எப்போதுமே முன்பிருந்த நானைப் பேசுவதில்லை. காலம் கடந்தபிறகு யாரும் எதற்கும் விளக்கமளித்துக் கொண்டிருப்பதில்லை. சை! இங்கே எப்படி என்னால் மகிழ்ச்சியாக இருக்க முடியும்? இருப்பினும் இவர்கள் இந்தப் படுக்கையறைக்குத்தான் நான் ஒவ்வொரு இரவும் வருகிறேன். தூங்குகிறேன் என்று என்னை நம்பவைக்கும் விதமாகச் சில ஏற்பாடுகளைச் செய்திருக்கிறார்கள். பாதிக்கதவு திறந்திருக்கும் அலமாரியில் நான் எப்போதுமே அணிந்திராத விளையாட்டுகளுக்கான மேலாடை, சுருக்கமில்லாத டைகள், புதிய காலணிகள். ஒரு மேசையைப் பார்க்கிறேன், அதில் குவித்து

வைக்கப்பட்டுள்ள படிக்காத புத்தகங்கள், கையெழுத்திடாத காகிதங்கள். பிறகு இந்த நேர்த்தியான, வெறுக்கத்தக்க கட்டில்: இந்தத் தூசு படிந்த விரிப்பை எப்போது மாற்றினார்களோ? ஆஹ்... ஒரு சன்னல் இருக்கிறது. அதற்கு வெளியே உலகம். பலமான காற்று வீசுகிறது, பீடபூமியிலிருந்து வீசும் காற்று மெல்லிய கருநிற மரங்களை அசைக்கும். நான் சுவாசிக்க வேண்டும்.

“சன்னலைத் திற...”

“இல்லை, இல்லை, உங்களுக்குச் சளிபிடித்துவிட்டால் நிலைமை இன்னும் மோசமாகிவிடும்.”

“தெரேசா, உன் அப்பாவுக்கு நீ சொல்வது கேட்கவில்லை... “

“இவர் நடிக்கிறார். கண்களை மூடிக்கொண்டு வெறுமனே நடித்துக் கொண்டிருக்கிறார்.”

“அமைதியாக இரு.”

“அமைதியாக இரு.”

இவர்கள் இனி அமைதியாக இருப்பார்கள். என் தலைப்பக்கத்திலிருந்து நகர்கிறார்கள். நான் கண்களை மூடிக்கொள்கிறேன். பாடீயாவுடன் அன்று மதியம் உணவருந்தச் சென்றதை நினைத்துப் பார்க்கிறேன். ஏற்கெனவே அதை நினைத்துப்பார்த்தாயிற்று. அவர்களது விளையாட்டில் அவர்களையே வென்றுவிட்டேன். இது அனைத்தும் நாறுகிறது. இருந்தாலும் குறைந்தபட்சம் கதகதப்பளிக்கிறதே. என் உடல்தான் வெப்பத்தை உருவாக்குகிறது. போர்வைக்கான வெப்பம். அவர்கள் அத்தனை பேரையும் நான் வென்றிருக்கிறேன். அது உண்மைதான். தமனிகளில் இப்போது ரத்தம் சீராகப் பாய்கிறது. நான் சீக்கிரமே சரியாகி விடுவேன். அது சரிதான். கதகதப்பாகப் பாய்கிறது. இன்னமும் வெப்பத்தைத் தருகிறது. நான் அவர்களை மன்னித்து விடுகிறேன். அவர்கள் என்னைக் காயப்படுத்தவில்லை. பரவாயில்லை, அவர்களுக்கு விருப்பமானதைக் கூறவும் பேசவும் செய்யட்டும். அதுபற்றி எனக்குக் கவலையில்லை. நான் அவர்களை மன்னித்து விட்டேன். எவ்வளவு கதகதப்பாக இருக்கிறது. சீக்கிரமே சரியாகி விடுவேன். ஆஹ்.

உன்னுடைய விருப்பங்களை அவர்கள் மீது திணிக்க முடிந்ததற்கு நீ பெருமைப்பட வேண்டும். ஒப்புக்கொள்: அவர்கள் உன்னை

தங்களைப்போன்றே மதிக்க வேண்டும் என்பதற்காக உன்னை அவர்கள் மீது திணித்தாய். நீ எப்போதாவதுதான் மகிழ்ச்சியை உணர்ந்திருக்கிறாய், ஏனெனில் நீ நீயாக இருக்க ஆரம்பித்த காலத்திலிருந்து, நல்ல ஆடைகள் தரும் உணர்வுகளை உணர்ந்த காலத்திலிருந்து, நல்ல மதுவகைகளை, வாசனைத்திரவியங்களை பாராட்டக் கற்றுக்கொண்ட காலத்திலிருந்து, கடந்த சில வருடங்களாக உன்னுடைய தனிப்பட்ட, உன்னுடைய ஒரே மகிழ்ச்சியாக இருந்த விஷயங்கள் அவை, நீ அப்போதிருந்துதான் உன் கண்களை வடபுறம் நோக்கித் திருப்பிக்கொண்டு, ஒரு பூகோளத் தவறு அவர்களிடமிருந்து அனைத்திலும் உன்னை அவர்களின் ஒரு பகுதியாக இருக்கவிடாமல் செய்துவிட்டது என்ற கவலையுடன் வாழ ஆரம்பித்தாய். அவர்களின் திறமையை, வசதிகளை, சுகாதாரத்தை, அவர்களது மாட்சியை, மனவுறுதியைப் பாராட்டுகிறாய், உன்னைச்சுற்றிப் பார்த்துக் கொள்கிறாய், தகுதிறமின்மை, துயரம், மாசுகள், சக்தியின்மை, இந்த ஏழைநாட்டின் ஒன்றுமற்ற நிர்வாணத்தன்மை அனைத்தும் உன்னால் சகிக்க முடியாததாக இருக்கிறது. இருப்பதிலேயே வலி நிரம்பியது என்னவென்றால், எவ்வளவுதான் முயற்சி செய்தாலும் நீ அவர்களாக முடியாது என்பதைத் தெரிந்து கொள்வதுதான். நீ அவர்களைப்போல இருக்கவே முடியாது. ஒரு நகலாக மட்டுமே இருக்க முடியும். கிட்டத்தட்ட ஒத்திருக்கும் ஒன்று. ஏனெனில் அனைத்து முயற்சிகளுக்கும் பிறகு, இதைக்கூறு: சிறந்த மற்றும் மோசமான தருணங்களில் விஷயங்கள் குறித்த உன்னுடைய தொலைநோக்குப்பார்வை எப்போதேனும் அவர்களுடையதைப்போல எளிமையாக இருந்திருக்கிறதா? எப்போதுமில்லை. மேலும் எப்போதுமே உன்னால் கருப்பு மற்றும் வெள்ளை என்று சிந்திக்க முடிந்ததே இல்லை, நல்லவர்கள்-கெட்டவர்கள், கடவுள் அல்லது சாத்தான்: ஒப்புக்கொள், எப்போதுமே உன்னால், அது நேரெதிராகத் தோன்றியபோதும் கூட, ஏதேனும் நுண்மத்தை, கருப்பில் வெளுப்பின் பிரதிபலிப்பைக் கண்டுகொள்கிறாய். உன்னுடைய சொந்தக் குரூரம், நீ குரூரமாக இருக்கும்போதும் அதில் ஒருதுளி மென்மை கலந்திருக்கிறது இல்லையா? அனைத்து முனையிலும் அதன் எதிர்முனையின் துளி கலந்திருக்கிறது என்பது உனக்குத்தெரியும்: குரூரம் மற்றும் மென்மை, பேடித்தனம் மற்றும் வீரம்; வாழ்வு, மரணம். ஏதோவொரு வகையில் - அநேகமாகப் பிரக்ஞையின்றி, நீ இயல்பில் யார் என்பதால், நீ எங்கிருந்து வந்திருக்கிறாய் என்பதால், நீ என்ன மாதிரியான வாழ்க்கையை வாழ்ந்திருக்கிறாய் என்பதால் - உனக்கு இதுதெரியும், அந்தக் காரணத்தினால் இவ்விஷயங்களை

அறியாத அவர்களை நீ ஒருபோதும் பிரதிபலிக்க முடியாது. அது உன்னைத் தொல்லை செய்கிறதா? நிச்சயமாகச் செய்கிறது, அது அசௌகரியமானது. எரிச்சலூட்டுவது. சொல்வதற்கு எளிமையாக இருக்கலாம்: இது நல்லது அது தீயது. தீயது. "அது தீமையானது" என்று உன்னால் ஒருபோதும் சொல்ல முடியாது. ஒருவேளை நாமெல்லாம் கைவிடப்பட்டவர்கள் என்பதனால் இருக்கலாம். நாம் அந்த இடைப்பட்டதை இழக்க விரும்பாமல் இருக்கலாம். ஒளிக்கும் நிழலுக்கும் இடைப்பட்டதான தெளிவற்ற பகுதி, நாம் மன்னிப்பைக் கண்டுகொள்ளக்கூடிய பகுதி. அங்கே உனக்கும் அது கிடைக்கலாம். எல்லோரும், தங்கள் வாழ்வின் ஏதோவொரு கணத்தில் - உன்னைப்போலவே - நல்லதற்கும் தீயதற்கும் ஒரேநேரத்தில் இடங்கொடுத்து, இரண்டு புதிரான, ஒரே கண்டிலிருந்து அவிழும் வெவ்வேறுநிற நூல்களும் தன்னை இயக்க அனுமதித்து, வெள்ளை நூலானது மேலேறவும் கருப்பு நூலானது கீழிறங்கவும் செய்தாலும் தன்னுடைய கரங்களில் அவை மீண்டும் ஒன்று சேர்வதில்லையா? நீ இதையெல்லாம் சிந்திக்க விரும்பமாட்டாய். இதை உனக்கு நினைவூட்டியதற்காக என்னை அறவே வெறுப்பாய். நீ அவர்களைப்போல் இருக்க விரும்புகிறாய். ஆனால் இப்போது நீயொரு கிழவன், நீ உன்னுடைய இலக்கைக் கிட்டத்தட்ட அடைந்துவிட்டாய். கிட்டத்தட்ட. கிட்டத்தட்ட மட்டுமே. உன் மறதித்தன்மையை நீயே தடுப்பாய்; உன் வீரம் கோழைத்தனத்தின் இரட்டைப்பிறவி, உன் வெறுப்பு அன்பிலிருந்து பிறந்திருக்கும், உன் வாழ்வு முழுதும் மரணத்தை உள்ளடக்கியதாக, உறுதிப்படுத்துவதாக இருக்கும். எனவே நீ நல்லவனாக அல்லது தீயவனாக, பெருந்தன்மையாக அல்லது சுயநலமாக, நம்பிக்கைக்குரியவனாக அல்லது துரோகியாக இருந்திருக்க முடியாது. மற்றவர்கள் உன் நல்ல குணங்களை, தவறுகளை வலியுறுத்த அனுமதிப்பாய்; ஆனால் உனக்குள்ளே, உன்னுடைய ஒவ்வொரு வலியுறுத்தலும் மறுக்கப்படும் என்பதை, உன்னுடைய ஒவ்வொரு மறுப்பும் வலியுறுத்தப்படும் என்பதை எங்ஙனம் மறுப்பாய்? யாருக்கும் அதைப்பற்றித் தெரியாது, உன்னைத் தவிர. மற்ற மனிதர்களைப்போலவே உன்னுடைய இருப்பும் தறியிலுள்ள அனைத்து நூல்களாலும் பின்னப்படும் என. உன் வாழ்க்கை என்னவாக இருக்கவேண்டுமென்று நீ விரும்புமாறு அமைத்துக்கொள்ள மிக அதிகமான வாய்ப்புகளோ அல்லது மிகக்குறைந்த வாய்ப்புகளோ வழங்கப்படமாட்டாது என. மேலும், நீ ஒன்றாக இருந்து இன்னொன்றாக இல்லாமல் இருந்தால் அதற்கான பல்வேறு காரணம் இருந்தாலும் ஏதேனும்

ஒன்றை நீ தேர்ந்தெடுக்க வேண்டியிருந்தது. உன்னுடைய தேர்வுகள் உன் மீதமுள்ள வாழ்க்கையை இல்லாமலாக்கப் போவதில்லை. நீ ஒவ்வொரு முறை தேர்ந்தெடுக்கும்போதும் உனக்குப் பின்னால் நீ மறுத்துவிட்டு வரும் விஷயங்கள்: அவை இன்னுமின்னும் கூர் தீட்டுபவை, இன்று உன்னுடைய தேர்வும் உனக்கு விதிக்கப்பட்டதும் ஒன்று எனுமளவு அவை உன்னைத் தீட்டியிருக்கின்றன. நாணயத்திற்கு இரண்டு பக்கமென்பது இனி கிடையாது: உன் விருப்பமும் உன் விதியும் ஒன்றுபோலிருக்கும். நீ இறப்பாயா? அது முதல்முறையாக இருக்காது. நீ எத்தனையோ இறப்பை, வெறும் அபிநயமாக எத்தனையோ கணங்களை வாழ்ந்திருப்பாய். கதலீனா உங்கள் இருவரையும் பிரிக்கும் கதவினில் காதை வைத்து உன்னுடைய அசைவுகளைக் கணிக்கும்போது; கதவின் மறுபக்கம் நீ கண்காணிக்கப்படுகிறாய் என்று அறியாது இருக்கும்போது, இன்னொருவரின் வாழ்வு கதவின் மறுபக்கமுள்ள உன்னுடைய வாழ்வின் சத்தங்கள் மற்றும் அமைதியைச் சார்ந்திருக்கிறது எனும்போது, அந்தப் பிரிவில் வாழ்ந்துகொண்டிருப்பது யார்? ஒரேயொரு சொல் போதுமானது என்று இருவருமே உணரும் தருணத்திலும் நீ அமைதியைத் தொடர்கிறாய் எனும்போது, அந்த அமைதியில் யார்தான் வசிக்க முடியும்? இல்லை, நீ அதை நினைவுகூர விரும்பமாட்டாய். வேறு எதையேனும் நினைவுபடுத்திக்கொள்ள விரும்புவாய்; அந்தப்பெயர், அந்த முகம் காலப்போக்கில் தேய்ந்து போவதில்லை. ஆனால், இந்த விஷயங்களை நினைவு கூர்வதனால், உன்னை நீ காப்பாற்றிக்கொள்ளலாம். உன்னை வெகுஎளிதாகக் காப்பாற்றிக்கொள்ளலாம் என்பதைத் தெரிந்துகொள்வாய். உன்னைக் குற்றவாளியென்று தீர்மானிக்கும் விஷயங்களை நீ முதலில் நினைவுகூர்வாய். அதனால் நீ காப்பாற்றப்பட்ட பிறகு, உன்னைக் காப்பாற்றும் என்று நீ நினைக்கும் பிற விஷயங்களைக் கண்டுகொள்வாய், உனக்கு என்ன வேண்டும் என நீ நினைவுகூரும்போது அவையே உன்னை உண்மையில் குற்றவாளியாக்கும். இளமையான கதலீனாவை நினைத்துப்பார்ப்பாய், நீ அவளைச் சந்தித்தபோது இருந்தவள், பின் அவளை இன்றுள்ள மங்கிப்போன பெண்ணுடன் ஒப்பிட்டுப் பார்ப்பாய். நீ அதை நினைவில் வைத்திருப்பாய் மேலும் ஏன் என்பதையும் நினைவில் வைத்திருப்பாய். அப்போது அவளும் மற்ற எல்லோரும் என்ன நினைத்தனர் என்பதை உருவாக்கம் செய்து பார்ப்பாய். அது உனக்குத் தெரியாது. எனவே அதை உருவாக்கிப் பார்ப்பாய். நீ மற்றவர்கள் என்ன சொல்கிறார்கள் என்று கேட்கவே மாட்டாய். நீ அவர்கள் சொல்வதை வாழ்ந்துபார்க்க வேண்டியதாகும்.

நீ உன் கண்களை மூடிக் கொள்வாய்: அவர்கள் வாயையும் மூடச் செய்வாய். அந்தத் தூபத்தினை நீ முகரப்போவதில்லை. அந்த அழுகையை நீ கேட்கப்போவதில்லை. நீ வேறு விஷயங்களை நினைக்கப்போகிறாய், வேறு நாள்களை. உன்னை இரவில் நெருங்கப்போகும் நாள்கள் - உன் கண்கள் மூடியிருக்கப்போகும் இரவு. நீ அவர்களைக் குரலால் மட்டுமே அடையாளம் காண்பாய், காட்சிகளால் அல்ல. அதற்கான பெறுமதியை நீ இரவுக்கு வழங்கி அதைக் காணாமலேயே ஏற்றுக்கொள்ளவேண்டும், கண்டுணராது அதை நம்பவேண்டும், உன் அனைத்து நாள்களின் கடவுள் அதுவே என்பது போல: இரவு. இப்போது, நீ செய்யவேண்டியதெல்லாம் கண்களை மூடவேண்டியதுதான் என்று சிந்தித்திருப்பாய். தனது இருப்பை மீண்டும் உறுதி செய்யும் வலியையும் மீறி, நீ புன்னகைப்பாய். உன் கால்களைச் சற்று நீட்டிக்கொள்ள முயற்சி செய்வாய். யாரோ உன் கைகளைத் தொடுவார்கள். ஆனால் நீ அதற்கு எதிர்வினை செய்யமாட்டாய் - என்ன? சீராட்டா? அன்பா? வேதனையா? திட்டமிட்ட நடவடிக்கையா? உனது மூடிய கண்களால் இரவினை உருவாக்கிக்கொள்வாய். அந்த மைக்கடலின் ஆழத்திலிருந்து ஒரு கற்படகு - சூடான தூங்கி வழியும் மதியநேரத்துச் சூரியன் வீணாக உற்சாகத்தில் இருக்கிறது - உன்னை நோக்கி மிதந்து வரும்; இந்தியர்களின் தாக்குதலில் இருந்து தேவாலயங்களைக் காக்க எழுப்பப்படும் கரிய, கனத்த சுவர்கள் மதங்களின் வெற்றியை ராணுவத்தின் வெற்றியோடு மேலும் தொடர்புபடுத்துகிறது. முரட்டுச் சிப்பாய்கள், ஸ்பானியர்கள், கத்தோலிக்க மரபில் வந்த ராணி இசபெல்லாவின் படைகள், மூடிய உன் கண்களை நோக்கி, அதிகரிக்கும் குழல் மற்றும் மத்தளத்தின் ஓசையோடு முன்னேறுகிறது. வெளிப்புறம் அமைந்த திருக்கோட்டங்களோடு கற்சிலுவை மையமாக இருக்கும் அகன்ற முற்றவெளியை நீ கடந்து செல்வாய், உள்நாட்டு மதங்களின் நீட்சியாக அதன் மூலைகளில் நாடகசாலை மற்றும் திறந்தவெளி. முற்றத்தின் விளிம்பிலுள்ள தேவாலயத்தின் உச்சியில் டெஸோண்டில்[5] கற்களால் அமைக்கப்பட்ட கவிகை மாடங்கள் மறக்கப்பட்ட வளைந்த மூரிஷ் அரிவாள் சின்னங்கள் மீது அமர்ந்திருக்கிறது. வெற்றியாளர்கள் என்று வலியுறுத்தப்பட்ட இன்னுமொரு ரத்த வாரிசுகளின் அடையாளச்சின்னம். ஆதியிலிருந்து இன்று வரை காஸ்தீலியனாக இருக்கும். மிகுதியான பிளவுற்ற கொடிகளும் கழுகின் மூக்குபோன்று வளைந்த மையக்கற்களும் கொண்ட ஐரோப்பிய பாணியிலமைந்த தூண்கள் நிறைந்திருக்கும் தலை வாயிலை நோக்கி முன்னேறிச்செல்வாய்; வெற்றியின் தலைவாயில்

கடுமையும் விளையாட்டுத்தனமும் ஒருங்கே பொருந்தியது. அதன் ஒருகால் இங்கே பழைய மரணங்களின் உலகில் இருக்கிறதென்றால் மறுகால் கடலுக்கு அப்பால் உருவான புதிய உலகில்: புதிய உலகு அவர்களோடுதான் வந்தது, அவர்களின் உணர்வு, மகிழ்ச்சி, பேராசை கொண்ட இதயங்களைக் காக்க கடுமையான வெளியரண்களான சுவர்களோடு. நீ இன்னமும் முன்னேறி கப்பலின் மையப்பகுதியைத் தாண்டிச்செல்வாய். அதன் வெளிப்புறப் பகுதிகள் இரக்கமற்ற, சிரிக்கும் இந்திய சொர்க்கத்தின் புனிதர்களால், தேவதைகளால், மற்றும் இந்தியக் கடவுளரால் அபரிமிதமாக நிறைந்துள்ளது. ஒரு மிகப்பெரிய தொழுகையர் அமரும் கூடம் முலாம்பூசப்பட்ட பளிங்கு பலிபீடம் நோக்கி நீண்டிருக்கும், சோகம் ததும்பும் முகமூடி அணிந்த முகங்கள், துயரார்ந்த மற்றும் மகிழ்ச்சியான பிரார்த்தனைகள், எப்போதும் விரைவு, இக்கோயிலை அலங்கரிக்கும் சுதந்திரத்திற்காக அனுமதிக்கப்பட்ட ஒரேயொருவர், அமைதி, ஆச்சரியம் நிறைக்கும் சிற்பங்களின் அமைவடக்கம், வெறுமை தரும் திகில் தன்மை, இறந்துவிட்ட காலங்கள் குறித்த அச்சம், கட்டற்ற பிறப்பித்தல்களின் நிதானமான மனோநிலையின் நீடிப்பு, நிறம் மற்றும் வடிவத்தில் உள்ள தனித்தன்மைகள், சவுக்கடி, சூட்டுக்கோல் மற்றும் பெரியம்மை நிறைந்த வெளியுலகிலிருந்து இது மிகவும் வேறுபட்டது. நீ உன்னுடைய புதிய உலகுக்கான வெற்றியை நோக்கி வெற்றிடமற்ற கூடத்தின்வழி நடப்பாய்: தேவதைத்தலைகள், அபரிமிதமான கொடிகள், பல்வண்ண மலர்கள், தங்கநிறச் சட்டங்களில் அடைபட்ட சிவந்த, உருண்டையான பழங்கள், சங்கிலியில் கட்டப்பட்ட வெள்ளைப் புனிதர்கள், ஆச்சரியம் நிறைந்த புனிதர்களின் முகங்கள், இந்தியர்களால் கண்டுபிடிக்கப்பட்ட சொர்க்கத்தில் அவர்களின் உருவத்தை ஒத்திருக்கும் புனிதர்கள்: சூரியன் மற்றும் நிலவின் முகத்தைக் கொண்ட, அறுவடையைக் காக்கும் கரங்களை உடைய தேவதைகள், வேட்டை நாய்கள் போலும் ஆட்காட்டி விரல்கள், கொடூரமான, தேவையற்ற, காலச்சுழற்சியின் கடுமையான முகத்தோடு, வேற்றுலகவாசி போன்ற கண்கள் கொண்ட சிலைகள். இளஞ்சிவப்பான, கருணை நிறைந்த, வெகுளியான முகமூடிகளுக்குப் பின்னால் உள்ள கல் முகங்கள், முகமூடிகளும் இறந்து, அசைவற்றவை: இரவினை உருவாக்கு, கரும்பாய்மரங்களைக் காற்றால் நிரப்பு, கண்களை மூடிக்கொள், ஆர்தேமியோ க்ரூஸ்...

1919: மே 20

பெராலெஸ் சிறையில் கொன்ஸாலோ பெர்னாலின் கடைசி நிமிடங்கள் குறித்த கதை அவனுக்கு அவ்வீட்டின் கதவுகளைத் திறந்து விட்டிருந்தது.

"அவன் எப்போதுமே அவ்வளவு களங்கமற்றவன்" என்றார் தோன் கமாலியேல் பெர்னால், கொன்ஸாலோவின் தகப்பன். "தெளிவான சிந்தனை மூலம் ஒன்றைத் தீர்மானிக்கவில்லை என்றால், செயலானது நம்மை மாசுபடுத்தி, நம்மை நாமே ஏமாற்றிக்கொள்வதற்கு இட்டுச்செல்லும் என்று எப்போதும் கூறுவான். அதனால்தான் அவன் இந்த வீட்டைவிட்டுச் சென்றுவிட்டான் என்று நினைக்கிறேன். இருப்பினும் நான் அதை முழுமையாக ஏற்றுக்கொள்ளவில்லை. இந்தப்புயல் எல்லோரையும் இங்கிருந்து அனுப்பிவிட்டது. நம்மிடையே இருந்த வீட்டைவிட்டு எங்குமே செல்லாதவர்களைக்கூட. இல்லை, நான் கூற முயற்சி செய்வது என்னவென்றால், என் மகனைப் பொறுத்தவரையில் தார்மீகப் பொறுப்பு என்பது ஒன்றை விளக்கும் பொருட்டு, ஒத்திசைவான யோசனைகளை அளிக்கும் பொருட்டு அதில் பங்கு கொள்வது, ஆம், அவன் பங்களித்ததன் காரணம் செயல்களால் இது நிலைகுலைந்துவிடக்கூடாது என்பதாகத்தான் இருக்கும், ஒவ்வொருவருக்கும் இருப்பது போல. எனக்குச் சரியாகப் புரியாது, அவனுடைய சிந்தனைகள் மிகவும் சிக்கலானவை. அவன் பொறுமையைப் போதித்தான். அவன் துணிச்சலுடன் மரணத்தைச் சந்தித்தான் எனும்போது நான் மகிழ்ச்சியடைகிறேன். உங்களை இங்கே சந்திப்பதிலும் மகிழ்ச்சி."

அவன் ஒன்றும் ஒரேநாளில் இந்தக் கிழவரைச் சந்திக்க இங்கு வந்துவிடவில்லை. முன்னதாக, ப்யூப்லாவின் பல நகரங்களில்

விசாரணை நடத்தினான், பல்வேறு நபர்களைச் சந்தித்தான், அவன் என்னவெல்லாம் தெரிந்துகொள்ள வேண்டுமோ அனைத்தும் தெரிந்து கொண்டான். அதனால்தான் இந்தக்கிழவரின் தேய்ந்துபோன வாதங்களை கண் இமைக்காமல் கேட்க முடிகிறது. அவர் தனது நாற்காலியின் மெருகூட்டப்பட்ட தோலால் செய்யப்பட்ட பின்புறத்தில் தலையைச் சாய்த்துக் கொண்டார். அந்நூலகத்தில் அவரது உருவம் கனமான தூசியால் மூடப்பட்டு மெலிதாகப் பரவிக்கொண்டிருந்த மஞ்சள்நிற ஒளியால் நிறைந்தது. அங்குள்ள அலமாரிகள் மிக உயரமானவை, உயரத்தில் இருந்த கனமான, ஆங்கிலம் மற்றும் ஃப்ரெஞ்சில் எழுதப்பட்ட புவியியல் சார்ந்த புத்தகங்கள், கலை மற்றும் இயற்கை அறிவியல் ஆகியவற்றை எடுக்க தோன் கமாலியேல் சக்கரம் வைத்த ஏணியொன்றை உபயோகப்படுத்தினார். அது காலப்போக்கில் காவிநிறத்தளத்தில் கீறலை உண்டாக்கியிருந்தது. அவற்றைப்படிக்க தோன் கமாலியேல் உருப்பெருக்கிக் கண்ணாடியொன்றை உபயோகப்படுத்தினார். இப்போது அதை தனது பட்டுப்போன்ற கரங்களில் அசைவில்லாமல் பிடித்துக் கொண்டிருந்தார். அதன் வழியாக சாய்ந்த ஒளி கடந்து சென்று குவிக்கப்பட்டு, கவனமாக இஸ்திரி செய்யப்பட்ட கோடுபோட்ட அவரது கால்சராயின் மடிப்புகளைப் பொசுக்குகிறது என்பதை அறியாதவராக இருந்தார். ஆனால் ஆர்தேமியோ க்ரூஸ் அதைக் கவனித்துவிட்டான். ஒரு சங்கடமான மௌனம் இருவரையும் பிரித்தது.

"என்னை மன்னியுங்கள். உங்களுக்கு ஏதாவது கொண்டுவரட்டுமா? அதைவிட நல்லது: நீங்கள் இரவுணவுக்கு இங்கே இருப்பது."

வரவேற்பு மற்றும் மகிழ்ச்சியை வெளிப்படுத்தும் விதமாக அவர் தனது கைகளைத் திறந்தார், உருப்பெருக்கி ஒல்லியான, உடைந்துவிடும் போலிருந்த எலும்புகள் மீது சதை போர்த்தப்பட்ட அம்மனிதரின் மடியில் விழுந்தது. தலை, தாடைகள் மற்றும் உதடுகளில் வயோதிகத்தின் அடையாளமாக மஞ்சள் புள்ளிகள் இருந்தன.

"நடப்பது குறித்து எனக்கு அதிர்ச்சி ஒன்றும் இல்லை" என்றார். அவரது குரல் தேவைப்படும்போது துல்லியமாக, மரியாதையோடு, உரத்தும் மற்ற நேரங்களில் தட்டையாகவும் ஒலித்தது. "இவ்வளவு புத்தகங்களை வாசித்தது எனக்கு என்ன பலனைக் கொண்டுவந்தது" - அவர் தனது உருப்பெருக்கியால் அலமாரியிலுள்ள புத்தகங்களைச் சுட்டினார் - "மாற்றம்

என்பதன் தவிர்க்க இயலாத்தன்மையைப் புரிந்துகொள்ள எனக்குக் கற்றுத்தரவில்லை என்றால்? விஷயங்கள் அவற்றின் தோற்றத்தை மாற்றிக்கொள்கின்றன. நமக்கு அதில் விருப்பம் இருக்கிறதோ இல்லையோ. நாம் ஏன் பிடிவாதமாக அவற்றைப் பார்க்க மறுக்கிறோம் அல்லது பழையவற்றிற்காக ஏங்குகிறோம்? எதிர்பார்க்கப்பட முடியாதவற்றை ஏற்றுக்கொள்வதென்பதுதான் எவ்வளவு குறைவான அயர்ச்சியூட்டுவது! அல்லது அதை வேறு ஏதேனும் வார்த்தைகளில் குறிப்பிட வேண்டுமா? நீங்கள், திரு... மன்னிக்கவும் உங்கள் பதவியை மறந்துவிட்டேன்... ஆம், லெஃப்டினன்ட் கர்னல், லெஃப்டினன்ட் கர்னல்... அதாவது, நீங்கள் எங்கிருந்து வந்திருக்கிறீர்கள், உங்களின் தொழில் எது என்று தெரியாது... என் மகனுடைய கடைசி மணித்துளிகளில் உடனிருந்திருக்கிறீர்கள் என்பதற்காக உங்களை மதிக்கிறேன்... நீங்கள் செயல்பட்டீர்கள், ஆனால் உங்களால் அனைத்தையும் முன்னனுமானிக்க முடிந்ததா? நான் செயல்படவில்லை, என்னாலும் கணிக்க இயலவில்லை. சொல்லப்போனால் நமது செயல்கள் மற்றும் செயலற்றதன்மையின் குவிமையம் அதுதானே, அந்தவகையில் இரண்டுமே குருட்டுத்தன்மை, நம்பகத்தன்மை கொண்டதுதான். அவற்றிற்கிடையே வேறுபாடுகள் இருந்தாலும்... நீங்கள் என்ன நினைக்கிறீர்கள்? ஆஹ், நல்லது..."

அவன் அவருடைய மஞ்சள்நிறக் கண்களிலிருந்து ஒருகணம் கூடத் தனது பார்வையை விலக்கவில்லை, அவை இணக்கமான சூழலை உருவாக்கும் நோக்கத்தோடு, இனிமையான தகப்பன் எனும் முகமூடிக்குப்பின் மிக அதிகமான தன்னம்பிக்கையோடு இருந்தன. இருப்பினும் உயர்குடியினருக்கே உரித்தான கையசைவுகள், அவரது தோற்றத்தில் பொருந்தியிருந்த பிரபுத்துவம், தாடியுள்ள தாடைப்பகுதி, கவனிக்கும்போது தலையை ஒருபுறம் சாய்ப்பது என அனைத்தும் அவனுக்கு இயல்பாகவே தெரிந்தன. இயல்புத்தன்மையைக் கூட நடிப்பில் கொண்டுவர முடியும் என்று நினைத்தான்; சிலநேரங்களில் அணிந்திருக்கும் முகமூடி, வெளியிலோ அல்லது அதற்கடியிலோ இல்லாத ஒரு முகத்தைக்கூட மிக அற்புதமாக நடிக்கக்கூடும். தோன் கமாலியேலின் முகமூடி கிட்டத்தட்ட அவரது உண்மையான முகத்தைப்போலவே இருந்ததால் இரண்டுக்கும் இடையிலான கோடு குழப்பம் தருவதாக இருந்தது. உணரமுடியாத ஓர் நிழல் இரண்டையும் பிரிப்பது போல. இதையெல்லாம் சிந்தித்துக் கொண்டிருக்கும் வேளையில், ஒருநாள் தன்னால் அதை இந்தக் கிழவரின் முகத்துக்கு நேராகக் கூறவும்

முடியலாம் என்றும் யோசித்தான்.

வீட்டில் உள்ள அனைத்துக் கடிகாரங்களும் ஒரேநேரத்தில் ஒலியெழுப்பின. அந்த முதியவர் எழுந்து சுழல் மேசையிலிருந்த அசிட்டிலீன் விளக்கைப் போட்டார். அதன் மேல்பக்கத்தைப் பின்னுக்குத்தள்ளி தடுமாறியபடி சில காகிதங்களைப்.புரட்டினார். அதிலொன்றை எடுத்துக்கொண்டு வந்திருப்பவன் அமர்ந்திருந்த நாற்காலியின் பக்கம் பாதி திரும்பினார். புன்னகைத்தபடி, புருவத்தைச் சுருக்கி, பிறகு மீண்டும் புன்னகைத்து அந்தத்தாளை மறுபடி அங்கேயே வைத்தார். தனது ஆள்காட்டி விரலை நளினத்தோடு காதுவரை உயர்த்தினார்: ஒரு நாய் கதவின் மறுபக்கம் குலைத்தபடி கதவை கீறிக்கொண்டிருந்தது.

அம்முதியவர் தனக்கு முதுகைக்காட்டியபடி நின்று கொண்டிருப்பது தன்னை ரகசியமாய் ஆராய்வதற்காகத்தான் என்பதை அறிந்து அதைப்பயன்படுத்திக் கொண்டான். தோன் கமாலியேலின் குணாதிசயங்கள் எதுவுமே அவரது இணக்கமான பண்புகொண்ட ஆகிருதியைக் குலைக்கும் விதத்தில் இல்லை. பின்னிருந்து பார்க்கும்போதும் அவர் நேர்த்தியாக நடந்தார். நேராக நின்றார்; கதவை நோக்கி நடக்கும் அம்முதியவருக்கு நீண்ட வெள்ளைக் கேசங்கள் முடிசூட்டியது போன்ற தோற்றத்தை அளித்தன. கமாலியேல் பெர்னால் அவனை அதிகம் தொந்தரவு செய்தார் - அதைப்பற்றி சிந்திக்கும்போது அவன் மீண்டும் பதற்றமடைந்தான் - ஏனெனில் அவர் மிகச்சரியான நபராக இருந்தார். அவரது நன்றியுணர்வு அவனது அப்பாவித்தனத்திற்கான பரிசாக இருக்கச் சாத்தியங்கள் உண்டுதான். அந்தச் சிந்தனை அவனுக்கு எரிச்சலூட்டியது. அம்முதியவர் மெதுவாக நடந்து கதவை நெருங்கியிருந்தார்; நாய் தொடர்ந்து குலைத்துக் கொண்டிருந்தது: இந்தச்சண்டை மிகவும் எளிமையானதாக இருக்கும், அதை இன்னும் சுவாரசியமாக்க முடியாது. ஆனால் இந்த நட்பு முதியவரின் தந்திரத்தை மறைக்கும் முகமூடியாக இருக்கலாமா?

அவருடைய மேலங்கியின் வால் போன்ற அமைப்பு தனது ஆட்டத்தை நிறுத்தியவுடன், அவரது வெண்மையான கைகள் கதவின் குமிழைத் தொட்டதும் தோன் கமாலியேல் தனது தோளின் வழி மஞ்சள்நிறக் கண்களால் இவனைப் பார்த்தார். மற்றொரு கை தாடியைத் தடவியது. அவரது பார்வை அறிமுகமில்லாத வருகையாளனின் சிந்தனையைப் படிக்க முயல்வது போலவும் முகத்தில் இருந்த முறுவல் தனது புத்தம்புதியதொரு சாகசத்தைச்

செய்துமுடிக்கப்போகும் மந்திரவாதியை ஒத்திருந்தது. ஒருவேளை அந்த முதியவரின் நடத்தைகளை வந்திருக்கும் முன்னறிந்திராத வருகையாளன் புரிந்துகொள்ள முடிந்து, அவரது மௌனச்சிக்கலுக்கான அழைப்பினை ஏற்றுக்கொள்ளலாம். தோன் கமாலியேலின் அசைவுகள் அவ்வளவு நாகரிகமாக, கலைத்தன்மையோடு இருந்தது. தனது உடனிருப்பவருக்கு அந்தப் பார்வையைத் திருப்பியளித்து அவர்களுக்கிடையே நிலவும் கூறாதுணர்த்துகிற ஒப்பந்தத்தை முறிக்கும் வாய்ப்பினை வழங்கவில்லை.

இரவு கவிந்துகொண்டிருக்க, அங்கிருந்த மெல்லிய ஒளி புத்தகங்களின் தங்கநிற தண்டுப் பகுதிகளையும் நூலகம் முழுக்க மூடியிருந்த வெள்ளிநிறத்திலான சுவர்க்காகிதங்களையும் ஓரளவே வெளிப்படுத்தியது. இந்த வீட்டின் கதவுகள் அவனுக்காகத் திறந்த வேளையிலிருந்து, பழைய ப்யூப்லா மாளிகையின் முன்கூடத்தினை அடுத்திருந்த நீண்ட வரிசையிலான அறைகளைத் தாண்டி நூலகத்திற்கு வந்திருந்ததை நினைவு கூர்ந்தான். இத்தாலிய மட்கலங்கள் மற்றும் வனையோடுகள் கொண்ட ஒவ்வொரு அறையும் உள்முற்றத்தில் திறக்கும் வண்ணம் இருந்தன. மஸ்டிஃப் ரக நாய் தனது எஜமானரைக் கண்டதும் மகிழ்ச்சியில் துள்ளி, அவரது கைகளை நக்கியது. நாய்க்குப் பின்னால் வெள்ளையுடை உடுத்திய அந்தப்பெண் தெரிந்தாள், அவளுக்குப் பின்னால் தெரிந்த அந்தியொளி போன்ற விளக்கொளிக்கு மாறான வெண்மை.

நிலைப்படிக்கு அருகில் சில கணங்கள் நின்றாள். அப்போது அந்த நாய் உள்ளே நுழைந்து அந்த அறிமுகமில்லாத மனிதனின் கால்களையும் கைகளையும் முகர்ந்தது. தோன் கொன்ஸாலோ சிரித்தார். தெளிவற்றதொரு மன்னிப்பை முணுமுணுத்தபடி, அதன் சிவப்புநிறக் கழுத்துப்பட்டையைப் பிடித்து இழுத்துச்சென்றார். வருகையாளனுக்கு அவர் சொன்னது புரியவில்லை. அவன் எழுந்து தனது மேலாடையின் பித்தான்களை ராணுவத்திற்கேயுரிய துல்லிய அசைவுகளோடு இட்டுக்கொண்டான், தான் இன்னமும் சீருடையை அணிந்திருப்பதுபோல அதை நீவிச் சரிசெய்து கொண்டான்; இன்னமும் வாயிலைக் கடந்து செல்லாத அந்தப்பெண்ணின் அழகில் அசைவற்று நின்றான்.

"என் மகள், கதலீனா."

அவள் அசையவில்லை. நீண்ட மென்மையான வாதுமைநிறக்

கூந்தல் அவளது நீண்ட வெதுவெதுப்பான கழுத்தில் புரண்டது (அவ்வளவு தூரத்திலிருந்தும் அவனால் அவளது கழுத்துப்பகுதியின் ஒளிர்வைப் பார்க்க முடிந்தது). அவளது கண்கள், ஒரேசமயத்தில் திடத்தோடும் ஈரத்தோடும், அலைபாயும் பார்வை, இரண்டு கண்ணாடிக் கோளங்கள்: அவளது அப்பாவைப்போலவே மஞ்சள் நிறமுடையன, ஆனால் வெளிப்படையானவை, இயல்பான, அவ்வளவாக நடிப்புக்குப்பழகாத கண்கள், ஒல்லியான அதேசமயம் வாளிப்பான உடலின் மற்ற இருமைகளிலிருந்து தோன்றியது, அவளது சற்றே விரிந்த ஈரமான இதழ்கள், உயர்ந்துநிற்கும் தளராத முலைகள். கண்கள், இதழ்கள், இறுக்கமான, மென்மையான முலைகள் தவிப்பிற்கும் கோபத்திற்கும் இடையே மாறிமாறி அமைந்திருந்தன. தொடைகளுக்கு நேராகத் தனது கைகளைக் கோர்த்திருந்தாள். அவளது சிறுத்த இடைகள் நடக்கும்போது, அவளது இடையைச்சுற்றி முதுகில் பித்தானிடப்பட்டு, அவளது குறுகலான கெண்டைக்கால் வரை இறங்கிய வெள்ளை மஸ்லின் துணியை அசைத்தது. அவனை நோக்கி நடந்து வந்தது வெளுத்த தங்கம் போன்றதொரு தசை, இப்போது மொத்த உடலில் மங்கலாகத் தெரிந்த பகுதிகளையும் காட்டியது, நெற்றி மற்றும் கன்னங்கள், அவள் தனது கைகளை நீட்டினாள். அவன் நாடிய விதமாக அவளது உணர்வுகளைத் தெரிவிக்கும் ஈரத்தன்மை அவளது கைகளில் இல்லை.

“இவர் உனது சகோதரனின் கடைசி மணிநேரங்களில் உடனிருந்தவர். இவரைப்பற்றி நான் கூறியிருக்கிறேன்.”

“நீங்கள் அதிர்ஷ்டசாலி ஐயா.”

“உங்களிருவரைப் பற்றியும் அவர் கூறியிருக்கிறார், உங்களைச் சந்திக்க வேண்டுமென்று கேட்டுக்கொண்டார். மிகவும் துணிச்சலான மனிதர், கடைசி நிமிடம் வரை அப்படித்தான் இருந்தார்.”

“அவர் துணிச்சலானவர் அல்ல. அவர் அனைத்தையும் நேசித்தார்... மிகவும் அதிகமாக.”

அவள் தனது வயிற்றுப்பகுதியைத் தொட்டு, பின் உடனடியாகக் கைகளை விலக்கிக்கொண்டு அரைவட்ட வடிவில் கைகளை அசைத்தாள்.

முதியவர், “இலட்சியவாதி, ஆம், நிச்சயமாக அவனொரு இலட்சியவாதி” என்று பெருமூச்சோடு முணுமுணுத்துவிட்டு,

“இந்தக் கனவான் நம்முடன் இரவுணவில் கலந்துகொள்வார்” என்றார்.

அந்தப்பெண் தனது அப்பாவின் கைகளைப்பற்றி அழைத்துச்செல்ல, குறுகிய, ஈரம் படிந்த அறைகளின் வழியே அந்த நாய் உடன் நடந்துவர அவர்கள் பின்னால் சென்றான். சீனக்களிமண் சாடிகள், முக்காலிகள், கடிகாரங்கள், கண்ணாடி பதித்த அலமாரிகள், மெழுகேற்றப்பட்ட மரச்சாமான்கள் மற்றும் விலைமதிப்பு ஏதுமில்லாத பெரிய அளவிலான மத ஓவியங்கள் அங்கே நிறைந்து கிடந்தன. முலாம் பூசிய உலோகக்கால் கொண்ட நாற்காலிகள், மூலை மேசைகள் தரைவிரிப்புகளின் மேல் இல்லாமல் வண்ணம் பூசப்பட்ட மரத்தளத்தின் மீது வைக்கப்பட்டிருந்தன. விளக்குகள் ஒளிதரவில்லை. உணவு அறையில் மட்டும் கண்ணாடிகளால் ஆன பெரிய சரவிளக்கு, கனமான சீமை நூக்கு மரத்தாலான உணவு மேசை, அலமாரி, மற்றும் ஒளிரும் வெப்பமண்டலப் பழங்கள் அடங்கிய மட்கலங்களை உடைய, வெடிப்புகள் கொண்ட ஓவியம் ஆகியவற்றின்மீது ஒளியை இறைத்துக் கொண்டிருந்தது. தோன் கமாலியேல் உண்மையான பழங்களின்மேல் அமரவந்த கொசுக்களை விரட்டிக்கொண்டிருந்தார், படத்தில் இருப்பதைவிடவும் அளவில் குறைவாகவே அது இருந்தது. ஒரு விரலைக்காட்டி அவனை அமரும்படி கூறினார்.

அவளுக்கு எதிரில் அமர்ந்துகொண்டதால் அசைவற்ற அவளது கண்களை நேரடியாக இப்போது பார்க்கமுடிந்தது. அவன் ஏன் இங்கே வந்திருக்கிறான் என்று அவளுக்குத் தெரியுமா? தனது இருப்பினால் உண்டான வெற்றி எனும் உணர்வை அவனது பார்வையில் அவள் கவனித்திருப்பாளா? அதிர்ஷ்டம் மற்றும் சுய உத்தரவாதத்தினால் உண்டான சிறு புன்னகையைக் கவனித்திருப்பாளா? சிறிய அளவில் மறைக்க முயற்சி செய்தாலும் வெளிப்படும் அவளை அடையவேண்டும் என்ற நோக்கத்தைக் உணர்ந்திருப்பாளா? ஆனால் அவளது கண்கள் ஏற்றுக்கொள்ளமுடியாத இறப்பைக்குறித்த தகவலை மட்டுமே வெளிப்படுத்தின. அனைத்தையும் ஏற்றுக்கொள்ளும் நிலையில் அவள் இருக்கிறாள் என்றாலும் தனது சம்மதத்தை, புன்னகைத்தபடி அவளைத் தனதாக்கிக்கொள்ள நினைத்துக்கொண்டிருக்கும் அம்மனிதனை வெற்றி கொள்ளும் ஒரு வாய்ப்பாக மாற்றுவாள் என்றே தோன்றியது.

அவள் தனது பலவீனத்தின் வலிமையையும் அதற்குத் தான் இரையானதையும் கண்டு வியப்படைந்தாள். வெட்கமற்று

அந்தப்புதிய மனிதனின் வலிமை வாய்ந்த தோற்றத்தைக் காணும் பொருட்டு விழிகளை உயர்த்தினாள். அவனுடைய பச்சை விழிகளைச் சந்திப்பதைத் தவிர்க்க இயலவில்லை. பார்வைக்கு வடிவுடையவன் அல்ல, நிச்சயமாக ஆணழகன் இல்லை. ஆனால் அவன் முகத்திலிருந்த ஆலிவ்நிறத் தோல் அவனது உடல் முழுவதும் ஒரேசீராக, அலைபோல அமைந்திருந்தது. தடித்த உதடுகள், நெற்றிப்பொட்டில் புடைத்திருக்கும் நரம்புகள், ஏனென்று அறியாது விரும்பத்தக்க ஒன்றை தொடுதலில் உண்டாக்கின. மேசைக்கு அடியில் அவன் தனது கால்களை நன்கு நீட்டி அவளது காலணியின் நுனியைத் தொட்டான். அவள் தனது இமைகளைத் தாழ்த்தி, ஓரக்கண்ணால் தனது தந்தையைப் பார்த்தாள். பிறகு தனது காலை பின்னுக்கு இழுத்துக்கொண்டாள். உபசரிப்பவர் எப்போதுமுள்ள தனது பெருந்தன்மையான புன்னகையோடு, கோப்பையினைத் தனது விரல்களால் வருடிக் கொண்டிருந்தார்.

வயதான இந்தியப்பணிப்பெண் சோற்றை எடுத்துக்கொண்டு உள்ளே நுழைந்தபோது மௌனம் கலைந்தது. தோன் கமாலியேல் இந்த வருடம் வறட்சிப்பருவம் சற்றுத் தாமதமாக முடிகிறது என்று கூறினார். அதிர்ஷ்டவசமாக மலைமீது மேகங்கள் குவியத் தொடங்கியுள்ளன, அறுவடை நன்றாக இருக்கும் - சென்ற வருடம் அளவுக்கு இல்லையென்றாலும், நன்றாக இருக்கும். இந்தப் பழையவீடு எப்போதும் ஈரமாக இருப்பது வித்தியாசமானதுதான் என்றார். அந்த ஈரப்பதம் நிழலொடுங்கும் அனைத்து மூலைகளையும் கறையாக்குவதோடு பன்னம் வளர ஏதுவாகி, உள் முற்றத்திலும் பல்வேறு வண்ணங்களை உருவாக்குகிறது. ஒருவகையில், வளர்ந்து செழித்து நிற்கும் குடும்பத்திற்கு அது நல்ல சகுனம்தான், பூமியின் கனிகளுக்குத்தான் நன்றி சொல்லவேண்டும்: பத்தொன்பதாம் நூற்றாண்டின் தொடக்கத்திலிருந்து - அவர் துல்லியமான அசைவுகள் மூலம் தனது முள்கரண்டியில் சோற்றினைச் சேகரித்து உண்டுகொண்டிருந்தார் - பியூப்லா பள்ளத்தாக்கில் நிறுவப்பட்டது முதலாக, அமைதியை நிலைநாட்ட முடியாத, கடுமையான குழப்பங்கள் ஊடுருவியுள்ள ஒரு நாட்டின் மற்ற அபத்தமான சீர்கேடுகளைக் காட்டிலும் பலமாகவும் உண்மையுடனும் அது வளர்ந்துள்ளது.

“சிலசமயம் நான் நினைப்பதுண்டு, ரத்தமும் சாவும் இல்லாத ஒரு சூழல் நம்மை நம்பிக்கையிழப்பிற்குத் தள்ளிவிடும். அழிவும் மரணமும் சூழ்ந்திருக்கும்போதுதான் நாம் உயிர்ப்பாக உணர்கிறோம் என்பது போல” அவர் தனது அன்பு மிகுந்த

குரலுடன் கூறினார். "ஆனால் நாம் அதைத் தாண்டிச்செல்வோம், எப்போதைக்குமாகச் சென்றுகொண்டே இருப்போம். ஏனெனில் நாம் உயிர்பிழைத்திருப்பதற்குக் கற்றுக்கொண்டு விட்டோம், எப்போதும்போல..."

அவர் தனது விருந்தாளியின் கோப்பையை எடுத்து ஒயினை நிரப்பினார்.

"ஆனால் உயிர்பிழைத்திருப்பதற்கும் ஒரு விலை கொடுக்கவேண்டியிருக்கிறது" விருந்தாளி வறண்ட குரலில் கூறினான்.

"மிக சௌகரியமான ஒரு விலையைப் பேரம் பேசுவதற்கு எப்போதுமே வாய்ப்பிருக்கிறது..."

அவருடைய மகளின் கோப்பையை நிரப்பும்போது தோன் கமாலியேல் அவளது கையைத் தடவிக்கொடுத்தார். "எவ்வளவு நயமாக அந்தப் பேரம் பேசப்படுகிறது என்பதைப் பொறுத்தது அது. யாரையும் அச்சப்படுத்தத் தேவையில்லை, உணர்ச்சிமிக்க ஆன்மாக்களைக் காயப்படுத்தத் தேவையில்லை... கௌரவம் பாதுகாக்கப்பட வேண்டும்."

அவன் மீண்டும் அவளது பாதங்களை உணர்ந்தான். இம்முறை அவள் அதைப் பின்னுக்கிழுத்துக் கொள்ளவில்லை. முகம் சிவக்காது தனது கோப்பையைக் கையிலெடுத்துக்கொண்டு அந்த அறிமுகமில்லாத விருந்தாளியை உற்றுப்பார்த்தாள்.

"தனிச்சிறப்புகளை எவ்வாறு உருவாக்கிக் கொள்வது என்பதைத் தெரிந்துவைத்திருக்க வேண்டும்," குறுந்துணியால் உதடுகளைத் துடைத்தபடி அந்த முதியவர் முணுமுணுத்தார். "உதாரணமாக, வியாபாரம் என்பது ஒன்று, மதம் என்பது அதிலிருந்து முற்றிலும் வேறான ஒன்று."

"அவ்வளவு நல்லவனாக, பக்திமானாக, ஒவ்வொருநாளும் பிரார்த்தனையில் தன் மகளோடு கலந்து கொள்ளும் அவரைப் பார்த்திருக்கிறீர்களா? உண்மையில், அவரிடம் இருக்கும் அனைத்துமே போதகர்களிடமிருந்து கொள்ளையடித்ததுதான், முன்பு யுவாரிஸ்சில் தேவாலயத்தின் சொத்துகளை ஏலம் விட்டார்கள், கையில் கொஞ்சம் பணம் வைத்திருந்தவர்களால்கூட பெரிய நிலங்களை வாங்க முடிந்தது..."

அவன் தோன் கமாலியேல் பெர்னாலின் வீட்டிற்கு வருவதற்குமுன் ஆறு நாள்களை ப்யூப்லாவில் கழித்தான். அதிபர் கரான்ஸா துருப்புகளைக் கலைக்கும்படி உத்தரவிட்டிருந்தார். அப்போதுதான் அவனுக்கு பெராலெஸ்சில் கொன்ஸாலோ பெர்னாலுடன் நிகழ்த்திய உரையாடல் நினைவுக்கு வந்தது. உடனே அவன் சாலைமார்க்கமாக ப்யூப்லாவுக்குக் கிளம்பினான். அது முழுக்க அவனது உள்ளுணர்வு சார்ந்தது, மேலும் புரட்சி மிச்சம் வைத்திருந்த சிதைந்த, குழப்பமான உலகில் ஒரு பெயரும் முகவரியும் தெரிந்து வைத்திருப்பது என்பது மிகவும் அதிகமாகத் தெரிந்து வைத்திருப்பது போலத்தான் என்ற சிந்தனை கொடுத்த தைரியமும் காரணம். தான் ப்யூப்லாவுக்குச் செல்லவேண்டி வந்ததும் அங்கே செல்ல முடியாமல் பெர்னால் கொல்லப்பட்டுவிட்டதுமான முரண் அவனைத் திகைக்க வைத்தது. ஒருவகையில் இதுவொரு பொய்த்தோற்றம் கொள்ளுதல், சாதுரியமான ஒன்று, மிகவும் உன்னிப்போடு நிகழ்த்தமுடிந்த ஒரு நகைச்சுவை; ஆனால் மறுபுறம் இது உயிரோடு இருப்பதற்கான சாட்சியம், உயிர் பிழைத்திருப்பதற்கான திறன், ஒருவன் விதியை மற்றொருவன் விதியால் உறுதியாக்கிக் கொள்வது.

அவன் ப்யூப்லாவை அடைந்ததும், கோலுலா சாலையிலில் இருந்து புறப்படும்போது, பள்ளத்தாக்குகளில் சிவப்பு மற்றும் மஞ்சள் காளானாய் சிதறிக்கிடந்த தேவாலயத்தின் மாடங்களைக் கடந்தபோது, தன்னுடையதோடு கொன்ஸாலோ பெர்னாலின் வாழ்வையும் சேர்த்து இரட்டைவாழ்வைச் சுமந்திருந்தான். இறந்துபட்டவனின் விதியும் அவனுடையதோடு இணைந்துவிட்டது. பெர்னால் தன் இறப்பின்போது தனது நிறைவேறாத வாழ்வின் சாத்தியங்களை அவனிடம் ஒப்படைத்து விட்டதுபோல. இருப்பினும் மற்றவர்களின் இறப்பு நமது வாழ்வை நீட்டிக்கிறது என்று நினைத்துக்கொண்டான் அவன். ஆனால் அவன் ப்யூப்லா வந்திருப்பது சிந்திப்பதற்காக அல்லவே.

"இந்தவருடம் அவரால் விதை வாங்கக்கூட இயலவில்லை. சென்ற வருடம் விவசாயிகள் புரட்சியில் ஈடுபட்டதில், தரிசு நிலத்தில் விதைத்ததில், அவரது கடன்சுமை ஏறிக்கொண்டே போனது. விதைக்கப்படாத நிலத்தைத் தங்களிடம் கொடுக்காவிட்டால் தாங்கள் அவரது நிலத்தில் வேலை செய்யப்போவதில்லை என்றார்கள். ஆனால் அவர் வெற்றுக் கௌரவத்திற்காக முடியாது என்றார். எனவே அவருக்கு அறுவடை இல்லாமல் போனது. முன்பெல்லாம், கிராமப்புறக் காவல் படையினர் இந்தப் புரட்சியாளர்களை வைக்க வேண்டிய இடத்தில் வைத்திருந்தனர். ஆனால் இப்போதோ...

இன்னொரு நாள் பிறந்தது என்று இருக்கிறது.

"அது மட்டுமில்லை. அவருக்குப் பணம் தரவேண்டிய ஆட்களும் கைமீறிப் போய்விட்டனர். அவருக்கு இன்னும் ஒரு சென்ட் தரக்கூட அவர்கள் விரும்பவில்லை. ஏற்கெனவே அவருக்குக் கொடுத்த வட்டியைக் கணக்கிட்டால் அதிகமாகவே திருப்பிக் கொடுத்தாயிற்று என்கிறார்கள். இப்போது பார்த்தீர்களா கர்னல்? விஷயங்கள் மாறிவிடும் என்று எல்லோருமே நம்புகிறார்கள்.

"ஆஹ், ஆனால் அம்முதியவர் எப்போதும்போல வீம்பாகத்தான் இருக்கிறார், ஒரு அங்குலம் கூட விட்டுத்தரத் தயாரில்லை. அவருக்கு வரவேண்டியதை விட்டுவிடுவதைக் காட்டிலும் சாவது மேல் என்று நினைப்பார்."

அவன் தாயக்கட்டத்தின் கடைசிச்சுற்றை இழந்துவிட்டு தோள்களைக் குறுக்கிக்கொண்டான். மதுக்கூடப் பணியாளை சைகை செய்து வரவழைத்து அனைவருக்கும் இன்னொரு சுற்று மதுவைக் கொண்டுவரும்படி கூறினான். அனைவரும் அவனுக்கு நன்றியைத் தெரிவித்துக் கொண்டனர்.

"அப்படியென்றால், இந்த தோன் கமாலியேலுக்கு யாரெல்லாம் பணம் தரவேண்டியுள்ளது?"

"அதாவது... யாரெல்லாம் தரவேண்டியதில்லை என்று கூறுவது சுலபமாக இருக்கும் என்று நினைக்கிறேன்."

"இங்கே யாருடனாவது நட்புடன் இருப்பாரா? நெருக்கமான நபர் யாரேனும்?"

"உண்டு. பங்குத்தந்தை பயஸ், இங்கேதான் தெருமுனைக்கருகில் வசிக்கிறார்."

"ஆனால் அவர் தேவாலயத்தின் நிலங்கள் அனைத்தையும் வாங்கி விட்டார் அல்லவா?"

"நிச்சயமாக... இந்தப் பங்குத்தந்தை தோன் கமாலியேலுக்கு நிரந்தர ரட்சிப்பை வழங்குகிறார் என்றால், தோன் கமாலியேல் தந்தையாருக்குப் பூமியில் தேவைப்படும் ரட்சிப்பை வழங்குகிறார்."

அவர்கள் வெளியில் இறங்கியபோது சூரியவொளி கண்களை மறைத்தது.

“ரத்தம் காட்டிக்கொடுத்து விடும் என்பார்கள். அந்தவகையில் இந்தப்பெண்ணுக்கு நல்ல ரத்தம்தான்.”

“யார் அந்தப் பெண்?”

“யூகிக்க முடியவில்லையா, கர்னல்? அதுதான் நம் கதாநாயகனின் செல்லப்பெண்.”

தனது கால்நுனிகளைப் பார்த்தபடி, சதுரங்கப்பலகைபோலக் கற்கள் பதித்த பழமையான தெருக்களில் நடந்து கொண்டிருந்தாள். மண்ணில் பாவப்பட்ட கற்களில் அவளது காலணிகள் உண்டாக்கிய எதிரொலி நின்றது, அவனது காலணிகள் சாம்பல்நிறப் புழுதியைக் கிளப்பின, பழமை வாய்ந்த கோட்டைத் தேவாலயத்தின் சுவர், கொத்தளத்தில் பதிக்கப்பட்ட பாதாம் வடிவுடைய கற்கள் ஆகியவற்றைப் பார்த்தான். விஸ்தாரமான முற்றவெளியைக் கடந்து அமைதியான நடுக்கூடத்திற்குள் நுழைந்தான். மீண்டும் ஒருமுறை காலடியின் எதிரொலி. பலிபீடத்தை நோக்கி நடந்தான்.

போதகருக்குப் பருமனான உடல், உயிரற்ற சருமம்; அழற்சியடைந்த கன்ன எலும்புகளுக்குள் புதைந்த இரு கரிய கண்கள் மட்டுமே உயிர்ப்போடு மின்னின. அறிமுகமற்ற மனிதனொருவன் கூடத்தில் நடந்து வருகிறான் என்றதும் - ஒருகாலத்தில் கன்னியாஸ்திரிகள் குழுவொன்று இருந்தது. அவர்கள் பிறகு தாராளவாதக் குடியரசின்போது மெக்சிகோவுக்குப் பறந்தனர். அவர்கள் இருந்து பாடுவதற்காக ஒதுக்கப்பட்ட இடத்தின் பெரிய திரைச்சீலைக்குப் பின்னாலிருந்து கொண்டு அவனை வேவு பார்த்தார் - அவனுடைய அசைவுகளிலிருந்து இயல்பாக வெளிப்பட்ட தோரணையிலிருந்து அவன் பாதுகாக்கும் பணியில் இருந்தவன் என்பதையும், உத்தரவிட, தாக்க, பழக்கப்பட்டவன் என்பதையும் அவர் கண்டுகொண்டார். குதிரை ஏறுபவர்களின் கீழ்க்கால் அமைப்பில் எப்போதும் காணப்படும் மாறுபாடு மட்டுமல்ல; அவனது கைமுட்டிகளில் காணப்படும் நரம்புகளின் வலிமை கடிவாளங்களை, கைத்துப்பாக்கிகளைத் தொடர்ந்து கையாள்வதால் உருவாவது. அம்மனிதன் வெறுமனே தனது கைமுட்டியை மூடியபடி நடந்து வந்தாலும் பயஸ்சுக்கு அவனிடத்திலுள்ள தொந்தரவு தரக்கூடிய சக்தியைக் கண்டுகொள்ள அதுவே போதுமானது. கன்னியாஸ்திரிகளின் மறைவான பகுதியிலிருந்த அவர் இப்படிப்பட்ட மனிதன் நிச்சயமாக பக்திக்காக அங்கு வரவில்லை என்ற முடிவுக்கு வந்தார். தனது நீண்ட அங்கியின்

ஓரத்தை உயர்த்தியபடி, கைவிடப்பட்ட கன்னிமடத்திற்குச் செல்லும் சுழற்படிக்கட்டுகளில் இறங்கினார். அங்கியின் ஓரத்தை தூக்கிப்பிடித்தபடி, தோள்களைக் கிட்டத்தட்ட அவை காதுகளைத் தொடுமளவு உயர்த்தி, கருப்புநிற ஆடை, ரத்தமின்றி வெளுத்த முகம், துளைக்கும் கண்களோடு கவனமாக இறங்கினார். படிகளை உடனடியாகச் சரிசெய்ய வேண்டியிருந்தது; அவரது முன்னோடி 1910-இல் அங்கிருந்து மரணத்தை விளைவிக்கும் காயங்களோடு விழுந்திருக்கிறார். ஆனால் பெருத்துப்போன வௌவாலைப் போலிருக்கும் ரெமீஜியோ பயஸ்சால் இருண்டு, ஈரப்பதத்தோடு, அச்சுறுத்தும் விதமாக இருக்கும் அந்தக் கனசதுரங்களின் அனைத்து மூலைகளையும் ஊடுருவிப்பார்க்க முடியும். இருட்டும் ஆபத்தும் சேர்ந்து அவரது புலன்களனைத்தையும் விழிக்கச்செய்து சிந்திக்கச் செய்தன: அவரது தேவாலயத்தில் ராணுவத்திலிருந்து ஒருவன் சாமானியன் போல உடையுடுத்தி உடன் யாருமின்றி மெய்க்காவலர்கள் இன்றி வருகிறான். இதுபோன்ற காட்சி தவறவிடமுடியாத அளவு விநோதமானது. நிச்சயமாக இதை அவர் முன்னனுமானித்திருந்தார். இந்தப் போர்கள், வன்முறைகள், தெய்வகுற்றங்கள், இவை அனைத்தும் கடந்து செல்லும், (இரண்டு வருடங்களுக்கு முன்பு அளிக்கப்பட்ட ஓர் ஆணையை நினைவுகூர்ந்தார், அது அவரது அனைத்து அங்கிகளையும் புனிதப் பாத்திரங்களையும் பறித்தது) தேவாலயம் எனும் நித்தியத்துவமான ஒன்று, நிரந்தரமாக அனைத்தையும் தாங்கி நிற்பதற்காகக் கட்டப்பட்ட ஒன்று, நகரங்களின் அதிகாரத்தோடு ஒருநாள் புரிந்துணர்விற்கு வரும். சாதாரண உடையில் ஒரு ராணுவ அதிகாரி... மெய்க்காவலர்கள் இல்லாமல்...

கசிவினால் கரிய கோடு உருவாகியிருந்த பருத்த சுவரில் ஒரு கையை வைத்தபடி கீழே இறங்கி வந்தார். மழைக்காலம் சீக்கிரமே துவங்க இருக்கிறது என்று நினைத்துக்கொண்டார். அந்தப்பொறுப்பை அவராகவே தன்மீது சுமத்திக் கொண்டுள்ளார், தன்னுடைய அனைத்து அதிகாரங்களாலும், பிரசங்கமேடை-யிலிருந்தும் தான் செவியுற்ற ஒவ்வொரு பாவமன்னிப்பின்போதும் அதைக் குறிப்பிட்டிருக்கிறார்: விண்ணிலிருந்து வரும் பரிசை ஏற்க மறுப்பதென்பது பாவம், புனித ஆவிக்கெதிரான கடுமையான பாவம்; யாரும் இறைவனின் திருவுளத்திற்கு எதிராகச் சதிசெய்யக் கூடாது, எது எப்படியிருக்கிறதோ அது இறைவனின் விருப்பம், எனவே மக்கள் அனைத்தையும் ஏற்றுக்கொள்ள வேண்டும்; அனைவரும் வயலுக்குச் சென்று வேலை செய்யவேண்டும், அறுவடை

செய்யவேண்டும், மண்ணின் கனிகளை அவரவரது உரிமையுள்ள முதலாளிகளுக்குத் தரவேண்டும், தனது சிறப்புரிமைகளுக்கான நன்றிக்கடனாக புனிதமாதாவின் தேவாலயத்திற்கு தனது வருவாய்ப் பங்கைச் செலுத்தும் ஒரு கிறித்துவ முதலாளிக்கு. புரட்சிக்காரர்களைக் கடவுள் தண்டிப்பார். லூசிஃபர் தேவதூதர்களால் துயரத்திலுள்ளான், ரஃபேல், காப்ரியேல், மைக்கேல் மற்றும் கலாலியேல்... கமாலியேல்.

“எனில் நீதி எப்போது, போதகரே?”

“இறுதி நியாயத்தீர்ப்பு மேலே சொல்லப்படும் மகனே. அதை இந்தக் கண்ணீர்த் தாரைகளில் தேடாதே.”

வார்த்தைகள், கடைசியாகப் போதகர் தன்னுடைய அங்கி-யிலிருந்த தூசைத் தட்டிவிட்டு ஓய்வாகத் தரையில் அமர்ந்தவுடன் முணுமுணுத்தார்; வார்த்தைகள், துயரார்ந்த அசைகள் ஒன்றோடொன்று கோர்த்துக் கொண்டு ரத்தத்தை, மனநிறைவோடு இந்தக் குறுகிய வாழ்வினைக் கடந்து செல்பவர்களின் மாயைகளைத் தீப்பிடிக்க வைத்து, தங்களுடைய அழியக்கூடிய சோதனைகளைக்கு மாற்றாக நிரந்தர வாழ்வினைச் சுகிக்க வைப்பது. கன்னிமடத்தைக் கடந்து மேற்கூரையுள்ள முற்றத்தை நோக்கிச்சென்றார். நீதி! யாருக்கு? எவ்வளவு காலத்துக்கு? எல்லோரும் தங்கள் விதியின் இறுதிநிலை என்ன என்பதை உணர்ந்துகொண்டு விஷயங்களைத் தோண்டிக்கொண்டிராமல், விஷயங்களைக் குழப்பாமல், இன்னுமின்னும் ஆசைப்படாமல் இருந்தால்... ஏற்றுக்கொள்ளும்படியான வாழ்வு எல்லோருக்குமே அமையும்.

“ஆம், நான் அப்படி நம்புகிறேன்; ஆம், நான் அப்படி நம்புகிறேன்...” போதகர் தனக்குத்தானே மெல்லிய குரலில் கூறியபடி, பொருள் வைப்பறையின் நுண்ணிய வேலைப்பாடுகள் நிறைந்த கதவைத் திறந்தார்.

“பாராட்டத்தகுந்த வேலைப்பாடுகள் இல்லையா?” என்று கூறியபடி பலிபீடத்தினருகில் நின்று கொண்டிருந்த உயரமான மனிதனை நெருங்கினார். “உள்ளூர் கைவினைஞர்களுக்கு இங்குள்ள துறவிகள் முத்திரைகளையும் செதுக்கப்பட்ட சித்திரங்களையும் காண்பித்தனர். பிறகு அவர்கள் தங்களுடைய பாணியில் கிறித்துவப்பாணியைக் கலந்தனர்... ஒவ்வொரு பலிபீடத்தின் பின்னாலும் வேறொரு சொரூபம் மறைத்து வைக்கப்பட்டுள்ளது என்பர். அப்படியெனில், அது நல்லதொரு சொரூபந்தான். ஏனெனில்

பேகன்களின் கடவுளரைப் போல அது ரத்தப்பலி கேட்பதில்லை...”

“நீங்கள்தான் பயஸ்சா?”

“ரெமீஜியோ பயஸ்” என்று கோணலான புன்னகையுடன் கூறினார். “அப்புறம் நீங்கள், ஜெனரல், கர்னல், மேஜர்...?”

“வெறும் ஆர்தேமியோ க்ரூஸ்.”

“ஆஹ்.”

லெஃப்டினன்ட் கர்னலும் போதகரும் தேவாலயத்தின் தலைவாயிலில் விடைபெற்றுக் கொண்டபோது, பயஸ் தனது வயிற்றின் மேல் கைகளை மடித்து வைத்தபடி தன்னைச் சந்திக்க வந்தவன் செல்வதைப் பார்த்துக் கொண்டிருந்தார். காலையின் நீலவானம் துல்லியப்பட்டு இரண்டு எரிமலைகளின் கோடுகளைத் தெளிவாக வரைந்து கொண்டிருந்தது: உறங்கும் பெண்ணும் அவளது தனிப்பாதுகாவலனும் அடங்கிய ஜோடி. கண்களைச் சுருக்கிப் பார்த்துக் கொண்டிருந்தார்: அந்தப் பிரகாசமான ஒளியில் அவரால் நிற்கமுடியவில்லை. நன்றி கூறும்போது ஒவ்வொரு மதியநேரத்திலும் தவறாது உருவாகும், சூரியனை மறைத்து சீக்கிரமே பள்ளத்தாக்கை ஈரப்படுத்தப்போகும் சாம்பல்நிறப் புயலின் கருமேகங்களைக் கவனித்தபடி கூறினார்.

பள்ளத்தாக்கிற்கு முதுகைக் காண்பித்தவாறு திரும்பி கன்னிமாடத்தின் நிழலைநோக்கி நடந்தார். கைகளை உரசிக்கொண்டார். இந்த அற்பர்களின் அகந்தையும் பழிப்புகளும் அவருக்குப் பொருட்டல்ல. இப்போதுள்ள சூழ்நிலையைக் காப்பாற்ற, தோன் கமாலியேல் தனது கடைசி சிலவருடங்களை அனைத்துவிதமான ஆபத்துகளிலிருந்தும் தள்ளியிருந்து கழிக்க, ரெமீஜியோ பயஸ் எனும் கடவுளின் பணியாளாகிய இவர், தேவைப்பட்டால் தனது கோபத்தை, சிலுவைப்போர் புரிந்தவர்களின் வெறியை வெளிப்படுத்தும் வகையில் விஷயங்களைத் தலைகீழாக்க முடியும். அதற்கு மாறாக: தற்போது தான் வெளிப்படுத்திய அறிவார்ந்த பணிவை நினைத்துத் தனக்குத்தானே தட்டிக்கொடுத்துக் கொண்டார். இந்த மனிதன் தன்னை அவமானப்படுத்தும் நோக்கில் வந்திருந்தான் என்றால், போதகர் பயஸால் இன்றும் நாளையும் பார்வையைத் தாழ்த்தியபடி, அவ்வப்போது ஆமோதிப்பாகத் தலையசைத்து, அந்த அதிகாரம் படைத்த முட்டாள் தேவாலயத்தின் மீது சுமத்தும் பழிகளை வலியோடு ஏற்றுக்கொள்வதுபோலக்

காட்டிக்கொள்ள முடியும். அவர் தனது கருப்புத்தொப்பியை எடுத்து கஷ்கொட்டை நிறங்கொண்ட தலையில் அலட்சியமாகப் பொருத்திக்கொண்டு தோன் கமாலியேல் பெர்னாலின் வீட்டிற்குப் புறப்பட்டார்.

"நிச்சயமாக அவனால் முடியும்!" அன்று மதியநேரத்தில் போதகரோடான உரையாடலுக்குப் பின் அம்முதியவர் உறுதியளித்தார். "ஆனால் அவன் என்ன யுக்தியைப் பயன்படுத்தி இந்த வீட்டிற்குள் நுழைவான் என்று யோசிக்கிறேன். அவன் போதகர் பயஸ்சிடம் இன்று என்னைச் சந்திக்கப்போவதாகச் சொல்லியிருக்கிறான். இல்லை... எனக்குப் புரிந்துவிட்டது என்று நான் நினைக்கவில்லை, கதலீனா."

அவள் தன் முகத்தை உயர்த்தினாள். தான் கவனத்தோடு உருவாக்கிக்கொண்டிருந்த பின்னல் வேலைப்பாட்டில் தனது கையை வைத்தாள். மூன்று வருடங்களுக்கு முன்னால் அவர்களுக்கு ஒரு செய்தி வந்தது: கொன்ஸாலோ இறந்துவிட்டான். அந்த நாளிலிருந்து தந்தையும் மகளும் நெருக்கமானார்கள், மெல்ல நகரும் மதிய நேரங்களில் அந்த இருண்ட உள்முற்றத்தின் நாற்காலிகளில் அமர்ந்தபடி இருப்பதென்பது, ஆறுதல் என்பதையும் தாண்டி, அந்த முதியவரைப் பொறுத்தவரை, அவர் இறக்கும்வரை பின்பற்றவேண்டிய சடங்காக மாறியிருந்தது. நேற்றிருந்த அதிகாரம் மற்றும் செல்வம் என்பது தகர்ந்து கொண்டிருக்கிறது என்பதுதான் இப்போது முக்கியம்; இருப்பினும் அதுதானே காலம் மற்றும் முதுமைக்குச் செலுத்தவேண்டிய காணிக்கை. தோன் கமாலியேல் ஒரு செயல்களற்ற போராட்டத்திற்குத் தன்னை பலப்படுத்திக்கொண்டார். அவர் வெளியேபோய் குடியானவர்களை தன்வசப்படுத்தப் போவதில்லை, அதேசமயம் அவர் சட்டவிரோதமான உள்நுழைவுகளை அனுமதிக்கப் போவதில்லை. அவரிடமிருந்து கடன் பெற்றவர்கள் அசலையும் வட்டியையும் செலுத்துமாறு அவர் கேட்கப்போவதில்லை, அதேசமயம் அவர்கள் இனி அவரிடமிருந்து ஒரு பென்னிகூட வாங்க முடியாது.

தேவை என்பது கௌரவத்தைக் கைவிடும்படி வலியுறுத்தும், அன்று அவர்கள் அவரிடத்தில் முழந்தாளிட்டபடி வருவார்கள் என்று நம்பினார். அவர் தன்னுடைய உறுதியைக் கைவிடவேண்டியதில்லை. ஆனால் இப்போதோ... திடீரென்று ஒரு அந்நியன் வந்து தோன் கமாலியேல் கொடுத்த வட்டியைக்காட்டிலும் குறைந்தவட்டிக்குக் கடன் கொடுக்கப்போவதாகக் கூறுகிறான். அதைவிட, பழைய

பண்ணை முதலாளி தனது சிறப்புரிமைகளை விட்டுத்தர வேண்டும் என்று அவமரியாதை செய்கிறான் - எதற்கு, வரவேண்டிய பணத்தில் நாலில் ஒருபங்கு ஈடு செய்யப்படும் என்ற வாக்குறுதிக்காக. ஏற்றுக்கொள்வதும் மறுப்பதும் அவர் விருப்பம்.

“நான் சந்தேகப்பட்டது போலவே ஆனது, அவனது அதிகாரம் அத்தோடு நின்று விடாது.”

“நிலங்களுக்காகவா?”

“நிச்சயமாக. அவன் என்னுடைய நிலங்களைப் பறிக்கச் சதிசெய்கிறான். இல்லையென்று நினைக்காதே.”

தினமும் மதியநேரத்தில் செய்கிறபடி அவள் எழுந்துசென்று வண்ணம்பூசப்பட்ட கூண்டுகளை ஒவ்வொன்றாகப் பார்வையிட்டாள். பாடும் பறவைகள் மற்றும் சிட்டுகளின் பதற்றமான அசைவுகளை, தானியங்களைக் கொத்தியபடி, சூரியன் மறையும்முன் அன்றைய நாளுக்கான கடைசி ஓசைகளை எழுப்பும் அவற்றைக் கண்காணித்தபடி கூண்டுகளைப் போர்த்தினாள்.

“கொன்ஸாலோ சாவதற்குமுன் லூயிசாவையும் மகனையும் நினைவுகூர்ந்ததாக அவன் கூறினான்.”

“அப்பா. நாம் இதைப்பற்றி ஏற்கெனவே முடிவெடுத்திருந்தோம்...”

“நான் அவனிடம் ஏதும் சொல்லவில்லை. அவள் மறுபடி திருமணம் செய்துகொண்டுவிட்டாள் என்றோ என் பேரனுக்கு இப்போது வேறுபெயர் என்றோ சொல்லவில்லை.”

“நீங்கள் மூன்று வருடங்களாக இதைப்பற்றியெல்லாம் ஒருவார்த்தைகூடப் பேசியதில்லை. இப்போது எதற்கு மறுபடி பேசிக்கொண்டு?”

“அது உண்மைதான். நாம் அவனை மன்னித்து விட்டோம், இல்லையா? அவன் எதிரிகளை நோக்கிச்சென்றான் என்பதற்காக அவனை நாம் மன்னிக்கவேண்டும். நாம் அவனைப் புரிந்துகொள்ள முயற்சி செய்யவேண்டும் என்று நினைக்கிறேன்...”

“ஒவ்வொரு நாள் மதியநேரத்திலும் நீங்களும் நானும் அவனை நமது மௌனத்தின் மூலம் மன்னித்துக் கொண்டிருக்கிறோம் என்றே நினைத்துக்கொள்வேன்.”

"அதேதான், நிச்சயமாக அதேதான். நாம் பேசாமலேயே நீ என்னைப் புரிந்துகொள்கிறாய். அது எவ்வளவு ஆறுதலாக இருக்கிறது! நீ என்னைப் புரிந்துகொள்கிறாய்..."

அதனால்தான், அந்த எதிர்பார்க்கப்பட்ட, அஞ்சப்படுகிற விருந்தாளி வந்து - ஏனெனில் என்றேனும் யாரோ ஒருவர் வந்து கூறலாம், "நான் அவனைப் பார்த்தேன். நான் அவனைச் சந்தித்தேன். அவன் உங்களை நினைவு கூர்ந்தான்" என - விவசாயிகளின் கிளர்ச்சி மற்றும் வாராக்கடன்கள் குறித்த உண்மையான காரணங்களை குறிப்பிடக்கூட இல்லாது, தனது போலியான காரணங்களை முன்வைத்தபோது, தோன் கமாலியேல் அவனை நூலகத்தில் அமரவைத்துவிட்டு வேகமாக நடந்து வந்து (அளந்தெடுத்தது போல அடிவைத்து நடப்பதே நேர்த்தியானது என்று நம்புபவர்) கதலீனாவின் படுக்கையறைக்குள் நுழைந்தார்.

"உன்னைச் சரிசெய்து கொள். இந்தக் கருப்பு ஆடையை அவிழ்த்தெறி. உன்னை வசீகரமாக்கிக் கொள். ஏழுமணிக்குச் சரியாக நூலகத்திற்கு வந்துவிடு."

அவர் வேறெதுவும் சொல்லவில்லை. அவள் அவர் சொல்வதைக்கேட்பாள்: இதுவே துன்பகரமான அனைத்து மதியங்களுக்குமான சோதனை. அவள் புரிந்துகொள்வாள். இந்த ஒரு துருப்புச்சீட்டுதான் சூழ்நிலையைச் சமாளிப்பதற்காகக் கையிலிருந்தது. தோன் கமாலியேல் செய்யவேண்டியதெல்லாம் இருப்பை உணர்ந்து, இந்த மனிதனது விருப்பம் என்ன என்பதைத் தெரிந்துகொள்ளவேண்டும். அப்போதுதான் தாமதம் என்பது தற்கொலைக்கொப்பானது. அவனை மறுப்பதென்பது இயலாத ஒன்று. அவன் தியாகம் செய்யச்சொல்லும் விஷயம் சிறியதுதான். வேறுவிதமாக சிந்தித்தால் உண்மையில் விரும்பத்தகாதது அல்ல என்று புரியவைக்க முடியும் - அல்லது அவர் புரிந்துகொள்ள வேண்டும். அவர் ஏற்கெனவே போதகர் பயஸ்சால் எச்சரிக்கப்பட்டுவிட்டார்: உயரமானவன், வீரியம் நிறைந்தவன், மயக்கும் பச்சை விழிகள் கொண்டவன் மற்றும் சுருக்கமாகப் பேசுபவன். ஆர்தேமியோ க்ரூஸ்.

ஆர்தேமியோ க்ரூஸ். ஆக இந்தப்பெயர்தான் உள்நாட்டுப்போரினால் உண்டாகி வரும் புதிய உலகில் உதயமாகிக்கொண்டிருக்கும் பெயர்; அந்தப்பெயர்தான் அவரது இடத்தை எடுத்துக்கொள்வதற்காக வந்திருப்பவர்களின்

பெயர். அதிர்ஷ்டமற்ற நிலம் - முதியவர் மெதுவாக மீண்டும் திரும்பி நூலகத்திற்கு, விரும்பத்தகாத ஆனால் கவர்ச்சியான சூழலுக்கு, நடந்து வரும் வழியில் கூறிக்கொண்டார் - ஒவ்வொரு தலைமுறையிலும் தன்னுடைய பழைய முதலாளிகளை அழித்து அந்த இடத்தில் பழையவர்களைப் போலவே சுயநலமிக்க, மூர்க்கமான புதியவர்களைக் கொண்டுவரும் அதிர்ஷ்டமற்ற நிலம். முதியவர் தன்னை ஞானம் பெற்ற சர்வாதிகாரிகள் அடங்கிய விசித்திரமான க்ரியோல் நாகரிகத்தின், இறுதி மிச்சமாகக் கற்பனை செய்துகொண்டார். தன்னை ஒரு தந்தையாக நினைப்பதிலும் அவருக்கு மகிழ்ச்சியுண்டு, சிலநேரங்களில் கடுமையான தந்தையாக இருந்தாலும் எப்போதும் கொடுப்பவராக, எப்போதும் நல்ல ரசனை, நன்றி மற்றும் கலாச்சாரப் பாரம்பரியத்தின் களஞ்சியமாக இருந்தார்.

அதனால்தான் அவனை நூலகத்திற்கு அழைத்து வந்தார். அங்கேதான் வணங்கத்தக்கதான - கிட்டத்தட்டப் புனிதம் என்ற அளவிலான - தோன் கமாலியேலின் பண்பு என்பது என்னவென்றும் அவர் என்னவாக உருவகப்படுத்தப்படுகிறார் என்பதற்கும் ஆதாரங்கள் இருந்தன. ஆனால் விருந்தாளி தன்னை வியப்படைய அனுமதித்துக்கொள்ளவில்லை. அம்மனிதனின் வாழ்க்கை குறித்த முற்றிலும் புதியதான பார்வை, அனுபவங்களின் பலமான தாக்குதலால் உருவானது, தன்னிடம் இழப்பதற்கென்று எதுவுமில்லை என்று தன் உயிரைப்பணயம் வைக்கும் பண்பு ஆகியவை அம்முதியவரின் கூர்மையான பார்வையிலிருந்து தப்பவில்லை, தன்னுடைய தலையை தோல்நாற்காலியின் சாய்மானத்தில் வைத்துக்கொள்ளும்போது தன் எதிரிலிருப்பவனை நன்றாகப் பார்க்கும் பொருட்டுத் தன்னுடைய கண்களை சுருக்கிக்கொண்டார். அந்த அந்நியன் தன்னுடைய வருகைக்கான உண்மையான காரணத்தைக் குறிப்பிடவில்லை. அப்படி இருப்பதுதான் விஷயங்கள் சரியாக நடக்க உதவும் என்று தோன் கமாலியேல் உணர்ந்தார். தோன் கமாலியேலின் உந்துதல் - குறிக்கோள் - மிகப்பலமாக இருந்திருக்க வேண்டும், வந்திருந்தவன் சூழ்நிலையை அவனால் எவ்வளவு நுட்பமாகப் புரிந்துகொள்ள முடியுமோ அவ்வளவு புரிந்து கொண்டிருந்தான். முதியவர் அந்த உணர்வைப்பற்றி நினைத்ததும் புன்னகைத்துக் கொண்டார், அவரைப் பொறுத்தவரை அது வெறும் வார்த்தைதான், தியாகம், போராட்டம், அவனது நெற்றியில் தழும்பாக மாறிவிட்ட கத்தியின் காயங்கள் மூலம் வென்றெடுக்கப்பட்ட உரிமைகளை கையகப்படுத்திக்கொள்ள உருவாகும் அவசரத் துடிப்பு. இவ்வாறான

முடிவுகளுக்கு வந்தது தோன் கமாலியேல் மட்டுமல்ல. அமைதியான உதடுகள் மற்றும் திறம்மிக்க பார்வையில் எழுதியிருந்ததை எப்படிப் படிக்க வேண்டுமென இப்போது கையிலுள்ள உருப்பெருக்கியோடு விளையாடிக்கொண்டிருக்கும் அம்முதியவர் நன்கறிந்திருந்து வைத்திருந்தார்.

தோன் கமாலியேல் தன்னுடைய மேசைக்குச்சென்று, தனக்குப் பணம் தரவேண்டியவர்களின் பட்டியலை எடுக்கும்போது அந்த அந்நியன் ஒரு தசையைக்கூட அசைக்கவில்லை. எவ்வளவோ நல்லது. விஷயங்கள் இதேபோலச் செல்லுமானால், அவர்கள் இருவரும் ஒருவரையொருவர் நன்கு புரிந்துகொள்வர்; எரிச்சலூட்டும் விஷயங்களைக் குறிப்பிட வேண்டிய அவசியமில்லை; இருப்பினும் அனைத்தும் நேர்த்தியான வகையில் தீர்க்கப்பட்டுவிடும். அந்த இளம் ராணுவவீரன் சீக்கிரமே அதிகாரத்தின் பாணியைக் கற்றுக்கொண்டுவிட்டான். தோன் கமாலியேல் தனக்குத்தானே மீண்டும் கூறிக்கொண்டார். அறிவுப்பங்கீடு குறித்த இந்த ஞானம் வேறுவழியின்றி ஒப்புக்கொண்ட கசப்பான வியாபாரத்தின் வழியை எளிதாக்கிவிட்டது.

"ஆனால் அவன் என்னை எப்படிப் பார்த்தான் என்பதை நீங்கள் பார்க்கவில்லையா?" விருந்தாளி விடைபெற்றுச்சென்றதும் அவள் கத்தினாள். "அவன் பார்வையிலிருந்த காமவெறியைப் பார்க்கவில்லையா... அவன் பார்வையிலிருந்த அழுக்கு?"

"ஆமாம், ஆமாம், இருந்தது" முதியவர் தனது மகளை கைகளால் தேற்றினார். "அது இயற்கையானதுதான். உனக்குத் தெரியாமல் இருக்கலாம். ஆனால் நீ பேரழகி. சிக்கல் என்னவென்றால் நீ வீட்டைவிட்டு வெளியே செல்வதேயில்லை. இது இயற்கையானதுதான்."

"நான் எங்கும் செல்லமாட்டேன்!"

தோன் கமாலியேல் சுருட்டைப் பற்றவைத்துக்கொண்டார். புகை அவரின் கனத்த மீசை மற்றும் தாடியின் வேர்களை மஞ்சள் கறையாக்கியது. "நீ புரிந்து கொள்வாய் என்று நம்பினேன்."

"பங்குத்தந்தை பயஸ் சொன்னதைக் கேட்கவில்லையா நீங்கள்? அவன் ஒரு நாத்திகன்! கடவுள் இல்லாத, எதற்கும் மதிப்புத் தராத ஒரு மனிதன்... அவன் உருவாக்கிச் சொன்ன கதையை நீங்கள் நம்புகிறீர்களா?"

“சற்று அமைதியாக இரு. செல்வவளம் எப்போதும் தெய்வீகத்தால் மட்டுமே வருவதல்ல, உனக்குத் தெரியும்தானே.”

“அந்தக் கதையை நீங்கள் நம்புகிறீர்களா? இவனுக்குப் பதிலாக கொன்ஸாலோ ஏன் சாக வேண்டும்? அப்படி இருவருமே ஒரே சிறைக்குள் அடைபட்டிருந்தார்கள் என்றால் ஏன் இருவருமே சாகவில்லை? அவன் என்ன திட்டமிடுகிறான் என்று எனக்குத்தெரியும், எனக்குத்தெரியும்: அவன் இங்கே வந்து சொன்ன பசப்புரைகள் எதுவுமே உண்மையில்லை. அது உங்களை இழிவுபடுத்த வேண்டுமென்று உருவாக்கப்பட்டது. அப்போதுதான் நான்...”

தோன் கமாலியேல் சாய்வுநாற்காலியின் ஊஞ்சலாட்டத்தை நிறுத்தினார். அனைத்தும் நல்லபடியாக நடந்து கொண்டிருந்தது, அவ்வளவு அமைதியாக! இப்போதோ தன்னுடைய பெண்களுக்கேயான உள்ளுணர்வால், முதியவர் ஏற்கெனவே யோசித்து முக்கியமற்றவை என்று விலக்கித் தள்ளிவிட்ட மறுப்புகளுக்கே சரியாக வந்து நிற்கிறாள்.

“இருபதுவயதுப் பெண்ணுக்கான கற்பனை அப்படியே உன்னிடம் இருக்கிறது” என்றபடி எழுந்து நின்று சுருட்டை அணைத்தார். “ஆனால், நான் வெளிப்படையாக இருக்க வேண்டுமென்று நீ விரும்புகிறாய். நான் வெளிப்படையாகவே கூறுகிறேன். இந்த மனிதனால் நம்மைக் காப்பாற்றமுடியும். அது மட்டும்தான் இப்போது முக்கியமானது...”

அவர் பெருமூச்சுடன் தனது கைகளை நீட்டி மகளின் கைகளைப் பற்றிக்கொண்டார். “உன் தந்தையின் கடைசி சில வருடங்களை எண்ணிப்பார். எனக்குச் சற்றேனும்...”

“ஆமாம், அப்பா. நான் ஒன்றும் கூறவில்லையே...”

“உன்னைப்பற்றி நினைத்துப்பார்.”

அவள் தன் தலையைக் குனிந்துகொண்டாள். “ஆம், எனக்குப் புரிகிறது. கொன்ஸாலோ வீட்டை விட்டுப் போனதிலிருந்து இப்படி எதாவது நடக்கும் என்று எதிர்பார்த்தேன். அவன் மட்டும் உயிரோடிருந்தால்...”

“ஆனால் அவன் இல்லை.”

“அவன் என்னைப்பற்றிச் சிந்திக்கவில்லை. என்ன நினைத்தான் என்று யாருக்குத்தான் தெரியும்.”

சில்லிட்ட, பழைய கூடத்தின் வழியில் தோன் கமாலியேல் உயர்த்திப் பிடித்துள்ள எண்ணெய் விளக்கின் ஒளிவட்டத்தைத் தாண்டி, அவள் பழைய குழப்பமான சித்திரங்களை நினைவுகூர முயன்றாள். கொன்ஸாலோவின் பதற்றமான, வியர்வையொழுகும் பள்ளித் தோழர்களின் முகங்களை நினைத்துப்பார்த்தாள், வீட்டின் பின்னாலிருந்த அறையில் நடந்த நீண்ட விவாதங்கள்; தனது சகோதரனின் ஒளிமிகுந்த, உறுதியுள்ள, துடிப்பான முகத்தை ஞாபகப்படுத்திக்கொண்டாள், நிதர்சனத்திற்கு வெளியே இருப்பதாகத்தோன்றும் அவனது வலிமையான உடல், அவனுடைய ஆறுதல் தரும் அன்பு, நல்ல இரவுணவுகள், ஒயின், புத்தகங்கள், அவ்வப்போது வெளிப்படும் கோபத்தில் அவனது புலன் சார்ந்த பழக்கங்களைக் கண்டித்துக்கொள்ளும் போக்கு. தன்னுடைய அண்ணி லூயிஸாவின் அமைதி, மூர்க்கமான விவாதங்கள், வீட்டின் ‘செல்லப்பெண்’ அறைக்குள் வரும்போது கொண்டுவிடும் அமைதி; அவனது இறப்பை அவர்களுக்குத் தெரியப்படுத்தியபோது லூயிஸாவின் அழுகை வெறிபிடித்த சிரிப்பாக மாறிய விதம்; கூடத்தின் திரைச்சீலைக்குப் பின்னிருந்து இவள் பார்த்துக்கொண்டிருக்க, யாரும் பார்க்கவில்லை .என்று நினைத்து அவள் வீட்டைவிட்டு வெளியேறிய அதிகாலை; அவளது உடமைகள் ஏற்றப்பட்ட கருப்புநிற ரயில்பெட்டியில் அவளையும் அச்சிறுவனையும் ஏற்றிவிட்ட கையில் கைத்தடி வைத்திருந்த, வட்டமான தொப்பி அணிந்த மனிதனின் உறுதிமிக்க கரங்கள்.

அந்த மரணத்திற்குப் பழிவாங்க - தோன் கமாலியேல் அவளது நெற்றியில் முத்தமிட்டு அவளது படுக்கையறைக்கதவைத் திறந்துவிட்டார் - இந்த மனிதனைத் தழுவிக்கொள்வதுதான் அவளுக்கிருக்கும் ஒரேவழி, தழுவிக்கொண்டாலும் அவன் அவளில் தேடும் மென்மையைக்காட்டாமல் மறுப்பது. அவன் வாழ்க்கையைக்கொல்வது, அவனுக்குள் விஷமேறும்வரை சொட்டுசொட்டாகக் கசப்பைக் கலப்பது. கண்ணாடி முன்நின்று இந்த மாற்றம் தன் முகத்தில் புதிய அம்சம் எதையேனும் பதித்துள்ளதா என்று வேதனையோடு தேடிக்கொண்டிருந்தாள். கொன்ஸாலோ அவளை, அவளது தந்தையை, கைவிட்டுச்சென்றதற்குப் பழிதீர்க்க இதுதான் வழியாக இருக்கும், அவனது முட்டாள்தனமான சித்தாந்தங்களைப் பழிதீர்க்கவும்: இந்த இருபதுவயதுப் பெண்ணை - ஏன் அவளைப் பற்றியும் அவளது இளமையைப் பற்றியும் நினைப்பது

அவளுக்குக் கண்ணீரை வரவழைக்கிறது? - கொன்ஸாலோவின் இறுதி மணித்துளிகளில் உடனிருந்தவனுக்கு, அவளுடைய நினைவில் இல்லாத அந்த மணித்துளிகளுக்காக, சுயவிரக்கத்தை மறுதலிக்கிற, இறந்துவிட்ட தனது சகோதரனுக்காக வெளிப்படுகிற கோபத்தோடான விசும்பல்களின்றி, தாடை இறுக்கங்கள் இன்றி விட்டுக் கொடுப்பதுதான் வழி: அவளிடத்தில் உண்மையை யாரும் விளக்கிக்கூறவில்லையென்றால், தான் உண்மை என்று நம்பியதையே சார்ந்து இருந்திருப்பாள். தன்னுடைய கருப்புநிறக் காலுறையைக் கழற்றினாள். கைவிரல்நுனி கால்களைத்தொட்டதும் கண்களை மூடிக்கொண்டாள்; இரவுணவின்போது அவளது கால்களைத் தேடிவந்த, விநோதமான, கட்டுப்படுத்த முடியாத ஒரு உணர்வால் மனதை நிறைத்த, அந்த முரட்டுத்தனமும் உறுதியும் வாய்ந்த கால்கள் குறித்த நினைவை அவள் அனுமதிக்கக்கூடாது. அவளது உடல் என்பது கடவுள் உருவாக்கியதாக இல்லாமல் - மண்டியிட்டு நெற்றியை, கோர்க்கப்பட்ட கைகளோடு வைத்து அழுத்திக்கொண்டாள் - மற்ற உடல்கள் சேர்ந்து உருவாக்கியதாக இருக்கலாம். ஆனால் அவள் ஆன்மா அப்படியில்லை. அவளது ஆன்மா வேறொன்றை விரும்பும்போது அந்த மற்றொரு உடலை மகிழ்ச்சியோடு, தன்னிச்சையான வழியில், வேட்கையோடு அமைந்த வருடல்களை அனுமதிக்கக்கூடாது. போர்வையைப் போர்த்திக்கொண்டு கண்களைமூடிப் படுக்கையில் சாய்ந்தாள். கைகளை நீட்டி விளக்கை அணைத்தாள். தலையணையை எடுத்து முகத்தின்மீது வைத்துக்கொண்டாள். அதைப்பற்றி நினைக்கக் கூடாது. இல்லை, இல்லை, இல்லை, அதைப்பற்றி நினைக்கவே கூடாது. இனி சொல்வதற்கு எதுவுமில்லை. இன்னொரு பெயரைப்பற்றி அவளது அப்பாவிடம் சொல்லவே முடியாது. இல்லை, இல்லை, அவரை அவமானப்படுத்துவதென்பது தேவை இல்லாத ஒன்று. வெகு சீக்கிரத்தில், அடுத்த மாதத்திலேயே: அந்த மனிதன் கதலீனா பெர்னாலின் எதிர்காலத்தை, சொத்துகளை, உடலை அனுபவித்தால்... என்ன வித்தியாசம் இருக்கப் போகிறது... ரமோன்... இல்லை, அந்தப்பெயரைக் கூறக்கூடாது. இனி எப்போதும் சொல்லக்கூடாது. அவள் உறங்கிப்போனாள்.

“நீங்களே கூறினீர்கள், தோன் கமாலியேல்” மறுநாள் மீண்டும் வந்த அவ்விருந்தாளி கூறினான். “நிகழ்வுகளின் ஓட்டத்தை ஒருபோதும் தடுத்து நிறுத்த முடியாது. அந்தத் துண்டு நிலங்களை விவசாயிகளுக்குக் கொடுப்போம்; என்ன இருந்தாலும் அவை புன்செய் வேளாண்மைக்குத்தான் பயன்படும். எனவே அதிலிருந்து

பெரிய அளவிலான பலன் யாருக்கும் கிடைக்கப்போவதில்லை, சிறு அளவிலான விவசாயத்திற்காக மட்டும் பயன்படும் அவற்றைக்கொடுக்கலாம். நீங்களே பார்ப்பீர்கள், நமக்கு நன்றி செலுத்தும் விதமாக அந்தப் புழுதியில் தங்கள் வீட்டுப் பெண்களை வேலைசெய்யச் சொல்லிவிட்டு நமது நல்ல நிலங்களுக்கு அவர்கள் வேலைக்கு வருவார்கள். யோசித்துப் பாருங்கள். இந்த விவசாயச் சீர்திருத்தத் திட்டத்தின் கதாநாயகனாக நீங்கள் மாறுவீர்கள், இதில் உங்களுக்கு எந்தச் செலவும் இல்லை."

வியப்புடன், தனது அடர்ந்த தாடிக்குப் பின்னால் புன்னகைத்தபடி அந்த முதியவர் அவனைப் பார்த்துக் கொண்டிருந்தார். "நீங்கள் அவளுடன் பேசினீர்களா?"

"பேசினேன்..."

தன்னைக் கட்டுப்படுத்திக்கொள்ள அவளால் இயலவில்லை. கண்கள் மூடிய அவளது முகத்தைத் தொட அவன் கைகளை நீட்டியபோது அவளது முகவாய் துடித்தது. அந்த மிருதுவான பாலேடு போன்ற, இளஞ்சிவப்புநிறத் தோலை அவன் தொடுவது இதுவே முதல்முறை. அவர்கள் இருவரும் முற்றத்தில் தாவரங்களின் துளைக்கும்படியான வாசனைக்கு நடுவே இருந்தனர். ஈரப்பதத்தால் திணறும் மூலிகைகளின் வாசம், மட்கிய மண் வாசனை. அவன் அவளை நேசித்தான். அவளைத் தொட்டபோது தான் அவளை நேசிப்பதை உணர்ந்தான். தன்னுடைய காதல் உண்மையானதென்று அவளுக்குப் புரியவைக்க வேண்டும், சூழ்நிலைகள் அதற்கெதிராக உணர்த்தினாலும் சரி. அவனால் அவளை இதற்கு முன்பு அவன் ஒருமுறை காதலித்ததுபோலக் காதலிக்க முடியும், முதல்முறை போல: காலம் அழிக்கமுடியாத அந்த மென்மை இன்னமும் அவனிடம் ஆட்கொண்டிருப்பது அவனுக்குத்தெரியும். அவன் மீண்டும் அவளது வெதுவெதுப்பான கன்னங்களைத் தொடுகிறான். வேறானதொரு கரம் தன்னைத் தீண்டுகிறதென அவள் உணரும்போது உண்டாகும் இறுக்கம், அடக்கிவைக்கப்பட்ட கண்ணீர் இறுக மூடிய இமைகளைத் தாண்டி வெளியேறுகிறது. "நீ குறை சொல்லமாட்டாய், ஏனெனில் நீ குறை சொல்லும்படி எதுவும் இருக்காது" என்று தனது முகத்தை, தீண்டலை மறுத்து விலகிக்கொள்ளும் அவளது உதடுகளுக்கு அருகே கொண்டுவந்தான். "உன்னை எப்படி நேசிக்க வேண்டுமென்று எனக்குத் தெரியும்..."

"நாங்கள் உங்களுக்கு நன்றி கூறவேண்டும்... நீங்கள்

எங்களைப்பற்றி நினைத்தமைக்கு..."

அவளது கூந்தலைக் கோத தன் கைகளை விரித்தான். "உனக்குப் புரிகிறது, இல்லையா? நீ எனக்கருகில் வாழப்போகிறாய். நீ நிறைய விஷயங்களை மறக்க வேண்டியிருக்கும்... உன்னுடையதை மதிப்பேன் என்று நான் உறுதியளிக்கிறேன்... நீயும் எனக்கு உறுதியளிக்க வேண்டும், நீ மீண்டும் ஒருபோதும்..."

அவள் தன் கண்களை உயர்த்தினாள், குறுகிய அவள் கண்களில் முன்னெப்போதும் இருந்திராத வெறுப்பு. அவளது வாய் உலர்ந்தது? யார் இந்தக் கொடூரன்? அனைத்தும் தெரிந்துவைத்திருக்கின்ற, அனைத்தையும் எடுத்துக்கொண்ட, அனைத்தையும் நாசம் செய்துவிட்ட இவன் யார்?

"அதைச் சொல்லாதே...' என்று அவனது அணைப்பிலிருந்து விலகினாள்.

"நான் ஏற்கெனவே அவனோடு பேசிவிட்டேன். வலுவில்லாதவன். அவன் உண்மையிலேயே உன்னைக் காதலிக்கவில்லை. தொடக்கம் முதலே பயந்துகொண்டே இருந்திருக்கிறான்."

தன்னுடைய கரங்களால் முகத்தில் அவன் தொட்ட இடங்களைச் சுத்தப்படுத்திக் கொண்டாள். "ஆம், அவன் உன்னைப்போல வலுவானவன் அல்ல... அவன் உன்னைபோல மிருகமும் அல்ல..."

அவளைக் கைகளால் இழுத்தணைத்து, புன்னகையோடு அவன் கைமுட்டியை உயர்த்தும்போது கத்தவேண்டுமென்று நினைத்தாள். "உன் செல்ல ரமோன் ப்யூப்லாவை விட்டுப் போகிறான். உன்னால் அவனை மறுபடி பார்க்கவே முடியாது..."

அவளை விடுவித்தான். அவள் உள்முற்றத்திலிருந்த வண்ணமயமான கூண்டுகளை நோக்கி நடந்தாள்: பறவைகளின் நடுங்கொலி. அவன் பார்த்துக்கொண்டிருக்க, கூண்டின் வண்ணக்கதவுகளை அசைவற்று ஒவ்வொன்றாகத் திறந்து விட்டாள். ஒரு சிட்டு மெதுவாக வெளியே எட்டிப்பார்த்துவிட்டுப் பின் பறந்து சென்றது. பாடும்பறவை உணவுக்கும் நீருக்கும் பழகிவிட்டதால் சற்றுத் தயங்கியது. அவள் அதைத்தன் சிவந்த கரங்களால் எடுத்து அதன் சிறகுகளில் முத்தமிட்டு அனுப்பி வைத்தாள். கடைசிப்பறவையும் சென்றதும் தனது கண்களை மூடிக்கொண்டு, நூலகத்திற்கு அழைத்துச்செல்வதற்காக அவன்

தனது கைகளைத்தொட அனுமதித்தாள், அங்கே தோன் கமாலியேல் பொறுமையாகக் காத்துக்கொண்டிருந்தார்.

என் கைகளுக்குக்கீழே நுழைந்து என்னைத்தூக்கி மென்மையான பஞ்சுத்தலையணையில் வசதியாகப் படுக்கவைக்கும் கைகளை உணர்கிறேன். லினென் துணி என் உடலுக்கு தைலம்போலத் தெரிகிறது. கதகதப்பாகவும், குளிர்ச்சியாகவும். இதையெல்லாம் உணர்கிறேன், ஆனால் கண்ணைத் திறந்தால் எனக்கெதிரே அந்தச் செய்தித்தாள் தன்னைப் படிப்பவரின் முகத்தை மூடியிருப்பது தெரிகிறது. அந்த மெக்சிகன் வாழ்க்கை அங்கே இருக்கிறது. தினமும் அங்கே இருக்கும், தினமும் வெளிவரும், எந்த மனிதசக்தியாலும் அதை நிறுத்தமுடியாது என்று நினைக்கிறேன். தெரேசா தான் படித்துக்கொண்டிருந்த செய்தித்தாளைப் பதற்றத்தில் கீழே போடுகிறாள்.

"ஏதும் பிரச்சினையா? உடல்நிலை மோசமாவதாக உணர்கிறீர்களா?"

நான் அவளை என் கரத்தினால் சமாதானம்செய்ய விரும்புகிறேன். அவள் மீண்டும் செய்தித்தாளை எடுத்துக்கொள்கிறாள். இல்லை, நான் 'அடக்கமாக' உணர்கிறேன், மிகப்பெரிய சிலேடை நகைச்சுவையை உருவாக்கியுள்ளேன். அநேகமாக. அநேகமாக. தேர்ச்சித்திறமிக்க செயல் என்றால் செய்தித்தாளில் பிரசுரிக்கக்கூடிய முக்கியமான ஓர் உயிலை விட்டுச்செல்வதாகத்தான் இருக்கும். அந்த மரணசாசனத்தில் பத்திரிகைத்துறையின் சுதந்திரத்தில் என்னுடைய துணிபுகளை உண்மையாக எடுத்துக்கூறலாம்... இல்லை, நான் மீண்டும் உணர்ச்சிவசப்பட்டு வயிற்றில் அந்தக் கூர்மையான வலியை வரவழைத்துக்கொண்டு விட்டேன். தெரேசாவை அழைக்க நினைக்கிறேன், உதவி கேட்க நினைக்கிறேன், ஆனால் என் மகள் மீண்டும் அதே செய்தித்தாளில் மூழ்கியிருக்கிறாள். சிறிதுநேரத்திற்கு முன்பாக சன்னலின்வழி பகல்பொழுது முடிவதையும் திரைச்சீலைகளின் கருணைமிகு ஒலியையும் கேட்டேன். இப்போது இந்த அரை வெளிச்சமுள்ள, உயர்ந்த உத்திரங்களுடைய, ஓக் மரத்தினாலான அலமாரிகள் இருக்கும் அறையில் தூரத்தில் நின்றிருக்கும் நபர்களை என்னால் சரியாக அடையாளம் காண முடியவில்லை. அறை மிகப்பெரியது, ஆனால் அவள் அங்குதான் இருக்கிறாள். விறைப்பாக அமர்ந்தபடி, தன்னுடைய ஓரம்

மடிக்கப்பட்ட கைக்குட்டையைக் கைகளில் வைத்துக்கொண்டு, ஒப்பனைகளின்றி அவள் இங்குதான் இருக்கவேண்டும். அநேகமாக நான் முணுமுணுப்பது அவளுக்குக் கேட்கவில்லை: “அன்று காலை அவனுக்காக மகிழ்ச்சியோடு காத்துக்கொண்டிருந்தேன். குதிரையில் ஏறி ஆற்றைக் கடந்து சென்றோம்.”

நான் சொல்வதைக் கேட்டுக்கொண்டிருக்கும் ஒரே நபர், கருத்த புருவங்களோடு, வழவழப்பாகச் சவரம் செய்யப்பட்ட கன்னங்கள் கொண்ட நான் முன்னறிந்திராத இந்த அந்நியன் மட்டுமே. அவன் என்னுடைய தன்மறுக்கத்தைக் கூறும்படி கேட்டுக்கொண்டிருக்கிறான்; நான் இங்கே அந்தத் தச்சனையும் கன்னியையும் பற்றி நினைத்துக்கொண்டிருக்கிறேன். அவன் சொர்க்கத்திற்கான சாவியை எனக்குத் தருவதாகக் கூறுகிறான்.

“இதுபோன்றதொரு சூழ்நிலையில்... நீ என்ன கூறுவாய்...?”

நான் அவனை ஆச்சரியப்படுத்திவிட்டேன். ஆனால் தெரேசா சத்தம்போட்டு அனைத்தையும் வீணாக்கிவிட்டாள். “அவரை விட்டுவிடுங்கள், பங்குத்தந்தையே, அவரை விட்டுவிடுங்கள்! நாம் செய்வதற்கு எதுவுமே இல்லையென்று உங்களுக்குத் தெரியவில்லையா! அவர் நரகத்துக்குத்தான் செல்லவிரும்புகிறார், எப்படி இரக்கமற்று அனைத்தையும் கேலிசெய்தபடி வாழ்ந்தாரோ அப்படியே சாகவும் விரும்புகிறார்.”

அந்தப்பாதிரி ஒருகையால் அவளைநிறுத்திவிட்டு, அவனது உதடுகளை முத்தமிடுவதுபோல என் காதருகே கொண்டுவருகிறான்: “அவர்கள் நாம் பேசுவதைக் கேட்கவேண்டியதில்லை.”

நான் ஓர் உறுமலை வெளிப்படுத்தினேன்: “அப்படியெனில் நல்லது. ஆண்மகனாய் லட்சணமாய் இந்தப் பெட்டைநாய்களை வெளியே அனுப்பு.”

அவன் எழுந்து கோபத்தில் கத்திக்கொண்டிருக்கும் பெண்களின் குரல்களூடாக அவர்களை வெளியே கைப்பிடித்து அழைத்துச்செல்கிறான். பாடீயா என்னருகே வருகிறான். அவர்கள் அதை விரும்பவில்லை.

“இல்லை ஆலோசகரே, எங்களால் இதை அனுமதிக்க முடியாது.”

“இது வழக்கமானது... பலவருடங்களாகச் செய்துவருவது மேடம்.”

“நீங்கள் பொறுப்பேற்றுக் கொள்வீர்களா?”

“தோன் ஆர்தேமியோ... இன்று காலை நாம் பதிவுசெய்த அனைத்தையும் கொண்டு வந்துள்ளேன்...”

நான் தலையசைக்கிறேன். புன்னகைக்க முயல்கிறேன். தினமும் நடப்பது போலவே. யார் மீதேனும் நம்பிக்கை வைக்கலாம் என்றால் அது பாடீயாதான்.

“மின்சார முனை பீரோவுக்கு அருகில் உள்ளது.”

“நன்றி.”

ஆமாம். நிச்சயமாக அது என் குரல்தான், அது நேற்று எனக்கிருந்த குரல் - நேற்றா? என்னால் வித்தியாசங்களைக் கூற இயலவில்லை - நான் பான்ஸ்சின் குரலைக் கேட்கிறேன், என்னுடைய பொறுப்பாசிரியர் - ஆஹ், ஒலிநாடா கிறீச்சிடுகிறது; அதைச் சரிசெய் பாடீயா, நான் என் குரலை பின்னிருந்து முன்னாகக் கேட்கிறேன்: அது பெரியவகைக் கிளிகளைப்போலக் கிறீச்சிடுகிறது. அதோ நான்:

“இந்த விஷயத்தைப் பற்றி என்ன நினைக்கிறாய் பான்ஸ்?”

“அது மோசமானது, ஆனால் சுலபமாகக் கையாளக்கூடியது, குறைந்தபட்சம் தற்காலிகமாகவேனும்.”

“என்றால் இப்போதுதான் செய்தித்தாளில் அதைப்பற்றி எழுதவேண்டிய நேரம், எந்தக் கட்டுப்பாடுகளும் இல்லை, புரிந்ததா? எங்கே அடித்தால் வலிக்குமோ அங்கே அடி. பின்வாங்காதே.”

“நீங்கள் எப்படிச் சொல்கிறீர்களோ அப்படியே, ஆர்தேமியோ.”

“நமது வாசகர்களை இதற்காகத் தயார்செய்து வைத்திருக்கிறோம் என்பது நல்ல விஷயம்.”

“அவர்கள் இதைப்பற்றி வருடங்களாகப் பேசிக்கொண்டிருக்கிறார்கள்.”

“அனைத்துத் தலையங்கங்களையும் முதல் பக்கத்தையும் நான் பார்க்கவேண்டும்... அனைத்தையும் என் வீட்டிற்கு எடுத்து வாருங்கள், பகலோ இரவோ எந்த நேரமாக இருந்தாலும் சரி.”

“என்ன செய்யவேண்டுமென்று உங்களுக்குத் தெரியும். அனைத்துச் செய்திகளுக்கும் அந்த சாய்வு எழுத்து. மஞ்சள்கலந்த சிவப்பில்

வரவேண்டும். அன்னிய ஊடுருவல் மெக்சிகோ புரட்சியின் சாரத்திற்கு முரணானது..."

"அற்புதமான பழைய மெக்சிகோ புரட்சி வாழட்டும்!"

"...தலைவர்கள் அந்நிய நாட்டுத்தரகர்களால் கட்டுப்படுத்தப்படுகிறார்கள். டாம்ப்ரோனி[7] உண்மையிலேயே இதைப்பார்த்ததும் அவர்களை விளாசவேண்டும்; சாத்தான் என்று தலைவரைக் குறிப்பிட்டு ப்ளாங்கோ* ஒரு பத்தி எழுதவேண்டும், கேலிச்சித்திரங்கள் கடுமையாக இருக்கவேண்டும்... எப்படி இருக்கிறீர்கள்?"

"ஒன்றும் சரியில்லை. வழக்கம்போலத்தான். சரியாகி விடும். நாம் எல்லோருமே முன்பிருந்ததைப் போலவே இருக்க விரும்புகிறோம் இல்லையா?"

"முன்பிருந்ததைப் போல... ஆமாம்."

"திரு.கோர்க்கெரியை உள்ளே வரச்சொல்."

ஒலிப்பதிவில் நான் இருமுகிறேன். திறந்து மூடும்போது கதவின் கீல் எழுப்பும் ஒலியைக் கேட்கிறேன். வயிற்றில் எதுவும் அசைவதை உணரவில்லை, எதுவுமில்லை, எதுவுமில்லை, வாயுக்கள் நகரவில்லை, எவ்வளவு முயற்சி செய்தாலும்... ஆனால் அவர்களைப் பார்க்க முடிகிறது. அவர்கள் உள்ளே வந்துவிட்டார்கள். நூக்கினால் செய்யப்பட்ட மரக்கதவு திறந்து மூடுகிறது. கனமான தரைவிரிப்பில் அவர்களது காலடியோசை கேட்கவில்லை. அவர்கள் சன்னலை மூடி விட்டார்கள்.

"சன்னல்களைத் திற."

"இல்லை, இல்லை. உங்களுக்குச் சளிபிடித்துவிட்டால் நிலைமை இன்னும் மோசமாகிவிடும்."

"திற."

"நீங்கள் கவலையாக இருக்கிறீர்களா, திரு.க்ரூஸ்?"

"ஆம். உட்கார், ஏனென்று விளக்குகிறேன். கொஞ்சம் மது அருந்துகிறாயா? அந்த வண்டியைக் கொஞ்சம் இந்தப்பக்கம் தள்ளு. நானும் நன்றாக உணரவில்லை."

சிறிய சக்கரங்களின் ஓசையைக் கேட்கிறேன், சீசாக்களின் ஒலி.

“பார்ப்பதற்கு நன்றாகத்தான் தெரிகிறீர்கள்.”

பனிக்கட்டிகள் கோப்பைகளுக்குள் விழும் ஒலி, சோடா திறக்கப்பட்டதும் உண்டாகும் ஓசை ஆகியவற்றைக் கேட்கிறேன்.

“கவனி, உன்னுடைய ஆட்களுக்குப் புரியவில்லை என்றால் இங்கே பணயம் வைக்கப்பட்டுள்ளது எதுவென்று கூறுகிறேன். மத்திய அலுவலகத்திற்குத் தெரியப்படுத்துங்கள், ஒருவேளை இந்தக் ‘கூட்டணி அமைத்துச் சுத்தம் செய்வோம்’ என்னும் விஷயம் தொடர்கிறது என்று வைத்துக்கொள்வோம், காளைச்சண்டை வீரர்கள் செய்வதுபோல சடைப்பின்னலை வெட்டிக்கொள்ளலாம்…”

“சடைப்பின்னலையா?”

“அதை எவ்வளவு எளிமையாகக் கூறமுடியுமோ கூறுகிறேன். நம்மைக் குனியவைத்துக் கு…”

“அதை நிறுத்தித் தொலையுங்கள்!” தெரேசா கிறீச்சிட்டபடி ஒலிப்பதிவுக் கருவியை நோக்கி ஓடுகிறாள். “நீங்கள் எங்கே இருப்பதாக நினைத்துக்கொண்டிருக்கிறீர்கள், உங்களுக்கெல்லாம் நாகரிகமே கிடையாதா?”

நான் சிரமப்பட்டு கையசைத்துக் காட்டுகிறேன், முகத்தைச் சுளிக்கிறேன். ஒலிநாடாவிலுள்ள சில சொற்களைத் தவற விட்டுவிட்டேன்.

“… இந்த ரயில் துறை தலைவர்கள் என்ன முன்மொழிகிறார்கள்?”

யாரோ பதற்றத்துடன் மூக்கைச் சிந்துகிறார்கள். எங்கே?

“…நிறுவனங்களுக்குப் புரியவையுங்கள். கடவுள்தான் மன்னிக்க வேண்டும், இவ்வளவு அப்பாவியாகவா இருப்பார்கள், இது ஏதோ ஜனநாயக இயக்கமென்றும் - என்னுடைய பார்வைக்கோணத்தில் பார்க்க முயலுங்கள் - ஊழலில் திளைத்த தலைவர்களை நீக்குவதற்கானதென்றும் நம்புகிறார்கள். ஆனால் அப்படியல்ல.”

“நான் கவனமாகக் கேட்டுக்கொண்டிருக்கிறேன், திரு. க்ரூஸ்.”

ஆம், அதுதான் சரி. தும்மியது க்ரிங்கோவாகத்தான் இருக்க வேண்டும். ஹச்-ஹச்-ஹச்.

"இல்லை, இல்லை. உங்களுக்குச் சளிபிடித்துவிட்டால் நிலைமை இன்னும் மோசமாகிவிடும்."

"அவற்றைத் திற."

நான், நான் மட்டுமல்லாது மற்றவர்களும் மற்ற நிலங்களின் வாசனையை நுகரமுடிந்தது. காற்றினால் கொண்டுவரப்படும் மற்ற மதியங்களின் வாசனை. நான் நுகர்கிறேன், நான் நுகர்கிறேன். என்னிலிருந்து வெகுதொலைவில், இந்தக்குளிர்ந்துவிட்ட வியர்வைகளிலிருந்து வெகு தொலைவில், இந்த எரியும் வாயுக்களிலிருந்து வெகு தொலைவில். நான் அவர்களை சன்னலைத் திறக்கும்படி செய்து விட்டேன். நான் விரும்பும் மணத்தை இனி நுகரலாம், காற்று சுமந்துவரும் மணங்களிலொன்றைத் தேர்ந்து என்னை மகிழ்வித்துக் கொள்ளலாம்: ஆம், இலையுதிர்காலத்துக் காடுகள்; ஆம், இலைகள் எரிகின்றன; ஆம், பழுத்த ப்ளம்; ஆம், ஆம், மட்கும் வெப்பமண்டலங்கள்; கடினமான உப்புப் பாரித்த நிலங்கள், வெட்டுக்கத்தியால் பிளக்கப்படும் அன்னாசிப்பழங்கள், இருளில் காயவைக்கப்பட்டுள்ள புகையிலை, வாகனங்களிலிருந்து வெளிப்படும் புகை, திறந்த கடலின் அலைகள், பனியால் மூடப்பட்ட பைன் மரங்கள்; ஆஹ், உலோகங்கள் மற்றும் குவானோக்கள்[8]. எப்போதும் நிலைத்திருக்கும் அந்த அசைவு எத்தனை சுவைகளைக் கொண்டுவருகிறது, செல்கிறது. இல்லை, இல்லை, அவர்கள் என்னை உயிரோடிருக்க விடமாட்டார்கள்: அவர்கள் மீண்டும் அமர்ந்து கொள்கிறார்கள், எழுந்து நடந்து சென்றுவிட்டு பிறகு மீண்டும் அமர்ந்து கொள்கிறார்கள், அனைவருமே ஒற்றை நிழல் போல, சொந்தமாகச் சிந்திக்கவோ அல்லது செயல்படவோ இயலாதவர்களைப் போல. அவர்கள் ஒரேசமயத்தில் மீண்டும் அமர்ந்து கொள்கிறார்கள், சன்னலுக்கு முதுகைக் காட்டியபடி, சன்னலிலிருந்து வரும் காற்று எனக்கு வராதபடி மறைத்து, என்னை மூச்சுத் திணறவைத்து, என் கண்களை மூடியபடி நினைவுகளில் என்னை மூழ்கவைத்து, எதையும் நான் பார்க்கவோ, தொடவோ, நுகரவோ ஒட்டாமல் வைத்திருக்கிறார்கள். இந்த நாசமாய்ப்போன இருவர், ஒரு பாதிரியை அழைத்து வந்து என் மரணத்தைத் துரிதப்படுத்தி, எனக்குள்ளிருந்து பாவமன்னிப்பைக் குறடு போட்டிழுக்க இவர்களுக்கு எவ்வளவு நேரமாகிறது? அவன் அங்கே இன்னமும் தன் அழுத்தித் தேய்க்கப்பட்ட முகத்தோடு முழங்காலில் மண்டியிட்டபடி இருக்கிறான். நான் அவனுக்கு என் முதுகைக்காட்டித் திரும்பிக்கொள்ள நினைக்கிறேன். ஆனால் பக்கவாட்டில் உருவான வலி அதைத் தடுக்கிறது. ஏஏஏய்ய்.

இப்போது அது அநேகமாக முடிந்துவிட்டது. நான் விடுதலையாக இருக்கலாம். நான் உறங்க விரும்புகிறேன். இதோ மறுபடி வந்துவிட்டது. வந்து விட்டது. ஆஆஆஆ-ஏய். இந்தப் பெண்கள். இல்லை இந்தப் பெண்களல்ல. அந்தப் பெண்கள். காதலிக்கும் பெண்கள். என்ன? ஆமாம். இல்லை. எனக்குத் தெரியாது. அவர்களின் முகங்களை மறந்துவிட்டேன். கடவுள் சத்தியமாக. அந்த முகத்தை மறந்துவிட்டேன். இல்லை. அதை மறக்கக்கூடாது. அது எங்கே? ஆ, அந்த முகம், அது அவ்வளவு அழகாக இருந்தது. அதை எப்படி நான் மறப்பேன். அது என்னுடையது, அதை எப்படி நான் மறப்பேன். ஆஆஆஆ-ஏய். நான் உன்னை நேசித்திருக்கிறேன், உன்னை எப்படி மறக்க முடியும். நீ என்னவளாக இருந்தாய், பிறகெப்படி உன்னை மறக்க முடியும்? நீ எப்படித் தோற்றமளித்தாய், தயவு செய், நீ எப்படித் தோற்றமளித்தாய்? உன்னை எப்படி வணங்கட்டும்? என்ன? ஏன்? இன்னொரு ஊசியா? என்ன? ஏன்? இல்லை, இல்லை, இல்லை, வேறு ஏதோ, சீக்கிரம். நான் வேறு எதையோ நினைக்கிறேன்; அது வலிக்கிறது, ஆஆஆஆ, வலிக்கிறது, அது என்னைத் தூக்கத்திலாழ்த்துகிறது...அது...

நீ உன் கண்களை மூடிக்கொள்வாய், உன்னுடைய இமைகள் ஒளி ஊடுருவாதவை, என்றாலும் ஒளியானது கண்ணின் கருவிழியை அடையும் என்ற ப்ரக்ஞையோடு: திறந்திருக்கும் சன்னலினால் சட்டமிடப்படும் சூரிய ஒளி மூடப்பட்ட உன் கண்களின் உயரத்திலேயே நிறுத்தப்படும். காட்சியிலிருக்கும் விபரங்களைத் துடைத்தழிக்கும் உன்னுடைய மூடப்பட்ட கண்கள், துல்லியத்தை, நிறங்களை மாற்றி ஆனால் காட்சிகளை அழிக்காத கண்கள் - இந்தச் செப்புக்காசிலிருந்து வரும் ஒளி மேற்கில் மறையக்கூடியது. கண்களை மூடிக்கொண்டு நீ அதிகம் பார்ப்பதாக நினைத்துக் கொள்வாய். உன் மூளை நீ என்ன பார்க்கவேண்டுமென விரும்புகிறதோ அதை மட்டுமே நீ பார்ப்பாய், உலகம் உனக்களிப்பதைக் காட்டிலும் அதிகமாக. கண்களை மூடிக்கொள்வாய், இனி வெளியுலகு உன்னுடைய கற்பனைக்காட்சிகளோடு போட்டிபோட முடியாது. உன் இமைகளைத் தாழ்த்திக் கொள்கிறாய், அந்த அசைவற்ற, மாற்றமில்லாத, தொடர்ச்சியான சூரியஒளி உன் இமைகளுக்குப் பின்னால் அசைவில் இன்னொரு உலகை உருவாக்கும். அசைகின்ற ஒளி, சோர்வடையச் செய்கிற, அச்சமூட்டுகிற, குழப்புகிற, உன்னை மகிழ்ச்சிப்படுத்துகிற, சோகமாக்குகிற ஒளி. உனது மூடிய இமைகளுக்குப் பின்னால் இருக்கும் சிறிய, ஒழுங்கற்ற வில்லையின் ஆழத்திற்குப் பாய்ந்து உனது விருப்பத்திற்கு, நிலைக்கு

மாறான உணர்ச்சிகளை உருவாக்கும் அவ்வொளியின் தீவிரத்தைத் தெரிந்துகொள்வாய். இருப்பினும், உன்னுடைய கண்களை மூடிக்கொள்வாய், காது கேளாதது போல் பாசாங்கு செய்வாய்; உன் விரல்களால் எதையேனும் தொட்டுக்கொண்டே இருப்பதை நிறுத்து, அது காற்றாயினும் சரி, முழுமுற்றான உணர்வின்மையைக் கற்பனை செய்; ஊறும் எச்சிலை உன் அண்ணத்திற்கும் நாவுக்குமிடையில் நிறுத்து, உன்னுடைய சொந்தச் சுவையைத் தாண்டி வா; உன் நுரையீரலில், ரத்தத்தில் தொடர்ந்து உயிரை நிறைத்தபடி பெருமுயற்சியுடன் வெளிவரும் உன் சுவாசத்தைத் தாமதப்படுத்து, பகுதியளவு மரணத்தைத் தேர்ந்தெடு. நீ எப்போதுமே பார்ப்பாய், எப்போதுமே தொடுவாய், எப்போதுமே ருசிப்பாய், எப்போதுமே நுகர்வாய், எப்போதுமே கேட்பாய்: மயக்கமருந்து அடங்கிய அந்த ஊசி உன் தோலைத் துளைக்கையில் நீ சத்தமிடுவாய்; நீ வலி என்று எதையும் உணரும் முன்னமே சத்தமிடுவாய். உன் தோல் வலியை உணரும் முன்னமே வலியின் அறிவிப்பு மூளையை அடைந்துவிடும்: அது நீ உணரப்போகும் வலியைக் குறித்து உன்னை எச்சரிக்கும், நீ விழிப்போடு இருக்கும்படி உன்னைப் பாதுகாக்கும், அப்போதுதான் உன்னால் அந்த வலியை வெகு துல்லியமாக உணர முடியும். ஏனெனில் விழிப்புநிலை நம்மை வலுவற்றதாக்குகிறது. அது நம்மைப் பாதிக்கப்பட்டவராக மாற்றுகிறது, அதிகாரம் நம்மைக் கலந்தாலோசிக்காது, நம்மைக் கணக்கிலேயே எடுத்துக் கொள்ளாது என்று நாம் உணர்கிறோம்.

இதோ வந்துவிட்டது: வலியைத் தரும் உறுப்புகள், மெதுவாக இருந்தாலும் அனிச்சையான தடுப்புகளை மீறி வந்துவிடும்.

நீ துண்டாடப்பட்டதைப்போல் உணர்வாய், அதை உணர்கிற மனிதன் ஒருவன், செயல்படுகிற மனிதன் ஒருவன், உணர்வு மனிதன், செயல் மனிதன், உணர்வுகொண்ட உறுப்புகளால் கட்டமைக்கப்பட்ட மனிதன், எழுபத்தோரு வருடங்களாகப் பெற்றுக்கொண்டு, சேமித்து, பயன்படுத்தி, இல்லாமலாக்கி, உலகிற்கு அதன் நிறங்களை, தசைகள் பெற்ற உணர்வை, வாழ்க்கையின் சுவையை, மண்ணின் மணத்தை, காற்றின் சத்தத்தை திருப்பியளித்துக் கொண்டிருந்த பெருமூளைப்புறணி நோக்கி மில்லியன் கணக்கான மிகநுண்ணிய இழைகளால் கடத்தப்படும் உணர்வுகள்: உன் உடலை, அதில் புகும் பகுதியளவு வெளியுலகை மாற்றும் முன்பகுதி இயக்கவிசைகளுக்கு, நரம்புகளுக்கு, தசைகளுக்கு, மற்றும் சுரப்பிகளுக்குத் திருப்பியளிக்கும்.

ஆனால் உன் அரைத்தூக்கத்தில் ஒளியின் துடிப்புகளைச் சுமந்து செல்லும் நரம்பிழைகள் பார்வைப் பகுதியைச் சென்றடைவதில்லை. நிறங்களைச் செவியுறுவாய், ஒலியைத் தீண்டுவாய், வாசனைகளைக் காண்பாய், சுவையை நுகர்வாய். பெருங்குழப்பத்தின் குழியில் விழாதிருக்கும் பொருட்டுக் கைகளை நீட்டுவாய், உன் முழுவாழ்க்கையின் வரிசையை மீட்பதற்கு - பெற்றுக்கொண்ட உண்மைகளின் வரிசை - அவை நரம்புகள்வழி உருமாற்றம் பெற்று, மீண்டும் விளைவாக மாற்றமடைந்து மற்றுமொருமுறை உண்மைகளாக மாற்றம் பெறும். கைகளை நீட்டுவாய், மூடிய உன் கண்களுக்குப் பின்னால் உன் மனத்தின் நிறங்களைப் பார்ப்பாய், பிறகு அதைப் பார்க்காமலேயே நீ செவியுற்ற அந்தத்தீண்டலின் மூலத்தை இறுதியில் உணர்வாய்: படுக்கையின் விரிப்புகள், மூடிய உன் கைகளுக்குள் விரிப்புகளின் மென்மையான தீண்டல்; கைகளைத்திறந்து உள்ளங்கையிலிருக்கும் வியர்வையை உணர்வாய், மேலும் நீ உன் கைகளில் ஆயுள்ரேகையின்றி, எதிர்காலமின்றி, வாழ்க்கை மற்றும் அன்பு என ஏதுமின்றிப் பிறந்ததை நினைவுகூர்வாய்: நீ பிறந்தாய், நீ பிறப்பாய், வழவழப்பான கைகளோடு, ஆனால் இப்போது செய்ய வேண்டியதெல்லாம் பிறப்பது மட்டுமே; சில மணிநேரங்கள் கழிந்ததும் இந்த வெற்றுத்தளம் சின்னங்கள், கோடுகள் மற்றும் உற்பாதங்களால் நிறையும். நீ உன்னுடைய தீர்க்கமான கோடுகள் தேய்ந்து போக இறப்பாய். உன்னுடைய விதியின் அனைத்துச்சுவடுகளும் சில மணிநேரங்கள் கழித்து உன் கைகளிலிருந்து மறைந்து போக நீ செய்யவேண்டியதெல்லாம் இறப்பது மட்டுமே.

பெருங்குழப்பத்திற்குப் பன்மை என்பது இல்லை.

ஒழுங்கு, ஒழுங்கு: நீ அந்த விரிப்புகளை இறுகப்பற்றியபடி உன் மனம் இடங்கொடுக்கும், தெளிவுபடுத்தும் உணர்வுகளை மௌனமாக மீண்டும் மீண்டும் உனக்குள் கூறிக்கொள்வாய். பெருமுயற்சியோடு தாகத்திற்கு, பசிக்கு, வியர்வைக்கு, குளிர்ச்சிக்கு, சமநிலைக்கு, வீழ்தலுக்கு, உன்னை எச்சரிக்கும் இடங்களை மனத்தால் கண்டடைவாய். அவற்றை மூளையின் கீழ்ப்பகுதியில் கண்டடைவாய், அதுவே சேவகன், உடனடி வேலைகளைச் செய்து மற்றவர்களை ஓய்வாக வைத்திருக்கும் வீட்டு வேலைக்காரன், மேல்மூளையானது சிந்தனைக்கு, கற்பனைக்கு, ஆசைக்கு: யுக்தியின், தேவையின் அல்லது வாய்ப்பின் குழந்தை, உலகம் எளிமையானது அல்ல; நீ அதைச் செயலற்ற நிலையில் உனக்கு நிகழ்பவற்றை அனுமதித்துக்கொண்டு அதை அறிந்துகொள்ள முடியாது;

ஆபத்துகளின் சேர்க்கை உன்னைப் பாதிக்காமலிருக்க நீ சிந்திக்க வேண்டும், வெறும் யூகங்கள் உன்னை இல்லாமலாக்கி விடும் என்பதால் நீ கற்பனை செய்யவேண்டும், நிச்சயமற்ற தன்மையின் வலை உன்னைத் திசைதிருப்பாமலிருக்க நீ விருப்பத்தோடிருக்க வேண்டும்: அப்போது நீ பிழைத்துக் கொள்வாய்.

நீ உன்னை அடையாளம் கண்டுகொள்வாய்.

நீ மற்றவர்களை அடையாளம் கண்டு அவர்களும் - அவளும் - உன்னை அடையாளம் கண்டுகொள்ள அனுமதிப்பாய்; ஒவ்வொரு மனிதனும் நீ விரும்பும் பொருளை அடைவதற்கான ஒரு தடை என்பதால் அவனை எதிர்க்கிறாய் என்பதை உணர்ந்து கொள்வாய்.

நீ விரும்புவாய்: விருப்பத்தையும் விரும்பும் பொருளையும் எப்படி ஒன்றுபோல் விரும்ப முடியும்; உடனடி மனநிறைவினை, விருப்பம் மற்றும் விரும்பும் பொருள் குறித்த முழுமுற்றான அறிதலை எவ்வாறு கனவு காணமுடியும்.

கண்களை மூடி ஓய்வெடுப்பாய். ஆனால் பார்ப்பதை நிறுத்தமாட்டாய், விரும்புவதையும் நிறுத்தமாட்டாய்: நீ நினைத்துப் பார்ப்பாய். ஏனெனில் அதன் மூலம் நீ விரும்பும் பொருளை உனதாக்கிக் கொள்கிறாய்: பின்னால் பின்னால் என பழம் நினைவுகளில் நீ விரும்பியதை உனதாக்கிக் கொண்டிருக்கிறாய்: முன்னாலல்ல, பின்னால்.

நினைவென்பது திருப்தியுற்ற விருப்பம்.

காலம் கடந்து விடும்முன் நினைவுகளால் பிழைத்திடு.

பெருங்குழப்பம் உன்னை நினைவுகளிலிருந்து விலக்கும் முன்பு.

1913: டிசம்பர் 4

அவளது முழங்காலின் ஈர வளைவினை தனது இடுப்புக்கருகில் உணர்ந்தான். அவளது வியர்வை எப்போதும் அப்படித்தான், லேசானது, புதியது: அவன் தனது கைகளை அவளது இடுப்பைச் சுற்றி வளைக்கும்போதெல்லாம் படிகத்தன்மை கொண்ட அத்திரவத்தின் ஈரத்தை உணர்வான். அவளது முதுகை மெதுவாகத் தேய்த்து விடுவதற்காகக் கையை நீட்டியதும் தூங்கிவிட்டோம் என்று நினைத்தான்: அவனால் ரெஹீனாவின் முதுகை வருடியபடி மணிக்கணக்கில் இருக்க முடியும். கண்களை மூடியதும் அந்த இளம் உடலில் உள்ள அவனைச் சூழும் முடிவற்ற அன்பினை உணர்ந்தான்: அதில் பயணிக்க, அதை விளக்க, அந்த மென்மையை, கருப்பு மற்றும் இளஞ்சிவப்புடைய ஒழுங்கற்ற தன்மைகளோடு கூடிய சீரான அலைபோன்ற அமைப்புகளை முழுவதுமாக அறிந்துகொள்ள ஒரு வாழ்நாள் போதாது என்று நினைத்தான். ரெஹீனாவின் உடல் காத்திருந்தது. அவன் குரலும் காட்சியுமின்றி படுக்கையில் கிடத்தப்பட்டிருந்தான். முதலில் தன் விரல் நுனிகளால், பிறகு கால்விரல் நுனிகளால் அதன் இரும்புக் கம்பிகளைத் தொட்டான்; இரண்டு முனைகளையும் ஒரேசமயத்தில் தொட முயற்சி செய்தான். அவை இந்தக் கரும் படிகத்திற்குள்தான் வசித்தன: உதயம் இன்னும் வெகுதொலைவில் இருந்தது. எடையற்ற கொசுவலை அவர்களது உடலுக்கு வெளியிலிருந்த அனைத்திலிருந்தும் அவர்களைப் பிரித்தது. அவன் கண்களைத் திறந்தான். ரெஹீனாவின் கன்னம் அவனுக்கருகில் வந்தது; படர்ந்திருக்கும் அவனது தாடி அவளது சருமத்தில் உரசியது. இருள் போதுமான அளவு இல்லை. ரெஹீனாவின் சோர்வுற்ற, பாதி திறந்த கண்கள் ஒளிரும் கரும் தழும்புகள் போல மின்னின. அவள் ஆழ்ந்து மூச்சை உள்ளிழுத்தாள். அந்தப்பெண்ணின் கைகள் ஆணின் கழுத்தைச் சுற்றி வளைத்துக்கொண்டன. மீண்டும்

ஆர்தேமியோ க்ரூஸ்சின் மரணம் | 85

ஒருமுறை அவர்களது உருவங்கள் இணைந்தன. அவர்களது தொடைச்சூடு இணைந்து ஒரே பிழம்பானது. அவன் ஆழ்ந்து மூச்சுவிட்டான்: கச்சைகள், கஞ்சியிட்ட பாவாடைகள் நிறைந்த படுக்கையறை, வாதுமை மேசையில் வெட்டிவைக்கப்பட்ட மாதுளம்பழங்கள், படுக்கைக்கருகில் அணைக்கப்பட்ட விளக்கு. அவனுக்கருகில் ஈரமாகிவிட்ட, மிருதுவான பெண்ணின் உப்புக் கவிச்சம். அவளது நகங்கள் பூனையின் நகங்களைப்போல படுக்கை விரிப்பில் ஒலியெழுப்பின: மெல்லிய கால்கள் ஆணின் இடுப்பை வளைத்துக்கொள்ள மீண்டும் உயர்ந்தன. இதழ்கள் அவன் கழுத்தைக் கண்டடைந்தன. சிரித்தபடி, அவளுடைய நீண்ட சிக்கலடைந்த கூந்தலை ஒதுக்கிவிட்டு அவன் தனது இதழ்களால் அவளது முலைக்காம்புகளைத் தீண்டும்போது அவை மகிழ்ச்சியில் நடுங்கின. ரெஹீனா பேசினாளா? அவளது மூச்சை தனக்கு மிக அருகில் உணர்ந்தான். அவளது இதழ்களைத் தனது கரங்களால் மூடினான். நாவோ அல்லது கண்களோ இல்லாது: ஓசையற்ற தசைகள், தங்களது மகிழ்ச்சியில் கைவிடப்பட்டுவிட்ட ஓசையற்ற தசைகள். அவள் அவனைப் புரிந்துகொண்டாள். ஆணுடைய உடலுக்கு நெருக்கமாகப் படுத்துக்கொண்டாள். அவளது கைகள் அவனுடைய உறுப்புக்கு இறங்கின; அவனது கைகள் அநேகமாக உரோமங்களற்ற உறுப்பை உணர்ந்தன: அவள் அங்கே ஆடைகளற்று நின்று கொண்டிருந்ததை நினைவு கூர்ந்தான். இளமையான மற்றும் கட்டான உடல், ஆனாலும் அவள் நடக்கும்போது, தனியாகக் குளிக்கச்செல்லும்போது, குளியலறையின் திரையை மூடும்போது, மார்க்கச்சையுடன் கணப்படுப்பின் கரியை விசிறும்போது மென்மையுறும் உடல். இருவரும் மற்றவரின் மையத்தினால் ஆட்கொள்ளப்பட்டு அவர்கள் மீண்டும் உறங்கினர். அவர்களின் கைகள், ஒரேயொரு கை மட்டும் புன்னகையுடன் கூடிய தூக்கத்தில் அசைந்து கொண்டிருந்தது.

“நான் உன்னைப் பின் தொடர்வேன்.”

“நீ எங்கே வசிப்பாய்?”

“நான் ஒவ்வொரு நகரத்திற்குள்ளும் நீ வருவதற்கு முன்பே நுழைந்துவிடுவேன். அங்கே உனக்காகக் காத்திருப்பேன்.”

“அனைத்தையும் விட்டுவிட்டா?”

“கொஞ்சம் துணிகளை எடுத்து வருவேன். என் உணவுக்கும் பழங்களுக்குமான பணத்தை நீ கொடுப்பாய், நான் உனக்காகக்

காத்திருப்பேன். நீ நகரத்திற்குள் நுழையும்போது நான் ஏற்கெனவே அங்கிருப்பேன். எனக்குத் தேவையெல்லாம் அணிந்து கொள்ள ஏதாவது."

அந்த வாடகை அறையின் நாற்காலியில் அவளது பாவாடை கிடந்தது. அவன் எழுந்ததும் அவளையோ அவளது பொருள்களையோ தொட விரும்புவான்: அவளது சீப்புகள், சிறிய கருப்புக்காலணிகள், மேசையில் விடப்பட்டிருக்கும் சிறியவகைக் காதணிகள். அந்தக் கணங்களின்போது, அந்தப் பிரிவுக்காலங்களில், ஒன்றிணையச் சிரமமான தருணங்களின்போது இன்னும் அதிகமாக ஏதேனும் அவளுக்குக் கொடுக்கத் தோன்றும். எதிர்பார்த்திராத ஓர் உத்தரவு, எதிரியைத் தேட வேண்டிய வேலை, எதிரிகளை வடக்கு நோக்கிப் பின்வாங்க வைத்த ஒரு தோல்வி, ஏற்கெனவே அவர்களைப் பலவாரங்களுக்கு வெவ்வேறு தருணங்களில் பிரித்து வைத்திருந்தது. ஆனால் ஆயிரம் விளைவுகளையும் எதிர்காலங்களையும் உடைய இந்தப்போரின் ஊடே நடந்து கொண்டிருக்கும் புரட்சியின் அலையை, அதன் போக்கினை ஒரு கடற்பறவையைப்போலப் படிக்கத் தெரிந்து வைத்திருந்தாள்: அவர்கள் பேசிவைத்துக்கொண்ட ஒரு நகரத்திற்கு அவள் வரவில்லையென்றாலும் வேறொரு நகரத்தில் முன்னமேயோ அல்லது சற்றுப் பிந்தியோ வந்து சேர்வாள். ஒவ்வொரு நகரமாக அவனது படைப்பிரிவு குறித்து விசாரித்தபடி, அங்கு மீதமிருக்கும் பெண்கள் மற்றும் முதியவர்கள் என்ன கூறுகிறார்கள் என்று கேட்டபடி அலைவாள்.

"அவர்கள் இங்கே கடந்து சென்று இரண்டு வாரங்கள் ஆகிவிட்டது."

"அவர்களில் ஒருவர் கூட உயிரோடு இல்லை என்று கூறுகிறார்கள்."

"யாருக்குத் தெரியும். அவர்கள் மீண்டும் வரலாம். கிளம்பும்போது சில பீரங்கிகளை மறந்துவிட்டுச் சென்று விட்டார்கள்."

"ஃபெடரல்கள் குறித்து கவனமாக இரு, புரட்சியாளர்களுக்கு உதவும் யாரையும் சுட்டுக் கொல்கிறார்கள்."

அவர்கள் மீண்டும் ஒருவரையொருவர் கண்டுபிடித்தனர். இப்போது போலவே. தனது பாவாடையைக் கழற்றி நாற்காலிமீது வீசிவிட்டு, உணவு, பழங்களோடு அறையைத் தயார் செய்து வைத்திருப்பாள். அப்படியே அவனுக்காகக் காத்திருப்பாள். ஒரு

நிமிடம் கூட தேவையற்ற விஷயங்களுக்காக வீணாக்கக்கூடாது என்பது போல. ஆனால் அவள் நடப்பதை, படுக்கையைத் தயார் செய்வதை, கூந்தலை நெகிழ்த்துவதை, மீதமுள்ள ஆடைகளைக் கழற்றுவதைப் பார்ப்பது என எதுவுமே தேவையற்றதில்லை. அவள் நிற்கும்போது அவளது உடல்முழுக்க முத்தமிடுவான், மண்டியிட்டு அவளது உடலின் வெளிவரையைத் தனது உதடுகளால் வரைவான், அவளது சருமத்தின் சுவையை, மிருதுவான கூந்தலை, ஈரமான அவளது சிப்பியினை, சுகிப்பான்: தனது உதடுகளால் நின்று கொண்டிருப்பவளின் நடுக்கங்களைச் சேகரிப்பான், முடிவில் அவள் அவனது தலையைத் தனது கைகளால் அணைத்து அதற்கு ஓய்வளித்து, அவனது உதடுகளை ஓரிடத்தில் நிறுத்துவாள். தன்னை இயல்பில் விட்டு, சிறுசிறு பெருமூச்சுகளுடன் அவனது தலையை அழுத்தியபடி நின்றிருப்பாள், அவள் நிறைவடைந்தாள் என்று அவன் நினைத்ததும் அவளைப் படுக்கைக்கு சுமந்து செல்வான்.

“ஆர்தேமியோ, நான் மறுபடி உன்னைக் காண்பேனா?”

“அந்தக் கேள்வியை ஒருபோதும் கேட்காதே. இப்போதுதான் சந்தித்திருக்கிறோம் என்பது போல நடந்து கொள்.”

அவள் மீண்டும் அப்படிக்கேட்கவேயில்லை. ஒருமுறைதான் என்றாலும் அதைக் கேட்டதற்காக, தனது காதல் முடிவுக்கு வந்துவிடும் என்று நினைத்ததற்காக அல்லது மற்ற விஷயங்களை அளவிடும் காலத்தால் அதை அளவிட முடியும் என்று யோசித்ததற்காக வெட்கமடைந்தாள். எங்கே அல்லது ஏன் இந்த இருபத்துநான்கு வயது இளைஞனைச் சந்தித்தோம் என்று சிந்திப்பதற்கான காரணங்களே அவளிடத்தில் இல்லை. காதலைத்தாண்டி எதையும் சுமையாக்கிக்கொள்வது தேவையற்றது, மேலும் அவர்களது சந்திப்பு, துருப்புகள் ஓரிடத்தில் தங்கி, தங்களது காயங்களை ஆறவைக்க, சர்வாதிகாரத்திடமிருந்து கைப்பற்றப்பட்ட எல்லைகளில் அவர்களின் இருப்பை பலப்படுத்திக்கொள்ள, தேவையான பொருட்களைத் தேடிச்சேகரிக்க, அடுத்த தாக்குதலைத் திட்டமிட என சிலநாட்களுக்கு ஓய்வெடுக்கும் தருணங்களில்தான் அமைந்தது. இருவரும் அதுகுறித்து எதுவும் பேசிக்கொள்ளாமலேயே அப்படி முடிவெடுத்திருந்தனர். போரின் ஆபத்துகள் குறித்தோ அல்லது பிரிந்திருக்கும் காலங்கள் குறித்தோ அவர்கள் சிந்தித்ததே இல்லை. அடுத்த சந்திப்பிற்கான இடத்தில் ஒருவர் இல்லையெனில் ஒரு வார்த்தைகூடக் கூறாமல் இருவரும் அவரவர் வழியில்

சென்றனர்: அவன் தெற்கில் தலைநகர் நோக்கி; அவள் வடக்கில் சினலோவா கடற்கரைப்பகுதி நோக்கி, அவனைச் சந்தித்த, தன்னைக் காதல் செய்ய அவள் அனுமதித்த இடத்திற்கு.

"ரெஹீனா... ரெஹீனா..."

"கடலுக்கு வெளியே கற்படகுபோல நீண்டிருக்கும் அந்தப்பாறையை உனக்கு நினைவிருக்கிறதா? அது இன்னமும் அங்கேதான் இருக்க வேண்டும்."

"அங்கேதான் உன்னைச் சந்தித்தேன். அவ்வப்போது அங்கே செல்கிறாயா?"

"ஒவ்வொரு மதியமும். பாறைகளுக்கிடையில் சிறிய குளம் ஒன்று உருவாகியிருக்கும், தெளிவான நீரை அங்கே பார்க்கலாம். நான் அங்கே என்னைப் பார்த்துக் கொள்வதற்காகச் செல்வேன். ஒருநாள் என் முகத்தையடுத்து உன் முகம் அதில் தோன்றியது. இரவில் நட்சத்திரங்களின் பிரதிபலிப்பு அக்கடல்நீரில் தெரியும். பகலில் சுட்டெரிக்கும் சூரியனைப் பார்க்கலாம்."

"அன்று மதியம் என்ன செய்வது என்று தெரியாமல் இருந்தேன். நாம் போரிட்டுக் கொண்டிருந்தோம். திடீரென அனைத்தும் நின்றுவிட்டது: ஃபெடரல்கள் தாக்குதலைக் கைவிட்டு விட்டனர். ஆனால் நான் படைவீரனாக வாழ்ந்தே பழக்கப்பட்டு விட்டேன். அப்போதுதான் மற்ற விஷயங்கள் குறித்தும் சிந்திக்க ஆரம்பித்தேன். உன்னை அந்தப் பாறையில் அமர்ந்திருக்கக் கண்டேன். உன் கால்கள் ஈரமாக இருந்தன."

"எனக்கும் அது தேவையாக இருந்தது. நீ திடீரென எனக்கருகில் தோன்றினாய், என்னுடைய இன்னொரு பகுதி நீரில் பிரதிபலித்தது. எனக்கும் அது தேவைப்பட்டது என்று நீ உணர்ந்தாயா?"

விடியல் மெதுவாக வந்து கொண்டிருந்தது. ஆனால் உறக்கத்தில் கைகளைக் கோர்த்தபடி இருக்கும் இரு உடல்கள் சாம்பல்நிறத்திரையின் வழி தெரிந்தன. அவன் முதலில் கண்விழித்து அவளைப் பார்த்துக் கொண்டிருந்தான். அது நூற்றாண்டுகளாக இருந்த சிலந்தி வலையின் மிக நுண்ணிய இழைபோலத் தெரிந்தது; மரணத்தின் இரட்டை போல; உறக்கம். வாய் ஈரத்தோடு இருக்க, அவளது கால்கள் மேலே உயர்ந்திருந்தன. கை ஆணுடைய நெஞ்சில் கிடந்தது. விடியலில் காதல் செய்வது அவர்களுக்குப் பிடித்தமானது:

அவர்களைப் பொறுத்தவரை அது புதிய நாளுக்கான கொண்டாட்டம். மெல்லிய ஒளி ரெஹீனாவின் உருவத்தை மிகச்சிறிதளவே வெளிப்படுத்தியது. இன்னும் ஒருமணி நேரத்திற்குள் நகரத்தின் சந்தடிகள் அவர்களுக்குக் கேட்கத் துவங்கும். இப்போது முழுமையான அமைதியில் உறங்கிக்கொண்டிருக்கும் கருத்த இளம்பெண்ணின் மூச்சொலி மட்டுமே கேட்கிறது, உலகின் உயிர்வாழும் ஒருபகுதி ஓய்வில் இருக்கிறது. போர்வையால் வரையிடப்பட்ட உருவம், துக்கித்திருக்கும் நிலவின் மென்மையைத் தனக்குள் பொதிந்து வைத்துள்ள, அமைதியான ஓய்வில் இருக்கும் அவ்வுடலின் மகிழ்ச்சியை இடையூறு செய்ய ஒரேயொரு விஷயத்திற்குத்தான் உரிமை உண்டு. அவனுக்கு அந்த உரிமையுண்டா? அவ்விளைஞனின் கற்பனை அவளோடு கலவி செய்வதைத் தாண்டிச் சென்றது: காதல் செய்ததால் ஓய்வெடுத்துக்கொண்டிருப்பது போலவும் இன்னும் சில விநாடிகளில் கண்விழித்துவிடுவாள் என்பது போலவும் உறங்கிக்கொண்டிருந்தவளை இவன் சிந்தனையோடு உற்றுப்பார்த்துக் கொண்டிருந்தான். எப்போது மகிழ்ச்சி அதிகமாகிறது? அவளது மார்பகத்தை வருடினான். மீண்டும் நிகழ்ந்த இணைவினை நினைவுகூர்ந்தான்; அதுவே இணைவு; ஞாபகங்களின் அழியக்கூடிய மகிழ்ச்சி பிறகு மீண்டும் காதலினால் அதிகப்படுத்தப்பட்ட, காதலின் புதிய செய்கையினால் தோன்றும் விருப்பம்: பேரின்பம். ரெஹீனாவின் காதுகளில் முத்தமிட்டு அவளது முதல் புன்னகையைப் பார்த்தான்: தன்னுடைய முகத்தை அவளது முகத்திற்கருகில் கொண்டுவந்தான். அவளது மகிழ்ச்சியின் முதல் செய்கையைத் தவறவிட அவன் விரும்பவில்லை. அவளது கைகள் அவன் மீது மீண்டும் விளையாடுவதை உணர்ந்தான். பெருந்துளிகளின் சிதறலாக உள்ளுக்குள் ஆசை மீண்டும் முகிழ்த்தது: ரெஹீனாவின் வழுவழுப்பான கால்கள் மீண்டும் ஆர்தேமியோவின் இடுப்பைத் தேடின: அவளது கைகளுக்கு அனைத்தும் தெரியும்: தொடுதலால் விழித்து அவளது விரல்களை மீறியது விறைப்புத்தன்மை: அவளது தொடைகள் நடுக்கத்தோடு முழுவதுமாகப் பிரிந்து, விறைத்த தசை திறந்ததசையினைக் கண்டுகொண்டு உள்ளே நுழைந்தது. ஆர்வத்துடிப்புகள் சூழ சீராட்டியது, புதிய கருக்களை கிரீடங்களாகச் சூடிக்கொண்டிருக்கும், மோகம் நிறைந்த, மென்மையான சருமங்கொண்ட அவ்வுலகினை நெருக்கியது: இருவரும் இரண்டு உலகங்களின் சந்திப்பாக, காரணங்களின் விதையாகச் சுருங்கினர். மௌனத்தில் பெயர்களை இடும் குரல்களாக அனைத்திற்கும் ஞானஸ்நானம் செய்வதாக மாறினர்: உள்ளுக்குள் இதைத்தவிர

மற்றவை குறித்து அவன் நினைக்கும்போது, எண்ணிப்பார்க்கிறான், அனைத்தைப்பற்றியும் சிந்திக்காது இருப்பதால் இது முடிவற்றதாக இருக்கிறது என்று நினைத்தான்: தனது சிந்தனையை கடல்கள், மணல் மற்றும் காற்றினால் நிறைக்க முயற்சி செய்கிறான், வீடுகளால், விலங்குகளால், மீன்கள் மற்றும் பயிர்களால், அனைத்தினாலும், ஏனெனில் இது முடிவதாக இல்லை: உள்ளுக்குள், அவன் முகத்தை உயர்த்தும்போது, அவனது கண்கள் மூடியிருக்கின்றன, புடைத்த நரம்புகளின் பலத்தில் கழுத்தை நீட்டுகிறான், அப்போது ரெஹீனா தன்னை இழந்தவளாக, தன்னை வெற்றிகொள்ள அனுமதித்து, கனமான மூச்சுகளால் பதிலளிக்கிறாள், புருவத்தை நெரித்து, புன்னகைக்கும் உதடுகள் இன்னும், இன்னும், என்று உச்சரிக்கிறாள், அவளுக்குப் பிடித்திருக்கிறது, ஆமாம், நிறுத்தாதே, தொடர்ந்து செல், அது முடிந்துவிடக் கூடாது, இன்னும், அனைத்தும் ஒரே சமயத்தில் நடந்தேறின என்று அவள் உணரும் வரை, ஒருவர் மற்றவரைப்பற்றிச் சிந்திக்க இயலவில்லை ஏனெனில் இருவரும் ஒன்றாகி ஒரே வார்த்தைகளை உச்சரித்துக் கொண்டிருந்தனர்:

"நான் எவ்வளவு மகிழ்ச்சியோடு இருக்கிறேன்."

"நான் எவ்வளவு மகிழ்ச்சியோடு இருக்கிறேன்."

"நான் உன்னைக் காதலிக்கிறேன் ரெஹீனா."

"நான் உன்னை நேசிக்கிறேன் என் கணவனே."

"நான் உன்னை மகிழ்விக்கிறேனா?"

"அது முடிவதே இல்லை; எவ்வளவு நேரம் நீடிக்கிறது; நீ என்னை முழுவதுமாக நிறைக்கிறாய்."

அதேசமயம், வெளியே தெருவின் புழுதியில் தண்ணீர் விசிறியடிக்கப்படும் ஓசை, காட்டு வாத்துகள் சத்தமிட்டபடி ஆற்றைக் கடக்கின்றன. யாராலும் முடித்துவைக்கப்பட முடியாத ஒன்றை ஓர் ஊதலின் ஓசை அறிவிக்கிறது: காலணிகள் இழுபடும் ஓசை, குதிமுள்களின் ஒலி, மீண்டும் குளம்புகளின் எதிரொலி, வீடுகள், கதவுகளில் இருந்து கசியும் எண்ணெய் மற்றும் பன்றிக்கொழுப்பின் வாசம். அவன் கைகளை நீட்டி சட்டைப்பையில் இருக்கும் சிகரெட்டுகளைத் தேடுகிறான். அவள் சன்னலுக்கருகில் சென்று அதைத் திறக்கிறாள். அங்கேயே நின்று ஆழ்ந்து மூச்சுவிட்டு, கைகளை அகலவிரித்து நுனிக்காலால்

நிற்கிறாள். சூரியன் எழுந்ததும் சாம்பல்நிற மலைகளின் வட்டம் காதலர்களின் கண்களுக்கருகில் வருகிறது. நகரத்து அடுமனையின் நறுமணத்தோடு, தொலைவிலிருந்து மிருதுச்செடியின் வாசம், சுனைப்பாதையின் வழியிலிருக்கும் களைச்செடிகளின் மட்கிய வாசத்தோடு கலந்து வீசியது. அவனுக்கு அவளது நிர்வாண உடல் மற்றும் பகலைத் தோள்களில் ஏந்திக்கொண்டு மீண்டும் படுக்கைக்குத் திரும்பவிரும்பும் அவளது திறந்திருக்கும் கைகள் மட்டுமே தெரிந்தன.

“காலையுணவு வேண்டுமா?”

“இது மிகவும் சீக்கிரம். நான் எனது சிகரெட்டை முடித்துக் கொள்கிறேன்.”

ரெஹீனா அவன் தோளில் சாய்ந்து கொண்டாள். அவனது நீண்ட வலுவான கை அவளது இடுப்பைத் தடவியது. இருவரும் புன்னகைத்தனர்.

“நான் சிறு பெண்ணாக இருந்தபோது வாழ்க்கை அவ்வளவு அழகாக இருந்தது. அழகான தருணங்கள் ஏராளம் இருந்தன. விடுப்புக் காலங்கள், விடுமுறை நாள்கள், கோடை நாள்கள், விளையாட்டுகள். ஏனென்று தெரியவில்லை, நான் வளர ஆரம்பித்ததும் அனைத்திற்கும் ஏங்க ஆரம்பித்துவிட்டேன். சிறுவயதில் அப்படியிருந்ததில்லை. அதனால்தான் கடற்கரைக்குச் செல்லத் தொடங்கினேன். ஏங்குவதும் நல்லதுதான் என்பேன். அந்தக் குறிப்பிட்டதொரு கோடைகாலத்தில் ஏன் அவ்வளவு மாறுதலுக்கு உள்ளானேன் அல்லது சிறுமியாக இருப்பதை நிறுத்திக் கொண்டேன் என்று தெரியவில்லை.”

“நீ இன்னமும் அப்படித்தான் இருக்கிறாய்.”

“உன்னோடா? சேர்ந்து இவ்வளவு விஷயங்கள் செய்த பின்னுமா?”

அவன் சிரித்தபடி அவளை முத்தமிட்டான். அவள் தன் கால்முட்டியை வளைத்து, இறக்கைகளை சுருக்கிக்கொண்ட பறவை போல அவனது மார்பில் கூடடைந்தாள். அவனது கழுத்தில் தொங்கியபடி, தன்னுடைய சிரிப்பினை மகிழ்ச்சியின் கண்ணீரில் கலந்தாள்.

“உனக்கெப்படி?”

“அதெல்லாம் எனக்கு நினைவில் இல்லை. நான் உன்னை அடைந்தேன், உன்னை வெகுவாக நேசிக்கிறேன்.”

“இதைச்சொல், உன்னைச் சந்தித்த அந்தக்கணத்தில் இனி எதுவும் ஒரு பொருட்டில்லை என்று ஏன் எனக்குத்தோன்றியது? உனக்குத் தெரியுமா, துல்லியமாக அந்த நொடியில் எனக்கு நானே கூறிக்கொண்டேன், ஒரு முடிவு எடுக்கவேண்டும். நீ சென்றுவிட்டால் நான் என்னுடைய முழுவாழ்க்கையையும் வீணாக்கிவிட்டேன் என்பதாக. அதுமாதிரி உனக்கேதும் தோன்றியதா?”

“ஆமாம், யோசித்தேன். ஆனால் நான் வெறுமனே கேளிக்கைக்காகப் பழகும் படை வீரன் என்று உனக்குத் தோன்றவே இல்லையா?”

“இல்லை, இல்லை. உன்னுடைய சீருடையைக்கூட நான் பார்க்கவில்லை. நான் பார்த்ததெல்லாம் நீரில் பிரதிபலித்த உனது கண்கள் மட்டும்தான், அதன் பிறகு உன்னுடைய பிம்பம் அருகிலில்லாமல் என்னுடைய பிம்பத்தை மட்டும் என்னால் பார்க்கவே முடியவில்லை.”

“அன்பே, செல்லமே, நம்மிடம் காஃபி இருக்கிறதா என்று பார்.”

ஏழுமாதக்காதலின் அனைத்துக் காலைகளைப் போல அந்தக் காலையும் அவர்கள் பிரியும்போது, துருப்புகள் அங்கிருந்து சீக்கிரமாக வெளியேற்றப்படுமா என்று கேட்டாள். ஜெனரலின் மனதில் என்ன இருக்கிறது என்பது தனக்குத்தெரியாது என்றான். அவர்கள் அந்தப்பகுதியில் உள்ள சில தோற்கடிக்கப்பட்ட ஃபெடரல்களின் பின்னால் செல்லவேண்டி வரலாம். ஆனால் எது எப்படியிருப்பினும் அவர்களது தலைமையகத்தை நகரத்தில்தான் வைத்திருப்பார்கள். அபரிமிதமான நீரும் கால்நடைகளும் அங்கே இருக்கிறது. சிறிதுகாலம் தங்குவதற்கு நல்ல இடம். அவர்கள் தெற்கே சொனோராவிலிருந்து போரிட்டுக் கொண்டிருக்கிறார்கள், அவர்களுக்கு ஓய்வு தேவை. பதினோரு மணிக்கு நகர மையத்திலிருக்கும் தங்களது கமாண்டர்களுக்கு முன் அவர்கள் ஆஜராக வேண்டும்.

அவர்கள் கடந்துசென்ற ஒவ்வொரு நகரத்திலும் ஜெனரல் வேலை சூழ்நிலைகளை ஆராய்ந்து, எட்டுமணி நேர வேலை என்று பொது ஆணை பிறப்பிப்பார். நிலங்களை விவசாயிகளுக்குப்

பிரித்தளிப்பார். அந்தப்பகுதியில் தோட்டங்கள் ஏதேனும் இருந்தால் அந்நிறுவனத்தின் சேகரங்களைத் தீக்கிரையாக்குவார். கந்துவட்டிக்காரர்கள் யாரேனும் இருந்தால் - எப்போதும் வட்டிக்காரர்கள் இருந்தார்கள், அவர்கள் ஃபெடரல்களோடு சேர்ந்து ஓடவில்லையென்றால் - அனைத்துக் கடன்களையும் ரத்து செய்வார். இதில் சிக்கல் என்னவென்றால் ஆயுதமேந்தியிருந்த பெரும்பாலான பொதுமக்கள் விவசாயிகள்தான், எனவே ஜெனரல் வெளியிட்ட பொது ஆணையை நிறைவேற்ற அங்கே யாருமில்லை. அதேசமயம், ஒவ்வொரு நகரத்திலும் இருந்த பணக்காரர்களின் சொத்து மதிப்பை உடனடியாக நிர்ணயம் செய்ய முடிந்தது, எனவே புரட்சி வெற்றியடையும் நிலங்களின் மறுசீரமைப்பு, எட்டுமணிநேர வேலை ஆகியவை சட்டமாக்கப்படும் என்ற நம்பிக்கை உருவானது.

இப்போதைய முக்கியமான வேலை மெக்சிகோ நகரத்திற்குச்சென்று தோன் பான்சிதோ மதேரோவைப் படுகொலை செய்த குடிகாரன் ஹுவெர்தாவைப் பிடிக்க வேண்டும். சுற்றிச் சுற்றி வருகிறோம்! என்றபாடலை தனது காக்கிச்சட்டையை வெள்ளைக் கால்சராய்க்குள் நுழைத்தபடி முணுமுணுத்தான். சுற்றிச் சுற்றி வருகிறோம்! வெராக்ரூஸ்சிலிருந்து - அவன் அங்கிருந்து வந்தவன் - மெக்சிகோ பிறகு அங்கிருந்து வடக்காக சொனோரா, அவனது ஆசிரியர் செபாஸ்தியன் முதிய தலைமுறையினரால் செய்ய முடியாததைச் செய்யும்படி கூறினார்: வடக்குப் பக்கம் செல், ஆயுதமேந்து, நாட்டை விடுதலை செய். அப்போது அவன் எந்தப்பெண்ணுடனும் படுக்கையைப் பகிர்ந்து கொண்டதில்லை, கௌரவப்படுத்திய வார்த்தைகள். அவன் தனது ஆசிரியர் செபாஸ்தியனின் வார்த்தைகளை எப்படி மறுக்க முடியும், அவனுக்குத் தெரிந்த மூன்று விஷயங்களைக் கற்றுத்தந்ததே அவர்தான்: படித்தல், எழுதுதல், மற்றும் மதகுருக்களை எதிர்த்தல்.

ரெஹீனா மேசையில் காஃபியைக் கொண்டுவந்து வைத்ததும் பேச்சை நிறுத்திக்கொண்டான்.

"அது கொதிநிலையில் இருக்கிறது!"

அதிகாலை. இருவரும் தெருவில் இறங்கி ஒருவர் இடையை மற்றவர் பற்றியபடி நடந்தனர். அவள் தனது கஞ்சியிட்ட பாவாடையை அணிந்திருந்தாள். அவன் கம்பளியினாலான தொப்பியை அணிந்து வெள்ளைநிற மேலாடை அணிந்திருந்தான். அவர்கள் வசித்துவந்த வீடுகளின் தொகுப்பு ஒரு குறுகிய

மலையிடுக்கிற்கு அருகில் இருந்தது. காக்கட்டான் பூக்கள் வெற்றிடத்தில் தொங்கிக் கொண்டிருந்தன. காட்டு நாயின் பற்களில் சிக்கிய முயலொன்று கிழிபட்டு மரங்களுக்கடியில் வளரும் புதரில் கிடந்து அழுகிக்கொண்டிருந்தது. பாதாளத்தில் கீழே ஒரு சிற்றோடை ஓடியது. ரெஹீனா அதைக் குனிந்து எட்டிப்பார்த்தாள். அவளது கற்பனையில் வந்த உருவத்தின் பிரதிபலிப்பை மீண்டும் காணமுடியும் என்ற நம்பிக்கை கொண்டதுபோல. அவர்களது கரங்கள் இணைந்திருந்தன; நகரத்திற்குச்செல்லும் சாலை பள்ளத்தாக்கின் நுனியில் தொங்கிக்கொண்டிருந்தது, மலைகளின் அடிவாரத்திலிருந்து பாடும் பறவைகள் அழைத்துக்கொள்ளும் ஒலி. இல்லை: புழுதியின் மேகத்தில் மறையும் குளம்பின் ஓசை.

“லெஃப்டினன்ட் க்ரூஸ்! லெஃப்டினன்ட் க்ரூஸ்!”

நிரந்தரமான சிரித்தமுகம் கொண்ட லோரெட்டோ, ஜெனரலின் உதவியாள், வேர்வையிலும் புழுதியிலும் மறைந்த முகத்துடன், அவனுடைய குதிரையைக் கட்டுப்படுத்தியதும் கனைப்புடன் நின்றது. “சீக்கிரம் வாருங்கள்” என்றான், பெருமூச்சுடன் தனது கைக்குட்டையால் முகத்தைத் துடைத்துக்கொண்டான். “பெரிய செய்தி: நாம் உடனே கிளம்புகிறோம். காலையுணவு முடிந்ததா? தலைமையகத்தில் முட்டை கொடுக்கிறார்கள்.”

“முட்டைகளா? என்னிடம் ஏற்கெனவே இருக்கிறது” என்று தனது கால்களுக்கிடையில் தட்டிக்காட்டிச் சிரித்தான்.

ரெஹீனாவின் அணைப்பு புழுதி நிறைந்த அணைப்பாக இருந்தது. லோரெட்டோவின் குதிரை அங்கிருந்து மறைந்து புழுதியடங்கியதும் தனது இளம் காதலனின் தோள்களிலிருந்து வெளிப்பட்டாள்.

“எனக்காக இங்கே காத்திரு.”

“என்னவாக இருக்கும்?”

“ஃபெடரல்கள் இங்கே எங்கேனும் உலவிக்கொண்டிருக்கலாம். தீவிரமாக எதுவும் இருக்காது.”

“நான் இங்கேயே தங்கியிருக்கவா?”

“ஆம், எங்கும் செல்லாதே, நான் இன்றிரவோ அல்லது நாளைக்காலையோ வந்துவிடுவேன்.”

“ஆர்தேமியோ... நாம் எப்போதேனும் அங்கு திரும்புவோமா என்று யோசிக்கிறேன்?”

“யாருக்குத்தெரியும். இது இன்னும் எவ்வளவு நாளைக்கு நீடிக்கும் என்று யாருக்குத்தான் தெரியும். அதைப்பற்றியெல்லாம் யோசிக்காதே. நான் உன்னை நேசிக்கிறேன் என்பது உனக்குத் தெரியும்தானே?”

“நானும் உன்னை நேசிக்கிறேன். மிக அதிகமாக. எப்போதும் நேசிப்பேன்.”

தலைமையகத்தின் வெளியே உள்ள தொழுவத்தில், உள்ளே முற்றத்தில் துருப்புகள் உத்தரவைப் பெற்றதும் சடங்குபூர்வமான மௌனத்துடன் தங்களது பைகளைத் தயார் செய்து கொண்டிருந்தனர். பீரங்கிகள் ஒரே வரிசையில் நிறுத்தப்பட்டிருந்தன. அதை இழுக்க கண்களுக்குப் பட்டை அணிவிக்கப்பட்ட வெள்ளைநிறக் கோவேறு கழுதைகள்; அவற்றுக்குப் பின்னால் வெடிபொருட்கள் கொண்ட வண்டிகள் தண்டவாளத்தில் நிறுத்தப்பட்டிருந்தன. அது முற்றத்திலிருந்து புகைவண்டி நிலையம் வரை செல்லும். படைக்குதிரைகள் தங்களது ஏற்றத்திற்குத் தேவையான பொருள்களோடு, தீவனப்பைகள் நீக்கப்பட்டு, கடிவாளமிடப்பட்டு, சேணம் இறுக்கமாகப் பொருத்தப்பட்டிருக்கிறதா எனச் சரிபார்க்கப்பட்டு இருந்தன. சிப்பாய்கள் போர்க்குதிரைகளின் தலையில் தட்டிக்கொடுத்தபடி இருந்தனர். அவை முழுக்க புழுதியில் மூடப்பட்டு வயிற்றில் உண்ணிகளோடு காணப்பட்டாலும் சிப்பாய்களோடு சாந்தமாக, இணக்கமாக இருந்தன. புள்ளிகள் கொண்ட, திட்டுகளுடைய, புழுதி நிறைந்த இருநூறு கரும் குதிரைகள் முகாமைக் கடந்து சென்றன. படைப்பிரிவினர் தங்களது துப்பாக்கிகளுக்கு எண்ணெயிட்டு, வரிசையாக தோட்டாக்களை புன்னகையோடு வழங்கிக்கொண்டிருந்த குள்ளனைக் கடந்துசென்றனர். வடக்குப்பகுதி சிப்பாய்கள் அணிந்திருந்த தொப்பி: சாம்பல் நிறக் கம்பளித்தொப்பி, ஒருபக்கம் மேல்நோக்கி வளைந்தது. கழுத்துக்குட்டை. இடுப்பில் தோட்டாக்கள் அடங்கிய வார்ப்பட்டை. சிலர் மட்டும் கால் ஜோடுகள் அணிந்திருந்தனர்: கம்பளிக் கால்சராய்கள், மஞ்சள்நிற தோல்காலணிகள் அல்லது ஹுவாராசீஸ்[9]கள். கழுத்துப்பட்டையில்லாமல் கோடு போட்ட சட்டைகள். அங்கொன்றும் இங்கொன்றுமாக - தெருக்களில், முற்றங்களில், நிலையத்தில் - யாக்கி இந்தியத்தொப்பிகள்

இலைகளோடு தொங்கிக் கொண்டிருந்தன: இசைக்குழுவைச் சேர்ந்தவர்கள் கையில் இருத்திகளோடும் முதுகில் இசைக்கருவிகளோடும் நின்றிருந்தனர். கடைசியாகச் சுடுநீரின் சில மிடறுகள். உணவுக்கோப்பைகள் விளிம்பு வரை பட்டாணியால் நிறைக்கப்படுகின்றன. தட்டுகளில் ஓவேரான்செரோஸ்[10]. நிலையத்-திலிருந்து சத்தம் வருகிறது: மாயன் இந்தியர்கள் அடங்கிய கூரையற்ற ரயில்பெட்டி வந்து நிற்கிறது, கூடவே உச்சஸ்தாயியில் மேளச்சத்தம், படபடக்கும் பலநிறங்களுடைய விற்கள், தொன்மையான அம்புகள்.

கூட்டத்திற்குள் நுழைந்து செல்கிறான்: உள்ளே, சுவரில் அவசரமாக அறையப்பட்டிருக்கும் வரைபடத்தின் முன் நின்றபடி ஜெனரல் விளக்கிக்கொண்டிருந்தார்: "ஃபெடரல்கள் நமக்குப் பின்னால் புரட்சியின் மூலம் விடுவித்த பகுதிகளில் பதிலடி கொடுக்க ஆயத்தமாகிக் கொண்டிருக்கிறார்கள். நமக்குப்பின்னால் தொடர்புகளைத் துண்டிப்பதே அவர்களது திட்டம். விடியலில் மலைமேலிருக்கும் ஒருகுழு கர்னல் ஹிமெனெஸ்சால் கைக்கொள்ளப்பட்ட நகரங்களிலிருந்து புகை எழுவதைப் பார்த்திருக்கிறார்கள். அது எனக்கு அறிவிக்கப்பட்டதுமே, கர்னல் ஒவ்வொரு நகரத்திலும் குவியல்களாக அட்டைகளையும் தண்டவாளக் கட்டைகளையும் சேகரித்தார். தாக்குதல் தொடுக்கப்பட்டால் நம்மை எச்சரிக்கும் விதமாக அதற்குத் தீயிடுவேன் என்று அவர் கூறியது என் நினைவுக்குவந்தது. அதுதான் நடந்திருக்கக்கூடும். நாம் இப்போது பிரிந்து செல்லவேண்டும். பாதிப்பேர் மலையினை அடுத்துள்ள பகுதிக்கு ஹிமெனெஸ்சுக்கு உதவ, மீதிப்பாதி நேற்று நாம் தோற்கடித்த குழுக்களின் மிச்சத்தை முடிக்க, தெற்கிலிருந்து மீண்டும் நமக்கு பெரிய ஆபத்துகள் ஏதுமில்லாததை உறுதிசெய்து கொள்ளவேண்டும். இங்கேயொரு சிறுபடை இருக்கும். ஆனால், அவர்கள் இதுவரை வரக்கூடும் என்று தோன்றவில்லை. மேஜர் கவிலான்... லெஃப்டினன்ட் அபாரிஸியோ... லெஃப்டினன்ட் க்ரூஸ்: நீங்கள் மீண்டும் வடக்குநோக்கிச் செல்லுங்கள்."

மதியநேரத்தில் ஆர்தேமியோ க்ரூஸ் மலைப்பகுதியின் சோதனைச்சாவடியைக் கடந்தபோது ஹிமெனெஸ்சின் நெருப்பு பலமிழந்து கொண்டிருந்தது. அந்த உயரத்திலிருந்து புகைவண்டியில் மக்கள் நிறைந்து வழிந்துகொண்டிருப்பதைப் பார்க்க முடியும்: சிறுவகை மற்றும் பெரிய பீரங்கிகள், வெடிபொருள் பெட்டிகள் மற்றும் இயந்திரத் துப்பாக்கிகளோடு ரயில் ஊதலொலி எழுப்பாமல் கிளம்பியது. குதிரைப்படைப் பிரிவு சரிவான பகுதிகளில்

சிரமத்தோடு இறங்கியது, ஃபெடரல்கள் மீண்டும் கைப்பற்றிய நகரங்களில் பீரங்கிகள் வெடிக்க ஆரம்பித்தன.

"வேகத்தை அதிகரிப்போம்" என்றான். "அவர்கள் இன்னும் குறைந்தது இரண்டு மணிநேரத்திற்கு வெடித்துக்கொண்டே இருப்பார்கள். அதன்பிறகு நாம் உளவுபார்க்க உள்ளே செல்வோம்."

ஏனென்று தெரியவில்லை, குதிரையின் குளம்புகள் தரையைத்தொட்ட கணத்திலிருந்து தலையைக் குனிந்தபடி, அவனுக்கு அளிக்கப்பட்ட உத்தரவான அவ்வரையறுக்கப்பட்ட பணியின் எண்ணமே அவனுக்கு இல்லை. நேர்மறையான சிந்தனையுடன் கொடுக்கப்பட்ட நோக்கத்தை நிறைவேற்றும் எண்ணத்தில் அவனோடு இருந்தவர்கள் மறைந்து, அவ்விடத்தில் ஒரு மென்மை, ஏதோ இழந்துவிட்டதுபோல உள்ளிருந்து புலம்பல், மீண்டும் ரெஹீனாவின் கைகளில் சென்று சேர்ந்து இவை அனைத்தையும் மறக்க வேண்டும் என்ற எண்ணம். கொழுந்துவிட்டுக் கொண்டிருக்கும் சூரியன் அருகிலுள்ள குதிரைப்படையை, தொலைவில் கேட்டுக்கொண்டிருக்கும் பீரங்கிகளின் வெடிச்சத்தத்தை மூழ்கடித்துவிட்டது போலிருந்தது: உண்மையான அவ்வுலகின் இடத்தில் இன்னொரு கனவுலகில் அவனும் அவனுடைய காதலும் வாழ உரிமையிருந்தது, அங்கேதான் அதைக் காப்பாற்றவும் அவர்களிடம் காரணம் இருந்தது.

"கடலுக்கு வெளியே கற்படகுபோல நீண்டிருக்கும் அந்தப் பாறையை உனக்கு நினைவிருக்கிறதா?"

அவன் மீண்டும் அவளைப் பார்த்தான். முத்தமிட ஏங்கினான். உறக்கத்திலிருந்து அவளை எழுப்பிவிடுவோமோ என்ற அச்சம், உற்றுப் பார்த்துக்கொண்டே இருப்பதால் அவள் அவனுடையவளாக்கிக் கொண்டிருக்கிறாள் என்ற நம்பிக்கை. ஒரேயொரு ஆண் மட்டுமே - அவன் நினைத்துக் கொண்டான் - ரெஹீனாவின் ரகசியச் சித்திரங்களுக்கு உடைத்தானவன்; அவனே அவளையும் ஆட்கொண்டவனாகவும் இருக்கிறான். அவளை ஒருபோதும் அவன் இழக்கமாட்டான். அவளைப்பற்றிச் சிந்திப்பதால் அவன் தன்னைக்குறித்தும் சிந்தித்தான். கைகள் கடிவாளத்தைக் கீழே விட்டன: அவனாகிய அனைத்தும், அவன் காதல் மொத்தமும், இரண்டும் சேர்ந்து இந்தப்பெண்ணின் தசைகளில் பொதியப்பட்டுள்ளது. என்னால் திரும்பிச்செல்ல முடிந்தால்... நான் அவளை எவ்வளவு நேசிக்கிறேன் என்று கூறமுடிந்தால்... என்

உணர்வின் ஆழங்களைத் தெரிவிக்க முடிந்தால்... ரெஹீனா அறிந்து கொள்வாள்...

குதிரை கனைத்துத் திமிறியது; அதன் மீதிருந்தவன் கீழே பாறைகள் மற்றும் முட்செடிகள் இருந்த நிலத்தில் விழுந்தான். ஃபெடரல்களின் எறிகுண்டுகள் குதிரைப்படையின் மீது மழையெனப் பொழிந்தன. அந்தப்புகையில் அவன் எழுந்தபோது, அவனது குதிரையின் மார்புப்பகுதி தீப்பிடித்து எரிந்து கொண்டிருக்கக் கண்டான். தீக்கொழுந்துகளைத் தடுத்த கேடயம். அவன் ஏறிவந்ததன் இறந்த உடலுக்கருகே அபத்தமாக ஐம்பதுக்கும் மேலான குதிரைகள் முன்னங்காலைத் தூக்கிக்கொண்டிருந்தன: வானத்தில் வெளிச்சமேதும் இல்லை; வானம் ஒருபடி கீழே இறங்கியிருந்தது. மேலும் அது ஆளுயரத்திற்கு முழுக்க வெடிமருந்தினால் ஆனது. அவன் தாழ்ந்திருந்த மரங்களை நோக்கி ஓடினான்: வெடித்துக் கிளம்பிய புகை அடர்த்தியற்ற கிளைகளை மறைத்தது. தொண்ணூறு அடிகள் தள்ளி, காடு தொடங்கியது; குட்டையாக இருந்தாலும் அடர்த்தியான காடு; குழப்பமான கத்தல் ஒலி அவன் காதுகளை அடைந்தது. ஓட்டுபவர் இல்லாத ஒரு குதிரையின் கடிவாளத்தைப் பற்றத் தாவினான். ஆனால் ஒருகாலை மட்டுமே அதன் முதுகில் வைக்கமுடிந்தது. குதிரையின் உடலுக்குப் பின்னே தன்னுடலை மறைத்துக்கொண்டு அதை விரட்டினான். குதிரை ஓட ஆரம்பித்ததும் தலைகீழாக, கலைந்த அவனது கேசங்களே கண்ணை மறைக்க, துணிச்சலோடு அதன் கடிவாளத்தையும் சேணத்தையும் பற்றிக் கொண்டிருந்தான். முடிவில் காலையின் கண்கூசும்ஒளி மறைந்தது; மிருகத்தின் தசையால் பகுதியளவு உருவான நிழல் அவனது கண்களைத் திறக்க அனுமதித்தது. உருண்டு சென்று ஒரு மரத்தில் மோதினான்.

மீண்டும் முன்பு உணர்ந்தது போலவே உணர்ந்தான். அவனைச்சுற்றிலும் போரின் குழப்பமான ஒலிகள், ஆனால் அவன் காதுகளை அடைந்த அருகாமை மற்றும் தூரத்து ஒலிகளுக்கிடையே இணைக்க முடியாத தூரம்: இங்கே மரக்கிளைகளின் மெல்லிய நடுக்கத்தையும் பல்லிகள் ஊரும் ஒலியையும் துல்லியமாகக் கேட்க முடியும். தனியாக, அடிமரத்தில் சாய்ந்தவாறு இருக்கும்போது இன்பமான, அமைதியான வாழ்க்கை குறித்த உணர்வு நரம்புகளில் தளர்வாக ஓடியதை உணர்ந்தான்: உடலின் சுகமான இருப்பு புரட்சிகரமான முயற்சிகளை எண்ணங்களவிலேயே மறைய வைக்கிறது. அவனது சிப்பாய்கள்? அவன் இதயம் பதற்றமின்றிச்

சீராகத் துடித்தது. அவர்கள் அவனைத் தேடிக்கொண்டிருப்பார்களா? அவனது கைகளும் கால்களும் மகிழ்வை, களங்கமின்மையை, களைப்பை உணர்ந்தன. உத்தரவிட அவன் இல்லாமல் அவர்கள் என்ன செய்வார்கள்? அவனது கண்கள் இலைகளாலான கூரையில் கண்ணுக்குத்தெரியாமல் பறந்த பறவையைத் தேடின. அவர்கள் ஒழுங்குணர்வை முழுவதுமாக இழந்துவிடுவார்களா? அவர்களும் தப்பியோடி நல்வாய்ப்பாக அமைந்த இக்காட்டில் ஒளிந்து கொள்வார்களா? ஆனால் அவனால் நடந்து மீண்டும் அந்த மலையைக்கடந்து செல்லமுடியாது. அவன் இங்கே காத்திருக்கத்தான் வேண்டும். அவன் கைது செய்யப்பட்டால்? அவனால் தொடர்ந்து சிந்திக்க இயலவில்லை: முனகலுடன் லெஃப்டினன்ட் முகத்தருகே இருந்த இலைகளை விலக்கி, ஒருவன் அவனது கைகளில் விழுந்தான். ஒருநொடி அவனது கைகள் விழுந்தவனை விலக்கிவிட்டாலும் பிறகு மீண்டும் கந்தலான துணியுடன் பிய்ந்து தொங்கும் சதையுடைய உடலைத் தாங்கியது.

காயம்பட்ட அவன் தன்னுடைய காம்ரேடின் தோள்களில் தலையைச் சாய்த்தான். "அவர்கள்... உண்மையிலேயே... மழையாகத்தான்... பொழிகிறார்கள்..."

சிதைக்கப்பட்ட கரத்தினை முதுகில் உணர்ந்தான். சொட்டிக்கொண்டிருக்கும் கோபமான குருதி அதைக் கறையாக்கிக் கொண்டிருந்தது. வலியில் சுளித்துக்கொண்டிருக்கும் முகத்தைப் பின்னுக்குத் தள்ள முயற்சி செய்தான்: தூக்கலான கன்ன எலும்புகள், திறந்த வாய், மூடிய கண்கள், கலைந்த மீசை மற்றும் தாடி, அவனைப்போன்றே குட்டையானது. பச்சை நிறக் கண்கள் மட்டும் இருந்தால் அவனுடைய இரட்டையாக இருப்பான்...

"வெளியேற வழியிருக்கிறதா? நாம் தோற்றுக் கொண்டிருக்கிறோமா? நம் குதிரைப்படை குறித்து ஏதேனும் தெரியுமா? அவர்கள் பின்வாங்கி விட்டார்களா?"

"இல்லை... இல்லை... அவர்கள்... முன்னேறிச் சென்றார்கள்."

காயம்பட்டவன் தனது பாதிக்கப்படாத கையினால் சுட்ட முயற்சி செய்தான் - மற்றது இயந்திரத் துப்பாக்கியால் சிதறடிக்கப்பட்டிருந்தது - அந்த முகச்சுளிப்பு அவனை நிலைப்படுத்தி வைத்திருக்கவும் இருப்பை நீட்டிக்கவும் உதவுவது போல அதை அப்படியே வைத்திருந்தான்.

"முன்னேறுகிறார்களா? எப்படி?"

"தண்ணீர், நண்பா... மோசமான நிலை..."

காயம்பட்டவனின் நினைவு தவறியது. வார்த்தைகளற்ற இரைஞ்சலால் நிறைக்கப்பட்ட விநோதமான பலத்தில் இருந்தான். லெஃப்டினன்ட் அவனது சிதைவுற்ற எடையைத் தன்னுடலில் தாங்கினான். பீரங்கி வெடிப்புகளின் நடுக்கம் மீண்டும் அவன் காதுகளை அடைந்தது. எதிர்பாராது வீசிய காற்று மரங்களின் நுனிகளை அசைத்தது. இயந்திரத் துப்பாக்கிகளின் ஓசை அமைதியை, மௌனத்தை மீண்டும் குலைத்தன. காயம்பட்டவனின் முழுமையான கையைப்பிடித்துத் தூக்கி தன்னுடலை அந்த உடலிலிருந்து விடுவித்துக் கொண்டான். அவன் தலையைத் தாங்கிப்பிடித்து வேர் முடிச்சுகளோடிருந்த தரையில் கிடத்தினான். தன்னுடைய நீர்ப்புட்டியை எடுத்து நீண்ட மிடறு ஒன்றை அருந்தினான். காயம்பட்டவனின் உதடுகளில் ஊற்றினான்: அது அவனது கரிபடிந்த கன்னங்களில் இறங்கியது. ஆனால் அவன் இதயம் இன்னமும் துடித்துக்கொண்டிருந்தது: அவனது மார்புக்கருகே முழந்தாளிட்டு அமர்ந்திருந்தவன் அது இன்னமும் எவ்வளவு நேரம் துடிக்கக்கூடுமென்று நினைத்துக்கொண்டான். காயம்பட்டவனின் உலோக வார்ப்பட்டையைக் கழற்றிவிட்டு அவன் உடலைத் திருப்பினான். வெளியே என்ன நடந்து கொண்டிருக்கிறது? யார் வெற்றிபெற்றுக் கொண்டிருக்கிறார்கள்? எழுந்து காயம்பட்டவனிடமிருந்து விலகி காட்டுக்குள் நடக்க ஆரம்பித்தான்.

நடந்து கொண்டிருக்கும்போதே தன்னுடலைத் தொட்டுக்கொண்டான். சிலசமயம் வழியில் தாழ்ந்திருந்த கிளைகளை விலக்கினாலும் எப்போதும் தன்னை உணர்ந்து கொண்டான். அவனுக்குக் காயமேதுமில்லை. அவனுக்கு உதவி ஏதும் தேவையில்லை. ஓர் ஓடைக்கருகில் நின்று தனது நீர்ப்புட்டியை நிரப்பிக்கொண்டான். ஒரு சிற்றோடை இந்த ஓடையிலிருந்து உருவாகி, பிறந்தவுடனேயே இறந்தது போல காட்டைத் தாண்டியதும் சூரிய ஒளியில் காணாமல் போனது. அணிந்திருந்த மேலாடையைக் கழற்றி இரண்டு கைகளையும் உபயோகித்து மார்பு, அக்குள், காய்ந்து எரிகின்ற தோள்கள், கைகளின் விரைப்பான தசைகள், வழுவழுப்பான பச்சை படர்ந்த தோல், காய்த்துப்போன இடங்கள் ஆகியவற்றை நனைத்துக்கொண்டான். தன்னுடைய பிம்பத்தை அவ்வோடையில்

பார்க்க விரும்பினான்.ஆனால் நுரைத்து ஓடிக்கொண்டிருந்த நீர் அதை இயலாமல் ஆக்கியது. இந்த உடல் அவனுடையதல்ல: ரெஹீனா இன்னுமொரு உடலை வசப்படுத்தியிருந்தாள்: அதை ஒவ்வொரு வருடலின்போதும் கோரியிருக்கிறாள். அது அவனுடையதே அல்ல. அதிகமும் அவளுடையது. அதை அவளுக்காக அவன் காப்பாற்ற வேண்டும். அவர்கள் எப்போதும் தனித்து ஒதுங்கி வாழ்வதில்லை; பிரிக்கும் சுவர்கள் தகர்ந்துவிட்டன; அவர்கள் இனி எப்போதைக்குமாக இருவரில் ஒருவர். இந்தப்புரட்சி முடிந்து விடும்; நகரங்களும் அதன் வாழ்வும் முடியக்கூடும். ஆனால் இதற்கு முடிவேயில்லை. இப்போது இது அவர்கள் வாழ்க்கை, அவர்கள் இருவருக்குமான வாழ்க்கை. முகத்தைத் துடைத்துக்கொண்டான். மீண்டும் சமவெளிக்குத் திரும்பினான்.

புரட்சியாளர்களின் தாக்குதல் சமவெளியிலிருந்து மலை மற்றும் காட்டினை நோக்கியிருந்தது. அவர்கள் அவனுக்கு அருகில் வேகமாக ஓடிக்கொண்டிருக்க அவன் திசைதெரியாமல் எரிந்துகொண்டிருந்த நகரங்களை நோக்கிச்சென்றான். குதிரையின் முதுகில் சாட்டைகள் வீசப்படும் ஒலி, துப்பாக்கிகளின் வெடியோசை, அவன் மட்டும் சமவெளியில் தனியாக நின்றான். ஏன் எல்லோரும் ஓடிக்கொண்டிருக்கிறார்கள்? அங்கிருந்து திரும்பி, தலையைப் பற்றிக்கொண்டான். ஒன்றும் புரியவில்லை. ஓரிடத்தைவிட்டு தெளிவான இலக்குடன் புறப்படுவதும் தொடர்பு அறுபடாமல் இருப்பதும் மிக முக்கியம்: அப்போது மட்டுமே என்ன நடக்கிறது என்று புரிந்துகொள்ள முடியும். ஒருநொடி கவன இழப்பு, போரின் அத்தனை சதுரங்க நகர்த்தல்களும் அறிவற்ற, புரிந்துகொள்ள முடியாத, சிதறிய, அபத்தமான நகர்வுகளுடைய விளையாட்டாகி விடும். புழுதியின் மேகம்... மிரட்சியடைந்த குதிரைகளின் ஓட்டம்... சிப்பாய்களின் கத்தலோடு கூடிய வெற்று வாள்வீச்சு... தொலைவில் நிற்கும் புகைவண்டி... நெருங்கிவரும் புழுதி மேகம்... ஒவ்வொரு நிமிடமும் மயக்கத்தில் இருக்கும் அவன் தலைக்கு அருகே வரும் சூரியன்... அவனது நெற்றியை சீவிச்செல்லும் வாள்... அவனைத் தரையில் தள்ளும்படியாக அருகில் விரைந்த குதிரை...

எழுந்தவுடன் நெற்றியில் காயம்பட்டிருப்பதை உணர்ந்தான். அவன் மீண்டும் அந்தக் காட்டிற்குள் செல்லவேண்டும்: பாதுகாப்பான ஒரே இடம் அதுதான். அவன் தடுமாறினான். சூரியன் அவனது பார்வையை உருக்கி, தொடுவானத்தை, காய்ந்த புற்களை, மலைகளின் வரிசையை மங்கலாக்கியது. மரங்களை நெருங்கியதும்

ஓர் அடிமரத்தைப் பிடித்தபடி நின்றான்; மேலுறையைக் கழற்றி சட்டையின் கைப்பகுதியைக் கிழித்து அதில் ஓரிடத்தில் துப்பி, அந்த ஈரமான பகுதியை சீவப்பட்ட நெற்றிக்காயத்தில் வைத்தான். கிழிந்த துணியை தலையைச்சுற்றிக் கட்டினான் - தலை வலியில் தெறித்துக் கொண்டிருந்தபோது யாருடைய காலடியோ பட்டுச் சுள்ளிகள் நொறுங்கின: அவ்வீரர்கள் புரட்சிப்படையைச் சேர்ந்தவர்கள், பின்னால் ஒரு உடலைச் சுமந்து வந்தார்கள், ரத்தத்தில் நனைந்த, உடைந்து சிதைந்த கைகளுடைய உடல்.

“இவனைக் காடுதொடங்கும் இடத்தில் கண்டெடுத்தேன். இறந்து கொண்டிருந்தான். அவர்கள் அவனது கையின் பெரும்பகுதியைச் சிதறடித்துவிட்டார்கள்... லெஃப்டினன்ட்.”

உயரமான, அடர்நிறத்திலிருந்த வீரன் முத்திரைச் சின்னம் தெரியும்வரை குனிந்தான். “என் தோளிலேயே இறந்துவிட்டான் என்று நினைக்கிறேன். இறந்தவனைப் போலத்தான் தெரிகிறான்.”

உடலைக் கீழே மரத்தண்டில் சாய்த்துவைத்தான். ஆர்தேமியோ கால்மணிநேரம், அரைமணிநேரம் முன்பு அதைத்தான் செய்தான். அந்த வீரன் தன் முகத்தைக் காயம்பட்டவனின் திறந்த வாய்க்கருகே கொண்டு வந்தான்; திறந்திருந்த வாய், தூக்கலான கன்ன எலும்புகள், பாதி மூடிய கண்கள் ஆகியவற்றைப் பார்வையிட்டான்.

“ஆம். இறந்து விட்டான். நான் மட்டும் சற்று முன்பு அங்கிருந்தால், ஒருவேளை அவனைக் காப்பாற்றியிருப்பேன்.”

இறந்தவனின் கண்களைத் தனது சதுரமான கையால் மூடினான். இடுப்பு வார்ப்பட்டையை மீண்டும் அணிவித்தான். தலைகுனிந்து தனது வெண்மையான பற்களுக்கிடையில் பேசினான்: “லெஃப்டினன்ட். இவனைப்போன்ற வீரர்களெல்லாம் இந்த உலகத்தில் இல்லையென்றால் நாம் என்ன ஆவோம்?”

அவன் அந்த வீரனிடமிருந்தும் இறந்தவனிடமிருந்தும் விலகி சமவெளியை நோக்கி ஓடினான். அதுவே சரியானது என்று தோன்றியது. அவனால் எதையும் கேட்க முடியவில்லை, பார்க்க முடியவில்லை என்றாலும், உலகம் அவனுக்கருகே ஒரு நிழலெனக் கடந்து சென்றாலும்கூட. போர் மற்றும் அமைதியின் அத்தனை சத்தங்களும் - பாடும் பறவைகள், காற்று, தொலைதூர உறுமல் - ஒன்றாகி, அனைத்து ஒலிகளையும் ஒன்று சேர்த்த வலுவற்ற ஒலி

துயரமாக மாறினாலும்கூட. ஒரு பிணத்தில் தடுக்கி விழுந்தான். காதைச் செவிடாக்கும் அனைத்து ஒலிகளையும் ஊடறுத்து அந்தக்குரல் கேட்பதற்குச் சில வினாடிகள் முன்பு ஏனென்று தெரியாமல் குனிந்தான்.

"லெஃப்டினன்ட்... லெஃப்டினன்ட் க்ரூஸ்."

ஒரு கரம் லெஃப்டினன்ட்டின் தோளைத் தொட்டது; அவன் முகத்தை நிமிர்த்தினான்.

"நீங்கள் மோசமாகக் காயமடைந்திருக்கிறீர்கள் லெஃப்டினன்ட். எங்களோடு வாருங்கள். ஃபெடரல்கள் ஓடிவிட்டனர். ஹிம்னெஸ் நகரத்தைத் தக்கவைத்துக்கொண்டார். ரியோ ஹோண்டோவிலுள்ள தலைமையகத்திற்கு எங்களோடு திரும்புங்கள். குதிரைப்படை உண்மையிலேயே சிறப்பாகச் செயல்பட்டது; உண்மையில் அவர்கள் தங்களைப் பலமடங்காகப் பெருக்கிக் கொண்டனர் என்றே கூறவேண்டும். வாருங்கள், நீங்கள் நல்ல நிலையில் இல்லை."

அவன் தோள்களை அணைத்தவாறு முணுமுணுத்தான்: "தலைமையகத்திற்குப் போகலாம்."

தொடர்பிழை அறுந்துவிட்டது. போர் எனும் புதிர்வழியின் ஊடாக வழிதவறிவிடாமல் கடந்து செல்ல உதவும் இழை. தொலைந்து விடாமல்: தனித்து விடப்பட்டு விடாமல். கடிவாளத்தை இழுத்துப் பிடித்துக்கொள்ளும் வலு அவனிடத்தில் இல்லை. ஆனால், அவள் காத்திருக்கும் பள்ளத்தாக்கினையும் போர் நடக்கும் சமவெளியையும் பிரிக்கும் மலைகளின் வழியாக அணிவகுத்து வந்தபோது அக்குதிரை மேஜர் கவிலானின் சேணத்தோடு பிணைக்கப்பட்டிருந்தது. இழை இப்போது பின் தங்கிவிட்டது. அங்கே கீழே, ரியோ ஹோண்டோ நகரம் மாறவேயில்லை: அன்று காலையில் அவன் விட்டுச்சென்ற, அதே குழப்பமான வகையில் அமைந்துள்ள வீடுகள், உடைந்த ஓடுகள், பச்சை செங்கற் சுவர்கள், இளஞ்சிவப்பு, சிவப்பு நிறத்தவை, கள்ளிவகைச் செடிகள் சூழ்ந்த வீடுகள். மலையிடுக்கின் பச்சைநிற உதடுகளுக்கு அருகே ரெஹீனா அவனுக்காகக் காத்திருக்கும் வீட்டை அவனால் கண்டுகொள்ள முடியும் என்று நினைத்தான்.

கவிலான் அவனுக்கு முன்னால் குதிரையில் கெச்சுநடையில் சென்று கொண்டிருந்தான். மதியநேரத்து நிழல் காயம்பட்டிருந்த இரண்டு வீரர்களின்மீதும் மலையின் உருவைப் போர்த்தியிருந்தது.

மேஜரின் குதிரை ஒரு கணத்திற்கு லெஃப்டினன்ட் சேர்ந்து கொள்வதற்காக நின்றது. கவிலான் ஒரு சிகரெட்டை நீட்டினான். தீக்குச்சி அணைந்ததுமே குதிரைகள் நடையை ஆரம்பித்தன. ஆனால் அதற்குள் மேஜரின் முகத்திலிருந்த வலியை அவன் கவனித்ததால் தலையைக் கவிழ்ந்துகொண்டான். அவன் அதற்குத்தான் தகுதியானவன். தாக்குதலின்போது அவன் தனித்துச்சென்ற உண்மை அவர்களுக்குத் தெரிந்திருக்கும். அவர்கள் அவனுடைய சின்னங்களை நீக்கிவிடுவார்கள். ஆனால் அவர்களுக்கு முழு உண்மையும் தெரியாது: அவன் தன்னைக் காப்பாற்றிக்கொள்ள நினைத்தது ரெஹீனாவின் காதலுக்குத் திரும்பத்தான் என்பது அவர்களுக்குத் தெரியாது. அவன் விளக்கினாலும் அவர்கள் புரிந்து கொள்ளப்போவதில்லை. அவன் அந்தக் காயம்பட்ட வீரனைக் கைவிட்டு வந்ததோ, முயற்சி செய்திருந்தால் அவனைக் காப்பாற்றியிருக்கலாம் என்பதோ அவர்களுக்குத் தெரியப்போவதில்லை. காயம்பட்டவனைக் கைவிட்டு வந்த குற்றவுணர்ச்சியை ரெஹீனாவின் மீது அவன் கொண்ட காதல் ஈடுசெய்யும். அது அப்படித்தான் இருக்கவேண்டும். தலையைக் குனிந்துகொண்டு வாழ்வில் முதல்முறையாகத் தான் அவமானம் என்ற உணர்வை அனுபவிப்பதை நினைத்துக்கொண்டான். அவமானம்: மேஜர் கவிலானின் தெளிவான நேரடிப்பார்வையில் தெரிவது அவமானம் அல்ல. அந்த அதிகாரி தன்னுடைய கலைந்த பொன்நிறத்தாடியை புழுதியாலும் சூரியனாலும் காய்த்திருந்த கையால் தேய்த்துக் கொண்டார்.

“எங்கள் உயிரைக் காப்பாற்றியதற்காக உங்களுக்கும் உங்கள் சிப்பாய்களுக்கும் கடன்பட்டிருக்கிறோம் லெஃப்டினன்ட். எதிரிகளின் முன்னேற்றத்தை நீங்கள்தான் தடுத்து நிறுத்தினீர்கள். ஜெனரல் உங்களை ஒரு கதாநாயகன் போல வரவேற்பார்... ஆர்தேமியோ... நான் உங்களை ஆர்தேமியோ என்று அழைக்கலாம்தானே?”

மேஜர் புன்னகைக்க முயற்சி செய்தார். மற்றொரு கையை லெஃப்டினன்ட்டின் தோள் மீது வைத்து வறட்சியாகப் புன்னகை செய்தார். “வெகுநாட்களாக அருகருகே இருந்து சண்டையிட்டுக் கொண்டிருக்கிறோம், ஆனால் பாருங்கள்: நாம் பெயரைச் சொல்லிக்கூட ஒருவரையொருவர் அழைப்பதில்லை.”

மேஜர் கவிலானின் கண்கள் பதிலை எதிர்பார்த்தன. இரவு அதன்

வடிவமற்ற படிகத்தோடு விழுந்து கொண்டிருந்தது. தொலைவில், இருளில் மறைந்தபடி, தனித்துவிடப்பட்ட கடைசிக் கீற்று மலைகளுக்குப் பின்னால் ஒளிர்ந்தது. தொலைவிலிருந்து மாலை வெளிச்சத்தில் பார்த்தால் தெரியாதவண்ணம் படைப்பிரிவிற்குள் நெருப்புகள் எரிந்து கொண்டிருந்தன.

"கயவர்கள்!" திடீரென்று மேஜர் கசப்பான குரலில் கூறினார். "பகல் ஒருமணிக்கு நகரத்தின் மீது திடீர்த் தாக்குதல் நடத்தினர். அவர்களால் தலைமையகத்தை நெருங்க முடியவில்லை. ஆனால் அவர்களின் வஞ்சத்தை வெளிப்புறப்பகுதிகளில் வைத்துத் தீர்த்துக்கொண்டனர் - அவர்களின் வழக்கமான வழிமுறை. நமக்கு உதவும் எந்த நகரத்தையும் பழிதீர்ப்பதென்று சத்தியம் செய்திருக்கிறார்கள். பத்து பிணைக்கைதிகளைப் பிடித்து வைத்துக்கொண்டு சரணடையாவிட்டால் அவர்களைத் தூக்கிலிடுவோம் என்று செய்தி அனுப்பினர். ஜெனரல் பீரங்கியால் பதில் அனுப்பினார்."

சிப்பாய்கள், மக்கள் மற்றும் தெருநாய்களால் சாலைகள் நிறைந்திருந்தன. குழந்தைகள் தெருநாய்களைப் போலவே வாசலில் நின்றுகொண்டு அழுதபடியிருந்தனர். சில நெருப்புகள் இன்னமும் எரிந்து கொண்டிருந்தன. தெருக்களில் பெண்கள் தாங்கள் காப்பாற்றி வைத்துள்ள பொருள்களின் அருகே மெத்தைகளில் அமர்ந்திருந்தனர்.

"லெஃப்டினன்ட் ஆர்தேமியோ க்ரூஸ்" சில சிப்பாய்களின் காதுகளுக்குக் கேட்கவேண்டுமென குனிந்து முணுமுணுத்தார் கவிலான்.

"லெஃப்டினன்ட் க்ரூஸ்" அந்த முணுமுணுப்பு சிப்பாய்களிடமிருந்து பெண்கள் வரை பரவியது.

மக்கள் அவ்விரு குதிரைகளுக்கும் வழிவிட்டனர்: மேஜரின் கரும்புள்ளிகளுடைய பழுப்புநிறக் குதிரை முண்டியடிக்கும் மக்கள் கூட்டத்தில் சற்றுப் பதற்றமாக முன்னேறியது; லெஃப்டினன்ட்டின் கருப்புப் பொலிக்குதிரை, நெற்றியைத் தாழ்த்தி முன்னாலுள்ள பழுப்புக் குதிரையின் வழிகாட்டலில் பின் தொடர்ந்தது. கைகள் நீண்டன: லெஃப்டினன்ட்டால் வழிநடத்தப்பட்ட குதிரைப்படை வீரர்கள். அவனை வாழ்த்தும் விதமாக அவர்கள் அவன் காலை அழுத்தினர்; துணிக்கிழிசலைத் தாண்டி ரத்தம் கசியும் நெற்றியைச் சுட்டிக்காட்டினர்; வெற்றிக்காக மெல்லிய குரலில் வாழ்த்தினர். அவர்கள் நகரத்தைத் தாண்டினர். மலையிடுக்கு அவர்களுக்குப்

பின்னால் கொட்டாவி விட்டுக்கொண்டிருந்தது. மரங்கள் காற்றில் ஆடிக்கொண்டிருந்தன. அவன் கண்களை உயர்த்தினான்: வெள்ளைநிற வீடுகளின் கூட்டம். சன்னல்களைத் தேடினான்; அவையனைத்தும் மூடிக்கிடந்தன. மெழுகுவர்த்தியின் ஒளி சிலவீடுகளின் வாயிலை நிறைத்தது; கருத்த பெண்கள் ரெபோஸோ அணிந்து குத்துக்காலிட்டு அமர்ந்திருந்தனர்.

"யாரும் அவர்களைக் கீழே இறக்காதீர்கள்!" லெஃப்டினன்ட் அபாரிஸியோ பின்னால் குதிரையிலிருந்து கத்தினான். இரைஞ்சலாக உயர்ந்த கைகளை குதிரைப்பிரம்பால் அடித்தான். "நாம் எல்லோரும் இதை எப்போதும் ஞாபகம் வைத்துக்கொள்ள வேண்டும்! எல்லோருக்கும் நாம் யாரோடு சண்டையிட்டுக் கொண்டிருக்கிறோம் என்பது தெரியவேண்டும்! அவர்கள், சாமானியர்கள் தங்கள் சகோதரர்களைக் கொல்லும்படி செய்கிறார்கள். நன்றாகப்பாருங்கள். இப்படித்தான் அவர்கள் யாக்கிகளைக் கொன்றார்கள். ஏனென்றால் யாக்கிகள் தங்களிடமிருந்து தங்களின் நிலங்கள் பறிக்கப்படுவதை விரும்பவில்லை. இதேபோலத்தான் ரியோ ப்ளாங்கா மற்றும் கெனானியாவில் பசியால் இறக்க விரும்பாத உழைப்பாளிகளைக் கொன்றார்கள். நாம் அவர்களை முதலில் அழிக்கவில்லையென்றால் நம் எல்லோரையும் இப்படித்தான் கொல்லப்போகிறார்கள். நன்றாகப் பாருங்கள்."

இளம் லெஃப்டினன்ட் அபாரிஸியோவின் விரல் மலையிடுக்கின் அருகிலிருந்த மரக்கூட்டங்களைச் சுட்டியது. பதப்படுத்தப்படாத கருங்கற்றாழைக் கயிறுகள் இன்னமும் கழுத்திலிருந்து ரத்தத்தை வெளியேற்றிக் கொண்டிருந்தன; ஆனால் திறந்த கண்களும் கருநீல நாக்குகளும் மலையிலிருந்து வீசுகின்ற காற்றில் மெதுவாக ஆடிக்கொண்டிருந்த தொய்ந்த உடல்களும் அவர்கள் இறந்துவிட்டதை உறுதி செய்தன. பார்வையாளர்களின் கண்கள் - சில இழப்புகளோடு, சில கோபத்தோடு, பெரும்பாலும் நம்பிக்கை-யின்மையை வெளிப்படுத்தும் மெல்லிய வெளிப்பாடுகளோடு, தீவிரமான வலியைச் சுமந்தபடி - மண் படிந்த ஹுவாராசீஸ்கள், ஒரு குழந்தையின் வெற்றுக்கால்கள், ஒரு பெண்ணின் கருப்புக் காலணிகளைப் பார்த்தபடி இருந்தன. அவன் இறங்கினான். அருகில் சென்றான். ரெஹீனாவின் கஞ்சியிட்ட பாவாடையைப் பற்றியபடி உடைந்த, கேவல் ஒலியை வெளிப்படுத்தினான்: அவன் ஆண் என்று உணர்ந்ததிலிருந்து முதன்முறையாக அழுகிறான்.

அபாரிஸியோ மற்றும் கவிலான் இருவரும் அவனை ரெஹீனாவின் அறைக்கு அழைத்துச் சென்றனர். அவனைப் படுக்கவைத்து, காயங்களைச் சுத்தம் செய்து, கிழிந்த துணியை எடுத்துவிட்டு கட்டுப்போட்டு விட்டனர். அவர்கள் சென்றதும் தலையணையை அணைத்தபடி தன் முகத்தை மறைத்துக்கொண்டான். தூக்கத்தைத் தேடினான், வேறெதுவும் வேண்டாம். ஒருவேளை தூக்கம் தங்களை மீண்டும் இணைக்கலாம். அவர்களை முன்பு போலவே ஆக்கலாம் என்று தனக்குள் ரகசியமாகக் கூறிக்கொண்டான். அது சாத்தியமற்றது என்று அவனுக்குத் தெரியும். அவளது ஈரமான கூந்தலை, மென்மையான உடலை, கதகதப்பான அவளது தொடைகளைத் தொடும்போது உணர்ந்ததைக் காட்டிலும் அவளது இருப்பைத் தீவிரமாக இந்த மஞ்சள்நிறக்கொசுவலை கொண்ட படுக்கையில் உணர்ந்தாலும்கூட. முன்பு எப்போதும் இருந்ததைக்காட்டிலும் இப்போதுதான் அவள் அங்கே இருந்தாள். முன்பு எப்போதையும்விட உயிர்ப்பாக அவ்விளைஞனின் வெறிகொண்ட மனதில் இருந்தாள். இன்னும் அதிகமாக, அவன் எப்போதும் நினைவுகூர்ந்ததை விட அவள் அவனுடையவளாகி இருக்கிறாள். இருப்பினும், அவர்களது குறுகியகாலக் காதலின்போது, இப்போதுபோல இவ்வளவு உணர்ச்சிமயமாக அவளது கண்களைப் பார்த்ததில்லை, அல்லது அவனால் ஒப்பிட முடிந்ததில்லை. ஒளிமிக்க இரட்டை - கரும் அணிகலன்கள், ஆழம், சூரியனுக்குக் கீழுள்ள அமைதியான கடல், அதன் ஆழம் என்பது மணற்துகள்கள் காலத்தில் கலந்தது போல, தசைமரத்திலிருந்து உருவான கருநிறச் செர்ரிப்பழங்கள் மற்றும் கொதிக்கும் பூமியின் உட்பகுதிகள். அவன் அதை ஒருபோதும் அவளுக்குச் சொன்னதில்லை. அதற்கு நேரமே இல்லை. அவர்களது காதல் குறித்து நிறைய விஷயங்களை அவளுக்குச் சொல்ல நேரமே இருந்ததில்லை. கடைசி வார்த்தைக்கும் நேரம் இல்லை. இருப்பினும் அவன் கண்களை மூடிக்கொண்டால் அவள் மீண்டும் வருவாள், முழுமையாக, அவனது விரல்களின் வழி வெளிப்படும் மூர்க்கமான வருடல்களால் உருக்கொள்வாள். சொல்லப்போனால் அவள் எப்போதும் அவனுக்கருகில் இருக்க அவன் நினைத்தால் போதுமானது. நினைவுகள் தனது இருப்பை வெகுகாலம் நீட்டிக்க முடியுமாவென யாருக்குத் தெரியும். அவர்களின் கால்களைப் பின்னிக்கொள்ள, காலையில் சன்னலைத் திறக்க, கூந்தலை வாரிக்கொள்ள, வாசனையை, சப்தங்களை, தொடுதலை புதுப்பிக்க முடியுமா தெரியவில்லை. எழுந்து அமர்ந்தான். இருளில் மெஸ்கால்[11] புட்டியைத் தேடியெடுத்தான். ஆனால் எல்லோரும் கூறுவதுபோல்

அவனுக்கு அது மறக்க உதவவில்லை; நினைவுகளின் ஓட்டத்தைத் துரிதமாக்கியது.

அந்த மது அவனது வயிற்றில் தீமூட்டிக் கொண்டிருக்கும் வேளையில் அந்தப்பாறை இருக்கும் கடற்கரைக்குச் செல்வான். அவன் திரும்பிச்செல்வான். எங்கே? எப்போதுமே இருந்திராத அந்தக் கற்பனைக்கடற்கரைக்கா? அன்புக்குரியவளின் பொய்க்கா, நிம்மதியாக, குற்றமற்றவனாக, நிச்சயமாகக் காதலில்தான் இருக்கிறோம் என்று அவன் உணரவேண்டுமென்பதற்காக அவள் உருவாக்கிய கடற்கரையில் சந்தித்ததான புனைவுக்கா? அவன் மஸ்கால் புட்டியைத் தரையில் எறிந்தான். மஸ்கால் அதற்குத்தான் நல்லது: பொய்களை அழிக்க. அதுவொரு அழகான பொய்.

"நாம் எங்கே சந்தித்தோம்?"

"உனக்கு நினைவில்லையா?"

"இல்லை, நீயே சொல்."

"உனக்கு அந்தக் கடற்கரை நினைவில்லையா? நான் தினமும் மதியநேரத்தில் அங்கு செல்வேன்."

"இப்போது நினைவுக்கு வந்துவிட்டது. நீ உன்னுடைய பிரதிபலிப்புக்கு அருகில் என்னுடைய பிம்பத்தைப் பார்த்தாய்."

"ஞாபகம் வைத்துக்கொள்: மேலும் அதன்பிறகு உன்னுடைய பிம்பம் அருகிலின்றி என்னுடையதைப் பார்க்க நான் விரும்பவில்லை."

"ஆம், எனக்கு நினைவிருக்கிறது."

அவன் அந்த அழகான பொய்யை எப்போதைக்குமாக நம்பவேண்டியிருந்தது, கடைசிவரை. அது உண்மையில்லை. தெருவில் நடந்துசெல்லும் விழிப்பாயிராத பெண்ணைத் தேடி மற்ற பல நகரங்களுக்குச் சென்றதுபோல அவன் சினலோவாவுக்குச் செல்லவில்லை. பதினெட்டு வயதுப்பெண்ணைக் கட்டாயப்படுத்தி குதிரையில் ஏற்றி, கடற்பகுதியிலிருந்து தொலைவில் உள்ள அதிகாரிகளின் குடியிருப்பில் அமைதியாக, பாலியல் வன்முறை செய்யப்பட்டதும் அவள் அப்போது தனது முகத்தைத் திருப்பிக்கொண்டு முட்கள் நிறைந்த, வறண்ட மலைகளைப்

பார்த்துக்கொண்டிருந்ததும் உண்மையில்லை. அவன் அதே அமைதியில் அவளால் மன்னிக்கப்பட்டது, ரெஹீனாவின் பெருந்தன்மையால் மன்னிக்கப்பட்டது உண்மையில்லை. போராட்டம் இன்பத்திற்கு வழிவிட்டது. எந்தவொரு ஆணையும் தொட்டிராத கரங்கள் ஆசையோடு முதல்முறையாக அவனைத் தொட்டது. நேற்று இரவு போலவே ஈரமான அவளது வாய் இன்னும் இன்னும் என்று உச்சரித்தது. அவளுக்கு அது பிடித்திருந்தது. அவனோடு அதைச்செய்வது பிடித்திருந்தது. அவளுக்கு இன்னும் தேவைப்பட்டது. அவ்வளவு மகிழ்ச்சியைக் கண்டு அவள் பயந்தாள். ரெஹீனா, கனவுகள் நிறைந்த, தீவிரமான கண்கள் கொண்டவள். எவ்வாறு தனது இச்சைகுறித்த உண்மையை ஏற்றுக்கொண்டு, அவனை நேசிப்பதை ஒப்புக்கொண்டாள்; அவன் அவளை நேசிக்கத்தொடங்கியதும் அவன் அவமானமாக உணர்ந்ததற்காக எவ்வாறு அந்தக்கடல் மற்றும் அமைதியான நீரில் பிரதிபலித்த முகம் குறித்த கதையை உருவாக்கினாள். ரெஹீனா, பரத்தை, சுவையான பண்டம், ஆச்சரியங்கள் நிறைந்த தூய ஆன்மா, குற்றங்குறை இல்லாத பெண், தீர்ப்பிடல்கள் இல்லாதவள். சலிப்புத்தரும் வகையில் இருப்பது எப்படியென அவளுக்குத் தெரியாது; அவள் ஒருபோதும் அவனை எரிச்சலூட்டும் வகையில் வேதனையான முறையிடல்களைக் கூறியதில்லை. அவள் எப்போதும் இங்கே இருந்தாள். ஒரு நகரத்தில் இல்லாவிட்டால் அடுத்த ஒன்றில். இப்போது அந்தக் கயிற்றில் தொங்கிக் கொண்டிருக்கும் செயலற்ற உடல் எனும் புனைவு மறைந்துவிடும். அவள் ஏற்கெனவே இன்னொரு நகரத்தில் காத்திருப்பாள். அவள் இப்போதுதான் சென்றிருப்பாள். ஆம்: எப்போதும்போல. அவள் அவனைத் தொந்தரவுசெய்யாமல் தெற்குப்பக்கம் சென்றிருப்பாள். ஃபெடெரல்களின் எல்லைகளைக்கடந்து அடுத்த நகரத்தில் சிறிய அறையொன்றைக் கண்டடைவாள். ஆம்; ஏனென்றால் அவனில்லாமல் அவளால் வாழமுடியாது அல்லது அவனாலும் அவளில்லாமல். ஆம், இது எளிமையானதுதான், கிளம்பவேண்டும், குதிரையில் ஏறவேண்டும், துப்பாக்கியை எடுத்துக்கொள்ள வேண்டும், தாக்குதல் தொடுக்கவேண்டும், ஓய்வெடுக்க அடுத்த நகரத்தில் அவளைத்தேடிக் கண்டுபிடிக்க வேண்டும்.

இருட்டில் தனது மேலாடையை உணர்ந்தான். தோட்டாக்களடங்கிய வார்ப்பட்டையை மார்புக்குக் குறுக்காக அணிந்து கொண்டான். வெளியே அந்த அமைதியான கருப்புக் குதிரை ஒரு கம்பத்தில் கட்டப்பட்டிருந்தது. தூக்கிலிடப்பட்ட

உடல்களைச் சுற்றி மக்கள் இன்னமும் குழுமியிருந்தார்கள். ஆனால் அவன் அந்தத்திசையில் பார்க்கவே இல்லை. குதிரையில் ஏறி தலைமையகத்தை நோக்கிச்சென்றான்.

"அந்த வேசிமகன்கள் எந்தப்பக்கம் சென்றனர்?" காவலுக்கிருந்த வீரன் ஒருவனிடம் கத்தினான்.

"அவர்கள் மலையிடுக்கின் அந்தப்பக்கம் இருக்கின்றார்கள், சார். அநேகமாக பாலத்திற்கு அடுத்து உதவிக்காகக் காத்திருக்கலாம். இந்நகரத்தை மீண்டும் தாக்குவார்கள் என்று தெரிகிறது. உள்ளே வந்து ஏதேனும் சாப்பிடுங்கள்."

அவன் இறங்கினான். முற்றத்தில் இருந்த வளர்ப்புத்தீ வழியாக மெதுவாக நடந்தான். சம்மணமிட்ட கால்களுடன் மண் குடுவைகளின் ஒலி. ஒரு பெண்ணின் கைகள் மாவினை அறைந்து பிணையும் ஓசை அதிகரித்தது. கொதித்துக்கொண்டிருந்த கஞ்சியில் பெரிய கரண்டியை நுழைத்தான். சிறிது வெங்காயம், மாவாக்கப்பட்ட மிளகாய் மற்றும் ஆர்கனோவில் சிறிது. வடக்குப்பாணியில் செய்யப்பட்ட புதிய, பன்றியின் கால்கள் மற்றும் கடினமான தொர்தியா ரொட்டியை மென்றான்; உயிர்ப்பாக உணர்ந்தான்.

தலைமையகத்தின் வாயிலில் ஒளியூட்டிக்கொண்டிருந்த பந்தத்தை துருப்பிடித்திருந்த வளையத்திலிருந்து எடுத்தான். காலணியின் குதிமுள்ளை குதிரையின் பக்கவாட்டில் பதித்தான். தெருவில் நடந்து கொண்டிருந்தவர்கள் அவன் வழியிலிருந்து தவ்வி விலகினார்கள். எதிர்பாராததால் குதிரை முன்னங்காலைத் தூக்க முயற்சி செய்தது. ஆனால் அவன் லகானை இறுகப் பற்றிக்கொண்டு, குதிரையைத் துருத்தினான், முடிவில் அக்குதிரை அவனைப் புரிந்துகொண்டது என்று உணர்ந்தான். அது இனி அன்று மதியம் அலைபாயும் மனதோடு மலையைக் கடந்த காயம்பட்ட வீரனது குதிரையல்ல, அதுவும் இப்போது வேறு குதிரைதான்: அது புரிந்துகொண்டது. அவன் புரிந்துகொள்வதை உறுதி செய்யவேண்டி தனது பிடரி மயிரை அசைத்தது: அது போர்க்குதிரை, அதன் ஓட்டுபவனைப்போலவே தீவிரம் அதற்குமுண்டு. நகரத்தின் வழியாக மலையிடுக்கைத் தாண்டியுள்ள பாலத்திற்குச் செல்லும் சாலையை வெளிச்சமாக்கும் பொருட்டு பந்தத்தை உயர்த்திப் பிடித்தான்.

பாலத்தின் தொடக்கத்தில் இன்னொரு வளர்ப்புத்தீ தெரிந்தது. ஃபெடரல்களின் தொப்பிகள் வெளிறிய சிவப்பில் ஒளிர்ந்தன.

கருப்புக்குதிரையின் குளம்புகள் பூமியின் அத்தனை வேகத்தையும் கொண்டிருந்தன. புற்களை, புழுதியை, முட்களைச் சிதறடித்து உயர்த்திப்பிடித்த பந்தத்திலிருந்து தெறிக்கும் தீப்பொறிகளால் செல்தடத்தை உருவாக்கியபடி விரைந்தது. பாலத்தின் தூபிக்கருகில் அவன் தன்னை எறிந்துகொண்டான். வளர்ப்புத் தீயைத் தாண்டி, வியப்படையும் கண்கள், கரும் கழுத்துகள், புரிந்துகொள்ளாமல் இருந்த உடல்களூடே துப்பாக்கியைச் செலுத்தினான். அவன் மட்டுமே இருக்கிறான் என இருளில் கணிக்க முடியாத பீரங்கிகளைத் திருப்பிவிட்டான். தெற்கு நோக்கிச்செல்லும் ஒரு குதிரை வீரன், அடுத்த நகரத்திற்கு, அங்கே அவனுக்காக யாரோ காத்துக் கொண்டிருக்கிறார்கள்...

"விலகிப்போங்கள், பெட்டைநாயின் மகன்களே!" அவன் ஒருவனின் குரல் ஆயிரம் குரல்களாக ஒலித்தது.

வேதனை மற்றும் வெறியின் குரல், துப்பாக்கியின் குரல், வெடிபொருள் உள்ள பெட்டிகளைப் பற்றவைத்து, பீரங்கிகளைச் சிதறடித்து, ஓட்டுபவர்கள் இல்லாத குதிரைகளை விரட்டி, குரல்களை இழந்த நகரத்தில் எதிரொலிக்கும் கனைப்புகள், அழைப்புகள், துப்பாக்கி வெடிப்புகளின் பெருங்குழப்பங்களுக்கு நடுவே, சிவப்புநிற தேவாலயத்தில் ஒலிக்கத் தொடங்கும் மணியின் ஒலி, புரட்சிப்படையினரின் குதிரைகளுக்கு அஞ்சும் நிலத்தின் துடிப்புகள், இப்போது அது பாலத்தைத் தாண்டிவந்து அழிவுகளை, செல்தடத்தை, பற்றவைக்கப்பட்ட நெருப்பைப் பார்க்கிறது. ஆனால் ஃபெடரல்களையோ அல்லது லெஃப்டினன்ட்டையோ அங்கே காணவில்லை, அவன் தெற்குநோக்கி பந்தத்தை உயர்த்தியபடி, அவனது குதிரையின் கண்கள் ஒளிரச்செல்கிறான்: தெற்கு நோக்கி, கையில் அந்த இழையுடன், தெற்கு நோக்கி.

நான் பிழைத்துக்கொண்டேன். ரெஹீனா. உன் பெயர் என்ன? இல்லை. நீ, ரெஹீனா. உன் பெயர் என்ன, பெயரற்ற வீரனே? நான் பிழைத்துவிட்டேன். நீங்கள் எல்லோரும் இறந்துவிட்டீர்கள். ஆஹ், அவர்கள் என்னை அமைதியில் இருக்க விட்டுள்ளனர். நான் உறங்குவதாக நினைக்கின்றனர். நான் உன்னை நினைவுபடுத்திக்கொண்டேன். உன் பெயரையும் நினைவுபடுத்திக்கொண்டேன். ஆனால் உனக்கென்று பெயரில்லை. இருவரும் என்னை நோக்கி வருகின்றனர். கைகளைப் பிணைத்தவாறு, அவர்களின் பிச்சைப்பாத்திரம் ஒன்றுமற்று இருக்கிறது. என்னைச் சம்மதிக்கச் செய்ய முடியுமென்ற நம்பிக்கையில்,

என் கருணையைத் தூண்டும் முடிவில். ஓஹ், இல்லை. என் வாழ்க்கைக்காக நான் உங்களுக்குக் கடன்பட்டவனில்லை. நான் என்னுடைய செருக்கிற்குக் கடன்பட்டுள்ளேன், கேட்கிறாயா? நான் என்னுடைய செருக்கிற்குத்தான் கடன்பட்டுள்ளேன். ஒரு சவாலை ஏற்றேன். துணிந்தேன். ஒழுக்கம்? பணிவு? அறமா? ஆஹ், அதெல்லாம் இல்லாமலும் வாழலாம், நிச்சயமாக வாழலாம். ஆனால் செருக்கின்றி வாழமுடியாது அறமா? அதனால் என்ன நன்மை? பணிவா? கதலீனா நீ என் பணிவை என்ன செய்திருப்பாய்? அதை நீ என் ஏளனத்தை வெற்றிகொள்ளப் பயன்படுத்துவாய், என்னைக் கைவிட்டிருப்பாய். உன்னை நீயே மன்னித்துக்கொள்வாய் என்று எனக்குத்தெரியும், அந்தச்சடங்கின் புனிதத்தைக் கற்பனை செய்துகொள்வாய். ஹா. இந்தப்பணம் மட்டும் என்னிடம் இல்லையென்றால் என்னை விவாகரத்துச் செய்ய ஒரு நொடிகூட தாமதித்திருக்க மாட்டாய். நீ, தெரேசா, நான் உன்னை ஆதரிக்கிறபோதே என்னை வெறுத்து இகழ்வாய் என்றால், துன்பத்தில் என்னை எப்படியெல்லாம் வெறுத்திருப்பாய், ஏழ்மையில் என்னை எப்படியெல்லாம் இகழ்ந்திருப்பாய்? என் சுயநீதித்தனம், செருக்கின்றி உன்னைக் கற்பனை செய்துபார், நகரத்தின் அனைத்து மூலைகளிலும் எப்போதும் பேருந்துக்காகக் காத்துக்கொண்டிருப்பாய்; அந்தக் கால்வலியோடு கூட்டத்தில் தொலைந்திருக்கும் உன்னை நினைத்துப்பார்; ஏதேனும் ஒரு கடையிலோ, அலுவலகத்திலோ வேலை செய்பவளாக, தட்டச்சு செய்துகொண்டு, பொட்டலங்களைக் கட்டிக்கொண்டு இருப்பதைக் கற்பனைசெய். தவணை முறையில் ஒரு கார் வாங்குவதற்காக சேமித்துக்கொண்டிருப்பவளாக, உன் கனவுகளைத் தக்கவைக்க கன்னியிடம் மெழுகுவர்த்தியை ஏற்றுபவளாக, ஒரு துண்டு நிலத்திற்கு மாதத்தவணை கட்டிக்கொண்டிருப்பவளாக, ஒரு குளிர்சாதனப்பெட்டிக்காகப் பெருமூச்சு விடுபவளாக; சனிக்கிழமைகளில் பக்கத்தில் உள்ள திரையரங்கில் கடலையைக் கொறித்தபடி அமர்ந்து, காட்சி முடிந்ததும் வாடகை வண்டிக்குக் காத்துக்கொண்டு, மாதம் ஒருமுறை மட்டுமே வெளியில் சாப்பிடுபவளாக உன்னைக் கற்பனை செய்துபார்; தன்னை உயிர்ப்பாக உணரவேண்டி மெக்சிகோவைப்போல வேறு நாடில்லை என்று கத்தவேண்டியவளாக உன்னை சிந்தித்துப்பார்; உன்னை உயிர்ப்போடு உணருவதற்காக செரேப்புகள், கேன்டின்ஃப்லாஸ் திரைப்படம், மரியாச்சியின் இசை மற்றும் மோலே போப்லான் உணவுக்காக பெருமிதப்படவேண்டிய நிலையை சிந்தித்துப்பார், ஹா ஹா ஹா; உன்னை உயிரோடு வைத்திருக்க மரபுகள்,

புனிதப்பயணங்கள், பிராத்தனையின் பலாபலன்களை நம்பவேண்டும்.

இறையே நான் தகுதியற்றவன்...

“சியர்ஸ். முதல் விஷயம், அமெரிக்க வங்கிகள் பசிஃபிக் ரயில்பாதைக்காக வழங்கி வந்த அனைத்துக் கடன்களையும் நிறுத்துவதென முடிவுசெய்துள்ளன. ரயில்துறை ஒவ்வொரு வருடமும் இந்தக் கடன்களுக்கு எவ்வளவு வட்டி செலுத்துகிறதென்று தெரியுமா? முப்பத்தி-ஒன்பது மில்லியன் பெசோக்கள். இரண்டாவது, இந்த ரயில்பாதைச் சீரமைப்புத் திட்டத்தில் உள்ள அனைத்து ஆலோசகர்களையும் பணிநீக்கம் செய்ய விரும்புகின்றனர். இதில் நாங்கள் சம்பாதிப்பது எவ்வளவு என்று உங்களுக்குத் தெரியுமா? வருடத்திற்கு பத்து மில்லியன். மூன்றாவது, ரயில் பாதைக்காகக் கொடுக்கப்படும் இந்தக் கடன்களை நிர்வகிக்கும் எங்கள் எல்லோரையும் நீக்க விரும்புகின்றனர். போனவருடம் இதில் நீ எவ்வளவு சம்பாதித்தாய், நான் எவ்வளவு சம்பாதித்தேன் என்று தெரியுமா?

“ஆளுக்கு மூன்று மில்லியன் பெசோக்கள்...”

“மிகச்சரி. விஷயம் அத்தோடு முடியவில்லை. எனக்கு ஒரு உதவி செய்யவேண்டும். ‘தேசிய பழவிற்பனை விரைவுச்சேவை’க்கு ஒரு தந்தி அனுப்புங்கள். இந்தக் கம்யூனிசத் தலைவர்கள் குளிர்பதனம் செய்யப்பட்ட வாகனங்களை வாடகைக்கு எடுப்பதை நிறுத்தும் எண்ணத்தில் இருக்கிறார்கள். வருடத்திற்கு இருபது மில்லியன் பெசோக்களை அந்நிறுவனம் இதற்குச்செலவழிக்கிறது. இதில் நமக்கு நல்ல தரகுத்தொகை கிடைக்கும். சியர்ஸ்.”

“ஹா, ஹா. அனைத்தையும் விளக்குவதற்கு அதுதான் வழி. முட்டாள்கள். அவர்களின் விருப்பங்களை நான் காப்பாற்றவில்லை என்றால்... முட்டாள்கள். ஓ, இங்கிருந்து எல்லோரும் வெளியே செல்லுங்கள். நான் கேட்க வேண்டும். நீங்கள் என்னைப் புரிந்து கொள்ளவில்லையா என்று பார்ப்போம். இதுபோல ஒரு கை வளைந்திருப்பதென்றால் என்ன என்று உங்களுக்குப் புரியவில்லையா என்று பார்ப்போம்...”

“உட்கார் பேபி. இன்னும் சிறிதுநேரத்தில் உன்னிடம் வருகிறேன். டயஸ்: கிளர்ச்சியாளர்களுக்கு எதிராக போலீஸின் அடக்குமுறை குறித்து செய்தித்தாளில் ஒருவரிகூட வரக்கூடாது.”

“ஆனால் சார், யாரோ இறந்திருக்கிறார்கள். தவிரவும் அது நடந்தது நகரத்தின் மத்தியில். இது மிகவும் கடினமாக...”

“இல்லை, இருக்காது. இந்த உத்தரவு மேலிடத்திலிருந்து வந்திருக்கிறது.”

“ஆனால் எதிரணியின் செய்தித்தாள்களில் ஒன்று அதைப் பிரசுரிக்கப்போகிறது என்று தகவல்.”

“உனக்கு என்ன ஆனது? நான் உனக்குச் சம்பளம் கொடுப்பது சிந்திக்கத்தானே? உனக்குத் தகவல் அளிப்பவருக்குப் பணம் கொடுப்பதும் சிந்திக்கத்தானே? மாவட்ட வழக்கறிஞர் அலுவலகத்திற்கு அழைத்து அந்தச் செய்தித்தாளை மூடச்சொல்லுங்கள்...”

நான் எவ்வளவு குறைவாக சிந்திக்க வேண்டியுள்ளது. ஒரு பொறி. இந்த மிகப்பெரிய, சிக்கலான வலைப்பின்னலை உயிரூட்ட சிறுபொறி. மற்றவர்களுக்கோ ஒரு மின்னுருவாக்கியே தேவைப்படும். ஆனால் எனக்கது தேவையில்லை. நான் இருண்ட நீரில் படகினைச்செலுத்த, வெகு தொலைவுக்குத் தொடர்புகொள்ள, எதிரியை விரட்ட வேண்டியுள்ளது. ஆம். இதை வெளியே அனுப்பு. எனக்கு ஆர்வமில்லை.

“மரியா லூயிசா. இந்த ஹுவான் ஃபெலிப்பே கோத்தோ வழக்கம்போல தன்னுடைய கால்சராயை மீறி வளர்கிறான்... அவ்வளவுதான் டயஸ். அன்பே, கொஞ்சம் தண்ணீர் கொடு. என்ன கூறிக் கொண்டிருந்தேன் என்றால், அவன் தன்னுடைய கால்சராயைத் தாண்டி வளர்ந்து கொண்டிருக்கிறான். ஃபெதேரிகோ ரோப்லிஸ் போல, ஞாபகமிருக்கிறதா? ஆனால் நான் இருக்கும்போது அவர்களால் அது முடியாது...”

“எப்போது தாக்கலாம் கேப்டன்?”

“என்னுடைய உதவியால் சொனோராவில் நெடுஞ்சாலையைக் கட்டமைக்கும் சலுகையைப் பெற்றான். மேலும் அத்திட்டத்தின் அசல் மதிப்பைக்காட்டிலும் மூன்று மடங்கு நிதியைப்பெறவும் அவனுக்கு உதவினேன். ஏனென்றால் அரசிடமிருந்து நான் வாங்கிய புன்செய் வகுப்பு நிலங்கள் வழியாக அந்தச்சாலை செல்லும் என்பதால். ஆனால் இப்போதுதான் தெரிந்தது, அந்த புத்திசாலி அங்கேயும் சில நிலங்கள் வாங்கியிருக்கிறான். எனவே சாலை

அவனுடைய சொத்து வழியாகச் செல்லும்படி மாற்றுகிறான்...”

“பன்றிப்பயல்! பார்த்தால் நல்லவன் போலத் தெரிகிறான்.”

“எனவே அன்பே, அவனைப்பற்றி சிறிய பத்தியொன்று எழுது. இந்த மக்கள் மத்தியில் செல்வாக்குள்ள அப்பிரபலத்திற்கு நடக்கவிருக்கும் விவாகரத்து குறித்து எழுது. இப்போதைக்கு மிதமாகச் செல். சிறிய அளவில் பயம் காட்டினால் போதுமானது.”

“நம்மிடம் கோத்தோ கேபரேவில் பொன்நிறத்தலைமுடி கொண்ட ஒரு பெண்ணுடன் இருக்கும் புகைப்படங்கள் உள்ளன, அது நிச்சயமாக திருமதி.கோத்தோ அல்ல.”

“அதை ஒதுக்கி வை. அவன் நேராகவில்லையென்றால் பார்க்கலாம்.”

கடற்பஞ்சின் மூலக்கூறுகள் ஒன்றோடொன்று இணைந்தவையல்ல என்பார்கள் எனினும் அவை ஒன்றுதான்: அப்படித்தான் கூறுகிறார்கள். எனக்கு ஞாபகம் இருக்கிறது, ஏனென்றால் அது கிழிக்கப்பட்டால் அந்தத் துண்டுகள் மீண்டும் ஒட்டிக்கொள்ளும் என்றார்கள். கடற்பஞ்சு எப்போதும் தனது ஒற்றுமையை இழப்பதில்லை. அது மீண்டும் தன் மூலக்கூறுகள் சேர்ந்து கொள்ளும் வழியைக் கண்டுகொள்கிறது. அது எப்போதும் இறப்பதில்லை. அது ஒருபோதும் இறப்பதே இல்லை.

“அன்று காலை அவனுக்காக மகிழ்ச்சியோடு காத்துக்கொண்டிருந்தேன். குதிரையில் ஏறி ஆற்றைக் கடந்து சென்றோம்.”

“நீ அவன் மீது அதிகாரம் செலுத்தி என்னிடமிருந்து அவனை அபகரித்தாய்.”

பெண்களின் தெளிவற்ற குரல்களுக்கிடையே அவன் நின்றுகொண்டு கரங்களால் அவர்களை அணைத்தபடி இருக்கிறான். நான் அந்தத் தச்சனைப்பற்றிச் சிந்திக்கிறேன். பிறகு அவன் மகனைப்பற்றி, அவனுடைய பன்னிரு மக்கள் தொடர்புப் பிரிவு ஆட்களோடு அவனை சுதந்திரமான பறவையைப்போலப் போகவிட்டிருந்தால் என்ன ஆகியிருக்கும் என்று யோசிக்கிறேன். அவனுடைய அதிசயங்கள் குறித்த கதைகளிலிருந்து விலகி, இலவச உணவு மற்றும் இலவசப்படுக்கையைப் புனித சூனியக்கார மருத்துவர்களோடு

பகிர்ந்துகொண்டு, முதுமையின் மறதி அவனை தோல்வியடையச் செய்யும்வரை இருந்திருப்பான். கதலீனா மற்றும் தெரேசா மற்றும் ஜெரார்தோ மூவரும் சாய்வு நாற்காலியில் அறையின் கோடியில் அமர்ந்திருக்கின்றனர். பாதிரியை அழைப்பதற்கு, என் மரணத்தைத் துரிதப்படுத்துவதற்கு, என்னிடமிருந்து வாக்குமூலங்களைப் பெறுவதற்கு எவ்வளவு நேரம்தான் எடுத்துக்கொள்வார்கள்? ஓஹ், அவர்கள் எப்படித் தெரிந்துகொள்ள விரும்புவார்கள். என்னவொரு மகிழ்ச்சிய நான் அடையப்போகிறேன். என்ன மகிழ்ச்சி, என்ன மகிழ்ச்சி. கதலீனா, நீ எப்போதும் என்னிடம் கூற இயலாததைக் கூறும் திறன் வரப்பெறுவாய். ஒருவேளை அது என்னை மென்மையாக்கும் எனில் உனக்கும் உன்னைப்பற்றித் தெரியும். ஆஹ், ஆனால் நீ என்ன தெரிந்து கொள்ள விரும்புவாய் என்று எனக்குத் தெரியும். உன் மகளின் நெரிகின்ற முகம் அதை மறைக்கவில்லை. அந்தப் பரிதாபகரமான முட்டாள் என்னிடம் வந்து இரைய ஆரம்பித்துவிடுவான். கடைசியாக இதிலிருந்து ஏதாவது தேற்ற முடியுமா என்று முயற்சி செய்வான். ஆஹ், என்னைப்பற்றி எவ்வளவு குறைவாகத் தெரிந்துவைத்திருக்கிறார்கள். இதுமாதிரியான செல்வவளம் இம்மூன்று மோசடிக்காரர்களிடையே சென்று வீணடிக்கப்படும் என்று நம்புகிறார்களா, மூன்று பறக்கத்தெரியாத வௌவால்களிடையே? இறக்கைகள் இல்லாத மூன்று வௌவால்கள்: மூன்று எலிகள். என்னை அலட்சியம் செய்தவர்கள். ஆம். பிச்சைக்காரர்களாக இருப்பதன் வெறுப்பைத் தம்மிலிருந்து விலக்க இயலாதவர்கள். தங்களை மூடியிருக்கும் மென்மயிரை வெறுப்பவர்கள். தாங்கள் வசிக்கும் வீடுகளை, பகட்டாக வெளிப்படுத்தும் நகைகளை வெறுப்பவர்கள். ஏனெனில் அதையெல்லாம் கொடுத்தவன் நான். இல்லை, என்னைத் தொடாதே...

"என்னைத் தொந்தரவு செய்யாதே..."

"ஆனால் ஜெரார்தோ வந்திருக்கிறார்... அன்பான ஜெரார்தோ... உங்கள் மருமகன்... அவரைப் பாருங்கள்."

"அஹ், இந்த முட்டாள்."

"தோன் ஆர்தேமியோ..."

"அம்மா, என்னால் இதைத் தாங்க இயலாது, தாங்கவே இயலாது! முடியாது!"

“அவர் நோயுற்றிருக்கிறார்.”

“ம்ஹ்ம், சீக்கிரமே ஒருநாள் இந்தப்படுக்கையிலிருந்து எழுவேன். அப்போது தெரியும் உங்களுக்கு...”

“அவர் நடிக்கிறார் என்று கூறினேன்.”

“அவர் ஓய்வெடுக்கட்டும்.”

“அவர் நடிக்கிறார் என்கிறேன்! எப்போதும் போல, நம்மை எள்ளி நகையாடுகிறார். எப்போதும் நம்மைச் செய்வதுபோல, எப்போதும் போல.”

“இல்லை, இல்லை, மருத்துவர் சொல்கிறார்...”

“மருத்துவருக்கு என்ன தெரியும். இவரை எனக்கு நன்றாகத்தெரியும். இது இன்னொரு தந்திரம்.”

“எதுவும் பேசாதே!”

எதுவும் பேசாதே. அந்த எண்ணெய். அவர்கள் அந்த எண்ணெயை என் உதடுகளில் பூசுகிறார்கள். என் இமைகளில். நாசித்துவாரங்களில். அதன் விலை என்ன என்று அவர்களுக்குத் தெரியாது. அவர்கள் முடிவுசெய்ய வேண்டியதும் இல்லை. என் கைகள். என்னால் உணரமுடியாமல் போன குளிர்ந்த பாதங்கள். அவர்களுக்குத் தெரியாது. அவர்கள் அனைத்தையும் கைவிட வேண்டியதுமில்லை. என் கண்கள். என் கால்களை விரித்து என் தொடைகளில் அந்த எண்ணெயைத் தடவுகிறார்கள்.

நான் உன்னை விடுவிக்கிறேன்.

அவர்களுக்குத் தெரியாது. அவள் பேசவில்லை. அவள் எதையும் கூறவில்லை.

நீ அதை உணராமல் எழுபத்தோரு வருடங்கள் வாழ்வாய். உன்னுடைய ரத்தம் சுற்றிவருகிறது, இருதயம் துடிக்கிறது, பித்தப்பை தன்னில் சேரும் திரவத்தை வெளியேற்றுகிறது. உன் கல்லீரல் பித்தநீரைச் சுரக்கிறது. உன் சிறுநீரகங்கள் சிறுநீரை உருவாக்குகின்றன. உன் கணையம் ரத்தத்திலுள்ள சர்க்கரையின் அளவைச் சீராக வைக்கிறது என்ற உண்மைகளையெல்லாம் சிந்தித்துப் பார்ப்பதற்கு நிற்கவே மாட்டாய். இந்தச்செயல்பாடுகள்

அவற்றைக்குறித்த சிந்தனையால் உருவானதல்ல. நீ மூச்சுவிடுகிறாய் என்று உனக்குத்தெரியும். ஆனால் அதுகுறித்துச் சிந்திக்க மாட்டாய். ஏனெனில் அது உன் சிந்தனையைச் சார்ந்தது அல்ல. அவற்றைக் கவனிக்காமலேயே வாழ்ந்து கொண்டிருப்பாய். நீ உன் செயல்பாடுகளின்மீது ஆதிக்கம் செலுத்தியிருக்கக்கூடும். மரணத்தை ஏமாற்றியிருக்கலாம். நெருப்பினிடையே நடந்திருக்கலாம், உடைந்த கண்ணாடித்துண்டுகளின் படுகையைக் கடந்திருக்கலாம். எளிமையாகக் கூறினால் நீ உன்போக்கில் வாழ்ந்துகொண்டு உன்னுடைய அடிப்படைச் செயல்பாடுகளை அதன்போக்கில் அனுமதித்திருக்கலாம். இன்று வரையிலும். இன்று உன் அனிச்சைச்செயல்பாடுகள் அவற்றைக் கவனிக்கும்படி உன்னை வலியுறுத்துகின்றன. வெற்றி கொள்கின்றன. உன் ஆளுமையைச் சிதைப்பதில் முடிவடைகின்றன. ஒவ்வொருமுறை நீ சுவாசிக்கும்போதும் காற்று அதன் வழியைப் பிறப்பித்துக்கொண்டு நுரையீரலை அடைய வேண்டியிருக்கிறது என்று நினைப்பாய்; வயிற்றில் வலித்துடிப்பினை உருவாக்கித் தன் இருப்பை ஞாபகப்படுத்தும் ஒவ்வொருமுறையும், ரத்தம் நாளத்தினூடே சுழல்கிறது என்று நினைப்பாய். அவை உன்னை வெற்றிகொள்ளும் ஏனெனில் அவை வாழ்க்கையை வாழ்வதை விடுத்து அதனைக் கணக்கில் எடுத்துக்கொள்ள வலியுறுத்தும். வெற்றி. நீ அதைக் கற்பனைசெய்ய முயற்சிசெய்வாய் - உளத்தெளிவு உன்னை அந்தச் சிறுதுடிப்புகளை உணரச்சொல்லும், ஈர்ப்பின், பிரிதலின் அத்தனை அசைவுகள், மிகப் பயங்கரமாக அசைவற்றதாக மாறிவிட்டவற்றின் அசைவையும்கூட - உனக்குள், வயிற்றுப் பகுதியின் நிணநீர்மச்சவ்வு உந்திக்குழியினை நிறைத்துத் தன்னை குடலைச்சுற்றிலும் சுருட்டிக்கொள்ளும், திசு மடிப்புகள், ரத்தம், மற்றும் இரைப்பையையும் குடலையும் வயிற்றுச்சுவரோடு இணைக்கும் நிணநீர் நாளங்கள், கொழுப்புத் திசுக்களின் மடிப்புகள் ஆகியவற்றுக்கு இரைப்பை மற்றும் குடல்களுக்கு ரத்தத்தை அனுப்பும் தடித்த செலியாக் தமனி மூலம் ரத்தவரத்து இல்லாதிருக்கும். அந்த மடிப்பு அடிவயிற்றுக்குள் ஊடுருவி, கணையத்தைத் தாண்டிய பின் சிறுகுடலின் அடியில் இறங்குகிறது, அங்கே உனது சிறுகுடலின் முற்பகுதியில் மூன்றில் ஒருபகுதிக்கும் கணையத்தின் முகவாய்க்கும் ரத்தத்தை இறைக்கும் மற்றொரு தமனியாக உயர்கிறது; பிறகு சிறுகுடலின் முன்பகுதியைக் கடந்து, உன்னுடைய பெருந்தமனிக்குள் ஊடுருவி, உனது சிறிய உட்செல் குருதிநாளம், வலது சிறுநீர் வடிகுழாய், உன்னுடைய பிறப்புறுப்பின்

நரம்பு மற்றும் விந்துப்பையின் நாளங்கள் வழியாகச் செல்லும். அந்தத் தமனி, பொட்டுபொட்டாக, கனமாக, சிவப்பாக. எழுபத்தோரு வருடங்களாக உன் கவனத்தில் இல்லாமல் இருந்ததை இப்போது கவனிப்பாய். இன்று உனக்குத்தெரியும். அது வேலை செய்வதை நிறுத்திக் கொள்ளப்போகிறது. அந்த ஓட்டம் காயப்போகிறது. எழுபத்தோரு வருடங்களாக அந்தத் தமனி நம்பமுடியாத உழைப்பைச் செலுத்தியிருக்கிறது: அதன் வளர்ச்சியின்போது, ஒரு கட்டம் வருகிறது, உன்னுடைய முதுகெலும்பினுடைய ஒரு கண்ணியின் அழுத்தம் காரணமாக அது கீழே, முன்புறமாகச்சென்று பிறகு சடுதியில் மீண்டும் பின்புறமாகத் திரும்ப வேண்டியதாயிற்று. எழுபத்தோரு வருடங்களாக உன்னுடைய நடுமடிப்புள்ள தமனி, அழுத்தத்திற்கிடையே, இந்தச்சோதனையில், மரணத்தை மீறும் அருஞ்சாதனையைச் செய்திருக்கிறது. இன்றிலிருந்து அதனால் அப்பணியைத் தொடர இயலவில்லை. இன்று அது அழுத்தத்தை தாங்கப்போவதில்லை. இன்று அதன் வேகத்தில், பிஸ்டன் போன்று, கீழும், முன்னும் பின்னுமான அசைவுகள் நின்று கலகம் செய்ய ஆரம்பித்து, நின்றுபோன ரத்தம், கருஞ்சிவப்புக் கல்லாகி உன் குடல் பகுதிக்குச் செல்லவிடாமல் அடைப்பு உருவாகும். அதிகரிக்கும் அழுத்தத்தின் துடிப்பை உணர்வாய், அதை உணர்வாய்: அது முதல் முறையாக நின்றுபோன உனது ரத்தம், அது இனி உன் வாழ்வின் அடுத்த கரையை அடையாது, அது உன்னுடைய சிறுகுடலுக்குள்ளேயே சுழன்று நின்று கொள்ளும், அழுகி, தேங்கி, உன் வாழ்வின் அடுத்த கரையினை அடையாமல் போகும்.

அப்போதுதான் கதலீனா உன்னை அணுகுவாள், உனக்கு ஏதாவது வேண்டுமா என்று கேட்பதற்காக, நீ அந்த நேரத்தில் அதிகரித்துக் கொண்டிருக்கும் வலியை மட்டுமே கவனிக்க முடியும், அதை ஓய்வெடுக்க, உறங்க முயற்சி செய்யும் விருப்பத்தால் தள்ளிவைக்க விரும்புவாய். அப்போது கதலீனாவால் அந்தச்செயலைத் தவிர்க்க இயலவில்லை. உனைநோக்கி நீண்ட அக்கையை உடனே பின்னுக்கு இழுத்துக்கொள்வாள். அச்சத்துடன், பிறகு தாதியைப்போன்று மார்பில் கையைவைத்து அழுத்திக்கொள்வாள். பிறகு மீண்டும் கைகளை நீட்டுவாள், இம்முறை நடுக்கத்துடன் உன் நெற்றியைத் தொடுவாள். உன் நெற்றியை வருடுவாள். ஆனால் அது உனக்குத் தெரியாது; நீ தீவிரமான அவ்வலியில் தொலைந்திருப்பாய். பல பத்து வருடங்களுக்குப்பிறகு அவள் உன் நெற்றியில் தனது கையை வைத்திருக்கிறாள் என்பது உனக்குத் தெரியாது. உன் நெற்றியை வருடி, நெற்றியை மறைக்கும் வேர்வையில் நனைந்த

நரைமுடிகளைப் பின்னுக்குத் தள்ளி, மீண்டும் அச்சத்துடன், நன்றியுணர்ச்சியுடன் வருடுவாள். அந்த மென்னுணர்வு அச்சத்தை வென்றமைக்கு நன்றியுடன், தன்னைக்குறித்த வெட்கமுள்ள, சங்கடப்படுகின்ற மென்மையுடன், அவள் வருடுவதை நீ உணரவில்லை என்ற நிச்சயத்தின் பிறகு வலுக்குறைகின்ற வெட்கத்துடன். இருப்பினும் உன்னுடைய புருவத்தின்மீது அவளுடைய விரல்கள் வருடும்போது அவள் வார்த்தைகளை முணுமுணுக்கிறாள். அது உன் நிற்காத நினைவுகளோடு கலக்கிறது. இந்த நேரத்தின் ஆழத்தில் தொலைந்த, நினைவுகளற்ற, உன்னுடைய விருப்பமின்றி என்றாலும் அனிச்சையான நினைவுகளோடு பிணைந்து, சிறு இடைவெளியில் உன் வலியோடு மிதந்து, முன்பு நீ தவறவிட்ட வார்த்தைகளை இப்போது கேட்க வைக்கிறது. அவளும் தனது கர்வம் குறித்து சிந்திப்பாள். அங்கேதான் அந்தப்பொறி உருவாகும். அந்த இருவருக்குமான கண்ணாடியில், உங்கள் இருவரின் முகங்களையும் பிரதிபலிக்கும். முத்தமிட முயற்சி செய்யும்போது இருவரின் முகங்களையும் அந்நீர்மப் பிரதிபலிப்பில் மூழ்கடிக்கும் அக்குளத்தில், நீ அவள் குரலைக் கேட்பாய். ஏன் நீ இன்னொரு வகையில் இதைப் பார்க்கக்கூடாது? அங்கே கதலீனாவை ரத்தமும் சதையுமாகக் காண்பாய். ஏன் அவளை நீ குளுமையான நீர்ப்பிரதிபலிப்பில் முத்தமிட முயற்சி செய்கிறாய்? ஏன் அவள் தனது முகத்தை உன் முகத்தருகே கொண்டுவரக்கூடாது, ஏன் உன்னைப்போலவே அவளும் அந்தத் தேங்கிய நீரிலேயே மூழ்குகிறாள், நீ அவள் கூறுவதைக் கேட்காதபோது, “நான் என்னை விடுவித்துக் கொள்கிறேன்” என்கிறாள்? அவளது கரம் உன்னிடம் சுதந்திரத்தை மீறிய அதிகமான சுதந்திரம் குறித்துப் பேசுகிறது. முடிவற்று உயரும் கோபுரம் போன்ற சுதந்திரம், இந்தக் கோபுரம் சுவர்க்கத்துக்குச் செல்வதல்ல, மாறாக ஆழத்தைப் பிளந்து பூமியைப் பிரிப்பது. நீ அதற்குப் பெயரிடுவாய்: பிரிவு. நீ மறுப்பாய்: அகம்பாவம். நீ பிழைத்துக்கொள்வாய் ஆர்தேமியோ க்ரூஸ், நீ பிழைத்துக் கொள்வாய். ஏனென்றால் சுதந்திரம் எனும் ஆபத்திற்கு உன்னை உட்படுத்திக்கொள்வாய். அந்த ஆபத்தை வெற்றி கொள்வாய். எதிரிகளே இல்லாமல், பிறகு உன் செருக்கின் போராட்டத்திற்காக உனக்கு நீயே எதிரியாவாய். மற்றெல்லாவற்றையும் வெற்றிகண்டுவிட்டாய்; இனி மிஞ்சியிருப்பது உன்னை நீயே வெற்றி கொள்வது மட்டுமே. உன் எதிரி நிலைக்கண்ணாடியிலிருந்து எழுச்சி பெற்று கடைசிப்போருக்காக வருவான்: எதிரி தேவதை, கடும் மூச்சு

கொண்டவள். கடவுள்களின் மகள். கட்டற்று மயக்குபவளின் தாய். மனிதனின் காலகட்டத்தில் இறக்கப்போகும் ஒரே கடவுளின் தாய். நிலைக்கண்ணாடியிலிருந்து வருபவள் பெருங்கடவுளான பானின் தாய், செருக்கின் தேவதை, உன் இரட்டை, மீண்டுமொருமுறை உன்னுடைய இரட்டை. உன் செருக்கினால் நீ துடைத்தழித்த பிரஜைகளின் பூமியில் உனக்கிருக்கும் இறுதி எதிரி. நீ பிழைத்துக் கொள்வாய். ஒழுக்கம் என்பது விரும்பத்தக்கதாக இருக்கலாம். ஆனால் செருக்கென்பது அத்தியாவசியமானது என்று கண்டுகொள்வாய். இருப்பினும் இந்தக்கணத்தில் உன் புருவங்களை வருடிக்கொண்டிருக்கும் கரம் மெல்லிய குரலோடு மௌனத்துடன் பெரும் சவாலை ஏற்படுத்தியபடி முடிவை அடைகிறது. இறுதியில் உனக்கு, அது இறுதித்தருணமாக இருந்தாலும்கூட, செருக்கென்பது மீமிகையாகவும் பணிவென்பது அத்தியாவசியமானதென்றும் தோன்றும். அவளது வெளுத்த விரல்கள் உன் காய்ச்சலுற்ற புருவங்களைத் தொடும். உன் வலியை எளிதாக்க, நாற்பத்துமூன்று வருடங்களுக்கு முன்பு கூற முடியாததை இன்று வெளிப்படுத்த முயற்சி செய்யும்.

1924: ஜூன் 3

ஆழ்ந்த தூக்கத்திலிருந்து எழுந்து அவள் கூறியதை அவன் கேட்டிருக்கவில்லை. "நான் என்னை விடுவித்துக் கொள்கிறேன்." கஷ்கொட்டைநிறக் கூந்தல் முகத்தை மூட அவனுக்கருகில் படுத்துக்கொண்டிருந்தாள்; அவளுடைய ஒவ்வொரு தசை மடிப்புகளிலும் களைப்புற்ற ஈரத்தை உணர்ந்தாள். கோடையின் சோர்வு. கையால் தன் வாயை மூடிக்கொண்டு புதியநாளின் செங்குத்துச்சூரியனை, மதியநேரத்தின் இடிமழை, மாலைநேரத்தில் மூச்சடைக்கும் வெம்மையிலிருந்து குளிருக்கான மாற்றம் ஆகிவற்றை முன்னுணர்ந்து பார்த்தாள். இரவில் நடந்தவற்றை அவள் நினைவுகூர விரும்பவில்லை. தலையணையில் முகத்தைப் புதைத்துக்கொண்டு மீண்டும் கூறினாள்: "நான் என்னை விடுவித்துக் கொள்கிறேன்."

குளிர்ந்த, தெளிவான காலை இரவின் கர்வத்தைத் துடைத்தபடி படுக்கையறையின் பாதிதிறந்திருந்த சன்னல்வழி உள்ளே நுழைந்தது. ஒரே அணைப்பில் இருள் குழப்பமாக்கி வைத்திருந்த பொருள்களின் வடிவங்கள் துலக்கம் பெற்றன.

"நான் இளமையானவள். எனக்கு உரிமை உண்டு..."

தன்னுடைய இரவு ஆடையை அணிந்துகொண்டு சூரியன் மலைத்தொடர்களுக்கு மேல் எழும்முன் அவனிடமிருந்து தப்பிச்சென்றாள். "எனக்கென்று உரிமை உண்டு. அது தேவாலயத்தின் ஆசி பெற்றது."

இப்போது, அவளுடைய படுக்கையறையின் சன்னல்வழி தொலைவில் சிட்லால்டீபெட்டில் மலையின் உச்சியை எவ்வாறு சூரியன் முடிசூட்டிக் கொண்டிருக்கிறது என்பதைப் பார்க்க

முடிந்தது. கையிலிருந்த குழந்தையை அணைத்துக்கொண்டு சன்னலோரம் நின்றாள்.

"என்ன பலவீனம். நான் எழும்போதெல்லாம் இந்தப்பலவீனம், இந்த வெறுப்பு, இந்த இகழ்ச்சியை உண்மையிலேயே நான்..."

அவளது கண்கள் புன்னகைத்தபடி தோட்டத்தின்வழி வரும் இந்தியனின் கண்களைச் சந்திக்கின்றன. அவன் தனது தொப்பியை எடுத்துவிட்டுக் குனிந்து வணங்குகிறான்...

"...நான் கண்விழிக்கும்போது அவனது உடல் எனக்கடுத்து உறங்கிக் கொண்டிருப்பதைப் பார்க்கையில்..."

அவனது வெள்ளைநிறப் பற்கள் ஒளிர்ந்தன. குறிப்பாக அவள் அருகில் இருந்தபோது. "அவன் உண்மையில் நேசிக்கிறானா?"

எஜமானன் தன்னுடைய சட்டையை இறுக்கமான கால்சட்டைக்குள் நுழைத்துக் கொண்டிருந்தான். இந்தியன் அவள் நின்றிருந்த சன்னலில் இருந்து திரும்பினான்.

"ஐந்து வருடங்கள் கடந்துவிட்டன..."

"இவ்வளவு சீக்கிரம் வந்திருக்கிறாய், என்ன விஷயம் வென்த்துரா?"

"என் காதுகள் என்னை வழிநடத்த விட்டேன். என்னுடைய சுரைக்குடுவையை நிரப்பிக் கொள்ளட்டுமா?"

"நகரத்தில் அனைத்தும் தயார்நிலையில் உள்ளதா?"

வென்த்துரா தலையசைத்தான். கிணற்றடிக்கு நடந்து சென்று தனது சுரைக்குடுவையைத் தண்ணீரில் முக்கி, சிறிது நீரை அருந்திவிட்டுப் பிறகு மீண்டும் நிரப்பிக்கொண்டான்.

"ஒருவேளை நாங்கள் ஏன் திருமணம் செய்து கொண்டோம் என்பதை அவனே மறந்துவிட்டானோ..."

"உன் காதுகள் உன்னை எங்கே செலுத்துகின்றன?"

"கிழட்டு தோன் பிஸ்ஸாரோ உங்களைப் பார்ப்பதையே வெறுக்கிறார் என்ற செய்திக்கு."

"அது ஏற்கெனவே எனக்குத் தெரியும்."

"என் காதுகள் எனக்கு மேலும் கூறியது, இன்றைய நடவடிக்கைகளைத் தனக்குச் சாதகமாக்கிக்கொண்டு..."

"அவன் இப்போது உண்மையிலேயே என்னை நேசிக்கிறான்..."

"உனது காதுகள் ஆசிர்வதிக்கப்படட்டும் வென்த்துரா."

"உங்களின் ஆசி என் அம்மாவுக்கும் கிடைக்கட்டும், அவர்தான் எனக்கு அதைச் சுத்தமாகவும் குரும்பையில்லாமலும் வைத்துக்கொள்ளக் கற்றுத்தந்தார்."

"என்ன செய்யப்பட வேண்டுமென்று உனக்குத் தெரியும்."

"...நேசிக்கிறான் என் அழகைப் பாராட்டுகிறான்..."

இந்தியன் சத்தமின்றிச் சிரித்துக்கொண்டிருந்தான், கந்தலான தனது தொப்பியின் விளிம்பினை விரல்களால் வருடியவாறு, ஓடுகள் பொருத்தப்பட்டிருந்த மேல்மாடிக் கூரையைப் பார்த்தான். அங்கேதான் அந்த அழகியபெண் சாய்வு நாற்காலியில் அமர்ந்திருந்தாள்.

"...என் தீவிர உணர்ச்சிகள்..."

வென்த்துரா அவளை வருடங்களாக அறிவான். எப்போதும் இப்படித்தான் அமர்ந்து கொண்டிருப்பாள். சிலசமயம் வட்டமான பெருத்த வயிறுடன், மற்ற சமயங்களில் இளைத்து அமைதியாக, எப்போதும் தானியம் நிரப்பிய வண்டிகளின் சத்தத்திலிருந்து, காளைகளின் இரைச்சலிலிருந்து, பண்ணைவீட்டுப் பழத்தோட்டத்தில் புதிய முதலாளி நட்டுவைத்த ப்ளம் மரங்களின் குச்சிகள் விழும் ஓசையிலிருந்து தன்னைத் துண்டித்துக்கொண்டு அமர்ந்திருப்பாள். "...நான் என்ன..."

முயலொன்று தனக்கும் இரண்டு ஓநாய்களுக்கும் இடையே உள்ள தூரத்தை அளப்பது போல அவ்விருவரையும் கவனித்தாள். தோன் கமாலியேலின் இறப்பு அவளை வெறுமை மற்றும் முதல் சில மாதங்கள் சேர்ந்திருந்தபோது அளித்த கர்வத்தோடு கூடிய பாதுகாப்பின் இழப்போடு நிறுத்தியிருந்தது. அவளது அப்பா, தொடர்ச்சி, பழைய ஒழுங்குகள், மற்றும் படிநிலைகளைப் பிரதிநிதித்தவர். அவளது முதல் கர்ப்பம் அவளது பணிவை வெளிப்படுத்தும்படி அமைந்தது, அவளது பற்றற்ற தன்மை அவளுக்கான எச்சரிக்கைகளாக இருந்தன.

“இறையே, ஏன் பகலில் இருப்பது போல என்னால் இரவிலும் இருக்க முடியவில்லை?”

அவன், அந்த இந்தியனின் கண்களைத் தொடர்வதற்காகத் திரும்பியபோது, தன் மனைவியின் சலனமற்ற முகத்தைப் பார்த்து நினைத்தான். முதல் வருடங்களில் அவளது சலனமற்ற தன்மையைக் கண்டுகொள்ளாதிருந்தான். மேலும் அவனே தன்னை ஒருங்கிணைத்துக்கொள்ள இயலாத, தன்னுடைய சரியான வடிவத்தை யூகிக்க முடியாத, தன் அடையாளத்தைக் கண்டடைய முடியாத, பெயரைக்கூறுமுன் தன்னை உணரமுடியாத அவ்விரண்டாம் உலகத்தை நெருக்கமாகக் கவனிக்கும் மனநிலையை இழந்துவிட்டான்.

“...இரவிலும் பகலில் இருப்பதுபோலவே?”

மற்றுமொரு இந்தியன் இன்னும் அவசரத்தோடு பேசியபடி அவனைத்தேடி வந்தான்.

(“அரசாங்கம் எங்களுக்கு எதுவும் செய்வதில்லை, திரு.ஆர்தேமியோ, எனவே எங்களுக்குக் கைகொடுக்கும்படி உங்களிடம் உதவி கேட்டு வந்துள்ளோம்.”

“சரியான ஆளிடம்தான் வந்திருக்கிறீர்கள். உங்களுக்கு உங்கள் சாலை கிடைக்கும், இது சத்தியம். ஆனால் ஒரு நிபந்தனையின் பேரில்: இனி உங்களுடைய சோளங்களை தோன் காஸ்ட்ருலோ பிஸ்ஸாரோவின் ஆலைக்குக் கொண்டுசெல்லக் கூடாது. புனரமைப்புக்காக அவர் ஒரு அங்குலம் நிலம்கூடத் தரமாட்டேன் என்றது உங்களுக்குத் தெரியாதா என்ன? பிறகு ஏன் அவருக்குச் சாதகமாக நடக்கவேண்டும்? அனைத்தையும் என்னுடைய ஆலைக்குக் கொண்டுவாருங்கள். உங்களுக்காக நான் அவற்றை விற்பனை செய்துதருவேன்.”

“நீங்கள் கூறுவது சரியென்று எங்களுக்குத் தெரியும் ஐயா. ஆனால் நீங்கள் கூறுவதுபோலச் செய்தால் தோன் பிஸ்ஸாரோ எங்களைக் கொன்றுவிடுவார்.”

“வென்த்துரா: இவர்களுக்குச் சில துப்பாக்கிகளைக் கொடு, அவர்கள் தங்களைப் பாதுகாக்கக் கற்றுக்கொள்ளட்டும்.”)

மெதுவாக முன்னும் பின்னுமாக ஆடிக்கொண்டிருந்தாள். அவனோடு பேசாத நாட்களை எண்ணுவதை, பொதுவாக மாதங்கள்,

நினைத்துப்பார்த்தாள். "அவன் ஒருபோதும் என் புறக்கணிப்பைப் பகலில் நிந்தித்ததே இல்லை."

அனைத்தும் அவள் பங்குபெறாமலேயே நகர்வதுபோல இருந்தது. அந்த உறுதியான மனிதன் குதிரையை விட்டுக் கீழிறங்கினான். காய்த்துப்போன விரல்கள், நெற்றியில் தூசும் வியர்வையும் படிந்திருக்க, கையில் சாட்டையுடன் அவளைக் கடந்து செல்லும்போது நிறைய இடைவெளி, அவனுடைய பீடத்தைக் கட்டமைக்கும், உருவாக்கும், விளைவிக்கும் நிலங்களின் வழியேயான சோர்வின் நீண்டபாதையிலிருந்து திரும்பி தினமும் செய்வதுபோல நேராகப் படுக்கையில் விழுந்தான். இனி மீண்டும் விடியலுக்கு முன் கிளம்புவான்.

"இரவில் பெருங்காமத்தோடு நான் அவனை வரவேற்பது அவனுக்குப்போதுமானதாக இருக்கிறது போலும்."

சோளம் விளையும் நிலங்கள், குறுகிய ஆற்றையுடைய பள்ளத்தாக்கில் முதிய பெர்னால், லபாஸ்திதா, மற்றும் பிஸ்ஸாரோவின் பண்ணைவீட்டின் மிச்சங்களும் இணைந்துள்ளன; காய்ந்த புல்பற்றைகள் மீண்டும் தொடங்கும் இடத்தில் புல்கே[12] தயாரிக்க உதவும் மகேய்[13] விளையும் நிலங்கள்.

("ஏதேனும் புகார்கள் உண்டா வென்த்துரா?"

"என் முகத்திற்கெதிராக ஏதுமில்லை, தலைவரே. விஷயங்கள் எவ்வளவு மோசமாக இருந்தாலும் மக்கள் முன்பைக்காட்டிலும் இப்போது நன்றாகத்தான் இருக்கிறார்கள். ஆனால் நல்ல நீர்வளமுள்ள நிலங்களை நீங்கள் வைத்துக்கொண்டு புன்செய் நிலங்களை அவர்களுக்குக் கொடுத்துள்ளீர்கள் என்று உணர்கின்றனர்."

"வேறு என்னவெல்லாம் பேசிக்கொள்கிறார்கள்?"

"நீங்கள் கொடுத்த கடனுக்கு வட்டி அதிகமாக வசூலிக்கிறீர்கள். முன்பு தோன் கமாலியேல் செய்தது போலவே என்கிறார்கள்."

"இங்கேபார், வென்த்துரா, சென்று அவர்களுக்குப் புரியவை. நான் பிஸ்ஸாரோ போன்ற நிலவுடமையாளர்கள் மற்றும் வியாபாரிகளுக்குத்தான் உண்மையில் அதிகமான வட்டி வசூலிக்கிறேன். ஒருவேளை என்னுடைய வட்டிவிகிதம் அவர்களைத் துன்புறுத்துகிறது என்றால் நாம் இப்போதே வியாபாரம் செய்வதை நிறுத்திக்கொள்ளலாம். நான் அவர்களுக்கு உதவி செய்வதாக நினைத்துக்கொண்டிருந்தேன்..."

“இல்லை, அவர்கள் அதை விரும்பமாட்டார்கள்...”

“அவர்களுக்குச் சொல், இன்னும் சிறிதுகாலத்தில் நான் பிஸ்ஸாரோவின் கடனை முடிக்கப்போகிறேன். அப்போது கிழவனிடமிருந்து கையகப்படுத்தும் ஆற்றோர நிலங்களை அவர்களுக்கு வழங்குவேன் என்று சொல். என்மேல் நம்பிக்கை வைத்து கொஞ்சம் பொறுத்துக்கொள்ளச் சொல். அவர்கள் காண்பார்கள்.”)

அவன் ஆண்.

“ஆனால் அந்த மனச்சோர்வு, அந்தக்கவலை அவனைத் தனியே வைத்திருந்தது. அவன் அவ்வப்போது எனக்களித்துவந்த அவசரக்காதலை நான் ஒருபோதும் கேட்டுப்பெறவில்லை.”

தோன் கமாலியேல், ப்யூப்லாவின் நகரம், அதன் சமூகம், அதன் வசதிகள், அதன் மையப்பகுதி ஆகியவற்றை விரும்பினார். பண்ணைவீட்டை மறந்துவிட்டு அனைத்தையும் தனது மருமகன் அவன் விருப்பப்படி பார்த்துக் கொள்ளட்டும் என்று நினைத்தார்.

“நான் ஒப்புக்கொண்டேன், அவன் எதிர்பார்த்தபடி. என்னுடைய சந்தேகங்கள், விவாதங்கள் அனைத்தையும் தள்ளி வைத்துவிடும்படி கூறினான். என் தந்தை. நான் மட்டும் விலைக்கு வாங்கப்பட்டுள்ளேன் எனவே இங்குதான் இருக்கவேண்டும்...”

அவளுடைய தந்தை உயிரோடு இருந்தவரை இரண்டு வாரத்திற்கொருமுறை ப்யூப்லா சென்று அவரோடு சிறிதுநேரத்தைச் செலவிடுவாள். அவருக்குப்பிடித்த இனிப்பு வகைகளை, வெண்ணைகளை அவரது அலமாரியில் அடுக்கி வைப்பாள். சான் ஃப்ரான்சிஸ்கோ தேவாலயத்தின் பிரார்த்தனைக் கூட்டத்திற்குச்சென்று வருவர். ஆசிர்வதிக்கப்பட்ட செபாஸ்தியன் தே அபாரிஸியோவின் பதப்படுத்தப்பட்ட உடலை மண்டியிட்டு வணங்குவர். பாரியான் சந்தையை அவரோடு சுற்றிவருவாள். மையத்திடலைச் சுற்றி வருவாள். ஹெரேரா பாணியில் கட்டப்பட்டுள்ள தேவாலயங்களின் புனித நீரூற்றுகளுக்கு முன் நின்று சிலுவைக்குறியிடுவாள். அல்லது வெறுமனே முற்றத்தை அடுத்துள்ள நூலகத்தில் அவளது தந்தை அலைந்துகொண்டிருப்பதைப் பார்ப்பாள்...

“ஆமாம், நிச்சயமாக, அவன் என்னைக் காப்பாற்றியிருக்கிறான், அவனுக்கு என் ஆதரவு உண்டு.”

...மேம்பட்டதொரு வாழ்க்கைக்கான வாதங்களால் அவள் முற்றிலுமாக தன்னை இழந்துவிடவில்லை, அவள் பழக்கப்பட்ட, விரும்பிய வாழ்க்கை, அவளது பால்யம், போதுமான அளவு மெய்மைகளைக் கொண்டிருந்தது என்பதால் தன்னுடைய இடத்திற்கும் கணவனிடமும் கவலையின்றித் திரும்பமுடிந்தது.

"இந்த விஷயத்தில் எந்தக்குரலுமின்றி, எந்தக் கருத்துமின்றி, அவன் செய்ததற்கு ஒரு மௌன சாட்சியாக இருந்தேன்."

அவள் தன்னை அந்த உலகத்திற்கு ஒரு வெளி உயிரியாகவே கருதிக்கொண்டாள். அவளது கணவனால் மண்ணிலிருந்து பறித்து எடுத்துவரப்பட்டவள். அவளுடைய உண்மையான உலகம் ப்யூப்லாவின் நிழல்படர்ந்த மையவெளியில் இருந்தது. சீமைநூக்கு மரங்களின் மீது விரிக்கப்பட்ட லினென் துணிகளின் மகிழ்ச்சியில், கைகளால் ஓவியம் தீட்டப்பட்ட வெள்ளிப் பொருட்களின் உணர்வில், நறுமணத்தில்.

"...நறுக்கப்பட்ட பேரிக்காய், சீமை மாதுளை, பதப்படுத்திய பீச்..."

("நீ தோன் லியான் லபாஸ்திதாவை அழித்தொழித்தாய் என்று தெரியும். ப்யூப்லாவில் உள்ள அந்த மூன்று கட்டடங்கள் உண்மையிலேயே நல்ல மதிப்புள்ளது."

"இதை என் கோணத்திலிருந்து பாருங்கள், பிஸ்ஸாரோ. லபாஸ்திதா செய்ததெல்லாம் அடுத்தடுத்து கடன் வாங்கியதுதான், வட்டியை அவர் கணக்கில் எடுத்துக் கொள்ளவேயில்லை. நான் அவருக்குக் கயிறைக்கொடுத்தேன். ஆனால் அவரோ அதில் தூக்கிட்டுக்கொண்டார்."

"இது உனக்கு மகிழ்ச்சியாக இருக்கலாம். பழைய பெருமைகளெல்லாம் சரிந்து விழுவதைப் பார்த்து. ஆனால் அதே வித்தைகள் என்னிடம் பலிக்காது. நான் லபாஸ்திதாவைப் போலப் பகட்டுக்குத் திரிபவன் அல்ல."

"நீங்கள் எப்போதும் சரியான சமயத்தில் செலுத்துவீர்கள். உங்களால் திருப்பிச் செலுத்த முடியாத அளவுக்கு வாங்க மாட்டீர்கள்."

"என்னை யாரும் அழிக்கப்போவதில்லை, க்ரூஸ். நான் உனக்கு உறுதியளிக்கிறேன்.")

தோன் கமாலியேல் மரணம் நெருங்குவதை உணர்ந்தார். தானே முன்னின்று தன்னுடைய இறுதிச்சடங்குகளுக்கான அனைத்து விஷயங்களையும் அத்தனை ஆடம்பரங்களோடும் ஏற்பாடு செய்தார். அவருடைய மருமகனால் அவர் கேட்ட ஆயிரம் பெசோக்களை மறுக்க இயலவில்லை. அவருடைய இருமல் மோசமாகிக் கொண்டே வந்தது. கொதிக்கும் நீர் சூரிய வெப்பத்தில் இருப்பது போல, சீக்கிரமே அவரது மார்பு இறுக்கமடைந்து, நுரையீரலுக்குள் மெல்லிய நூலிழைக்காற்று மட்டுமே கபம், எரிச்சல் மற்றும் ரத்தத்தினூடே பயணிக்க முடிந்தது.

"ஓ ஆமாம், அவனது அவ்வப்போதைய மகிழ்ச்சிக்கான பொருள்."

முதியவர் வெள்ளியால் அலங்கரிக்கப்பட்டு, கருப்புப் பட்டுத்துணியால் மூடப்பட்ட வண்டியை கொண்டுவரச்செய்தார். வெள்ளிப் பொருத்துதல்கள் மற்றும் கருப்புநிற இறகுச்சூட்டுகள் கொண்ட எட்டுக்குதிரைகளால் இழுக்கப்படுவது. தன்னை ஒரு சக்கரநாற்காலியில் வைத்து சன்னல் பக்கம் கொண்டுவரும்படி ஆணையிட்டு அந்த வண்டியை, அலங்கரிக்கப்பட்ட குதிரைகளை தனது காய்ச்சலில் உள்ள கண்கள் முன்னே முன்னும் பின்னுமாக வரச்செய்து பார்வையிட்டார்.

"தாயா? எந்தப் பிறப்பு வலியும் மகிழ்ச்சியும் இல்லாமல் நடக்கிறது?"

புதிய இளம் மணப்பெண்ணிடம் அலமாரியில் இருந்த பெரிய அளவிலான நான்கு தங்க கொத்துவிளக்குத் தண்டுகளை வெளியிலெடுத்து மெருகேற்றக் கூறினார்: அவை அவரைச் சுற்றிலும் வைக்கப்படவேண்டும். விழித்திருக்கும்போதும் சடங்குகளின்போதும். தனக்கு சவரம் செய்யச்சொல்லி அவளிடம் கேட்டுக்கொண்டார். ஏனென்றால் தாடி இறந்த பலமணி நேரங்களுக்கு தொடர்ந்து வளரக்கூடியது: இது கன்னங்கள் மற்றும் தொண்டைப்பகுதியில் மட்டும், கத்தரியால் சில வெட்டுகள் தாடியிலும் மீசையிலும். அவர் தனது கஞ்சியிட்ட சட்டை மற்றும் நீளமான மேலங்கி அணிந்திருக்க வேண்டும். மேலும் அவர்கள் அவரது வளர்ப்பு நாய்க்கு நஞ்சூட்ட வேண்டியது.

"நகர இயலாமல், சத்தமிட இயலாமல்; பெருமையை இழந்தவொன்று."

நிலங்களைத் தன் மகள் பெயருக்கு விட்டுச்சென்றார். அவரது மருமகன் அவற்றுக்கு நுகர்வுரிமை மற்றும் மேலாண்மையுரிமை

பெற்றிருப்பார். அவர் அவனது பெயரைக் குறிப்பிட்டது அந்த உயிலில் மட்டுமே. அவளை எப்போதையும்விட அதிகமாக எப்போதும் அவருக்கருகில் வளர்ந்த, ஒருமுறைகூட அவரது மகனுடைய இறப்பு குறித்தோ அல்லது அவரது மருமகனின் முதல் வருகை குறித்தோ பேசாத சிறுபெண்ணாகவே பாவித்தார். மரணம் என்பது அனைத்து விஷயங்களையெல்லாம் புறந்தள்ளிவிட்டு இழந்த உலகத்தை மீட்டெடுத்துக் கொள்வதற்கான கடைசிச் செயல், வாய்ப்புபோலத் தெரிந்தது.

"அவன் காதல் உண்மையாக இருக்கும்பட்சத்தில், அவனுடைய காதலை அழிப்பதற்கான உரிமை எனக்குள்ளதா?"

அவர் இறப்பதற்கு இரண்டு நாள்கள் முன்பு சக்கரநாற்காலி வேண்டாம் என்று கூறிவிட்டுப் படுக்கையில் படுத்துக்கொண்டார். நிறையத் தலையணைகளை வைத்து தன்னுடைய நிமிர்ந்த தோற்றத்தை, மென்மையான, கழுகுபோன்ற வடிவத்தைத் தக்கவைத்துக் கொண்டார். சமயத்தில் கைகளை நீட்டித் தன்மகள் அருகில் இருப்பதை உறுதிசெய்து கொள்வார். அவரது வளர்ப்புநாய் கட்டிலுக்கடியிலேயே முனகிக்கொண்டிருந்தது. இறுதியில், அவரது மெல்லிய உதடுகள் அச்சத்தில் திறந்தன. அவரது கைகள் நீளவில்லை. மார்பிலேயே அசைவின்றித் தங்கிக்கொண்டன. அவள் அந்தக்கைகளைக் கூர்ந்து கவனித்தபடி நின்றுகொண்டிருந்தாள். ஒரு இறப்பை நேருக்குநேர் பார்ப்பது அதுவே முதல்முறை. அவளது அம்மா இறந்தது அவளுடைய சிறுவயதில். கொன்ஸாலோ இறந்தது வெகு தொலைவில்.

"ஆக நெருக்கத்தில் இருக்கும் நிறையமைதி என்பது இதுதான். அசைவற்று இருக்கும் கை இதுதான்."

வெகுசில குடும்பங்களே அலங்கரிக்கப்பட்ட வண்டியோடு, முதலில் சான்ஃப்ரான்சிஸ்கோ தேவாலயத்திற்கும் பிறகு இடுகாட்டுக்கும் சென்றபோது உடனிருந்தனர். உண்மையில் அவர்கள் அவளது கணவனைச் சந்திக்க அஞ்சினர். ப்யூப்லா வீட்டை வாடகைக்கு விட்டான்.

"அப்போது எவ்வளவு உதவியற்றவளாக உணர்ந்தேன். சிறுவன் கூட உதவவில்லை. லோரென்ஸோகூட. நான் கம்பிகளுக்குப் பின்னாலிருக்கும் இந்த மனிதனுடனான வாழ்க்கை என்னவாக இருக்கப்போகிறது என்று யோசிக்கிறேன். அவன் துண்டித்துக் கொண்டுவிட்ட வாழ்க்கை."

("ஆஹ், அதோ முதியவர் பிஸ்ஸாரோ தன்னுடைய பண்ணையின் முக்கியவீட்டின் வாயிலில் துப்பாக்கியுடன் அமர்ந்திருக்கிறார். அவருக்கு மீதமிருப்பது இந்த வீடு மட்டுமே."

"அது சரிதான் வென்த்துரா, அவருக்கு மிஞ்சியிருப்பது இந்த வீடு மட்டுமே."

"அவரிடம் இன்னும் சிலர் இருக்கிறார்கள், நல்ல வேலையாட்கள், அவரது இறப்பு வரை அவருக்கு விசுவாசமாக இருப்பார்கள்."

"சரி வென்த்துரா. அவர்களின் முகங்களை மறவாதே.")

ஓர் இரவில், தான் எவ்வித நோக்கமுமின்றி அவனை வேவு பார்த்துக்கொண்டிருப்பதை உணர்ந்தாள். புலப்படாது, அவன் அவளுடைய முதல் வருடங்களின் பாதிப்பற்ற அலட்சியங்களை மறக்கத் துவங்கியிருந்தான், மதியத்தின் சாம்பல் பூத்த நேரங்களில் தன் கணவனின் கண்களைத் தேடத்துவங்கியிருந்தாள். அவனுடைய நிதானமான அசைவுகளை, தோல்திண்டு மீது கால்களை அகல விரித்து அமர்ந்திருப்பதை அல்லது குளிர் நாட்களில் பழைய கணப்பிற்குள் விறகுகளைப் பற்ற வைக்கக் குனிந்திருப்பதை.

"ஆஹ், அது வலுவற்றதொரு பார்வையாக இருக்கும். சுயவிரக்கத்தால் நிறைந்தது, அவனிடத்தில் இரக்கத்தை இரைஞ்சுவது; பதற்றம், ஆம், ஏனெனில் என் தந்தை இறந்தபோது சோகத்தில், தவிப்பில் விடப்பட்டதை இன்னமும் என்னால் கட்டுப்படுத்த இயலவில்லை. அந்தப் பதற்றம் எனக்கு மட்டுமேயானது என்று நினைத்தேன்..."

அந்தநேரத்தில் ஒரு புதியமனிதன் புதியகண்களுடன் அவளைக்கவனிக்கத் துவங்கியிருந்தான் என அவளுக்குத்தெரியாது. அமைதியான அதேசமயம் உறுதியான கண்கள், கடினமான காலங்கள் முடிந்தன என்று அவள் புரிந்துகொள்ள வேண்டுமென்று அவன் விரும்பியது போலிருந்தது.

("ஐயா, எல்லோரும் நீங்கள் தோன் பிஸ்ஸாரோவின் நிலங்களைப் பிரித்தளிக்கும் நாளை எதிர்பார்த்துக் காத்திருக்கிறார்கள்."

"சற்று பொறுத்திருக்கும்படி அவர்களிடம் கூறு. இன்னமும் பிஸ்ஸாரோ இதிலிருந்து பின்வாங்கவில்லை என்பது தெரியவில்லையா? தங்கள் துப்பாக்கிகளை அவர்கள் தயாராக வைத்திருக்க வேண்டுமென்று சொல். அந்தக்கிழவன் ஏதேனும்

முயற்சி செய்யலாம். விஷயங்கள் அமைதியடைந்ததும் நான் நிலங்களைப் பிரித்துத் தருவேன்."

"நான் உங்கள் ரகசியத்தைக் காப்பேன். நீங்கள் தோன் பிஸ்ஸாரோவின் நிலங்களை நல்லவிலைக்கு விற்க ப்யூப்லாவிலுள்ள வெளியாட்களிடம் பேசிக் கொண்டிருக்கிறீர்கள் என்று தெரியும்."

"அந்த சிறு நிலவுடமைதாரர்கள் விவசாயிகளுக்கு வேலை தருவார்கள் வென்த்துரா. இதோ, இதை வைத்துக்கொள், சற்று ஓய்வெடு…"

"நன்றி தோன் ஆர்தேமியோ. நீங்கள் புரிந்துகொள்வீர்கள் என்று நம்புகிறேன், நான்…")

அவர்களது நல்வாழ்வுக்கான அடித்தளம் அமைக்கப்பட்டுவிட்ட நிலையில் இன்னொரு மனிதன் உருவாகியிருக்கிறான். தன்னிடத்திலுள்ள வலிமை மகிழ்ச்சியான செயல்பாடுகளுக்கும் உதவும் என்று காட்டுவதற்கு ஆயத்தமாக இருக்கிறான். இருவரது கண்களும் ஒருவரையொருவர் அமைதியாகக் கவனிப்பதை நிறுத்திக்கொண்ட தருணத்தில், வெகுகாலத்திற்குப் பிறகு அவள் தன்னுடைய கூந்தல் எப்படி இருக்கிறது என்று நினைத்தாள். தனது கையை பிடரியில் கஷ்கொட்டைநிறக் கூந்தலில் வைத்தாள்.

"…கணப்படுப்பின் அருகிருந்து கபடமற்ற தன்மையில் என்னைப் பார்த்துப் புன்னகைக்கிறான்… எனக்கான மகிழ்ச்சியின் சாத்தியங்களை மறுக்கும் உரிமை எனக்கு உள்ளதா…?"

("வென்த்துரா, அவர்கள் துப்பாக்கிகளை மீண்டும் என்னிடம் ஒப்படைக்க வேண்டுமென்று சொல். இதற்குப்பிறகு அது அவர்களுக்குத் தேவையில்லை. இப்போது ஒவ்வொருவருக்கும் ஒரு நிலம் தரப்பட்டுள்ளது, அவற்றில் பெரும்பான்மை என்னுடையது அல்லது எனக்காக வேலை செய்பவர்களுடையது. இனி அவர்கள் அச்சம் கொள்ள எதுவுமில்லை."

"நிச்சயமாக, ஐயா. அவர்கள் அதை ஒப்புக்கொள்கிறார்கள். உங்களுக்கு நன்றி தெரிவிக்கிறார்கள். சிலருக்கு இன்னும் அதிகமாகக்கிடைக்கும் என்ற கனவு இருந்திருக்கிறது. ஆனாலும் அவர்கள் உங்களுடன் வந்து சேர்ந்துவிடுவார்கள்; உணவிடும் கையைக் கடிக்கலாகாது. அப்படிச் செய்தால் பட்டினி கிடக்கவேண்டியதுதான் என்பார்கள்."

"அவர்களில் பத்து அல்லது பன்னிரண்டு வலுவான ஆட்களைத் தேர்ந்தெடுத்து அவர்களுக்கு மட்டும் துப்பாக்கி கொடு. இரண்டு தரப்பிலும் எந்தத் தவறும் நடக்கக்கூடாது.")

"பிறகு அதுகுறித்த சீற்றம் என்னுள் உருவானது. என்னை விடுவித்துக் கொள்கிறேன்... அதைத்தான் விரும்பினேன். அதை அவமானமாக உணர்ந்தேன்."

அவர்களது வாழ்க்கையின் ஆரம்பநாள்களின் தடயங்களைத் துடைத்தழிக்க விரும்பினான். அவனைக் கணவனாக ஏற்றுக்கொள்ளவேண்டி அவளை நிர்ப்பந்தித்த செயலின் நினைவுகள் ஏதுமின்றி நேசிக்கப்படவேண்டும். மனைவியின் அருகில் படுத்திருக்கும்போது அமைதியாக மௌனமாகக் கேட்பான் - அது அவளுக்கும் தெரியும் - அந்தக் கணத்தில் பின்னிக் கொண்டிருக்கும் விரல்கள் தற்காலிக எதிர்ச்செயல் என்பதையும் தாண்டி வேறொன்றாக இருக்க வேண்டுமென.

"ஒருவேளை அந்த வேறொன்றைக் குறித்து நான் அதிகமாக உணர்ந்திருக்கலாம்; எனக்குத் தெரியவில்லை; எனக்குத் தெரிந்ததெல்லாம் என் கணவனின் காதல் மட்டுமே; ஆஹ், நானும் அதையே உணர்ந்தேன் என்று அவனுக்குத் தெரிகிறவரை, இன்னுமொரு கணம்கூட வாழமுடியாது என்பதுபோல தன்னைக்கொடுத்து பேரார்வத்தோடு வேண்டுகிற காதல்..."

வெளிப்படையாக இருப்பவை அனைத்தும் அவனுக்கெதிரான சாட்சியங்களாக இருக்கின்றன என்று நினைத்து தன்னைத்தானே கடிந்தபடி இருந்தான். அவள் யாரென்று தெரியும் முன்னமே, ப்யூப்லாவின் தெருவில் முதன்முதலாய் அவளைப் பார்த்த கணத்திலிருந்தே அவளைக் காதலிக்கிறான் என்பதை எப்படிப் புரியவைப்பது?

"ஆனால் நாங்கள் பிரிந்திருக்கும்போது, உறங்கும்போது, ஒரு புதியநாளைத் துவங்கும்போது, நான் ஏதோவொன்று குறைவதை உணர்கிறேன். இரவின் காதலை தினசரி வாழ்க்கைக்கும் நீட்டிக்கும்படியான செயல்கள், விஷயங்களை வெளிப்படுத்தும் வழிமுறைகள்."

அவன் அவளுக்கு விளக்கலாம். ஆனால் ஒரு விளக்கத்திற்கு இன்னொரு விளக்கம் தேவைப்படும். அனைத்து விளக்கங்களும் ஒரேயொரு நாளுக்கு மற்றும் ஒரேயொரு இடத்திற்கு மட்டுமே

இட்டுச்செல்லும், ஒரு சிறையறை, அக்டோபர் மாதத்தின் ஒருநாள் இரவு. அவன் அதைத்தான் தவிர்க்க விரும்பினான். அவளை அவனுடையவளாக்கிக் கொள்வதை வார்த்தைகளின்றி மட்டுமே செய்யமுடியும் என்று உணர்ந்திருந்தான்; தசையும் மென்மையும் வார்த்தைகளைக் காட்டிலும் அதிகம் பேசக்கூடியவை. பிறகு மற்றுமொரு சந்தேகம் அவனை ஆட்கொண்டது.

இந்தப்பெண் தன்னுடைய அணைப்பிலிருக்கும்போது தான் கூறவிரும்பும் அனைத்தையும் புரிந்து கொள்வாளா? அவனுடைய உள்நோக்கத்தின் மென்மை என்னவென்று புரிந்து கொள்வாளா? உடலுறவின்போது அவளுடைய மறுமொழி அதீதமாக, போலித்தனமாக, எங்கோ கற்றுக்கொண்டது போலும் இருக்கிறதே? உண்மையான புரிந்துணர்வுக்கான வாக்குறுதி ஏதும் இந்தப்பெண்ணின் தூண்டுதலற்ற நடிப்பில் தொலைந்துவிடவில்லையே?

“உண்மையில் அது பணிவுதான். இருப்பினும் இருளில் நடக்கும் இந்தக்காதல் ஏதோவொரு வகையில் விதிவிலக்கானதாக இருக்கவேண்டும் என்பதே விருப்பம்.”

ஆனால் அதைக்கேட்கும், பேசும் துணிச்சல் அவனிடம் இல்லை. எப்படியும் உண்மைகள் என்பவை கட்டுப்பாட்டை எடுத்துக்கொள்ளும்: பழக்கவழக்கம், இறப்பு, தேவையும் கூட. அவள் வேறெங்குதான் செல்லமுடியும்? அவளுடைய ஒரே எதிர்காலம் அவனிடத்தில் உள்ளது. அந்த ஒரு உண்மை தொடக்கத்தில் நிகழ்ந்ததை மறக்கவைக்கும். அவளுக்கு அருகில் இந்த விருப்பத்தோடுதான் உறங்கிக் கொண்டிருந்தான். இப்போது அது கனவாகவே மாறிவிட்டது.

“என் அதீதவெறுப்புக்கான காரணங்களை மகிழ்ச்சி-யினால் மறந்ததற்கு மன்னிப்புக் கேட்கிறேன்... இறையே, இந்த வலிமைமிக்க, மின்னும் பச்சைக்கண்களுக்கு எப்படிப் பதிலுரைப்பேன்? என்னுடைய வலிமை என்பது என்ன, ஒருகாலத்தில் அந்த மூர்க்கமான, மென்மையான உடல் என்னைத் தன் கைகளில் எடுத்துக்கொள்ளும், என் அனுமதி கேட்காமல், எந்தக் காரணங்களுக்காக நான் முகத்திலடிக்கலாமோ அதற்காக மன்னிப்பும் கேளாமல்... ஆஹ், அது வார்த்தைகளுக்கடங்காத கொடூரம்: விஷயங்கள் அவற்றுக்கான வார்த்தை உருவாகும் முன்னரே நடந்து விடுகின்றன...”

(“இன்றைய இரவு மிகவும் அமைதியாக இருக்கிறது, கதலீனா... இந்த அமைதியைக் கலைக்க நீ அச்சப்படுகிறாயா? அது உன்னிடத்தில் பேசுகிறதா?”

“இல்லை... பேசாதே.”

“நீ எப்போதும் என்னிடம் எதுவுமே கேட்பதில்லை. சிலசமயங்களில் நான் விரும்புவதுண்டு...”

“நீ பேச அனுமதிக்கிறேன். உனக்குத் தெரியுமே- அந்த விஷயங்கள் - அதை..”

“ஆமாம். பேசவேண்டிய அவசியம் இல்லைதான். நான் உன்னை நேசிக்கிறேன். நான் உன்னை நேசிக்கிறேன்... நான் ஒருபோதும் நினைத்ததில்லை...”)

அவள் தன்னை விடுவித்துக்கொள்வாள். அவள் தன்னை நேசிக்கவும் அனுமதிப்பாள்; ஆனால் எழுந்ததும் அனைத்தையும் நினைவுகூர்ந்து அவனுடைய வலுவுக்கு எதிராகத் தன்னுடைய அமைதியான வெறுப்பை முன்வைப்பாள்.

“நான் உன்னிடம் கூறமாட்டேன். நீ என்னை இரவில் வெற்றி கொள்கிறாய். நான் உன்னைப் பகலில் வெற்றி கொள்கிறேன். நீ எங்களிடம் கூறியதை நான் ஒருபோதும் நம்பவில்லையென உன்னிடம் கூறமாட்டேன். என் தந்தைக்குத் தன்னுடைய அவமானத்தைத் தன்னுடைய அடக்கத்தின் பின்னால் மறைத்துக்கொள்ளத் தெரிந்ததென, அவர் ஒரு பணிவான மனிதர், அவருக்காக என்னால் வாழ்க்கை முழுவதும் யாருமறியாமல் பழிவாங்க இயலும்.”

எழுந்ததும் கலைந்து கிடக்கும் படுக்கையினைப் பாராமல் தலைமுடியை நேர்செய்து கொள்வாள். விளக்கைப் பொருத்தி அமைதியாகப் பிரார்த்தனை செய்வாள். தான் வெற்றி கொள்ளப்படவில்லை என்று பகல் வேளைகளில் அமைதியாக வெளிப்படுத்துவாளே அதுபோலவே, இருந்தாலும் இரவு வேளை, அவளது இரண்டாவது கர்ப்பம், பெருத்திருக்கும் வயிறு ஆகியவை அதற்கு மாறாகச் சொல்லும். முழுவதுமான தனிமையில் இருக்கும் தருணங்களில், இறந்தகாலத்தின் வெறுப்புகளோ அல்லது இன்பம் தரும் அவமானமோ அவளுடைய சிந்தனையை ஆக்கிரமித்திருக்காத வேளைகளில், அவளால் தன்னிடத்தில் மதிப்போடு கூறிக்கொள்ள முடிந்தது. அவன், அவனது வாழ்வு, அவனது வலிமை, “... என்னை

பயத்தால் நிறைக்கும் இந்த விநோதமான சாகசத்தை அளிக்கிறது...''

அதுவொரு சாகசத்திற்கான அழைப்பு, நடைமுறை என்பது மரபின் புனிதத்தன்மையால் அனுமதிக்கப்படாததொரு முன்னறிந்திராத எதிர்காலத்துள் மூழ்குவதற்கானது. இதற்கு முன்பு நடந்த எதையும்போல இல்லாது அனைத்தையும் அடியிலிருந்து கண்டடைந்து, உருவாக்கினான். தகப்பன் இல்லாத ஆதாம், சட்டங்கள் கொண்ட கல்வெட்டில்லாத மோசஸ். வாழ்க்கை அப்படியே இருக்கவில்லை. தோன் கமாலியேல் அமைவித்திருந்த உலகம் அப்படியானதில்லை.

''யாரிவன்? தானாக எப்படித் தன்னிலிருந்து உருவானான்? இல்லை, இவனுக்குத் துணை நிற்கும் துணிச்சல் என்னிடம் இல்லை. நான் என்னைக் கட்டுப்படுத்திக்கொள்ள வேண்டும். சிறுமியாக இருந்தபோதிருந்த என் வாழ்க்கையை நினைக்கும்போது அழக்கூடாது. அவை பழம்நினைவுகள்.''

தனது பால்யத்தின் மகிழ்ச்சி மிகுந்த நாட்களை இந்தப்புரிந்துகொள்ள இயலாத கடினப்பாதைகளோடு ஒப்பிட்டுப் பார்த்தாள். லட்சியங்கள், குலைந்து வீழ்ந்த அல்லது ஒன்றுமற்ற-திலிருந்து உருவாக்கப்பட்ட எதிர்காலங்கள், கைமீறிச்செல்லும் கடன்கள், பணிதலுக்கு நெருக்கப்படும் கௌரவங்கள்.

(''அவன் எங்களைத் துன்பத்திலாழ்த்திவிட்டான். உன்னை இனி இயல்பாகச் சந்திப்பதென்பது இயலாதது; அவன் எங்களுக்கு என்ன செய்து கொண்டிருக்கிறானோ அதில் நீயும் பங்களிப்பவள்தானே.'')

அது உண்மை. இந்த மனிதன்தான்.

''இவன் மீது நம்பிக்கையற்று காதலில் இருக்கிறேன், இருப்பினும் இவன் என்னை உண்மையாக நேசிக்கிறான். இவனை என்ன சொல்வதென்று எனக்குத் தெரியவில்லை. என்னை மகிழ்ச்சியில் இருந்து வெட்கத்திற்கு அழைத்துச்செல்கிறான். மிகுந்த மனத்துயரை அளிக்கக்கூடிய வெட்கத்திலிருந்து மகிழ்ச்சிக்கு அதாவது மிக, மிக...''

இவன் அவர்களை அழிக்க வந்தவன்: ஏற்கெனவே அவர்களை அழித்துவிட்டான். அவனிடத்தில் தன்னை விற்பதன் மூலம் அவள் தனது உடலைக் காப்பாற்றிக்கொண்டாள். ஆனால் ஆன்மாவை அல்ல. விரிந்த வயல்வெளிகளை வெறித்தபடி சன்னலோரம் நின்றுகொண்டு நிழல்படிந்த பள்ளத்தாக்குகளைப் பற்றிய ஆழ்ந்த

சிந்தனையில் பலமணிநேரங்களைக் கழிப்பாள், சிலசமயம் குழந்தையின் தொட்டிலை ஆட்டியபடி, தனது இரண்டாவது குழந்தையின் வருகையை எதிர்பார்த்து, அந்தத் துணிச்சலுடைய குழந்தை தங்களுக்கு அளிக்கப்போகும் எதிர்காலத்தை கற்பனை செய்தபடி இருப்பாள். அவன் தனது மனைவியின் உடலுக்குள் நுழைந்த விதத்திலேயே இந்த உலகத்திலும் நுழைந்திருந்தான் - அடக்கத்தைக் களிப்பினால், ஒழுக்கத்தின் விதிகளை மகிழ்ச்சி-யினால் கடந்தான். நாகரிகம் என்றால் என்னவென்றே அறியாத, தன்னிடத்தில் வேலை செய்த கங்காணிகளை, ஏவலாட்களை மிளிரும் கண்களோடு தனது மேசையில் சமமாக அமரவைப்பான். தோன் கமாலியேல் உருவாக்கி வைத்திருந்த படிநிலையை முற்றாக ஒழித்தான். வீடு எப்போதும் புரிந்துகொள்ள முடியாத, மனச்சோர்வூட்டுகிற, அறிவற்ற விஷயங்களைத் தொடர்ந்து பேசிக்கொண்டிருக்கும் முரடர்கள் நிறைந்த இடமானது. தன்னை முகத்துதி செய்யும் அக்கம்பக்கத்தாரிடமிருந்து பங்குத்தொகை பெற ஆரம்பித்தான். அவன் மெக்சிகோவின் புதிய காங்கிரசுக்குச் செல்லவேண்டும். அவர்கள் அவனை அதன் அலுவலகத்தில் அமரவைப்பார்கள். அவர்களைப் பிரதிநிதிக்க அவனைவிடத் தகுதியான நபர் யார் இருக்கிறார்கள்? ஞாயிற்றுக்கிழமைகளில் அவனும் அவனது மனைவியும் அப்பகுதியிலுள்ள நகரங்களுக்குச் சென்றால், அவர்கள் எவ்வளவு விரும்பப்படுகிறார்கள், காங்கிரசின் வெற்றிக்கு அவன் எவ்வளவு பொருத்தமான நபர் என்பது புரியும்.

வென்த்துரா தனது தொப்பியைத் தலையில் வைத்துக்கொள்ளுமுன் குனிந்து வணங்கினான். வேலையாள் வண்டியை தாழ்வாரத்தில் கொண்டுவந்து நிறுத்தினான்; அவன் இந்தியனிடத்திலிருந்து திரும்பி கர்ப்பிணிப்பெண் அமர்ந்திருந்த சாய்வு நாற்காலிக்கு அருகே வந்தான்.

"அல்லது நான் சாகும்வரை இந்த வெறுப்பை எனக்குள்ளே வளர்த்தெடுப்பதுதான் சரியானதா?"

அவளுக்காகத் தனது கையை நீட்டினான். அவள் பற்றிக்கொண்டாள். அழுகிய பழங்கள் அவர்களின் காலடியில் நெறிந்தன; வண்டியைச் சுற்றி ஓடியபடி நாய்கள் குரைத்தன; ப்ளம் மரங்களில் கிளைகள் அசைந்து சில்லென்ற பனித்துளிகளை வீசின. அவள் வண்டிக்குள் ஏற உதவியவன் அவளது கைகளை அழுத்தி, புன்னகைத்தான். "உன்னை ஏதேனும் காயப்படுத்தியிருக்கிறேனா என்பது எனக்குத்தெரியாது, ஆனால் அப்படி ஏதேனும்

செய்திருந்தால், உன்னுடைய மன்னிப்பை வேண்டுகிறேன்."

சில வினாடிகள் காத்திருந்தான். அவள் சற்றேனும் தன்னிலொரு அசைவைக் காண்பித்திருந்தால். அது போதுமானதாக இருந்திருக்கும்: ஓர் அசைவு, அது பிரியத்தின் சாயலைக் கொண்டிராவிட்டாலும், பலவீனத்தின் மிகச்சிறு பகுதியை வெளிப்படுத்தியிருந்தால், சிறு சைகையில் மென்மையை வெளிப்படுத்தியிருந்தால் பாதுகாப்பின் விருப்பத்தை வெளிப்படுத்தியிருந்தால்கூட.

"என் மனதைச் சமாதானம் செய்து கொள்ள முடிந்தால், ஒருவேளை என்னால் அது முடிந்தால்."

முதல் சந்திப்பில் நடந்துகொண்டது போலவே அவளது உள்ளங்கையை நோக்கித் தனது கையை நகர்த்தினான். மீண்டும் ஒருமுறை உணர்ச்சியற்ற அத்தசைகளைத் தீண்டினான். அவன் கடிவாளத்தைக் கையிலெடுத்துக் கொண்டான்; அவள் அவனுக்கருகில் அமர்ந்து கொண்டாள். தன்னுடைய நீலநிறச் சிறுகுடையைத் திறந்து, தன் கணவன் பக்கம் பாராதிருந்தாள்.

"குழந்தையை கவனமாகப் பார்த்துக்கொள்."

"இரண்டு வகையான வாழ்க்கைகளைத் திருப்தி செய்வதுபோல என் வாழ்வை இரவும் பகலுமாகப் பிரித்து வைத்திருக்கிறேன். ஏன் என்னால் இதிலொன்றைத் தேர்வு செய்யவே முடியவில்லை?"

அவன் கிழக்குநோக்கித் தன் பார்வையைப் பதித்தான். சாலை சோளவயல்களைக் கடந்து சென்றது, புதிதாக விதைக்கப்பட்ட வயல் துண்டுகள், விதைகள் ஒளித்துவைக்கப்பட்டுள்ள சிறு மணல் திட்டுகளைப் பாதுகாக்கும் பொருட்டு விவசாயிகள் கைகளால் அமைத்த வாய்க்கால்கள் குறுக்கும் மறுக்குமாகப் பாதையில் குறுக்கிட்டன. தொலைவில் பருந்துகள் உயர்ந்தன; மகேய்களின் பச்சைச்செங்கோல்கள் உயர்ந்து நிற்கின்றன; அவற்றின் தண்டுகளை வேலைக்கமர்த்தபட்ட வெட்டுக்கத்திகள் துளைக்கின்றன: உயிர்ச்சாறு. இந்தப் புதிய முதலாளியின் நிலங்களை, ஈரமான, விளைச்சலின் கறைகள் கொண்ட எல்லைகளை உயரப்பறக்கும் ஒரு பருந்தினால் மட்டுமே பார்க்கமுடியும், ஒருகாலத்தில் அவை பெர்னால், லபாஸ்திதா மற்றும் பிஸ்ஸாரோவுக்குச் சொந்தமானவை.

"ஆம்: அவன் என்னை நேசிக்கிறான், நேசித்துத்தான் ஆகவேண்டும்."

சிற்றோடைகளின் வெள்ளிநிற எச்சில்கோடுகள் சீக்கிரமே மறைந்து அதன் விதிவிலக்கான தன்மைக்கு வழிவிட்டது: சுண்ணத்தின் வெண்மை நிறைந்த மகேய்களின் மண். வண்டி கடந்துசெல்லும்போது வேலையாட்கள் தங்களின் வெட்டுக்கத்திகளை, களைக்கொட்டுகளைக் கைவிட்டனர், மேய்ப்பர்கள் விலங்குகளை விரட்டினர்; திடீரென மாறிய நிலப்பரப்பிலிருந்து புழுதியின் மேகங்கள் உயர்ந்தன. வண்டிக்கு முன்னால் கருந்தேனீக்களின் திரள்போல மதச்சடங்கில் ஈடுபட்டுள்ள கூட்டம் நகர்ந்து கொண்டிருக்க வண்டி சீக்கிரமே அதை எட்டியது.

“அவன் என்னை நேசிப்பதற்கான அனைத்துக் காரணங்களையும் நான் அவனுக்குத் தரவேண்டும். இந்தப்பேராவல் என்னை மகிழ்ச்சிக்குள்ளாக்குகிறது இல்லையா? அவனுடைய காதல்மொழிகள், அவனது துணிவு, மற்றும் அவனது மகிழ்ச்சிக்கான தடயங்கள் என்னை மகிழ்ச்சிக்கு உள்ளாக்குகிறதுதானே? இப்போதும் கூட. இப்போதும்கூட, நான் கர்ப்பிணியாக இருந்தாலும்கூட அவன் என்னைத் தனியே விட்டதில்லை. ஆம், ஆம், இவை அனைத்தும் என்னைப் பரவசப்படுத்துகின்றன.”

மெதுவாக நகர்ந்துகொண்டிருந்த கூட்டத்தால் வண்டி நின்றது: தங்கக்கரையிட்ட வெள்ளைநிற ஆடைகளை அணிந்த சிறுவர்கள் வெள்ளிநிறத்தாளினால் செய்யப்பட்ட ஒளிவட்டங்கள் மற்றும் தலைக்குமேலே ஆடிக்கொண்டிருக்கும் கம்பிகளுடன் பெண்களின் கைகளைப் பற்றிக்கொண்டிருந்தனர். சிவந்த கன்னஎலும்புகள் மற்றும் கண்ணாடியென மின்னும் கண்களைக் கொண்ட, ரெபோஸாக்களில் பொதிந்துள்ள, தங்களுக்குச் சிலுவைக் குறியிட்டு புராதனமான பாசுரத்தொகுதிகளை முணுமுணுத்தபடி இருக்கும் பெண்கள் - முழந்தாளிட்டு, வெற்றுக்கால்களுடன், கைகள் ஜெபமாலையைப் பற்றியவாறு - பித்தவெடிப்புகள் கொண்ட பாதங்களோடு பிரார்த்தனையை நிறைவேற்ற பாவம் செய்த ஒருவன் வெற்று முதுகில் வீசப்படும் சாட்டையைக் களிப்போடு ஏற்றுக்கொண்டிருந்தான். அவனுடைய இடுப்பில் முள்ளாலான வார்ப்பட்டை. கருத்த நெற்றியில் அணிந்திருந்த முட்கிரீடம் காயங்களை உண்டாக்கியிருந்தது; மயிர்களற்ற மார்பில் கள்ளி முட்களினாலான தோளங்கி. சிவந்த துளிகளை மிதித்து உடனடியாக மறைத்த மெதுவான கால்கள் இருந்த அச்சாலையிலிருந்து உள்ளூர் மொழியில் உருவான முணுமுணுப்புகள் எழவில்லை: கடினமான பாதங்களைக் கொண்ட கால்கள், காய்த்திருப்பவை, மண்நிறைந்த இரண்டாவது தோலடுக்கைச் சுமந்துசெல்லப் பழகியவை. வண்டி முன்னே நகர முடியவில்லை.

"இதயத்தில் விநோதமாக உருவாகும் கனமில்லாது இவற்றையெல்லாம் பாகுபாடின்றி ஏற்றுக்கொள்ள நான் இன்னும் ஏன் கற்றுக்கொள்ளவில்லை? அவனுக்கு என் உடலின் மீதிருக்கும் ஈர்ப்பை எதிர்க்க முடியவில்லை என்பதை ஒரு சான்றாகப் புரிந்துகொள்ள விரும்புகிறேன். ஆனால் நான் அவனை வெற்றி கொண்டுவிட்டேன் என்றே என்னால் அச்சான்றைப் புரிந்துகொள்ளமுடிகிறது. அதாவது ஒவ்வொரு இரவிலும் அவனிடத்திலிருந்து காதலை நான் வன்மையாகப் பறித்தெடுக்கிறேன். அடுத்தநாள் பகலில் என் இறுக்கத்தின் மூலமாக, விலகலின் மூலமாக அவனை இகழ்ச்சியோடு பார்க்கிறேன். ஏன் என்னால் முடிவெடுக்க இயலவில்லை? ஏன் நான் ஒரு முடிவுக்கு வரவேண்டும்?"

நோயுற்றவர்கள் தங்களது நெற்றிப்பொட்டில் வெங்காயத்துண்டை ஒட்டிக்கொண்டிருந்தனர் அல்லது பெண்கள் வைத்திருந்த புனிதமான தாவரத்தின் கிளைகளால் தங்களை நீவுவதற்கு அனுமதித்தனர்: நூற்றுக்கணக்கானவர்கள், நூற்றுக்கணக்கானவர்கள். தடையற்ற ஓர் ஊளை அவர்களின் முணுமுணுப்பின் கீழிருந்த அமைதியைத் தகர்த்தது. சொறிப்புண்கள் கொண்ட வளர்ப்பு நாய்கள் தூரத்தில் தெரியும் இளஞ்சிவப்புநிறக் கட்டிடம், அதன் ஓடுகள் பதிக்கப்பட்ட தாழ்வாரம் மற்றும் மஞ்சள்நிற விதானம் அருகில் வரக் காத்துக்கொண்டு மெல்ல நகர்ந்துகொண்டிருக்கும் கூட்டத்தினரின் கால்களுக்கிடையே நுழைந்து ஓடியபடி மெதுவாக இரைத்தன. சுரைக்குடுவைகள் பாவத்திற்கு வருந்துபவர்களின் மெல்லிய உதடுகள் வரை உயர்ந்தன. புல்கே-யின் அழுத்தமான கோடுகள் அவர்களின் தாடைகளில். காணவியலாத, வலுவற்ற கண்கள், தேமல் படர்ந்த முகங்கள்; நோயுற்ற குழந்தைகளின் மழிக்கப்பட்ட தலைகள்; பெரியம்மையால் தழும்பான மூக்குகள்; மேக நோயினால் உருக்குலைந்த புருவங்கள்: வெற்றி கொள்ளப்பட்ட உடல்களில் வெற்றி கொண்டவரின் சின்னங்கள், முழந்தாளிட்டபடி முன்னேறிக்கொண்டிருக்கிறன. ஊர்ந்தபடி, நடந்தபடி, கடவுளாக நடந்துகொண்டிருக்கும் கடவுளரின் ஆட்களால் கடவுளுக்கு எழுப்பப்பட்ட கட்டிடம் நோக்கி. நூற்றுக்கணக்கானவர்கள், நூற்றுக்கணக்கானவர்கள்: பாதங்கள், கைகள், சின்னங்கள், வியர்வை, புலம்பல்கள், சிராய்ப்புகள், உண்ணிகள், புழுதி, உதடுகள், பற்கள்: பல நூறுகள்.

"நான் முடிவெடுக்க வேண்டும்; இம்மனிதனின் மனைவியாக இருப்பதைத் தவிர வேறு சாத்தியக்கூறுகள் நான் இறக்கும்வரை என் வாழ்வில் இல்லை. ஏன் இவனை ஏற்றுக் கொள்ளக்கூடாது?

ஆம், இது சிந்திக்க எளிமையானது. ஆனால் என் ஆத்திரத்திற்கான காரணங்களை மறப்பதென்பது எளிமையானதல்ல. இறையே. இறையே, ஒருவேளை நான் என் மகிழ்ச்சியை அழித்துக்கொண்டிருக்கிறேன் என்றால் எனக்குக் கூறுங்கள். ஒரு தமக்கையாக, மகளாக எனக்கிருக்கும் கடமையைத்தாண்டி அவனைத் தேர்ந்தெடுப்பதா என்பதைக் கூறுங்கள்..."

வண்டி சிரமப்பட்டு புழுதி நிறைந்த சாலையில், அவசரம் என்றால் என்னவென்றே அறியாத உடல்களுக்கிடையே, தங்களது முழங்கால்களால், பாதங்களால், புனிதத்தலம் நோக்கி ஊர்ந்து கொண்டிருந்த கூட்டத்தின் வழி நகர்ந்து கொண்டிருந்தது. வழியெங்கும் நடப்பட்டிருந்த மகேய் கற்றாழைகள் அவர்கள் வழிவிட்டு நகரத் தடையாக இருந்தன. இந்த வெள்ளைப்பெண் தன் கையிலிருந்த சிறுகுடையால் தன்னை வெயிலிலிருந்து பாதுகாத்துக் கொண்டிருந்தாள். யாத்திரீகர்களின் தோள்களினால் அவள் உடல் மெல்லிய அசைவுகளுக்குள்ளானது: அவளது மான் போன்ற விழிகள், இளஞ்சிவப்புக் காதுமடல்கள், உடலெங்கும் சமமாக விரவியிருக்கும் வெள்ளை நிறம், அவளது மூக்கையும் வாயையும் மூடியிருந்த கைக்குட்டை, நீலப்பட்டின் பின்னாலுள்ள அவளது நிமிர்ந்த முலைகள், பெருத்த வயிறு, அவளது சிறிய, குறுக்காக வைத்துக்கொண்டிருந்த பாதங்கள், அதிலுள்ள வெல்வெட் காலணிகள்.

"எங்களுக்கு ஒரு மகன் இருக்கிறான். என் தந்தையும் சகோதரனும் உயிருடன் இல்லை. ஏன் கடந்த காலம் என்னை மயக்குகிறது? நான் எதிர்காலத்தை யோசிக்க வேண்டும். எப்படி முடிவெடுப்பதென்று எனக்குத் தெரியவில்லை. நிகழ்வுகளும் நற்பேறும், என் கட்டுப்பாட்டில் இல்லாத விஷயங்கள், எனக்காக முடிவெடுக்கட்டும் என்று விட்டுவிடப்போகிறேனா? அது சாத்தியம்தான். இறையே. இதில் இன்னொரு குழந்தை வேறு வரப்போகிறது..."

அவளை நோக்கி நீளும் கைகள்: முதலில் தலைநரைத்த, காய்ப்புக் காய்த்த கைகளுடைய இந்தியனின் கை நீண்டது. பிறகு வேகமாக ரெபோஸாக்களின் அடியிலிருந்து பெண்களின் வெற்றுக்கைகள் நீண்டன; போற்றுதல் மற்றும் அன்பைத் தெரிவிக்கும் மெல்லிய முணுமுணுப்பு பரவியது, அவளைத் தொடுவதற்கான விழைவு, உச்சஸ்தாயியில் வெளிப்படும் சொற்கள்: "மமீதா, மமீதா." வண்டி நின்றது, அவன் குதித்து எழுந்தான். கையிலிருந்த குதிரைச் சவுக்கை கூட்டத்தினரின் கருத்த தலைகளை நோக்கிச் சொடுக்கி,

வழிவிடும்படி சத்தமிட்டான்: உயர்ந்து, கருப்பில் ஆடையணிந்து, தங்க வரியிட்ட அவனது தொப்பியைப் புருவங்கள் வரை இறக்கியிருந்தான்...

"...இறையே, ஏன் என்னை இந்த இக்கட்டான நிலையில் வைத்தீர்?..."

அவள் கடிவாளத்தைப் பற்றிக்கொண்டு வலப்பக்கம் குதிரையை ஓட்டினாள். யாத்திரீகர்களைக் கீழே தள்ளி, பானைகளை உடைத்தெறிந்து, கூண்டுகள் கூக்குரலிடும் கோழிகளோடு நெறிபட்டு உடைய, அவை வெளியேறிப் பறந்தன. குதிரை கனைத்துப் பின்வாங்கும்வரை செலுத்தினாள். குதிரை கீழே கிடந்த இந்தியர்களின் தலையை உதைத்தது. சுற்றிச் சுழன்றது; வியர்வை மிளிர, கழுத்து நரம்புகள் புடைத்து, அதன் கண்கள் பிதுங்கி வெளியே வந்தன: அவள் தன்னுடலில் வியர்வையை உணர்ந்தாள். காயங்கள், வலுவற்ற அலறல்கள், ஒட்டுண்ணிப்பூச்சிகள், அதிகரிக்கும் புல்கேவின் நெடி. வயிற்றின் சுமையால் தன்னை நிலைநிறுத்தி நின்று கடிவாளத்தை விலங்கின் முதுகில் சுளீரென அடித்தாள். கூட்டம் இயலாமை மற்றும் அதிர்ச்சியால் வெளிப்பட்ட சிறிய கிறீச்சிடல்களோடு, கைகளை உயர்த்தி, மகேய் கற்றாழைகளில் உடலைச்சரித்து வழிவிட்டது. அவள் வீட்டை நோக்கி விரைந்தாள்.

"ஏன் நானே தேர்ந்தெடுக்கும்படியான வாழ்க்கையை எனக்களித்தாய்? நான் இதற்காகப் பிறக்கவில்லை..."

மூச்சிரைத்தபடி, யாத்திரீகர்களின் கூட்டத்திலிருந்து வெகுவாக விலகி வந்து, வெப்பத்தை வெளியிடுகின்ற, அவன் நட்டுவைத்த பழமரங்களுக்கிடையே மறைந்திருக்கிற வீட்டை நோக்கி அவர்கள் முன்னேறினர்.

"நானொரு வலிமையற்ற பெண். நான் எப்போதும் விரும்பியதெல்லாம் அமைதியான வாழ்க்கை, மற்றவர்கள் எனக்காக முடிவெடுப்பது இவைதான்... என்னால் இயலாது... என்னால் இயலாது..."

கோவிலுக்கு அருகில் வெய்யிலில் நீளமான மேசைகள் அமைக்கப்பட்டிருந்தன. அடர்ந்த ஈக்களின் படையொன்று பீன்ஸ் வைக்கப்பட்டிருந்த பானைகளுக்குமேல் பறந்துகொண்டிருந்தது, கடினமான டேக்கோ[14]க்கள் மேசைவிரிப்பாக இருந்த செய்தித்தாள்களில் குவித்துவைக்கப்பட்டிருந்தன. புல்கே நிரம்பிய

சுரைக்குடுவைகள் செர்ரிப்பழங்களால் சுற்றப்பட்டிருந்தன. காய்ந்த சோளக்கதிர்கள், மூவண்ண பாதாம் மார்ஸபன் அங்கிருந்த உணவு மற்றும் பானையின் நிறத்திற்கு முரணாக இருந்தது. நகராட்சித் தலைவர் அமைக்கப்பட்டிருந்த சிறுமேடையில் வந்து நின்று அவனை அறிமுகம் செய்தார். வானளாவப் புகழ்ந்தார். அவன் காங்கிரஸ் கூட்டணிக்கான பரிந்துரையை ஏற்றுக்கொண்டான். இது அவனது புரட்சிகரமான தகுதிகளை அடையாளம் கண்டிருந்த அரசாங்கத்தால் ப்யூப்லா மற்றும் மெக்சிகோ நகரத்தில் பல மாதங்களுக்கு முன்னரே ஏற்பாடு செய்யப்பட்டது. ராணுவத்திலிருந்து ஓய்வுபெற்று விவசாயச்சீர்திருத்தத்தில் ஈடுபட்டதன் மூலம் அவன் நல்லதொரு முன்மாதிரியாக இருக்கிறான். மேலும் அந்தப்பகுதியில் இன்னமும் நிலைநிறுத்தப்படாத பொது அதிகாரத்திற்காகத் தானே முன்வந்து அவன் செய்த அளப்பரிய சேவைகள் முக்கியமானது. அதை அவன் சொந்தச்செலவில் முயன்று செய்திருக்கிறான். கோவிலுக்குள் வருவதும் போவதுமாக இருந்த யாத்திரீகர்களின் மெல்லிய தொடர் முணுமுணுப்பு அவர்களைச் சுற்றியிருந்தது. யாத்திரைக்கு வந்தவர்கள் கன்னியிடமும் கடவுளிடமும் அழுதுகொண்டிருந்தனர். ஓலமிட்டனர், பிறகு உரைகளைக் கேட்டுக்கொண்டு குடுவைகளில் இருந்த புல்கேவை அருந்தினர். யாரோ சத்தமிட்டார்கள். தோட்டாக்கள் தொடர்ந்து வெடித்தன. ஆனால் வேட்பாளர் தனது நிதானத்தை இழக்கவில்லை. இந்தியர்கள் டேக்கோவை மென்று கொண்டிருந்தனர். அங்கே இருந்த சகபணியாளர் ஒருவரிடம் அவ்விடத்தை ஒப்படைத்துவிட்டு நடந்தான். இந்திய மேளங்கள் அவனுக்கு வந்தனம் கூறியபோது சூரியன் மலைகளுக்குப் பின்னால் மறையத் துவங்கியிருந்தது.

“நான் சொன்னது போலவே நடந்தது.” மழையின் துளி அவனது தொப்பியை நனைக்கத் துவங்கியபோது வென்த்துரா கிசுகிசுத்தான். “தோன் பிஸ்ஸாரோ அனுப்பிய கொலைகாரர்கள் அங்கே இருந்தனர். நீங்கள் மேடை ஏறியதும் உங்களைக் குறிபார்க்க ஆரம்பித்தனர்.”

தொப்பி இல்லாமல் சோள-இலை வடிவிலான மேலங்கியைத் தலைக்கு மேலே பிடித்துக்கொண்டான். “இப்போது அவர்கள் எங்கே?”

“சொர்க்கத்தில் இருப்பார்கள்.” வென்த்துரா புன்னகைத்தான். “நீங்கள் உரையைத் தொடங்கும் முன்னரே அவர்களைச் சுற்றி வளைத்து விட்டோம்.”

அங்கவடியில் காலை வைத்தான். "பிஸ்ஸாரோவுக்கு சில நினைவுப்பரிசுகளை அனுப்ப மறக்கவேண்டாம்."

வெள்ளையடிக்கப்பட்டு வெறுமையாக இருந்த வீட்டிற்குள் நுழைந்தவுடன் தனியாக, சாய்வு நாற்காலியில் ஆடிக்கொண்டிருந்தவளைப் பார்த்ததும் வெறுப்பு தோன்றியது. கைகளை மார்புக்குக் குறுக்காகக் கட்டியபடி, இந்த மனிதனின் வருகை அவளுக்குள் உணரமுடியாத குளிர்ச்சியை நிறைத்தது போல, அம்மனிதனின் மூச்சுக்காற்று, உடலின் காய்ந்த வியர்வை, அவன் குரலில் இருக்கும் அச்சம் அனைத்தும் குளிர்காற்றினைப் பறைசாற்றுவதுபோல, அவளுடைய மெல்லிய, நேரான மூக்கு நடுங்கியது: அவன் தனது தொப்பியை மேசையில் எறிந்தான். செங்கல் பாவப்பட்ட தரையில் அவன் நடந்தபோது காலணியின் குதிமுள் தரையில் கோடுகளை உண்டாக்கியது.

"அவர்கள்... என்னை அச்சுறுத்திவிட்டார்கள்..."

அவன் பேசவில்லை. தனது சோள-இலை வடிவிலான மேலங்கியைக் கழற்றி கணப்படுப்பின் அருகே வீசினான். கூரையின் ஓடுகள் வழி தண்ணீர் சலசலத்தபடி இறங்கிக் கொண்டிருந்தது. அவள் தன்னை நியாயப்படுத்திக்கொள்ள முயற்சி செய்வது இதுவே முதல் முறை.

"அவர்கள் என் மனைவியைப் பற்றிக்கேட்டனர். இன்றைய நாள் எனக்கு முக்கியமானது."

"ஆமாம், எனக்குத்தெரியும்..."

"எப்படிக்கூறுவது... எல்லோருக்கும்... நம் எல்லோருக்கும் வாழ்க்கையை வாழ்ந்து கொண்டிருக்கிறோம் என்பதற்கான சாட்சியங்கள் தேவை..."

"ஆமாம்..."

"நீ..."

"என் வாழ்க்கையை நான் தேர்ந்தெடுக்கவில்லை!" என்று சத்தமிட்டாள், கைகள் சாய்வு நாற்காலியின் கைப்பிடியை இறுகப்பற்றியிருந்தன. "உனக்கு விருப்பமானதைச் செய்யும்படி மற்றவர்களைக் கட்டாயப்படுத்தும்போது அவர்களிடமிருந்து நன்றியையும் எதிர்பார்க்கக் கூடாது, அல்லது..."

ஆர்தேமியோ க்ரூஸ்சின் மரணம் | 145

"ஆக நீ என் விருப்பத்தை உனது விருப்பத்திற்கு எதிராகத்தான் செய்தாய்? அப்படியென்றால் அந்த விஷயம் ஏன் உனக்கு அவ்வளவு விருப்பமானதாக இருக்கிறது? அனைத்தும் முடிந்தபிறகு முகத்தைத் தொங்கப்போட்டுக்கொண்டுதான் வளையவரப்போகிறாய் எனும்போது அதற்காக ஏன் படுக்கையில் முனகுகிறாய்? யாருக்குதான் உன்னைத் தெரியும்?"

"நீயொரு ஈனன்!"

"சொல், நாடகக்காரியே, நான் கேட்டதற்கு பதில் சொல், ஏன்?"

"எந்த ஆணோடு படுத்தாலும் அதேதான்."

அவனைச் சந்திக்கும் நோக்கில் தனது கண்களை உயர்த்தினாள். அவள் அதைக்கூறிவிட்டாள். அவள் தன்னை மலினப்படுத்திக் கொள்ளவே விரும்பினாள். "உனக்கு என்னதான் தெரியும்? நான் கண்களை மூடிக்கொண்டு உனக்கு வேறு முகத்தையும் வேறு பெயரையும் கொடுப்பேன்."

"கதலீனா... நான் எப்போதுமே உன்னை நேசித்து வந்துள்ளேன்... இது என் தவறு அல்ல."

"என்னை விட்டுவிடு. நான் எப்போதும் உன் கைகளில்தான் இருக்கப்போகிறேன். உனக்கு விருப்பமானது கிடைத்துவிட்டது. கிடைத்ததை எடுத்துக்கொள். ஆனால் சாத்தியமில்லாததைக் கேட்காதே."

"என்னை ஏன் நிராகரிக்கிறாய்? நீ என்னை விரும்புகிறாய் என்று எனக்குத்தெரியும். அந்த சமயத்தில்..."

"என்னைத் தனியே விடு. தொடாதே. என் பலவீனத்தை என் முகத்திற்கு முன் எறியாதே. இனி ஒருபோதும் உன்னுடன் செல்ல என்னை அனுமதிக்கமாட்டேன்..."

"ஆனால் நீ என் மனைவி."

"இதற்குமேல் அருகே வராதே. நான் உன்னை விரும்பி வரவில்லை. எப்படியிருப்பினும் இது உன்னுடையதுதான். இது உன்னுடைய வெற்றிப்பொருள்."

"ஆம், நீ உன் வாழ்க்கை முழுதும் இதைப் பொறுத்துக்கொள்ளத்தான் வேண்டும்.

"என்னுடைய ஆறுதல் என்னவென்று எனக்குத் தெரியும். கடவுள் என் பக்கம் இருக்கையில், என் குழந்தைகள் இருக்கையில், எனக்குத் தேற்றுதலுக்குக் குறைவிருக்காது..."

"கடவுள் ஏன் உன் பக்கம் இருக்க வேண்டும், நாடகக்காரி?"

"நீ அவமானப்படுத்துவது எனக்கு ஒரு பொருட்டேயல்ல. என் ஆறுதல் எது என்று எனக்குத் தெரியும்."

"சரி, உனக்கு ஏன் ஆறுதல் தேவைப்படுகிறது?"

"விலகி ஓடாதே. எனக்கு ஆறுதல் ஏன் தேவைப்படுகிறதென்றால் நான் உடன்வாழ்வது என் தந்தையை அவமதித்த, என் சகோதரனுக்குத் துரோகமிழைத்த ஒருவனோடு என்பதால்."

"நீ மிகவும் வருந்தப்போகிறாய், கதலீனா பெர்னால். நீ எனக்காக உன் காலை விரிக்கும்போதெல்லாம் உன் தந்தை மற்றும் சகோதரனைக்குறித்து உனக்கு நினைவுபடுத்தவேண்டும் என்று என்னை நினைக்க வைக்கிறாய்..."

"நீ கூறும் எதுவும் என்னைக் காயப்படுத்தப் போவதில்லை."

"அவ்வளவு உறுதியாக நம்பாதே."

"என்ன விரும்புகிறாயோ அதைச்செய். உண்மை சுடுகிறது இல்லையா? நீதான் என் சகோதரனைக் கொலை செய்தவன்."

"உன் சகோதரன் யாரும் அவனுக்குத் துரோகம் செய்வதற்கான நேரத்தைக்கூடக் கொடுக்கவில்லை. அவன் ஒரு தியாகியாக விரும்பினான். அவன் தன்னைக் காப்பாற்றிக்கொள்ள விரும்பவில்லை."

"அவன் இறந்து விட்டான், ஆனால் நீ மட்டும் நல்லவிதமாக அவனுடைய சொத்துகளை அனுபவித்துக்கொண்டு இங்கே இருக்கிறாய். அவ்வளவுதான் எனக்குத் தெரிந்தது."

"நல்லது, அப்படியே எரிந்துகொண்டிரு. அதேசமயம் நான் உன்னை எப்போதும் விடப்போவதில்லை என்ற உண்மையையும் நினைத்துப்பார். நான் இறக்கும்போதுகூட விடமாட்டேன். ஆனால் எப்படி அவமானப்படுத்துவது என்பதும் எனக்குத்தெரியும் என்பதையும் மறந்துவிடாதே. நீ வருந்தப்போகிறாய் என்பதை இன்னும் உணரவில்லை..."

"நீ என்னை விரும்புவதாகக் கூறியபோது உன்னுடைய விலங்குமுகத்தை என்னால் பார்க்க முடியவில்லை என்று நினைக்கிறாயா?"

"நான் ஒருபோதும் நீ என்னிடமிருந்து விலகியிருக்க எண்ணியதில்லை. நீ என் வாழ்வின் பகுதியாக இருக்கவேண்டுமென்று நினைத்தேன்..."

"என்னைத் தொடாதே. நீ ஒருபோதும் விலைக்கு வாங்க முடியாதது அது."

"இன்று நடந்ததை மறந்து விடு. வாழ்க்கை முழுவதும் நம் இருவரின் வாழ்க்கைக்காலம் முழுவதும் நாம் சேர்ந்திருக்க வேண்டும் என்பதை நினைவில்கொள்."

"என்னிலிருந்து விலகிப்போ. ஆமாம். நான் அதைப்பற்றி யோசிக்கிறேன். நமக்கு முன்னால் உள்ள அத்தனை வருடங்களையும்."

"என்றால் என்னை மன்னித்துவிடு. நான் மீண்டும் கேட்கிறேன்."

"நீ என்னை மன்னிப்பாயா?"

"உன்னை நான் மன்னிக்குமளவு ஏதுமில்லை."

"இன்னொரு மனிதனின் நினைவினால் உன்னை நான் மன்னிக்க முடியாமல் இருப்பதை மன்னிப்பாயா, நான் உண்மை- யிலேயே நேசித்த அம்மனிதன்? அவன் முகத்தை மட்டும் நான் தெளிவாக நினைவுகூர முடிந்தால்... எனக்குமட்டும் அந்த முதல்காதல் கிடைத்திருந்தால், நான் வாழ்கிறேன் என்று என்னால் கூறமுடிந்திருக்கும்... புரிந்து கொள்ள முயற்சி செய்; உன்னை வெறுப்பதைக் காட்டிலும் அதிகமாக அவனை வெறுக்கிறேன், ஏனெனில் நீ அவனை அச்சுறுத்த அவன் அனுமதித்தான் மேலும் அவன் திரும்பி வரவேயில்லை... அநேகமாக அவனிடம் இதைக்கூற இயலாமல்தான் உன்னிடம் இதைக் கூறுகிறேன்... ஆமாம், இப்படி யோசிப்பது கோழைத்தனம் என்று சொல்... எனக்குத் தெரியவில்லை, நான்... நான் வலிமையற்றவள். ஆனால் நீ, நினைத்தால் எத்தனை பெண்களையும் விரும்பலாம். ஆனால் நான் உன்னோடு பிணைக்கப்பட்டிருக்கிறேன். ஒருவேளை அவன் என்னை வலுக்கட்டாயமாக அடைந்திருந்தால் இன்று அவனது முகத்தைக்கூட நினைவில் கொண்டுவரமுடியாமல் அவனை

நினைத்து அவனை வெறுத்துக்கொண்டு இருந்திருக்க மாட்டேன். நான் என்றென்றைக்குமாக மனநிறைவின்றி விடப்பட்டேன். உனக்குப் புரிகிறதா?... நான் கூறுவதைக்கேள், விலகி ஓடாதே... நடந்த அனைத்திற்கும் காரணமாக என்னை நானே கடிந்துகொள்ளும் தைரியம் எனக்கில்லை என்பதால், வெறுப்பதற்கு அவன் எனக்கருகில் இல்லை என்பதால், அனைத்திற்காகவும் உன்னை நிந்திக்கிறேன். உன்னை வெறுக்கிறேன், நீ வலிமை பொருந்தியவன், ஏனென்றால் நீ எதையும் பொறுத்துக் கொள்கிறாய்... நீ இதற்காக என்னை மன்னிக்க முடியுமா என்று சொல், ஏனென்றால் என்னை நானே மன்னித்துக் கொள்ளும்வரை, அந்த ஓடிப்போனவனை மன்னிக்கும் வரை என்னால் உன்னை மன்னிக்க முடியாது... எவ்வளவு பலவீனமானவன். ஆனால் நான் யோசிக்க விரும்பவில்லை, நான் பேசவும் விரும்பவில்லை. என்னை அமைதியாக வாழவிடு, கடவுளின் மன்னிப்பையே விரும்புகிறேன். உன்னுடையதை அல்ல..."

"அமைதியடை. உன் கடுகடுப்பான மௌனமே நன்றாக இருந்தது."

"விஷயங்கள் எப்படி இருக்கிறதென்று இப்போது உனக்குப்புரிந்திருக்கும். நீ என்னை எவ்வளவு காயப்படுத்த விரும்பினாலும் காயப்படுத்தலாம். அதற்கான ஆயுதத்தைக்கூட உனக்குக் கொடுத்துவிட்டேன். இப்போது திடீரென நீ என்னை வெறுக்க வேண்டுமென்று நான் விரும்புவதால் உன்னுடைய அனைத்துக் கற்பனைகளும் அழிந்திருக்கலாம்..."

"அனைத்தையும் மறந்துவிட்டு புதியதாகத் தொடங்குவது இன்னும் எளிமையானது."

"விஷயங்கள் ஒருபோதும் அப்படி நடப்பதில்லை."

அசைவற்று நிற்கும் அந்தப்பெண் தோன் கமாலியேல் அவளிடம் என்ன நடக்கிறது என்று கூறியபோது எடுத்த தனது முதல் தீர்மானத்தை நினைத்துப் பார்க்கிறாள். அதிகாரத்தை இழப்பது. அவளை முதலில் பலிகொடுத்து அதன்பிறகு பழிவாங்குவது.

"என்னை எதுவும் தடுத்து நிறுத்தமுடியாது, பார்த்தாயா? என்னை நிறுத்தக்கூடிய ஏதேனும் ஒன்றைக் குறிப்பிடு."

"இது இயல்பானது. இது என்னிலிருந்து பெருகிவழிகிறது."

“அதை வளர்த்தெடுக்கவோ கவனிக்கவோ தேவையில்லை. அதுவும் இயற்கையானதுதான்.”

“என்னைத் தனியே விட்டுவிடு!”

அவள் தனது கணவனிடமிருந்து பார்வையை விலக்கிக்கொண்டாள். சொற்களற்ற நிலை அந்த உயரமான, கனத்த மீசையுடைய மனிதனின் இருப்பை துடைத்தழித்தது. அவன் தனது புருவத்தில், பிடரியில் பாறையின் கனத்தை உணர்ந்தான். இறுக மூடிய அவ்வுதடுகள் அதன் இகழ்ச்சி நிறைந்த கோணலான இளிப்பு அவன் முகத்திற்கெதிரே ஒருபோதும் கூறவியலாத வார்த்தைகளை உமிழ்ந்தன.

“நீ செய்தவற்றுக்கெல்லாம் பிறகு இன்னமும் காதலிப்பதற்கான உரிமை உனக்கிருக்கிறது என்று உண்மையிலேயே நினைக்கிறாயா? மற்றவற்றோடு சேர்ந்து பரிசாக இதுவும் கிடைக்கவேண்டும் என்பதற்காக வாழ்க்கையின் நியதிகள் மாறிவிடும் என்று நினைக்கிறாயா? நீ உன்னுடைய களங்கமின்மையை வெளியுலகத்தில் இழந்துவிட்டாய். அதை நீ இங்கே உள்ளே, உணர்ச்சிகளின் உலகில் மீட்டெடுக்க இயலாது. உன்னுடைய தோட்டமென்று ஒன்று இருந்திருக்கலாம். எனக்கும் ஒன்று இருந்தது, சிறிய அளவிலான சொர்க்கம். இப்போது இருவருமே அதை இழந்துவிட்டோம். ஞாபகப்படுத்திக்கொள்ள முயற்சி செய். நீ ஏற்கெனவே இழந்தவற்றை, உன்னுடைய செயல்களால் நீ இழந்தவற்றை என்னுள் கண்டடைய முடியாது. நீ எங்கிருந்து வந்தாய் என்று எனக்குத்தெரியாது. நீ என்னவெல்லாம் செய்திருக்கிறாய் என்றும் எனக்குத்தெரியாது. எனக்குத் தெரிந்ததெல்லாம் என்னுடைய வாழ்விலிருந்து எதை நீ அழித்தாயோ அதை நீ உன் வாழ்விலும் இழந்துவிட்டாய்: கனவுகள் மற்றும் களங்கமின்மை. நாம் இனி ஒருபோதும் அதுபோல ஆக முடியாது.”

அவளது அசைவற்ற முகத்தில் அந்த வார்த்தைகளைப் படிக்க முயற்சிசெய்தான். அனிச்சையாக அவள் வெளிப்படுத்தாத சிந்தனைகளுக்கு நெருக்கமாக உணர்ந்தான். சொற்கள் தனது ரகசியமான சக்தியை மீண்டும் அடைந்துவிட்டது. கொலைகாரன்: அந்தக் கொடூரமான வார்த்தை அவளது உதடுகளிலிருந்து எப்போதும் வந்திருக்கக்கூடாது; காதலின் அனைத்து நம்பிக்கைகளையும் அவள் இழந்திருந்தாலும்கூட, வரப்போகும் வருடங்களில் இருக்கும் காதலுக்கு ஒரு சாட்சியாக - ஊமையான, சந்தேகத்திற்குரிய சாட்சி - அவள் இருந்திருப்பாள். அவன் தனது தாடைகளை

இறுக்கிக்கொண்டான். ஒரேயொரு செயல் மட்டுமே பிரிவின், வெறுப்பின் முடிச்சை அவிழ்க்கக்கூடியது. சில வார்த்தைகள், இப்போது இல்லாவிட்டால் எப்போதும் இல்லை. அதை அவள் ஏற்றுக்கொண்டால், அவர்கள் அனைத்தையும் மறந்து மீண்டும் தொடங்கலாம். அவள் ஏற்றுக்கொள்ளவில்லையெனில்...

"ஆமாம், நான் உயிரோடு இங்கே உனக்கருகில் இருக்கிறேன். ஏனென்றால் மற்றவர்கள் எனக்காக இறக்க அனுமதித்தேன். அந்த இறந்தவர்களைப் பற்றி என்னால் உன்னிடம் பேச முடியும் ஏனென்றால் நான் அவர்களைக் கைகழுவி அலட்சியமாக இருந்தேன். நான் எப்படியோ அப்படியே என்னை ஏற்றுக்கொள்ளேன். இந்தப் பாவங்களோடு, ஒரு தேவையுள்ள மனிதனாக என்னைப் பார்... என்னை வெறுக்காதே. என்மீது பரிதாபம் கொள், கதலீனா. நான் உன்னை நேசிக்கிறேன்: என்னுடைய பாவங்களை ஒரு தட்டிலும் என் காதலை மற்றொரு தட்டிலும் வைத்துப்பார். என் காதல் உயர்ந்தது என்று உனக்குத் தெரியும்..."

அவள் எதிர்க்கவில்லை. ஏன் எதிர்க்கவில்லை என்று ஆச்சரியமடைந்தாள். உண்மையைச் சொல் என்று அவனிடம் ஏன் அவள் கேட்கவில்லை - உண்மையைக் கூற இயலாதவனாக அவன் இருந்தாலும், அவனுடைய கோழைத்தனத்தின் காரணம் அவள்தான். அதுவே அவர்களுக்கிடையேயுள்ள இடைவெளி அதிகரிக்கக் காரணம், அவர்களது தோல்வியுற்ற காதலுக்கு அவனே பொறுப்பு என்ற பிரக்ஞையோடு - கேட்டிருப்பின் மீட்சியின் பொருட்டு இம்மனிதனின் கூறத்தயங்கிய பாவங்களிலிருந்து இருவருமே விடுபட்டிருக்கலாமே?

"இதை என்னால் தனியாகச்செய்ய முடியாது, தனியாக என்னால் இதைச்செய்யவே முடியாது."

அந்தச் சிறிய, அணுக்கமான மௌன நிமிடங்களின்போது...

"இப்போது நான் வலிமை பொருந்தியவனாக இருக்கிறேன். என்னுடைய வலிமை என்பது என்னுடைய விதியை போராட்டமின்றி ஏற்றுக்கொள்வது."

...திரும்பிச் செல்வதன் சாத்தியமின்மையை அவனும் ஏற்றுக்கொள்கிறான், மீண்டும் செல்வதை... அவள் எழுந்துநின்று, குழந்தை படுக்கையறையில் தனியாகத் தூங்குகிறது என்று முணுமுணுக்கிறாள். அவன் தனியே விடப்பட்டான். தந்தத்தினாலான

சிலுவையேற்றத்தின் முன்னால் மண்டியிட்டிருக்கும் அவளைக் கற்பனைசெய்து பார்த்தான். இக்கடைசிச்செயல் அவளை முழுவதுமாக விடுவிக்கும் "என் ஊழிலிருந்தும் பாவங்களிலிருந்தும், உன்னுடைய தனிப்பட்ட ரட்சிப்பைப் பற்றிக்கொண்டு, நம்முடையதாக இருக்கவேண்டிய இதை, நான் மௌனமாக உனக்கு அளித்தபோதும் நிராகரித்தாய்; இனி நீ திரும்பப்போவதில்லை..."

கைகளைக் கட்டிக்கொண்டு கிராமத்தின் இருளில் நடக்கத் தொடங்கினான். அவனுக்குத் துணையாக இருந்த ஒளிமிகுந்த வெள்ளியை வாழ்த்துவதற்காகத் தலைநிமிர்ந்தான். வான மண்டலத்தின் முதல் நட்சத்திரம், இப்போது மற்ற நட்சத்திரங்களாலும் நிரம்பத் தொடங்கியது. இன்னொரு இரவிலும் அவன் நட்சத்திரங்களைப் பார்த்திருந்தான்; அதை நினைவுகூர்வதில் எந்தப்பயனும் இல்லை. அவன் இப்போது அந்தச் சிறுவனில்லை. அந்த நட்சத்திரங்களும் சிறுவனின் கண்களால் பார்த்த அதே நட்சத்திரங்களல்ல.

மழை நின்றுவிட்டது. பழத்தோட்டத்திலிருந்து கொய்யா, ப்ளம், ஆப்பிள் மற்றும் பெர்ரிப்பழங்களின் நறுமணம் அடர்த்தியாக வெளிப்பட்டது. அந்த மரங்களை தோட்டத்தில் நட்டுவைத்தது அவன்தான். வீட்டையும் தோட்டத்தையும் பிரிக்கும் சுவரை உயர்த்தியிருந்தான். தோட்டத்தின் அந்தப்பகுதி அவனது தனிப்பட்ட ஆட்சிப்பரப்பு.

ஈரமண்ணில் அவனது காலணிகள் புதைந்தன. கைகளை சட்டைப்பைக்குள் நுழைத்துக்கொண்டு வாயிற்கதவை நோக்கி நடந்தான். கதவைத் திறந்து அருகிலிருக்கும் வீடுகளை நோக்கி நடந்தான். அவனது மனைவியின் முதல் கருத்தரிப்பின்போது அங்கிருந்த இளம் இந்தியப்பெண் அவனை அவ்வப்போது அமைதியுடன், கேள்விகளோ அல்லது கோரிக்கைகளோ இன்றி வரவேற்றிருக்கிறாள்.

உணக்கிய செங்கற்களால் கட்டப்பட்ட அறையில் கதவைத்தட்டாமல் திடீரென உள்ளே நுழைந்தான். உறக்கத்தில் இருந்த அவளுடைய அடர்நிற உடலின் வெப்பத்தை உணர்ந்து அவளைத் தன் கைகளில் எடுத்தான். பதறியெழுந்தவள் தனது முதலாளியின் இறுக்கமான முகத்தைப் பார்த்தாள். அவனது சுருண்ட கேசம் கண்ணாடி போன்ற விழிகளின்மீது விழுந்தன. அழுத்தமான உதடுகள் கலைந்திருந்த கனமான மீசையால் சூழப்பட்டிருந்தன.

“வா, பயப்படாதே.”

வெள்ளைநிற மேல்சட்டையை அணிந்துகொள்வதற்காகக் கைகளை மேலே உயர்த்தினாள். பிறகு ரெபோஸோவை எடுத்தாள். அவன் அவளை வெளியே அழைத்துச்சென்றான். சுருக்குக்கயிறில் மாட்டிய கன்றைப்போலத் தலைகுனிந்து இருந்தாள். அவன் வானத்தை நோக்கித் தன் முகத்தை உயர்த்தினான். அனைத்து ஒளிகளாலும் அவ்விரவில் வானம் நிறைந்திருந்தது.

“அங்கே மின்னிக்கொண்டிருக்கும் பெரிய நட்சத்திரத்தைப் பார்த்தாயா? பார்த்தால் உன்னால் தொடமுடியும்போல இருக்கிறது. இல்லையா? ஆனால் உனக்கும் தெரியும் அதைத் தொடவே முடியாது. நம் கைகளால் தொடமுடியாத விஷயங்களுக்கு நாம் இல்லை என்றே ஆகிவிடவேண்டும். கிளம்பு; நீ என்னோடு பெரிய வீட்டில் வாழப்போகிறாய்.”

அந்தப்பெண் தோட்டத்திற்குள் கண்களைத் தாழ்த்தியவாறு நுழைந்தாள்.

கனமழையால் கழுவப்பட்டிருந்த மரங்கள் இருளில் ஒளிர்ந்தன. நொதித்திருந்த நிலம் பலமான வாசனைகள் கொண்டிருந்தது. அவன் ஆழ்ந்து மூச்சுவிட்டான்.

மேலே படுக்கையறையில் அவள் கதவைத் திறந்து வைத்துவிட்டு படுக்கைக்குச் சென்றாள். இரவுக்கான விளக்கை ஏற்றினாள். சுவரைப்பார்த்துத் திரும்பிக்கொண்டு கைகளை மார்புக்குக் குறுக்காக வைத்து கால்களை நெருக்கி வைத்துக்கொண்டாள். சில விநாடிகள் கழித்து கால்களை நீட்டித் தன் காலணிகளைத் தேடினாள். எழுந்து அறையின் நீளத்திற்கு நடந்தாள். தலையை நிமிர்த்தியும் குனிந்தும். அதை உணராமல் தூங்கிக்கொண்டிருந்த குழந்தையைத் தட்டிக்கொடுத்தாள். வயிற்றைத் தடவிக்கொடுத்தாள். மீண்டும் படுக்கைக்குச் சென்று அவளது ஆணின் காலடிகள் கூடத்தில் கேட்பதற்குக் காத்துக்கொண்டிருந்தாள்.

அவர்கள் விரும்பியதைச் செய்ய அனுமதித்தேன். இதற்குமேல் சிந்திக்கவோ அல்லது விரும்பவோ என்னால் இயலாது; இந்த வலிக்குப் பழகிக்கொண்டிருக்கிறேன்; எதுவும் இயல்புக்கு வராமல் எப்போதைக்குமாக நீடிக்க முடியாது. என் மார்பெலும்புகளுக்குக் கீழே, என் தொப்புளைச்சுற்றி,

என்னுடைய குடல் பகுதியில் நான் உணரும் வலி, இப்போது அது என்னுடைய வலி, மென்றுகொண்டிருக்கும் வலி. வாயிலிருக்கும் வாந்தியின் சுவைதான் இப்போது என் சுவை; வீங்கிய என் வயிறுதான் இப்போது என் குழந்தை, அதை பிரசவிப்பதோடு ஒப்பிட்டுப் பார்த்துக்கொள்கிறேன்; சிரிப்பு வருகிறது. அதைத்தொட முயற்சி செய்கிறேன். என் தொப்புளிலிருந்து அடிவயிறு வரை விரல்களை நகர்த்துகிறேன். புதியது. உருண்டையாக. பிசைந்த மாவுபோல மென்மையாக. ஆனால் இந்த வியர்வையைத்தான் தாங்க முடியவில்லை. தெரேசாவின் கைப்பையிலுள்ள ஒழுங்கற்ற கண்ணாடிகளில் நான் காணமுடிகிற நிறமற்ற முகம் என் கட்டிலைக் கடந்து செல்கிறது. அவள் எப்போதும் தன் கைப்பையைக் கீழே வைப்பதே இல்லை. அறைக்குள் திருடர்கள் இருப்பது போல. மயங்கி விழுந்ததன் விளைவை அனுபவிக்கிறேன். என்னவென்று தெரியவில்லை. மருத்துவர் சென்று விட்டார். மற்ற மருத்துவர்களை அழைத்து வருவதாகச் சொல்லியிருக்கிறார். என் விஷயத்தில் அவர் பொறுப்பேற்க விரும்பவில்லை. ஏனென்று தெரியவில்லை. ஆனால் அவர்களைப் பார்க்கிறேன். அவர்கள் உள்ளே வருகிறார்கள். நூக்கினால் செய்யப்பட்ட மரக்கதவு திறந்து மூடுகிறது, கனமான தரைவிரிப்பில் அவர்களது காலடியோசை கேட்கவில்லை. அவர்கள் சன்னலை மூடிவைத்திருக்கிறார்கள். ஸ்ஸ்ஸென்ற ஓசையோடு சாம்பல்நிறத் திரைச்சீலைகளை இழுத்து மூடிவிட்டார்கள். அவர்கள் உள்ளே வந்துவிட்டார்கள். ஆஹ், அதோ அங்கேயொரு சன்னல் இருக்கிறது. வெளியே ஒரு உலகம் இருக்கிறது. மெல்லிய கருநிற மரங்களை அசைக்கும் பீடபூமியின் காற்று இருக்கிறது. நான் சுவாசிக்க வேண்டும்...

"சன்னலைத் திற..."

"இல்லை, இல்லை. உங்களுக்குச் சளிபிடித்துவிட்டால் நிலைமை இன்னும் மோசமாகிவிடும்."

"திற..."

"ஆண்டவரே, நான் தகுதியற்றவனாக இருக்கிறேன்..."

"கடவுளை ஓ---"

"அவர் மீது நம்பிக்கை இருப்பதனாலேயே அவரை நிந்திக்கிறீர்கள்..."

புத்திசாலித்தனமான பதில். அதுவொரு புத்திசாலித்தனமான

பதில். அது என்னை அமைதிப்படுத்துகிறது. அந்த விஷயங்களைப் பற்றியெல்லாம் இப்போது நான் சிந்திப்பதில்லை. ஆமாம், நான் ஏன் அவனை அவமானப்படுத்தவேண்டும், அவன் இல்லை எனும்போது? அது எனக்குச் சில நன்மைகளைச் செய்திருக்கிறது. இவற்றையெல்லாம் நான் அனுமதிக்கப்போகிறேன். ஏனென்றால் இதை எதிர்த்தால் அந்த விஷயங்கள் இருக்கிறதென்று ஒப்புக்கொண்டதாகும். அதைத்தான் செய்யப்போகிறேன். நான் எதைப்பற்றிச் சிந்தித்துக்கொண்டிருந்தேன் என்று தெரியவில்லை. மன்னிக்கவும். இந்தப் பாதிரி என்னைப் புரிந்துகொள்கிறான். மன்னிக்கவும். நான் எதிர்ப்பதன் மூலமாக அவர்கள் விரும்பியதைச் செய்ய அனுமதிக்கப்போவதில்லை. அதுதான் நல்லது. சலிப்படைந்த உணர்ச்சியை முகத்தில் அணிந்துகொள்ள வேண்டும். அதுதான் பொருத்தமானது. இதற்கெல்லாம் என்ன முக்கியத்துவம் கிடைக்கும். ஒரு மனிதரைச் சார்ந்து நிகழும், உதாரணமாக நான், மிகுந்த அக்கறை கொண்ட நிகழ்வு முக்கியத்துவத்தின் முடிவையே குறிக்கிறது. ஆம். அதைச்செய்யும் வழி அதுதான். அப்படித்தான். மற்றவர்கள் இதை முக்கியம் என்று கருதிச்செய்யும்போது இவை அனைத்தும் முக்கியத்துவமற்றுப் போகும் என்று உணர்கிறேன்: வலி என்பதே ஒருவரது ஆன்மாவுடைய ரட்சிப்பு. இந்த உள்ளீடற்ற ஒலியை என் மூக்கின் வழியாக எழுப்பி அவர்கள் தங்களது வேலையைப் பார்க்கச் செல்லும்படி செய்து, வயிற்றின்மேல் கைகளை குறுக்காக வைத்துக்கொள்கிறேன். ஓ, வெளியே போங்கள், என்னைக் கேட்க விடுங்கள். இப்போதாவது அவர்களுக்கு என்னைப் புரிகிறதா பார்க்கலாம். ஒருகை இப்படி வளைந்திருப்பதென்றால் என்ன என்று அவர்களுக்குப் புரியவில்லை என்பதைப் பார்க்கலாம்...

"... அவர்கள் அதே கார்களை இங்கே மெக்சிகோவில் தயாரிக்க முடியும் என்று உறுதியாகக் கூறுகின்றனர். ஆனால் அதை நாம் அனுமதிக்கப்போவதில்லை இல்லையா? இருபது மில்லியன் பெசோக்கள் என்பது ஒன்றரை மில்லியன் டாலர்கள்..."

"அதோடு நம்முடைய தரகுத் தொகைகள்..."

"இந்தப் பனிக்கட்டி உங்களுடைய சளிக்கு நல்லது ஏதும் செய்யப்போவதில்லை."

"சாதாரணக் காய்ச்சல்தான். சரி, நான்..."

"நான் இன்னும் முடிக்கவில்லை. தவிரவும், மெக்சிகோவுக்கு நடுவிலிருந்து எல்லை வரை செல்வதற்கு சுரங்க நிறுவனத்தால்

கொடுக்கப்படும் வாடகைப்பணம் மிகக்குறைவானது என்கிறார்கள், நமது நிறுவனத்திலிருந்து தனிமங்களை ஏற்றிச்செல்வதைக் காட்டிலும் காய்கறிகளை ஏற்றிச்சென்றால் அதிகம் கிடைக்கிறது...''

''மோசம், மோசம்...''

''நிச்சயமாக. உங்களுக்குப் புரியுமென்று நினைக்கிறேன், வாடகை அதிகமாகக் கொடுத்தால் சுரங்கத்தில் வேலை செய்வது சிக்கனமாக இராது...''

''குறைந்த லாபம், நிச்சயமாக, குறைந்தலாபம் நிச்சயமாக, குறைகுறைகுறை...''

''பாடீயா, என்ன ஆனது? பாடீயா. என்ன அங்கே சத்தம்? பாடீயா.''

''ஒலிநாடா முடிந்துவிட்டது. ஒரு நிமிடம். நான் அடுத்த பக்கத்தைத் திருப்பிப் போடுகிறேன்.''

''அவரால் கேட்க முடியாது, திரு.பாடீயா.''

அநேகமாக பாடீயா அவனது வழக்கமான புன்னகையை வெளிப்படுத்தியிருப்பான். பாடீயாவுக்கு என்னைத்தெரியும். நான் கேட்டுக்கொண்டிருக்கிறேன், நல்லபடியாக. நிச்சயமாகக் கூறமுடியும். ஆஹ், அந்தச் சத்தம் என் மூளையில் மின்சாரத்தை நிரப்புகிறது. என் குரலின் சத்தம், தலைகீழாக்கத்தக்க என் குரல், ஆம், இதோ அது ஒலிக்கிறது. மீண்டும் கிறீச்சிட்டுத் தலைகீழாக ஒலிக்கிறது, ஓர் அணிலைப் போலக் கீச்சிடுகிறது. ஆனால் அது என் குரல்தான், மற்றும் என் பெயர். அதில் மொத்தம் எட்டு எழுத்துகளே உள்ளன ஆனால் அதை ஆயிரம் விதமாக எழுதமுடியும்: மிஆரூதே ர்க்ஸ்யோ ரூஸ்ர்யோதே ஆக்மி யோக்ர்ஸ் தேமிரூஆ, ஆனால் அதற்கென்று ஒரு சாவி உள்ளது, ஒரு வழிமுறை: ஆர்தேமியோ க்ரூஸ், ஆஹ், என் பெயர், கிறீச்சிடும் என் பெயரைக் கேட்கிறேன், நின்றுவிட்டது, இப்போது அடுத்த பக்கம் ஓட ஆரம்பிக்கிறது:

''திரு.கோர்கரி, தயைகூர்ந்து நீங்கள் ஒரு தகவலை அமெரிக்காவில் உள்ள ஆர்வமுள்ள நபர்களிடம் பரப்புங்கள். அவர்கள் செய்தித்தாள்களில் மெக்சிகோவின் கம்யூனிச இருப்புப்பாதை வேலைக்காரர்களுக்கு எதிராகச் சுழற்றியடிக்க வேண்டும்.''

''நிச்சயமாக, நீங்கள் கூறினால் அவர்கள் கம்யூனிஸ்டுகள்தான்.

அது என் கடமையாயிற்றே எந்த சூழ்நிலையிலும் நமது..."

"கண்டிப்பாக, கண்டிப்பாக. நமது யோசனைகளும் விருப்பங்களும் ஒன்றாக இருப்பது மகிழ்ச்சிதான் இல்லையா? அப்புறம் இன்னொரு விஷயம்: உங்கள் அரசுத்தூதரிடம் பேசுங்கள். அப்போதுதான் அவர் மெக்சிகோ அரசாங்கத்திற்கு அழுத்தம் தருவார். இப்போதுதான் ஆட்சி அமைந்திருக்கிறது, அனுபவமின்றி இருக்கிறார்கள்."

"ஓ, நாங்கள் இதுபோல குறுக்கீடு செய்வதில்லை."

"மன்னியுங்கள், நான் முகத்திலடித்தாற்போலப் பேசிவிட்டேன். அவரை இந்த விஷயம் குறித்து நிதானமாக ஆராய்ந்து அவரது பாரபட்சமற்ற கருத்தைக் கூறச்சொல்லுங்கள். மெக்சிகோவில் இருக்கும் அமெரிக்கப்பிரஜைகள் குறித்த அக்கறையையும் கணக்கிலெடுத்துக் கொள்ளட்டும். முதலீடுகளுக்கு ஏற்ற சூழல் இருக்கவேண்டுமென அவர் வலியுறுத்த வேண்டும், இந்தக் கிளர்ச்சிகளால்..."

"புரிந்தது, புரிந்தது."

ஓ, என்னவொரு நினைவுகளின் வீச்சு, வார்த்தைகள் என் சலிப்படைந்த காதுகளுக்கு ஊக்கியாக இருக்கின்றன. ஓஹ், என்னவொரு மனச்சோர்வு, ஓஹ், மொழியின்றி மொழியென்பது என்ன. ஓஹ், ஆனால் நான் இதைக் கூறிவிட்டேன். இது என் வாழ்க்கை, நான் இதை மதிக்கத்தான் வேண்டும். ஓஹ், அவர்கள் என் நிலையைப் புரிந்துகொள்ள மாட்டார்கள், என்னால் என் விரலை மெதுவாகத்தான் அசைக்க முடிகிறது: அதை இப்போது நிறுத்த விரும்புகிறேன். எனக்குச் சலித்துவிட்டது. இது என்ன வித்தியாசத்தை உண்டாக்கிவிட முடியும். என்னவொரு இடையூறு, என்னவொரு இடையூறு... நான் அவர்களுக்குச் சொல்லவேண்டிய விஷயங்கள் சில உண்டு:

"நீ அவரை ஆதிக்கம் செய்து என்னிடமிருந்து பறித்து விட்டாய்."

"அன்று காலை அவனுக்காக மகிழ்ச்சியோடு காத்துக்கொண்டிருந்தேன். குதிரையில் ஏறி ஆற்றைக் கடந்து சென்றோம்."

"நான் உன்னைத்தான் குற்றம் சாட்டுவேன். நீதான். பழிசுமக்க வேண்டியது நீதான்."

தெரேசா செய்தித்தாளைக் கீழே இறக்குகிறாள். கதலீனா படுக்கைக்கு அருகில் வந்து எனக்குக் கேட்காது என்பதுபோல அவளிடம் கூறுகிறாள்: "மிக மோசமான நிலையில் இருக்கிறார் போலத் தெரிகிறது."

"எங்கே இருக்கிறது என்று கூறினாரா?" தெரேசா தணிந்த குரலில் கேட்கிறாள்.

கதலீனா தலையை அசைக்கிறாள். "வழக்கறிஞர்களிடம் இல்லை. அது கையால் எழுதப்பட்டிருக்கவேண்டும். ஆனால் அவர் எதையும் எழுதிவைக்காமல் சாகக்கூடியவர்தான். நம் வாழ்க்கையைச் சிக்கலாக்க எதுவும் செய்வார்."

நான் கண்களை மூடியவாறு அவர்கள் பேசுவதைக் கேட்கிறேன், நான் பாவனை செய்கிறேன், பாவனை.

"பாதிரியால் அவரிடமிருந்து எதையும் வாங்கமுடியவில்லையா?"

கதலீனா இல்லையென்று தலையசைத்திருக்கக்கூடும். கட்டிலின் தலைப்பக்கம் மண்டியிட்டு அமர்ந்திருக்கிறாள் என்பதை உணர்கிறேன். மெல்லிய, உடைந்த குரலில் கேட்கிறாள், "எப்படி உணர்கிறாய்?... சிறிதேனும் பேச விருப்பமில்லையா?... ஆர்தேமியோ... மிக முக்கியமான விஷயம் ஒன்றிருக்கிறது... ஆர்தேமியோ... நீ உன்னுடைய உயிலை எழுதிவிட்டாயா என்று எங்களுக்குத் தெரியாது. அது எங்கே இருக்கிறதென்று..."

வலி குறைகிறது. அவர்கள் என் நெற்றியிலிருந்து வடிந்துகொண்டிருக்கும் வியர்வையை அல்லது என் அசைவற்ற தன்மையைக் கவனிக்கவில்லை. அவர்களின் குரல்கள் கேட்கின்றன, ஆனால் இப்போதுதான் மீண்டும் அவர்களின் உருவரைகள் மெதுவாகத் தெரியத் தொடங்குகிறது. அனைத்தும் இயல்பான பார்வைக்குத் திரும்புகின்றன. என்னால் அவர்களைத் தெளிவாகப் பார்க்க முடிகிறது, அவர்களின் முகம் மற்றும் அசைவுகள், மீண்டும் வயிற்றில் அந்த வலி உருவாக வேண்டுமென்று விரும்புகிறேன். எனக்கு நானே கூறிக்கொள்கிறேன். எனக்கு நானே தெளிவாக நான் அவர்களை நேசிக்கவில்லையென்று கூறிக் கொள்கிறேன். நான் அவர்களை எப்போதுமே நேசித்ததில்லையென்று.

"...எங்களுக்குத் தெரியவேண்டியதெல்லாம் அது எங்கே..."

அதுசரி, பெட்டை நாய்களே, கடன் கொடுக்காத ஒரு கடைக்காரன்

முன்பு நிற்பதாகக் கற்பனை செய்துகொள்ளுங்கள், நீங்கள் வெளியே தள்ளப்படுவதாக, சந்தேகத்திற்கிடமான வகையில் தன்னுடைய தொழிலைச்செய்யும் ஒரு வழக்கறிஞர் முன்னால் நிற்பதாக, ஒரு திருட்டு மருத்துவன் முன்னால் இருப்பதாக, உங்களை ஒரு மோசமான நடுத்தர வர்க்கத்தைச் சேர்ந்தவர்களாகக் கற்பனைசெய்யுங்கள். பெட்டை நாய்களே, கலப்படம் செய்யப்பட்ட பாலை வாங்குவதற்கு, சொத்துவரி கட்டுவதற்கு, பார்வையாளர் சீட்டு வாங்க, கடன் வாங்குவதற்கு வரிசையில் நிற்பவர்களாக, வரிசையில் நின்றுகொண்டே ஒருநாள் நல்லபடியாக இருப்போம் என்று கற்பனை செய்பவர்களாக, ஆர்தேமியோ க்ரூஸ்சின் மனைவி, மகள் சொகுசுக்காரில் செல்லும்போது பொறாமைப்படுபவர்களாக, லாஸ் லோமாஸ் தே ஷபுல்தேபெக்கில் ஒரு வீட்டுக்காகப் பொறாமை கொள்பவர்களாக, மிங்க் மேலாடைக்காக, ஒரு மரகதச் சங்கிலிக்காக, ஒரு வெளிநாட்டுப்பயணத்திற்காக பொறாமை கொள்பவர்களாக, நான் நல்லொழுக்கம் உள்ளவனாக, பணிவுடையவனாக இருக்கும் ஒரு உலகத்தை நினைத்துப் பாருங்கள்: அடிமட்டத்தில், நான் எங்கிருந்து புறப்பட்டு வந்தேனோ, அல்லது உயரத்தில், நான் இப்போது இருக்குமிடம். இந்த இரண்டு இடத்திலும், சொல்கிறேன் கேளுங்கள், கண்ணியம் என்று ஏதாவது இருக்கிறதா, நடுவிலும் இல்லை, பொறாமையிலும் இல்லை, அது சலிப்பூட்டுவது, வரிசைகள் கொண்டது. அனைத்தும் அல்லது ஒன்றுமேயில்லை: விளையாட்டை எப்படி விளையாடுகிறேன் என்று தெரியுமா? எப்படியென்று புரிகிறதா? அனைத்தும் அல்லது ஒன்றுமேயில்லை. அனைத்தையும் கருப்பில் வை அல்லது சிவப்பில் வை, இதற்குத் தைரியம் தேவை தெரியுமா? தைரியம், அனைத்தையும் பணயம் வைப்பது, வேலையை நடத்துவது, மேலிருப்பவனாலோ அல்லது கீழிருப்பவனாலோ கொல்லப்படும் ஆபத்தோடு நடத்துவது. ஆண்மகன் என்பதன் அர்த்தம் அதுதான், அப்படியாகத்தான் இருந்திருக்கிறேன், நீ விரும்பியவகையில் அல்ல, பாதி ஆணாக, குறைவான பொறுமையோடு கோபங்கொள்பவனாக, அளவுக்கு மீறிக் கத்துபவனாக, விபச்சார இல்லம் மற்றும் சலூனுக்குச் செல்பவனாக, அஞ்சலட்டை அனுப்புபவனாக, இல்லை! இல்லை! அது நானல்ல! நான் உன்னை நோக்கிக் கத்தவேண்டியதில்லை, உன்னை அச்சுறுத்துவதற்காகக் குடிக்க வேண்டியதில்லை, யார் தலைவன் என்பதைக்காட்ட உன்னை அவ்வப்போது அடிக்க வேண்டியதில்லை, உன்னுடைய மென்மையை வேண்டி என்னை நானே அவமானப்படுத்திக் கொள்ளவும் வேண்டியதில்லை: கருணையோ, புரிதலோ, எந்த எதிர்பார்ப்புகளுமின்றி செல்வத்தைக்

கொடுத்தேன். உங்களால் என்னைக் கைவிடமுடிந்ததில்லை. என் செல்வத்தின்மீது கிடுக்கிப்பிடி போட்டு இருந்தீர்கள். என்னைப் பழித்துக்கொண்டே இருந்தீர்கள். ஆனால் செல்வம் தரும் பரிதாபமான என் சட்டைப்பையைப் பழித்ததில்லை. ஆனால் என்னுடைய மத்தியதரவாழ்க்கையை நீங்கள் எவ்வளவு மதிக்காது இருந்திருப்பீர்களோ அதேயளவு இப்போது நீங்கள் என்னை மதிக்கவேண்டியிருந்தது - ஆஹ், மலத்துளைகள், தற்பெருமை பிடித்த பெட்டை நாய்கள், மலட்டுப் பெட்டை நாய்கள், பணம் கொடுத்து வாங்கக்கூடிய அனைத்தும் இருந்தும் சாதாரணபுத்தி கொண்டவர்கள். ஒருவேளை நான் உங்களுக்குக் கொடுத்ததை சரியாகப் பயன்படுத்தியிருந்தால், ஒருவேளை இந்த விலையுயர்ந்த பொருள்கள் எதற்காக என்று புரிந்து வைத்திருந்தால், அதை எப்படி உபயோகிப்பது என்று தெரிந்திருந்தால் நன்றாக இருந்திருக்கும்: என்னிடம் அனைத்தும் இருக்கிறது. உங்களுக்குப் புரிகிறதா? பணம் கொடுத்து வாங்கக்கூடிய அனைத்தும், பணத்தால் வாங்க முடியாத அனைத்தும். என்னிடம் ரெஹீனா இருந்தாள், உங்களுக்குக் கேட்கிறதா? நான் ரெஹீனாவைக் காதலித்தேன். அவள் பெயர் ரெஹீனா, அவள் என்னை நேசித்தாள். பணமில்லாத என்னை நேசித்தாள். என் பின்னால் வந்தாள், எனக்கு வாழ்க்கை கொடுத்தாள். நான் அடிமட்டத்தில் இருந்தபோது, சொல்வது கேட்கிறதா? நீ பேசுவதைக் கேட்டேன் கதலீனா, ஒருநாள் நீ அவனிடம் பேசியதைக் கேட்டேன்:

“உன் தந்தை; உன் தந்தையை, லோரென்ஸோ... நீ என்ன நினைக்கிறாய்...? யாரேனும் ஏற்றுக்கொள்வார்களா...? எனக்குத் தெரியவில்லை, புனிதர்கள்... உண்மையான தியாகிகள்...”

ஆண்டவரே, நான் தகுதியற்றவனாக இருக்கிறேன்...

உன் வலியின் ஆழத்தில் தொடர்ந்து வரும் தூபத்தின் நறுமணத்தை நுகர்வாய், மூடிய கண்களுக்குப்பின்னால் சன்னல்கள் மூடி-யிருக்கின்றன என்றும் உனக்குத்தெரியும். நீ மதியநேரத்தின் குளிர்ந்தகாற்றை சுவாசிக்கவில்லை: தூபமணத்தின் நெடி மட்டும், பாதிரியால் விட்டுச்செல்லப்பட்ட தடம், மீண்டும் உனக்கு விடுதலை அளிப்பதற்கு வருவான். நீ விரும்பிக்கேட்காத கடைசிச்சடங்கு, அதையும் நீ ஏற்றுக்கொள்ளமாட்டாய். உன்னுடைய கடைசிக்கணங்களில் உன்னுடைய மறுதலிப்பால் அவர்களைத் திருப்திப்படுத்தாதது போலவே. இதெல்லாம் நடக்கவேண்டுமென்று

விரும்புவாய். ஏனெனில் நீ யாருக்கும் எதுவும் கடன்பட்டதாக இருக்க விரும்பவில்லை. உன்னை யாருக்கும் எதுவும் தரவேண்டி-யிராதவனாய் எல்லோரும் நினைவில் வைப்பதையே விரும்புவாய். அவள் உன்னை நிறுத்துவாள். அவளது நினைவுகள் - நீ அவளை அழைப்பாய்: ரெஹீனா; நீ அவளை அழைப்பாய்: லாரா; நீ அவளை அழைப்பாய்: கதலீனா; நீ அவளை அழைப்பாய்: லிலியா என - அது உன் நினைவுகளைத் தொகுத்து அவளை ஒப்புக்கொள்ள உதவும். ஆனால் நீ அந்த நன்றியையும் உருமாற்றி விடுவாய் - கூர்மையான வலியின் ஒவ்வொரு அலறலின் பின்னும் உனக்குத் தெரியும் - உன்னைக்குறித்த பரிதாப உணர்ச்சியாக, உன் இழப்புகளின் இழப்பாக. உன்னிடமிருந்து அதிகம் பெறுவதற்காக யாரும் அதிகம் கொடுத்ததில்லை, அந்தப்பெண்ணைத் தவிர, நான்கு வெவ்வேறு பெயர்களுடன் நீ விரும்பிய அந்தப்பெண்: வேறு யார்?

நீ உறுதியுடன் நிற்பாய். அநேகமாக நீ ரகசியமாக உறுதியெடுத்திருக்கலாம்: உன்னுடைய கடப்பாடுகளை ஒப்புக்கொள்ளக் கூடாதென. இதே மறதியில்தான் தெரேசா மற்றும் ஜெரார்தோவைப் பாதுகாப்பாய். இந்த மறதியை நீ சரியென வாதிடுவாய் ஏனென்றால் அவர்களைப்பற்றி உனக்கு எதுவும் தெரியாது. ஏனெனில் அப்பெண் உன்னிடமிருந்து வெகுவாக விலகி தன்னுடைய அம்மாவின் வளர்ப்பில் வந்தவள். உனக்கு உன் மகன் மட்டுமே வாழ்க்கையாகும். ஏனெனில் தெரேசா திருமணம் செய்யப்போகும் அந்தப் பையனுடைய முகத்தை உன்னால் நினைவில் நிறுத்தவே முடியாது. அந்தத் தெளிவற்றவன். சாம்பல்நிற மனிதன் உன்னுடைய நினைவுகளுக்கு அளிக்கப்பட்ட சலுகைக்காலத்தை வீணடிக்கவோ அல்லது ஆக்கிரமிக்கவோ மாட்டான். செபாஸ்தியன்: உன்னைத் தூக்கிவிட்ட அந்தச் சதுரமான கைகளை நினைவுகொள்ள நீ விரும்பமாட்டாய். அது உன்னை பலமாகத் தாக்கும். நீ உன் வலிதரும் விரல்மூட்டுகளை நினைக்க விரும்பமாட்டாய். வெள்ளைச் சுண்ணக்கட்டியின் துகள்கள் படிந்த உன் விரல்கள், கரும்பலகையின்முன் நின்று எழுதவும், பெருக்கவும், அடிப்படையாக வரையவும் கற்றுக்கொண்ட தருணங்கள் - வீடுகள் மற்றும் வட்டங்கள். நீ விரும்பமாட்டாய்: ஏனெனில் அதுதான் உன்னுடைய கடப்பாடு.

நீ கத்துகிறாய், கைகள் உன்னை அழுத்திப் பிடிக்கின்றன: வலியைக் குறைக்க நீ எழுந்து நடக்க விரும்புகிறாய்.

தூபத்தின் நறுமணத்தை நுகர்கிறாய்.

சுற்றியுள்ள தோட்டத்தின் வாசனையை நுகர்கிறாய்.

தேர்ந்தெடுப்பதென்பது சாத்தியமற்றது என்று நினைக்கிறாய். யாருமே தேர்ந்தெடுக்கக் கூடாதென, அன்றையநாளில் நீயும் தேர்ந்தெடுக்கவில்லையென. நிகழ்வுகளை அதன்போக்கில் அனுமதித்தாய், நீ பொறுப்பாளியில்லை, அன்று உன்னைக் கேள்வியெழுப்பிய இருதரப்பின் ஒழுக்க நியதிகளையும் நீ உருவாக்கியிருக்கவில்லை. நீ உருவாக்கியிராத சாத்தியங்களுக்கான பொறுப்பு உனக்கில்லை. நீ கனவு காண்கிறாய், சத்தமிட்டுத் துடித்துக்கொண்டிருக்கும் உடலில் இருந்து தள்ளி, உன் கண்ணீரைப் பிழிந்தெடுக்கும்படி வயிற்றில் செருகப்படும் வெட்டுக்கத்தியிலிருந்து தள்ளி. நீ உனக்கென உருவாக்கிக்கொண்ட அவ்வாழ்க்கையின் அமைவு குறித்துக் கனவுகாண்கிறாய், அதை நீ எப்போதும் வெளிப்படுத்த முடியாது. ஏனெனில் இவ்வுலகம் உனக்கு அந்த வாய்ப்பை வழங்கப்போவதில்லை. ஏனெனில் உலகம் உனக்கு ஏற்கெனவே நிறுவப்பட்ட அட்டவணையைத்தான் கொடுக்கும். அதன் விதிகளின் தொகுப்புகள், ஆனால் அது குறித்து நீ கனவு காணமாட்டாய். அதுகுறித்து சிந்திக்கமாட்டாய். அதை வாழமாட்டாய்.

தூபத்தின் மணம் காலத்துடன் சேர்ந்த மணம், பேசும் மணம்.

பாதிரியார் பயஸ் உன்னுடைய வீட்டிலேயே வசிப்பான். கதலீனா அவனை நிலவறையில் ஒளித்துவைப்பாள்: அது உன் தவறாகாது, அது உன் தவறாகாது.

நீ என்ன கூறுகிறாய் என்பது உனக்கு நினைவில் இருக்காது. நீயும் அவனும், அந்த இரவில் நிலவறையில். அதைக்கூறியது அவனா நீயா என்பதை நினைவில் வைத்திருக்க மாட்டாய். பெண்ணைப்போல் விரும்பி உடையணியும் அந்த அரக்கனின் பெயர் என்ன, தன்னைத்தானே விருப்பத்தோடு விதையடித்துக்கொள்வானே, விருப்பமாக ஒரு கடவுளின் போலியான ரத்தத்தைக் குடிப்பானே? யார் கூறக்கூடும் இதை? ஆனால் ஒன்றை உறுதியாகக் கூறமுடியும். கடவுளின் அன்பு சிறப்பானது அதுவே அனைத்து உடல்களுக்குள்ளும் உறைகிறது. நேசிப்பவர்கள் இதைத்தான் நிரூபிக்கிறார்கள். நம் உடல் கடவுளின் கருணையாலும் அவரது ஆசியாலும் கிடைத்தது. நேசிக்கும் கணங்களைத் தருவது அதுவே வாழ்க்கை நம்மிடமிருந்து எடுத்துக்கொள்ள விரும்புவது. இதற்கு வெட்கப்பட வேண்டியதில்லை, எதையும் சிந்திக்க வேண்டியதில்லை; பதிலாக உங்கள் கவலைகளை

மறந்துவிடுங்கள். அதுவொரு பாவமாக இருக்கலாம், ஏனெனில் நமது குறுகிய, அவசரமான, இன்று மட்டுமே இருக்கும் நாளையிராத நேசிப்பின் அனைத்துச் சொற்கள் மற்றும் செயல்கள், நான் உனக்கும் நீ எனக்கும் கொடுத்துக்கொள்ளும் ஆறுதல் மட்டும்தான், வாழ்க்கையின் அத்தியாவசியமான தீமைகளை ஏற்றுக்கொள்வது, அதுவே நமது தன்மறுக்கத்தையும் நியாயப்படுத்துகிறது. எப்படியிருப்பினும் நமக்குள்ளிருக்கும் தீமைகளை அடையாளம் காணாமல் தன்மறுக்கமென்பது எங்ஙனம் சாத்தியம்? நம்முடைய பாவங்களை, முழந்தாளிட்டு இரக்கும் மன்னிப்பை, நாம் பாவம் செய்யாத பட்சத்தில் எவ்வாறு புரிந்துகொள்ள முடியும்? நான் இதைத்தெளிவாக விளக்குகிறேன். உன் வாழ்க்கையை மற. அனைத்தையும் மற. பிறகு நாம் இருவருமாகச்சேர்ந்து மன்னிப்பிற்காகப் பிரார்த்திப்போம். நமது காதலின் குறிப்பேடுகளை அழிக்கக்கூடிய பிரார்த்தனையைக் கூறுவோம். கடவுளால் உருவாக்கப்பட்ட இவ்வுடலை நேர்ந்துவிடுவதன் பொருட்டு மற்றும் அது திருப்தியுற்றதோ அல்லது உறாததோ, ஒவ்வொரு விருப்பமும் கடவுளே, ஒவ்வொரு ரகசிய வருடலும் கடவுளே, விந்தும் கடவுளின் பரிசே, உன் கால்களுக்கிடையில் நடப்பட்டது கடவுளே என்கிறாய்.

வாழ்வதே உன் கடவுளுக்குத் துரோகம் செய்யத்தான். வாழ்க்கையின் ஒவ்வொரு செயலிலும், நாம் உயிர்வாழ்பவர்கள் என்று உறுதிப்படுத்தும் ஒவ்வொரு செயலிலுமே உன் கடவுளின் கட்டளைகளை மீறவேண்டிய தேவையுள்ளது.

அன்று இரவு பரத்தையர் வீட்டில் நீ மேஜர் கவிலானுடனும் உன்னுடைய பழைய தோழர்களுடனும் பேசிக்கொண்டிருப்பாய். அந்த இரவில் அவர்கள் உன்னிடம் என்ன கூறினார்கள் என்பது உனக்கு நினைவிருக்காது. அவர்கள் கூறினார்களா அல்லது நீ கூறினாயா என்பதே உன் நினைவில் இருக்காது. இறுகிய குரல், அது அவர்களின் குரலாக இல்லாமல் சுயநலம் மற்றும் அதிகாரத்தின் குரலாக: ஆகச்சிறந்த நன்மைகள் இந்நாட்டிற்குத் தேவை. அது நமது வசதியான இருப்புக்கு இணக்கமாக இருக்கிறவரை. அறிவாளிகளாக இருப்போம்: வெகுதூரம் நம்மால் செல்லமுடியும். எது தேவையோ அதைச் செய்வோம். சாத்தியமற்றதை அல்ல. இம்முறை எப்போதைக்குமாக ஒன்றை உறுதி செய்துகொள்வோம். அதிகாரத்திற்கு அழைத்துச்செல்லும் அத்தனை செயல்களும் குரூரங்களும் நமக்கு உதவும், அவற்றை மறுமுறை செய்யாதிருக்கும் பொருட்டு. விளைபயன்களை அளப்போம், அப்போதுதான் மக்கள்

அவர்களுக்குக் கிடைக்கும் ஒவ்வொரு சுவைக்கும் மகிழ்வர். நம்மால் ஒரு புரட்சியை வெகுசீக்கிரத்தில் உருவாக்கிவிட முடியும், ஆனால் நாளை அவர்கள் மேலும் மேலும் எதிர்பார்ப்பார்கள், நாம் அனைத்தையும் கொடுத்துவிட்ட நிலையில் நம்மிடம் கொடுக்க எதுவும் இருக்காது - நம்முடைய தியாகத்தைத் தவிர. நம்முடைய நாயகத்தன்மையின் கனிகளை நாம் சுவைக்கப் போவதில்லை என்றால் எதற்காக இறக்கவேண்டும்? எப்போதும் ஏதாவது ஒன்றை ஒதுக்கி வைத்துக்கொள்வோம். நாம் மனிதர்கள், தியாகிகள் அல்ல; அதிகாரத்தைப் பற்றிக்கொண்டோமெனில் நமக்கென அனைத்தும் கிடைக்கும். அதிகாரம் இல்லையெனில் அவர்கள் நம்மை நாசம் செய்வார்கள். நாம் எவ்வளவு அதிர்ஷ்டசாலிகள் என்று யோசித்துப்பாருங்கள்: நாம் இளமையானவர்கள் அதேசமயம் ஒளிவட்டம் பெற்றவர்கள், ஆயுதந்தாங்கிய புரட்சியில் வென்ற ஒளிவட்டத்தை அணிந்துள்ளவர்கள். ஏன் போரிட்டோம்? பசியால் இறப்பதற்கா? தேவைப்படும்போது வலிமை ஒன்றும் தவறில்லை. ஒருபோதும் நம் அதிகாரத்தைப் பகிர வேண்டியதில்லை."

நாளை என்ன? நாமெல்லாம் இறந்திருப்போம் காங்கிரஸ் உறுப்பினர் க்ரூஸ். நம்மைப் பின் தொடர்பவர்கள் அவர்களுக்கான வேலையைச் செய்துகொள்ளட்டும்.

ஆண்டவரே, நான் தகுதியற்றவனாக இருக்கிறேன். ஆண்டவரே, நான் தகுதியற்றவனாக இருக்கிறேன்: ஆம், ஒரு மனிதன் வேதனையோடு கடவுளிடம் உரையாட முடியும். பாவத்தை மன்னிக்கக்கூடிய ஒருமனிதன் ஒரு பாதிரி, பாதிரியாய் இருக்க உரிமையுடையவன் ஏனெனில் அவனே பாவம் செய்தவனாய் இருக்கிறான். ஏனெனில் அவனது மனிதத்துயரம் தனது உடலில் தனது மீட்சியை மற்றவர்களுக்கு அளிப்பதற்குமுன் அளித்துக்கொள்கிறது. ஆண்டவரே, நான் தகுதியற்றவனாக இருக்கிறேன்.

நீ குற்றவுணர்ச்சியை மறுதலிக்கிறாய். நீ உருவாக்கியிராத ஓர் ஒழுக்கநியதியின்பால் நீ பாவஞ்செய்தவனல்ல, அது ஏற்கெனவே உருவாகியிருந்தது. நீ விரும்பியிருப்பாய்

விரும்பியிருப்பாய்

விரும்பியிருப்பாய்

விரும்பியிருப்பாய்

ஓஹ், உன்னுடைய ஆசிரியர் செபாஸ்தியனோடு இருந்த

நாள்கள்தான் எவ்வளவு இனிமையானவை. அவரை இனி நீ நினைவுகூர விரும்பவில்லை. அவரது காலடியில் அமர்ந்து கற்றுக்கொண்ட, ஒரு சுதந்திரமான மனிதனாகும் பொருட்டுத் தொடங்கவேண்டிய எளிமையான விஷயங்கள், உன்னைக் கலந்தாலோசிக்காமல் எழுதப்பட்ட கட்டளைகளுக்குக் கீழ்படியும் அடிமையல்ல நீ. ஓஹ், அந்தப் பயிற்சிநாள்கள்தான் எவ்வளவு இனிமையானவை, ஒரு வாழ்க்கையை நீ சம்பாதித்துக்கொள்ளும் பொருட்டு அவர் உனக்குக்கற்பித்த பணிகள்: உலைக்களத்தில் சுத்தியலுடன் இருந்த நாள்கள், களைப்போடு வந்தாலும் ஆசிரியர் செபாஸ்தியன் உனக்காக வகுப்புகளைத் தொடங்குவது, வாழ்க்கையில் நீ யாரேனும் ஒருவராக வரவேண்டியும் உன்னுடைய விதிமுறைகளை நீயே உருவாக்கிக்கொள்ள வேண்டும் என்பதற்காகவும் உன்னை ஒரு புரட்சியாளனாக, சுதந்திரமானவனாக, தனித்துவம் மிக்கவனாக மற்றும் புதியவனாக மாற்றவேண்டியும். நீ அவரை நினைவுகூர விரும்பமாட்டாய். அவர் உனக்குக் கட்டளையிட்டார், நீ புரட்சியில் பங்கெடுத்தாய்: இந்த நினைவு என்னைவிட்டு நீங்குவதில்லை, அது உன்னை அடைவதுமில்லை.

எதிர்க்கின்ற, திணிக்கப்பட்ட விதிமுறைகளுக்கு உன்னிடம் பதிலேதும் இருக்காது.

நீ குற்றமற்றவன்

நீ குற்றமற்றவனாக இருக்க விரும்புவாய்,

அந்த இரவில் தேர்ந்தெடுத்தது நீயல்ல.

1927: நவம்பர் 23

அவனது பச்சைநிறக்கண்கள் சன்னலை நோக்கித் திரும்பின. மற்றவன் அவனுக்கு ஏதேனும் வேண்டுமா என்று கேட்டான்; அவன் இமைத்தபடி பார்வையை சன்னலிலேயே வைத்திருந்தான். அதுவரை மிக, மிக அமைதியாக இருந்த மற்றவன் இடுப்பிலிருந்து கைத்துப்பாக்கியை உருவி மேசைமீது அடித்தான். கண்ணாடிப்புட்டிகள் மற்றும் கோப்பைகள் அதிர்வதைக்கண்டு அவன் கைகளை நீட்டினான், ஆனால் அம்முரட்டுத்தனமான செயல் வயிற்றில் உண்டாக்கிய அந்த உணர்ச்சி என்னவென்று உணர்வதற்கு முன்னமே - துப்பாக்கி மேசையில் மோதியது மற்றும் நீலநிறக் கோப்பைகளும் வெண்ணிற கண்ணாடிப்புட்டிகளில் உண்டான அதிர்வு - மற்றவன் புன்னகைத்துக் கொண்டிருந்தான். ஒரு வாகனம் சாலைக்கோடியில் உறுமிக்கொண்டிருந்தது. பரிகாசத்திற்கும் வசைகளுக்கும் சேர்ந்திசை போல, அதன் முகப்பு விளக்கொளி மற்றவனின் வட்டவடிவமான தலையில் ஒளியைப் பாய்ச்சிக்கொண்டிருந்தது. மற்றவன் கைத்துப்பாக்கியின் உருளையைச் சுழற்றித் திறந்து அதில் இரண்டு தோட்டாக்கள் மட்டுமே இருப்பதைக் காண்பித்தான்; மீண்டும் சுழற்றி அதன் குதிரையை இழுத்துவிட்டு, தனது நெற்றிப்பொட்டில் வைத்துக்கொண்டான். பார்வையை விலக்கிக்கொள்ள முயற்சி செய்தான். ஆனால் அந்தச்சிறிய அறை அவனது கவனத்தை வைக்க வேறு இடமேதும் தரவில்லை: கருநீலவண்ண வெற்றுச்சுவர்கள், கல்பதித்த தரை, மேசைகள், இரண்டு நாற்காலிகள், இரண்டு மனிதர்கள். மற்றவன் இவனது பச்சைநிறக்கண்கள் அறையைச்சுற்றி அலைபாய்ந்துவிட்டு மற்றவனுடைய கை, துப்பாக்கி, நெற்றிப்பொட்டில் வந்து நிலைக்கும்வரை காத்திருந்தான். மற்றவன் புன்னகைத்தான். ஆனால் வியர்வை வெளிவந்துகொண்டிருந்தது. அவனுக்கும்தான்.

அந்த அமைதியில் சட்டையின் வலதுபுறப்பையில் வைத்திருந்த கடிகாரத்தின் டிக்,டிக், டிக் எனுமொலியைக் கேட்டான். உண்மையில் அது அவனது இதயத்தைக் காட்டிலும் குறைவான ஒலியையே எழுப்பிக் கொண்டிருந்தது. ஆனால் அனைத்தும் ஒன்றுதான். ஏனெனில் கைத்துப்பாக்கியின் வெடிச்சத்தம் ஏற்கெனவே அவன் காதுகளில் இருந்தது. முன்னதாகவே. அதேநேரத்தில் அனைத்து ஒலிகளையும் அமைதி ஆதிக்கம் செய்தது. சாத்தியமுள்ள - உண்மையில் இன்னும் இல்லை - கைத்துப்பாக்கியின் சத்தத்தைக் கூட. மற்றவன் காத்திருந்தான். அவன் பார்த்துக் கொண்டிருந்தான். மற்றவன் விசைப்பகுதியை அழுத்தினான், வறண்ட, உலோகச் சத்தமொன்று அமைதியில் கரைந்தது, வெளியே இரவு ஒன்றுபோல நிலவின்றித் தொடர்ந்து கொண்டிருந்தது. மற்றவன் நின்றுகொண்டு துப்பாக்கி நெற்றிப்பொட்டில் இருக்க புன்னகை செய்தான், வாய்விட்டுச் சிரித்தான்: மற்றவனுடைய பருத்த உடல் உள்ளிருந்து குலுங்கியது, தயிர்க்கட்டி போல உள்ளிருந்தது, ஏனெனில் வெளிப்பகுதி அசைவின்றி இருந்தது. இருவரும் சில வினாடிகளுக்கு உறைந்து நின்றனர். மீண்டும், காலையிலிருந்து அவன் எங்கு சென்றாலும் தொடர்ந்து வரும் தூபமணத்தை சுவாசித்தான்; அந்தக்கற்பனைப் புகையில், அவனால் மற்றவனின் முகத்தை பார்க்க முடிந்தது. மற்றவன் இன்னமும் உள்ளிருந்து சிரித்துக்கொண்டு துப்பாக்கியை மேசைமீது வைத்து தன்னுடைய மஞ்சள் நிறமேறிய குட்டையான விரல்களால் அவன் பக்கம் தள்ளினான். மற்றவன் முகத்திலிருந்த குழப்பமான மகிழ்ச்சியை, அடக்கி வைத்திருந்த கண்ணீர் பிரதிபலித்திருக்கலாம்; அவன் தெரிந்துகொள்ள முயற்சி செய்யவில்லை. இதுகுறித்த நினைவு - இது இன்னும் நினைவாகவில்லை - மற்றவன் தலையில் வைத்திருந்த துப்பாக்கி, பருத்த உடலில் வெளிப்பட்ட அச்சம், அவ்வச்சம் மற்றவனைப் பேசுவதிலிருந்து தள்ளிவைத்திருந்தது. ஒருவேளை இந்தப் பருத்த மனிதனின் இறந்த உடலோடு இந்த அறையில் அவன் காணப்பட்டால், அவன் மீது வழக்குப் பதியப்பட்டால் அனைத்தும் முடிந்தது. அவனுக்குத் தன்னுடைய துப்பாக்கியைத் தெரியும், அதை ஆடைகளோடு இழுப்பறையில் வைத்திருந்தான்; இப்போது அதை இந்தப்பருத்தவன் தன்னுடைய குட்டையான விரல்களால் அவன் பக்கம் நகர்த்துவதை உணர்ந்தான். அதன் கைப்பிடியில் ஒரு கைக்குட்டை சுற்றப்பட்டிருக்கிறது. அது மற்றவன் கையிலிருந்து நழுவியிருக்கலாம்... ஒருவேளை அப்படி நழுவியிருக்காவிட்டாலும் இது தெளிவான தற்கொலைச் சம்பவம்தான். யாருக்குத் தெளிவு? ஒரு காவல்துறை அதிகாரி வெற்று அறையொன்றில் இறக்கிறார்.

அவருக்கெதிரே அவரது எதிரி அமர்ந்திருக்கிறான். யார் யாரை ஒழித்தது? மற்றவன் தனது இடுப்புவாரைத் தளர்த்திக்கொண்டு தனது மதுவை ஒரே மிடறில் பருகினான். அக்குளை வியர்வை கறையாக்கியது. கழுத்தின் வழி கீழே ஓடியது. கத்தரித்து எடுத்தது போலிருந்த மற்றவனின் விரல்கள் விடாப்பிடியாக துப்பாக்கியை அருகில் நகர்த்தியது. அவன் என்ன கூறுவான்? அவர்கள் அவனைத் துப்புரவாகச் சோதித்துப் பார்த்துவிட்டார்கள். அவன் ஒருபோதும் காட்டிக்கொடுக்கப் போவதில்லை, செய்வானா? அவர்கள் அவனைப் பற்றிச் சோதித்துக்கண்டது என்ன என்று மட்டும் கேட்டான். மற்றவன், நீ சரியான ஆளாகத்தான் இருக்கிறாய் என்றான், அவன் தேறிவிட்டான்; இறப்பின் தருணத்தில்கூட அவன் தடுமாறாமல் இருப்பான். ஆனால் மீண்டும் மீண்டும் அதையே செய்து நேரத்தை வீணடிக்க மற்றவன் விரும்பவில்லை. இங்கே விஷயங்கள் அப்படித்தான். இன்னும் இது அவனை நம்பச்செய்யவில்லை என்றால் வேறெது அதைச்செய்யும் என்று மற்றவனுக்குத் தெரியவில்லை. இதுவே ஆதாரம் - மற்றவன் கூறினான் - அவன் அவர்கள் பக்கம் வந்துவிட வேண்டும் என்பதற்கு; அல்லது அவனுடைய பக்கத்திலிருந்து யாரேனும் தங்களுடைய உயிரைப் பணயம் வைத்து இங்கே வந்து அவன் தங்களுக்கு எவ்வளவு முக்கியமான ஆள் என்று காட்டுவார்கள் என்று நினைக்கிறானா? அவன் ஒரு சிகரெட்டைப் பற்றவைத்துக்கொண்டு மற்றவனுக்கும் கொடுத்தான்; மற்றவன் தன்னுடைய சிகரெட்டை எடுத்துவைத்துக் கொண்டான்; அவன் தான் பற்றவைத்துக்கொண்ட தீக்குச்சியை காஃபி நிறத்திலிருந்த பருத்தவனின் முகத்துக்கெதிரே நீட்டினான். பருத்தவன் அதை ஊதி அணைத்தான். அவன் சுற்றி வளைக்கப்பட்டதாய் உணர்ந்தான். அவன் தனது சிகரெட்டை நிச்சயமற்ற முறையில் தனது கோப்பையின் முனையில் வைத்தான். அதன் சாம்பல் டகீலாவில் விழுந்து அடியில் தங்குவதைக் கவனிக்கவில்லை. துப்பாக்கியை எடுத்து அதன் முனையை நெற்றிப்பொட்டில் வைத்து அதில் வெப்பமே இல்லை என்று உணர்ந்தான், அது வெப்பமாக இருக்கும் என்று நினைத்திருந்தான். தனக்கு முப்பத்தியெட்டு வயது என்பது நினைவுக்கு வந்தது. ஆனால் அந்த உண்மை யாருக்கும் தேவையில்லை. பருத்தவனுக்கும் மற்றும் அவனுக்கும் கூட மிகக்குறைவாகத்தான்.

அன்று காலை ஆடையணிந்து அவனது படுக்கையறையில் இருந்த ஆளுயர நீள்வட்ட வடிவிலான கண்ணாடி முன் நின்றிருந்தான். தூபமணம் அவனது நாசியை நெருங்கியது. எதையும் நுகராததுபோல்

இருந்தான். தோட்டத்தில் காய்ந்தும் சுத்தமாகவும் இருந்த மணற்பரப்பிலிருந்து கஷ்கொட்டையின் மணம் கிளம்பியது. வலுவான கைகளுடன் கூடிய வலுவான ஆணைப் பார்த்தான், ஒட்டிய வயிறு, கொழுப்பென்பதே இல்லை, கருநிறத் தொப்புளை ஒட்டி உறுதியான தசைகள், அங்கே அவனது இடுப்பிற்குக் கீழிருந்து உருவான மென்மயிர்கள் வயிற்றிலிருந்து வந்து முடிகின்றன. தன்னுடைய கன்னங்களை வருடிக்கொண்டான். உடைந்த தன் மூக்கினைத் தடவினான், மீண்டும் தூபமணம் கிளம்பியது. சுத்தமான சட்டை ஒன்றைத் தெரிவு செய்து எடுக்கும்போது கைத்துப்பாக்கி அங்கே இல்லை என்பதை அவன் கவனிக்கவில்லை. ஆடையணிந்து முடித்ததும் படுக்கையறையின் கதவைத் திறந்தான். "எனக்கு நேரமே இல்லை; உண்மையில் எனக்கு நேரமே இல்லை. நான் கூறுகிறேன் எனக்கு நேரமே இல்லை."

தோட்டம் வண்ணமயமான புதர்களால் குதிரைலாட வடிவிலும் லில்லி மலர் வடிவிலும் ரோஜாப்புதர்கள் மற்றும் வேலிப்புதர்களால் அமைக்கப்பட்டிருந்தன. ஒரு வரிசை ஃப்ளோரன்ஸ் வகையில் கட்டப்பட்ட ஒற்றைத்தள வீட்டினைச்சுற்றி அமைக்கப்பட்டிருந்தது. மெல்லிய தூண்கள், சுண்ணச்சாந்தினால் அமைக்கப்பட்ட வளைவுகள். வெளிப்புறச்சுவர்கள் இளஞ் சிவப்பு நிறம், அறைகளைக்கடந்து அவன் செல்லும்போது தெளிவற்ற காலை வெளிச்சம் சரவிளக்குகளின் பளபளப்புகளைக் காட்டின. சலவைக்கல் சிற்பம், வெல்வெட் திரைச்சீலைகள், பட்டு ஜரிகை வேலைப்பாடுகள் கொண்ட உயர்வான சாய்மானம் கொண்ட நாற்காலிகள், கண்ணாடி அலமாரிகள், தங்கப்பூணிட்ட காதலர்க்கான இருக்கைகள். ஒப்பனை அறைக்குப் பின்னால் இருந்த கதவுக்கு அருகில் வந்ததும் நின்றான். கைகள் வெண்கலக் கைப்பிடியில் இருந்தன; அவன் கதவைத் திறந்து வெளியே செல்ல விரும்பவில்லை.

"இது ஃப்ரான்சுக்குச் சென்றுவிட்டவர்களுக்குச் சொந்தமானது. இதற்காகப் பணம் ஏதும் கொடுக்கவில்லை, ஆனால் இதைச் சரிசெய்ய மிகுந்த பொருட்செலவானது. நான் என் கணவரிடம் கூறினேன். நானே அனைத்தையும் செய்வேன். என்னிடம் விட்டுவிடுங்கள். இதை எப்படிச் செய்யவேண்டுமென்று தெரியும்..."

பருத்தவன் தனது நாற்காலியிலிருந்து குதித்து இறங்கினான். வெளிச்சம், நிறைக்கும் காற்று, துப்பாக்கியைப் பிடித்திருந்த கையைத் தள்ளினான்: வெடிச்சத்தத்தை யாரும் கேட்கவில்லை. அது

நள்ளிரவு மேலும் அவர்கள் தனியாக இருந்தனர். ஆம், ஒருவேளை அதனால்தான் யாரும் அதைக் கேட்டிருக்கவில்லை. தோட்டா நீலநிறச்சுவரில் பாய்ந்தபோது அதிகாரி சிரித்துக்கொண்டே முட்டாள்தனமான விளையாட்டுகள், குறிப்பாக ஆபத்தான முட்டாள்தனங்கள் போதும் என்றான். அனைத்தையும் மிகச்சுலபமாக சரிசெய்ய முடியும் எனும்போது என்ன கவலை? மிகச்சுலபமாக, அவன் யோசித்தான்; இது விஷயங்களைச் சரிசெய்ய வேண்டிய நேரம்தான்; அமைதியான வாழ்க்கை என்பது எனக்கு எப்போதேனும் வாய்க்குமா?

“ஏன் என்னை அமைதியாக விடமாட்டேன் என்கிறாய்? ஏன்?”

“ஆனால் இது உலகத்திலேயே மிகச்சுலபமான விஷயம், நண்பா. உன் விருப்பம்.”

“நாம் எங்கே இருக்கிறோம்?”

அவனாக இங்கு வரவில்லை; அவர்கள் அழைத்து வந்தனர். நகரத்தின் மத்தியில் அவர்கள் இருந்தாலும்கூட வாகனத்தை ஓட்டி வந்தவன் அவனை மயங்கச் செய்திருந்தான்: இடப்பக்கம் திரும்பி பின் வலப்பக்கம் - அதையடுத்து வந்த முக்கோண ஸ்பானிய நகர அமைப்பு புலப்படாத பிரிவுகளுடன் ஒரு புதிர்போலானது. அனைத்தும் புலப்படாதவைதான். மற்றவனின் குட்டையான, மென்மைகொண்ட கைகள் போலத்தான். கையிலுள்ள ஆயுதத்தைப் பறித்துக்கொண்டான். சிரித்துக்கொண்டே இருக்கிறான். மீண்டும் அமர்ந்து கொண்டான். கனத்த, கொழுத்த வியர்வை பெருகும் உடல், கண்களில் தீயின் சாயல்.

“நாமிருவரும் உண்மையான தா-ளிகள், இல்லையா? ஒரு விஷயம் தெரியுமா? நண்பனாகத் தேர்ந்தெடுக்கும்போது இருப்பதிலேயே பெரிய தா-ளி எவனோ அவனைத் தேர்ந்தெடுக்க வேண்டும், நீ அவர்கள் பக்கத்தில் இருந்தால்தான், யாரும் உன்னை எதுவும் செய்ய முடியாது. வா மது அருந்தலாம்.”

அவர்கள் மகிழ்ச்சி பரிமாறிக்கொண்டனர். பருத்தவன் இந்த உலகில் இரண்டுவகை மனிதர்கள் இருப்பதாகத் தெரிவித்தான். தா-ளிகள் மற்றும் மலத்துளை போன்றவர்கள், நாம் அதில் யாராக இருக்கபோகிறோம் என்று முடிவு செய்துகொள்ளவேண்டும். அவன் தொடர்ந்து பேசினான், ஒரு காங்கிரஸ் உறுப்பினருக்கு எப்படித் தேர்ந்தெடுப்பது என்று தெரியாவிட்டால் அது

அவமானகரமானது. ஏனெனில் மற்றவனும் அவனது நண்பர்களும் குறிபார்த்துச் சுடுவதில் தேர்ந்தவர்கள், அவர்கள் அனைவருமே நல்லவர்கள், எல்லோருக்கும் தேர்ந்தெடுக்க ஒரு வாய்ப்புத் தருவார்கள். ஆனால் காங்கிரஸ் உறுப்பினர்கள் போல் எல்லோரும் புத்திசாலிகள் அல்ல. அவர்கள்தான் திறமை மிகுந்தவர்கள் என்று நினைத்துக்கொண்டு சுடத்தொடங்குவார்கள். உண்மையில் இடத்தை மாற்றிக்கொள்வதுதானே எளிதானது. உடனே மாறி சரியான பக்கத்துக்கு வந்துவிடலாம். நீ இப்படி இடத்தை மாற்றுவது இதுதான் முதல்முறை என்று என்னிடம் கூறாதே... பதினைந்து வருடங்களில் எங்கெல்லாம் இருந்தாய்? மற்றவனின் குரல் அவனுடைய தசையைப்போலவே கொழுத்து, கிசுகிசுப்பாக, பாம்பைப்போல அச்சுறுத்துவதாக, அவனைத் தூக்கத்தில் ஆழ்த்துவதாக இருந்தது - அக்குரல்வளையின் சுருங்கி விரியக்கூடிய நாண்களுக்கு உயவாக மதுவும் சுருட்டும் இருந்தன: "உனக்கு வேண்டுமா?"

மற்றவன் அவனை நிலையாக உறுத்துப் பார்த்தான். கைகள் அவனையறியாமல் இடுப்புப் பட்டையின் கொக்கியை வருடிக்கொண்டிருந்தது. அதை உணர்ந்ததும் கையை விலகிக்கொண்டான்; அந்த உலோகம் துப்பாக்கியின் குளிர்ச்சியையோ அல்லது வெம்மையையோ நினைவுபடுத்தியிருக்க வேண்டும். அவன் தனது கைகள் சுதந்திரமாக இருப்பதை விரும்பினான்.

"நாளை அவர்கள் பாதிரியார்களைச் சுடப்போகிறார்கள். நமது நட்பின் சாட்சியமாகச் சொல்லுகிறேன். ஏனெனில் நீ அவர்களில் ஒருவனல்ல என்ற உண்மை எனக்குத் தெரியும்..."

அவர்கள் தங்கள் நாற்காலிகளைப் பின்னுக்குத் தள்ளினர். மற்றவன் சன்னலருகே சென்று தனது கைமுட்டியால் கண்ணாடியில் தாளமிட்டான். அவனை எழுந்துகொள்ளும்படி சைகை செய்தான். அவன் துர்நாற்றமடித்த படிகளில் குப்பைக்கூடையை இடித்துத்தள்ளி, அழுகிய ஆரஞ்சுப்பழத் தோல்களும் ஈரமான செய்தித்தாள்களும் சிதற இறங்கியபோது மற்றவன் கதவுக்கு அருகே நின்று பார்த்துக்கொண்டிருந்தான். கதவுக்கு அருகே நின்று கொண்டிருந்தவன் தனது வெள்ளைநிறத் தொப்பியில் விரல்களை வைத்துக்கொண்டு செப்டெம்பர் 16 அவென்யூ அந்தப்பக்கம் இருக்கிறது என்று சுட்டிக்காட்டினான்.

"நீங்கள் என்ன நினைக்கிறீர்கள்?"

"நாம் அந்தப்பக்கம் சேர்ந்துவிடவேண்டும் என்று."

"நான் வரவில்லை."

"சரி, நீங்கள் என்ன நினைக்கிறீர்கள்?"

"நான் கேட்டுக் கொண்டிருக்கிறேன்."

"வேறு யாருக்கும் நாம் பேசுவது கேட்குமா?"

"சாட்டர்னோவின் பெண்களை நீங்கள் நம்பலாம். அவள் வீட்டிலிருந்து எந்தச் சத்தமும் வெளியேறாது..."

"அப்படி இல்லையென்றாலும் அவர்களை அப்படி ஆக்கிவிடுவேன்..."

"நாம் எங்கே இருக்கிறோமோ அங்கே தலைவரோடுதான் வந்தோம், மேற்கொண்டும் தலைவரோடே செல்வோம்."

"அவர் கதைமுடிந்தது. புதிய தலைவர் அவரைக் கட்டுக்குள் கொண்டுவந்துவிட்டார்."

"எனில் என்ன செய்யப்போகிறீர்கள்?'

"புது ஆளோடு கலந்துவிட வேண்டியதுதான்."

"சீக்கிரமே அவர்கள் என்னை ஒன்றுமில்லாமல் ஆக்கிவிடுவார்கள். நாமெல்லாம் ஆண்களா அல்லது என்ன?"

"இதற்கு என்ன அர்த்தம்?"

"விஷயங்களை முடிக்க நிறைய வழிகள் உண்டு."

"இருக்கலாம், ஆனால் இதைமுடிக்கச் சுலபமான வழியேதும் எனக்குத் தெரியவில்லை."

"சரிதான். அதற்காக அனைத்திற்கும் முடியாது என்று சொல்லிக்கொண்டிருக்க முடியாது."

"நான் முடியாது என்று கூறவில்லை, நான் எதுவுமே கூறவில்லை."

"இப்போது இது ஆமாம், இல்லை இரண்டும் சேர்ந்து ஒலிக்கிறது..."

"நான் என்ன கூறுகிறேன் என்றால் ஆண்களாக இறங்கிப் பார்ப்போம், யாராவது ஒருவர் பக்கம்..."

"விழித்துப் பாருங்கள் ஜெனரல், விடிந்துவிட்டது."

"என்றால்?"

"என்றால்... நான் அதை அப்படித்தான் பார்க்கிறேன். எல்லோரும் வேலையைவிட்டு வந்திருக்கிறோம்."

"யாருக்குத் தெரியும்..."

"எனக்குத் தெரியுமென்று நினைக்கிறேன்."

"நம் தலைவர் எந்தப்பக்கமும் போகமாட்டார் என்று நினைக்கிறாயா?"

"அப்படித்தான் நினைக்கிறேன். என் கருத்து."

"ஏன் அப்படி நினைக்கிறாய்?"

"அது தெரியவில்லை. அப்படி உணர்கிறேன்."

"கடைசியாக இருந்தாலும் மிகமுக்கியமானது, நீ என்ன சொல்கிறாய்?"

"நானும் அதைப்பற்றிதான் யோசிக்க ஆரம்பிக்கிறேன்..."

"சரி, ஆனால் நேரம்வரும்போது நாம் இதைப்பற்றிப் பேசினோம் என்பதை மறந்துவிடவேண்டும்."

"யார் ஞாபகம் வைத்திருக்கப் போகிறார்கள், நாம் எதுவுமே பேசாதபோது?"

"சொல்கிறேன். ஒருவேளை."

"ஒருவேளை, அதுதான் விஷயமே."

"வாயை மூடு சாட்டர்னோ. எங்களுக்குக் குடிக்க ஏதேனும் கொண்டுவா, கிளம்பு."

"ஒருவேளை, கனவான்களே."

"ஆக இந்த விஷயத்தில் நாம் ஒன்றாக இருக்கப் போவதில்லையா?"

"நிச்சயமாக ஒன்றாகத்தான் இருப்போம். ஆனால் ஒவ்வொருவரும் தனக்கான முடிவை எடுத்துக்கொள்ள வேண்டும்."

"பதில் எப்போதும் ஒன்றுதான்; அதற்கு எப்படி வந்துசேர்கிறோம் என்பதுதான் வித்தியாசமானது."

"அதேதான்."

"ஜெனரல் ஹிமெனெஸ், உங்களுக்குச் சாப்பிட ஏதேனும் வேண்டுமா?"

"எல்லோருக்கும் அவர் கூறுகிற விஷயம் புரிகிறதல்லவா?"

"நிச்சயமாக. ஆனால் யாராவது காட்டிக்கொடுத்துவிட்டால்..."

"இதை எப்படிச் சொல்கிறாய்? இங்கே எல்லோரும் நண்பர்கள்தான்."

"ஆமாம், உண்மைதான். ஆனால் யாரேனும் தன்னுடைய நரைத்த தலையுடைய அம்மாவை நினைக்க ஆரம்பித்துவிட்டால் யோசனைகள் வரும்."

"ஒருவேளை, சாட்டர்னோ கூறுவதுபோல..."

"இந்த ஒருவேளை நாசமாய்ப் போகட்டும் கர்னல் கவிலான்."

"யாரேனும் ஒரு ஆள் யோசிக்க ஆரம்பித்தாலும்..."

"ஒரு ஆள் தனக்காக யோசிக்க ஆரம்பித்தாலும் கதை முடிந்தது."

"ஆம், ஆனால் அவன் தன் பெயரைக் குறித்து சிந்திப்பது தவறா என்ன?"

"பெயரைக்குறித்து, ஆம், அவனது பெருமை குறித்தும், காங்கிரஸ் உறுப்பினர் அவர்களே."

"அவனது பெருமை குறித்தும் சிந்திக்கவேண்டும், சரிதான் ஜெனரல்."

"அப்படியென்றால்..."

"இந்தச் சிறு சந்திப்பு நிகழவேயில்லை."

"இல்லை. இல்லை. இல்லை."

“ஆனால் தலைவர் கதை முடிந்தது என்று நினைக்கிறாயா?”

“எந்தத் தலைவர் புதியவரா அல்லது பழையவரா?”

“பழைய ஆள், பழைய ஆள்.”

சிகாகோ, சிகாகோ, தத்தை நடையின் நகரம்: சாட்டர்னோ இசைத்தட்டிலிருந்து முள்ளை எடுத்துவிட்டுத் தன் கைகளைத் தட்டினாள். “பெண்களே, பெண்களே, வந்து இங்கே வரிசையில் நில்லுங்கள்...” அவன் சிரித்தபடி வண்டியிலேறி திரைச்சீலையை இழுத்துவிடும்முன் ஓரக்கண்ணால் மட்டும் அவர்களைப் பார்த்தான். கருத்த, முகப்பூச்சு மற்றும் ஒப்பனை உடைய முகங்கள், அழகுக்கோலங்கள் வரையப்பட்ட அவர்களது கன்னங்கள், உதடுகளை அடுத்துள்ள முலைகள், வெல்வெட் அல்லது தோலினாலான செருப்புகள், குட்டைப்பாவாடைகள், நீலநிறஇமைகள், அடியாளைப்போல வலுவான கைகள், அவற்றிலும் ஒப்பனை: “எனக்காகக் கொஞ்சம் சார்?”

இந்த வியாபாரம் நல்லபடியாக முடியப்போகிறது என்று அவனுக்குத் தெரியும், வலது கையால் வயிற்றைத் தடவியபடி, அந்தப் பரத்தையர் இல்லத்தின் வாயிலுக்கு முன்பிருந்த சிறிய தோட்டத்தில் புல்வெளி மீதிருந்த பனியைச் சுவாசிக்க, அதன் மென்மையான மணல் கொண்ட சிற்றோடையின் குளுமையை அனுபவிக்க நின்றபோது அவன் நினைத்துக்கொண்டான். இந்நேரம் ஜெனரல் ஹிமனெஸ் தனது நீலநிறக்கண்ணாடியைக் கழற்றிவிட்டுத் தன் வறண்ட இமைகளைத் தேய்த்துக்கொண்டிருப்பார். அவருடைய இமைப்படல அழற்சியின் காரணமாக வெண்ணிறப்பொறுக்குகள் உதிர்ந்து அவருடைய தாடியினைப் பனிபடர்ந்தது போலாக்கும். யாரேனும் தன்னுடைய காலணியைக்கழற்ற உதவும்படி கேட்டுக்கொண்டிருப்பார். யாராவது தயவுசெய்து அவருடைய காலணியைக்கழற்றி வையுங்கள். ஏனெனில் அவர் களைப்பாக இருக்கிறார் மேலும் அவர் தனது காலணியை யாரேனும் கழற்றி வைப்பதற்குப் பழகிவிட்டார். எல்லோரும் சிரித்துக் கொண்டிருப்பார்கள். ஏனெனில் ஜெனரல் அந்தப்பெண் இருக்கும் நிலையைத் தனக்குச் சாதகமாக்கிக்கொண்டு அவளது பாவாடையைத் தூக்கி இளஞ்சிவப்புப்பட்டினால் மூடப்பட்டிருக்கும் சிறிய, வட்டமான, கருத்த பின்புறத்தைக் காண்பிப்பார். மற்றவர்கள் ஓர் அரிய காட்சியாக எப்போதும் கண்ணாடியால் மூடப்பட்டிருக்கும் அவரது கண்களைக் காண்பார்கள். பெரிய சுவையற்ற

சிப்பிகளைப்போன்று ஒருமுறை மட்டுமே திறந்திருப்பவை - நண்பர்கள், சகோதரர்கள், கூட்டாளிகள் என அனைவரும் கைகளை நீட்ட சாட்டர்னோவின் ஏவல் பெண்கள் அவர்களது மேலாடையைக் கழற்றுவர். அப்பெண்கள் தேனீக்களைப்போல ராணுவ உடை-யிலிருப்பவர்களைச் சுற்றிக்கொண்டிருப்பர். கழுகு, பாம்பு, தங்க ஓக்இலைக்கொத்துகள் பொறிக்கப்பட்ட பித்தான்கள் கொண்ட அச்சீருடைகளுக்குள்ளே என்ன இருக்கிறது என்பதை அறியாதவர்கள் போல. அவர்கள் ஏற்கெனவே இதுபோன்ற வம்புகளில் ஈடுபடப் பார்த்திருக்கிறான். இப்போதுதான் கூட்டிலிருந்து வெளிவந்தாற்போல ஈரமாக, அவர்களின் மெஸ்டிசோ[15] கைகள் ஒப்பனை செய்ய உதவும் பஞ்சைக்காற்றில் ஆட்டிக்கொண்டு, ஒப்பனைப்பூச்சுகளை நண்பர்கள் தலையில் கொட்டிக்கொண்டு, சகோதரர்கள், கூட்டாளிகள் கட்டிலில் சாய்ந்தபடி தங்கள் கால்களை அகலவிரித்துக்கொண்டு இருப்பர். சட்டைகள் கோன்யாக்கினால் கறைபட்டிருக்கும். நெற்றிப்பொட்டு வியர்வை வழிய ஆனால் கைகள் காய்ந்திருக்கும் அந்நேரத்தில் சார்ல்ஸ்டனின் கானம் உள்ளே நுழையும். பெண்கள் அவர்களின் ஆடைகளை மெதுவாகக் கழற்றுவர். வெளிப்படும் ஒவ்வொரு பாகத்தையும் முத்தமிட்டு, ஆண்கள் தங்கள் விரல்களை நீட்டும்போது கிறீச்சிட்டபடி இருப்பர். வெள்ளை நுனிகளுடைய தன் விரல்நகங்களைப் பார்த்தான்; வெள்ளை நுனிகள் மற்றும் கட்டைவிரலின் வெள்ளைப்பிறை வடிவம் பொய் கூறுவதற்கான சாட்சியம், அருகில் ஒரு நாய் குலைத்தது. மேலாடையின் முன்மடிப்பை மூடிக்கொண்டு தனது வீட்டை நோக்கி நடந்தான். மற்ற இடங்களுக்குச் சென்று ஒப்பனை செய்யப்பட்ட கைகளில் உறங்கி தன் நரம்புகளை உச்சத்தில் வைக்கும் அமிலத்தை வெளியேற்ற வேண்டுமென்று அவன் நினைப்பான். அது அவனை அங்கே கண்களை அகலத்திறந்தபடி நின்று, தேவைகள் ஏதுமின்றி அந்தத் தாழ்ந்த சாம்பல்நிற வீடுகளின் வரிசை, சுற்றியுள்ள மாடங்கள், அதில் வைக்கப்பட்டுள்ள மண் மற்றும் கண்ணாடிப் பூச்சாடிகள் மற்றும் நிழற்சாலையின் வறண்ட தூசுபடிந்த பனைமரங்களின் வரிசையைப் பார்க்கவும் தேவையின்றி மீதமுள்ள காரமிட்ட சோளம் மற்றும் வினிகரின் வாசனையை நுகரவும் வைக்கும்.

தனது முரட்டுத்தாடியில் கைகளை ஓடவிட்டான். அசௌகரியமான சாவிக்கொத்திலிருந்து ஒன்றைத் தேர்ந்தெடுத்தான். அவள் இப்போது கீழே இருக்கக்கூடும் - தரைவிரிப்பு விரிக்கப்பட்ட படிகளில் மேலும் கீழுமாக சத்தமின்றி நடப்பவள் அவள், எப்போதும்

அவன் உள்ளே வருவதைப்பார்த்து அச்சம் கொள்பவள். "ஓஹ்! என்னை எவ்வளவு பயமுறுத்திவிட்டாய். நீ வருவதை நான் எதிர்பார்க்கவில்லை. இல்லை, நீ இவ்வளவு சீக்கிரம் வருவாய் என்று எதிர்பார்க்கவில்லை. சத்தியமாக நீ இவ்வளவு சீக்கிரம் வருவாய் என்று எதிர்பார்க்கவில்லை." இவள் ஏன் அவனது குற்றவுணர்ச்சியை அவன் முகத்தில் எறியும்பொருட்டு இந்தச் சிக்கல்தன்மையுடைய செயலைச்செய்கிறாள் என்று அதிசயிப்பான். ஆனால் சிக்கல்தன்மை மற்றும் குற்றவுணர்ச்சி என்பவை வார்த்தைகள் மற்றும் அவற்றை எதிர்கொள்ளுதல்தான், அவர்களை அசைக்கும் முன் அவர்களை விலக்கிய ஈர்ப்பு, அவர்களைச் சிலநேரங்களில் ஒன்றிணைத்த நிராகரிப்பு ஆகியவை வார்த்தைகளால் வெளியிடப்படவில்லை. பிறப்பதற்கு முன்போ அல்லது உறவை நிறைவுசெய்யும்போதோ கூட இல்லை. ஏனெனில் இரண்டு செயல்களும் ஒன்றையொன்று ஒத்தவை. ஒருமுறை இருளில் படிக்கட்டின் கைப்பிடியில் இருவரின் கைகளும் தொட்டுக்கொண்டன. அவள் அவனது கையை அழுத்தியபோது அவன் அவள் விழுந்துவிடக் கூடாதென்பதற்காக விளக்கைப் பொருத்தினான். ஏனெனில் அவன் மேலே சென்றுகொண்டிருக்கும்போது அவள் கீழே சென்று கொண்டிருக்கிறாள் என்று அவனுக்குத் தெரியாது. ஆனால் அவள் முகம் அவளது கையின் உணர்ச்சியைப் பிரதிபலிக்கும்படி இல்லை. அவள் அந்த விளக்கை அணைத்தாள். இதை நெறிபிறழ்வு என்றுதான் அவன் அழைக்க விரும்பினான். ஆனால் அது சரியான வார்த்தை அல்ல. பழக்கம் ஒருபோதும் நெறிபிறழ்வாகாது. அது திட்டமிடப்பட்டதாக அல்லது விதிவிலக்கானதாக இல்லாதவரை. அவனுக்கு ஒரு மென்மையைத் தெரியும். பட்டு மற்றும் லினென் துணிகளில் பொதியப்பட்டது. எப்போதும் தொட்டுணர வேண்டியது. ஏனெனில் அக்கணங்களில் படுக்கையறையின் விளக்குகள் எரிவதில்லை: அந்தப் படிக்கட்டுக் கணங்களில் மட்டும்தான் அவள் தனது முகத்தை மறைக்கவோ அல்லது முகமூடி அணியவோ இல்லை. அது ஒரேயொருமுறை மட்டுமே நிகழ்ந்த நிகழ்வு, அதை நினைவில் வைத்திருக்கத் தேவையில்லை என்றபோதிலும் மீண்டும் அதை நிகழ்த்திப்பார்க்கும் விருப்பம் அவனது வயிற்றில் ஒரு கசப்பான இனிப்பாக திருகிக்கொண்டே இருந்தது. அவன் அதைப்பற்றி நினைத்துப்பார்த்தான். அது மீண்டும் நிகழ்ந்ததை உணர்ந்தான். அதே நாள் விடியலில் அது மீண்டும் நிகழ்ந்தது. அதே கை அவனைத்தொட்டது, இம்முறை நிலவறைக்குச் செல்லும் படிக்கட்டின் கைப்பிடியில், இம்முறை விளக்கேதும் ஏற்றப்படவில்லை என்றாலும் அவள் கேட்டாள்:

“இங்கே என்ன தேடிக்கொண்டிருக்கிறாய்?” தன்னைச் சமாளித்துக் கொண்டபின் தட்டையான குரலில், “கடவுளே, என்ன ஒரு அதிர்ச்சி! நான் உன்னை எதிர்பார்க்கவே இல்லை. சத்தியமாக இவ்வளவு சீக்கிரம் உன்னை எதிர்பார்க்கவே இல்லை” - தட்டையான குரல், அதில் பரிகாசம் இல்லை மேலும் அவனால் அந்தத் தசையின் வாசனையை மட்டுமே நுகரமுடிந்தது. வார்த்தைகளோடு கூடிய வாசனை, அதற்கான இசைமையும் கொண்ட வார்த்தை.

சரக்கு அறையின் கதவைத் திறந்தவுடன் முதலில் அவனால் தன்னைச் சமாளித்துக்கொள்ள முடியவில்லை. ஏனெனில் அவனே தூபத்தால் ஆனவன் போலிருந்தான். நீண்ட அங்கியின் மடிப்புகளை கால்களுக்கிடையில் பிடித்துக்கொண்டு அந்தப் புனிதமான வாசனையைக் கைகளை வீசி மறைத்திட முயற்சி செய்துகொண்டிருந்த தனது ரகசிய விருந்தாளியின் சட்டையை - அவளது பாதுகாப்பு, தன்னுடைய உடல்மொழி இவை அனைத்தும் வீணான முயற்சி என்று அவன் உணர்வதற்கு முன்பாகவே - அவள் பற்றிக்கொண்டாள். பிறகு அவன் இல்லாத மனநிறைவினை வெளிப்படுத்தும் விதமாகத் தலைகுனிந்தான். அது அவனுக்கு ஆறுதல் அளித்திருக்க வேண்டும். மேலும் அவனது நிறைவுக்காக அதைச்சரியாகக் கையாண்டு கொண்டிருக்கிறான் என்ற உறுதியையும் அவனுக்கு அளித்திருக்க வேண்டும், இல்லையென்றாலும் அங்கே சாட்சியமாக, அவனைப்பார்க்காமல் தங்களுக்குள் பார்த்துக்கொண்டு இருப்பவர்களுக்காகவேனும், பன்னெடுங்காலமாக விலகியிருத்தலுக்கான சைகை இதுதான். அப்போதுதான் உள்ளே நுழைந்த அம்மனிதன் தன்னைப் பார்க்க வேண்டும். அடையாளம் கண்டுகொள்ள வேண்டும் என்று அவன் விரும்பினான், கேட்டுக்கொண்டான். அந்த மனிதனால் அப்பெண்ணிடமிருந்து பார்வையை விலக்கமுடியவில்லை என்பதை ஓரப்பார்வையில் பாதிரி கண்டுகொண்டார். என்னதான் அவள் எஜமானரது செயலாளரை அணைத்து, கேடயமாகப் பயன்படுத்திக்கொண்டிருந்தாலும், அவளாலும் அவனிடமிருந்து பார்வையை அகற்ற முடியவில்லை என்பதையும் கவனித்தார். அவரது பங்கிற்கு தனது பித்தப்பையில் ஓர் அழுத்தத்தை உணர்ந்து கொண்டிருந்தார், நாவிலும் கண்களிலும் படர்ந்துள்ள மஞ்சள் நிறம் ஓர் அபாயத்தை உறுதிசெய்தது. சமயம் வரும்போது - அடுத்த கணத்தில், ஏனெனில் இன்னொன்று வரப்போவதில்லை - அதை எப்படி மறைப்பதென்று அவருக்குத் தெரியாது. தனக்கு மிஞ்சியிருப்பதெல்லாம், பாதிரி நினைத்துக்கொண்டார். விதியை

ஏற்றுக்கொள்ளும் இக்கணம் மட்டுமே, ஆனால் இக்கணத்தில் வேறு சாட்சியங்களும் இல்லை. பச்சைக்கண்களுடைய மனிதன் கேட்கிறான்: கேட்கும்படி அவளைக் கேட்கிறான், கேட்பதற்கு தைரியம் கொள்ள, ஆம் அல்லது இல்லையெனும் வாய்ப்புகளில் ஒன்றைத் தேரும்படி, அவளால் பதில்கூற இயலவில்லை; அவளால் இனியெப்போதும் பதில்கூற முடியாது. இந்த பதிலளித்தல் அல்லது கேட்டல் குறித்த சாத்தியங்களைத் தியாகம் செய்தல் என்பதில் இன்னொரு நாளைப்பற்றி பாதிரி நினைவுகூர்ந்தார். அவள் தியாகம் செய்திருக்கிறாள். அந்த நாளிலிருந்துதான் இந்த வாழ்க்கை, பாதிரியின் வாழ்க்கை. மெழுகுவர்த்தியின் ஒளி அவனது தோலின் ஒளிபுகாத்தன்மையை எடுத்துக்காட்டியது. ஒளிபுகுந்தன்மை மற்றும் ஒளிர்வைத் தாங்கிநிற்கிற ஒரு விஷயம்; மெழுகுவர்த்திகள் அவரது வெள்ளைநிற முகம், கழுத்து, மற்றும் கைகள் கருப்பு நிறமுள்ள ஓர் இணையை உருவாக்கிக்கொண்டிருந்தன. அவர் கேட்கப்படுவதற்காகக் காத்திருந்தார். அவர் முத்தமிட ஏங்கிய கழுத்தின் சுருக்கத்தைக் கவனித்தார். பெருமூச்சொன்றை வெளிப்படுத்திக்கொண்டார்: அவள் இரைஞ்சப் போவதில்லை, அவர்வசம் உள்ளது இந்தப் பச்சைநிறக்கண் கொண்ட மனிதனுக்கு எதிரே நிற்பது மட்டுமே, தொடர்பற்று இருத்தலைச் செயல்படுத்துவதற்கான தருணம் இதுதான். ஏனெனில் நாளை அது முடியாமல் போகலாம். சந்தேகமின்றிச் சாத்தியமற்றதாக இருக்கும். நாளை இத்தொடர்பற்ற நிலை அவரது பெயரை மறக்கச்செய்து உள்ளுணர்ச்சி என்று பெயரிடப்படும் உள்ளுணர்ச்சிகளுக்குக் கடவுளின் வார்த்தைகள் தெரியாது.

மதியம் வரை தூங்கினான். தெருவிலிருந்து ஒலித்த ஆர்கனின் இசை அவனை எழுப்பியது. என்ன பாடல் அது என்று அவன் யோசிக்கவில்லை. முதல்நாள் இரவின் அமைதி - அல்லது இறைவனது கருணையில் இரவும் அமைதியும் - மெல்லிசையை ஊடறுத்துச்செல்லும் எப்போதோ மறந்துபோன தருணங்களைத் திணிக்கிறது. பிறகு உடனே மெதுவான சோக இசை தொடங்கி, ஒலியற்ற அந்த நினைவுகள் மீண்டுமொருமுறை அதைத் தடைசெய்யும் முன்பாக, பாதி திறந்திருக்கும் சன்னல் வழி உள்நுழைகிறது. தொலைபேசி ஒலித்தது. அவன் எடுத்ததும் மற்றவனின் கட்டுப்படுத்தப்பட்ட சிரிப்பொலியைக் கேட்டான்:

“ஹலோ.”

“நாங்கள் அவனைப்பிடித்து காவல்நிலையத்தில்

வைத்திருக்கிறோம். காங்கிரஸ் உறுப்பினரே.''

''உண்மையாகவா?''

''அதிபருக்குத் தகவல் கூறியாகிவிட்டது.''

''பிறகு...''

''உங்களுக்குத்தான் தெரியுமே. ஒரு சைகை. ஒரு வருகை. எதுவும் கூறத் தேவையில்லை.''

''எப்போது?''

''இரண்டு மணிப்போல வாருங்கள்.''

''சந்திப்போம்.''

பக்கத்து அறையிலிருந்து அவனது அரவத்தைக்கேட்டு கதவைப்பற்றிக்கொண்டு தேம்பியழ ஆரம்பித்தாள். தொடர்ந்து எந்தச் சத்தமும் கேட்கவில்லை. தன்னுடைய கண்ணாடிக்கு முன்பு அமர்ந்துகொள்ளும் முன்பு கன்னங்களைத் துடைத்துக் கொண்டாள்.

செய்தித்தாள் விற்பவனிடமிருந்து ஒன்றை வாங்கி வண்டியை ஓட்டும்போது படிக்க முயற்சி செய்தான். ஆனால் தலைப்புச்செய்தியைப் பார்க்க மட்டுமே முடிந்தது, அது மற்ற தலைவர்களை, வேட்பாளர்களைக் கொலைசெய்ய முயற்சிசெய்தவர்களின் மரணதண்டனை குறித்துப்பேசியது. அற்புதமான தருணங்களில் தன்னைப்பற்றி நினைவுகூர்ந்தான். வியாவுக்கு எதிராகப் பிரச்சாரம் செய்தது, அவனுடைய பதவிக்காலத்தின்போது அனைவருமே அவனுக்கு நம்பிக்கையான ஆட்கள்தான். பங்குத்தந்தை புரோவின் புகைப்படத்தைப் பார்த்தான். சரமாரியான தோட்டாக்களைப் பெற்றுக்கொள்ள இருகைகளையும் விரிப்பது போலிருந்தது. தெருவில் புதிய வாகனங்களுக்கான வெள்ளைக்கூரையுடைய கடைகள் கடந்துசென்றன; நடைபாதையில் குட்டைப்பாவாடையும் மணிஜாடித்தொப்பியும் அணிந்த பெண்கள், வெட்டியாய் பொழுதைக்கழிக்கும் இன்றைய இளைஞர்களின் பலூன் கால்சராய்கள், நீரூற்றின் அலங்கரிங்கப்பட்ட தவளைகளுக்கு அருகே அமர்ந்திருக்கும் காலணி மெருகேற்றுபவர்கள். ஆனால் இது அவனது பளபளப்பான, கூர்மையான கண்களின் முன்னால் இயங்கிய நகரமல்ல. நடைபாதையில் தெரிந்த விரைவான காட்சிகள் மூலம் அவன் அதைச் சோதித்து உணர்ந்தான்; அது அணுகுமுறையில்

தெரிந்தது. கண்ணடிப்பதில், விரைவான உடலசைவுகள், முதுகு வளைந்த மனிதர்கள், அசிங்கமான விரல் சைகைகள். பெண்டுலத்தின் இரண்டு அசைவுகளுக்கு இடையே ஆபத்தான உயிர்ப்பாக தன்னை உணர்ந்தான். வண்டியைச் செலுத்திக் கொண்டிருக்கும்போது, அனைத்து முகங்களும் மயக்கநிலையில் கடந்தன. உடலசைவுகள், தெருவில் ஆண்குறி காட்டும் விரல்கள். அவன் இதைச் செய்துதான் ஆகவேண்டும், தவிர்க்க இயலாது. ஏனென்றால் இன்று அவனால் பாதிக்கப்பட்டவர்கள் நாளை அவனைத் தாக்குவார்கள். கண்ணாடியின் எதிரொளிப்பு அவன் பார்வையை மறைத்தது, கையை கண்களுக்கு மேலாக வைத்துக்கொண்டான்: அவனால் எப்போதும் இருப்பதிலேயே பெரிய தா-ளியைத் தேர்ந்தெடுக்க முடிந்திருக்கிறது, மறைந்துகொண்டிருக்கும் தலைவருக்கு எதிராக உருவாகிவரும் தலைவர். மகத்தான ஸோகாலோ சதுக்கம் தன்னுடைய வளைவுகள் மற்றும் தூண்களோடு அவனுக்கு முன்னால், கதீட்ரலின் ஆழ்ந்த வெண்கல மணியோசை மதியம் இரண்டு மணியைத் தெரிவித்தது. தன்னுடைய அடையாள அட்டையை மொனேடாவின் வாயிற்காவலாளியிடம் காண்பித்தான். பீடபூமியின் படிகத்தன்மை கொண்ட குளிர்காலம் பழைய மெக்சிகோவின் திருச்சபை வரையுருவை வெளிப்படுத்திக்கொண்டிருந்தது, குழுவாகச் சில மாணவர்கள், தேர்வு எழுதுபவர்கள், அர்ஜென்டினா மற்றும் குவாதமாலா சாலையில் நடந்து சென்றனர். முன் தாழ்வாரத்தில் தனது வண்டியை நிறுத்தினான். கம்பிக்கதவுகளுடைய மின்தூக்கியில் ஏறினான். ரோஸ்வுட் மரப்பலகைகள் பதித்த, தொங்கும் சரவிளக்குகள் கொண்ட அறைகளைத் தாண்டி காத்திருப்போர் அறைக்குச்சென்று அமர்ந்தான். அவனைச்சுற்றி, தாழ்ந்த குரல்கள் எவ்வளவு விதந்தோத முடியுமோ அவ்வளவு வியந்து பேசும் வண்ணமாக மட்டுமே எழுந்தன. அந்த இரண்டு வார்த்தைகள்:

"அதிபர் அவர்கள்."

"உயர்திரு அதிபர்."

"மிஸ்டர். ப்ரெசிடென்ட்."

"காங்கிரஸ் உறுப்பினர் க்ரூஸ்? இப்படி வாருங்கள்."

பருத்தவன் தனது கைகளை அவனுக்காக நீட்டினான். இருவரும் கைகளின் பின்புறத்தில், பிறகு இடுப்பில் தட்டி, வயிற்றைத் தடவிக்கொண்டனர். பருத்தவன் வழக்கம்போல உள்ளிருந்து சிரித்தான். வெளியேயும், தனது ஆள்காட்டி விரலால் அவனது

தலையைச் சுடுவது போலச் சைகை செய்தான். பிறகு மீண்டும் சத்தமில்லாமல் சிரித்தான். தொந்தியும் கருத்த கன்னங்களும் அமைதியாகக் குலுங்கின. தனது சீருடையின் கழுத்துப்பட்டைப் பொத்தான்களைப் - சற்று சிரமப்பட்டு - போட்டுக்கொண்டு செய்தியைப் பார்த்தானா என்று கேட்டான். இவன் ஆமாம் என்றான். இப்போதுதான் இந்த விளையாட்டு புரிகிறது என்றும் ஆனால் அதில் எதுவுமே முக்கியத்துவமில்லாதது என்றும் தான் இங்கே வந்திருப்பது தான் அதிபருக்கு ஆதரவாக இருப்பதை வலியுறுத்த மட்டுமே என்றான். நிபந்தனையற்ற ஆதரவு, பருத்தவன் ஏதேனும் வேண்டுமா என்று கேட்டதும் அவன் நகரத்துக்கு வெளியே இருக்கும் சில காலி நிலங்களைப்பற்றிப் பேசினான். அவை இன்று மதிப்பில்லாமல் இருக்கலாம் ஆனால் காலப்போக்கில், துணைப்பிரிவுக்கு உட்பட்டபின் மதிப்பு வரும் என்றான். மற்றவன் உடனே அதற்கான ஏற்பாடுகளைச் செய்வதாகக்கூறினான். என்ன இருந்தாலும் அவர்கள் இப்போது கூட்டாளிகள் அல்லவா, சகோதரர்கள், மேலும் உறுப்பினனான இவன், அடடே! 1913-லிருந்து போராடிக் கொண்டிருக்கிறான். அதனால் அரசியல் ஏற்றத்தாழ்வுகளுக்கு அப்பாற்பட்டு பாதுகாப்பில் வாழ இவனுக்கு உரிமையிருக்கிறது. இதுதான் அவன் இவனிடம் கூறியது. அவன் தங்களது நட்பைக்காக்கும் விதமாக இவனது கையில் தட்டிக்கொடுத்து, மீண்டும் பின்னால் இடுப்பில் தட்டிக்கொடுத்தான். இன்னொரு அலுவலக அறையின் முலாமிடப்பட்ட கைப்பிடிகொண்ட கதவு திறக்கப்பட்டு அதிலிருந்து ஜெனரல் ஹிமெனெஸ், கர்னல் கவிலான் மற்றும் மற்ற நண்பர்கள், நேற்று இரவில் சாட்டர்னோவின் விடுதியில் இருந்தவர்கள் வெளிப்பட்டு இவனைப் பாராமல் தலையைக் குனிந்தபடி கடந்து சென்றனர்; பருத்தவன் மீண்டும் சிரித்து அவனுடைய நண்பர்களில் பலர் இந்த ஒற்றுமை ஓங்கும் தருணத்தில் அதிபருக்குச் சேவைசெய்ய முன்வந்துள்ளனர் என்றான். பிறகு கைகளை வீசி தனது வரவேற்பினைத் தெரிவித்தான்.

அலுவலகத்தின் பின்பகுதியில், பச்சைநிற விளக்கொளியில், மண்டையோட்டின் ஆழங்களைத் துருவிச்சென்ற கண்கள், வேட்டையாடும் புலியின் கண்களைக் கண்டான். தலைவணங்கிக் கூறினான்: "அதிபர் அவர்களே, நான் உங்கள் முடிவுப்படி... நிபந்தனையின்றி உங்களுக்குச் சேவைசெய்ய விருப்பம். நான் உங்களுக்கு உறுதியளிக்கிறேன். அதிபர் அவர்களே..."

என் கண்கள், என் மூக்கு, என் உதடுகள், என் குளிச்சியடைந்த பாதங்கள், என் நீலக்கைகள், என் தொடைகள், என் உறுப்புக்கு அருகே என அவர்கள் என்னை அழுக்காக்க உபயோகித்த அந்தப்பழைய எண்ணெயின் வாசனையை நுகர்கிறேன். சன்னல்கதவைத் திறக்கச்சொல்லிக் கேட்கிறேன். நான் சுவாசிக்க வேண்டும். வெற்றிடத்தில் உருவாகும் ஒலியைப்போன்று என் மூக்கினால் ஒலியெழுப்பியபடி அவர்கள் விரும்பியதைச் செய்யட்டும் என்று விட்டுவிட்டு, கைகளை வயிற்றின்மேல் வைத்துக்கொள்கிறேன். லினென் போர்வையின் குளுமை. அது முக்கியமானது. அவர்களுக்கு என்ன தெரியும், கதலீனா, அந்தப் பாதிரி, தெரேசா, ஜெரார்தோ?

"என்னைத் தனியே விடுங்கள்..."

"டாக்டருக்கு என்ன தெரியும்? எனக்குதான் அவரை நன்றாகத் தெரியும். இது இன்னொரு வகையான நடிப்பு."

"எதுவும் பேசாதே."

"தெரேசிதா, அப்பாவை எதிர்த்துப்பேசாதே... அதாவது, உன் அம்மாவை... உனக்குத் தெரியவில்லையா..."

"ஹா. அவரைப்போலவே நீயும் பொறுப்பானவன். நீ ஏனென்றால்... நீ வலிமையற்றதொரு கோழை, அவர் ஏனென்றால்... ஏனென்றால்..."

"போதும், போதும்."

"மதிய வணக்கம்."

"இந்தப்பக்கம் வாருங்கள்."

"போதும், கடவுள் பொதுவாக நிறுத்து."

"பேசு, பேசு."

அவன் எதைப்பற்றி சிந்திக்கிறான்? அவன் எதை நினைவுகூர்கிறான்?

"...பிச்சைக்காரர்கள் போல, அவர் ஏன் ஜெரார்தோவை வேலை வாங்குகிறார்?"

அவர்களுக்கு என்ன தெரியும், கதலீனா, பாதிரி, தெரேசா, ஜெரார்தோ? அவர்கள் கவலை என்னவாக இருக்கும். வெறி, அல்லது செய்தித்தாளில் வரக்கூடிய அனுதாப உணர்ச்சிகள்? யாருக்கு இப்போது நான் பேசுவதுபோலப் பேசும் நேர்மை இருக்கிறது. என்னுடைய ஒரே ஆசை இந்தப்பொருள்களை அடைவதுதான். இந்தச் சிற்றின்பச்சொத்தை அடைவதுதான் என்று? அதைத்தான் நான் நேசிக்கிறேன். நான் தழுவிக்கொண்டிருக்கும் போர்வை. என் கண்முன் வந்துபோகும் மற்ற அனைத்தும். இத்தாலிய மார்பிளால் ஆன பச்சை மற்றும் கருப்புக்கொடிகள் வரையப்பட்ட தரை. அவ்விடங்களின் கோடையை உள்ளடக்கிய கண்ணாடிப்புட்டிகள். வார்னிஷ் உதிர்ந்த பழைய ஓவியங்கள்: அப்படியான உதிர்ந்த ஓர் இடம் சூரியனை வாங்கிக்கொண்டோ அல்லது மெழுகுவர்த்தியின் ஒளியைப்பெற்றோ நம்மை அவற்றினூடே நம் கண்களை அலையவைக்கும். தங்கப்பூணிடப்பட்ட வெள்ளை தோலிருக்கையில் அமர்ந்துகொண்டு, ஒரு கையில் கோன்யாக்கும் மறுகையில் சுருட்டும் இருக்க, மெல்லிய பட்டு ஆடை அணிந்து, கால்களில் உயர்ரக தோல் காலணிகள் மெரினோ கம்பளியால் நெய்யப்பட்ட தரைவிரிப்பில் ஓய்வாக இருக்கும்போது நமது தொடுவுணர்ச்சிகள் அமைதியடைகின்றன. அங்கே ஒரு மனிதன் நிலவெளிகளையும் மற்ற மனிதர்களின் முகங்களையும் உடமை கொள்ளமுடியும். அங்கேயோ அல்லது பசிஃபிக்கைப் பார்த்தபடியிருக்கும் மாடியில் அமர்ந்தோ சூரியன் மறைவதை, மிகவும் உணர்ச்சிமிக்க, ஆம், மிக அற்புதமான, அலைகளின் வருகையை, ஓட்டத்தை, ஈரமணலில் அவ்வெள்ளியலைகளின் உராய்வைப் பார்த்துக்கொண்டு தனது இயலுணர்வுகளோடு மீண்டும் ஒன்றியபடி இருக்கமுடியும். நிலம். நிலம் தன்னைப் பணமாக மொழிமாற்றம் செய்துகொள்ளக் கூடியது. நகரத்தின் சதுரத்துண்டு நிலங்களில் கட்டுமான மரங்களின் காடுகள் உயர ஆரம்பிக்கின்றன. நாட்டில் பச்சையும் மஞ்சளும் கொண்ட, நீர்த்தேக்கங்களுக்கு அருகே, ட்ராக்டர்களின் உறுமல்கள் கடந்து செல்லும்படியான சொத்துகள் எப்போதும் சிறந்தவை. செங்குத்தான மலைகளின் சுரங்கச்சொத்துகள், சாம்பல்நிறப் புதையல் பெட்டகங்கள். இயந்திரங்கள்: அந்த சுவையான வாசனை கொண்ட ரோட்டரி அச்சு இயந்திரங்கள், சீரான கதியில் பக்கங்களை வெளித்தள்ளுபவை...

“ஓ, தோன் ஆர்தேமியோ, நன்றாக உணர்கிறீர்களா?”

“இது ஒன்றுமில்லை, வெப்பத்தினால் வருவது. இந்த வெளிச்சத்தினால். என்ன நடக்கிறது மேனா? ஏன் சன்னலைத்

திறக்கக்கூடாது?”

“இதோ உடனே...”

ஆஹ், தெருவின் சத்தங்கள். திடீரென. ஒன்றிலிருந்து இன்னொன்றை வேறுபடுத்துவது சாத்தியமற்றது. ஆஹ், தெருவின் ஓசைகள்.

“உங்களுக்காக என்ன செய்யட்டும் தோன் ஆர்தேமியோ?”

“மேனா, உனக்குத்தெரியும் நாங்கள் எவ்வளவு ஆர்வத்துடன் அதிபர் பதிஸ்தாவை பாதுகாத்தோம். கடைசி நொடி வரை. அவர் இப்போது அதிகாரத்தில் இல்லை எனும்போது அதைச்செய்வது அவ்வளவு சுலபமில்லை. உண்மையில் ஜெனரல் ட்ரூஹியோவைப் பாதுகாப்பது இன்னும் கடினமானது. அவர் இன்னமும் அதிகாரத்தில் இருந்தாலும்கூட. நீங்கள் அவர்களிருவரையும் பிரதிநிதிப்பவர், எனவே புரிந்து கொள்வீர்கள்... அவர்களுக்காக ஒரு சூழலை உருவாக்குவது சிரமம்.”

“கவலை வேண்டாம் தோன் ஆர்தேமியோ, நான் சிலவற்றை ஏற்பாடு செய்கிறேன். ஆனால் இவ்வளவு முட்டாள்கள் சுற்றியிருக்கும்போது... நாம் அதில் ஈடுபட்டிருக்கையில், கொடையாளர்களின் பங்கை விவரித்து ஒரு சிறிய கட்டுரையைக் கொண்டு வந்துள்ளேன்... அதிகமில்லை...”

“நல்லது. அதை என்னிடம் விட்டுவிடுங்கள். டயஸ், நீயும் இதில் இணைந்து கொண்டது நல்லது. இதை ஒரு போலியான கையெழுத்தோடு தலையங்கப்பகுதியில் சேர்த்து அச்சுக்கு அனுப்புங்கள்... மேனா, நான் உன்னை அடுத்து சந்திப்பேன். தொடர்பில் இரு...”

தொடர்பில். தொடர்பு. தொடர்பில் இரு. என் வெள்ளை உதடுகளோடு தொடர்பில், ஊஊஊஹ், கை, ஒரு கைகொடு, ஓ இன்னொரு நாடித்துடிப்பு எனக்கு உயிரூட்ட, வெள்ளை உதடுகள்...

“நான் உங்களைத்தான் குறை சொல்வேன்.”

“இது உங்களை வசதியாக உணரச் செய்கிறதா? நல்லது. நாங்கள் குதிரையில் ஏறி ஆற்றைக் கடந்தோம். நாங்கள் என் நாட்டின் பகுதிக்குச்சென்றோம். என் நாடு.”

"... எங்கே இருக்கிறதென்று தெரிந்துகொள்ள விரும்புகிறோம்..."

இறுதியாக, இறுதியாக, அவர்கள் தங்கள் முழந்தாளில் என்னிடம் வரும் மகிழ்ச்சியை எனக்குக் கொடுத்து விட்டனர், என்னிடம் அதைக்கேட்பதற்காக. அந்தப்பாதிரி அதைக் குறிப்புணர்த்தினான். சீக்கிரத்தில் எனக்கு ஏதோ நடக்கப்போகிறதாக இருக்கும். அதனால்தான் இந்த இருவரும் என்னுடைய படுக்கைக்கு அருகே என்னால் பார்க்க மட்டுமே இயன்ற எதுவும் செய்ய இயலாத மெல்லிய நடுக்கத்துடன் இருக்கின்றனர். அவர்கள் என்னுடைய இப்போதைய நகைச்சுவை என்னவாக இருக்க முடியும் என்று யூகிக்க முயல்கின்றனர். என்னுடைய கடைசி நகைச்சுவை, நான் மகிழ்ச்சியோடு ரசித்த நகைச்சுவை, நிச்சயமான அவமானப்படுத்துதல், அதன் உடனடி விளைவுகளை ரசிக்க நான் இருக்க மாட்டேன், ஆனால் அதன் தொடக்க நரம்பு இழுப்புகள் இப்போது இங்கே என்னைப் பரவசத்திற்குள்ளாக்குகிறது. இது ஒருவேளை என் கடைசி வெற்றியின் சிறு தழல்...

"எங்கே..." நான் மிக மிக அன்பான குரலில் முணுமுணுக்கிறேன், மிக ரகசியமான குரலில்... "எங்கே... யோசிக்கிறேன்... தெரேசா, நினைவுக்கு வந்துவிட்டது என்று நினைக்கிறேன்... அங்கே நூக்கினால் செய்த ஒரு பெட்டி இருக்குமில்லையா... நான் என் சுருட்டை வைப்பேனே? அதில் ஒரு ரகசிய அறை இருக்கிறது..."

நான் அதை முடிக்க வேண்டியதில்லை. இருவரும் எழுந்து பெரிய குதிரை லாடத்தின் வடிவில் இருக்கும் மேசையை நோக்கி ஓடுகின்றனர். அங்கேதான் எனக்குத் தூக்கம் வராத இரவுகளை நான் படித்துக்கொண்டு கழிப்பேன் என்று அவர்கள் நினைக்கின்றனர்: அது அப்படி இருக்கவேண்டும் என்பது அவர்கள் விருப்பம். இரண்டு பெண்களும் வலுக்கட்டாயமாக அனைத்து இழுப்பறைகளையும் திறக்கின்றனர். காகிதங்களைச் சிதறவிடுகின்றனர். கடைசியில் அந்தக் கருங்காலிப் பெட்டியைக் கண்டுபிடித்துவிட்டனர். ஆஹ், ஆக அது அங்கேதான் இருந்ததா. அதேபோல இன்னொன்று இருக்குமே. அல்லது யாரேனும் எடுத்துச்சென்றுவிட்டார்களா. அவர்களுடைய விரல்கள் இரண்டாவது பிடியினில் இருக்கவேண்டும், வேகமாகத் தள்ளவேண்டும். ஆனால் அங்கேதான் ஒன்றும் இல்லையே. கடைசியாக எப்போது சாப்பிட்டேன்? வெகுநேரம் முன்பு சிறுநீர் கழித்தேன். ஆனால் சாப்பிட்டது. வாந்தியெடுத்தேன். ஆனால் சாப்பிட்டது.

"செயலாளர் தொலைபேசியில் இருக்கிறார், தோன் ஆர்தேமியோ."

திரைச்சீலையை மூடிவிட்டார்கள், இல்லையா? இது இரவு நேரம், இல்லையா? மலர்வதற்கு நிலவொளி தேவைப்படும் தாவரங்கள் உண்டு. அவை இரவு கவியும்வரை காத்திருக்கும். தேவதாளி. குடிசையில் தேவதாளி உண்டு. ஆற்றோரம் இருக்கும் குடிசையில். அந்த மலர் மதியநேரத்தில் மலர்ந்தது. ஆமாம்.

"நன்றி, மிஸ்... ஹலோ... ஆமாம், இது ஆர்தேமியோ க்ரூஸ்தான். இல்லை, இல்லை, இல்லை, இல்லை, இல்லை, சமரசம் என்பது சாத்தியமே இல்லை. இது பட்டவர்த்தனமாக அரசாங்கத்தைக் கவிழ்க்க எடுக்கப்பட்ட முயற்சி. அவர்கள் ஏற்கெனவே தொழிற்சங்கங்கள் தங்களது அதிகாரப்பூர்வமான கட்சியைக் கைவிடும்படி செய்துவிட்டனர். அதுவே மிக அதிகம்; இது தொடர்ந்துகொண்டே இருந்தால் உங்கள் அதிகாரத்திற்கு அஸ்திவாரம் என்னவாக இருக்கும் செயலாளரே?... ஆமாம்... அதுதான் ஒரே வழி: வேலைநிறுத்தத்தை பலனில்லாதது, ஒன்றுமற்றதென அறிவித்துவிடுங்கள், படைகளை அனுப்புங்கள், கடினமாக நடந்துகொள்ளுங்கள், பிறகு தலைவர்களைச் சிறையில் அடையுங்கள்... நிச்சயமாக விஷயம் அவ்வளவு தீவிரமானது சார்..."

மைமோசாகூட. எனக்கு ஞாபகம் இருக்கிறது. மைமோசா எனும் மரத்திற்கு உணர்ச்சிகள் உண்டு; அது உணர்ச்சி மிக்கதாக, மந்தமானதாக, தூய்மையானதாக, உயிர்த்துடிப்போடு இருக்கும், உயிருள்ளது போல, மைமோசா...

"...ஆமாம், நிச்சயமாக... ஓ, அப்புறம் இன்னொரு விஷயம், நான் சொல்லவேண்டியதைச் சொல்லவேண்டுமில்லையா: நீங்கள் இதில் பலவீனத்தைக் காண்பித்தால் என்னுடைய கூட்டாளிகளோடு நானும் தலைமையகத்தை மெக்சிகோவிலிருந்து மாற்றிக்கொள்ள வேண்டியிருக்கும். எங்களுக்கு உத்தரவாதம் தேவை. கேளுங்கள், இரண்டு வாரத்தில் நூறு மில்லியன் டாலர்கள் நாட்டைவிட்டுப் போனால் என்ன நடக்கக்கூடுமென்று நினைக்கிறீர்கள்?... என்ன?... இல்லை, எனக்குப் புரிகிறது. நிச்சயமாக!..."

அவ்வளவுதான். அனைத்தும் முடிந்தது. ஆஹ். அவ்வளவுதான். அவ்வளவுதானா? யாருக்குத்தெரியும். எனக்கு நினைவில்லை. அந்த ஒலிநாடாவைக்கேட்டு வெகு நாட்களாகிறது. நான் வெகுகாலமாக வேறொருவனாக நடித்துக்கொண்டிருக்கிறேன், மேலும் உண்மையில் நான் உண்ணவிரும்பும் விஷயங்களைப்பற்றி

நினைத்துக்கொண்டிருக்கிறேன். ஆம், உணவைப்பற்றிச் சிந்திப்பது மிக முக்கியமானது ஏனெனில் பல மணிநேரமாக நான் எதுவுமே சாப்பிடவில்லை, பாடீயா ஒலிநாடாக்கருவியின் மின்இணைப்பைத் துண்டிக்கிறான். நான் கண்களை மூடியபடி இருக்கிறேன். அவர்கள் என்ன நினைக்கிறார்கள், பேசுகிறார்கள் என்பது தெரியவில்லை - கதலீனா, தெரேசா, ஜெரார்தோ, குழந்தை, இல்லை க்ளோரியா வெளியே சென்றாள், அவள் பாடீயாவின் மகனுடன் வெளியே சென்றாள். அவர்கள் அங்கே கூடத்தில் முத்தமிட்டுக்கொண்டனர். யாருமில்லை என்பதன் அனுகூலத்தைப் பயன்படுத்திக்கொள்கின்றனர் - நான் என் கண்களை மூடியபடி இவற்றைக்குறித்து மட்டுமே நினைத்துக் கொண்டிருக்கிறேன். பன்றிக் கொத்துக்கறி, பன்றி வறுவல், சுட்டகறி, வறுத்த வான்கோழி, எனக்குப்பிடித்த சூப்கள், அதேயளவு எனக்குப் பிடித்த இனிப்புகள், ஓஹ், இனிப்புகள் எப்போதும் எனக்குப் பிரியமானவை மேலும் இந்நாடு இனிப்புகளுக்குப் பெயர்போனது. இனிப்பேற்றப்பட்ட பாதாம் மற்றும் அன்னாசி, தேங்காய் மற்றும் தயிர், ஆஹ், இனிப்பு அப்பமும்கூட, ஸமோராவின் கேக்குகள், நான் அந்த ஸமோராவின் கேக்குகள், இனிப்பேற்றப்பட்ட பழங்கள், சிவப்பு ஸ்னாப்பர் மீன், பாஸ் மீன், தட்டைமீன், குறித்து நினைக்கிறேன், சிப்பிகள் மற்றும் நண்டுகள் குறித்தும் நினைக்கிறேன்...

நாங்கள் குதிரையிலேறி ஆற்றைக் கடந்தோம். வெராக்ரூஸ்சிலுள்ள மணற்படுகை மற்றும் கடலை அடைந்தோம்.

...கிளிஞ்சல் மற்றும் கணவா மீன், ஆக்டோபஸ் மற்றும் செவிசே மீன்வகை, நான் பியர் குறித்தும் சிந்திக்கிறேன். யூகேடன் பாணி மான்கறி உணவுகள் குறித்துச் சிந்திக்கிறேன். எனக்கு இன்னும் வயதாகிவிடவில்லை எனும் உண்மை குறித்தும், இல்லை, இருந்தாலும் ஒருநாள் கண்ணாடி முன்பாக அப்படித் தெரிந்தது. நாறும் வெண்ணைக்கட்டிகள், அவற்றை எவ்வளவு விரும்புவேன். நான் யோசிக்கிறேன், எனக்கு வேண்டும், அவை எவ்வாறு எனக்கு நிவாரணம் தருகின்றன, அவை எவ்வாறு அதே பாத்திரத்தை ஏற்கும். என்னுடைய துல்லியமான, குற்றம் சாட்டும், எதேச்சதிகாரக் குரலைக் கேட்கும் துணிச்சலை எனக்குத் தருகின்றன. எப்போதும். என்னவொரு தொல்லை. நான் சாப்பிட்டுக் கொண்டிருக்கலாம். சாப்பிடுவது: நான் உண்கிறேன், உறங்குகிறேன், புணர்கிறேன், மற்றதெல்லாம் - என்ன? என்ன? என்ன? யார் என்னுடைய பணத்தோடு உண்டு உறங்கிப் புணரவிரும்புவது? பாடீயா நீ, கதலீனா நீ, தெரேசா நீ, ஜெரார்தோ நீ, மற்றும் நீ

பகித்தோ பாடீயா - அதுதானே உன் பெயர்? - என் பேத்தியின் உதடுகளை என்னறையின் அல்லது இவ்வறையின் அரையிருட்டில் சுவைத்துக் கொண்டிருந்தவன், நீங்கள் இன்னமும் இளமையாக இருப்பவர்கள். ஏனெனில் நான் இங்கே வாழ்வதில்லை, நீ இளமையானவன், எனக்கு எப்படி நன்றாக வாழவேண்டுமென்று தெரியும். அதனால்தான் நான் இங்கே வாழ்வதில்லை, நான் ஒரு முதியவன், சரிதானே? பித்துகளால் நிறைக்கப்பட்ட ஒரு முதியவன், அவனுக்கு அவற்றை வைத்துக்கொள்ளச் சரியான உரிமைகள் உண்டு. ஏனெனில் அவன் தன்னைத்தானே தண்டித்துக்கொண்டவன், பார்த்தாயா? அவன் தன்னைத்தானே தண்டித்துக்கொண்டான். எல்லோரையும் தண்டித்தான், சரியான நேரத்தில் தேர்ந்தெடுத்தான், அந்த இரவைப்போல, ஆஹ், அதை நான் ஏற்கெனவே நினைத்துவிட்டேன், அந்த இரவு, அந்த வார்த்தை, அந்தப்பெண். ஏன் அவர்கள் எனக்குச் சாப்பிட எதுவும் கொடுக்கவில்லை? ஏன்? வெளியே போங்கள்: ஓ என்னவொரு வலி: வெளியே போங்கள்: தா-ளிகளே.

நீ அதைக் கூறுவாய்: அது உன்னுடைய சொல், உன்னுடைய சொல் என்னுடைய சொல்; மரியாதையின் சொல், ஆண்களுக்கிடையேயான சொல்: சொற்சக்கரம்: சொற்களின் ஆலை: சபித்தல், உள்நோக்கம், வாழ்த்து, வாழ்க்கைத் திட்டம், தொடர்பு, நினைவு, விரக்தியிலிருப்பவரின் குரல், ஏழைகளின் விடுதலை, அதிகாரத்தின் உத்தரவு, வேலைக்கான மற்றும் சண்டைக்கான அழைப்பு, காதலின் கல்வெட்டு, சோதிடக் குறியீடு, அச்சுறுத்தல், இகழ்ச்சி, உறுதிமொழிக்கான சொல், விருந்தின்போதான கூட்டாளி, நீ போதையிலிருக்கும்போது துணிச்சலின் வாள், அதிகாரத்தின் சிம்மாசனம், கபடத்தின் பல், இனத்தின் மரபுச்சின்னங்கள் கொண்ட மேலங்கி, உன் எல்லையை அடைந்தபின் உயிர் பாதுகாவலன், வரலாற்றின் சுருக்கம்: மெக்சிகோவின் கடவுச்சொல்: உன் சொல்:

தா-ளி

இங்கே இருப்பதிலேயே பெரிய தா-ளிகள் நாங்கள்தான்

வெறுமனே ஓ--த் திரியாதே

இப்போது அவனை ஓ--ப் போகிறேன்

இங்கிருந்து வெளியே போ ஓ--மகனே

யாரும் உன்னை ஓ---தற்கு அனுமதிக்காதே

அவளை ஓ---த் தள்ளிவிட்டேன்

ஓ---, மலத்துளை போன்றவனே

ஓ---தற்கான நேரம் வந்தால் கூட்டுக்கலவி நல்லது

ஓ---- இந்த உலகம் உன்னை ஓ----வே செய்யும்

ஆயிரம் பெசோவுக்காக அவனை ஓ---- விட்டேன்

தலைவர் என்னை ஓ--- விட்டார்

இலவசமாக ஒரு ஓ--- கிடைக்கும்

என்னசொல்ல நாங்கள் ஓ---பட்டோம்

இந்தியர்கள் உண்மையிலேயே ஓ---ட்டு விட்டார்கள்

இந்த ஸ்பானியர்கள் நம்மை ஓ--த்தள்ளி விட்டார்கள்

இந்த வெள்ளைக்காரர்களால் எனக்கு ஓ-த் தலைவலி

மெக்சிகோ வாழ்க, தா-ளிகளே!!!!

துக்கம், விடியல், வாட்டப்பட்டது, கறைபட்டது, கொய்யா, நிம்மதியற்ற தூக்கம்: வார்த்தைகளின் மகன்கள். ஓ--ப்பட்ட தாய்க்குப் பிறந்தவன், செத்தவர்கள் ஓ--ப்பட்டவர்கள், உயிரோடு இருப்பதே அடுத்தவர்களை ஓ--த் தெரிந்ததனால்தான்: கருப்பை மற்றும் சவச்சீலை, தாயிடம் மறைந்துள்ளது. அவள் நமக்காக எழுந்து நிற்கிறாள், அவள் பிரச்சினைகளைச் சந்திக்கிறாள், அபாயங்களில் செயல்படுகிறாள், நம் மௌனத்தை மறைக்கிறாள், நம் இரட்டை வேடத்தை, நம் போராட்டங்களையும் நம் துணிச்சலையும் வெளிக்கொணர்கிறாள், அவள் நம்மைப் போதையில் ஆழ்த்துகிறாள், கத்துகிறாள், இணங்குகிறாள், ஒவ்வொரு படுக்கையிலும் வாழ்கிறாள், நட்பின் சடங்குகளுக்கு, வெறுப்பு மற்றும் அதிகாரத்திற்கு தலைமை ஏற்கிறாள். நம் வார்த்தை. நீ மற்றும் நான், இந்த ரகசியக் குழுவின் உறுப்பினர்கள்: ஓ---ட்ட தாயின் வரிசைகள். நீ நீயாக இருப்பதே அடுத்தவர்களை எப்படி ஓ--து என்று தெரிந்து தன்னைப் பிறர் ஓ-- அனுமதிக்காமல்

இருப்பதால்தான்; நீ நீயாக இருப்பதே அடுத்தவர்களை எப்படி ஓ--து என்று தெரியாமல் உன்னைப் பிறர் ஓ-- அனுமதிப்பதால்தான்; ஓ--ப்பட்ட தாய்களின் சங்கிலி நம் அனைவரையும் இணைக்கிறது: ஒரு கண்ணி மேலே, ஒரு கண்ணி கீழே, நமக்கு முந்தைய நமக்கு அடுத்து வரபோகிற அனைத்து மகன்களின் வரிசை. நீ மேலிருந்து அவளை மரபுரிமையாகப் பெறுகிறாய்; கீழே அவளை மரண சாசனத்தில் விட்டுச்செல்கிறாய். நீ ஓ--ப்பட்ட தாயின் மகன்களின் மகன்களின் மகன்; நீ பல ஓ--ப்பட்ட தாயின் மகன்களுக்குத் தந்தையாவாய். ஒவ்வொரு முகத்தின், ஒவ்வொரு சின்னத்தின், ஒவ்வொரு சுவையற்ற செயலின் பின்னும் நம் வார்த்தை. ஓ--ப்பட்ட தாயின் விந்து, ஓ--ப்பட்ட தாயின் ஆண்குறி, ஓ--ப்பட்ட தாயின் மலத்துளை: ஓ--ப்பட்ட தாய்தான் உன் தூதுகளை நிர்வகிக்கிறாள், ஓ--ப்பட்ட தாய்தான் கக்குவான் இருமலின்போது உன் மார்பைச் சுத்தப்படுத்துகிறாள், நீ ஓ--ப்பட்ட தாயைப் புணர்கிறாய், ஓ--ப்பட்ட தாய் உன்னைச் சுத்தம் செய்கிறாள், உனக்கு அம்மா இல்லாமல் இருக்கலாம் ஆனால் உனக்கு எப்போதும் ஒரு ஓ--ப்பட்ட தாய் இருக்கிறாள், அவளே உன் தோழி, உன் கூட்டாளி, உன் தங்கை, உன் நீட்சி, உன் பாதி: ஓ--ப்பட்ட தாய். ஓ--ப்பட்ட தாய் மூலமாக உன் மனதைத் திற; நீ அனைத்திற்கும் மேலே ஓ--ப்பட்ட தாயோடு இருக்கிறாய், ஓ--ப்பட்ட தாயோடு சேர்ந்து சில ஹிரோஷிமா குசுக்களை இடுகிறாய், உன்னுடைய சிறந்த வீச்சுகளை ஓ--ப்பட்ட தாயோடு சேர்ந்து வீசுகிறாய்: நீ ஓ--ப்பட்ட தாயின் முலைகளை உறிஞ்சுகிறாய்.

உன் ஓ--ப்பட்ட தாயுடன் எங்கே ஓ--க் கிளம்பிவிட்டாய்?

ஓ மர்மமே, ஓ மாயையே, ஓ பழமையின் ஏக்கமே: அவளோடு சேர்ந்து உன் ஆதிக்குத் திரும்பிவிடலாம் என்றா நினைக்கிறாய்: எந்த ஆதிக்கு? நீ மட்டுமல்ல: யாருமே போலியான அந்தப்பொற்காலத்திற்குத் திரும்ப விரும்புவதில்லை. கேடான தொடக்கத்திற்கு, விலங்கின் உறுமலுக்கு, கரடியின் மாமிசத்திற்காகப் போராடுவதற்கு, குகைக்கு, சிக்கிமுக்கிக் கற்களுக்கு, பலியிடுதல் மற்றும் பைத்தியகாரத்தனத்திற்குத் திரும்புவதற்கு, ஆரம்பத்தின் பெயரற்ற அச்சத்திற்கு, எரிக்கப்படும் போலிவழிபாட்டுக்கு, சூரியனைக் குறித்த அச்சத்திற்கு, முகமூடிகள் குறித்த அச்சத்திற்கு, சிலைகள் குறித்த பீதிக்கு, பருவமடைதல் குறித்த பயத்திற்கு, நீரைக்கண்டு அச்சம் கொள்வதற்கு, பசியைக்கண்டு அச்சம் கொள்வதற்கு, வீடின்றி இருக்க அச்சம் கொள்வதற்கு, பிரபஞ்ச அச்சத்திற்கு: ஓ--ப்பட்ட தாய், மறுப்புகளின் பிரமிட், திகிலின்

தியோகலி[16].

ஓ மர்மமே, ஓ மாயையே, ஓ கானல்நீரே: அவளோடு நீ முன்னேறி நடக்க முடியும் என்று நினைக்கிறாயா, உனக்கு நீயே உறுதியளிக்கிறாயா: எந்த எதிர்காலத்திற்கு? நீ மட்டுமல்ல: யாருமே சாபத்தின் சுமையோடு நடக்க விரும்புவதில்லை, சந்தேகம், ஏமாற்றம், ஆத்திரம், வெறுப்பு, பொறாமை, பெருவெறுப்பு, ஏளனம், பாதுகாப்பின்மை, ஏழ்மை, துஷ்பிரயோகம், அவமானம், அச்சுறுத்தல், மிகு ஆண்மை குறித்த பொய்யான பெருமிதம், ஊழல், உன் ஓ--ப்பட்ட ஓ--ப்பட்ட தாயோடும்.

அவளைத்தெருவில் கைவிட்டுவிடு, அவளுடையதல்லாத ஆயுதங்களால் அவளைக் கொலைசெய். அவளைக்கொல்வோம்: நம்மைப்பிரிக்கும், பீதியடையச்செய்யும், தன்னுடைய இரட்டை விஷமாகிய சிலை மற்றும் சிலுவையினால் அழுகச்செய்யும் அந்தச் சொல்லைக் கொல்வோம். அவள் நமது விடையாகவோ அல்லது மரணமாகவோ இல்லாதிருக்கட்டும்.

இப்போது, இந்தப்பாதிரி தீவிரமான எண்ணெய் முழுக்கினால் உன்னுடைய உதடுகள், மூக்கு, இமைகள், கைகள், கால்கள், மற்றும் உறுப்பினை முழுக்காட்டும் சமயத்தில்: பிரார்த்திக்கையில்: அவள் நமது விடையாகவோ அல்லது மரணமாகவோ இல்லாதிருக்கட்டும்: ஓ--ப்பட்ட தாய், ஓ--ப்பட்ட தாயின் மகன்கள், காதலுக்கு விஷம் வைக்கும் ஓ--ப்பட்ட தாய், நட்பைப் பிரித்து, மென்மையை அழித்து, வகுக்கும் ஓ--ப்பட்ட தாய், பிரிப்பவள், அழிப்பவள், விஷமேற்றுபவள்: நாகங்கள் மற்றும் உலோகங்களால் ஆன மயிர்கொண்ட பெண்குறி கல்லாலான தாய்க்கு உரியது, ஓ--ப்பட்ட தாய்: பிரமிடில் இருக்கும் குடிகாரப் பூசாரியின் ஏப்பம், அவனது சிம்மாசனத்தின் கடவுள், தேவாலயத்தின் தலைமைப்பூசாரி: புகைபிடி, ஸ்பெய்ன் மற்றும் அனாவாக், புகைபிடி, ஓ--ப்பட்ட தாயின் இருப்புகள், ஓ--ப்பட்ட தாயின் கழிவுகள், மற்றும் ஓ--ப்பட்ட தாயின் பீடபூமிகள், ஓ--ப்பட்ட தாயின் தியாகங்கள், ஓ--ப்பட்ட தாயின் பெருமைகள், ஓ--ப்பட்ட தாயின் அடிமைத்தனம், ஓ--ப்பட்ட தாயின் நெற்றிப்பொட்டுகள், ஓ--ப்பட்ட தாயின் நாவுகள். இன்று வாழ்வதற்காக யாரை ஓ---ப் போகிறாய்? நாளைக்கு யார்? யாரை உபயோகப்படுத்திக் கொள்வாய்: ஓ--ப்பட்ட தாயின் மகன்கள்தான் இப்பொருள்கள், உன்னுடைய பயனுக்காக நீ பொருளாக மாற்றும் உயிர்கள், உன்னுடைய மகிழ்ச்சிக்காக, உன்னுடைய மேலாதிக்கத்திற்காக, உன் ஏளனம், உன் வெற்றி, உன்

வாழ்க்கைக்காக: ஓ--ப்பட்ட தாயின் மகன்கள்தான் நீ உபயோகித்துக் கொண்டிருப்பது: ஒன்று மற்றதைக் காட்டிலும் சிறந்தது.

நீ களைப்படைவாய்

நீ அவளை விஞ்ச முடியாது

உன்னுடைய பிரார்த்தனைக்குச் செவிசாய்க்காத மற்ற பிரார்த்தனைகளின் முணுமுணுப்பைக் கேட்கிறாய்: அது நமது விடையாகவோ அல்லது நமது மரணமாகவோ இல்லாதிருக்கட்டும்: ஓ--ப்பட்ட தாயை உன்னிலிருந்து கழுவித்தள்ளு.

நீ களைப்படைவாய்

நீ அவளை விஞ்ச முடியாது

நீ அவளை வாழ்க்கை முழுவதும் சுமந்து கொண்டிருக்கிறாய்: அதை:

நீ ஓ--ப்பட்ட தாயின் மகன்

நீ தூய்மையடைய அடுத்தவர்களை அழித்த அழிசெயலை

நீ நினைக்கத் தேவையான மறதியை

நம்முடைய அநீதியின் முடிவற்ற சங்கிலியை

நீ களைப்படைவாய்

நீ என்னைக் களைப்படையச்செய்கிறாய்; நீ என்னை விஞ்சுகிறாய்; உன்னோடு அந்நரகத்தில் இறங்கும்படி என்னைக் கட்டாயப்படுத்துகிறாய்; நீ மற்ற விஷயங்களை நினைவில் வைத்துக்கொள்ள விரும்புகிறாய், அதல்ல: விஷயங்கள் எப்படி இருக்கும் என்று என்னை மறக்க வைக்கிறாய், ஆனால் அவை இருந்ததே இல்லை, இருக்கப்போவதும் இல்லை: நீ ஓ--ப்பட்ட தாயுடன் என்னை விஞ்சுகிறாய்

நீ களைப்படைவாய்

ஓய்வெடு

உன் களங்கமின்மை குறித்துக் கனவுகாண்

நீ களைப்பாயிருக்கிறாய் என்று சொல், நீ முயற்சி செய்வாயென: பாலியல் வன்கொடுமை ஒருநாள் உனக்கு அதே நாணயத்தின்மூலம் திருப்பியளிக்கும் என்று சொல், அதன் இன்னொரு பக்கத்தை உனக்குக் காட்டும்: ஓர் இளைஞனாக நீ நாசம் விளைவிக்க விரும்பினால் ஒரு முதியவனாக எதற்கு நன்றியுடையவனாக இருப்பாய்: நீ ஏதேனுமொன்றைப் புரிந்துகொள்ளும் நாள், ஏதோவொன்றின் முடிவுநாள்: நீ விழிப்படையும் நாளில் - நான் உன்னை விஞ்சுகிறேன் - உன்னைக் கண்ணாடியில் பார்ப்பாய், கடைசியில் ஏதோவொன்றை நீ பின்னே விட்டுச்செல்கிறாய் என்பதை உணர்வாய். நீ அதை நினைவில் கொள்வாய்: இளமை-யில்லாத முதல்நாள், புதியகாலத்தின் முதல்நாள். இதை உன் மனதில் பதித்துக்கொள், அதை அனைத்துப் பக்கங்களிலிருந்தும் பார்க்க முடிவதற்காக மனதில் ஒரு சிலையைப்போலப் பதித்துக்கொள்வாய். காலைப்பொழுதின் தென்றல் உள்ளே வருவதற்காக நீ அனைத்து மூடுதிரைகளையும் திறப்பாய். ஆஹ், அது எவ்வாறு உன்னை நிறைக்கும், ஆஹ், தென்றல் உன்னை எப்படியெல்லாம் சுத்திகரிக்கிறது: அது உன்னை மறைமுகமாகக்கூட சந்தேகம் கொள்ள அனுமதிப்பதில்லை: அது உன்னை முதலில் சந்தேகத்தின் நுனிக்கு வழிநடத்துவதில்லை.

1947: செப்டம்பர் 11

அவன் சன்னலைத்திறந்து தூய்மையான காற்றை நுகர்ந்தான். திரைச்சீலைகளை அசைத்தவாறு தன்னை அறிவிப்பது போல காலைக்காற்று ஏற்கெனவே உள் நுழைந்திருந்தது. வெளியே பார்த்தான்: ஒருநாளின் சிறந்தநேரம் உதயம்தான், ஆகத்துல்லியமான, தினமும் வரும் வசந்தநேரம். சீக்கிரமே பகல் வேகமான சூரியனின் வெப்பத்தால் மூச்சை நெறிக்கும். ஆனால் காலை ஏழுமணிக்கு அவனுடைய வீட்டின் மாடத்திலிருந்து எதிரேயுள்ள கடற்கரையைப் பார்க்கும்போது அமைதியான குளிர்ச்சியோடு, அமைதியான முகத்தோடு ஒளிர்ந்தது. அலைகள் பெயரளவிற்குக் கிசுகிசுத்தன. நீச்சலுக்கு வந்த சிலரின் குரல்கள் சூரியனின் தனிமையைத் தொந்தரவு செய்யவில்லை. மயக்கும் கடல், மணல்பரப்பு அலைகளினால் சமன்படுத்தப்பட்டுக் கொண்டிருந்தது. திரையை அகலமாக விரித்து காற்றைப் பலமாக உள்ளிழுத்தான். மூன்று குழந்தைகள் கடற்கரையோரமாக தங்களின் சேகரிப்புகளோடு நடந்து கொண்டிருந்தார்கள். இரவில் ஒதுங்கிய புதையல்கள்: நட்சத்திர மீன்கள், சிப்பிகள், கட்டைகள். ஒரு பாய்மரப்படகு கரையருகே உலாத்தியது; தெளிவான வானம் பூமிக்கு மேலே தன்னை மெல்லிய பச்சையாக வெளிப்படுத்தியது. கடற்கரையிலிருந்து விடுதியைப் பிரித்த சாலையில் போக்குவரத்து ஏதுமில்லை.

திரைச்சீலையை மூடிவிட்டு மூரிஷ் பாணி ஓடுகள் பதிக்கப்பட்ட குளியலறை நோக்கி நடந்தான். தூக்கம் என்று சொல்லவேமுடியாத தூக்கத்தினால் வீங்கியிருக்கும் முகத்தைக் கண்ணாடியில் பார்த்தான். மிகக்குறைந்த நேரத்திற்கு மிக வித்தியாசமான தூக்கம். அமைதியாகக் கதவை மூடினான். தண்ணீரைத் திறந்துவிட்டு தொட்டியின் நீர் வெளியேறும் வழியை அடைத்தான். அணிந்திருந்த இரவுநேர

ஆடையின் மேல்சட்டையைக் கழற்றி கழிப்புக்கிண்ணத்தின் இருக்கையில் எறிந்தான். புதிய ப்ளேடு ஒன்றை எடுத்து அதன் மெழுகுத்தாளை நீக்கி, ரேசரில் பொருத்தினான். பிறகு அதை வெந்நீரில் மூழ்கவைத்துவிட்டு ஒரு துண்டை நனைத்து முகத்தில் போட்டுக்கொண்டான். நீராவி கண்ணாடியில் படர்ந்தது. அதை ஒருகையால் துடைத்தபடி மறுகையால் மின்விளக்கைப் போட்டான். புதிய அமெரிக்கத் தயாரிப்பான சோப்புநுரையை கன்னங்கள், முகவாய் மற்றும் கழுத்தில் பூசிக்கொண்டான். ரேசரை வெளியே எடுக்கும்போது கையைச் சுட்டுக்கொண்டான். முகத்தைச் சுளித்துவிட்டு கன்னத்தை இழுத்துப்பிடித்தபடி, மேலிருந்து கீழாக, மிகக் கவனமாக, வாயைத் திருகிக்கொண்டு, சவரம் செய்ய ஆரம்பித்தான். நீராவி வியர்வையை உண்டாக்கியது; துளிகள் அவனது விலாப்பக்கம் கீழிறங்குவதை உணரமுடிந்தது. மெதுவாகச் சவரம்செய்து முடித்ததும் முகவாயைத் தடவிப்பார்த்து வழவழப்பை உறுதிசெய்து கொண்டான். தண்ணீரை மீண்டும் திறந்து துண்டை நனைத்து முகத்தை மூடிக்கொண்டான். காதுகளைச் சுத்தம்செய்து, தூண்டும் மணமுடைய திரவமொன்றை முகத்தில் பூசிக்கொண்டதும் மகிழ்ச்சியான பெருமூச்சொன்றை வெளியிட்டான். ப்ளேடைச் சுத்தம்செய்து மீண்டும் ரேசரில் பொருத்தி அதற்குரிய தோல்பைக்குள் வைத்தான். அடைப்பானை நீக்கி ஒரு கணத்திற்கு சாம்பல்நிற சோப்பும் முடிகளும் வெளியேறுவதைப் பார்த்துக்கொண்டு நின்றான். தன்னுடைய உடலைக்கவனித்தான்: எப்போதும் கண்ணாடியில் தெரியும் மனிதனைக் காண விரும்பினான், ஏனெனில் மீண்டும் நீராவி கண்ணாடியை மறைத்திருந்தது. அதைத் தன்னையறியாமல் உணர்ந்தான் - அந்தக் காலை வேளையில் அற்பமான ஆனால் தவிர்க்க முடியாத வேலைகள், அதன் வாயுத் தொந்தரவுகள் மற்றும் அறுதியற்ற பசி, உறக்கத்தின் நினைவற்ற வாழ்க்கையில் உட்புகும் அதன் விரும்பத்தகாத வாசனைகள் - தினமும் குளியலறையின் கண்ணாடியில் பார்த்துக் கொண்டாலும் உண்மையில் அவன் தன்னைப் பார்த்துப் பலகாலம் ஆகிறது. செவ்வக வடிவிலான பாதரசமும் கண்ணாடியும், இந்த பச்சைநிறக் கண்கள், துடிப்பான வாய், அகன்ற நெற்றி, மற்றும் துருத்தலான கன்ன எலும்புகள் கொண்ட இம்முகத்தின் உண்மையான ஒரே படம் இதுதான். வாயைத்திறந்து நாக்கைத் தொங்கவிட்டான். அது மோசமான நிலையில் வெள்ளைப்புள்ளிகள் நிறைந்து காணப்பட்டது; பிறகு அவன் தனது சித்திரத்தில் உள்ள வெற்றிடங்களைத் தேடினான். அந்த இடத்தில் அவனது தொலைந்த பற்கள் இருந்தன. மருந்துப்பெட்டியில் தேடி தண்ணீருக்கடியில்

கிடந்த பொய்ப்பற்களை எடுத்தான். தண்ணீரில் அலசி கண்ணாடிக்கு முதுகைக் காட்டியபடி அவற்றைப் பொருத்திக்கொண்டான். பச்சைநிற பற்பசையைப் தூரிகையில் பிதுக்கியெடுத்து பல்லைத் தேய்த்தான். கொப்பளித்துவிட்டு, இரவுநேர ஆடையின் கால்சராயைக் கழற்றினான். தண்ணீரைத் திறந்து விட்டு, அதன் வெப்பத்தை உள்ளங்கையை நீட்டி உறுதி செய்துகொண்டான். மெல்லிய உடலில் சோப்பைத் தேய்த்துக்கொண்டிருக்கும்போது கழுத்துப்பகுதியில் சீரற்று விழும் தண்ணீரை உணர்ந்தான். எடுப்பாகத் தெரிகிற மார்பெலும்புகள், மென்மையான வயிற்றுப்பகுதி, அதன் தசைகள் இன்னமும் நரம்புகளின் விறைப்புத்தன்மையைச் சற்று சேமித்து வைத்திருந்தது. எனினும் இப்போது சிறிது தொய்வடையத் தொடங்கி, விகாரமானது என்று அவன் நினைக்கும் விதத்தில் மாறத் தொடங்கியிருந்தது. உரிய கவனத்தை அதற்கு அளிக்கவேண்டும்... இந்நாள்களில், விடுதியில், கடற்கரையில் மரியாதையில்லாத பார்வைகளை அவன் கவனிக்கிறான். நீருக்கடியில் முகத்தைக் காண்பித்தான். தண்ணீரை நிறுத்திவிட்டு துண்டை எடுத்துத் துடைத்துக்கொண்டான். அக்குளிலும் மார்பிலும் கொலோன் இட்டுக்கொண்டு சுருட்டைமுடியைச் சீப்பினால் சீவும்போது உற்சாகமாக உணர்ந்தான். நீலநிறக் குளியலறை அங்கியையும் வெள்ளைநிற போலோ மேற்சட்டையையும் அலமாரியிலிருந்து எடுத்தான். கித்தானால் செய்யப்பட்ட இத்தாலியச் செருப்புகளை அணிந்து மெதுவாக குளியலறைக் கதவைத் திறந்தான்.

காற்று இன்னமும் திரைச்சீலைகளை அசைத்துக்கொண்டிருந்தது. சூரியன் ஒளிர்வதை நிறுத்தவில்லை: இப்படியான ஒருநாளை வீணடிப்பதென்பது அவமானகரமானதுதான். செப்டம்பரில் பருவநிலை உடனடியாக மாறக்கூடியது. படுக்கையைப் பார்த்தான். லிலியா இன்னமும் அவளது தன்னிச்சையான, சுதந்திரமான நிலையில் தூங்கிக்கொண்டிருந்தாள்: தலை அவளது தோளில் சாய்ந்திருக்க கை தலையணை மீதிருந்தது, தோள்கள் வெறுமையாக இருக்க, ஒரு முழங்கால் மடங்கி, போர்வையை விட்டு வெளியே வந்திருந்தது. முதல் கிரணங்கள் விளையாடிக்கொண்டிருந்த அவ்விளம் உடல் நோக்கி நடந்தான், தங்கநிற ஒளி அவளது கைகள், கண்ணிமைகளின் ஈரமான ஓரங்கள், உதடுகள், அக்குளின் பொன்னிற முடி ஆகியவற்றை ஒளியேற்றிக்கொண்டிருந்தது. அவளது உதடுகளில் இருந்த வியர்வைத்துளிகளைக் கவனிக்கவும் ஓய்விலிருக்கும். களங்கமற்ற வெறிகொண்ட, சூரியனால் சுடப்பட்டுக்கொண்டிருக்கும் இச்சிறிய விலங்கின் உடலில்

இருந்து எழுந்த வெப்பத்தை உணரவும் குனிந்தான். அவளைத் திருப்பி அவளது உடலின் முன்பக்கத்தைப் பார்க்க விரும்பிக் கைகளை நீட்டினான். அவள் தனது பாதி திறந்த உதடுகளை மூடி பெருமூச்சொன்றை வெளியிட்டாள். காலை உணவுக்காக கீழே இறங்கினான்.

காஃபியை அருந்தி முடித்து உதடுகளைத் துடைத்தபடி சுற்றிலும் பார்த்தான். குழந்தைகளும் அவர்களது பாட்டிமார்களும்தான் அந்நேரத்தில் அங்கே உணவுக்காக வந்திருந்தனர். படிந்த நீர்சொட்டும் தலைகள் காலையுணவுக்கு முந்தைய நீச்சலுக்கான உந்துதலைத் தடுக்கவில்லை. அவர்கள் குளியலுக்கான உடை அணிந்து கடற்கரைக்குச் செல்லத் தயாராகிக்கொண்டிருந்தனர். காலமற்ற காலத்தை வழங்கும் கடற்கரையில் ஒவ்வொரு குழந்தையின் கற்பனையும் அதற்கான ஒத்திசைவினைக் காலத்தின் மீது சுமத்தும், நீண்டதோ அல்லது குறுகியதோ, கட்டுமானத்தில் இருக்கும் கோட்டைகள் மற்றும் சுவர்கள், மகிழ்ச்சியான தொடக்கத்திலிருந்து புதைப்பது வரை, நீர் தெளிக்கும் உலாவல்கள் மற்றும் அலைகளில் நடக்கும் மல்யுத்தங்கள், சூரியனின் காலத்தில் காலமின்றிக் கிடக்கும் உடல்கள், தொட்டுணரமுடியாத அலைகளின் அணைப்பில் உருவாகும் கிறீச்சிடல்கள். அவ்வளவு இளம்வயதில் அவர்களாகத் தோண்டிய குழிக்குள் பார்த்துக்கொண்டு விநோதமான குடியிருப்புகளாக மணல் கோட்டைகளை அமைத்துக்கொண்டு, அவர்களைப் பார்ப்பது விசித்திரமாக இருந்தது. இப்போது அக்குழந்தைகள் கிளம்பிச்செல்கிறார்கள். விடுதியில் தங்கியுள்ள பெரியவர்கள் உள்ளே வருகிறார்கள்.

அவன் ஒரு சிகரெட்டைப் பற்றவைத்துக்கொண்டு கடந்த சில மாதங்களாக அவனோடு இருந்து வரும் முதல் சிகரெட்டின் துணையான மெல்லிய தலைசுற்றலுக்குத் தயாரானான். உணவு அறையிலிருந்து தொலைவில் பார்த்தான். தனது பாம்பு போன்ற நுரைவழியினால் நன்கு அமைந்த கடற்கரையின் வளைவு, திறந்த கடல், பாதிநிலவு போன்றவடிவில் தொலைதூரம் வரை தெரிந்தது, இப்போது அதில் படகுகளின் புள்ளிகள் தெரிய ஆரம்பித்தன. நடமாட்டம் அதிகரித்து சத்தங்கள் பெருகின. அவனுக்குத் தெரிந்த ஒரு ஜோடி அவனது மேசையைக் கடந்தது, அவன் கையசைத்து முகமன் கூறினான். பிறகு குனிந்து மீண்டும் சிகரெட்டை உறிஞ்சினான்.

உணவு அறையில் சத்தம் கூடியது: முள்கரண்டிகள் மற்றும்

கத்திகள் தட்டில் உரசுமொலி, தேக்கரண்டிகள் கோப்பைகளில் மோதும் சத்தம்; சுத்திகரிக்கப்பட்ட குடிநீர் போத்தல்களின் மூடிகள் திறக்கப்பட்டு நுரை பொங்க ஊற்றப்படுகின்றன. நாற்கலிகள் நகர்த்தப்படும் ஒலி, ஜோடிகளுக்கிடையே மற்றும் சுற்றுலா வந்திருப்பவர்களிடையே நடக்கும் உரையாடல்கள். அலையின் சத்தமும் அதிகமானது, மனிதர்களின் ஆரவாரத்தைப் பார்த்து அவை குறைவதாக இல்லை. அவனுடைய மேசையிலிருந்து அகாபுல்கோ நகரத்தின் புதிய முகப்பான முற்றவெளியைப் பார்க்க முடிந்தது அது அமெரிக்காவிலிருந்து பெருமளவில் வரும் சுற்றுலாப் பயணிகளின் வசதிக்காக - போரின் காரணமாக வாய்க்கி, போர்ட்டோஃபினோ, மற்றும் பியாரிட்ஸ் செல்லும் கூட்டம் இங்கே வருகிறது - அவர்கள் கண்களுக்கு அழுக்கான, சேறு நிறைந்த, குடிசையில் வாழும் அரைநிர்வாண மீனவர்கள், அவர்களின் வயிறு வீங்கிய குழந்தைகள், அவர்களது நாட்டு நாய்கள், சாக்கடையின் ஓடைகள், பன்றித்தொற்று மற்றும் பாக்டீயாக்கள் நிறைந்த பகுதி பட்டுவிடக்கூடாது என்பதற்காக அவசரமாக எழுப்பப்பட்டது. ஜானுஸ்சைப் போன்று இரட்டை முகங்கள் கொண்ட இந்தச் சமூகத்திற்கு இரண்டுவிதமான காலங்கள் எப்போதும் உண்டு. இதுவரை அது எப்படியிருந்தது எனும் முகம், இதுவரை அது எப்படியிருக்க விரும்பியிருக்கிறது எனும் முகம்.

அமர்ந்தபடி தொடர்ந்து புகைத்துக்கொண்டிருந்தான். கால்களில் லேசான வீக்கத்தை உணர்ந்தான். அது அந்தக் காலை பதினோரு மணிக்கு கோடைகால ஆடையைத் தாங்காத நிலையில் இருந்தது. மறைமுகமாக முட்டியை அழுத்தி உருவிக்கொண்டான். உள்ளே இருக்கும் சளியினால் இருக்கலாம். காலை ஒற்றைவிளக்கு போலத் தெறித்துக் கொண்டிருந்தது. சூரியனின் மண்டையோடு இளஞ் சிவப்புப் பழம்போல எரிந்தது. லிலியா வந்தாள். கண்களை பெரிய கருப்புக்கண்ணாடியால் மறைத்திருந்தாள். எழுந்து அவள் நாற்காலியில் அமர்ந்துகொள்ள உதவினான். சைகை செய்து பணியாளை அழைத்தான். மணமான ஜோடி ஒன்றின் கிசுகிசுப்பை கவனித்துக்கொண்டான். லிலியா பப்பாளியும் காஃபியும் கொண்டுவரச்சொன்னாள்.

“இரவு நன்றாகத் தூங்கினாயா?”

அவள் தலையசைத்து உதடு பிரியச் சிரித்தாள். வெள்ளை மேசை விரிப்பின் மீதிருந்த அவனது கருத்த கைகளைத் தட்டிக்கொடுத்தாள்.

"மெக்சிகோ நகர செய்தித்தாள்கள் இங்கே வந்திருக்கும் என்று நினைக்கிறாயா?" என்று பப்பாளியை சிறு துண்டுகளாக வெட்டியபடி கேட்டாள். "நீ ஏன் விசாரிக்கக்கூடாது?"

"உடனே. ஆனால் சீக்கிரம் கிளம்பு, கப்பலில் பன்னிரண்டு மணிக்கு நாம் எதிர்பார்க்கப்படுவோம்."

"எங்கே சாப்பிடுவோம்?"

"விடுதியில்."

வரவேற்பறை நோக்கி நடந்தான். ஆம், நேற்றைப்போலவே இன்றும் இன்னொரு நாளாக இருக்கப்போகிறது என்று நினைத்தான். சிரமமான உரையாடல்கள், அர்த்தமற்ற கேள்விகளும் பதிலும் கொண்டவை. ஆனால் வார்த்தைகளற்ற இரவுகள் மொத்தமாக வேறானவை. இதற்குமேல் அவன் என்ன கேட்கப்போகிறான்? அவர்களுக்கு இடையேயிருந்த வார்த்தைகளற்ற தொடர்புக்கு உண்மையான காதல் தேவையில்லை. தனிப்பட்ட விருப்பங்களின் ஒத்த இயல்புகள்கூடத் தேவைப்படவில்லை. அவனுக்கு விடுமுறையின் போது ஒரு பெண் தேவைப்பட்டாள். அவள் கிடைத்தாள். திங்கள்கிழமையோடு அனைத்தும் முடிந்துவிடும். அவன் அவளை அதற்குமேல் ஒருபோதும் சந்திக்கப்போவதில்லை. இதைவிட அதிகமாக என்னவேண்டும்? செய்தித்தாளை வாங்கிக்கொண்டு ஆடை மாற்றிக்கொள்வதற்காக அறைக்குச்சென்றான்.

வண்டியில் போகும்போது லிலியா செய்தித்தாளில் தன்னைப் புதைத்துக்கொண்டு ஏதோ திரைப்பட விமர்சனம் குறித்து கருத்துக்கூறினாள். தனது பழுப்புநிறக் கால்களை குறுக்காக வைத்துக்கொண்டு ஒரு காலணியை ஊஞ்சலாட்டிக்கொண்டே வந்தாள். அவன் அந்தக் காலைக்கான மூன்றாவது சிகரெட்டைப் பற்றவைத்துக்கொண்டான். அவள் படித்துக்கொண்டிருந்த செய்தித்தாளின் ஆசிரியர் தானே என்பதை அவன் கூறவில்லை. மனத்தினை அதன் போக்கில் அலையவிட்டு புதிய கட்டிடங்களின் மேலிருந்த விளம்பரப் பலகைகளைப் படித்துக்கொண்டிருந்தான். பதினைந்துதளங்கள் கொண்ட விடுதிகள், ஹாம்பர்கர் விற்பனை நிலையங்கள் என விசித்திரமான மாற்றங்களைக் கவனித்தான். மொட்டையாக இருந்த மலையின் சிவப்புநிறமணல் நெடுஞ் சாலையில் சிந்திக்கொண்டிருக்க அதன் வயிற்றுப்பகுதி நீராவியினால் இயங்கும் மண்வாரி ஒன்றினால் பிளக்கப்பட்டுக் கொண்டிருந்தது.

லிலியா ஒயிலாக கப்பலின் தளத்திற்குத் தவ்விச்சென்றாள். அவன் தனது சமநிலையைப் பேணும்பொருட்டு கவனமாகக் கால்வைத்து ஏறினான். இன்னொருவன் ஏற்கெனவே அங்கிருந்தான். அவன்தான் கைகொடுத்து அவர்களை அசைந்துகொண்டிருக்கும் துறையிலிருந்து ஏற உதவியது.

"சேவியர் ஆடம்."

கிட்டத்தட்ட நிர்வாணமாக, சிறிய குளியல் ஆடையொன்றை அணிந்திருந்தான். கருத்த முகத்துடன், நீலநிறக கணகள மற்றும் அடர்ந்த, வித்தியாசமான புருவத்தைச்சுற்றிலும் சூரியக்குளியலுக்கான எண்ணெய் இருந்தது. வஞ்சகமற்ற ஓநாய் ஒன்றை நினைவுபடுத்தும் விதமான அசைவுகளுடன் கையை நீட்டினான்: துணிச்சல், வெளிப்படை, ரகசியம்.

"தோன் ரோட்ரிகோ நானும் படகில் இருப்பதை நீங்கள் விரும்புவீர்களா என்று யோசித்தார்."

அவன் தலையசைத்து படகின் நிழலான பகுதியில் ஓர் இடத்தைத் தேடினான்.

ஆடம் லிலியாவிடம் கூறிக்கொண்டிருந்தான்: "...அந்தக் கிழவர் ஒருவாரம் முன்பு இந்தப்படகை எனக்கு உபயோகிக்கக் கொடுத்துவிட்டு பின் மறந்துவிட்டார்..."

லிலியா புன்னகைத்தபடி சூரியஒளி கடுமையாகப் பொழியும் இடத்தில் துண்டை விரித்தாள்.

"உங்களுக்கு ஏதேனும் வேண்டுமா?" மதுவகைகள் மற்றும் சில நொறுக்குகள் கொண்ட வண்டியைத் தள்ளிக்கொண்டு பணியாள் வந்ததும் அம்மனிதன் லிலியாவிடம் கேட்டான்.

துண்டிலிருந்தபடி லிலியா விரல்களால் வேண்டாமென்றாள். அவன் வண்டியை நிறுத்தி சில பாதாம் கொட்டைகளை மென்றான். பணியாள் அவனுக்காக ஜின்-டானிக் தயாரித்தான். சேவியர் ஆடம் கித்தான் மறைப்புள்ள அறைக்குள் காணாமல் போயிருந்தான்.

அந்தச் சொகுசுப்படகு மெதுவாக வளைகுடாவினின்றும் புறப்பட்டது. அவன் தலையில் தொப்பியை மாட்டிக்கொண்டு சாய்ந்து உட்கார்ந்தபடி தன்னுடைய பானத்தை உறிஞ்சினான்.

அவனுக்கு எதிரே, சூரியன் லிலியாவின் மீது உருகி வழிந்து கொண்டிருந்தது. அவள் தனது குளியல் ஆடையை அவிழ்த்து முதுகைக் காட்டியபடி இருந்தாள். அவளுடைய மொத்த உடலும் மகிழ்ச்சிக்கான அசைவு. கைகளை உயர்த்தி பளபளப்பான, தாமிரநிறம்கொண்ட முடிகளை ஒன்றுசேர்த்துக் கட்டினாள். வியர்வைத் துளியொன்று கழுத்தின்வழி இறங்கியது. உருண்டையான சதைப்பிடிப்புள்ள கைகள் மற்றும் மென்மையான அகன்ற தோள்களுக்கு உயவிட்டபடி கீழேசென்றது. அறைக்குள்ளிருந்து அவன் அவளைப் பார்த்துக்கொண்டிருந்தான். இன்று காலையில் இருந்த நிலையில் இப்போதும்கூடத் தூங்கிவிடுவாள். ஒரு பக்கமாகச் சாய்ந்து முட்டியை மடக்கியபடி. அவள் தனது அக்குளைச் சிரைத்திருந்ததை கவனித்தான். மோட்டார் இயங்கியது, அலைகள் துரிதமாக இரண்டு முகடுகளாகப் பிரிந்தன. உப்புள்ள நீர்த்திவலைகள் உயர்ந்து லிலியாவின்மீது விழுந்தது. கடல்நீர் அவளது குளியலாடையை ஈரமாக்கி, அவளது இடுப்பில் ஒட்டிகொண்டு அவளது பின்புறத்தில் இறங்கியது. மெதுவாக பானத்தை உறிஞ்சியபோது கடற்பறவைகள் கிறீச்சிட்டபடி விரையும் படகிற்கு இணையாகப் பறந்துசென்றன. அவனைப் பரவசப்படுத்துவதற்கு பதிலாக அவளது இளம் உடல் அவனுக்குள் கட்டுப்பாட்டினை ஊக்குவித்தது. ஒரு வகையான வன்மமான துறவு. அறைக்குள் கித்தானால் செய்யப்பட்ட நாற்காலியில் அமர்ந்தபடி விருப்பத்துடனான காத்திருக்கும் விளையாட்டை நிகழ்த்திக் கொண்டிருந்தான். அமைதியான தனிமை நிறைந்த இரவுக்காக அதைப் பதுக்கிக் கொண்டிருந்தான். அப்போது அவர்களது உடல்கள் இருட்டில் மறைந்து ஒப்பீட்டிற்கு வழியில்லாமல் போகும். இரவில் தன்னுடைய அனுபவமிக்க கைகளை அவள்மீது பிரயோகிப்பான். நிதானத்தையும் ஆச்சரியத்தையும் விரும்பும் கைகள். கண்களைத் தாழ்த்தி பச்சைநிற நாளங்கள் துருத்திக்கொண்டிருக்கும் கருநிறக் கைகளைப் பார்த்தான். இளமையின் வீரியம் மற்றும் பொறுமையின்மைக்கு மாற்றாக இருக்கும் கைகள்.

அவர்கள் திறந்த கடலில் இருந்தனர். யாரும் வசிக்காத, துண்டிக்கப்பட்ட குறுங்காடும் கற்கொத்தளமும் கொண்ட கடற்கரையிலிருந்து நெருப்பின் ஒளி உருவானது. படகு திரும்பியபோது அலையொன்று தெறித்து லிலியாவின் உடலை நனைத்தது. அவள் பரவசத்தினால் கத்தி தனது முலைகளை உயர்த்தினாள். இறுக்கமான மார்புப்பகுதியை அதனிடத்தில் இருத்த உதவுவது போலிருந்த இளஞ்சிவப்புநிறக் காம்புகள்.

மீண்டும் படுத்துக்கொண்டாள். பணியாள் வாசனைமிக்க ப்ளம், பீச், ஆரஞ்சுப்பழங்களடங்கிய தட்டினைக் கொண்டு வந்தான். அவன் கண்களை மூடி தனக்குள் திணிக்கப்பட்டது போல் உருவான ஒரு சிந்தனையால் வலிநிறைந்த புன்னகையை வெளிப்படுத்தினான். அந்தப் புலனுணர்ச்சி மிக்க உடல், மெல்லிய இடை, முழுமையான தொடைகள், தனக்குள் ஓர் உயிரணுவை ஒளித்து வைத்திருக்கின்றன, இன்னமும் சிறியதாக இருப்பது: காலத்தின் புற்றுநோய். குறுங்கால அதிசயம், காலத்தின் பாதையைக் கடந்ததும் அவள் இப்போது கொண்டிருக்கும் இவ்வுடல் எவ்வளவு வேறுபட்டு இருக்கும்? வெயிலில் காய்ந்து எண்ணெயும் வியர்வையுமாகச் சொட்டுகிற பிணம், தன் குறுகிய இளமையை வியர்வையில் வெளியேற்றிக் கொண்டிருக்கிறது. ஒரு கண்ணிமைப்பில் தொலைந்துபோகும், உதிரக்கூடிய ரத்தநாளங்கள், அடுத்தடுத்த குழந்தைப்பிறப்பில் தொடைகள் மென்மையாகி விடும். தொடர்ந்து செய்யப்படும் வழக்கமான செயல்கள் உண்மைத்தன்மையை இழந்துவிடுகின்றன. கண்களைத் திறந்து அவளை வெறித்துப் பார்த்தான்.

சேவியர் கூரைப்பகுதியிலிருந்து சறுக்கியபடி இறங்கினான். முதலில் அவனது மயிரடர்ந்த கால்கள், பிறகு அவனுடைய முடிச்சிட்டு மறைக்கப்பட்ட உறுப்பு, கடைசியில் அவனது மார்பைப் பார்த்தான். ஆம்: குனிந்து உள்ளே நுழையும்போது அவன் ஓநாய் போலத்தான் நடக்கிறான். உள்ளே வந்ததும் பனிக்கட்டியில் வைக்கப்பட்டிருந்த தட்டிலிருந்து இரண்டு பீச் பழங்களை எடுத்துக்கொண்டான். சேவியர் அவனைப்பார்த்துப் புன்னகைத்துவிட்டு கைகளில் பழத்தோடு வெளியே சென்றான். அவளது முகத்திற்கு முன்பாகக் கால்களை விரித்து அமர்ந்தான்; அவளது தோளைத்தொட்டான். லிலியா புன்னகைத்து சேவியர் கொடுத்த பழத்தினைப் பெற்றுக்கொண்டாள். அவள் என்ன கூறினாள் என்பது இவனுக்குக் கேட்கவில்லை. வார்த்தைகள் மோட்டாரின் ஒலி, காற்று மற்றும் அலையின் ஓசையில் மூழ்கின. முகவாயில் சாறு வழிய, இப்போது இரண்டு உதடுகளும் ஒரே சமயத்தில் மெல்ல ஆரம்பித்தன. குறைந்தபட்சமாக... ஆம். அந்த இளைஞன் இப்போது தனது கால்களை ஒன்று சேர்த்து மாற்றியமர்ந்து கொண்டான். இருவரும் துறைமுகப்பகுதியைப் பார்த்தபடி இருந்தனர். தன்னுடைய சிரிக்கும் கண்களை உயர்த்தி மதியநேரத்து வானத்தைக் கண்களைக் குறுக்கிப் பார்த்தான். லிலியா அவனைப்பார்த்துத் தன் உதடுகளை அசைத்தாள். சேவியர் கைகளை ஆட்டி, கரையை நோக்கிக்காண்பித்து ஏதோ கூற

முயற்சி செய்தான். லிலியா தன் முலைகளை மறைத்தபடி அந்தப் பக்கம் பார்க்க முயற்சி செய்தாள். சேவியர் அவள் பக்கம் நகர்ந்து அவளது ஆடையின் நாடாவைச் சுருக்கிட்டபோது இருவரும் சிரித்தனர். ஈரமான உடை மார்பகங்களைத் தெளிவாக வரையிட, உட்கார்ந்தபடி கைகளை கண்களுக்கு மேல் வைத்து தூரத்தில் அவன் காண்பிப்பதை என்னவென்று பார்த்தாள். அது ஒரு சிறிய கடற்கரை, காடுகளின் முடிவில் மஞ்சள்நிறச் சங்கைப்போல இருந்தது. சேவியர் நின்றபடி படகுக்கேப்டனிடம் சத்தமாக ஏதோ உத்தரவிட்டான். படகு திரும்பி அந்தக் கடற்கரையை நோக்கிச்சென்றது. லிலியா அவனோடு முகப்பில் சேர்ந்துகொண்டு அவனுக்கு ஒரு சிகரெட்டைக் கொடுத்தாள். அவர்கள் பேசியபடி இருந்தனர்.

அடுத்தடுத்து அமர்ந்துள்ள இரு உடல்கள், ஒரே அளவில் கருப்பானவை, ஒரேயளவு மென்மையானவை, தலைமுதல் தண்ணீரை நோக்கி நீண்டுள்ள அவர்களது கால்கள் வரை குறுக்கீடற்றதொரு கோடு உருவானது. அசைவற்ற ஆனால் பலமான எதிர்பார்ப்பில் துடிப்பவை; தங்களது புதுத்தன்மையால் ஒன்றிணைந்தவை. சிறிதளவே மறைக்கப்பட்ட ஒருவரையொருவர் முயன்று பார்க்கும் ஆர்வம், தங்களை வெளிக்காட்டிக் கொள்ளவும். அவன் தனது பானத்தை உறிஞ்சிவிட்டு, கண்ணாடியை அணிந்து கொண்டான். அவனது தொப்பியோடு சேர்ந்து அது முகத்தைப் பெருமளவு மறைப்பதாகிவிட்டது.

அவர்கள் பேசிக்கொண்டனர். பீச் பழங்களை உறிஞ்சி முடித்துவிட்டு அநேகமாக இப்படிக் கூறியிருக்கலாம்: “இது நல்ல சுவையோடு இருக்கிறது” அல்லது இப்படியாக இருக்கும்: “எனக்குப் பிடித்திருக்கிறது...” - இதுவரை ஒருவராலும் கூறப்படாதது உடல்களால் கூறப்படுகிறது. இருவருக்கும் மற்றவர் வாழ்க்கையில் இது முதலாவது இருப்பு.

அநேகமாக இப்படிச் சொல்லியிருக்கலாம்: “எப்படி நாம் இருவரும் சந்தித்துக் கொள்ளாமல் இருந்தோம்? நான் எப்போதும் விடுதிக்கு வருவேன்...”

“இல்லை, நான் வருவதில்லை... சரி இருவரும் ஒரேநேரத்தில் தோலைத் தூக்கி எறிவோம். ஒன்று, இரண்டு...”

அவர்கள் கடலில் தோலைத் தூக்கி எறிந்துவிட்டு, இவனை வந்தடையாத சிரிப்பொன்றைச் சிரித்தனர்; அவர்களின் கைவலுவைப் பார்த்தான்.

"நான் உன்னை தோற்கடித்துவிட்டேன்!" தோல்கள் சத்தமின்றி கப்பலிலிருந்து வெகு தொலைவில் நீரில் விழுந்ததும் சேவியர் கூறினான். அவள் சிரித்தாள். மீண்டும் அமர்ந்து கொண்டனர்.

"உனக்கு நீர்ச்சறுக்கு விளையாடப் பிடிக்குமா?"

"எனக்குத் தெரியாது."

"அப்படியென்றால் வா. நான் உனக்கு இலவசமாகக் கற்றுக்கொடுப்பேன்,,,"

அவர்கள் என்ன பேசிக்கொண்டிருப்பார்கள்? அவன் இருமிவிட்டு வண்டியைத் தன்பக்கம் நகர்த்தி தனக்கு இன்னொரு பானத்தைக் கலந்துகொண்டான். அவனும் லிலியாவும் என்ன மாதிரியான இணையர்கள் என்று சேவியர் கண்டுகொள்வான். அவள் தனது சிறிய, கேவலமான கதையை அவனுக்குக் கூறுவாள். அவன் தோளைக்குலுக்கி விட்டுத் தனது ஓநாய் உடலை அவள் விரும்பும்படி செய்வான். குறைந்தது ஓர் இரவுக்கேனும், ஒரு அனுபவ வேறுபாட்டிற்காக. ஆனால் ஒருவரையொருவர் காதலிப்பதென்றால்... ஒருவரையொருவர் காதலிப்பது...

"நீ செய்யவேண்டியதெல்லாம் உன் கைகளை விறைப்பாக வைத்துக்கொள்ள வேண்டியது, பார்க்கிறாயா? கைகளை வளைக்காதே..."

"முதலில் நீ எப்படிச் செய்கிறாய் என்று பார்க்கிறேன்..."

"நிச்சயமாக. அந்தச் சிறிய கடற்கரைக்குச் செல்லும்வரை பொறு."

அதுதான் வழி! இளமையாகவும் செல்வந்தனாகவும் இரு.

பாதிமறைந்திருக்கும் அந்தக்கடற்கரையின் பாதிவழியில் படகு நின்றது. நிதானித்து, முன்னும் பின்னுமாக ஆடி, பெட்ரோல் மூச்சொன்றை வெளிப்படுத்தி, பச்சையும் வெள்ளையும் கலந்த மணலை அழுக்காக்கி நின்றது. சேவியர் சறுக்குப்பலகைகளை தண்ணீருக்குள் எறிந்தான்; பிறகு குதித்து மூழ்கி, சிரித்தபடி மேலேவந்து, அவற்றை அணிந்து கொண்டான்.

"கயிறை என்னிடம் வீசு!"

அவள் கயிறைத்தேடி அவனிடம் வீசினாள். படகு மறுபடியும் நகர்ந்தது. சேவியர் தண்ணீருக்கு மேலே வந்தான். படகின்

பாதையில் எழுந்து ஒருகையை நெற்றியில் வைத்து வணக்கம் செய்தபடி வந்தான். லிலியா அவனைக் கவனித்துக்கொண்டிருக்க அவன் ஜின்-டானிக் அருந்திக்கொண்டிருந்தான். இரண்டு இளையர்களையும் பிரிக்கும் தண்ணீர் ஏதோவொரு மர்மமான முறையில் அவர்களை இணைத்துக்கொண்டிருந்தது. உண்மையான புணர்ச்சியைக் காட்டிலும் இது அதிகமாக அவர்களை இணைத்து அசைவற்ற நெருக்கத்தை உருவாக்கியது. படகு பசிஃபிக்கைக் கிழித்துக்கொண்டு நகரவில்லை என்பது போல, சேவியர் காலம் தாண்டி நிற்கும்படி செதுக்கப்பட்டதொரு கற்சிலை ஆனால் கப்பலால் இழுபட்டுக் கொண்டிருக்கிறான் என்பது போல, லிலியா அப்படியான ஏதோவொன்றின் முன்னால் நிற்பதாக, அலைகள் தமக்கு அப்படியான பொருள் இல்லாததால் உயர்ந்து, உடைந்து, மடிந்து, தம்மைத் திருத்தியமைத்துக்கொண்டு - வேறு, அதே ஒன்று - எப்போதும் அசைவில், எப்போதும் ஒரேமாதிரியான காலத்தை மீறிய தங்களது சொந்தக்கண்ணாடியாக, நம் தொடக்கத்தின் அலைகளின் கண்ணாடியாக கடந்த ஆயிரம் ஆண்டுகாலத்தினதாக, வரும் ஆயிரம் ஆண்டுகளுக்கானதாகத் தோன்றியது. தாழ்ந்த வசதியான நாற்காலியில் தன்னைப் புதைத்துக்கொண்டான். இப்போது அவன் எதைத் தேர்ந்தெடுப்பான்? அவனது விருப்பத்தின் கட்டுப்பாட்டிலிருந்து நழுவிச்சென்று கொண்டிருக்கும் தேவைகளால் கட்டமைக்கப்பட்ட சாத்தியங்களின் உலகிலிருந்து எப்படித் தப்பிப்பது?

சேவியர் கரையிலிருந்து குறுக்காக கயிறை விட்டுவிட்டுத் தண்ணீரில் மூழ்கினான். லிலியா திரும்பாமல், திரும்பி இவனைப் பார்க்காமல் தண்ணீரில் குதித்தாள். ஆனால் அவளது விளக்கம் பின்னால் வரும். அது என்னவாக இருக்கும்? லிலியா அவனிடத்தில் விளக்கம் கொடுப்பாளா? சேவியர் லிலியாவிடம் விளக்கம் கேட்பானா? லிலியா சேவியருக்கு விளக்கம் கொடுப்பாளா? நீரில் அந்த இளைஞனுக்கு அருகில் அவள் இருந்தபோது, லிலியாவின் தலை அந்தக் கடல்நீரிலும் சூரிய ஒளியிலும் ஆயிரம் விசித்திர இழைகளாக ஒளிர்ந்தபோது அவன் உணர்ந்தான். யாருமே, அவனைத்தவிர வேறு யாருமே விளக்கம் கேட்கத் துணியமாட்டார்கள்; கீழே அமைதியான கடலின் ஒளியூடுருவும் நங்கூரமிடத்தில் யாரும் காரணங்களைத் தேடமாட்டார்கள் அல்லது அபாயகரமான சந்திப்பை நிறுத்தமாட்டார்கள். யாரும் அங்கிருப்பவற்றை, என்ன இருக்கவேண்டுமோ அதைக் கெடுக்க விரும்பமாட்டார்கள். அந்த இளையர்களிடத்தில் என்ன உருவாகிக்

கொண்டிருக்கிறது? தனது இருக்கையில் புதைந்துள்ள, போலோ சட்டையும் பளபளப்பான கால்சராயும் மறைப்புள்ள தொப்பியும் கொண்ட இவ்வுடல்? முக்கியமாக இந்த உறுத்தும்பார்வை? கீழே அவ்வுடல்கள் அமைதியாக நீந்திக்கொண்டிருந்தன. படகின் பக்கவாட்டுத் தடுப்பு என்ன நடக்கிறது என்று அவன் பார்ப்பதைத் தடுத்தது. சேவியர் சீழ்க்கையடித்தான். படகு புறப்பட்டது, லிலியா ஒரு கணத்திற்கு நீருக்கு மேலே வந்தாள். பிறகு விழுந்தாள்; படகு நின்றது, அவர்களின் கரகரப்பான சிரிப்பொலி அவன் காதுகளை எட்டியது. அவன் எப்போதும் அவள் அப்படிச் சிரித்துக்கேட்டதில்லை. இப்போதுதான் பிறந்தவள்போல, இறந்தகாலம் என்று ஒன்று இல்லாததுபோல. எப்போதும் இறந்தகாலம்தான், வரலாற்றின் மற்றும் கதைகளின் கல்லறைகள், அவமானங்களின் மூட்டை, அவள் செய்த குற்றங்கள், அவன் செய்தவை.

அனைவராலும் செய்யப்பட்டவை. பொறுத்துக்கொள்ளவே முடியாத வார்த்தை. அனைவராலும் இழைக்கப்பட்டது. அவனுடைய கசப்பான புன்னகை பொங்கி வந்த அந்தச் சொல்லைத் தடுக்கவில்லை. அதிகாரம் மற்றும் பழியின் அனைத்து ஊற்றுகளையும் அடைக்கின்ற சொல், ஒரு தனிமனிதன் மற்றவர்மேல் செலுத்தும் அதிகாரத்தைத் தவிர்த்து - எவர் மீதேனும், அவனுடைய அதிகாரத்தில் இருக்கும் ஒரு பெண்ணின் மீது, அவனால் வாங்கப்பட்டவள் மீது - அவர்களையும் உலகின் பொதுப்படையான சட்டங்களுக்குள், அதைப்போன்ற இலக்குகளுக்குள், தனிப்பட்ட சொத்து என்று வரையறுக்கப்படாத அனுபவங்களுக்குள் கொண்டுவருவதற்கு. எனில் இந்தப்பெண் எப்போதைக்குமாக அடையாளமிடப்பட்டாளா? எப்போதுமே அவள் அவ்வப்போது அவனால் ஆட்கொள்ளப்படும் பெண்தானே? அதுதான் அவளது விளக்கம் மற்றும் விதியாக இருக்குமா: ஒரு குறிப்பிட்ட கணத்தில் அவள் அவனுடையவள் என்பதால் அவள் இயல்பில் என்னவோ அதுவாகவே அவளால் இருக்கமுடியுமா? லிலியாவால் அவனது இருப்பே இல்லாதது போல இன்னொருவனைக் காதலிக்க முடியுமா?

அவன் எழுந்து படகின் பின்பகுதிக்கு வந்து கத்தினான்: “நேரமாகிறது. சரியான நேரத்திற்கு சாப்பிட வேண்டுமென்றால் நாம் மீண்டும் விடுதிக்குச் செல்லவேண்டும்.”

அவன் கத்தியதை யாரும் கேட்கவில்லை என்று தெரிந்தபோது

முகமும் மொத்த உடலும் விறைத்து வெளுத்துப்போனதை உணர்ந்தான். இரண்டு நளினமான உடல்கள் நிறமுள்ள நீருக்கடியில் ஒன்றையொன்று தொட்டுக்கொள்ளாமல் இணையாக, இரண்டாம் கட்ட காற்றுவெளியில் மிதப்பது போல நீந்திக்கொண்டிருக்கையில் அவன் கத்துவதையா கேட்க முடியும்?

சேவியர் ஆடம் அவர்களை துறையில் இறக்கிவிட்டு மீண்டும் படகுக்குத் திரும்பினான்: அவன் நீர்ச்சறுக்கைத் தொடரவிரும்பினான். படகின் முன்பகுதியிலிருந்து விடைபெற்றுக்கொண்டான். அவள் தனது மேற்சட்டையை ஆட்டினாள். அவளது கண்களில் அவன் பார்க்க விரும்பக்கூடிய எதுவும் இல்லை. அதேபோல நங்கூரமிடப்படும் கடற்கரையோரமாக இருந்த பனைமரக்கிளைகளுக்கு கீழே உள்ள நிழலில் மதிய உணவின்போது அவன் விரும்பியிருக்கக்கூடியதை லிலியாவின் செந்தவிட்டுநிறக் கண்களில் பார்க்கமுடியவில்லை. சேவியர் எதுவும் கேட்கவில்லை. லிலியாவும் விச்சிசாய்ஸ் சூப்பின் கலவையான ருசியினை அவன் உணர்ந்து கொண்டு ரகசியமாக ரசித்த, சோகமான, உணர்ச்சிநிறைந்த கதையை சேவியரிடம் கூறவில்லை. ஒரு நடுத்தரவர்க்கத்தைச் சேர்ந்த இணையர், வழக்கமான தொழுநோயாளி, முரடன், தண்டிப்பவன், பரிதாபமான முட்டாள்; விவாகரத்து மற்றும் பரத்தைமை. சேவியரிடம் அக்கதையைக் கூற விரும்பினான் - கூறியிருந்தால் நன்றாக இருந்திருக்கும். ஆனால் அந்தக்கதையை அவனால் நினைவில் வைத்துக்கொள்ள முடியவில்லை. ஏனெனில் காலையில் கடந்தகாலம் அப்பெண்ணின் வாழ்விலிருந்து பறந்ததுபோல இந்தக்கதை மதியநேரத்தில் லிலியாவின் கண்களிலிருந்து பறந்துவிட்டது,

ஆனால் நிகழ்காலம் பறக்கமுடியாது ஏனென்றால் அவர்கள் அதில் வாழ்ந்து கொண்டிருக்கிறார்கள். பிரம்பு நாற்காலியில் அமர்ந்துகொண்டு சிறப்பாகத் தயார் செய்து தருவித்த உணவை இயந்திரத்தனமாக உண்டுகொண்டிருக்கிறார்கள்: விச்சிசாய்ஸ், கடல்இறால், கோட்-டு-ரோன், அலாஸ்கா கேக். அவள் அங்கே அமர்ந்திருந்தாள், அவளுக்கான பணத்தை அவன் செலுத்தியிருந்தான். முள்கரண்டியில் எடுத்த கடல் உணவை வாய்க்கருகே கொண்டுசென்று நிறுத்தினான்: அவளுக்குப் பணம் செலுத்தியது அவன், ஆனால் அவனிடமிருந்து அவள் தப்பித்துக்கொண்டே இருக்கிறாள். அவளை அடையவே முடியவில்லை. அந்த மதியநேரத்தில், அன்றைய இரவில் அவள் சேவியரைத் தேடுவாள். அவர்கள் ரகசியமாகச் சந்திப்பார்கள். அவர்கள் ஏற்கெனவே முதல் சந்திப்பை முடித்துவிட்டார்கள். மேலும் லிலியாவின் கண்கள்

எதையும் கூறவில்லை. கடல்வெளியில் நகரும் படகுகள் மற்றும் உறங்கிக்கொண்டிருக்கும் நீரில் தொலைந்திருந்தது. ஆனால் அவனால் அதை வெளிக்கொணர இயலும். ஒரு சிக்கலை அவனால் உருவாக்க முடியும்... தன்னைத் தவறென்று, அசௌகரியமாக உணர்ந்தான். தொடர்ந்து இறாலை உண்ண ஆரம்பித்தான்... இப்போது எந்த வழியில் செல்வது... ஒரு ஆபத்தான சந்திப்பு அவனது விருப்பத்திற்குள் தன்னைத் திணித்துக்கொள்கிறது... ஆஹ், திங்கள்கிழமை அனைத்தும் முடிந்துவிடும். அவன் மீண்டும் அவளைச் சந்திக்கப்போவதே இல்லை. இருட்டில் நிர்வாணமாக, தன்மீது சாய்ந்திருக்ககூடிய நிச்சயமான வெம்மையை போர்வைகளுக்குள் உணர முடியாது. மீண்டும் எப்போதுமே முடியாது...

“உனக்குத் தூக்கம் வரவில்லையா?” இனிப்பு பரிமாறப்பட்டபோது லிலியா முணுமுணுப்பாகக் கேட்டாள். “இந்த ஒயின் உனக்குப் போதையைத் தரவில்லையா?”

“தருகிறது, சிறிய அளவில். கொஞ்சம் இனிப்பு எடுத்துக்கொள்.”

“இல்லை எனக்கு ஐஸ்க்ரீம் வேண்டாம்... மதியத்தூக்கம் ஒன்று தேவை.”

அவர்கள் விடுதிக்குச் சென்றபோது, லிலியா விரல்களை அசைத்து விடைபெற்றாள். அவன் மரங்களுள்ள பகுதிக்குச்சென்று ஒரு பணியாளிடம் பனைமர நிழலில் தனக்கொரு நாற்காலியை இடும்படி உத்தரவிட்டான். சிகரெட்டைப் பற்றவைப்பது சிரமமாக இருந்தது: வெப்பமான மதியவேளையில் புலப்படாத காற்று எங்கிருந்தோ வந்து அவனது தீக்குச்சியை அணைத்தது. அணைத்தபடி சில இளம் இணையர்கள் அவனுக்கருகே மதியத்தூக்கத்தில் இருந்தனர். சிலர் கால்களைப் பின்னிக்கொண்டு, மற்றவர்கள் தலையைத் துண்டால் மூடிக்கொண்டு. அவனுக்கு லிலியா கீழே இறங்கி வந்து அவனுடைய சிறுத்த, எலும்பான, கால்களின் பளபளப்பான கால்சராய்மீது தலைவைத்துப் படுக்கவேண்டும் என்ற விருப்பம் தோன்றியது. அவன் காயம்பட்டதாக உணர்ந்தான் அல்லது வேதனைப்பட்டான். எரிச்சலாக, பாதுகாப்பற்று உணர்ந்தான். அவனால் தொடமுடியாத அந்தக் காதலின் மர்மம் அவனை வருத்தியது. உடனடியான, வார்த்தையற்ற உடந்தையின் நினைவினால் வருத்தமுற்றான். அவனது கண்களுக்கு முன்னாலேயே சைகைகளால் ஒப்புக்கொள்ளப்பட்டவற்றுக்கு அவர்களுக்குள்ளேயே

அர்த்தம் ஏதுமில்லை என்றாலும் அது அவன் இருக்கும்போது, அவன் கித்தான் நாற்காலியில் சரிந்திருந்தபோது, அவனது தொப்பி மற்றும் கருப்புக் கண்ணாடியோடு சாய்ந்திருந்தபோது நடந்தது... அவனுக்கருகில் படுத்திருந்த ஒரு பெண் தளர்ச்சியாகச் சோம்பல் முறித்துத் தனது ஆண் நண்பனின் கழுத்தில் மிருதுவான மணலைத் தூவினாள். அவன் துள்ளி எழுந்ததும் கிறீச்சிட்டாள். அவன் கோபமாக இருப்பதைப்போல் காட்டிக்கொண்டு அவளை இடுப்போடு சேர்த்துப்பிடித்தான். இருவரும் மணலில் உருண்டனர்; அவள் எழுந்து ஓடினாள்; அவன் துரத்திச்சென்று இரைத்தபடி பரவசத்திலிருப்பவளை மீண்டும் பிடித்து அவளைத் தூக்கிக்கொண்டு கடலை நோக்கி நடந்தான். அவன் கால்களிலிருந்த இத்தாலியச் செருப்புகளைக் கழற்றியதும் கால்களுக்குக்கீழே மணலின் வெப்பத்தை உணர்ந்தான். கடற்கரையை நோக்கி முடிவு வரை தனியாக நடந்தான். தன்னுடைய கால்தடங்களைப் பார்த்தபடி, அலைகள் அவற்றை அழிக்கின்றன. ஒவ்வொரு புதிய தடமும் அதனுடைய தனித்த குறுகியகால சாட்சியம் என்பதைக் கவனிக்காமல்.

சூரியன் அவன் கண்களுக்கு நேர்கோட்டில் இருந்தது.

அந்தக் காதலர்கள் நீரினின்றும் வெளியே வந்தார்கள் - நீட்டிக்கப்பட்ட அக்கலவி எவ்வளவு நேரம் நிகழ்ந்தது என்று அவனால் கூறமுடியவில்லை. குழப்பம். அவர்களைக் கரையில் இருந்து ஓரளவே பார்க்க முடிந்தது, அவர்கள் வெள்ளிநிற மதியநேரத்துக் கடல் போர்வையினால் சூழப்பட்டிருந்தனர் - வெளிப்படையாக எவ்வளவு விளையாட்டுத்தன்மையோடு நீருக்குள் நுழைந்தார்களோ அது இப்போது இல்லாமல் இரண்டு தலைகள் மௌனத்தில் இணைந்தது போல இருந்தன. அவளொரு அற்புதமான தாழ்ந்த கண்களுடைய கருமைநிறங்கொண்ட பெண், இளமை... இளமை. அவர்கள் மீண்டும் அவனுக்கருகே தலையை மூடிக்கொண்டு படுத்துக்கொண்டனர். அவர்கள் தங்களை இரவாலும் மூடிக்கொண்டனர். வெப்பமண்டலத்தின் நிதானமான இரவு. நாற்காலிகளை வாடகைக்குக் கொடுத்திருந்த கருத்த ஆள் அவற்றைச் சேகரிக்கத் தொடங்கினான். அவன் எழுந்து விடுதியை நோக்கி நடந்தான்.

மேலே செல்வதற்கு முன் குளத்தில் சிறிய நீச்சலொன்றில் ஈடுபட விரும்பினான். குளத்திற்கு அருகே இருந்த உடைமாற்றும் அறைக்குள் நுழைந்து, நீளிருக்கையில் அமர்ந்து இன்னொருமுறை

செருப்புகளைக் கழற்றினான். அங்கிருந்த பாதுகாப்புப் பெட்டகங்கள் அவனை மறைத்தன. அவனுக்குப் பின்னால் ஈரமான காலடியோசைகள் ரப்பர் விரிப்பில் நடக்கும் ஒலி; மூச்சுவிடாத சிரிப்பொலி; அவர்கள் உடலைக் காயவைத்துக் கொண்டனர். அவன் தனது போலோ சட்டையைக் கழற்றினான். பெட்டகத்தின் அடுத்த பக்கத்திலிருந்து துளைக்கும் வியர்வையின் நெடி, சுருட்டுப் புகை, மற்றும் கொலோன். ஒரு புகை வளையம் கூரை நோக்கி உயர்ந்தது.

"இன்றைக்கு அந்த அழகியும் அசுரனும் வெளியே வரவில்லை போல."

"இல்லை, வரவில்லை."

"என்ன மாதிரியான கட்டை அவள்…"

"அனைத்தும் வீண். அந்தக் கிழட்டுப்பறவையால் கடுகைக் கடிக்கமுடியாது."

"அநேகமாக வலிப்பு வந்துவிடும்."

"ஆமாம். சரி கிளம்பலாம்."

அவர்கள் வெளியே சென்றனர். அவன் மீண்டும் சட்டையை அணிந்து, செருப்பை மாட்டிக்கொண்டு வெளியே நடந்தான்.

படியில் ஏறி அவனுடைய அறைக்குச் சென்றான். அங்கே அவனை ஆச்சரியப்படுத்தும் விதமாக ஏதும் இல்லை. படுக்கை அவளது தூக்கத்திற்குப் பிறகு கலைந்த நிலையில் இருந்தது. ஆனால் லிலியா அங்கில்லை. அறைக்கு நடுவில் நின்று கொண்டிருந்தான். மின்விசிறி கயிற்றில் மாட்டிய பருந்தைப்போலச் சுழன்று கொண்டிருந்தது. வெளியே மொட்டைமாடியில் சிள்வண்டுகளும் மின்மினிப்பூச்சிகளும் உள்ள இன்னொரு இரவு. இன்னொரு இரவு. வாசனைகள் வெளியேறக்கூடாது என்பதற்காக சன்னலை மூடினான். அவனது புலன்கள் சமீபத்தில் தெளிக்கப்பட்ட வாசனைத்திரவியத்தின் மணத்தை உள்ளிழுத்தன. வியர்வை, ஈரமான துண்டுகள், ஒப்பனை. அவை வெறும் பெயர்களல்ல. இன்னமும் அவள் தலை எங்கிருந்தது என்பதைக் காண்பிக்கும் தலையணை ஒரு பூந்தோட்டம், பழம், ஈரமான பூமி, கடல். மெதுவாக அந்த இழுப்பறையை நோக்கி நகர்ந்தான் அங்கேதான் அவள் தனது… அவளுடைய பட்டு மார்க்கச்சையை எடுத்து தனது கன்னத்தில் வைத்துக்கொண்டான். அவனது தாடி அதை உரசியது.

அவன் தயாராக இருக்க வேண்டும். குளிக்கவேண்டும், இன்றைய இரவுக்காக மீண்டும் சவரம் செய்துகொள்ள வேண்டும். அவளது மார்க்கச்சையை வைத்துவிட்டு குளியலறை நோக்கி மீண்டும் மகிழ்ச்சியாக வேறொரு நடையில் நடந்தான்.

விளக்கைப் போட்டுவிட்டுத் சுடுதண்ணீரைத் திறந்துவிட்டான். சட்டையைக் கழற்றி கழிப்புக் கிண்ணத்தின் இருக்கையில் எறிந்துவிட்டு மருந்துப்பெட்டியைத் திறந்தான். இருவரின் பொருள்களும் அங்கே இருந்தன: பற்பசைகள், ஆமையோட்டுச் சீப்புகள், கோடைகாலக் குழமங்கள், ஆஸ்பிரின், அஜீரண மாத்திரைகள், டாம்பூன்கள், கொலோன், நீலநிற ரேசர் ப்ளேடுகள், ரூஜ், தலைசுற்றல் மாத்திரைகள், மஞ்சள் வாய்க்கழுவி, அயோடின், கண் மருந்து, ஷாம்பு, உதட்டுச்சாயம், யூகலிப்டஸ் எண்ணெய், இருமல் மருந்து, வாசனைத் திரவியங்கள். அவன் ரேசரை எடுத்தான். உள்ளேயிருந்த ப்ளேடு கனமான பொன்னிற முடிகளால் அடைக்கப்பட்டிருந்தது. கையில் சவரக்கருவியோடு ஒருகணம் நின்றான். அதை உதடுகளுக்கு அருகே கொண்டு வந்து அனிச்சையாகக் கண்களை மூடிக்கொண்டான். அவன் விழித்தபோது, கண்களில் ரத்தமேறிய அந்த வயதானவன், சாம்பல்நிறக் கன்னங்கள், சுருங்கிய உதடுகள் - அவன் இனி நன்குணர்ந்த அந்தப் பிம்பமாக இல்லை - கண்ணாடியில் தன்னைப்பார்த்து ஒருமுறை பழிப்புக் காட்டினான்.

நான் அவர்களைப் பார்க்கிறேன். அவர்கள் உள்ளே வருகிறார்கள். நூக்கினால் செய்யப்பட்ட மரக்கதவு திறந்து மூடுகிறது, கனமான தரைவிரிப்பில் அவர்களது காலடியோசை கேட்கவில்லை. அவர்கள் சன்னலை மூடிவைத்திருக்கிறார்கள். ஸ்ஸ்ஸென்ற ஓசையோடு சாம்பல்நிறத் திரைச்சீலைகளை இழுத்து மூடிவிட்டார்கள். அதைத்திறக்கும்படி அவர்களிடம் கூற விரும்புகிறேன், சன்னலைத் திறக்கும்படி. வெளியே ஓர் உலகம் உள்ளது. மேசாவிலிருந்து வரும் காற்று மெல்லிய கருநிற மரங்களை அசைக்கும். நான் சுவாசிக்க வேண்டும்... அவர்கள் உள்ளே வந்துவிட்டனர்.

“அவருக்கு அருகில் போ, அப்போதுதான் நீ யாரென்று அவருக்குத் தெரியும். உன் பெயரைச் சொல்.”

அவள் நல்ல வாசனையோடு இருக்கிறாள். அவளுக்கு நல்ல வாசனை உள்ளது. ஆஹ், ஆம், என்னால் இன்னமும் சிவக்கும்

கன்னங்களை, ஒளிரும் கண்களை, அவளது இளம் உடலை, நளினத்தைப் பார்க்க முடிகிறது, சிறிய அடியெடுத்து அவள் என் படுக்கைக்கு அருகில் வருகிறாள்.

"நான்...நான் க்ளோரியா."

"அன்று காலை அவனுக்காக மகிழ்ச்சியோடு காத்துக்கொண்டிருந்தேன். குதிரையில் ஏறி ஆற்றைக் கடந்து சென்றோம்."

"எப்படியான முடிவுக்கு வந்திருக்கிறார் பார்த்தாயா? பார்க்கிறாயா? என் சகோதரனைப் போலவே. இப்படித்தான் அவனது முடிவும் இருந்தது."

"இப்போது பரவாயில்லையா? அதைச்செய்யுங்கள்."

"நான் உன்னை விடுவிக்கிறேன்."

என்னைப்போன்ற ஒருவன் கையாளும்போது பணம் மற்றும் பத்திரங்களின் புதிய இனிமையான சரசரப்பு. குளிர்சாதன வசதி, மதுமேசை, தொலைபேசி, மிருதுவான சாய்மானங்கள், கால்வைக்குமிடம் என விருப்பத்திற்கேற்ப வடிவமைக்கப்பட்ட சொகுசுக்காரின் உராய்வற்ற வேகம் - நல்லது பாதிரி, நல்லது, அது அங்கே மேலேயும் உண்டுதானே? மனிதர்களின் மீதான அதிகாரத்தை சொர்க்கம் பிரதிநிதிக்கிறது. முகம் மறைக்கப்பட்ட, பெயர் மறக்கப்பட்ட கணக்கிலடங்கா மனிதர்கள்: ஆயிரம் வேலைப்பட்டியலில் இருந்து எடுக்கப்பட்ட கடைசிப்பெயர்கள், சுரக்கத்திலிருந்து, தொழிற்சாலைகளிலிருந்து, செய்தித்தாள் நிறுவனங்களிலிருந்து. புனிதர் நாளில் என்முன் பாரம்பரியப் பாடல்களைப்பாடும், கட்டுமானப் பணியிடங்களைப் பார்வையிடச்செல்லும்போது தனது தலைக்கவசத்தால் கண்களை மறைத்துக்கொள்ளும், என்னுடைய சித்திரத்தை எதிர்தரப்பு நாளிதழில் வரையும் அந்தப்பெயரற்ற முகம்: நல்லது, நல்லது. அது இருக்கிறதுதான், அது உண்மையில் என்னுடையது. அதுதான் கடவுளாக இருப்பது, சரிதானே? பயங்கொள்ளப்படுதல், வெறுக்கப்படுதல், இன்னபிற, அதுதான் கடவுளாக இருத்தல், சரியா? இதையெல்லாம் எப்படிக் காப்பாற்றிக்கொள்வது என்று சொல் நான் உன்னுடைய அனைத்துச்சடங்குகளையும் அனுமதிக்கிறேன். என்மார்பில் அடித்துக்கொண்டு வழிபடுவேன். புனிதத்தலமொன்றிற்கு முழந்தாளிட்டு வருவேன். வினிகரைக்

குடித்து முட்கிரீடம் தரிப்பேன். இதையெல்லாம் எப்படிக் காத்துக்கொள்வது என்று சொல் ஏனென்றால் ஆவி...

"...யின் மகன் மற்றும் பரிசுத்த ஆவி. ஆமென்..."

தன்னுடைய இறுகிய முகத்துடன் முழந்தாளிட்டபடி அவன் இன்னமும் அங்குதான் இருகிறான். நான் அவனுக்கு முதுகைக்காட்ட முயற்சி செய்கிறேன். ஆனால் பக்கவாட்டிலுள்ள வலி என்னை அசையவிடாமல் செய்கிறது. ஆஆஆஆஆ. அந்தப் பெண்கள். இல்லை இவர்களில்லை. காதலிக்கும் பெண்கள். என்ன? ஆமாம். இல்லை. எனக்குத் தெரியாது. நான் அந்த முகத்தை மறந்துவிட்டேன். கடவுள் பொதுவாக அந்த முகத்தை மறந்துவிட்டேன். அது என்னுடையது, அதை எப்படி நான் மறந்தேன்?

"பாடீயா... பாடீயா... கதைப்பகுதிக்கான ஆசிரியரையும் சமூகப்பகுதிக்கான ஆசிரியரையும் இங்கே வரச்சொல்."

உன்னுடைய குரல் பாடீயா, உள்பேசியில் உன்னுடைய உள்ளீடற்ற குரல்..."

"ஆமாம், தோன் ஆர்தேமியோ. தோன் ஆர்தேமியோ, இங்கே ஓர் அவசரமான பிரச்சினை. இந்தியர்கள் பேரணியில் ஈடுபட்டுக்கொண்டிருக்கிறார்கள். வெட்டப்பட்ட அவர்களது காடுகளுக்காக இழப்பீடு கேட்கிறார்கள்."

"என்ன? எவ்வளவு வேண்டுமாம்?

"அரை மில்லியன்."

"அவ்வளவுதானா? எஜிடோவின் ஆணையரிடம் இவர்களை வழிக்குக் கொண்டுவரச் சொல்லுங்கள். நான் அவருக்குக் காசு கொடுப்பது இதற்காகத்தான். அடுத்து என்ன..."

"மேனா வந்திருக்கிறார், காத்திருப்பு அறையில் இருக்கிறார். அவரிடம் என்ன சொல்ல?"

"உள்ளே வரவேண்டுமென்று."

ஆஹ், பாடீயா, நான் கண்களைத்திறந்து உன்னைக் காண முடியவில்லை. ஆனால் என் வலியெனும் முகமூடிக்குப் பின்னால் உன் எண்ணங்களைக் காணமுடிகிறது பாடீயா. இறந்து

கொண்டிருக்கும் மனிதனுக்கு ஆர்தேமியோ க்ரூஸ் என்று பெயர். வெறும் ஆர்தேமியோ க்ரூஸ்; இந்த மனிதன் மட்டும்தான் இறந்து கொண்டிருக்கிறான், இல்லையா? வேறு யாரும் இல்லை. இது ஒருவகையான அதிர்ஷ்டம், மற்ற மரணங்களை இல்லாமல் செய்துவிட்டது. இம்முறை இறப்பது ஆர்தேமியோ க்ரூஸ் மட்டுமே. உண்மையில் உன்னுடைய இறப்பு இன்னொருவருக்குப் பதிலாகவும் நிகழக்கூடும். பாடீயா...ஆஹ். இல்லை. நான் இன்னும் செய்யவேண்டிய வேலைகள் உண்டு. பொரிக்கும் முன்பாக உன் கோழிக்குஞ்சுகளை எண்ணாதே...

"அவர் நடிக்கிறார் என்று சொன்னேனே."

"அவர் ஓய்வெடுக்கட்டும்."

"நான் சொல்கிறேன், அவர் நடிக்கிறார்!"

நான் தூரத்திலிருந்து அவர்களைப் பார்க்கிறேன். அவர்களது விரல்கள் வேகமாக அதன் அடிப்பாகத்தைத் திறக்கின்றன. மிகப்பெரிய எதிர்பார்ப்புடன். ஆனால் அங்கே ஏதுமில்லை. நான் கைகளை வீசி, ஓக் மரத்தாலான சுவரைக் காண்பிக்கிறேன். படுக்கையறையின் ஒருபக்கத்தை ஆக்கிரமித்துள்ள அலமாரி. பெண்கள் அதைநோக்கி ஓடுகிறார்கள். அனைத்துக் கதவுகளையும் திறக்கிறார்கள். நீலநிற, கோடுகள் கொண்ட, இரண்டு பொத்தான்கள் கொண்ட, ஐரிஷ் லினெனால் தயாரிக்கப்பட்ட கோட்டுகள் தொங்கிக் கொண்டிருக்கும் கம்பிகளைத் தள்ளுகிறார்கள், அவை என்னுடைய ஆடைகள் அல்ல என்பதை மறந்து, என்னுடைய உடைகள் அனைத்தும் என் வீட்டில் இருக்கிறது, கைகளை நகர்த்த முடியாமல் நகர்த்தி நான் சுட்டிக்காட்டியதும் அனைத்து தொங்கு கம்பிகளையும் நகர்த்திப் பார்க்கிறார்கள்: உண்மையில் அந்த உயில் ஒரு மேலங்கியின் பைக்குள் இருக்கிறது. தெரேசா மற்றும் கதலீனாவின் அவசரம் கூடுகிறது: இப்போது அவர்கள் ஆத்திரத்துடன் கிழித்தெறிகிறார்கள். வெற்று உடைகளை தரை விரிப்பில் எறிகிறார்கள். அனைத்தையும் பார்த்து முடித்துவிட்டு என் பக்கம் திரும்பி முறைக்கிறார்கள். என்னால் நேராக முகத்தை வைத்துக்கொள்ள முடியவில்லை. என்னைத் தலையணைகள்தான் தாங்கிக் கொண்டிருக்கின்றன. சிரமத்துடன் மூச்சுவிடுகிறேன். ஆனால் என் கண்கள் எதையும் தவறவிடவில்லை. அவர்களின் வேகத்தையும் பேராசையையும் நான் உணர்கிறேன்.

அருகில் வரும்படி சைகை செய்கிறேன். "இப்போது ஞாபகம் வந்துவிட்டது... ஒரு மூடுகாலணியில்... துல்லியமாக ஞாபகம் வந்துவிட்டது..."

அவர்கள் இருவரும் உடைகளின் குவியல்மீது நான்குகால்களில் நின்று காலணிகளில் தேடிக்கொண்டு, தங்களது பருத்ததொடைகளைக் காண்பித்தபடி, பின்புறத்தை ஆட்டிக்கொண்டு, மோசமாக இரைத்துக்கொண்டு - அப்போதுதான் அந்தக் கசப்பான இனிப்பு என் கண்களை மறைக்கிறது. நான் என் கைகளை எனது இதயத்துக்குக் கொண்டுவந்து கண்களை மூடிக்கொள்கிறேன்.

"ரெஹீனா..."

கோபத்தின் உறுமல், இரண்டு பெண்கள் எடுத்துக்கொண்டிருக்கும் முயற்சி ஆகியவை இருளில் மறைகின்றன. நான் அந்தப்பெயரை முணுமுணுக்க என் உதடுகளை அசைக்கிறேன். மற்றவர்களை நினைத்துப்பார்க்க அதிக நேரம் மிச்சமில்லை. அவள் அன்பு செலுத்தியவர்களை... ரெஹீனா...

"பாடீயா...பாடீயா. ஏதாவது லேசாகச் சாப்பிட்டால் போதும்... வயிறு சரியாக இல்லை. என்னுடன் வா. அவர்கள் இதைத் தயார் செய்வதற்குள்..."

"என்ன? நீ தேர்ந்தெடுக்கிறாய், கட்டமைக்கிறாய், உருவாக்குகிறாய், பாதுகாக்கிறாய், தொடர்கிறாய்: வேறெதுவும் இல்லை... நான்..."

"நல்லது. சீக்கிரமே சந்திப்போம். என்னுடைய முகமனை எல்லோருக்கும் தெரிவியுங்கள்."

"சரியாகக் கூறினீர்கள் சார். அவர்களை நசுக்குவது எளிதாக இருக்கும்."

"இல்லை, பாடீயா, அது அவ்வளவு எளிதல்ல. அந்தத் தட்டை என்பக்கம் நகர்த்து... அந்தச் சிறிய சாண்ட்விச் இருப்பது... நான் அவர்களை அணிவகுப்பின்போது பார்த்திருக்கிறேன். அவர்கள் ஏதேனும் முடிவெடுத்துவிட்டால் பின்வாங்க வைப்பது கடினம்."

அந்தப்பாட்டு எப்படி வரும்? நாடுகடத்தப்பட்டு, நான் தெற்குப் பக்கம் போகிறேன். நாடுகடத்தப்பட்டு, அடுத்த வருடம் நான் வடக்குப் பக்கம் வருகிறேன்: ஓ, நீயின்றிக் கழித்த அந்தக்

கொடூரமான இரவுகள், நீயின்றி; எனக்காக கவலைகொள்ள நண்பர்களோ அல்லது உறவினர்களோ இல்லை; அந்தக் காதல் மட்டுமே, அந்தப்பெண்ணின் காதல் மட்டுமே என்னைத் திரும்பிவரச் செய்தது.

"அதனால்தான் நாம் இப்போதே ஏதாவது செய்யவேண்டும் என்கிறேன். நம்மைப்பற்றிய மோசமான கருத்துகள் ஆரம்பிக்கும்போதே, முளையிலேயே கிள்ளி எறியவேண்டும். அவர்களுக்கு அமைப்பு என்று ஏதும் கிடையாது. அவர்களிடம் இருப்பதையெல்லாம் இதில் இடுகிறார்கள். எடுத்துக்கொள், எடுத்துக்கொள், இந்தச்சிறிய சாண்ட்விச்சில் கொஞ்சம் சாப்பிடு, இருவருக்கும் போதுமான அளவு உள்ளது..."

"பயனற்ற கிளர்ச்சி..."

என்னிடம் கைத்துப்பாக்கிகள் உண்டு. அவை இரண்டுக்கும் தந்தப்பிடிகள், என்னால் ரயில்பாதை வேலையில் இருக்கும் கருங்காலிகளைச் சுடமுடியும். நான் ரயில்பாதை வேலையில் இருக்கும் பெண். என்னுடைய யுவான்தான் என் பெருமிதமும் மகிழ்ச்சியும், நான் அவனோடு காதலில் இருக்கிறேன் தெரியும்தானே, நான் ரயில்பாதை வேலையில் இருக்கும் பெண். நான் மூடுகாலணிகள் அணிந்திருக்கிறேன். அதனால் நான் ராணுவத்தைச் சேர்ந்தவள் என்று நினைக்கிறாய். உண்மையில் நான் சாதாரண ரயில்பாதை வேலையில் இருக்கும் பெண். மத்தியப்பாதையில் வேலை செய்கிறேன்.

"அவர்கள் சரியாக இருந்தால் பிரச்சினையில்லை. ஆனால் அப்படியில்லை. ஆனால் நீ இளம் வயதில் மார்க்சிஸ்ட்டாக இருந்தவன். எனவே உனக்கு இந்த விஷயமெல்லாம் தெளிவாகப் புரியவேண்டும். நடப்பவை குறித்து நீ அச்சம்கொள்ள வேண்டும். எனக்கு, இது கொஞ்சம் தாமதம்தான்..."

"கம்பனெலா வெளியே காத்திருக்கிறார்."

"என்ன கூறினார்கள்? நீ கேட்டாயா? ரத்தக்கசிவா? ஹெர்னியாவா? ரத்தஓட்டத்தில் தடையா? துளையா? குடல் முறுக்கமா? பெருங்குடல் தொடர்பானதா?

ஓ, பாடீயா, நான் பொத்தானை அழுத்தி உன்னை உள்ளே வரச்செய்ய வேண்டும். பாடீயா என்னால் உன்னைப்பார்க்க

முடியவில்லை, ஏன் கண்களை மூடிக்கொண்டிருக்கிறேன் என்றால் இனி நான் அந்தச்சிறிய குறையுள்ள வட்டத்தை நம்பப்போவதில்லை. என் கருவிழி. கண்களைத் திறந்தும் என் கருவிழி எதையும் உள்வாங்கவில்லை என்றால் என்ன செய்வது? எதையும் என் மூளையோடு பரிமாறிக் கொள்ளவில்லையென்றால் என்ன செய்வது? அப்போது என்னால் என்ன செய்ய முடியும்?

"சன்னலைத் திற."

"நான் உன்னைத்தான் பழிகூறுவேன். என் சகோதரனைப் போலவே."

"சரி."

அநேகமாக இது உனக்குத்தெரியாது அல்லது புரியாது, ஏன் கதலீனா உனக்கருகில் அமர்ந்துகொண்டு, அந்த நினைவுகளை உன்னோடு பகிர்ந்துகொள்ள, மற்ற நினைவுகள் மீது இந்த நினைவுகளை அடுக்கிவைக்க விரும்புகிறாள்: நீ இங்கே பூமியில் இருக்கிறாய், லோரென்ஸோ வேறு உலகில் இருக்கிறான்? அவள் எதை நினைவுகூர விரும்புகிறாள்? நீயும் கொன்ஸாலோவும் சிறையில் இருந்ததையா? நீயில்லாமல் லோரென்ஸொ அந்த மலைமீது இருந்தது குறித்தா? உனக்குத் தெரியாது அல்லது உனக்குப்புரியாது. ஒருவேளை நீ அவனாக இருந்திருந்தால், அவன் நீயாக இருந்தால், அந்தநாளை அவனில்லாது நீ வாழ்ந்திருந்தால், அவனோடு வாழ்ந்திருந்தால், உன்னிடத்தில் அவன் இருந்தால், நீ அவனிடத்தில் இருந்தால் என்ன ஆக்கியிருக்கும். நீ நினைத்துப்பார்ப்பாய். ஆமாம், அந்தக்கடைசி நாளில் நீயும் அவனும் அங்கே ஒன்றாக இருந்தீர்கள் - அவன் உன்னுடைய இடத்தில் அதை வாழவில்லை. நீ அவனுடைய இடத்தில், நீங்கள் ஒன்றாக இருந்தீர்கள். நீ அவ்வளவு தூரம் பயணம் செய்து கடலுக்குப் போகப்போகிறாயா என்று அவன் கேட்டான்; நீ குதிரையிலேறிப் போகப்போகிறாய்; நீ எங்கே உண்ணப்போகிறாய் என்று அவன் உன்னைக் கேட்பான். பிறகு கூறுவான் - அவனே உனக்குக் கூறுவான் - அப்பா, புன்னகைப்பான், சிறு துப்பாக்கியை வைத்திருக்கும் கையை உயர்த்துவான்., பிறகு கடவுத்துறையை விட்டு அரை நிர்வாணமாக துப்பாக்கி மற்றும் தோள்பையை தலைக்குமேல் பிடித்தபடி வெளியேறுவான். அவள் அங்கே இருக்கமாட்டாள். கதலீனா அதை நினைவுகூர மாட்டாள். அவள் நீ நினைத்துப்பார்க்க வேண்டும் என்று விரும்புவதை மறக்கும் பொருட்டு அதை நினைவுகூர விரும்புவாய். அவன்

மெக்சிகோவுக்கு விடைபெற்றுக் கொள்வதற்காகவே சிலநாள்கள் வந்தான். அப்போது அவள் கதவைத் தாளிட்டுக்கொண்டும் நடுங்கியபடியும் இருப்பாள். அவள் அவனை நம்புகிறாள், அவன் அதைச் செய்யமாட்டான். அவன் வெராக்ரூஸ்சில் கப்பலேறுவான், அங்கிருந்து சென்று விடுவான். அவன் செல்வான். வசந்தகாலத்தின் காற்று திறந்திருக்கும் மாடத்தின்வழி உள்நுழைந்தும்கூட எங்கே தூக்கத்தின் அடர் நீர்மம் தேங்குவதற்குச் சிரமம் கொள்கிறதோ அந்தப் படுக்கையறையை அவள் நினைவில் வைத்துக்கொள்ள வேண்டிவரும். வெவ்வேறு அறையில் தனித்தனிப் படுக்கையில் உறங்கியதை, மெத்தையில் விட்டுச்செல்லப்படும் தடயங்களை, அந்தப் படுக்கையில் உறங்கியவர்கள் நிரந்தரமாக விட்டுச்செல்லும் உருவரையை அவள் நினைவில்கொள்ள வேண்டும். அவளால் அந்தப் பெட்டைக்குதிரையின் பின்பகுதியை நினைவுகூர முடியாது. அது இரண்டு கருப்புநிறக்கறைகள் கலங்கலான நதியில் கழுவிச்செல்லப்படுவதை ஒத்திருந்தது. நீ நினைவுகூரலாம். ஆற்றைக்கடக்கையில் நீயும் அவனும் அடுத்த கரையில் ஒரு ஆவியை உருவகித்துக்கொள்வீர்கள். காலைப்பனியில் நொதித்து நிற்கும் பூமியின் உயர்ந்த பகுதி. இருண்ட காடு மற்றும் சுட்டெரிக்கும் சூரியன் இரண்டுக்குமிடையேயான போராட்டம் அனைத்துப் பொருட்களுக்கும் இரட்டைப் பிரதிபலிப்பை அளிக்கும். ஈரப்பதம் எதிரொளிக்கும் சூரிய ஒளியைத்தழுவி ஆவியாகப் பரிணமிக்கும். அது வாழைப்பழத்தின் மணமுடையது. அது கோக்குயா எனும் மின்மினிப்பூச்சியாக இருக்கும். கதலீனாவுக்கு கோக்குயா என்பது என்னவாக இருந்தது இருக்கிறது, அல்லது இருக்கும் என்று ஒருபோதும் தெரியப்போவதில்லை. அவள் காத்திருப்பதற்காக தனது படுக்கையின் நுனியின் அமர்ந்தபடி, ஒருகையில் கண்ணாடியும் மறுகையில் ஒப்பனைக்கான தூரிகையுமாக, தெளிவில்லாது மனச்சோர்வுற்று, நாவில் பித்தச்சுவை ஏற, எதையும் பார்க்காமல் அப்படியே அமர்ந்திருக்க முடிவெடுத்து, எதையும் செய்யவும் மனமின்றி, சூழ்நிலைகள் தன்னை எப்போதும் இப்படித்தான் வெறுமையாக விட்டுவிடுகிறது என்று தனக்குத்தானே கூறியபடி இருப்பாள். இல்லை: நீயும் அவனும் மட்டுமே குதிரையின் குளம்புகள் பொறபொறப்பான ஆற்றங்கரை மண்ணில் இருப்பதை உணர்வீர்கள். அவை நீரைக்கடந்ததும் குளுமை, காட்டின் வாட்டும் வெப்பம் இரண்டையும் ஒருசேர உணர்ந்து திரும்பிப்பார்க்கும்: மெதுவாக ஓடும் ஆறு பாசிகளைச் சுழற்றி அடுத்த கரைக்குக் கொண்டுசேர்க்கும். அதைத்தாண்டியதும், பூக்கும் தாவரங்களின் வரிசை முடிவில், மறுமுறை வர்ணம்

பூசப்பட்ட கோக்குயா மாளிகை நிழலான முற்றத்தில் ஓய்வெடுத்துக் கொண்டிருக்கும். கதலீனா மீண்டும் கூறுவாள், "கடவுளே, நான் இதற்குத் தகுதியானவளல்ல." கண்ணாடியை எடுத்து லோரென்ஸோ திரும்பி வரும்போது அவன் பார்க்கப்போவது இதைத்தானே என்று கேட்டுக்கொள்வாள், ஒருவேளை திரும்பி வந்தால்: முகவாய், கழுத்தில் உருவாகிவரும் உருக்குலைவுகள். அவளது இமைகள் மற்றும் கன்னங்களில் உருவாகிவரும் சுருக்கங்களைக் கவனிப்பானா? கண்ணாடியில் இன்னொரு நரைமுடியைப் பார்த்ததும் அதைப்பிடுங்குவாள். நீ, லோரென்ஸோ உன்னருகிலிருக்க காட்டுக்குள் நுழைவாய். சதுப்புநிலக்காட்டின் மாறுபடும் நிழல்கள் மற்றும் கிளைகளின் கனத்த கூரை வழியே வடிகட்டப்பட்டு வரும் சூரியனின் ஒடிந்த ஒளிக்கற்றைகளின் வழி உன்னுடைய மகனின் வெறுமையான தோள்களை உனக்குமுன்னே பார்ப்பாய். வெட்டுக்கத்தியால் உருவாக்கப்படும் பாதை முழுவதும் வளைந்து நெளிந்துள்ள மரங்களின் முடிச்சுவிட்ட வேர்கள் பூமியைக் கீறிக்கொண்டு வெளிவந்திருக்கும். அந்த வழி சீக்கிரமே மரங்களில் தொங்கிக்கொண்டிருக்கும் லியானாஸ் கொடிகளினால் தடைபடும். லோரென்ஸோ குதிரையில் வேகமான நடையில் உடன்வருவான். தலையைத் திருப்பாமல் நேராக அமர்ந்துகொண்டு கையிலுள்ள குதிரைப்பிரம்பால் பெட்டைக்குதிரையின் பக்கவாட்டில் உண்ணிகளைத் துரத்தும்படி தட்டிக்கொண்டே வருவான். கதலீனா மீண்டுமொருமுறை அவன்மீது நம்பிக்கையில்லையென தனக்குள் கூறிக்கொள்வாள். அவனை மீண்டும் முன்புபோலப் பார்க்கும்வரை, குழந்தையில் இருந்ததுபோலப் பார்க்கும்வரை நம்பமாட்டேன் என்பாள். சிறு முனகலுடன் கைகளை விரித்து மல்லாந்து படுத்துக்கொள்வாள். கண்களில் கண்ணீரோடு காலில் இருக்கும் பட்டுக்காலணிகள் சரிந்துவிழத் தன் மகனைக் குறித்துச் சிந்திப்பாள். அப்பாவைப்போலவே அவ்வளவு மெல்லிய, அவ்வளவு கருத்த உடல். காய்ந்த சுள்ளிகள் குளம்புகளுக்கடியில் முறியும், புகைத்திரள்போல அலையும் கரும்புவயலின் வெள்ளைச்சமவெளி தொடங்கும். லோரென்ஸோ தன் குதிரையை முடுக்குவான். தன்னுடைய முகத்தைத் திருப்பிப்பார்ப்பான், புன்னகையில் விரியும் உதடுகளோடு ஆனந்தக்கூச்சலும் உயர்த்திய கையும் சேர்ந்து கொள்ளும்: வலுவான கரம், ஆலிவ் போன்ற நிறம், வெள்ளைச் சிரிப்பு, நீ இளமையில் இருந்தது போலவே. அவன் மூலமாக மற்றும் இவ்விடங்களின் மூலமாக நீ உன்னுடைய இளமையை நினைத்துக்கொள்வாய். இந்த நிலம் உனக்கு எவ்வளவு முக்கியமானது என்று லோரென்ஸோவிடம் கூறமாட்டாய்,

ஏனென்றால் அப்படிக் கூறுவது அவனது நேசத்தைப் பறித்து எடுப்பதாகும். நீ நினைவுகூர்வதெல்லாம் ஞாபகங்களை நினைத்துப் பார்ப்பதற்காக. கதலீனா படுக்கையில் தன் மகன் குழங்காலிட்டுத் தனக்கருகில் இருந்ததை நினைத்துப் பார்ப்பாள். அவனுடைய தலை அவன் அம்மாவின் மடியிலிருக்கும், அவனைத் தன்வாழ்வின் மகிழ்ச்சி என்பாள். ஏனென்றால் அவன் பிறப்பதற்கு முன்பு அவள் நிறையத் துன்பப்பட்டிருக்கிறாள். அது அனைத்தையும் அவனிடம் கூற முடிந்ததில்லை. ஏனெனில் அவளுக்கென்று புனிதமான கடமைகள் இருந்தன. அந்தச்சிறுவன் அவளைப் புரியாமல் பார்த்துக் கொண்டிருப்பான்: ஏன், ஏன், ஏன்? நீ இங்கே லோரென்ஸோவை அழைத்து வந்தது அவன் இந்நிலத்தைத் தானாகவே விரும்பவேண்டும் என்பதற்காக, பண்ணைவீட்டின் எரிந்த சுவர்களை மறுகட்டுமானம் செய்ததில், நிலங்களைத் திருத்தி மீண்டும் விவசாயத்தைத் தொடங்கியதில் உன்னுடைய உழைப்பின் பின்னே இருந்த நோக்கங்களை உன் பங்கிற்கு நீ விளக்க வேண்டியதிருக்காது. ஏனென்று இல்லை, காரணங்களும் இல்லை. இருவரும் சூரியவெளிச்சத்திற்குச் செல்வீர்கள். பெரிய நுனியுடைய தொப்பியைத் தேர்ந்தெடுத்து அணிந்துகொள்வாய். அமைதியான, மின்னும் ஒளியுடைய காற்று குதிரைச்சவாரி-யினால் வாய், கண்கள், மற்றும் தலையினை நிறைக்கும். வயல்களுக்கிடையே உள்ள சாலையில் வெள்ளைப்புழுதியைக் கிளப்பியபடி லோரென்ஸொ முன்னே செல்வான், அவனுக்குப் பின்னே குதிரையில் இருவரும் ஒன்றையே உணர்ந்து கொண்டிருப்பதாய் உனக்கு உறுதியாகத்தோன்றும். இந்தப்போட்டி உன் ரத்தநாளங்களைத் திறக்கிறது, ரத்தத்தை சுழலச்செய்கிறது, உன் பார்வையைத் துல்லியமாக்குவதால் இந்தப்பரந்த, தீவிரம் நிறைந்த நிலத்தைப் பார்க்கமுடியும், பீடபூமியின் உயர்நிலங்களிலிருந்து நீ தெரிந்துகொள்ளப்போகும் பாலையிலிருந்து முற்றிலுமாக வேறுபட்ட இந்நிலம், மிகப்பெரிய சிவப்பு, பச்சை, மற்றும் கருப்புச் சதுரங்கள் பனைமரங்களால் புள்ளியிடப்பட்டு, கலங்கலான மற்றும் ஆழமான, சாணம் மற்றும் பழத்தோல்களின் மணம் கொண்ட இந்த நிலம் உன் மகனுடைய உயர்ந்த, கிளர்ச்சியுற்ற புலன்களுக்குத் தன் அர்த்தத்தைத் தெரிவிக்கிறது. உனக்கும்தான், நீயும் உன் மகனும் வேகமாகக் குதிரையில் செல்வது உன்னுடைய நரம்புகளை, மந்தநிலையிலுள்ள, மறக்கப்பட்ட தசைகளைத் தூண்டுகிறது. உன்னுடைய குதிமுள் அவன் விலாவில் ரத்தம் வரும்வரை பாய்கிறது: லோரென்ஸோ போட்டியிட நினைக்கிறான் என்று உனக்குத் தெரியும். அவனுடைய கேள்விகேட்கின்ற

முகம் கதலீனாவின் குரலை ஊடறுத்துச் செல்லும். அவள் நிறுத்திக்கொள்வாள். தன்னிலிருந்து எவ்வளவு தூரம் அவனால் செல்லமுடியும் என்று யோசிப்பாள். இது குறுகிய காலத்திற்குத்தான் என்று தனக்குத்தானே கூறிக்கொள்வாள். அவன் புரிந்து கொள்ளும்வரை சிறிது சிறிதாகக் காரணங்களைக் கூறிக்கொண்டே இருக்கவேண்டும். ஊஞ்சல்நாற்காலியில் அமர்ந்திருக்க அவன் அவளது காலடியில் முழங்காலைக் கட்டிக்கொண்டு அமர்ந்திருப்பான். குளம்புகளுக்குக் கீழே நிலம் எதிரொலிக்கும். நீ உன் தலையைத் தாழ்த்திக் கொள்வாய். அவனது காதுகள் வரை குனிந்து அவனை வார்த்தைகளால் வேகமாக ஓடச்செய்வது போல, ஆனால் அந்த எடையும் இருக்கிறது. குதிரையின் முதுகில் முகம் கீழேயிருக்கக் கிடக்கவேண்டிய யாக்கியின் எடை, அந்த யாக்கி உன்னுடைய வார்ப்பட்டையைப் பிடித்துக்கொள்ளவேண்டித் தன் கைகளை நீட்டுவான். வலி உன்னைத் தூக்கத்தில் தள்ளும். உனது கைகளும் கால்களும் மந்தமாக ஊசலாடும். யாக்கி இன்னமும் உன்னுடைய இடுப்பு வார்ப்பட்டையைப் பிடித்துத் தொங்கிக் கொண்டிருக்கிறான். முனகியபடி, முகம் சிவக்க. பிறகு நீ கல்லறைக்கல்லின் வடிவிலிருக்கும் செங்குத்தான பாறைகளுக்கு வந்துசேருவாய். மலைகளின் பள்ளத்தாக்குகளது நிழலில் பாதுகாப்பாகத் தொடர்ந்து பயணிப்பாய், மறைவிலுள்ள பாறைப் பள்ளத்தாக்குகளை, கைவிடப்பட்ட நீர் வாய்க்கால் சாக்கடைகளின் மேல் அமைந்திருக்கும் மலைவழிப்பாதைகளை, முட்களும் புதர்களும் நிறைந்த பாதையை முன்னாய்வு செய்தபடி பயணிப்பாய். இதை உன்னோடு யார் நினைவில் வைத்திருப்பார்கள்? நீயில்லாமல் அந்த மலையில் இருக்கும் லோரென்ஸோவா? உன்னோடு இச்சிறையிலிருக்கும் கொன்ஸாலோவா?

1915: அக்டோபர் 22

அவன் தனது நீலநிற சராபி[17]க்குள் தன்னைப் புதைத்துக்கொண்டான். உறையவைக்கும் இரவின் குளிர்காற்று சலசலத்து - யாரோ வைக்கோல் கட்டு ஒன்றினை ஆட்டியதுபோல - பகலின் தீவிரமான வெம்மையை அழித்தது. அவர்கள் உணவின்றி அந்த இரவை வெட்ட வெளியில் கழித்தனர். அவர்கள் இருந்த இடத்திலிருந்து ஒருமைல் தள்ளி, எரிமலைக்குழம்பின் தூண்களின் வேர்களைக் கடினமான பாலையில் புதைத்து உயர்ந்திருந்தன. மூன்று நாட்களாக ஆய்வுசெய்யும் பிரிவு பயணித்தபடி இருக்கிறது, எங்கே போகிறோம், எந்தத்திசையில் போகவேண்டும் என்று எந்தக்கேள்வியுமின்றி தங்களது கேப்டனின் உள்ளுணர்வு வழிநடத்தச் சென்றுகொண்டிருக்கிறார்கள். ஃப்ரான்சிஸ்கோ வியாவின் பின்வாங்கும் சேதமுற்ற படைப்பிரிவின் அனைத்துத் தந்திரங்களும் அனைத்து வழிகளும் தனக்குத்தெரியும் என்று நினைத்தான். அவர்களுக்கு முப்பத்தாறு மைல்கள் பின்னே அவர்களது படைப்பிரிவு நின்றுகொண்டிருந்தது. இந்தக் குழுவிலிருந்து குதிரையில் வரும் ஒரு செய்திக்காகத்தான் காத்துக்கொண்டிருந்தார்கள். கிடைத்தால் வியாவின் படைகளது எச்சங்கள்மீது தாக்குதல் நடத்தி அவர்களை சிவாவாவிலிருந்து புதிதாக வரும் படைப்பிரிவோடு சேரவிடாமல் தடுக்கலாம். ஆனால் அந்த எச்சங்கள் எங்கே? கேப்டன் தனக்குத்தெரியும் என்று நினைத்தான்: சில மலைப்பாதைகள் வழி மோசமான பாதையினைத் தொடர்ந்தார்கள். நான்காவது நாளில் - இன்று - இவர்களின் படைப்பிரிவு மலைக்குன்றுகளின் வரிசையில் மூழ்கியிருக்க, கரான்சா படையின் பெரிய தொகுதி இந்தப்பகுதி நோக்கி முன்னேறும். அதற்குள் அவனும் அவன் ஆட்களும் விடியலில் கிளம்பிச்செல்வார்கள். நேற்று அவர்களிடம் சோளஉணவு தீர்ந்துவிட்டது. உணவுப் பொருள்களோடு வந்த

சார்ஜன்ட் நேற்றிரவில் பாறைகள் வழி செல்லும் ஒரு நீரூற்றைத் தேடிக் கண்டடைந்தான், அது உடனடியாக பாலைவனத்தை நெருங்கியதும் காணாமல் போனது. ஆம், அதன் படுகையான சிவப்புநிற வரியோடிய பாறைகள் இருந்தன. சுத்தமானதும் சுருக்கங்களோடும், ஆனால் காய்ந்து கிடந்தது.

இரண்டு வருடங்களுக்கு முன் இதே இடத்தை அவர்கள் ஒரு மழைக்காலத்தில் கடந்திருக்கிறார்கள். இப்போது இந்த விடியலில் எரிந்து கொண்டிருக்கும் சிப்பாய்களின் தலைக்குமேல் ஒரேயொரு வட்டவடிவத்தின் தொடக்கமொன்று இமைத்துக் கொண்டிருந்தது. நெருப்பெதையும் பற்றவைக்காமல் முகாமிட்டிருந்தனர்; எதிரிகளின் படை மலைமீதிருந்து அவர்களைக் கண்காணிக்கக்கூடும். எப்படியிருந்தாலும் அது அவசியமற்றது. சமைப்பதற்கு எந்த உணவும் அவர்களிடம் இல்லை. மேலும் எல்லையற்ற பாலைவெளியில் தனியாக எரியும் ஒரு நெருப்பு யாரையும் சூடாக வைத்திருக்க முடியாது. சராபிக்குள் இருந்தபடி தனது கையால் முகத்தில் கம்பி போன்று முகவாயை மூடி முளைக்கத் தொடங்கியிருக்கும் தாடியைத் தடவிக்கொண்டான். உதடுகளின் ஓரங்களில், புருவங்களில், மூக்கின் தண்டில் புழுதி சேர்ந்து கட்டிதட்டியிருந்தது. இந்தப் பிரிவின் பதினெட்டு பேரும் கேப்டனிடமிருந்து சில அடிகள் தள்ளி இருந்தனர். அவன் தூங்கினாலும் அல்லது காவலுக்கிருந்தாலும் தனியாகவே இருந்தான், ஆட்களிடமிருந்து சில அடிதூர வெற்றுநிலம் அவனைப் பிரித்திருக்கும். அருகில் குதிரைகள் காற்றில் பிடரியைச் சிலிர்க்கின்றன. மஞ்சள்நிறப் பாலையின் பின்னணியில் அவற்றின் கருப்புநிற உருவரைகள். அவன் மலைகள்மீது ஏற விரும்பினான்: சிறிய, தனியான, குளிர்ந்த இந்த ஓடையை உருவாக்கும் நீரூற்று மேலே இருக்கிறது. அவன் உடல் பதற்றத்தோடு இருந்தது. பசியும் தாகமும் கண்களை பதைவுறவைத்து அகல விழிக்கும்படி செய்தன. உறைந்த உணர்ச்சியற்ற பார்வையுடைய பச்சைநிறக் கண்கள்.

புழுதியால் மூடப்பட்ட அவனது முகமெனும் முகமூடி, நிலைத்த விழிப்போடு இருந்தது. விடியலின் முதல் கீற்று தன்னை வெளிக்காட்டக் காத்திருந்தான்: நான்காம் நாள், அவனுக்கிடப்பட்ட கட்டளையின்படி. அநேகமாக யாருமே தூங்கவில்லை, சராபியைச் சுற்றிக்கொண்டு, முழங்காலைக் கட்டியபடி, அசைவற்று, சற்றுத்தள்ளி அமர்ந்திருந்த அவனை எல்லோரும் கவனித்துக்கொண்டிருந்தனர். கண்களை மூட முயன்றவர்களும் தங்களது பசி, தாகம், சோர்வு ஆகியவற்றோடு போராட வேண்டியிருந்தது. கேப்டனைக் கவனிக்காமல் இருந்தவர்கள் நெற்றிமுடி தனியாகப் பிரிந்திருக்கும்

குதிரைகளின் வரிசை நோக்கிப் பார்த்துக்கொண்டிருந்தனர். அவற்றின் கடிவாளங்கள் தரையிலிருந்து துருத்திக்கொண்டிருக்கும் தொலைந்த விரல்களைப்போன்ற கனத்த மிஸ்கீட் மரங்களில் கட்டப்பட்டிருந்தன. களைப்படைந்த குதிரைகள் தரையைப் பார்த்தபடியிருந்தன. இப்போது மலைக்குப் பின்னாலிருந்து சூரியன் எழும் நேரம். நேரம் நெருங்கிவிட்டது.

அவர்கள் அனைவரும் தங்களது கேப்டன் எழுந்து தனது நீலநிற சராபியைக் கழற்றி எறிந்து தன்னை வெளிப்படுத்திக்கொள்ளும் கணத்திற்குக் காத்திருந்தனர்: தோட்டாக்கள் கொண்ட வார்ப்பட்டை நிறைந்த மார்புப்பகுதி, அதிகாரிக்குரிய பளபளக்கும் கொக்கி கொண்ட உள்ளே அணியும் சட்டை, கணுக்காலில் இருந்து முழங்கால் வரை சுற்றப்பட்ட பன்றித்தோல். ஒருவார்த்தைகூடப் பேசாமல் படைப்பிரிவு எழுந்து நின்று குதிரையை நோக்கிச்சென்றது. கேப்டன் கூறியது சரிதான்: தாழ்ந்த மலைப்பகுதிகளில் இருந்து விசிறி வடிவில் வெளிச்சம் ஒன்று தோன்றியது. எறியப்பட்ட வளைவான வெளிச்சத்திற்கு இணையாகக் கண்ணுக்குத் தெரியாத பறவைகள் குரலெழுப்பின. தங்களை ஒரு குறிப்பிட்ட எல்லைக்குள் வைத்துக்கொண்டாலும் அவர்கள்தான் இந்தக் கைவிடப்பட்ட அமைதியான நிலங்களுக்கு உரிமையுள்ளவர்கள். அவன் யாக்கி இந்தியனான தபாயியஸ்சை சைகைகாட்டி வரவைத்து அவனது மொழியிலேயே கூறினான், "நீ பின்னாலேயே இரு. நாங்கள் எதிரியைக் கண்டதும், தலைமையகத்திற்கு விரைந்து செல்."

யாக்கி தலையசைத்து, குறுகிய வெளிவட்டமுடைய, வட்டமான கிரீடம்கொண்ட, ஒற்றைச் சிவப்பு இறகு செருகிய தொப்பியை அணிந்துகொண்டான். கேப்டன் தனது குதிரையில் தாவி ஏறிக்கொண்டான், அவனது ஆட்கள் மெல்லியநடையில் குதிரையை மலைத்தொடரின் வாயிலை நோக்கிச் செலுத்தினர். காவி முகங்கொண்ட குறுகலான சரிவு.

மூன்று செங்குத்தான சரிவுகள் மூன்று வழிகளாக மலைகளுக்கிடையே உண்டு. படைப்பிரிவு இரண்டாவது வழியான இருப்பதிலேயே குறுகலான குதிரைகள் ஒற்றை வரிசையில் செல்லவேண்டிய பாதையை நோக்கிச்சென்றது. செங்குத்தான மலைமுகட்டின் சுவர் ஒருபுறமென்றால் மலையோடை மறுபுறம். அந்தவழி நீரூற்றுக்குச் செல்வது; நீர்க்குடுவைகள் ஆட்களின் இடுப்பில் மோதும்போது அவற்றின் வெறுமையை ஒலிபரப்பின. குதிரையின் கால்களுக்குக்கீழே நழுவும் பாறைகள் ஆழ்ந்த வெற்று

ஒலியை, வறண்ட ஒற்றைப்பறையினை ஒத்த ஒலியை எழுப்பியது. அவ்வொலி எதிரொலிகளின்றி பள்ளத்தாக்கில் மறைந்து போயின. மேலிருந்து பார்க்கும்போது இந்தக்குதிரைகளின் வரிசை முன்னேறத் தடுமாறிக் கொண்டிருப்பதுபோல் தோன்றும். அவன் மட்டும் தன்னுடைய குதிரை பாதையைக் கவனித்துக்கொள்ளும்படிவிட்டு வெயிலுக்கெதிரே கண்களைச் சுருக்கியபடி மலையுச்சியில் பார்வையை வைத்திருந்தான். படைப்பிரிவின் முதலில் இருப்பது குறித்து அவனுக்குப் பெருமிதமோ அச்சவுணர்வோ இல்லை. தனது அச்சத்தைப் பின்னே விட்டிருந்தான். அவனது முதல்போரின்போது அல்ல, ஆனால் நீண்டதொரு வரிசையில் நிகழ்ந்த பல்வேறு மோதல்கள் ஆபத்தை அவனுக்குச் சாதாரணமாக, பாதுகாப்பைத் தொந்தரவு செய்கிற ஒன்றாக ஆக்கியிருந்தன. பள்ளத்தாக்கின் பேரமைதி ரகசியமாக அவனுக்குள் ஓர் எச்சரிக்கை உணர்வை உண்டாக்கியது. கடிவாளத்தை இறுகப்பற்றிக்கொண்டு வலதுகையின் தசைகளை வளைத்தான். அப்போதுதான் துப்பாக்கியை வேகமாக எடுக்கமுடியும். அச்சத்தின் காரணமாக தன்னிடம் அகந்தை இல்லையென்று முன்பு நினைத்திருந்தான், இப்போது பழக்கத்தினால் அப்படி. முதல் தோட்டா சீழ்க்கையொலி எழுப்பியபடி அவனது காதைக்கடந்து சென்றபோது ஒவ்வொருமுறையும் வாழ்க்கையின் அதிசயமாக ஒரு தோட்டா அதன் குறியைத் தவறவிடுவது குறித்து அவனுக்கு எந்தப்பெருமிதமும் இல்லை. ஆபத்தை நின்றோ அல்லது தவழ்ந்தோ, முகத்தை மரத்திற்குப் பின்னால் மறைத்துக்கொண்ட தன்னுடலின் குருட்டுத்தனமான அறிவு குறித்த ஆச்சரியம் மட்டுமே எழுந்தது - ஆச்சரியம் மற்றும் இகழ்ச்சி, அவனுடைய உடலின் விடாப்பிடியான தன்மை குறித்து யோசித்தான். தன்விருப்பத்தைக் காட்டிலும் வேகமாகத் தன்னைத் தற்காத்துக்கொண்டது. பிறகு அந்த விடாமுயற்சிகொண்ட மிகவும் பழக்கப்பட்ட சீழ்க்கையொலியை அவன் முதலில் கேட்கக்கூட இல்லை என்பது அவனுக்குப் பெருமிதத்தைத் தரவில்லை. எதிர்பாராத அமைதி அவனைச்சூழ்ந்த அத்தருணங்களில் வறட்சியான ஆனால் கட்டுப்படுத்தப்பட்ட அச்சத்தோடு இருந்தான். சந்தேகத்தின் வெளிப்பாடாகத் தன்னுடைய தாடையைத் துருத்திக்கொண்டான்.

சிப்பாய் ஒருவனின் வலியுறுத்தும் விதமான சீழ்க்கையொலி பள்ளத்தாக்கின் ஊடான இந்த அணிவகுப்பின் ஆபத்தைத் தெரி- வித்தது. அந்தச் சீழ்க்கையின் பாதியிலேயே சிறு ஆயுதங்களின் சரமாரியான தாக்குதலும் அவன் நன்கறிந்த ஒரு ஊளைச்சத்தமும் கேட்டது: வியாவின் குதிரைப்படை கிட்டத்தட்ட செங்குத்தான

அந்தப் பள்ளத்தாக்கு வழியில் தற்கொலைத்தாக்குதல் நடத்தியது, துப்பாக்கிக்காரர்கள் மூன்றாவது வழியிலிருந்த முகடுகளில் மறைந்தபடி அவனுடைய ஆட்கள் மீது தாக்குதல் தொடுத்தனர். அவர்களின் ரத்தம் கசிந்துகொண்டிருக்கும் குதிரைகள் முழுதும் புழுதியால் மூடப்பட்டு பின்னால் நகர்ந்து கூர்மையான பாறைகள் உள்ள சரிவுகளில் சரிந்தன. அவனால் மட்டுமே பின்னால் என்ன நடக்கிறது என்று பார்க்கமுடிந்தது. அவனுடைய கட்டளையை நிறைவேற்றும் வீணான முயற்சியில் தபாயியஸ் வியாவின் ஆட்களைப்போலவே குதிரையில் ஏறி சரிவான மலைப்பகுதியில் இறங்கிக்கொண்டிருந்தான். யாக்கியின் குதிரை தனது காலடி சறுக்கி ஒரு கணத்திற்குக் காற்றில் பறந்து பள்ளத்தாக்கின் சுவரில் மோதி தன் மீதிருந்தவனை தனக்குக்கீழே நசுக்கியது. பலமான துப்பாக்கித்தாக்குதலுடன் ஊளைச்சத்தம் அதிகரித்தது; அவன் தனது குதிரையின் இடது பக்கத்திலிருந்த நீர் வழிந்தோடும் பள்ளத்தில் நழுவி உருண்டான். தனது வீழ்ச்சியை சில குட்டிக்கரணங்களால், அவ்வப்போது கைகளால் தடுத்து கட்டுப்படுத்திக்கொண்டான். அவனுக்குத்தெரிந்த துண்டுதுண்டான காட்சிகளில் பின்வாங்கும் குதிரைகளின் அலைபாய்தல், அதனோடு சேர்ந்து ஒளிந்துகொள்ளவோ அல்லது குதிரைகளை வழிநடத்தவோ இயலாத அக்குறுகிய பாதையில் நடக்கும் திடீர்த் தாக்குதலினால் வியப்புற்ற அவனுடைய ஆட்களின் பயனற்ற துப்பாக்கி வெடிப்புகள் ஆகியவை தெரிந்தன. அவன் அந்தச்சரிவில் கட்டுப்படுத்திக்கொண்டே விழுந்து கொண்டிருக்கும்போது வியாவின் குதிரைப்படையினர் இரண்டாம் முகட்டிலிருந்து சுட ஆரம்பித்தனர். நேருக்கு நேரான சண்டை துவங்கியது. மேலே காட்டுத்தனமாக மனிதர்களும் பித்துப்பிடித்த குதிரைகளும் சுழற்காற்றாய் சுழன்று கொண்டிருந்த வேளையில் அவன் தனது ரத்தம்படிந்த கைகளுடன் பள்ளத்தாக்கின் அடியில் சென்று சேர்ந்தான். உடனே துப்பாக்கியை எடுத்தான். புதுப்பிக்கப்பட்ட அமைதி மட்டுமே இருந்தது. அவனுடைய சக்தி முழுவதும் வடிந்தாற்போல் உணர்ந்தான். கைகளும் கால்களும் வலியில் துடிக்க, தன்னை ஒரு ராட்சசப் பாறைக்கருகே நகர்த்திக்கொண்டான்.

“இப்போது தோல்வியை ஒப்புக்கொள்ளும் நேரம். அங்கிருந்து வெளியில் வா, கேப்டன் க்ரூஸ்.”

தொண்டை வறண்டு அவன் பதிலளித்தான், “ஏன்? நீ என்னைச் சுடுவதற்கா? நான் இங்கேதான் இருப்பேன் என நினைக்கிறேன்.”

வலியினால் மரத்திருந்த அவனது வலதுகை பெயரளவில் துப்பாக்கியைப் பிடித்திருந்தது. கையை உயர்த்தியபோது வயிற்றில் கூரானதொரு வலியை உணர்ந்தான். தலை நிமிராமலேயே துப்பாக்கியால் சுட்டான். ஏனெனில் வலி அவனை அனுமதிக்கவில்லை. துப்பாக்கியிலிருந்து வெற்று உலோக ஓசை வெளிப்படும் வரை தொடர்ந்து சுட்டுக்கொண்டே இருந்தான். பிறகு, துப்பாக்கியைப் பாறைக்கருகே தூக்கி எறிந்தான், மேலே இருந்த குரல் மீண்டும் சத்தமிட்டது: “உன் கைகளை கழுத்தில் வைத்தபடி வெளியில் வா.” பாறையின் அடுத்த பக்கத்தில் முப்பதுக்கும் மேற்பட்ட குதிரைகள் கிடந்தன. இறந்தவை அல்லது இறந்து கொண்டிருப்பவை. சில தங்களது கழுத்தை உயர்த்த முயற்சிசெய்து கொண்டிருந்தன; மற்றவை ஓடிந்த கால்களோடு கிடந்தன; பெரும்பாலானவை தங்களது நெற்றியிலோ அல்லது கழுத்திலோ அல்லது வயிற்றிலோ தோட்டாவின் சிவப்புத் துளையோடு இருந்தன. சிலர் மேலே, சிலர் விலங்கின் கீழே என மனிதர்கள் வெவ்வேறு நிலையில் கிடந்தனர்: முகம் மேலே பார்க்க, மெல்லிய காய்ந்த சிற்றோடையின் நீரைக்குடிப்பவர்கள் போல; முகம் கீழே, பாறைகளை கட்டியணைப்பவர்கள் போல. அனைவரும் இறந்திருந்தனர், முனகிக்கொண்டிருந்த ஒருவனைத் தவிர, கரும்புள்ளிகள் கொண்ட பழுப்புநிறப் பெண் குதிரையின் எடையில் சிக்குண்டு கிடந்தான்.

“இவனை வெளியே எடுக்கிறேன்” மேலே இருந்த குழுவை நோக்கிக் கத்தினான். “இவன் உங்களில் ஒருவனாக இருக்கலாம்.”

அதை எவ்வாறு செய்யப்போகிறான்? எதை உபயோகிப்பான்? எந்த பலத்தில் அதைச்செய்ய முடியும்? அவன் லேசாகக் குனிந்து தபாயியஸ்சின் தோள்களுக்குக் கீழே தன் கைகளைக் கொடுத்து இழுக்க முயற்சி செய்தபோது ஒரு தோட்டா சீழ்க்கையொலியோடு கடந்து பாறையைத் தாக்கியது. கண்களை உயர்த்தினான். வெற்றி பெற்றுக்கொண்டிருப்பவர்களின் தலைவன் - அவனது அதிகாரிகளுக்கான வெள்ளைத் தொப்பி நிழலில் தெரிந்தது - தனது கையசைப்பால் துப்பாக்கிச்சூட்டை நிறுத்தினான். வியர்வையில் கட்டிதட்டிப்போன புழுதி அவனது மணிக்கட்டில், ஒரு கையை மட்டுமே மெதுவாக அசைக்க முடிகிறது என்றாலும் தபாயியஸ்சின் உடலை குவிக்கப்பட்ட கவனத்தோடு இழுத்துவிட்டான்.

அவனுக்குப் பின்னால் வியாவின் குதிரைப்படையின் வேகமான குளம்பொலிகள், குழுவிலிருந்து தங்களை விடுவித்துக்கொண்டு

இவனைக் கைது செய்யவருகிறது. யாக்கியின் உடைந்த கால்கள் குதிரையிலிருந்து வெளிவந்தபோது அவர்கள் கிட்டத்தட்ட அவனை நெருங்கிவிட்டனர். வியாவின் ஆட்கள் அவனது மார்பிலிருந்த தோட்டாக்களின் வார்ப்பட்டையைப் பிய்த்து எறிந்தனர்.

அப்போது காலை ஏழு மணி.

மதியம் நான்கு மணிக்கு பெராலெஸ் சிறைக்குள் அவர்கள் நுழைந்தபோது, கர்னல் ஸகால் அவனது ஆட்கள் மற்றும் பேரம் பேசுவதற்கான இரண்டு ஸைகதிகள் மீதும் திணித்த, கடுமையான மலைப்பகுதியைக் கடந்து சிவாவா கிராமத்திற்கு வந்து சேருவதற்கான ஒன்பது மணிநேர நடைபயணம், குறித்த எந்த நினைவும் அவனுக்கு இல்லை. அவன் தலை கடுமையான வலியில் இருந்ததால் அவர்கள் அழைத்துச்சென்ற வழி அவனுக்கு ஓரளவே நினைவிருந்தது. மிகக்கடினமான பாதை. ஆனால் ஸகால் போன்ற ஆட்களுக்கு மிக எளிமையானது. ஸகால், பான்சோ வியாவுடன் அவனது முதல் தாக்குதல்களிலிருந்து உடனிருக்கிறான். இருபது வருடங்கள் இந்த மலைகளில் பயணம் செய்திருக்கிறான். ஒளிந்து கொள்ளும் இடங்கள், வழிகள், பள்ளத்தாக்குகள், மற்றும் குறுக்கு வழிகள் அவனுக்கு மனப்பாடம். காளான் வடிவிலிருக்கும் ஸகாலின் தொப்பி அவன் முகத்தில் பாதியை மறைத்திருக்கும், என்றாலும் அவனது நீண்ட, இறுக்கமாக அமைந்த பற்கள் எப்போதும் புன்னகையின்போது கருப்புநிறத்தாடியிலும் மீசையிலும் சட்டமிடப்பட்டு வெளித்தெரியும். க்ரூஸ் மிகுந்த சிரமத்துக்கிடையில் குதிரையில் ஏற்றப்பட்டபோதும் யாக்கியின் நொறுங்கிய உடல் முகம் கீழே பார்த்தபடி குதிரையின் முதுகில் கட்டப்பட்டபோதும் புன்னகைத்தான். தபாயியஸ் தனது கைகளை நீட்டி கேப்டனின் வார்ப்பட்டையைப் பிடித்துக்கொண்டபோது புன்னகைத்தான். படைப்பிரிவு முன்னால் நகர்ந்து ஓர் இயற்கையான குகையின் கருமைநிறங்கொண்ட வாய்க்குள் நுழைந்தபோது புன்னகை செய்தான். அது அவனுக்கோ கரான்சாவின் ஆட்களுக்கோ தெரியாத பாதை, சாலையில் குதிரைமீது செல்லும் நான்கு மணிநேரப் பயணத்தை ஒருமணிநேரமாகக் குறைத்தது. ஆனால் அவனுக்கு இதெல்லாம் பாதியளவில்தான் தெரிந்தது. இருதரப்பும் சண்டையிட்டுக் கொண்டதும் அந்த இடத்திலேயே அதிகாரிகள் கைது செய்யப்பட்டதும் அவனுக்குத் தெரியும். எனவே ஸகால் எதைநோக்கி அவனை அழைத்துச் செல்கிறான் என்று வியந்தான்.

வலி அவனைத் தூங்க வைத்தது. விழுந்ததில் கைகளும் கால்களும்

மிக மோசமான நிலையில் அடிபட்டு உணர்ச்சியின்றித் தொங்கிக் கொண்டிருந்தன; யாக்கி இன்னமும் முகம் சிவக்க, முனகிக்கொண்டு அவனைப் பற்றியிருந்தான். பாறை முகடுகள் ஒவ்வொன்றாகக் கடந்தன. படையணி பாதுகாப்பான மலையடிவாரத்தின் நிழல் பகுதியில், பாறைகளின் உள்ளடங்கிய பள்ளத்தில், வறண்ட ஆற்றுப்படுகைகளில் முடிந்த ஆழமான மலையோடைகளில், தோப்புகள் மற்றும் புதர்களால் மறைக்கப்பட்ட வழிகளில் மறைந்து சென்றது. உண்மையில் பான்சோ வியாவின் ஆட்கள் இந்நிலப்பகுதியில் அதிகம் பயணித்திருக்க வேண்டும் என்று நினைத்தான். அதனால்தான் இதற்கு முன்னால் நடந்த வரிசையான கொரில்லா தாக்குதல்களை முறியடித்து சர்வாதிகாரத்தின் முதுகை உடைக்க முடிந்திருக்கிறது. எதிர்பாராத்தாக்குதலில், சுற்றி வளைத்தலில், தாக்கிவிட்டுப் பின்வாங்குதலில் கைதேர்ந்தவர்கள். ராணுவப்பள்ளியில் கற்றுக்கொடுக்கப்படும் தந்திரங்களுக்கு, ஜெனரல் அல்வாரோ ஓப்ரிகனின் தந்திரங்களுக்கு நேர்மாறானது. அவர் வெட்டவெளியில் நிகழ்த்தப்படும். நன்கு அனுமானிக்கப்பட்ட நிலப்பரப்பில், மரபான துல்லியமான முன்திட்டமிடல்கள் கொண்ட போர்த்தந்திரங்களில் நம்பிக்கை உள்ளவர்.

"எல்லோரும் ஒழுங்கிற்குள் வாருங்கள். என்னைவிட்டுப் பிரிந்து செல்லக்கூடாது" என்று கத்தினான் ஸகால், தன்னை முன் பகுதியிலிருந்து துண்டித்துக்கொண்டு புழுதியை சுவாசித்துக்கொண்டு பற்களை இறுக்கியபடி பின்பக்கமாக குதிரையை நகர்த்திச் சென்றான். "இப்போது மலைப்பகுதியில் இருந்து வெளியே வந்துவிட்டோம். என்ன நடக்கும் என்று யாருக்கும் தெரியாது. எல்லோரும் விழிப்புடன் இருக்கவேண்டும்; தலை குனிந்து உயரும் புழுதியைக் கவனிக்கக் கண்களைத் திறந்து வையுங்கள்; நான் தனியாகப் பார்ப்பதைக் காட்டிலும் எல்லோரும் சேர்ந்து பார்ப்பது நல்லது..."

பாறைகளின் வெளி அகலமாக விரிந்து கிடந்தது. படைப்பிரிவு சிவாவா பாலையின் மேட்டுநிலத்தில் இருந்தது, முட்செடிகள் அவர்களுக்குக் கீழே பரந்திருந்தன. பலமான காற்றினால் சூரியனின் வெப்பம் குறைவாகத் தெரிந்தது: கொதிக்கும் மூலைகள் கொண்ட பாலையை ஒருபோதும் தொடாத குளிர்ந்த காற்றின் படலம்.

"சுரங்கம் வழியாகச் செல்லலாம் அப்போதுதான் வேகமாகக் கீழே செல்ல முடியும்" ஸகால் கத்தினான். "உன் தோழனைக் கெட்டியாகப் பிடித்துக்கொள் க்ரூஸ். அது சரிவான பாதை."

யாக்கியின் கை ஆர்தேமியோவின் வார்ப்பட்டையை இறுக்கியது. கீழே விழக்கூடாது என்ற விருப்பத்தைக் காட்டிலும் வேறொன்று அந்த அழுத்தத்தில் இருந்தது. தொடர்பு கொள்வதற்கான விருப்பம். ஆர்தேமியோ தலையைக் குனிந்தான். குதிரையின் கழுத்தைத் தட்டிக்கொடுத்துவிட்டு தபாயியஸ்சின் சிவந்த முகத்தை நெருங்கினான்.

அவனுடைய மொழியில் அந்த இந்தியன் கிசுகிசுத்தான்: "வெகுநாட்களுக்கு முன்பே கைவிடப்பட்டுவிட்ட ஒரு சுரங்கம் வழியாகச் செல்லவிருக்கிறோம். வாயில்களில் ஒன்றை நெருங்கும்போது குதிரையைத் திருப்பி உள்ளே நுழைந்துவிடு. அது பற்பல கிளைகளாக உள்ளே பிரியக்கூடியது. அவர்களால் ஒருபோதும் உன்னைக் கண்டுபிடிக்க முடியாது..."

அவன் குதிரையின் கழுத்தைத் தட்டிக் கொடுத்துக்கொண்டே இருந்தான். பிறகு நிமிர்ந்து அவர்கள் சென்றுகொண்டிருக்கும் பாலைநிலத்தையும் தபாயியஸ் குறிப்பிடும் சுரங்கத்தின் வாசலையும் கவனிக்க முயற்சி செய்தான்.

யாக்கி மீண்டும் கிசுகிசுத்த குரலில் கூறினான்: "என்னை விட்டுவிடு. என் கால்கள் நொறுங்கிவிட்டன."

அது பகலா? ஒரு மணி இருக்குமா? சூரியன் மேலும் மேலும் தீவிரமாகிக்கொண்டே வந்தது. ஆட்டு மந்தையொன்று மேல்வரம்பில் தோன்றியது, சில சிப்பாய்கள் அதை நோக்கிச் சுட்டனர். ஒரு ஆடு தப்பித்தது; மற்றொன்று நிற்கமுடியாமல் விழுந்ததும் ஒருவன் கீழிறங்கிச்சென்று அதன் உடலைத் தன் தோளில் சுமந்து வந்தான்.

"வேட்டைக்கான காலம் அதிகாரபூர்வமாக முடிந்துவிட்டது!" ஸகால் தன் கரகரப்பான குரலில் புன்னகையோடு அறிவித்தான். "ஒருநாள் அந்தத்தோட்டாக்களுக்காக ஏங்கப்போகிறாய், கார்போரல் பயான்."

பிறகு சேணத்தின் வளையத்தில் எழுந்து நின்றான்; மொத்தப் படைப்பிரிவுக்கும் கூறினான்: "உங்களது மரமண்டையில் ஒரு விஷயத்தை ஏற்றிக்கொள்ளுங்கள், வேசிமகன்களே: கரான்சாவின் படை நமது குண்டிக்குப் பின்னால்தான் வந்துகொண்டிருக்கிறது. யாரும் ஒற்றைத் தோட்டாவைக்கூட வீணடிக்கக் கூடாது. என்ன நினைத்துக் கொண்டிருக்கிறீர்கள், முன்புபோல வழியெல்லாம் வெற்றிபெற்றபடி தெற்குநோக்கிப் போய்க் கொண்டிருக்கிறோம்

ஆர்தேமியோ க்ரூஸ்சின் மரணம் | 231

என்றா? இல்லை. நாம் தோல்வியுற்று வடக்கு நோக்கிப்போகிறோம். நாம் புறப்பட்டு வந்த இடத்திற்கு."

"ஆனால், சார்" சிப்பாய் தணிவான குரலில் கூறினான், "குறைந்தபட்சம் சாப்பிடவேணும் ஏதோ சிறிது கிடைத்ததே."

"ஆமாம், ஆனால் நாம் இங்கிருந்து வெளியேறவில்லை என்றால் நாம் ஏதோ சிறிய மலங்களாகி விடுவோம்."

படைப்பிரிவு சிரித்தது, கார்போரல் பயான் இறந்த ஆட்டினை சேணத்தின் பின்னால் கட்டினான்.

"கீழே நாம் போய்ச்சேரும் வரை யாரும் உண்ணவோ குடிக்கவோ கூடாது." ஸகால் உத்தரவிட்டான்.

கீழிறங்கும் குறுகிய பாதையில் மனத்தை இருத்தினான். அங்கே அடுத்த திருப்பத்தில் சுரங்கத்தின் திறந்தவாய். ஸகாலின் குதிரையுடைய குளம்புகள் சுரங்கத்தின் வாய்க்கு வெளியே ஒன்று அல்லது இரண்டடி தூரம் நீண்டிருக்கும் குறுகிய அகலமுள்ள தண்டவாளத்தில் ஒலியெழுப்பின. அப்போதுதான் க்ரூஸ் குதிரையிலிருந்து தன்னை எறிந்து கொண்டான். பதற்றமடைந்த துப்பாக்கிகள் உயர்த்தப்படும் முன்னரே பள்ளத்தில் உருண்டான். இருட்டில் முட்டியில் இடித்துக்கொண்டு விழுந்தான்: முதல் தோட்டா ஒலியெழுப்பியது. ஸகாலின் ஆட்கள் தங்களுக்குள் கத்தினர். திடீரென உண்டான குளிர்ச்சி அவன் மூளையை விழிக்கச் செய்தது. ஆனால் இருட்டு அவனை மயக்கியது. ஓடிக்கொண்டே இரு: வலியை மறந்து அவனது கால்கள் பெரிய பாறையொன்றில் மோதும் வரை ஓடின. அவனுக்குமுன் வெவ்வேறு திசைகளில் நீண்ட இரண்டு வழிகளை நோக்கித் தன் கைகளை நீட்டினான். ஒன்றிலிருந்து பலமான காற்று வீசியது; இன்னொன்றிலிருந்து மூடிவைக்கப்பட்ட வெப்பம் தெரிந்தது. கைகளை நீட்டியதில் அவனது விரல்களின் நுனியில் வெப்பமாறுபாட்டினை உணர்ந்தான். மீண்டும் மூடப்பட்டிருந்த திசைநோக்கி ஓட ஆரம்பித்தான். ஏனெனில் அதுதான் ஆழமான பகுதியாக இருக்கவேண்டும். அவனுக்குப் பின்னால் குதிமுள்களின் ஓசை ஒலிக்க வியாவின் ஆட்கள் வந்து கொண்டிருந்தார்கள். ஒரு தீக்குச்சியினின்று செம்மஞ்சள்நிற ஒளி பரவியது, அவன் தடுமாறி செங்குத்தான பள்ளமொன்றில் விழுந்தான். அவனுடைய உடல் உளுத்துப்போன ஒரு மரக்கட்டையில் மோதியது. மேலே குதிமுள்களின் ஓசை இடையறாது கேட்டுக்கொண்டே இருந்தது. சுரங்கத்தின் சுவர்களில்

முணுமுணுப்பான ஓசைகள் மோதி எதிரொலித்தன. துரத்தி வரப்பட்டவன் வலியோடு எழுந்து நின்றான்; அவன் விழுந்த இடத்தின் பரிமாணங்களைக் கணக்கிடவும் அங்கிருந்து வெளியேற வேண்டிய வழியையும் கணக்கிட முயன்றான்.

“இங்கே காத்திருப்பதே நல்லது...”

மேலே குரல்களின் சத்தம் அதிகரித்தது. அவர்கள் தங்களுக்குள் வாதிட்டுக்கொள்வது போல. பிறகு கர்னல் ஸகாலின் சிரிப்புச்சத்தம் தெளிவாகக் கேட்டது. குரல்கள் பின்வாங்கின. யாரோ தொலைவில் சீழ்க்கையடித்தனர்: கவனத்தை ஈர்ப்பதற்கான பலமான ஒற்றைச் சீழ்க்கையொலி. மற்ற வகைப்படுத்த முடியாத ஒலிகள் அவனை வந்தடைந்தன. பல நிமிடங்களுக்கு நீடித்த பலமான ஓசைகள். பிறகு எதுவுமில்லை. அவனது கண்கள் அந்த இடத்திற்குப் பழக்கப்பட்டன: இருட்டிற்கு.

“அவர்கள் சென்று விட்டதுபோல் தெரிகிறது. ஆனால் இதுவொரு பொறியாக இருக்கலாம். இங்கே காத்திருப்பதே நல்லது.”

கைவிடப்பட்ட அந்தச் சுரங்கவாயிற்குழியின் வெப்பத்தில் அவன் தனது மார்புப்பகுதியை உணர்ந்து கவனமாக விரல்களை விழுந்தபோது காயம்பட்டுக்கொண்ட விலாப்பக்கம் நகர்த்தினான். ஒரு வட்டவடிவமான, வெளியேறும் வழியேதும் இல்லாத இடத்தில் இருந்தான். அந்த இடத்தோடு சுரங்கம் தோண்டுவது நிறுத்தப்பட்டிருக்கிறது என்பதில் சந்தேகமில்லை. சில உடைந்த உத்திரக்கட்டைகள் கீழே கிடந்தன; மற்றவை நெகிழக்கூடிய களிமண் கூரையில் நிறுத்திவைக்கப்பட்டிருந்தன. ஒரு கட்டையின் வலிமையை அசைத்துச் சோதித்துப் பார்த்துவிட்டு அதில் சாய்ந்து அமர்ந்தான். மணிநேரங்கள் கழியவேண்டும். ஒரு உத்திரக்கட்டை அவன் விழுந்த குழிவரை நடப்பட்டிருந்தது: அதன்மேலே ஏறி வாயில் வரை செல்வது கடினமாக இருக்காது. கால்சராயிலும் உள்ளே அணிந்திருந்த சட்டையிலும் கிழிசல்களை உணர்ந்தான்; அவன் அணிந்திருந்த தங்கநிறச்சின்னங்கள் நெகிழ ஆரம்பித்தன. சோர்வு, பசி, தூக்கமின்மை. அவனது இளம் உடல் தன் கால்களை நீட்டிக்கொண்டதும் தொடையில் வேகமான துடிப்பை உணர்ந்தது. இருட்டு மற்றும் ஓய்வு, மெல்லிய இரைப்பு, கண்கள் மூடின. அவன் தெரிந்து கொள்ள விரும்பிய பெண்கள் குறித்து நினைத்துப் பார்த்தான்; அவனது கற்பனையிலிருந்து அவன் விலக்காத உடல்கள். கடைசி ஒன்று ஃப்ரெஸ்னில்லோவில். ஒரு வேசி தன் விடுமுறை

நாளில் இருந்தாள். நீ எங்கிருந்து வருகிறாய் எப்படி இந்தத் தொழிலுக்கு வந்தாய் என்று கேட்டால் அழத்தொடங்கும் ரகம். வழக்கமாக ஒரு உரையாடலைத் துவக்கும் கேள்விதான், அவர்கள் எல்லோருக்கும் கதைகளை உருவாக்குவது பிடிக்கும். அவளைத் தவிர; அவள் வெறுமனே அழுதாள். முடிவேயில்லாது நீளும் போர். இருப்பினும் இவை கடைசியாக நடக்கும் போர்கள். அவன் தனது கைகளை மார்புக்குக் குறுக்காகக் கட்டிக்கொண்டு இயல்பாக மூச்சுவிட முயற்சி செய்தான். பான்சோ வியாவின் சிதறிக்கிடக்கும் படைகளை அவர்கள் அழித்துவிட்டால், அமைதி திரும்பிவிடும். அமைதி.

"இதெல்லாம் முடிந்தபிறகு நான் என்ன செய்யப்போகிறேன்? இதெல்லாம் முடியவேண்டும் என்று ஏன் நினைக்கிறேன்? நான் அப்படி யோசிக்கக்கூடாது."

அநேகமாக, அமைதி என்பது நல்ல வேலைவாய்ப்பு. மெக்சிகோவில் குறுக்கும் மறுக்குமாக அவன் பயணித்தபோது பார்த்ததெல்லாம் அழிவுகள்தான். ஆனால் கொள்ளையடிக்கப்பட்ட நிலங்களில் மீண்டும் பயிர் செய்யலாம். ஒருமுறை பஜியோவில் அழகான வயலொன்றைப் பார்த்தான்; வளைவுகள், முற்றங்களில் பூக்கள் கொண்ட ஒரு வீட்டை யாரேனும் அருகில் அமைத்துக்கொண்டு பயிர்வளர்க்க முனையலாம். விதைகள் வளர்வதைக் கவனிக்கலாம், பயிர்கள் முளைவிடுவதைப் பார்த்துக்கொண்டிருக்கலாம். பழங்களை அறுவடை செய்யலாம். அதுவொரு நல்ல வாழ்க்கையாக இருக்கும், நல்ல வாழ்க்கையாக...

"தூங்காதே, கவனமாக இரு."

அவன் தனது தொடையைக் கிள்ளிக்கொண்டான். பிடரியின் தசைகள் தலையைப் பின்னுக்கு வெட்டித் தள்ளின. மேலிருந்து எந்தச் சத்தமும் கேட்கவில்லை. அவன் இப்போது ஆராயலாம். குழியிலிருந்து மேலே சென்ற கட்டையைப் பிடித்துக்கொண்டான். சுவரில் மேலேறும் ஒரு வெட்டுப்பள்ளத்தில் காலை வைத்தான். நல்லநிலையில் இருந்த கையில் அழுத்தம் கொடுத்து ஒவ்வொரு பள்ளமாகக் காலை அழுத்தி மேலேறினான். முடிவில் அவனால் விளிம்பைத் தொடமுடிந்தது. அவன் தலை மேலே வந்தது. வெப்பமான காற்று வீசும் சூழலில் இருந்தான். ஆனால் இப்போது அது இன்னும் கனமாக, முன்பைக்காட்டிலும் மூச்சடைப்பதாக இருந்தது. மையக்கூடத்திற்கு நகர்ந்தான். அதை அடையாளம்

கண்டுகொண்டான். ஏனெனில் அவன் முன்பு இருந்த காற்றோட்டம் குறைவாக இருந்த பாதை வேறு, அது வெப்பமான காற்றை வீசியது. ஆனால் அதையடுத்திருந்த வாசல் வழியாக வெளிச்சம் வரவில்லை. இரவு கவிந்து விட்டதா? காலத்தைக் கணக்கிடாமல் இருந்துவிட்டானா?

இருட்டில் கைகள் வாசலுக்காகத் துழாவின. இரவு அதை மூடிவிடவில்லை ஆனால் வியாவின் ஆட்கள் மூடிவிட்டார்கள். அங்கிருந்து செல்லும் முன் அடைத்துவிட்டார்கள். அவர்கள் அவனை அந்தக்கல்லறையில் வைத்து அதன் தாதுக்கள் தீர்ந்த நாளங்களுடன் மூடிவிட்டனர்.

வயிற்றிலிருக்கும் நரம்புகள் நொறுங்கி வீழ்ந்தது போல உணர்ந்தான். ஆழ்ந்து மூச்சுவிடும் பாவனையில் தானாக மூக்கு விடைத்துக்கொண்டது. விரல்களால் நெற்றிப்பொட்டில் தேய்த்துக்கொண்டான். அடுத்துள்ள வழி வெப்பமான காற்று வந்த வழி. அது வெளியிலிருந்து வந்த காற்று, பாலைவனத்திலிருந்து, சூரியன் அதை வெப்பமாக்கியிருக்கிறது. இரண்டாவது பாதையை நோக்கி ஓடினான். அவனது நாசி இனிமையாக வீசும் காற்றை நோக்கி அழைத்துச் சென்றது. இருட்டில் தடுக்கி விழுந்து, கைகளால் சுவரைத் தடவியபடி வழியைக் கண்டுகொண்டான். ஒரு துளி நீர் அவனது கையை ஈரமாக்கியது. தண்ணீர் விழும் இடம்தேடி சுவருக்கருகே வாயைத் திறந்து வைத்துக்கொண்டான். மெதுவாக, சமமற்ற இடைவெளியில் நீர்முத்துகள் கூரையிலிருந்து விழுந்தன. இன்னொன்றை அவனது நாவினால் பிடித்தான்; மூன்றாவது, நான்காவதற்காகக் காத்திருந்தான். தலையைக் குனிந்து கொண்டான். பாதை முடிவடையும்போல இருந்தது. காற்றின் வாசத்தை நுகர்ந்தான். அது கீழிருந்து வந்துகொண்டிருப்பதை அதை கணுக்கால்களில் உணர்ந்தான். முழந்தாளிட்டு கைகளால் அதை உணர முயற்சி செய்தான், அந்தக் கண்ணுக்குத்தெரியாத வழியிலிருந்து காற்று வந்தது: அந்தப்பள்ளத்தின் செங்குத்தான தன்மை முன்பிருந்த வாசலில் இருந்ததை விட அதிகமான வேகத்தைக் கொடுத்தது. கற்கள் இறுக்கமின்றி இருந்தன. அந்தச்சுவரில் வழி ஏற்படும்வரை அவற்றை ஒவ்வொன்றாக வெளியில் உருவியெடுத்தான்: அவனுக்கு முன்னால் ஒரு புதிய மையக்கூடம், வெள்ளி நாளங்களோடு மினுமினுத்துக் கொண்டிருந்தது. அதற்குள் உடலை நுழைத்து வெளியேற முயற்சி செய்தான். ஆனால் நின்றபடி அதைச் செய்யமுடியாது: அவன் ஊர்ந்துதான் செல்ல வேண்டும். ஊர்ந்து

செல்வது எங்கே கொண்டுசேர்க்கும் என்று அறியாமலேயே தன்னை இழுத்துச் செலுத்தினான். சாம்பல்நிறக் கோடுகள், அவனது ஆடையின் அதிகாரிகளுக்கான தங்கநிறக் கோடுகள்: அவை மட்டுமே அவனது மெதுவான ஊர்தலுக்கு வெளிச்சம் தருவன, அடைபட்ட பாம்பைப்போன்ற ஊர்தல். அவனது கண்கள் மையிருட்டான மூலைகளைத் துழாவின. வாயிலிருந்து முகவாய் வழி எச்சில் வழிந்தது. வாய்முழுக்க புளியை வைத்திருப்பது போன்ற உணர்வு; அநேகமாக அனிச்சையாக நினைவுகூரப்பட்ட பழங்களின் நினைவு உமிழ்நீர்ச் சுரப்பிகளைத் தூண்டிவிட்டிருக்கலாம்; உண்மையில் தொலைதூரத்தில் எங்கோ ஒரு தோட்டத்தில் வெளியிடப்பட்ட வாசனை நகரும் பாலைவனக் காற்றினால் அந்தக் குறுகிய வழியை அடைந்திருக்கலாம். புதிதாக விழித்துக்கொண்ட அவனது நுகர்வுணர்ச்சி வேறொன்றைக் கண்டுகொண்டது. காற்றின் அசைவு. நுரையீரல் முழுக்க நிரம்பும் காற்று. நிச்சயமாக மிக அருகிலிருக்கும் புழுதியின் சுவை: அவ்வளவு நேரமும் கற்களின் சுவையோடு அடைபட்டுக் கிடந்தவனால் மாற்றிக்கூற முடியாத சுவை. குறுகியபாதை இறங்கத்தொடங்கியது; இப்போது திடீரென நின்று கீழே சரிகிறது. துண்டிக்கப்பட்டு, அகலமான மண்தரை கொண்ட இடத்திற்கு வருகிறது. அவன் அங்கிருந்து சரிந்து விழுந்து மிருதுவான மண்படுக்கையில் விழுந்தான். சில வேர்கள் இங்குவரை வந்திருக்கின்றன. எப்படி?

"ஆமாம், இப்போது இது மீண்டும் மேலே ஏறுகிறது. அது வெளிச்சம்தான்! மணலின் பிரதிபலிப்பு போலத் தெரிந்தது ஆனால் அது வெளிச்சம்தான்!"

அவன் ஓடினான். மார்பு முழுவதும் காற்றை நிரப்பிக்கொண்டு, சூரிய ஒளியில் குளித்த அவ்வாசலை நோக்கி. பார்க்காமல் அல்லது கேட்காமல் ஓடினான். மெதுவாக அதிரும் கித்தாரின் ஒலியை அதனோடு சேர்ந்து பாடும் குரலைக் கேட்காமல், களைப்புற்ற ஒரு சிப்பாயின் உணர்ச்சி மிகுந்த குரல் அது.

டுராங்கோவின் பெண்கள் பச்சை மற்றும் வெள்ளை அணிகிறார்கள்.

சிலருக்குக் கிள்ளப் பிடிக்கும். சிலருக்குக் கடிக்கப் பிடிக்கும்....

மூட்டப்பட்டிருந்த நெருப்பை, சற்று முன்னால் சுடப்பட்ட ஆட்டின் இறந்த உடல் உரிக்கப்படுவதை அல்லது அதன் தோலை உரிக்கும் கைகளை அவன் பார்க்கவில்லை. கேட்காமல் பார்க்காமல்

நிலத்தில் படர்ந்திருந்த வெளிச்சத்தின் விளிம்பில் போய் விழுந்தான். உருகி வழியும் மூன்று மணிச் சூரியனின் வெப்பத்தில் கர்னல் ஸகாலின் தொப்பி சுண்ணச்சாந்தினாலான காளானாகி விட்டதென்று அவனுக்கெப்படித் தெரியும்.

ஸகால் சிரித்தபடி தன் கைகளை அவனிடம் நீட்டினான். "எழுந்திருங்கள் கேப்டன், நீங்கள் எங்களைக் காலதாமதப் படுத்திவிட்டீர்கள். அதோ அங்கே இருக்கும் யாக்கியைப் பாருங்கள், எவ்வளவு தின்கிறான். இப்போது அவனது சுரைக்குடுவையை எல்லோரும் உபயோகிக்கலாம்."

சிவாவாவின் பெண்கள் நம்பிக்கையற்று இருக்கின்றனர்.

என்ன செய்வதென்று அவர்களுக்குத் தெரியவில்லை.

அவர்களைக் காதலிக்க ஓர் ஆண் தேவை.

என்னால் முடியுமா சிந்திக்கிறேன்...

கைதி தன் முகத்தை நிமிர்த்தி இப்போது பதற்றம் தணிந்துள்ள ஸகாலின் குழுவைப் பார்க்கும் முன்பு தனக்குமுன் இருந்த பாறைகள், நீட்டிக்கொண்டிருக்கும் முட்செடிகள் கொண்ட, பரந்த, அமைதியான, மந்தமான, வறண்ட நிலப்பரப்பைப் பார்த்தான். பிறகு எழுந்து அமைக்கப்பட்டிருந்த சிறிய முகாமை நோக்கி நடந்தான். யாக்கி அவனையே பார்த்துக்கொண்டிருந்தான். அவன் தன் கைகளை நீட்டி ஆட்டின் பின்பக்கத்திலிருந்து வெந்த கறியின் துண்டைப் பிய்த்தெடுத்துக்கொண்டு உண்பதற்காக அமர்ந்தான்.

பெராலெஸ்.

உணக்கிய செங்கற்களாலான நகரம், மிகச்சொற்பமாகவே மற்றவற்றிலிருந்து வேறுபட்டது. அதன் ஒரேயொரு தெரு மட்டும், நகரமண்டபத்திற்குச் செல்லும் பாதை மட்டும் கற்கள் பாவப்பட்டது. மற்றவை அனைத்தும் குழந்தைகளின் வெற்றுக்கால்களால் புழுதி கிளம்புபவை, தெருமுனைகளைக் கீறும் வான்கோழிகளின் கூர்நகங்கள், சிலசமயம் வெயிலில் தூங்கிக்கொண்டும் சிலசமயம் நோக்கமின்றிக் குலைத்துத்திரியும் நாய்க்கூட்டங்களின் பாதங்கள். ஒன்றிரண்டு நல்ல நிலையில் உள்ள வீடுகள், ஆடம்பரமான வாயில்கள், இரும்புக்கதவுகள் மற்றும் துத்தநாக வடிகுழாய்கள்: அவை உள்ளூர் கடன் கொடுப்பவர்கள் மற்றும் அரசியல் தலைவர்களுடையதாக இருந்தது (அவர்கள் இருவரும் ஒரே

நபராக இல்லாத பட்சத்தில்). ஆனால் இப்போது அவர்கள் அனைவரும் பான்சோ வியாவின் துரிதமான நீதிக்குத்தப்பிப் பறந்து கொண்டிருந்தனர். துருப்புகள் இரண்டு வீட்டையும் கைப்பற்றி தாழ்வாரத்தில் - கொத்தளம் போன்று உயர்ந்த சுவர்களுக்குள் மறைந்திருப்பவை - குதிரை மற்றும் வைக்கோல், கருவிகள் மற்றும் வெடிபொருட்களை நிறைத்திருந்தது: வியாவின் தோற்கடிக்கப்பட்ட வடக்குப்பிரிவுப்படை புறப்பட்ட இடத்திற்குச் செல்லும் வழியில் தங்களால் எதையெல்லாம் காப்பாற்ற முடிந்ததோ அதை அங்கே சேகரித்து வைத்திருந்தனர். நகரம் சாம்பல்நிறம் கொண்டது; நகர மண்டபத்தின் முகப்பு மட்டுமே இளஞ்சிவப்பு நிறம் கலந்தது, அதுவும் சீக்கிரமே பக்கவாட்டிலும் உள் முற்றத்திலும் மங்கிப்போய் நிலத்தின் நிறமான சாம்பல் நிறத்திற்கு வந்துவிட்டது. அருகில் ஒரு நீரூற்று உண்டு. நகரம் உருவாகக் காரணம் அதுதான். வான்கோழிகள், கோழிகள் மற்றும் புழுதியப்பிய சாலையின் மருங்கில் உள்ள சில வறண்ட வயல்கள், இரண்டு கொல்லர்கள், ஒரு தச்சரின் கடை, ஒரு மளிகைக்கடை, வீடுகளில் அமைக்கப்பட்ட சிறிய அளவிலான வியாபாரங்கள், இவையே நகரத்தின் செல்வங்கள். அங்கே ஒருவர் பிழைத்திருப்பதே அதிசயம்தான். மக்கள் அமைதியில் வாழ்ந்தனர். பெரும்பாலான மெக்சிகோ கிராமங்களைப்போலவே மக்கள் எங்கே ஒளிந்திருக்கிறார்கள் என்று கண்டுபிடிப்பது சிரமம். காலைகள் மற்றும் மதியங்கள், மதியங்கள் மற்றும் மாலைகள், தொடர்ந்து சுத்தியலின் ஓசை மட்டும் கேட்கக்கூடும். அல்லது பிறந்த குழந்தையின் அழுகை, ஆனால் அந்த சுட்டெரிக்கும் தெருக்களில் ஒரு உயிருள்ள பிறவியைக் காண்பது அரிதானது. சிலசமயங்களில் வெற்றுக்கால்களுடன் குழந்தைகள் வெளியே வருவதுண்டு. சிப்பாய்களும் கூட கைவிடப்பட்ட வீடுகளின் சுவர்களுக்குப்பின்னே அல்லது நகரமண்டபத்தின் உள்முற்றத்தில் இருந்தனர். அதுவே களைப்புற்ற படைப்பிரிவுகளுக்குப் புகலிடம்.

அவர்கள் இறங்கியதும் ஒரு படைப்பிரிவு அணுகியது. கர்னல் ஸகால் யாக்கியைச் சுட்டினான். "அவனை அடைத்து வையுங்கள். நீ என்னுடன் வா, க்ரூஸ்."

இப்போது கர்னல் சிரிக்கவில்லை. வெள்ளையடிக்கப்பட்ட அலுவலகத்தின் கதவைத் திறந்து நெற்றியின் வியர்வையை தனது சட்டையின் கைப்பகுதியால் துடைத்துக்கொண்டான். இடுப்பு வார்ப்பட்டையைத் தளர்த்திக்கொண்டு அமர்ந்தான். கைதி அங்கேயே அவனை உறுத்துப் பார்த்தபடி நின்றான்.

“ஒரு நாற்காலியை இழுத்துக்கொள் கேப்டன், இருவரும் இனிமையாக சிறிதுநேரம் பேசலாம். சிகரெட் வேண்டுமா?”

கைதி சிகரெட் ஒன்றை எடுத்துக்கொண்டான். தீக்குச்சியிலிருந்து வந்த நெருப்பு இருவரின் முகங்களையும் அருகருகே கொண்டுவந்தது. “சரி, இப்போது,” - ஸகால் மறுபடி புன்னகைத்தான் - “இது எளிமையானதொரு ஒப்பந்தம். எங்களைத் துரத்திக்கொண்டிருக்கும் துருப்புகளின் திட்டம் பற்றி நீ எங்களுக்குச் சொல். நாங்கள் உன்னை விடுவிக்கிறோம். நான் உன்னிடம் இரண்டு ஆண்கள் பேசிக்கொள்வது போல் பேசுகிறேன். எங்கள் கதை முடிந்தது என்று தெரியும், இருந்தாலும் நாங்கள் பாதுகாப்பை ஏற்படுத்திக்கொள்ளப் போகிறோம். நீ ஒரு நல்ல வீரன், நான் என்ன சொல்கிறேன் என்று உனக்குத் தெரியும்.”

“நிச்சயமாக. அதனால்தான் நான் எதையும் கூறப்போவதில்லை.”

“சரிதான். ஆனால் நீ எங்களுக்கு அதிகம் சொல்லவேண்டியதில்லை. நீயும் அங்கே பள்ளத்தாக்கில் இறந்து கிடக்கும் சிப்பாய்களும் உளவு பார்க்கும் பணியில் இருந்தீர்கள் - பார்க்கும் எல்லோருக்கும் தெரியும். அதன் அர்த்தம் உங்கள் படைப்பிரிவின் மிச்சமுள்ள ஆட்கள் அதிகதூரத்தில் இருக்கமுடியாது. நாங்கள் வடக்குநோக்கிச் செல்லும் பாதையைக்கூட நீ மோப்பம் பிடித்துவிட்டாய். ஆனால் உங்களுக்கு அந்த மலைப்பாதை பரிச்சயமற்றது என்பதால் நீங்கள் சமநிலம் வழியாகத்தான் வரவேண்டும். அதற்குச் சிலநாள்கள் ஆகும். சரி, எத்தனை ஆட்கள் எங்களுக்குப்பின்னால் இருக்கிறார்கள்? புகைவண்டியில் துருப்புகள் முன்னால் சென்றிருக்கிறதா? உங்களிடம் என்னவெல்லாம் இருக்கிறது? எவ்வளவு பீரங்கிகளைக் கொண்டுவருகிறீர்கள்? உங்களுடைய திட்டங்கள் என்ன? எங்களைப் பின்தொடரும் வெவ்வேறு படைப்பிரிவுகள் எங்கே சந்தித்துக் கொள்ளும்? இங்கே பார்? நான் அதிகமாக ஒன்றும் கேட்கவில்லை. எனக்குத் தெரியவேண்டியதை மட்டும் கூறிவிடு, பிறகு நீ செல்லலாம். சத்தியமான வார்த்தை.”

“நீங்கள் எப்போதிருந்து உத்தரவாதமெல்லாம் கொடுக்க ஆரம்பித்தீர்கள்?”

“நாசமாய்ப் போ கேப்டன். எப்படியிருந்தாலும் நாங்கள் இதை இழக்கத்தான் போகிறோம். நான் உன்னிடம் நேரடியாகக் கேட்கிறேன். வடக்குப் பிரிவு சிதைந்துவிட்டது. அது சிறுசிறு குழுக்களாகப் பிரிந்துவிட்டது. அவை மலைப்பகுதிகளில்

மறைந்து போகும். அக்குழுக்களும்கூட அளவில் குறைந்து வருகின்றன, ஏனெனில் நாங்கள் செல்லச்செல்ல ஆட்கள் தனியே பிரிகிறார்கள், அவர்களது நகரங்களுக்கு, நிலங்களுக்குச் செல்கிறார்கள். நாங்கள் களைத்து விட்டோம். வெகுகாலமாக நாங்கள் சண்டையிட்டுக் கொண்டிருக்கிறோம். தோன் பொர்ஃபீ-ரியோவுக்கு எதிராக ஆயுதம் எடுக்கத் தொடங்கியதிலிருந்து. அடுத்து மதேரோவுக்கு எதிராகச் சண்டையிட்டோம், பிறகு ஓரஸ்கோ மற்றும் அவரது கம்யூனிஸ்டுகளுக்கு எதிராக, பிறகு ஹுவெர்தாவின் பொறுக்கிகளுடன், பிறகு நீங்கள் கரான்சாவின் ஆட்கள். பல வருடங்கள். நாங்கள் களைத்துவிட்டோம். எங்கள் ஆட்கள் அனைவரும் பச்சோந்திகள் போல, மண்ணின் நிறத்துக்குத் தங்களை மாற்றிக்கொள்வர், அவர்கள் மீண்டும் தாங்கள் புறப்பட்டு வந்த குடிசைக்கே திரும்புகின்றனர். அவர்கள் விவசாயிபோல உடையணிந்து மீண்டும் சண்டையிடும் காலத்திற்குக் காத்திருப்பர், அவர்கள் ஒருநூறு வருடம் காத்திருக்க வேண்டியிருந்தாலும் சரி. நாம் இதை இழந்துவிட்டோம் என்று அவர்களுக்குத் தெரியும், எப்படி தெற்குப்பகுதியில் ஸபாத்தாவின் ஆட்களுக்குத் தெரியுமோ அப்படி. நீங்கள் வெற்றிபெற்று விட்டீர்கள். ஏற்கெனவே உங்கள் தரப்பு வெற்றி பெற்றுவிட்டது எனும்போது நீ எதற்குச் சாகவேண்டும்? சண்டையைத் தொடர்வோம். அவ்வளவுதான் நான் கேட்பது. சற்று கௌரவமாகத் தோற்றுப்போகிறோம்."

"பான்சோ வியா இந்நகரத்தில் இல்லை."

"இல்லை, அவர் முன்னே சென்றுவிட்டார். போகும்போதே ஆட்கள் பிரிந்து சென்று விட்டார்கள்; சிலர் மட்டுமே இருக்கிறோம்."

"என்ன உத்தரவாதங்கள் கொடுக்க முடியும்?"

"உன்னை இங்கேயே சிறையில் விட்டு விடுகிறோம் - உயிரோடு - உன்னுடைய ஆட்கள் உன்னைக் காப்பாற்றும் வரை."

"நல்லது, அது நாங்கள் வெற்றிபெற்றால். இல்லையென்றால்..."

"நாங்கள் வென்றால் உனக்கொரு குதிரை தருகிறேன். நீ தப்பித்துச் செல்லலாம்."

"அப்போதுதான் நான் போகும்போது என் பின்னாலிருந்து சுடலாம்."

"அப்படியல்ல..."

“இல்லை, நான் எதுவும் கூற விரும்பவில்லை.”

“உன்னுடைய யாக்கி நண்பனைச் சிறையில் வைத்திருக்கிறோம். உடன் பெர்னால் என்று ஒரு வழக்கறிஞனும் இருக்கிறான். கரான்சாவின் தூதுவன் என்கிறார்கள். நீ அவர்களோடு உங்களுக்கான மரணதண்டனை உத்தரவு வரும்வரை காத்திருக்கலாம்.”

ஸகால் எழுந்து நின்றான்.

இருவருமே இதைத் தனிப்பட்ட முறையில் எடுத்துக்கொள்ளவில்லை. அவர்களுடைய உணர்ச்சிகள் தேய்ந்துவிட்டன. குருட்டுத்தனமான, இரக்கமற்ற போராட்டத்திற்கிடையே சிக்கி அன்றாடம் நடக்கும் நிகழ்ச்சிகளால் அழிக்கப்பட்டுவிட்டன. அவர்கள் இயந்திரத்தனமாக தங்கள் உண்மையான உணர்வுகளை வெளிப்படுத்தாமல் பேசிக்கொண்டனர். ஸகால் சில தகவல்களை அறிய விரும்பிக்கேட்டான். விடுதலைக்கும் மரணத்திற்கும் இடையில் தேர்ந்தெடுத்துக் கொள்ளும்படி கூறினான்; கைதி தகவல்களை வெளியிட மறுத்துவிட்டான். அவர்கள் ஸகால் மற்றும் க்ரூஸ்சாகப் பேசிக்கொள்ளவில்லை. எதிரெதிரே நிற்கும் இரண்டு போர் இயந்திரங்களின் பற்சக்கரங்களைப்போலப் பேசிக்கொண்டனர். அதன் காரணமாக கைதிக்கு அவனது மரணதண்டனை குறித்த தகவல் வெகு அலட்சியமாகக் கூறப்பட்டது. நிச்சயமாக அது அலட்சியம்தான். அதன் காரணமாகவே அவன் தனது மரணம் குறித்த செய்தியை மிகப்பெரிய அமைதியுடன் ஏற்றுக்கொண்டான். பிறகு அவனும் தன் உறுதியைக் காண்பித்தான்.

“கர்னல் ஸகால், நாம் இருவருமே வெகுகாலமாக உத்தரவுகளை நிறைவேற்றி வந்திருக்கிறோம், நமக்கென்று ஏதேனும் செய்ய ஒரு வாய்ப்பைக் கொடுத்துக் கொண்டதே இல்லை - இதை எப்படிச் சொவது? - இப்படிச் சொல்லமுடிகிற ஏதேனும் ஒருசெயல்: நான் இதை ஆர்தேமியோ க்ரூஸ்சாகச் செய்கிறேன்; நான் இதைச் சொந்தமாகச் செய்கிறேன், ராணுவத்திலுள்ள ஒரு அதிகாரியாக அல்ல. உனக்கு என்னைக் கொல்லவேண்டும் என்றால் ஆர்தேமியோ க்ரூஸ்சாக என்னைக்கொல். இவையெல்லாம் ஒரு முடிவுக்கு வரவிருக்கின்றன என்று ஏற்கெனவே கூறினாய், நாங்கள் களைத்து விட்டோம் என்றாய். வெற்றிபெறப்போகும் ஒரு காரணத்தின் கடைசித்தியாகமாக நான் இருக்க விரும்பவில்லை. எப்படித் தோல்வியுறும் பக்கத்தின் கடைசித்தியாகமாக நீ இருக்க விரும்பவில்லையோ அதுபோலத்தான். ஆண்மகனாக இரு கர்னல்,

என்னையும் இருக்க விடு. துப்பாக்கியால் தீர்த்துக்கொள்வோம். உள் முற்றத்தில் ஒரு கோட்டினை வரையச்சொல். இருவரும் எதிரெதிர் திசையிலிருந்து வருவோம். கோட்டைத் தாண்டுவதற்குள் நீ என்னைச் சுட்டுவிட்டால், என்னைக் கொல்லும் வாய்ப்பு உனக்கு. கோட்டினை நான் தாண்டிவிட்டால் என்னை விடுதலை செய்."

"கார்போரல் பயான்!" கண்களில் சிறிய ஒளிக்கீற்று மின்ன ஸகால் கத்தினான். "இவனை சிறைக்கு அழைத்துச்செல்."

பிறகு கைதியின் முகத்தைப்பார்த்துக் கூறினான். "மரணதண்டனை எப்போது நிறைவேற்றப்படும் என்று முன்கூட்டியே அறிவிக்கப்படாது. எனவே தயாராக இருந்துகொள். இன்னும் ஒருமணிநேரத்தில் இருக்கலாம், நாளை இருக்கலாம், அல்லது அதற்கு அடுத்த நாளாகக்கூட இருக்கலாம். நான் கூறியதை சிந்தித்துப்பார்."

மறைந்து கொண்டிருந்த சூரியன் கம்பி சன்னலின் வழியே மற்ற இரண்டு மனிதர்களின் உருவரையை மஞ்சள் நிறத்தில் வெளிப்படுத்தியது, ஒருவன் நின்று கொண்டிருந்தான், மற்றவன் சாய்ந்து கொண்டிருந்தான். தபாயியஸ் வாழ்த்தும் விதமாக ஏதோ முணுமுணுத்தான்; இன்னொருவன் பதற்றத்தோடு நடந்து கொண்டிருந்தான். சிறைக்கதவு கிறீச்சென்று மூடப்பட்டு சிப்பாய் சாவியை வைத்துப் பூட்டியதுமே அவனுக்கருகில் வந்தான்.

"நீங்கள்தான் கேப்டன் ஆர்தேமியோ க்ரூஸ்சா? நான் கொன்சாலோ பெர்னால், நம் படைத்தலைவர் வெனுஸ்தியானோ கரான்சாவின் பிரதிநிதி."

அவன் சாதாரண உடையிலிருந்தான். காஃபி நிறத்தில் கனமான துணியாலான மேலாடை, அதில் அழகுக்காக வார்ப்பட்டை போன்று வைத்துத் தைக்கப்பட்டிருந்தது. ஆர்தேமியோ அவனை எப்போதும் சாதாரண மனிதர்களை எப்படிப் பார்ப்பானோ அப்படிப் பார்த்தான். ரத்தம்சிந்திப் போராடுபவர்களை நெருங்க முயலும் சாதாரணர்கள் - அவனை வேகமாக இகழ்ச்சியும் அலட்சியமும் கலந்த பார்வையில் பார்த்தான். பெர்னால் தனது ஏறிய நெற்றியை, பொன்நிற மீசையைக் கைக்குட்டையால் துடைத்துக்கொண்டு தொடர்ந்தான்: "இந்த இந்தியன் மோசமான நிலையில் இருக்கிறான். அவனது கால் உடைந்திருக்கிறது."

கேப்டன் தோளைக் குலுக்கினான். "அவன் உயிரோடு

இருக்கும்வரைதானே, அது பெரிய விஷயம் இல்லை."

"உங்களுக்கு என்ன தெரியும்?" அவன் கைக்குட்டையை வாயில் வைத்தபடி பேசினான். வார்த்தைகள் அடங்கிய ஓசையோடு வெளிவந்தன.

"அவர்கள் நம் எல்லோரையும் சுடப்போகிறர்கள். ஆனால் எப்போதென்று கூறமாட்டார்கள். நாம் குளிரிலேயே இறந்துவிடுவோம் என்று நினைக்கிறீர்களா?"

"அதற்கு முன்னே நம் படை இங்கே வருவதற்குச் சாத்தியமில்லையா?"

இப்போது கேப்டன் அமைதியாக இருந்தான் - அவன் கூரையை, சுவர்களை, சிறிய கம்பிகளுடைய சன்னலை, மண் தரையைப் பார்த்துக்கொண்டிருந்தான்: தப்பிச்செல்லும் வழியைத் தேடும் அனிச்சையான செயல். அந்தப் புதிய எதிரியைப் பார்த்தான்: சிறைக்குள் அனுப்பப்பட்டுள்ள ஆள்காட்டி.

"தண்ணீர் இருக்கிறதா?" என்று கேட்டான்.

"அந்த யாக்கி அனைத்தையும் குடித்துவிட்டான்."

இந்தியன் முனகினான். உட்காரும் இடமாக, படுக்கையாக இருந்த கற்படுக்கையில் தலைசாய்த்திருந்த தாமிரநிற முகத்தை க்ரூஸ் நெருங்கினான். அவனது கன்னம் தபாயியஸ்சின் கன்னத்தினருகில் இருந்தது, முதல்முறையாக அவனைப் பின்னுக்கு நகரவைக்கும் வலிமையோடு தபாயியஸ்சின் முகத்தை உணர்ந்தான். எப்போதும் அது களிமண்ணைப்போலத்தான் இருக்கும். துருப்புகளில் ஒருவன், துடிப்பான, வேகமான அவனது போர்வீரனுக்குரிய உடலை இப்போது இந்த அமைதியில், வலியில் உணரமுடிந்தது. தபாயியஸ்சுக்கென ஒருமுகம் உண்டு; அவன் அதைப்பார்த்தான். நூற்றுக்கணக்கான வெள்ளைக் கோடுகள் - நகைப்பின், குமுறலின் கோடுகள் மற்றும் சூரிய ஒளியில் சுருங்கும் கண்கள் - அவனது இமைகளின் ஓரத்தையும் அகலமான கன்ன எலும்புகளில் வரையப்பட்ட சதுரங்களில். அவனது கனத்த துருத்திக் கொண்டிருக்கும் உதடுகள் மெதுவாகப் புன்னகைத்தன. அவனது சாம்பல்நிறக் குறுகிய கண்களில் கலங்கலான, மகிழ்ச்சியின் ஒளி.

"ஆக நீயும் வந்துவிட்டாய்" என்று அவனது மொழியில் கூறினான், கேப்டனும் அம்மொழியை சினலோவா மலைப்பகுதித்

துருப்புகளுடன் பேசும்போது கற்றிருந்தான். யாக்கியின் வலுவான கைகளைப் பற்றி அழுத்தினான்.

"ஆமாம், தபாயியஸ். இது இப்போது உனக்குத் தெரிவது நல்லது, ஒரேயடியாக அவர்கள் நம்மைச் சுடப்போகிறார்கள்."

"அப்படித்தானே ஆகும், நீயாக இருந்தாலும் அதைத்தான் செய்வாய்."

"ஆமாம்."

சூரியன் மறைந்து கொண்டிருக்க அவர்கள் அமைதியாக இருந்தனர். மூவருமாக இரவைக் கழிக்கத் தயாராகினர். பெர்னால் மெதுவாக அறைக்குள்ளேயே நடந்து கொண்டிருந்தான்: மண்தரையில் உட்கார்ந்து சில கோடுகளைக் கீறுவதும் பிறகு எழுந்து நடப்பதுமாக இருந்தான். வெளியே கூடத்தில் எண்ணெய் விளக்கொன்று எரிந்து கொண்டிருந்தது. அங்கே காவலுக்கிருக்கும் கார்போரலின் வாயசைப்பைக் கேட்டனர். குளிர்ந்தகாற்று பாலைமீது சுழன்றது.

மீண்டும் எழுந்து சிறைக்கதவுக்கு அருகில் சென்றான்: பைன் மரங்களை அறுத்துப் பலகையாக்கிய கதவு, கண்களின் உயரத்தில் சிறிய திறப்பு. மறுபக்கத்தில் சிப்பாய் பற்ற வைத்த சுருட்டின் புகை மிதந்து உயர்ந்தது. கைகளைத் துருப்பிடித்த கம்பியில் வைத்தபடி தங்களைக் காவல்காப்பவனின் உருவத்தை ஆராய்கிறான். கருத்த முடிக்கற்றைகள் அவனது தொப்பிக்கு வெளியே, சதுரமான, தாடி-யில்லாத கன்ன எலும்புகள் வரை நீண்டிருந்தன.

கைதி அவனது கண்களைப் பார்த்ததும் சிப்பாய் தன்னுடைய கைகளை அசைத்து மௌனமாக, "உனக்கு என்ன வேண்டும்?" என்று கேட்கிறான். அவனுடைய மறு கை இம்மாதிரியான வேலைகளில் ஈடுபடும்போது இருக்க வேண்டியது போலவே அவனது சிறுதுப்பாக்கியைப் பற்றியிருக்கிறது.

"நாளை செய்யவேண்டிய வேலைக்கான உத்தரவு வந்துவிட்டதா?"

அந்தச்சிப்பாய் தனது மஞ்சள்நிறக் கண்களால் இவனை உற்றுப் பார்த்தான். பதில் கூறவில்லை.

"நான் இந்தப் பகுதியைச் சேர்ந்தவனல்ல. நீ எப்படி? அது என்ன மாதிரியான இடம்?

"எந்த இடம்?"

"எங்களைச் சுடப்போகிறார்களே அங்கே. அங்கிருந்து என்ன பார்க்கலாம்?"

அவன் பேச்சைநிறுத்திவிட்டுக் கையை அசைத்தான். சிப்பாயை விளக்கைக் கொண்டுவரும்படி அழைத்தான். "என்ன பார்க்க முடியும்?"

அப்போதுதான் அவனுக்கு, தான் எப்போதுமே முன்கூட்டியே சிந்தித்து வந்திருக்கிறோம் என்பது புரிந்தது. தொடக்கத்தில் வெராக்ரூசிலுள்ள அந்தப் பாழடைந்த வீட்டிலிருந்து தப்பித்து மலையைக் கடந்து வந்தானே அப்போதிலிருந்து. அன்றிலிருந்து அவன் தனியாக இருப்பதைத் தெரிந்துகொள்ள விரும்பினான். அவனுடைய பலத்தைத் தவிர வேறெதுவும் இல்லை... இப்போது... அவனால் அந்தக் கேள்வியைக் கேட்காமல் இருக்க முடியவில்லை - அது எப்படி இருக்கும், அங்கிருந்து என்ன பார்க்கலாம் - ஒருவேளை அது நினைவுகளின் பதற்றத்தை மறைப்பதற்காகக்கூட இருக்கலாம். மெதுவாக ஓடும் ஆறு மற்றும் இலைவடிவிலான பன்னங்கள் குறித்த சித்திரம், ஒரு குடிசையின் மேலே குழாய் வடிவிலான பூக்கள், கஞ்சியிட்ட பாவாடை மற்றும் சீமைமாதுளையின் மணம் கொண்ட கூந்தல்...

"அவர்கள் இங்கேயே பின்னாலுள்ள வெளிமுற்றத்திற்கு உன்னை அழைத்துச் செல்வார்கள்" என்றான் சிப்பாய், "என்ன பார்க்க முடியும்? - என்னவாக இருக்கும் என்று நினைக்கிறாய்? - அதுவொரு நாசமாய்ப்போன பெரிய சுவர், முழுக்க துப்பாக்கித் தோட்டாக்களின் துளைகள். நாங்கள் நிறைய பேரைச் சுடுகிறோம்..."

"ஆனால் மலைகள். மலைகளைப் பார்க்க முடியாதா?"

"இங்கே பார், உண்மையில் எனக்கு ஞாபகமில்லை."

"நிறைய மரணதண்டனையை பார்த்துவிட்டாயோ?"

"சரியாகக் கூறினாய்."

"ஒருவேளை சுடப்படுபவனைக் காட்டிலும் சுடுபவனுக்கு என்ன நடக்கிறது என்று தெளிவாகப் பார்க்க முடியும் போல."

"நீ எப்போதுமே தண்டனை நிறைவேற்றத்தில் இருந்ததில்லையா?"

(ஆமாம், நான் தண்டனை நிறைவேற்றத்தில் இருந்திருக்கிறேன், ஆனால் அந்த மற்றவன் என்ன உணர்வான் என்றோ அல்லது நம்முடைய முறையும் ஒருநாள் வரும் என்றோ சிந்தித்ததில்லை. அதனால்தான் எனக்கு எந்தக்கேள்வியும் கேட்கும் உரிமை இல்லை, இல்லையா? என்னைப்போலவே நீயும் கவனிக்காமல் கொலை செய்திருக்கிறாய். அதனால்தான் அடுத்தவன் என்ன உணர்கிறான் என்று தெரியவில்லை யாராலும் அதைக்கூற முடியவில்லை. இறப்பவன் மட்டும் திரும்பிவர முடிந்தால், துப்பாக்கி சுடப்படும் ஓசையை, தன் முகத்திலும் மார்பிலும் அவை துளைப்பதைக் கூறமுடிந்தால். அதுகுறித்த உண்மைகளை அவனால் கூறமுடிந்தால் ஒருவேளை நம்மால் யாரையும் கொல்லமுடியாது என்று நினைக்கிறேன்; அல்லது இறப்பு என்பது யாருக்குமே ஒரு பெரிய விஷயமாக இனியெப்போதுமே இருக்காது... அது மோசமான ஒன்றாக இருக்கும்... ஆனால் அதேசமயம் பிறப்பைப்போன்று இயல்பானதாகவும் அது இருக்கலாம்... உனக்கும் எனக்கும் என்ன தெரியும்?)

"கேளுங்கள் கேப்டன், இனி உங்களுடைய சின்னங்கள் உங்களுக்குத் தேவைப்படாது. எனக்குக் கொடுத்துவிடுங்கள்."

அந்தச் சிப்பாய் கம்பிகளுக்கிடையே கைநீட்டினான், அவன் சிப்பாயிடமிருந்து முகத்தைத் திருப்பிக்கொண்டான். சிப்பாய் அடங்கிய கீச்சிடும் குரலில் சிரித்தான். யாக்கி அவனது மொழியில் ஏதோ கூறினான். அவன் இந்தியனது காய்ச்சலில் உள்ள புருவங்களை வருடும்பொருட்டும் அவன் பேசுவதைக் கேட்கவும் அருகில் நகர்ந்தான். இருவரும் சேர்ந்து மெல்லிய குரலில் பேசிக்கொண்டனர்.

"அவன் என்ன கூறுகிறான்?"

"சில விஷயங்களைப் பேசுகிறான். அவனது இனமக்கள் காலங்காலமாக வாழ்ந்து வந்த நிலங்களை சில வெள்ளையர்களுக்குக் கொடுப்பதற்காக எவ்வாறு அரசாங்கம் பறித்துக்கொண்டது. எவ்வாறு அவர்கள் தங்கள் நிலத்துக்காகப் போராடினர்; எவ்வாறு ஃபெடரல் படை உள்ளே நுழைந்தது. எவ்வாறு அவர்களின் கைகளை வெட்டி மலைகளை நோக்கித் துரத்தி விட்டது. எப்படி யாக்கிகளின் தலைவர்களை ஏமாற்றி வரவழைத்து அவர்களைக் கல்லைக்கட்டிக் கடலில் இறக்கியது."

யாக்கி கண்களை மூடியபடி பேசினான். "எங்களில் மிச்சமிருந்தவர்களை நீண்ட வரிசையில் அங்கிருந்து,

சினலோவாவிலிருந்து அடுத்த முனையான யூகதன் வரை நடக்க வைத்தனர்.''

''எவ்வாறு அவர்கள் இறந்து கொண்டிருந்த பழங்குடி-யினப் பெண்கள், முதியவர்கள் மற்றும் குழந்தைகளை அழைத்துச்சென்றனர். சணல் பயிரிடப்பட்டிருந்த பண்ணைகள் வரை உயிரோடு வந்து சேர்ந்தவர்களை அடிமைகளாக விற்றனர், கணவன்களை மனைவிகளிடமிருந்து பிரித்தனர். எவ்வாறு பெண்களை சீன வேலையாட்களுடன் உறவுகொள்ள வைத்தனர். அப்போதுதான் அவர்கள் தங்கள் மொழியை மறந்து மேலும மேலும் வேலையாட்களைப் பெற்றுக்கொள்வர்...''

''நான் திரும்பி வந்தேன், நான் திரும்பி வந்தேன். போர் தொடங்கிவிட்டது என்று கேட்டவுடனேயே என் சகோதரர்களோடு சேர்ந்து தீமைக்கு எதிராகப் போரிட வந்தேன்.''

யாக்கி மெதுவாகச் சிரித்தான். ஆர்தேமியோ க்ரூஸ் சிறுநீர் கழிக்க வேண்டுமென்று உணர்ந்தான். எழுந்து தனது காக்கிநிறக் கால்சராயின் பற்பிணையைக் கழற்றி ஒரு மூலையைக் கண்டு, மண்ணில் விழுகிற ஓசையைக் கேட்டான். தைரியமான ஆட்களின் வழக்கமான முடிவு ஞாபகத்திற்கு வந்ததும் முகத்தைச் சுளித்தான். அவர்களது சீருடையின் கால்சராயில் ஈரத்தடம் இருக்கும். பெர்னால் கைகளைக் கட்டிக்கொண்டு சன்னலின் கம்பிவழியாக இந்தக் குளிர்ந்த இருள்சூழ்ந்த இரவில் நிலவின் ஒளியை எதிர்பார்ப்பவன் போல இருந்தான். சிலசமயம் தொடர்ந்து சுத்தியல் அடிக்கும் ஓசை கேட்டது; நாய்கள் ஊளையிட்டன. சில அர்த்தம் புரியாத உரையாடல்கள் சுவரைத்தாண்டி உள்ளே வந்தன. அவன் தனது சட்டையிலிருந்த புழுதியைத் தட்டிவிட்டு அந்த வழக்கறிஞனிடம் சென்றான்.

''சிகரெட் ஏதும் இருக்கிறதா?''

''ஆமாம்... என்றுதான் நினைக்கிறேன்... எங்கேயோ இருக்கிறது.''

''யாக்கிக்கும் ஒன்று கொடு.''

''ஏற்கெனவே கொடுத்தேன். ஆனால் அவனுக்கு என்னுடைய சிகரெட் பிடிக்கவில்லை.''

''அவனுடையது அவனிடம் இருக்கிறதா?''

“தீர்ந்துவிட்டதென்று நினைக்கிறேன்.”

“சிப்பாய்களிடம் சீட்டுக்கட்டு இருக்கலாம்.”

“இல்லை. என்னால் கவனம் செலுத்த முடியாது. என்னால் முடியாதென்று...”

“தூக்கமா?”

“இல்லை.”

“நீ கூறுவது சரிதான். தூங்கவேண்டிய அவசியம் இல்லை.”

“நீ வருந்தவேண்டிவரும் என்று நினைக்கிறாயா?”

“என்ன?”

“மன்னிக்கவும், நான் கூறுவது, எப்போதாவது படுத்ததற்காக...”

“அது நல்ல சிந்தனைதான்.”

“ஆமாம். நினைத்துப் பார்ப்பது நல்லது. அப்படிச்செய்வது நல்லதென்பார்கள்.”

“அப்படியொன்றும் நீண்ட அளவிலான வாழ்க்கையில்லை.”

“ஏன் இல்லை? அதுதான் யாக்கியின் அனுகூலம். அநேகமாக அதனால்தான் அவன் பேசவிரும்பவில்லை.”

“சரிதான். இல்லை, நீ கூறுவது விளங்கவில்லை.”

“அதாவது, யாக்கிக்கு நினைவுகூர அதிகம் இருக்கிறது.”

“அநேகமாக அவர்களது மொழியில் நம்மைப்போல நினைத்துப்பார்க்க மாட்டார்களோ என்னவோ.”

“இப்போது கூறினானே, சினலோவாவிலிருந்து நடந்து சென்றது பற்றி.”

“ஆமாம்.”

“...”

“ரெஹீனா.”

"என்ன…"

"ஒன்றுமில்லை. பெயர்களைக் கூறினேன்."

"உனக்கு என்ன வயது?"

"இப்போதுதான் இருபத்தாறாகியது. உனக்கு?"

"இருபத்தொன்பது. எனக்கும் நினைத்துப்பார்க்க அதிக விஷயங்கள் இல்லை. வாழ்க்கை திடீரென இவ்வளவு தீவிரமடைந்துவிட்டாலும்."

"மனிதர்கள் எப்போது நினைத்துப் பார்க்கத் தொடங்குகிறார்கள், உதாரணமாகத் தங்கள் பால்யத்தை?"

"உண்மைதான்; அது கடினமானது."

"உனக்கொன்று தெரியுமா? இப்போதுதான், நாம் பேசிக் கொண்டிருக்கும்போது…"

"என்ன?."

"நானும் சில பெயர்களை எனக்குள் கூறிக்கொண்டேன். ஒன்று தெரியுமா? அவை இப்போது எனக்கு எந்த உணர்வையும் தருவதில்லை, ஒன்றுமேயில்லை."

"எப்படியும் சூரியன் உதிக்கத்தான் போகிறது."

"கண்டுகொள்ள வேண்டியதில்லை."

"முதுகில் வியர்த்து வழிகிறது"

"எனக்கொரு சிகரெட் கொடு. என்ன நடந்தது?"

"மன்னிக்கவும். இதோ. அநேகமாக உனக்கு எதுவும் தோன்றவில்லை."

"அவர்கள் அப்படித்தான் கூறுவார்கள்."

"யார் கூறுவது, க்ரூஸ்?"

"கொல்பவர்கள்தான்."

"அது உனக்கு முக்கியமாகப்படுகிறதா?"

"அது…"

"அதைப்பற்றிச் சிந்திக்கலாம்…"

"என்ன? அவர்கள் நம்மைக் கொன்றபிறகும் எதுவும் மாறாமல்தான் இருக்கப்போகிறது என்றா?"

"இல்லை. அடுத்து நடக்கப்போவதை நினைக்காதே; பின்னோக்கி நினைத்துப்பார். நான் ஏற்கெனவே இந்தப்புரட்சியில் இறந்தவர்களை நினைத்துப் பார்க்கிறேன்."

"சரிதான். நான் பூலே, அபாரிஸியோ, கோம்ஸ், கேப்டன் திபூர்சியோ அமரில்லாஸ் ஆகியோரை நினைக்கிறேன்… ஒரு சிலர் மட்டுமே."

"இருபது பேரைக்கூட நினைக்க முடியாது என்று உறுதியாகக்கூறுவேன். அவர்கள் மட்டுமல்ல. இறந்த அனைவரின் பெயர்களும் என்ன? இந்தப்புரட்சியில் மட்டுமல்ல அனைத்துப்போர்களிலும், தங்களது படுக்கையில் அமைதியான முறையில் இறந்தவர்களும் கூட. அவர்களை யார் நினைத்துப் பார்க்கிறார்கள்?"

"கவனி. தீப்பெட்டியைக் கொடு."

"மன்னிக்கவும், இதோ."

"நிலவு மேலே வந்துவிட்டது."

"அதைப் பார்க்க வேண்டுமா? என் தோளில் நின்றால், உன்னால் சிறிது பார்க்க முடியும்…"

"இல்லை, அவ்வளவு சிரமத்திற்கு உகந்ததில்லை."

"என் கடிகாரத்தை அவர்கள் எடுத்துச்சென்றதும் நல்லதுதான்."

"ஆமாம்."

"இல்லையென்றால் நிமிடங்களை எண்ணிக்கொண்டிருப்பேன்."

"நிச்சயமாக. எனக்குப் புரிகிறது."

"இரவு அதிகம் போல… அதாவது நீலமாக…"

"இந்த நாற்றம் பிடித்த மூத்திர அறை."

"அந்த யாக்கியைப் பார். ஆழ்ந்து உறங்குகிறான். நல்லது, யாரிடமும் அவன் பயந்ததாகக் காட்டிக்கொள்ளவில்லை."

"இப்போது இங்கே மாட்டிக்கொண்ட இன்னொரு நாள்."

"யாருக்குத் தெரியும் அவர்கள் எப்போது வேண்டுமானாலும் உள்ளே வரலாம்."

"இவர்கள் வரமாட்டார்கள். இவர்களுக்கு இந்த விளையாட்டு பிடித்திருக்கிறது. விடியற்காலையில் சுடுவதென்பது மிகவும் சடங்கு பூர்வமானது. அவர்கள் நம்மோடு விளையாடுவார்கள்."

"அவன் உணர்ச்சிவசப்பட்டவனாக இல்லை?"

"வியாவென்றால் ஆமாம். ஸகாலென்றால் இல்லை."

"க்ரூஸ்... இது உண்மையில் அபத்தமாக இல்லை?"

"எது?"

"பெரிய தலைகளில் ஒருவரின் கையால் சாகப்போவது, அவர்கள் யாரையும் நம்பாமல் இருப்பது."

"அநேகமாக நம் மூவரையும் ஒன்றாக அழைத்துச் செல்வார்கள். அல்லது ஒவ்வொருவராக அழைத்துச் செல்வார்களோ?"

"ஒற்றைச்சுமை சுலபமானது, என்ன நினைக்கிறாய்? ஹேய், நீதானே இங்கே ராணுவவீரன்."

"உன்னுடைய சட்டைக்கையில் ஏதும் தந்திரங்கள் இல்லையா?"

"உன்னிடம் ஒன்று கூறவா? சிரித்தே செத்துவிடுவாய்."

"அது என்ன?"

"நாம் இங்கிருந்து உயிரோடு வெளியே போகப்போவதில்லை என்பதில் நான் உறுதியாக இல்லாவிட்டால் இதை உனக்குக் கூறமாட்டேன். கரான்சா என்னை இந்தப்பணிக்காக அனுப்பியதே நான் இவர்களிடம் மாட்டிக்கொள்ளவேண்டும், இவர்கள் என் மரணத்திற்குப் பொறுப்பாக வேண்டும் என்பதற்காகத்தான். உயிரோடு இருக்கும் துரோகியைக் காட்டிலும் இறந்த நாயகன்

நல்லதென்று அவருக்கு யோசனை உதித்தது."

"நீ துரோகியா?"

"அது நீ எப்படிப்பார்க்கிறாய் என்பதைப் பொறுத்தது. நீ போர்க்களத்தில் மட்டுமே இருந்திருக்கிறாய்; உத்தரவுகளைப் பின்பற்றுவாய், உன்னுடைய தலைவர்கள் மீது உனக்கு ஒருபோதும் சந்தேகம் வருவதில்லை."

"சரிதான். எங்களுடைய பணி போரில் வெற்றிபெறுவது. நீ ஒப்ரிகான் மற்றும் கரான்சாவின் பக்கம்தானே இருக்கிறாய்?"

"ஸபாத்தா மற்றும் வியாவின் பக்கமும் அப்படித்தான் இருப்பேன். நான் இவர்கள் யாரையுமே நம்புவதில்லை."

"எனவே?"

"அதுதான் நாடகமே. அவர்கள் எல்லோரும் இதில் இருக்கிறார்கள். உனக்கு இதன் தொடக்கம் நினைவிருக்குமா தெரியவில்லை. அது குறுகியகாலத்திற்கு முன்பு நடந்ததுதான். ஆனால் வெகுகாலம் முன்புபோல் இருக்கும்... இந்தத் தலைவர்கள் அனைத்தும் ஒரு பொருட்டான ஆட்களாக இல்லாதபோது. இது ஒரு தனிமனிதனின் உயர்வுக்காக அன்றி அனைத்து மனிதர்களின் உயர்வுக்குமாக இருந்தபோது."

"நம்முடைய ஆட்களையே குற்றம் சொல்லும்படி என்னை மாற்ற முயல்கிறாயா? இந்தப்புரட்சியே அதற்காகத்தான். வேறெதற்கும் இல்லை. தலைவர்களுக்கு நேர்மையாக இருப்பது."

"சரி. தன்னுடைய நிலத்திற்காகப் போராடிக்கொண்டிருந்த இந்த யாக்கிகூட இப்போது ஜெனரல் ஒப்ரிகானுக்காக, ஜெனரல் வியாவை எதிர்த்து மட்டும் போரிடுகிறான். இல்லையா - முன்பு இது வேறொன்றாக இருந்தது. இது பிரிவுகளாகச் சிதைவதற்கு முன்பு. எப்போதெல்லாம் ஒரு கிராமத்திற்குள் புரட்சி நுழைகிறதோ, விவசாயிகளின் அனைத்துக் கடன்களும் ரத்து செய்யப்படும். பணம் கொடுப்பவர்களின் சொத்துகள் பறிமுதல் செய்யப்படும். அரசியல்கைதிகள் அனைவரும் சிறையிலிருந்து விடுவிக்கப்படுவார்கள். பழைய தலைவர்கள் முடிந்துபோவார்கள். ஆனால் புரட்சி என்பது தலைவர்களை ஊதிப்பெருக்க அல்லாமல் மக்களை விடுவிக்க என்று நினைப்பவர்கள் பின் தள்ளப்படுவார்கள்.

“காலம் பதில் சொல்லும்.”

“இல்லை, சொல்லாது. ஒரு புரட்சி போர்க்களத்தில் தொடங்கலாம். ஆனால் அது கறைபடிந்ததாக மாறிவிட்டால், ராணுவச்சண்டைகளில் வெற்றி பெற்றும் அது தோற்றது போல்தான். அதற்கு நம் எல்லோரையும்தான் பழிசொல்ல வேண்டும். நாம் நம்மைப் பிரிக்க அனுமதித்து, பேராசையும் நோக்கமும் கொண்ட சாதாரணர்கள் நம்மை ஆள அனுமதித்துள்ளோம். உண்மையான, அடிப்படைத்தத்துவம் சார்ந்த, கொள்கையை விட்டுக்கொடுக்காத புரட்சியை விரும்புபவர்கள், துரதிர்ஷ்டவசமாக அறிவில்லாத முட்டாள்களாக இருகிறார்கள். படித்தவர்களுக்குப் பாதிப் புரட்சிதான் தேவை, அவர்கள் விரும்பும் விஷயங்களுக்குத் தோதானவை மட்டும்: நன்றாக இருக்க, நன்றாக வாழ, தோன் பொர்ஃபீரியோவின் உயரடுக்கு வர்க்கநிலையைக் கைக்கொள்ள விருப்பம். அதுதான் மெக்சிகோவின் நாடகம். என்னைப்பார். என் வாழ்க்கை முழுவதையும் க்ரோபோட்கின், பாகுனின், மற்றும் பழைய ப்ளெகனோவ் ஆகியோரை வாசித்துக்கொண்டிருந்தேன், சிறுவயதிலிருந்து புத்தகத்தில் புதைந்து கிடந்தேன். மற்றும் பேச்சு, பேச்சு, பேச்சு. பிறகு முடிவெடுக்கும் வேளை நெருங்கியதும் நான் கரான்சாவோடு சேர வேண்டியதாயிற்று. ஏனென்றால் அவர் ஒருவர்தான் சற்று ஏற்புடைய வகையிலிருக்கிறார். என்னை அச்சப்படுத்தாத ஒருவர். முட்டாள் போலத் தெரிகிறேனா? நான் மக்களைப் பார்த்து அச்சம் கொள்கிறேன். வியாவைப் பார்த்து, மற்றும் ஸபாத்தாவைப் பார்த்து... ‘சாத்தியமுள்ள நபர்களாக இன்று இருக்கும் நபர்கள் சாத்தியமுள்ள நபர்களாகவே தொடரும்போது நான் அசாத்தியமான மனிதனாகவே இருப்பேன்’... ஓ, ஆமாம், நிச்சயமாக, நிச்சயமாக.”

“இவையனைத்தையும் இப்போது பேசுகிறாய், நீ இறக்கும் தருவாயில் உள்ளபோது...”

“அதுதான் என் குணத்திலுள்ள அடிப்படைச் சிக்கல்: அற்புதங்கள் குறித்த எனது விருப்பம், இதுவரை கண்டிராத சாகசங்கள், முடிவற்ற சாத்தியங்கொண்ட முயற்சிகள், தெரியாத தொடுவானங்கள்... ஓ, ஆமாம், நிச்சயமாக, நிச்சயமாக.”

“இதையெல்லாம் ஏன் வெளியிலிருக்கும்போது கூறவில்லை?”

“நிச்சயம் கூறினேன், 1913-இல் இதுர்பேயிலிருந்து தொடங்கி, லூசியோ ப்ளாங்கா, புயெல்னா, பெரிய அதிகாரியாக முயற்சி

செய்யாத அனைத்து மரியாதைக்குரிய ராணுவ ஆட்களுக்கும். அதனால்தான் அவர்களுக்கு கரான்சாவை முளையிலேயே எப்படிக் கிள்ளியெறிவது என்று தெரியவில்லை. அதாவது அவர் வாழ்க்கை முழுவதும் எதுவுமே சாதித்ததில்லை, ஆனால் மக்களை அவர்களுக்குள்ளேயே எதிரெதிராகத் திருப்பிவிட்டு பிரித்துவிட்டார். ஏனென்றால் அதைச்செய்யாவிட்டால், யார்தான் அவரிடமிருந்து உத்தரவைப் பெற்றுக்கொள்வார்கள். முன்பிருந்த சாதாரணர்கள்தானே? அதனால்தான் அவர் சாதாரணர்களை முன்னிறுத்தினார். பாப்லோ கொன்ஸாலெஸ் போன்றவர்களை, அவர்கள் அவரை ஒருபோதும் குறைத்துப்பேச மாட்டார்கள். இப்படித்தான் அவர் புரட்சியைப் பிரித்தார், அதைப் பிரிவுகளுக்கு இடையேயான போராக மாற்றினார்."

"அதனால்தான் உன்னைப் பெராலெஸ்சுக்கு அனுப்பி வைத்தாரா?"

"என்னுடைய பணி வியாவின் ஆட்களை சண்டையை நிறுத்தும்படி சம்மதிக்க வைப்பது. உண்மையில் அவர்கள் தோற்று ஓடிக்கொண்டிருக்கிறார்கள் என்பதும் அவர்கள் கையில் கிடைக்கும் ஒவ்வொரு கரான்சா ஆதரவாளரையும் சுட்டுத்தள்ள விரும்புகிறார்கள் என்றும் நம் அனைவருக்கும் தெரியாது. அந்தக்கிழவர் தனது கைகளைக் கறையாக்கிக்கொள்ள விரும்பவில்லை. அதற்குப் பதிலாக தனது எதிரிகள் இந்தக் கீழான வேலையைச் செய்யட்டும் என்பார். ஆர்தேமியோ, ஆர்தேமியோ, இந்தத் தலைவர்கள் தங்களது புரட்சியிலும் மக்களுக்கிடையேயும் சமத்துவமாக இல்லை."

"எனில் நீ ஏன் வியாவிடம் சென்று சேரவில்லை?"

"எதற்காக மறுபடியும் அதேபோன்றதைத் தேர்ந்தெடுக்கவேண்டும்? எவ்வளவு நாள்கள் தாக்குப் பிடிக்கிறதென்று பார்த்துவிட்டு அடுத்தவரிடம் சென்று மீண்டும் அடுத்தவர், அடுத்தவர், மீண்டும் ஏதோவொரு சிறையில் என்னுடைய மரணதண்டனையை எதிர்பார்த்து இருக்கவேண்டுமா?"

"ஆனால் நீ உன்னைக் காப்பாற்றிக் கொள்ளலாமே..."

"வேண்டாம்... நம்பு க்ரூஸ், நான் என்னைக் காப்பாற்றிக்கொண்டு மீண்டும் ப்யூப்லாவுக்குத் திரும்ப விரும்புகிறேன். என் மனைவியை, என் மகனைப்பார்க்க. லூயிசா மற்றும் பொடியன் பான்சோ. என் அன்புத்தங்கை கதலீனா, அவள் என்னை அதிகம் சார்ந்து இருக்கிறாள். என் அப்பாவைப் பார்க்கவேண்டும். என் அன்புக்

கிழவர் தோன் கமாலியேல், அவ்வளவு நேர்மை, அவ்வளவு குருட்டுத்தனம். நான் இதிலெல்லாம் ஏன் ஈடுபட்டேன் என்று அவருக்குக் கூறவிரும்புகிறேன். ஆனால் அவர் ஒருபோதும் புரிந்து கொள்ளவில்லை. நமக்கென்று உள்ள சில கடப்பாடுகளை நாம் செய்யவேண்டும். அது அத்தனையும் தோல்வியில் முடியப்போகிறது என்று தெரிந்தால் கூட. அவரைப் பொறுத்தவரை பழைய முறைகள் நிலையானவை - பண்ணைகள், உருமறைப்புடைய கடன் தொழில், அனைத்தும்... யாரேனும் என்னுடைய செய்தி ஒன்றை அவர்களிடம் சென்று சேர்த்தால் நன்றாக இருக்கும் என்று நினைக்கிறேன். ஆனால் இங்கிருந்து யாரும் உயிருடன் வெளியேறப்போவதில்லை. அது எனக்குத் தெரியும். இல்லை; இது அத்தனையும் கபடமான இசை-நாற்காலி விளையாட்டுத்தான். நாம் அனைவரும் குற்றவாளிகள் மற்றும் குள்ளர்களிடையே வாழ்ந்துகொண்டிருக்கிறோம். ஏனெனில் பெரிய தலைவரானவர் தன்னைத்தாண்டி வளராத சின்ன மனிதர்களையே ஆதரிக்கிறார். சிறிய தலைவர் தான் முன்னேறுவதற்காக பெரிய தலைவரைக் கொல்கிறார். அவமானம், ஆர்தேமியோ. நடப்பது அத்தனையும் எவ்வளவு அத்தியாவசியமானது, அதேசமயம் அதைக் குலைப்பது எவ்வளவு அனாவசியமானது. 1913-இல் மக்களின் புரட்சியை நாம் தொடங்கியபோது விரும்பியது இது அல்லவே... உன்னைப் பொறுத்தவரையில் நீ முடிவு செய்துகொள்வது நல்லது. அவர்கள் ஸபாத்தா மற்றும் வியாவை அகற்றியபின் இரண்டு தலைவர்களே இருப்பார்கள், நீ வேலை செய்து கொண்டிருக்கும் இருவர். இருவரில் எவர் பின்னால் போவாய்?"

"என்னுடைய தலைவர் ஜெனரல் ஓப்ரிகான்."

"நல்லது. குறைந்தது நீ ஒன்றைத் தேர்வு செய்திருக்கிறாய். அது உன்னுடைய உயிரைப் பறிக்காமல் இருக்கட்டும்; நான் விரும்புகிறேன்..."

"அவர்கள் நம்மைச் சுடப்போகிறார்கள் என்பதை நீ மறந்துவிட்டாய்."

பெர்னால் ஆச்சரியத்தில் சிரித்தான். தன்னைப் பிணைத்திருக்கும் சங்கிலிகளை மறந்து பறக்க முயன்றது போல. மற்ற கைதியின் தோள்களை அழுத்தியபடி கூறினான்: "இந்த நாசமாய்போன அரசியல் பித்து! அநேகமாக இதுவொரு உள்ளுணர்வாக இருக்கலாம். நீ ஏன் வியாவிடம் சேரக்கூடாது?"

அவனால் கொன்சாலோ பெர்னாலின் முகத்தைச் சரியாகப் பார்க்கமுடியவில்லை. ஆனால் இருட்டிலும் அவனால் இகழ்ச்சியான பார்வையை உணரமுடிந்தது. அனைத்தும் தெரியும் என்று பேசக்கூடிய மோசடிசெய்யும் வழக்கறிஞர், மற்றவர்கள் உயிரைக்கொடுத்துப் போராடிக் கொண்டிருக்கும்போது பேசமட்டும் செய்வார்கள். உடனடியாக அவன் பெர்னாலிடமிருந்து விலகிச் சென்றான்.

"என்ன விஷயம்?" வழக்கறிஞன் புன்னகையோடு கேட்டான்.

அவன் உறுமிவிட்டுத் தன் சிகரெட்டைப் பற்றவைத்துக் கொண்டான். "இப்படிப் பேசுவது சரியல்ல" என்று பற்களைக் கடித்தான். "இதையெல்லாம் எங்கே கற்றுக்கொண்டாய்? நான் உன்னிடம் அனைத்தையும் கூறினேனா? ஒன்றைத் தெளிவுபடுத்துகிறேன். கேட்காமலேயே அனைத்தையும் சொல்கிறவன் எனக்கு அச்சத்தை ஊட்டுகிறான். அதிலும் குறிப்பாக அவன் எப்போது வேண்டுமானாலும் இறக்கலாம் எனும்போது. வாயை மூடு, வழக்கறிஞனே, உனக்கு நீயே என்ன வேண்டுமானாலும் கூறிக்கொள். ஆனால் என் தைரியத்தை இழக்காமல் என்னைச் சாகவிடு."

கொன்சாலோவின் குரல் உலோகத்தில் உறையிட்டது போல வெளிப்பட்டது: "இதைக்கேள், ஹீ-மேன். நம் மூவருக்கும் மரணதண்டனை விதிக்கப்பட்டுள்ளது. இந்த யாக்கி தன் கதையை நமக்குக் கூறினான்..."

அவனது ஆத்திரம் தன்மீதே திரும்பியது; ஏனென்றால் அவன் தன்னை நெருக்கத்திற்குள், உரையாடலுக்குள் நழுவ விட்டுவிட்டான். அதுபோன்ற உறுதிக்குத் தகுதியில்லாத ஒரு மனிதனிடம் தன்னைத் திறந்து காண்பித்துவிட்டான்.

"அதுவொரு உண்மையான மனிதனின் வாழ்க்கை. அவனுக்கு அதைக்கூற உரிமையுண்டு."

"நீ எப்படி?"

"நான் எப்போதும் செய்ததெல்லாம் போரிடுவது மட்டுமே. ஒருவேளை வேறு ஏதேனும் இருக்குமானால் அது எனக்கு நினைவில்லை."

"நீ ஏதோவொரு பெண்ணை நேசித்தாய்..."

அவன் தனது கை முட்டியை இறுக்கினான்.

"... உனக்கு ஒரு தந்தை இருந்தார், ஒரு தாய்; ஒரு மகன்கூட எங்கேழிலும் இருக்கலாம். இல்லையா? எனக்கு இருக்கிறான் க்ரூஸ். ஒரு சாதாரண மனிதனின் வாழ்க்கை எனக்கு வேண்டுமென நினைக்கிறேன் - நான் சுதந்திரமாகி அவ்வாழ்க்கைக்குச் செல்ல நினைக்கிறேன். உனக்கில்லையா? உன்னை அன்பு செய்வது உனக்குப் பிடிக்காதா...?"

பெர்னாலின் குரல் உடைந்தது. ஆர்தேமியோவின் கைகள் இருட்டில் அவனைத் தேடின. ஒருவார்த்தையும் பேசாமல் சுவரோடு வைத்து அவனை அடித்தான். மழுங்கிய உறுமல், அவன் கைநகங்கள், எண்ணங்கள் மற்றும் மென்மையைத் தனது ஆயுதமாகக் கொண்டுள்ள இந்தப்புதிய எதிரியின் மேலாடையிலுள்ள மடிப்பில் சிக்கியது, அவன் கேப்டனுடைய, கைதியினுடைய, தன்னுடைய ரகசியச் சிந்தனையை வெளிப்படுத்த மட்டுமே செய்தான்: நம் இறப்பிற்குப்பின் என்ன ஆகும்?

அவனது கைமுட்டி தொடர்ந்து தாக்கிக்கொண்டிருந்தாலும் பெர்னால் தொடர்ந்து பேசினான்: "...அவர்கள் நமது முப்பது வயதிற்கு முன்னால் மட்டும் நம்மைக் கொல்லவில்லை என்றால்?... நம்முடைய வாழ்க்கை என்னவாகியிருக்கும்? நான் எவ்வளவோ விஷயங்களைச் செய்ய விரும்புகிறேன்..."

அவனது முதுகு முழுக்க வியர்வையில் நனைந்து அவனது முகம் பெர்னாலின் முகத்திற்கருகே வந்து முணுமுணுத்தது: "...அனைத்தும் எப்போதும் எப்படி இருந்ததோ அப்படியே இருக்கும். உனக்குப் புரியவில்லையா? சூரியன் உதிக்கும், குழந்தைகள் பிறந்துகொண்டேயிருக்கும். நாம் இருவரும் இறந்து புதைக்கப்பட்டாலும் கூட, உனக்குப் புரிகிறதா?"

வன்முறையான மோதலுக்குப்பின் இருவரும் பிரிந்தனர். பெர்னால் தரையில் விழுந்தான்; மனதைத் தயார் செய்துகொண்டு க்ரூஸ் சிறைக்கதவை நோக்கி நடந்தான்: ஸகாலிடம் ஒரு புனைகதையைக் கூறி, அவனிடம் யாக்கியை விடுதலை செய்யக்கேட்பான். பெர்னாலை அவனது விதியின்படி விட்டுவிட வேண்டியது. காவலுக்கிருந்த சிப்பாய் வாய்க்குள் பாடியபடி அவனை கர்னலிடம் அழைத்துச்சென்றபோது அவன் உணர்ந்ததெல்லாம் ரெஹீனாவை இழந்த வலி மட்டுமே, அவன் மறைத்துவைத்துள்ள இனிப்பும் கசப்பும் சேர்ந்த நினைவுகள், இப்போது மேல்மட்டத்திற்கு

வந்து கொதித்துக் கொண்டிருந்தன, அவனை வாழச்சொல்லிக் கேட்கின்றன. இறந்தவள் எங்கோ பெயரற்ற ஒரு நகரத்திலுள்ள அடையாளமற்ற கல்லறையில் புழுவால் தின்னப்படும் உடலைத் தவிர வாழும் மனிதனொருவனின் நினைவை வேண்டுவது போல.

“எங்களை ஏமாற்றி விடலாம் என்று சாமர்த்தியமாக ஏதும் திட்டமிடாதே” என்று கர்னல் ஸகால் தனது நிரந்தரச் சிரிப்புடன் கூடிய குரலில் கூறினான். “இப்போதே இரண்டு குழுக்களை அனுப்பி நீ கூறுவது உண்மைதானா என்று பார்ப்பேன். அது உண்மையில்லை என்றாலோ அல்லது தாக்குதல் வேறு திசையிலிருந்து நடந்தாலோ பிறகு நீ கடவுளோடு சமாதானம் செய்துகொள்ள வேண்டியதுதான். மேலும் நீ உன்னுடைய கௌரவத்தை விலையாகக் கொடுத்து சில மணிநேரங்கள் உன் வாழ்வை நீட்டித்துக்கொண்டாய் என்பதைப் புரிந்துகொள்.”

ஸகால் தன் கால்களை நன்றாக நீட்டி தனது பாதங்களை ஒன்றன் பின் ஒன்றாக ஆட்டினான். அவனது மூடுகாலணிகள் மேசை மீதிருந்தன. நைந்து, தொய்ந்துபோனவை.

“யாக்கி விஷயம் என்ன?”

“ஒப்பந்தத்தில் அவனைப்பற்றிய பேச்சு இல்லை. பார்: இரவு நீண்டுகொண்டே செல்கிறது. ஏன் இந்தப்பாவமான வேசிமகன்களை இன்னொருநாள் வாழப்போகிறோம் என்று நினைக்கவைத்துச் சீண்டவேண்டும்? கார்போரல் பயான்! மற்ற இரண்டு கைதிகளையும் நல்லதொரு வாழ்க்கைக்கு அனுப்பிவைப்போம். அவர்களைச் சிறை-யிலிருந்து அழைத்து பின்பக்கம் கொண்டுவா.”

“யாக்கியால் நடக்க முடியாது.” என்றான் சிப்பாய்.

“தன்னை யாரென்று நினைத்துக் கொண்டிருக்கிறான். பாடிக்கொண்டிருக்கும் கரப்பான் என்றா? நல்லது அவனுக்குக் கொஞ்சம் மரிஜுவானாவைக் கொடு” ஸகால் கொக்கரித்தான். “சரி அவனைத் தூக்குப்படுக்கையில் கொண்டுவந்து சுவரில் சாய்த்து உட்கார வையுங்கள். எவ்வளவு நேராக முடியுமோ அவ்வளவு நேராக.”

தபாயியஸ், கொன்சாலோ பெர்னால் இருவரும் என்ன பார்ப்பார்கள்? கேப்டன் பார்த்த அதே விஷயத்தைத்தான், ஆனால் அவன் சற்று உயரத்திலிருந்து, ஸகாலுக்கு அருகே நகரமண்டபத்தின்

மாடத்தில் நின்றபடி அதைப்பார்த்தான். கீழே யாக்கியை படுக்க வைத்துக் கொண்டுவந்தார்கள். பெர்னால் தலைசரிந்து நடந்து வந்தான். இருவரும் இரண்டு எண்ணெய் விளக்குகளுக்கு இடையே சுவரை நோக்கி நிறுத்தி வைக்கப்பட்டனர்.

விடியலின் வெளிச்சம் தன்னை மெதுவாக வெளிக்காட்டிக்கொள்ளும் இரவு, மலைகளின் உருவரைகள் தம்மைப் பார்ப்பதற்கு அனுமதிக்கவில்லை. துப்பாக்கிகள் சிவப்பு வெளிச்சத்துடன் இடியென முழங்கியபோதும் இல்லை. பெர்னால் தன் கைகளை நீட்டி யாக்கியின் தோளைத் தொட முயன்றான்.

தபாயியஸ் தூக்குப் படுக்கையின் உதவியால் சுவரில் சாய்ந்தபடி இருந்தான். விளக்குகள் தோட்டாவினால் சிதைக்கப்பட்ட அவனது முகத்தைக் காட்டின. அவை கொன்சாலோ பெர்னாலின் பாதிப்புக்குள்ளான உடலில் பாதங்களை மட்டுமே ஒளியூட்டின. அதிலிருந்து சிறிய ஓடைபோல ரத்தம் பெருகிக் கொண்டிருந்தது.

"அதோ உனது இறந்தவர்கள்" என்றான் ஸகால்.

மற்றுமொரு துப்பாக்கிச்சூடு தூரத்தில், ஆனால் பலமானது. அவனுடைய வார்த்தைகளுக்கு வர்ணனை போல, அதனோடு உடனடியாக உறுமும் பீரங்கியும் சேர்ந்துகொண்டு கட்டடத்தின் ஒருபகுதியைச் சேதப்படுத்தியது. வியாவின் ஆட்கள் குழப்பமாக அந்த வெள்ளை மாடத்திற்கு ஓடி வந்தனர். அங்கே ஸகால் உத்தரவுகளை துண்டுதுண்டாக முழங்கிக் கொண்டிருந்தான்:

"அவர்கள் இங்கே வந்துவிட்டனர்! அவர்கள் நம்மைக் கண்டுபிடித்து விட்டனர்! கரான்சாவின் ஆட்கள்!" அவனைக் கீழேதள்ளி அவனது கையை - மீண்டும் ஒருமுறை உயிரோடு, மொத்த பலத்தையும் திரட்டினான் - கர்னலின் துப்பாக்கிக் கைப்பிடிக்கு அருகே வைத்து அழுத்தினான். துப்பாக்கியின் வறண்ட உலோகத்தன்மையை விரல்களில் உணர்ந்தான். ஸகாலின் பின்பக்கத்தை கையால் அழுத்தியபடி வலதுகையை கர்னலின் கழுத்தைச்சுற்றி நெறித்தான். அவனைத் தரையிலேயே வைத்து அழுத்தி தாடைகள் இறுக உதடுகள் நுரைதள்ள அழுத்தினான். மாடத்தின் நுனியிலிருந்து தண்டனை நிறைவேற்றும் பகுதியில் நடக்கும் குழப்பங்களைப் பார்க்க முடிந்தது. படைப்பிரிவி- லிருந்த சிப்பாய்கள் தபாயியஸ் மற்றும் பெர்னாலின் உடல்களை மிதித்து நசுக்கி, எண்ணெய் விளக்கில் இடித்துக்கொண்டு அங்குமிங்கும் ஓடினர். பெராலெஸ் நகரத்தின் மீது வெடிகுண்டுகள்

மழையாகப் பொழிந்தன. உடன் துப்பாக்கிச்சூடு, கத்தல்கள், குதிரைகளின் கனைப்புகள். இன்னும் அதிகமான வியாவின் படையினர் முற்றத்திற்கு ஓடிவந்தனர். சட்டைகளை மாட்டியபடி, கால்சராய்களுக்குப் பொத்தானிட்டபடி, கீழேவிழுந்த விளக்குகள் ஒவ்வொரு உருவத்தையும், ஒவ்வொரு வார்ப்பட்டையையும், ஒவ்வொரு தங்கவரியிட்ட பித்தளைப் பொத்தான்களையும் வெளிப்படுத்தியது. கைகள் துப்பாக்கியை, தோட்டாக்கள் கொண்ட வார்ப்பட்டையை நோக்கி நீண்டன. சீக்கிரமே அவர்கள் தொழுவத்தின் கதவைத் திறந்தனர். குதிரைகள் கனைத்தபடி முற்றத்திற்கு வெளியேறின. அதைச் செலுத்துபவர்கள் ஏறி வாசலைத் தாண்டிச்சென்றனர். தாமதமானவர்கள் குதிரைப்படையின் பின்னால் ஓடினர். இப்போது உள்முற்றம் வெறிச்சோடிக் கிடந்தது. பெர்னால் மற்றும் யாக்கியின் பிணங்கள். இரண்டு எண்ணெய் விளக்குகள்.

கூச்சல்கள் தூரத்தில் தேய்ந்தன, எதிரிகளைத் தாக்குவதற்கு. கைதி ஸகாலை விடுவித்தான். கர்னல் தனது முழங்காலில் நின்றுகொண்டு இருமியபடி தனது கிட்டத்தட்ட உடைந்துவிட்ட கழுத்தை தடவிக்கொண்டான்.

அவனால் மிகக்குறைவாகவே குரலெழுப்ப முடிந்தது: "விட்டுவிடாதே. நான் இன்னும் இருக்கிறேன்."

காலை தனது நீல இமைகளை பாலைவனத்தின் மேல் காட்டியது. கூச்சலோசை அடங்கியது. ஸகாலின் ஆட்கள் தெருக்களின்வழியாக முற்றுகையை நோக்கி ஓடிக்கொண்டிருந்தனர். அவர்களின் வெள்ளைநிறச்சட்டைகளில் நீலம் தோய்ந்திருந்தது. முற்றத்தில் இருந்து சிறிய முணுமுணுப்புகூட இல்லை. ஸகால் எழுந்து நின்று தனது தனது மார்பை தாக்குதலுக்குக் கொடுக்க விரும்புவது போல சாம்பல்நிற உள்சட்டையின் பொத்தான்களைக் கழற்றினான். கேப்டன் கையில் துப்பாக்கியுடன் முன்னே நகர்ந்தான்.

"நான் கூறிய ஒப்பந்தம் இன்னமும் இருக்கிறது" என்று வறண்ட குரலில் கர்னலிடம் கூறினான்.

"கீழே போகலாம்" என்றான் ஸகால், தன் கைகளைத் தளர்த்திக்கொண்டான்.

ஸகால் தன் அலுவலகத்தில் இழுப்பறையில் வைத்திருந்த துப்பாக்கியை எடுத்துக்கொண்டான். இருவரும் ஆயுதத்தோடு குளிர்ந்த தாழ்வாரத்தின் வழி முற்றத்தை நோக்கி நடந்தனர்.

செவ்வகமான அவ்விடத்தை இரண்டாகப் பிரித்துக்கொண்டனர். கர்னல் பெர்னாலின் முகத்தைக் கால்களால் நகர்த்தி வழியை உண்டாக்கிக் கொண்டான். கேப்டன் எண்ணெய் விளக்குகளை எடுத்துக்கொண்டான்.

இருவரும் மூலையில் நின்றுகொண்டனர். முன்னோக்கி நகர்ந்தனர்.

ஸகால் முதலில் சுட்டான். அவனது தோட்டா மீண்டும் தபாயியஸ் யாக்கியைத் துளைத்தது. கர்னல் நின்றான். நம்பிக்கையின் கீற்று அவனது கருநிறக் கண்களில் ஒளிர்ந்தது: அடுத்தவன் சுடாமல் முன்னோக்கி நகர்ந்தான். இருவரும் கௌரவமான சடங்கினைப் பின்பற்றுபவர்களாக மாறினர். கர்னல் தன்னுடைய தீரத்தை அடுத்தவன் மெச்சுவான் என்ற நம்பிக்கையைப் பற்றிக்கொண்டு - ஒரு வினாடி, இரண்டு வினாடிகள், மூன்று வினாடிகள் - இருவரும் முற்றத்தின் நடுப்பகுதிக்கு இன்னுமொரு தோட்டாவைச் சுடாமல் வந்து சேர்வோம் என்றும் நம்பினான்.

இருவரும் பாதி வழியில் நின்றனர்.

கர்னலின் முகத்தில் மீண்டும் புன்னகை. கேப்டன் அந்தக் கற்பனைக்கோட்டைத் தாண்டினான். ஸகால் சிரித்தபடி நட்புக்கான கையசைவுகளைக் காட்டியபோது சடுதியில் இரண்டு தோட்டாக்கள் அவன் வயிற்றில் பாய்ந்தன. அடுத்தவன் அவன் தனது காலடியில் தொய்ந்து சரிவதைப் பார்த்தான். பிறகு கர்னலின் வியர்வை வடியும் தலையில் துப்பாக்கியை வீசிவிட்டு அசையாமல் அங்கேயே நின்றான்.

பாலைவனத்தின் காற்று அவனது சுருட்டை முடியை அசைத்துக் கண்களை மறைத்தது. கந்தலான உள்சட்டை வியர்வையில் நனைந்து, கால்களில் அணிந்திருந்த தோல் பட்டை கிழிந்திருந்தது. ஐந்துநாள் தாடி வளர்ந்து கம்பிபோல கன்னங்களில், அவனது பச்சைநிறக் கண்கள் காய்ந்த கண்ணீரும் புழுதியும் மறைத்திருக்கும் இமைகளுக்குப் பின்னால் தொலைந்திருந்தன. முற்றத்தில் பிணங்கள் சூழ தனித்து நின்றபடி ஒரு நாயகன். அங்கே நின்று கொண்டிருக்கும் நாயகனுக்குச் சாட்சியாளர்கள் இல்லை. நகரத்திற்கு வெளியே மத்தளங்கள் முழங்க போர் நடந்து கொண்டிருக்க, கைவிடப்பட்டவை சூழ அவன் அங்கே நிற்கிறான்.

கண்களைத் தாழ்த்தினான். ஸகாலின் உயிரற்ற கை

கொன்சாலோவின் உயிரற்ற தலையைச் சுட்டியது. யாக்கி சுவரில் சாய்த்து அமரவைக்கப்பட்டிருந்தான்; அவனுடைய முதுகு தூக்குப்படுக்கையில் தெளிவான வெளிவரையை உருவாக்கியிருந்தது. கர்னலுக்குப் பக்கத்தில் அமர்ந்து கர்னலின் கண்களை மூடினான். திடீரென எழுந்து நின்று அவன் தேடிக்கொண்டிருந்த காற்றைச் சுவாசித்தான். நன்றி, அவனுடைய விடுதலைக்கும் வாழ்க்கைக்கும் பெயர் கொடுத்தவர்களுக்கு. ஆனால் அவன் தனியாக இருக்கிறான். அவனுக்குச் சாட்சிகள் யாரும் இல்லை. அவனுடைய தோழர்கள் யாரும் இல்லை. அவன் தொண்டையிலிருந்து வெளிவந்த ஒரு அடங்கிய கூச்சல், இயந்திரத் துப்பாக்கிகளின் தொடர்ச்சியான ஒலியில் மறைந்துபோனது.

"நான் விடுதலையடைந்தேன்; நான் விடுதலையடைந்தேன்."

தனது கை முட்டியை வயிற்றில் வைத்துக்கொண்டான். முகம் வலியில் திருகியது.

கண்களை உயர்த்தி, விடியலில் மரணதண்டனை கொடுக்கப்பட்டு இறப்பவர்கள் கடைசியாகக் காண்பது என்னவென்று பார்த்தான்: தூரத்து மலைத்தொடர்கள், தற்போது வெள்ளைநிறத்திலிருக்கும் வானம், முற்றத்தின் உணக்கிய செங்கல் சுவர்கள். காலையில் இறப்பவர்கள் கேட்கக்கூடியவற்றை இவனும் கேட்டான்: மறைந்திருக்கும் பறவைகளின் கீச்சொலி, பசியால் அழும் குழந்தையின் கூர்மையான அழுகையொலி, கிராமத்து வேலையாட்களின் வினோதமான சுத்தியல் ஒலி, மாறுதலில்லாத, ஒரேமாதிரியான பீரங்கிகள் மற்றும் சிறு ஆயுதங்களின் இரைச்சல் அவனுக்குப் பின்னாலிருந்து கேட்டது. அறியப்படாதவர்களின் செயல், இரைச்சலைக்காட்டிலும் வலிமையானது, நிச்சயமாக இந்தச்சண்டைகள், இறப்புகள் மற்றும் வெற்றிகள் நின்றவுடன் மீண்டும் சூரியன் ஒளிரும், தினமும்...

நான் விருப்பம்கொள்ள முடியாது; அவர்கள் விரும்புவதைச் செய்யட்டும் என்று விட்டுவிட்டேன். அதைத்தொட முயற்சிசெய்கிறேன். என் விரல்களை அதன் மீது நகர்த்துகிறேன், என் தொப்புளிலிருந்து அடிவயிறு வரை. வட்டமாக. வீங்கி. எனக்குத் தெரியவில்லை. மருத்துவர் சென்றுவிட்டார். வேறுசில மருத்துவர்களை அழைத்து வருவதாகக் கூறியுள்ளார். எனக்கு நடக்கவிருக்கும் எதற்கும் அவர் பொறுப்பேற்க விரும்பவில்லை.

எனக்குத் தெரியவில்லை. ஆனால் அவர்களைப் பார்க்கிறேன். அவர்கள் உள்ளே வருகிறார்கள். நூக்கினால் செய்யப்பட்ட மரக்கதவு திறந்து மூடுகிறது. கனமான தரைவிரிப்பில் அவர்களது காலடியோசை கேட்கவில்லை. அவர்கள் சன்னலை மூடிவைத்திருக்கிறார்கள். ஸ்ஸ்ஸென்ற ஓசையோடு சாம்பல்நிறத் திரைச்சீலைகளை இழுத்து மூடிவிட்டார்கள். அவர்கள் உள்ளே வந்துவிட்டார்கள்.

“அவருக்கு அருகில் போ, அப்போதுதான் நீ யாரென்று அவருக்குத் தெரியும். உன் பெயரைச் சொல்.”

அவள் நல்ல வாசனையோடு இருக்கிறாள். அவளுக்கு நல்ல வாசனை உள்ளது. ஆஹ், ஆம், என்னால் இன்னமும் சிவக்கும் கன்னங்களை, ஒளிரும் கண்களை, அவளது இளம் உடலை, நளினத்தைப் பார்க்க முடிகிறது. சிறிய அடியெடுத்து அவள் என் படுக்கைக்கு அருகில் வருகிறாள்.

“நான்... நான் க்ளோரியா.”

அவளது பெயரை முணுமுணுக்க முயற்சி செய்கிறேன். நான் கூறும் எதையும் அவர்கள் கேட்பதில்லை என்று எனக்குத்தெரியும். அதற்காகவேனும் நான் தெரேசாவுக்கு நன்றிகூறவேண்டும்: அவளது மகளின் இளம் உடலை எனக்கருகில் வரச்செய்ததற்கு. அவள் முகத்தை என்னால் இன்னும் தெளிவாகப்பார்க்க முடிந்தால். அவளது முகத்தில் இருக்கும் வெறுப்பைமட்டும் பார்க்க முடிந்தால். இறந்த செல்கள், வாந்தி மற்றும் ரத்தத்தின் வீச்சத்தை அவள் அறிந்திருக்க வேண்டும்; அவள் கட்டாயமாகப் பார்க்கவேண்டும், இந்தக் குழிவிழுந்த மார்பை, சிக்கல் விழுந்த சாம்பல்நிறத் தாடியை, குரும்பையுள்ள காதுகளை, என்னால் தடுக்க முடியாது மூக்கிலிருந்து ஒழுகிக்கொண்டிருக்கும் இந்தத்திரவத்தை, என் உதட்டிலும் முகவாயிலும் காய்ந்து கிடக்கும் எச்சிலை, இன்னொருமுறை பார்க்க முயலும் இக்குவிக்கவியலாத கண்களை, இந்த... அவர்கள் அவளை என்னிடமிருந்து விலக்கிவிட்டனர்.

“பாவம்... வருத்தமாகி விட்டாள்...”

“என்ன?”

“ஒன்றுமில்லை அப்பா, ஓய்வெடுங்கள்.”

யாரோ அவள் பாடீயாவின் மகனுடன் வெளியே போகிறாள் என்று கூறினார்கள். அவன் எவ்வாறு அவளை முத்தமிடவேண்டும்,

அவளிடம் என்ன வார்த்தைகளை அவன் கூறவேண்டும், ஆஹ், ஆமாம், என்னவொரு முகச்சிவப்பு. அவர்கள் வந்துபோகின்றனர். என் தோளைத் தொடுகின்றனர். தலையசைக்கின்றனர். தைரியப்படுத்தும் விதமாகச் சிலசொற்களைப் பேசுகின்றனர். ஆம், இதெல்லாம் இருந்தாலும் நான் கேட்டுக்கொண்டிருக்கிறேன் என்பது அவர்களுக்குத் தெரியாது. தொலைதூரத்தில் நடக்கும் உரையாடல்கள் கூடக் கேட்கிறது. அறைகளின் மூலையில் நடக்கும் உரையாடல்கள். ஆனால் அருகில் அவர்கள் என்ன கூறுகிறார்கள் என்பது கேட்கவில்லை. என் காதுகளில் கூறப்படும் வார்த்தைகள்.

"உங்களுக்குப் பார்க்க எப்படித் தெரிகிறார், திரு.பாடீயா?"

"மோசமாகத் தெரிகிறார், மிக மோசமாக."

"உண்மையில் ஒரு சாம்ராஜ்யத்தைத்தான் விட்டுச்செல்கிறார்."

"ஆமாம்."

"எத்தனையோ வருடங்களாக அவரது வியாபாரங்களை நடத்தி வருகிறார்!"

"அவரது இடத்தில் வைக்க இன்னொருவரைக் கண்டுபிடிப்பது சிரமம்."

"என்னால் கூறமுடியும்: அவரது இடத்தில் இருக்கத் தகுதியான ஒரே ஆள் நீங்கள்தான்..."

"ஆமாம், நான் அவரோடு நெருக்கமாக இருந்துள்ளேன்..."

"அப்படி நடந்தால் உங்கள் இடத்தை யார் எடுத்துக் கொள்வார்கள்?"

"ஓ, எத்தனையோ தகுதியானவர்கள் இருக்கிறார்கள்."

"அப்படியென்றால் சில பதவி உயர்வுகள் இருக்குமென்று நினைக்கிறீர்களா?"

"நிச்சயமாக. பொறுப்புகளுக்கான முற்றிலும் புதிய மறுபகிர்வு இருக்கும்."

"ஆஹ், பாடீயா, அருகில் வா. ஒலிநாடாக் கருவியைக் கொண்டுவந்தாயா?"

“நீங்கள் பொறுப்பேற்பீர்களா?”

“எங்கே ஆர்தேமியோ... இதோ இருக்கிறது...”

“சொல்லுங்கள், சார்.”

“தயாராக இரு. அரசாங்கம் பெரிய விதத்தில் தலையிடப் போகிறது. எனவே நீ தொழிற்சங்கங்களின் பொறுப்பை ஏற்கவேண்டியிருக்கும்.”

“நல்லது சார்.”

“முன்னாலேயே எச்சரித்துவிடுகிறேன், நிறைய கிழட்டுநரிகள் இதற்காகத் தயாராகிக் கொண்டிருக்கின்றன. நான் ஏற்கெனவே அதிகாரிகளிடம் நாம் நம்பக்கூடிய ஆள் நீதான் என்று கூறிவிட்டேன். ஏதாவது கொஞ்சம் சாப்பிடலாமே?”

“நன்றி, வேண்டாம், ஏற்கெனவே சாப்பிட்டுவிட்டேன். வெகு சீக்கிரமே.”

“அப்படியென்றால் சரி, நன்றாக விளையாடு. சென்று சில கைகளைக் குலுக்கு, தொழிலாளர் அமைச்சகம் மற்றும் மெக்சிகோ தொழிலாளர்கள் கூட்டமைப்பு இரண்டிலும் - நான் என்ன சொல்லவருகிறேன் என்பது...”

“உடனே ஆரம்பித்துவிடலாம் தலைவரே. நீங்கள் என்னை நம்பலாம்.”

“சீக்கிரம் சந்திப்போம் கம்பனெலா. அதிகமான கவன ஈர்ப்பு வேண்டாம். ஜாக்கிரதை. தயாராகு. கிளம்பலாம், பாடீயா...”

அதோ. அது முடிந்துவிட்டது. ஆஹ். மொத்தமாக அவ்வளவுதான். அவ்வளவுதானா? யாருக்குத் தெரியும். எனக்கு நினைவில்லை. அந்த ஒலிநாடாவில் இருக்கும் குரல்களை நான் கேட்டு வெகுநாட்களாகிறது. கொஞ்சநேரமாக நான் முட்டாளைப் போலிருக்கிறேன். யார் என்னைத் தொடுகிறார்கள்? யார் எனக்கு அவ்வளவு நெருக்கமாக இருப்பது? எவ்வளவு வீணானது கதலீனா. நான் எனக்குச் சொல்லிக்கொள்கிறேன்: எவ்வளவு பயனற்றது, எவ்வளவு பயனற்ற வருடல் அது. நான் என்னைக் கேட்டுக்கொள்கிறேன்: என்னிடம் என்ன கூறப்போகிறாய்? என்னிடம் கூறுவதற்கு எப்போதுமே தைரியம் வராத

வார்த்தைகளை இப்போது கண்டுகொண்டாயா? ஆஹ், என்றால் நீ என்னைக் காதலித்தாய்? எனில் நாம் ஏன் எப்போதுமே அதைக் கூறிக்கொள்ளவில்லை? நான் உன்னை நேசித்தேன். அது இப்போது எனக்கு நினைவில் இல்லை. உன்னுடைய வருடல் உன்னைப் பார்க்க வைக்கிறது. எனக்குத் தெரியவில்லை. ஏன் எனக்கருகில் அமர்ந்துகொண்டு இந்த நினைவுகளைப் பகிர்ந்துகொள்கிறாய். ஏன் இந்தத்தருணத்தில், முடியப்போகும் தருணத்தில், கண்களில் நிந்தனை இன்றி அமர்ந்திருக்கிறாய் என்று எனக்குப்புரியவில்லை. கௌரவம். கௌரவம்தான் நம்மைக் காப்பாற்றியது. கௌரவம்தான் நம்மைக் கொன்றுவிட்டது.

"...மோசமான ஒரு சம்பளத்திற்காக, அதேசமயம் அந்தப்பெண் மூலமாக நம்மை அவமானப்படுத்துகிறார். அவருடைய பணத்தில் நம்முடைய மூக்கை வைத்துத் தேய்க்கிறார். அவர் நமக்குக் கொடுக்க விரும்புவதைத்தான் கொடுக்கிறார். ஏதோ நாம் பிச்சைக்காரர்கள் போல..."

அவர்களுக்குப் புரியவில்லை. நான் அவர்களுக்காக எதுவுமே செய்ததில்லை. நான் அவர்களைக் கணக்கிலெடுத்துக் கொண்டதே இல்லை. நான் அதை எனக்காகச் செய்தேன். இந்தக்கதைகளில் எனக்கு விருப்பமில்லை. நான் தெரேசாவையோ ஜெரார்தோவையோ நினைக்க விரும்பவில்லை. அவர்கள் எனக்கு ஒரு பொருட்டே இல்லை.

"உனக்குரிய இடத்தைக் கொடுக்கவேண்டுமென்று நீ ஏன் அவரைக் கேட்கவில்லை ஜெரார்தோ? அவர் அளவுக்கு உனக்கும் பொறுப்பிருக்கிறது..."

அவர்கள் குறித்து எனக்கு எந்த ஆர்வமும் இல்லை.

"அமைதியடை, தெரேசிதா. நீ என்னுடைய கோணத்தில் சிந்தித்துப்பார்த்தால் என்ன? இதுபற்றி நான் குறைசொல்லிக் கேட்டிருக்கவே மாட்டாய்."

"ஆளுமை, அதுமட்டுமே உனக்குத் தேவைப்பட்டது... ஆனால் அதுகூட இல்லாமல்..."

"அவர் ஓய்வெடுக்கட்டும்."

"இப்போது அவர் பக்கம் சாயத் தேவையில்லை. உன்னை வருத்தியது போல அவர் வேறு யாரையும் வருத்தியதில்லை..."

நான் பிழைத்துக்கொண்டேன். ரெஹீனா. உன் பெயர் என்ன? இல்லை, நீ, ரெஹீனா. ஆனால் உன் பெயர் என்னவென்று கூறு, பெயரற்ற சிப்பாயா? கொன்சாலோ. கொன்சாலோ பெர்னால். ஒரு யாக்கி. பரிதாபகரமானதொரு யாக்கி. நான் பிழைத்துவிட்டேன். நீங்கள் இறந்துவிட்டீர்கள்.

"அவர் என்னையும் வருத்தியிருக்கிறார். அதை எப்படி மறப்பேன். திருமணத்திற்குக்கூட வரவில்லை. என் திருமணத்திற்கு, அவருடைய மகளின் திருமணத்திற்கு..."

அவர்களுக்கு விஷயமே புரியவில்லை. எனக்கு அவர்கள் தேவை-யில்லை. நானாக என்னை உருவாக்கிக் கொண்டேன். சிப்பாய். யாக்கி. ரெஹீனா. கொன்சாலோ.

"அவர் மிகவும் நேசித்த விஷயங்களைக்கூட அவரே அழித்திருக்கிறார் அம்மா, அது உங்களுக்கும் தெரியும்."

"பேசுவதை நிறுத்து, கடவுள் பொதுவாக உடனே நிறுத்து..."

உயிலா? கவலை வேண்டாம்: அது இருக்கிறது, சட்டரீதியாக முத்திரையிடப்பட்ட, சான்றளிக்கப்பட்ட ஆவணம்: நான் ஏன் யாரையும் கைவிடப்போகிறேன், வெறுக்கப்போகிறேன்? உங்களை வெறுப்பதற்காக எனக்கு நீங்கள் மனதிற்குள் ரகசியமாக நன்று கூறியிருப்பீர்களே? கடைசிநேரத்தில்கூட நான் உங்களைப்பற்றிச் சிந்தித்திருக்கிறேன் என்பது உங்களுக்கு மகிழ்ச்சியளிக்கக் கூடியதுதானே. அது உங்களோடு ஒரு தந்திரமான விளையாட்டை நிகழ்த்துவதற்காக என்றாலும்? இல்லை, நான் உங்கள் எல்லோரையும் நினைவில் வைத்திருக்கிறேன். அலட்சியமான அதிகாரத்துவ முறையில், என் அன்பு கதலீனா, என் அழகான மகள், பேத்தி, மருமகன். ஒரு வித்தியாசமான செல்வத்தை உங்களுக்கு அள்ளிக்கொடுக்கிறேன், இந்தச்செல்வம் என்னுடைய முயற்சி, விடாப்பிடியான தன்மை, என்னுடைய பொறுப்புணர்ச்சி, என் தனிப்பட்ட குணாதிசயங்கள் ஆகியவற்றால் உருவானதென நீங்கள் எல்லோரும் - வெளியுலகத்தில் - சாற்றிச்சொல்ல வேண்டியது. தயவுசெய்து அப்படியே சொல்லுங்கள். மற்றும் அமைதியாக இருங்கள். அது நான் என்னைப் பணயம் வைத்து என்னையறியாமல் நான் புரிந்துகொள்ள முயற்சி செய்யாத ஒரு போராட்டத்தில் சம்பாதித்த செல்வம் என்பதை மறந்துவிடுங்கள், ஏனென்றால் அது என்னை வரையறுக்க, புரிந்துகொள்ள உதவியாக இருக்காது, ஏனென்றால் தன்னுடைய தியாகத்திலிருந்து எதையுமே

எதிர்பார்க்காதவர்கள் மட்டுமே அதைத் தெரிந்துகொள்ளவும் புரிந்துகொள்ளவும் முடியும். தியாகம் என்பது அதுதான் - நான் கூறுவது சரிதானே?: பதிலுக்கு எதையுமே எதிர்பார்க்காமல் அனைத்தையும் தருவது. அப்படி இல்லையென்றால் எதையுமே எதிர்பார்க்காமல் அனைத்தையும் தருவதற்குப் பெயர் என்ன? ஆனால் அவர்கள் எனக்கு அனைத்தையும் தரவில்லை. அவள் எனக்கு அனைத்தையும் கொடுத்தாள். நான்தான் எடுத்துக்கொள்ளவில்லை. எப்படி எடுத்துக்கொள்வதென்று எனக்குத் தெரியவில்லை. அவள் பெயர் என்னவாக இருக்கமுடியும்?

"சரி. தெளிவான சித்திரம் கிடைத்து விட்டது. தூதரகத்தில் இருக்கும் முதியவர் இந்தக் க்யூபாவின் குழப்பத்தையும் பழங்கால மெக்சிகோ புரட்சியையும் ஒப்பிட்டு உரையாற்ற இருக்கிறார். ஒரு தலையங்கம் எழுதி அதற்கான பூர்வாங்க வேலைகளைத் தொடங்கினால் என்ன..."

"ஆமாம், ஆமாம். அதைச் செய்து விடுவோம். இருபதாயிரம் பெசோக்கள் என்றால் எப்படி?"

"நியாயமாகத்தான் தெரிகிறது. ஏதேனும் யோசனைகள்?"

"கண்டிப்பாக. அவரிடம் இந்தக் கூர்மையான வித்தியாசத்தைக் காட்டச்சொல்லுங்கள், கட்டற்ற, மோசமான, தனிநபர் சொத்துகளை, அடிப்படை மனித உரிமைகளை அழிக்கிற ஒரு இயக்கத்திற்கும் ஒழுங்குள்ள, அமைதியான, சட்டத்திற்குட்பட்ட மெக்சிகோ புரட்சிக்கும் உள்ள வித்தியாசம், இந்தப்புரட்சி மத்தியத்தர வர்க்கத்தினர், ஜெஃபெர்சன்[18] அவர்களிடமிருந்து அகத்தூண்டுதலைப் பெற்றவர்களால் முன்னெடுக்கப்பட்டது என்று கூறுங்கள். என்ன இருந்தாலும் மக்களுக்கு மோசமான நினைவாற்றல்தானே. அவரிடம் மெக்சிகோவைப் பாராட்ட வேண்டுமென்று கூறுங்கள்."

"நல்லது, மீண்டும் சந்திப்போம் திரு.க்ரூஸ், இது எப்போதுமே..."

ஓ, களைத்திருக்கும் என் காதுகளைத் தூண்டும் விதமாக என்னவொரு நினைவுகள் மற்றும் வார்த்தைகளின் மோதல். ஓ, நான் எவ்வளவு களைப்புற்றிருக்கிறேன். அவர்கள் அநேகமாக என் அசைவுகளைப் புரிந்துகொள்ள மாட்டார்கள். ஏனென்றால் என்னால் என் விரல்களையே சிறிதுதான் அசைக்க முடிகிறது: நிறுத்திவிடுங்கள், எனக்குச் சலிப்பாகிவிட்டது, இப்போது அதற்கும் எனக்கும் என்னதான் தொடர்பு? என்னவொரு தொல்லை,

என்னவொரு தொல்லை...

"பிதாவின் பெயராலும், மகனின் பெயராலும்..."

"அன்று காலை அவனுக்காக மகிழ்ச்சியோடு காத்துக்கொண்டிருந்தேன். குதிரையில் ஏறி ஆற்றைக் கடந்து சென்றோம்."

"ஏன் நீ அவரை என்னிடமிருந்து பிரித்தாய்?"

அனைத்துப் பயனற்ற மரணங்களின் வலியை உங்களுக்கு விட்டுச்செல்கிறேன், ரெஹீனா, அந்த யாக்கி... தபாயியஸ், இப்போது நினைவுக்கு வந்துவிட்டது, அவன் பெயர் தபாயியஸ்... கொன்சாலோ பெர்னால், பெயரற்ற ஒரு ராணுவவீரன். பிறகு அந்தப்பெண்? இன்னொருத்தி.

"சன்னலைத் திற."

"இல்லை, இல்லை. உங்களுக்குச் சளிபிடித்துவிட்டால் நிலைமை இன்னும் மோசமாகிவிடும்."

லாரா. ஏன்? ஏன் இதெல்லாமும் இப்படி நடந்தது? ஏன்?

நீ பிழைத்துக்கொள்வாய்: உன்னுடைய விரலை போர்வையின்மீது நகர்த்தி நீ உயிர்பிழைத்ததைத் தெரிந்துகொள்வாய், காலமும் உன்னை எதிர்காலத்தோடு பிணைக்கும் ஒவ்வொரு கடக்கின்ற கணத்தின் அசைவும் இருந்தபோதிலும். வாழ்வின் கோடு ஆற்றலற்ற நிலைக்கும் சிற்றின்பத் தோய்வுக்கும் இடையே அமைந்துள்ளது. சாகசம்: நீ அதிகமான பாதுகாப்பை சிந்திப்பாய், எப்போதும் நகராமல் இருப்பது. உன்னை நகரவியலாத தன்மையில் நினைத்துப்பார்ப்பாய், அனைத்து ஆபத்துகளிலிருந்தும் பாதுகாக்கப்பட்டு, வாய்ப்புகள் மற்றும் நிச்சயமற்ற தன்மையிலிருந்து. உன் அமைதி காலத்தை நிறுத்துவதில்லை, அது நீயில்லாமல் செயல்படுகிறது, அதைக் கண்டுபிடித்தது, அளந்தது நீயாக இருப்பினும், உன்னுடைய செயலற்ற தன்மையை மறுத்து உன்னை அதன் அழிவெனும் ஆபத்திற்குக் கையளிக்கிறது: சாகசக்காரா, உன்னுடைய வேகத்தை காலத்தின் வேகத்தோடு அளப்பாய்.

நீ உயிர் வாழ்வதற்கெனக் கண்டுபிடித்த காலம், பெரும்

நிரந்தரத்தன்மை எனும் மாயையை பூமியில் உருவாக்கும் பொருட்டு: கனவெனும் கடிகார முகப்பின் இருட்டு மற்றும் வெளிச்ச மாறுபாட்டிலிருந்து உன்னுடைய மூளை உருவாக்கிக்கொள்ளும் காலம்; இடிச்சத்தங்களால் அறிவிக்கும் கருநிற மேகங்களின் திரட்சியால் அச்சங்கொள்ளும் மெல்லமைதியின் அந்தச் சித்திரங்களை வைத்துக்கொள்வதால், மின்னல்களின் கால்வழியால், மழையின் சுழல்காற்று, வானவில்லின் தோற்றத்தால்; வனத்தில் விலங்குகளின் தொடர் அழைப்புக் குரல்களால்; காலத்தின் அறிகுறிகள் குறித்த அலறல்; போர்க்காலங்களின் ஊளைச்சத்தம், துக்ககாலத்தின் ஊளைச்சத்தம், விருந்தின்போதான ஊளைச்சத்தத்தால்; இறுதியாக, காலத்தைக் கூறுவதால், காலத்தைப் பேசுவதால், காலத்தின் இருப்பற்ற தன்மைகொண்ட பிரபஞ்சம் பற்றிச் சிந்திப்பதால், அதற்குக் காலம் குறித்துத் தெரியாது ஏனெனில் அது தொடங்கவோ அல்லது முடியப்போவதோ இல்லை: அதற்குத் தொடக்கம் என்று ஏதுமில்லை, முடிவென்றும் ஏதும் இருக்காது, நீ ஒரு முடிவிலியான அளவையைக் கண்டறிவாய் என்றும் அதற்குத் தெரியாது, அதுவொரு காரணங்களின் சேமிப்பு.

நீ இல்லாத காலத்தைக் கண்டுபிடிக்கவும் அளக்கவும் செய்வாய். நீ தெரிந்து கொள்வாய், வேறுபடுத்துவாய், தீர்மானிப்பாய், கணக்கிடுவாய், கற்பனை செய்வாய், முன்னனுமானிப்பாய், உன்னுடைய மூளையால் உருவாக்கப்பட்ட உண்மையைக்காட்டிலும் வேறொன்று இல்லை என்ற முடிவுக்கு வருவாய், உன்னுடைய வன்முறையை உன் எதிரிகளின் வன்முறையை அடக்கும் பொருட்டு அடக்கிக் கொள்வாய். இரண்டு குச்சிகளை நெருப்பு உண்டாகும் வரை தேய்க்கக் கற்றுக்கொள்வாய், ஏனெனில் உன் குகைக்கு வெளியே நீ ஒரு பந்தத்தை எறிய வேண்டியுள்ளது. கொடூரமான விலங்குகளை பயமுறுத்த, உன்னுடைய தசையை மற்ற விலங்குகளின் தசையிலிருந்து வேறுபடுத்திப் பார்க்காத விலங்குகள், மேலும் நீ ஆயிரம் கோவில்களைக் கட்ட வேண்டியுள்ளது, ஆயிரம் சட்டங்களை விதிக்க வேண்டியுள்ளது. ஆயிரம் புத்தகங்களை எழுத வேண்டியுள்ளது. ஆயிரம் கடவுள்களை வழிபட வேண்டியுள்ளது, ஆயிரம் ஓவியங்களைத் தீட்ட வேண்டியுள்ளது, ஆயிரம் இயந்திரங்களைக் கட்டமைக்க வேண்டியுள்ளது. ஆயிரம் நாடுகளை ஆதிக்கம் செய்ய வேண்டியுள்ளது. ஆயிரம் அணுக்களைப் பிளந்து உன் குகை வாசலில் மீண்டும் ஒரு தீப்பந்தத்தை எறிய வேண்டியுள்ளது.

இது அனைத்தையும் நீ சிந்திப்பதால் செய்வாய். ஏனெனில்,

ஒருகற்றை நரம்புகளை உன் மூளையில் உருவாக்கிக் கொண்டுள்ளாய். முன்னும் பின்னும் விபரங்களைப் பெறவும், கடத்தவும் வல்ல சிக்கலான வலைப்பின்னல் அது. நீ பிழைத்துக்கொள்வாய்; நீ மிகவும் வலிமை வாய்ந்தவன் என்பதால் அல்ல. எப்போதும் குளிராகவே உள்ள, மோசமான சூழலிலும் தன்னுடைய உடலின் வெப்பநிலையைப் பாதுகாக்கத் தெரிந்த விலங்குகள், முன்பகுதியிலுள்ள நரம்புத்திசுக்களில் கவனம் செலுத்தி ஆபத்துகளை முன்பே உணரக்கூடிய, இரை தேடத்தெரிந்த, தங்களுடைய நகர்ச்சியை ஒழுங்கமைக்கக்கூடிய, உயிர் தோற்றங்கள் பெருகி வழியும் கடலில் இயங்கத்தெரிந்த விலங்காக ஒரு குருட்டு அதிர்ஷ்டத்தில் நீ இருந்ததால் உன்னால் அதுமுடிகிறது. இறந்த மற்றும் தொலைந்துபோன விலங்குகள் கடலின் ஆழத்தில் இருக்கும். மில்லியன் கணக்கான வயதுடைய உன் பல சகோதரிகள் தங்களின் ஐந்து சுருங்கிய நட்சத்திரங்களோடு நீரிலிருந்து உருவாகாதவை; அந்த ஐந்து விரல்கள் வேறு கரையில் வறண்ட நிலத்தில் பதிந்திருந்தன. அவை உதயத்தின் தீவுகள். நீ அமீபா, ஊர்வன, மற்றும் பறவை, இவற்றின் ஒட்டாக உருவாவாய். புதிய சிகரங்களிலிருந்து புதிய ஆழங்களுக்குத் தம்மைச் செலுத்திக்கொள்ளும் பறவைகள் தோல்வியிலிருந்து கற்றுக்கொள்பவை; அதேசமயத்தில் ஊர்வனவும் பறக்கத் தொடங்கும்; நிலம்குளிர் மிகுந்திருக்கும்; நீ பறவைகளோடு இறகுகளால் பாதுகாக்கப்பட்டு பிழைத்திருப்பாய். அவற்றின் சூட்டினுடைய தகிப்பை நீ அணிந்துகொள்வாய். அதேசமயம் குளிர்ரத்த விலங்குகள் உறங்கும். பின்குளிர்கால உறக்கம் கொள்ளும், முடிவில் இறந்தும்போகும். நீ உன்னுடைய குளம்புகளை வறண்ட நிலத்தில் ஆழப்பதிப்பாய்; அந்த உதயத்தின் தீவுகளில், நீ ஒரு குதிரையைப்போல் வியர்ப்பாய். நீ புதிய மரங்களில் உன்னுடைய உடம்பின் மாறாத வெப்பநிலையோடு ஏறுவாய்; பல்திறன் கொண்ட மூளை அணுக்களோடு இறங்குவாய்; உனது தன்னிச்சையான நரம்பு மண்டலம், உன்னுடைய நிலையான ஹைட்ரஜன், சர்க்கரை, கால்சியம், நீர், மற்றும் ஆக்சிஜன் அளவுகள்: உன்னுடைய உடனடிப்புலன்களை, முக்கியத் தேவைகளைத் தாண்டிய சுதந்திரமான சிந்தனை.

நீ உன்னுடைய பத்தாயிரம் மில்லியன் மூளை, நரம்பணுக்களோடு இறங்கி வருவாய்; அதற்கான உன்மூளையில் மின்சாரக் கலன்கள் நெகிழ்தன்மையோடு, மாற்றங்களுக்கு உட்பட்டு, ஆராய, உன்னுடைய ஆர்வத்தைத் தணிக்க, உன்னுடைய இலக்குகளைத் தீர்மானிக்க, அவற்றை குறைந்த முயற்சியில் அடைய, சிக்கல்களைத்

தவிர்க்க, முன்னறிய, கற்றுக்கொள்ள, மறக்க, நினைக்க, யோசனைகளை இணைக்க, வடிவங்களை அடையாளம் காண, தேவைக்காக இடதுபுற விளிம்பிடத்தின் பாகைகளை அதிகரிக்க, உடலியல் சூழலின் ஈர்க்கக்கூடிய மற்றும் தவிர்ப்புகளிலிருந்து உன்னுடைய மனத்தைத் திருப்பிக்கொள்ள, பொருத்தமான சூழ்நிலைகளைத் தேட, அதிகபட்சத்தை ரகசியமாக விரும்பினாலும் உண்மையை உன்னுடைய குறைந்தபட்ச அளவீடுகள் கொண்டு அளக்க, சலிப்பூட்டும் மனவழுத்தத்திற்கு ஆளாகாமல் தப்பிக்க உதவுவதற்கே அமைந்திருக்கும்.

உன்னைப் பழக்கப்படுத்திக்கொள்வாய். உன்னை இனக்குழு வாழ்க்கைக்குத் தக்கவாறு மாற்றிக்கொள்வாய்.

நீ விரும்புவாய்: உன்னுடைய விருப்பமும் நீ விரும்பியதும் ஒன்றாக இருக்க விரும்புவாய்; விருப்பம் மற்றும் நீ விருப்பம் கொள்ளும் விஷயத்தில் உடனடி மனநிறைவுக்கான கனவு, இணைவுக்கான, பிரிவுகள் இல்லாமல் இருப்பதற்கான கனவு.

உன்னை நீ அடையாளம் கண்டுகொள்வாய்.

மற்றவர்களை அடையாளம் கண்டுகொள்வாய், உன்னை அடையாளம் கண்டுகொள்ள அனுமதிப்பாய்; ஒவ்வொரு தனிமனிதனுக்கும் நீ எதிராகத்தான் இருக்கிறாய் என்று உணர்வாய். ஏனெனில் அவர்கள்தான் உனக்கும் உன் விருப்பத்திற்கும் இடையிலிருக்கும் தடை.

நீ தேர்ந்தெடுப்பாய், உயிர் தப்புவதன் பொருட்டுத் தேர்ந்தெடுப்பாய், எண்ணற்ற கண்ணாடிகளுக்கிடையே ஒன்றைத் தேர்ந்தெடு, ஒன்றை மட்டும், உன்னை மாற்றாமல் பிரதிபலிப்பதை, மற்ற கண்ணாடிகளைக் கருப்பு நிழல்களால் நிறைப்பதை, அதை உனக்கு வழங்கும் முன் அவற்றைக் கொன்றுவிடு, மீண்டும் முடிவற்ற தேர்வுகளின் பாதைகள்.

நீ முடிவெடுப்பாய், பாதைகளில் ஒன்றைத் தேர்ந்தெடுப்பாய், மற்றவர்களைத் தியாகம் செய்வாய். தேர்ந்தெடுக்கையில் உன்னை நீயே தியாகம் செய்வாய், மற்ற யாராகவெல்லாம் நீ இருந்திருக்க முடியுமோ அவர்களாக இருப்பதை நிறுத்துவாய், மற்ற மனிதர்கள் - இன்னொரு மனிதன் - நீ தேர்ந்தெடுக்கையில் ஒதுக்கிவிட்ட வாழ்க்கையை வாழவேண்டுமென்று விரும்புவாய்: நீ ஆம் என்பதைத் தேர்ந்தெடுக்கும்போது, நீ இல்லை என்பதைத்

தேர்ந்தெடுக்கும்போது, நீ அனுமதிக்கும்போது, உன்னுடைய விருப்பங்களல்லாது, உன் விடுதலையை ஒத்தது, உன்னுடைய அறிவு, உன்னுடைய தன் விருப்பம், உன் அச்சம் மற்றும் உன் பெருமை ஆகியவை உன்னை ஒரு புதிருக்குள் செலுத்த அனுமதிப்பாய்.

அந்த நாளில் நீ அன்புக்கு பயப்படுவாய்.

ஆனால் உன்னால் அதிலிருந்து மீளமுடியும். உன் கண்களை மூடி ஓய்வெடுப்பாய். ஆனால் பார்ப்பதை நிறுத்த மாட்டாய், விரும்புவதையும் நிறுத்த மாட்டாய், ஏனெனில் அப்படித்தான் விரும்பும் பொருளை உன்னுடையதாக்கியிருக்கிறாய்.

நினைவென்பது மனநிறைவுற்ற விருப்பம்தான்.

இன்று, உன்னுடைய வாழ்க்கையும் விதியும் ஒன்றாக இருக்கும்போது.

1934: ஆகஸ்ட் 12

தீக்குச்சியை எடுத்து உரசினான், உருவாகிய தீக்கொழுந்தை உற்றுப்பார்த்துவிட்டு, அதனால் சிகரெட்டின் நுனியைத் தொட்டான். கண்களை மூடிக்கொண்டு புகையை உள்ளிழுத்தான். நாற்காலியில் அமர்ந்தபடி கால்களை நன்றாக நீட்டி நெளித்தான். மற்றொரு கையால் அதிலிருந்த வெல்வெட்டைத் தடவிப் பார்த்தான், படிகத்தினாலான பூச்சாடியிலிருந்த சாமந்திப்பூவை முகர்ந்து பார்த்தான். அவனுக்குப் பின்னாலிருந்த இசைத்தட்டிலிருந்து வந்த மெதுவான இசையைக் கேட்டான்.

"கிட்டத்தட்டத் தயார்."

அவனது மற்றொருகை அருகில் வாதுமை மரத்தாலான மேசைமீதிருந்த இசைத்தட்டின் மேலட்டையைத் தடவியது. அதிலிருந்த ஜெர்மானிய கிராமஃபோன் சங்கம் என்ற எழுத்துகளைப் படித்தபடி கம்பீரமாக நுழையும் செல்லோவின் இசையைக் கேட்டான். அது தேய்ந்து, மீண்டும் தன்னை உறுதிப்படுத்தி, இறுதியாக, பல்லவியில் இருந்த வயலின் இசையை மீறி, அதைப்புறக்கணித்து தாழ்வாக ஒலித்துக்கொண்டிருந்த சேர்ந்திசையின் இரண்டாவது வரியில் சென்று சேர்ந்தது. அவன் கேட்பதை நிறுத்தினான். தனது டையைச் சரிசெய்துகொண்டு சில வினாடிகளுக்கு அதன் விலையுயர்ந்த பட்டினைத் தடவிப்பார்த்துக் கொண்டான், அது அவனது விரல்களுக்குக் கீழே சரசரவென்றது.

"உனக்குக் குடிக்க ஏதேனும் தரட்டுமா?"

அவன் மதுவகைகள் மற்றும் கண்ணாடிக்கோப்பைகள் நிறைந்திருந்த சிறிய வண்டியை நோக்கி நடந்தான். ஒரு ஸ்காட்ச்

புட்டியையும் பொஹீமியா படிகத்தினாலான கோப்பையையும் எடுத்துக்கொண்டான். விஸ்கியை ஊற்றிக்கொண்டு அதிலொரு பனிக்கட்டியை இட்டு, சிறிது தண்ணீர் சேர்த்துக்கொண்டான்.

"உன்னிடம் என்ன இருக்கிறதோ அது."

அதே செயலை மீண்டும் செய்து இரண்டு கோப்பைகளையும் எடுத்து, மதுவும் நீரும் கலக்கும்படி சுழற்றினான். பிறகு படுக்கையறையின் கதவை நோக்கிச்சென்றான்.

"இன்னும் ஒரு நிமிடம்."

"அதை நீ எனக்காகத் தேர்ந்தெடுத்தாயா?"

"ஆமாம், உனக்கு நினைவில்லையா?"

"இருக்கிறது."

"மன்னித்துவிடு, நான் சற்று மந்தம்."

மீண்டும் நாற்காலியில் சென்று அமர்ந்தான். இசைத்தட்டின் மேலட்டையை மீண்டும் எடுத்து தனது முழங்கால்களில் வைத்துக்கொண்டான். ஜார்ஜ் ஃப்ரெட்ரிக் ஹேண்டலின் படைப்பு. அளவுக்கதிகமாக சூடேற்றப்பட்டிருந்த அந்த மண்டபத்தில் ஓர் இசைநிகழ்ச்சிக்காக இருவரும் சென்றிருந்தனர்; தன்னிகழ்வாக இருவரும் அடுத்தடுத்த இருக்கையில் அமர்ந்தனர், தன்னிகழ்வாக அவன் தனது நண்பனிடம் ஸ்பானிய மொழியில் அந்த இடம் எவ்வளவு வெப்பமாக இருக்கிறது என்று பேசுவதைக் கேட்டாள். நிகழ்ச்சி குறித்து அவளிடம் ஆங்கிலத்தில் அவன் கேட்க அவள் நிச்சயமாக என்று ஸ்பானிய மொழியில் பதிலளித்தாள். இருவரும் புன்னகைத்துக்கொண்டனர். Concerti grossi, Opus 6. அடுத்துவரும் மாதத்தில் ஒரு மாலைநேரத்தைச் சேர்ந்துகழிப்பதற்குத் திட்டமிட்டனர். இருவரும் அந்தநாளில் அந்நகரத்தில் இருக்கவேண்டும். போலேவார்ட் தெஸ் கபுசீன்ஸ் அருகிலுள்ள ரூ கொமார்ட்டினின் ஒரு காஃபி விடுதியில், அந்த இடத்திற்குப் பலவருடங்கள் கழித்து அவளில்லாமல் மீண்டும் வருவான். அப்போது அந்த இடத்தை அவனால் கண்டுபிடிக்க முடியாது - மீண்டும் அங்கே சென்று அதே உணவுகளைச் சுவைக்க விரும்புவான் - அவன் நினைவில் இருக்கும் அந்த இடம் சிவப்பு மற்றும் செவ்வரக்கு நிறத்தில் அலங்கரிக்கப்பட்டதாக இருக்கும். ரோமானிய பாணியில் அமைக்கப்பட்ட விசுப்பலகை,

சிவப்புநிற மரத்தாலான நீளமான மதுமேசை, திறந்தவெளியில் அமைந்ததல்ல. ஆனால் கதவுகள் இல்லாத வகை. அவர்கள் க்ரேமே தி மென்ஸ் மற்றும் தண்ணீர் அருந்தினர். அவன் மீண்டும் அதையே கொண்டுவரப் பணித்தான். அவள் செப்டம்பர் மாதம்தான் மிகச்சிறந்த மாதம் என்றாள். செப்படம்பர் மாதத்தின் முடிவு, அக்டோபர் மாதத்தின் தொடக்கம். இந்தியக் கோடை. விடுமுறையின் முடிவு. அவன் பணத்தைக் கொடுத்தான். அவள் அவனது கையை ஏந்திக்கொண்டாள். சிரித்துக்கொண்டு, ஆழ்ந்து மூச்சு விட்டபடி, அவர்கள் பலே ரோயாலின் தாழ்வாரத்தில் நடந்தனர். அதிலுள்ள முற்றங்கள், கூடங்கள், முதன்முதலாக இறந்த இலைகளின் மேல் கால்வைத்தனர். துணைக்குப் புறாக்கள், பிறகு சிறிய மேசைகள் மற்றும் சிவப்புநிறச் சாய்மானங்கள் கொண்ட, கண்ணாடிகள் பதிக்கப்பட்ட சுவர்களுடைய ஒரு உணவுவிடுதிக்குள் நுழைந்தனர்: பழைய ஓவியங்கள், பழைய வார்னிஷ் - தங்கநிறம், நீலம் மற்றும் செவ்வரக்கு.

“அனைத்தும் தயார்.”

அவன் தோள்களின் வழி அவள் படுக்கையறையிலிருந்து தனது தோடுகளைக் காதில் மாட்டிக்கொண்டு தனது தேன்நிறக்கூந்தலை படியச்செய்தபடி வருவதைக்கண்டான். அவளுடைய கோப்பையை அவளிடம் நீட்டினான். அவள் ஒரு மிடறு அருந்திவிட்டு மூக்கைச் சுருக்கினாள். சிவப்புநிற நாற்காலியில் அமர்ந்து, வலது காலை இடதுகாலின் மீது போட்டுக்கொண்டு கோப்பையை கண்கள்வரை உயர்த்தினாள். அவனும் அவளைப்போலவே செய்து புன்னகைத்தான். அவள் தனது கருப்புநிற மேலாடையின் மடிப்பில் எதையோ தட்டிச் சுத்தம் செய்தாள். க்ளாவிகார்ட்[19] பல்லவியின் நடுவிலிருக்கும் இறக்கத்தை இயக்கிக்கொண்டிருந்தது. உடன் வயலின்கள். அவன் அதை மேட்டிலிருந்து கீழே இறங்குவதாகக் கற்பனை செய்துகொண்டான். அணிவகுத்து முன்னோக்கி இறங்குவதல்ல: மெல்லிய, கிட்டத்தட்ட புலப்படாத இறக்கம், அது தரையைத்தொடும்போது தாழ்ந்த மற்றும் உயர்ந்த வயலின் ஒலிகளின் எதிர்துருவ மகிழ்ச்சியாகிறது. க்ளாவிகார்ட் சிறகுகளைப் போல கீழிறங்கித் தரையைத் தொடுவதை மட்டுமே செய்கிறது. இப்போது இசை தரையில் இருப்பதால் நடனமிடத்துவங்குகிறது. அவர்கள் ஒருவரையொருவர் பார்த்துக்கொண்டனர்.

“லாரா...”

அவள் ஆள்காட்டிவிரலை உயர்த்தினாள், அவர்கள் தொடர்ந்து கேட்டுக்கொண்டிருந்தனர். அவள் கையில் கோப்பையோடு அமர்ந்திருந்தாள்; அவன் நின்றபடி விண்மீன் உலகத்தினை அதன் அச்சிலிருந்து சுழற்றி அவ்வப்போது நிறுத்தி வெள்ளிநிறத்தில் வரையப்பட்டுள்ள விண்மீன் கூட்டங்களின் வெளிவரையைக் கவனிப்பான். காகம், கேடயம், வேட்டையாடும் நாய்கள், மீன்கள், பலிபீடம், குதிரை உடல்கொண்ட மனிதன். இசைத்தட்டின் ஊசி அமைதியானது; அவன் இசைக்கருவிக்கு அருகில் நடந்து அதன் தொனிக்கரத்தை எடுத்து அதற்குரிய இடத்தில் வைத்தான்.

“உன்னுடைய அறை நன்றாக மாற்றமடைந்துவிட்டது.”

“ஆமாம், வேடிக்கைதான். ஆனால், அனைத்துப் பொருள்களுக்கும் இடமில்லை.”

“இது நன்றாக இருக்கிறது, அனைத்தும் ஒன்றுதான்.”

“மற்ற பொருள்களையெலாம் தனியாகப் போட்டுவைக்க வேண்டும்.”

“நீ விரும்பியிருந்தால், இதைவிட...”

“நன்றி” என்று புன்னகைத்தாள். “பெரிய வீடுதான் என்னுடைய தேவை என்றால் அவனுடனேயே தங்கியிருப்பேன்.”

“இன்னும் இசை கேட்க விரும்புகிறாயா, அல்லது வெளியில் போகலாமா?”

“இந்தக் கோப்பையை முடித்துவிட்டு வெளியில் செல்வோம்.”

அவர்கள் அந்த ஓவியத்தின் முன்பாகத் தாமதித்தனர். அவள் தனக்கு இந்தச்சித்திரம் மிகவும் பிடித்தமானது என்றும் அதற்கு அந்த நிற்கும் புகைவண்டி, நீலநிறப் புகை, பின்புலத்தில் இருக்கும் நீலம் மற்றும் காவிநிற வீடுகள், மங்கலான ஓரளவே தென்படுகிற உருவங்கள் ஆகியவைதான் காரணம் என்றாள். தனக்கு காரே செய்ன்ட் லஸாரேவிலுள்ள மோனெட்டின் ஓவியத்தில் உள்ள இந்தத் தகரக்கூரை மற்றும் மங்கலான சன்னல்கள் பிடிக்கும் என்றாள். இந்நகரத்தில் அவளுக்குப்பிடித்த விஷயம் அவைதான். தனித்தனியாகப் பார்க்கும்போது அல்லது நுணுக்கமாக ஆராயும்போது அழகாக இல்லாத பொருள்கள்கூட மொத்தமாகப் பார்க்கும்போது மறுக்கமுடியாதவையாக இருக்கின்றன. அவன்

அது நிச்சயமாக ஒரு வித்தியாசமான விளக்கம்தான் என்றான். அவள் சிரித்தபடி அவனது கையைத்தட்டி அது சரிதான் என்றாள். அவளுக்கு அது பிடித்திருந்தது. அது அனைத்தும் பிடித்திருந்தது. அவள் மகிழ்ச்சியாக இருந்தாள். அவன் வருடங்களுக்குப் பிறகு அந்த ஓவியத்தை மறுபடியும் பார்க்கச்சென்றான். அதற்குள் அது ஜூ-தி-பௌமேவில் வைக்கப்பட்டிருந்தது. விளக்கமளிப்பவள் அது நம்பமுடியாதது என்றாள். முப்பது வருடங்களில் அதன் மதிப்பு நான்கு மடங்காகிவிட்டது. இப்போது அதன் மதிப்பு பல ஆயிரங்கள், நம்பமுடியவில்லை என்றாள்.

அவன் அவளுக்குப் பின்னால் நின்றுகொண்டு நாற்காலியை வருடினான். பிறகு லாராவின் தோள்களைத் தொட்டான். அவள் தனது தலையை அவன் கரத்தில் சாய்த்தாள். கன்னங்களை அவன் விரல்களில் தேய்த்தாள். பெருமூச்சு விட்டு, புதியதொரு புன்னகையுடன் திரும்பி விஸ்கியை ஒருமிடறு பருகினாள். கண்களை மூடியவாறு தலையைப் பின்னால் சாய்த்து மிடறினை நாவுக்கும் அண்ணத்துக்கும் இடையில் வைத்துச் சுவைத்துப் பின் விழுங்கினாள்.

“நம்மால் அடுத்த வருடமும் அங்கே செல்ல முடியும். என்ன நினைக்கிறாய்?”

“ஆமாம், நாம் மீண்டும் அங்கே செல்லலாம்.”

“தெருக்களில் எப்படியெல்லாம் சுற்றினோம் என்று எப்போதும் நினைப்பேன்.”

“நானும்தான். நீ கிராமத்திற்குச் சென்றதில்லை. நான் உன்னை அழைத்துச்சென்றதை நினைத்துக்கொள்வேன்.”

“ஆமாம், நாம் மீண்டும் அங்கே செல்லவேண்டும்.”

“அந்த நகரத்தில் ஏதோவொன்று மிக உயிர்ப்போடு இருக்கிறது. ஞாபகமிருக்கிறதா? ஆறும் கடலும் கலந்தால் வரும் மணம் என்ன என்று உனக்குத் தெரிந்திருக்கவில்லை. உன்னால் அதை அனுமானிக்க முடியவில்லை. நாம் இருவரும் ஹட்சனுக்கு நடந்து சென்று அதை உணரும்பொருட்டு கண்களை மூடிக்கொண்டோம்.”

அவன் லாராவின் கைகளை எடுத்து, விரல்களை முத்தமிட்டான். தொலைபேசி ஒலித்தது. அவன் எழுந்து அதனருகில் சென்று எடுத்தான். ஒரு குரல் மீண்டும் மீண்டும் “ஹலோ, ஹலோ,

ஹலோ?... லாரா?"

அவன் தொலைபேசியின் ஒலிவாங்கும் பகுதியை கையால் மூடிக்கொண்டு லாராவிடம் கொடுத்தான். அவள் கையிலிருந்த கோப்பையை சிறுமேசையொன்றில் வைத்துவிட்டு தொலைபேசியை நோக்கி வந்தாள்.

"ஹலோ?"

"லாராவா? நான் கதலீனா."

"எப்படி இருக்கிறாய்?"

"நான் எதிலும் குறுக்கிடுகிறேனா?"

"வெளியே கிளம்பிக் கொண்டிருந்தேன்."

"அதிகநேரம் எடுத்துக்கொள்ள மாட்டேன்."

"என்ன விஷயம்?"

"நீ உண்மையில் அவசரத்தில் இருக்கிறாயா?"

"இல்லை, இல்லவே இல்லை. உண்மையாக."

"நான் ஒரு தவறு செய்துவிட்டேன் என்று நினைக்கிறேன். நான் உன்னிடம் கூறியிருக்க வேண்டும்."

"என்ன?"

"ஆமாம், ஆமாம், நான் உன்னுடைய நீளிருக்கையை வாங்கி-யிருக்கவேண்டும். நான் இப்போது புது வீட்டிற்கு மாறி-விட்டேன், இப்போதுதான் புரிந்தது. அந்தப் பட்டு நீளிருக்கையை நினைவுள்ளதா, வேலைப்பாடுகள் கொண்டது? அது முன்கூடத்தில் இருந்தால் நன்றாக இருக்கும். ஏனென்றால் நான் சில திரைச்சீலைகள் வாங்கினேன், முன்கூடத்தில் தொங்கவிடுவதற்கான திரைச்சீலைகள், அந்த இடத்தில் சரியாகப் பொருந்தக்கூடியது உன்னுடைய வேலைப்பாடுகள் அமைந்த நீளிருக்கை மட்டும்தான்..."

"அப்படியா. அது அதிகமான வேலைப்பாடுகள் கொண்டது என்று நினைக்கிறேன்."

"இல்லை, இல்லை. அந்தத் திரைச்சீலைகள் அடர்நிறம்

கொண்டவை, உன்னுடைய நீளிருக்கை மங்கலான வண்ணம் உடையது, எனவே அவை நல்ல வேறுபாடாக இருக்கும்."

"ஆனால் அந்த நீளிருக்கையை இந்த அடுக்ககத்தில் உபயோகிக்கிறேன்."

"அப்படிச் சொல்லாதே. உன்னிடம் நிறைய மரச்சாமான்கள் உண்டு. பாதியை அறைக்குள் வைத்துப்பூட்ட வேண்டும் என்று நீயே சொன்னாய் அல்லவா? சொன்னாய்தானே?"

"சொன்னேன், ஆனால் இப்போதுதான் முன்னறையை ஒழுங்கு செய்தேன் எனவேதான்..."

"சரி, அதைப்பற்றி யோசித்துப்பார். வீட்டைப் பார்க்க எப்போது வருகிறாய்?"

"நீ எப்போது சொல்கிறாயோ அப்போது."

"அப்படிப் பொதுவாகப் பேசாதே. ஒருநாளைக் குறிப்பிடு அந்தநாளில் தேநீர் அருந்தியபடி பேசிக்கொண்டிருப்போம்."

"வெள்ளிக்கிழமை?"

"இல்லை, வெள்ளிக்கிழமை முடியாது. ஆனால் வியாழக்கிழமை முடியும்."

"அப்படியென்றால் வியாழக்கிழமை என்று வைத்துக்கொள்வோம்."

"ஒன்றை மட்டும் சொல்லிவிடுகிறேன். உன்னுடைய நீளிருக்கை இல்லாமல் முன்கூடம் சரியாக அமையாது. அது இல்லையென்றால் நான் முன்கூடமே இல்லாமல் வைத்துவிடுவேன் தெரியுமா? அது சரியாக வராது. ஒரு அடுக்ககத்தை அலங்கரிப்பது மிகவும் எளிது. நீ வந்து பார்த்தால் புரியும்."

"வியாழக்கிழமை."

"கண்டிப்பாக. திடீரென உன் கணவனைச் சந்தித்தேன். அவ்வளவு கண்ணியமான மனிதன். லாரா, நீ அவனை விவாகரத்து செய்வது வெட்ககரமானது. அவன் பார்க்கவும் நன்றாகத்தான் இருக்கிறான். அவன் உன்னையே நினைத்துக் கொண்டிருக்கிறான். ஏன் லாரா, ஏன்?"

“அது அனைத்தும் முடிந்துபோனது.”

“வியாழக்கிழமை சந்திப்போம். நாம் இருவர் மட்டும், நிறையப் பேசலாம்.”

“சரி கதலீனா. வியாழக்கிழமை சந்திப்போம்.”

“சந்திப்போம்.”

அவள் நடனமாட விரும்புகிறாளா என்று கேட்டான். இருவரும் ப்ளாஸா விடுதியின் தொட்டியில் வளர்க்கப்படும் பனைவகை மரங்கள் வரிசையிட்டிருக்கும் அழகுநிலையத்தைத் தாண்டி நடன அரங்கிற்குள் நுழைந்தனர். அவன் அவளைக் கையில் ஏந்திக்கொண்டான், அவள் அவனது நீண்ட விரல்களை வருடினாள், பனையின் சூடு அவன் விரல்களில், அவன் தோள்களில் சாய்ந்துகொண்டாள். நிமிர்ந்து அவன் கண்களைப் பார்த்தாள், அவன் அவளது கண்களுக்குள் பார்த்துக்கொண்டிருந்தான்: அவர்கள் இருவரும் ஒருவரையொருவர் பார்த்துக் கொண்டிருந்தனர். அவனது பச்சைநிறக் கண்கள், அவளது சாம்பல்நிறக் கண்கள், ஒன்றையொன்று பார்த்தபடி அந்த நடன அரங்கில், இசைக்குழு நிதானமான ஒரு பழையபாடலை இசைக்க, அவர்களின் விரல்களால் ஒருவரையொருவர் பார்த்தபடி, அவனது கை அவளது இடுப்பில், மெதுவாகத் திரும்புகின்றனர். அந்த விறைப்பான பாவாடை, அந்தப் பாவாடை...

அவள் தொலைபேசியை வைத்துவிட்டு அவனைப் பார்த்தபடி காத்திருந்தாள். வேலைப்பாடுகள் நிறைந்த அந்த நீளிருக்கைக்கு அருகில் சென்று விரல்களால் அதை வருடினாள். மீண்டும் அவனைப் பார்த்தாள்.

“தயவுசெய்து விளக்கைப் போடமுடியுமா? உனக்கு அருகிலேயே இருக்கிறது பார். நன்றி.”

“அவளுக்கு எதுவும் தெரியாது.”

லாரா நீளிருக்கையிலிருந்து தள்ளி நடந்து பிறகு திரும்பிப் பார்த்தாள். “இல்லை, இந்த விளக்கு அதிகவெளிச்சத்துடன் இருக்கிறது. இன்னமும் விளக்குகளை எப்படி அமைப்பதென நான் முடிவு செய்யவில்லை. பெரிய வீடுகளுக்கு விளக்கை அமைப்பது இதுபோல இல்லை...”

களைப்பாக உணர்ந்தாள், நீளிருக்கையில் அமர்ந்து தோலினால் அட்டையிடப்பட்ட சிறிய புத்தகமொன்றை அருகிலிருந்த மேசை-யிலிருந்து எடுத்து பக்கங்களைப் புரட்டினாள். முகத்தை மறைக்கும் தன்னுடைய பொன்னிறக்கூந்தலை பின்னுக்குத்தள்ளிவிட்டு, விளக்கை நோக்கித் திரும்பினாள். மெல்லிய குரலில் தான் படிப்பதை உச்சரித்தாள். புருவங்கள் உயர, உதடுகளில் மெல்லிய சுருக்கம். படித்துவிட்டு புத்தகத்தை மூடிவைத்தாள். "அவர்கள் படகுக்காகக் காத்திருந்தார்கள்" என்று காதலீனிய மொழியில் கூறிவிட்டு அவனை உறுத்துப்பார்த்தாள். பிறகு தனது நினைவிலிருந்து ஒப்பித்தாள்:

"மகிழ்வென்ற ஒன்று எந்தநாளிலேனும் கிட்டாதோ? இறையே கூறுவீர். எம் நுகர்ச்சிப்புலன்கள் நறுமணமுள்ள வாசனைகளில் மகிழக்கூடாதெனில் ஏன் பூக்களைப் படைத்தீர்..."

நீளிருக்கையில் படுத்துக்கொண்டு, கைகளால் கண்களை மூடிக்கொண்டாள். துல்லியமான, களைத்த குரலில் திரும்பக்கூறினாள். தனக்குத்தானே கேட்க விரும்பாத அல்லது மற்றவருக்கும் கேட்காத குரலில், "...எம் செவித்திறன் அதைக் கேட்பதற்கு இல்லையெனில்... எம் கண்கள் அதைப்பார்ப்பதற்கு இல்லையெனில்" அவனது கைகளை கழுத்தில் உணர்ந்தாள். அவளது மார்பில் கிடந்த ஒளிரும் முத்துகளைத் தொட்டுக்கொண்டிருந்தான்.

"நான் அதற்குக் காரணமல்ல..."

"இல்லை, இதற்கும் உனக்கும் தொடர்பே இல்லை. இது வெகுகாலத்திற்கு முன்பே ஆரம்பித்துவிட்டது."

"அது ஏன் நடந்தது?"

"ஓ, ஒருவேளை நான் என் தகுதியை அளவுக்குமீறி ஊதிப்பெருக்கிக்கொண்டேன்... ஏனென்றால், என்னைச் சரியாக நடத்தவேண்டும் அந்த உரிமை எனக்கிருக்கிறது என்று நினைக்கிறேன்... ஒரு பொருளாக அல்ல, ஒரு மனிதராக..."

"நாம் எப்படி?"

"எனக்குத்தெரியாது, எனக்குத்தெரியவில்லை. எனக்கு முப்பத்தைந்து வயதாகிறது. இந்த வயதில் யாரேனும் உதவாவிட்டால் மீண்டும் தொடங்குவதென்பது கடினம்... அன்று இரவு இதைப்பற்றிப் பேசினோம், நினைவிருக்கிறதா?"

"நியூயார்க்கில்."

"ஆமாம். நாம் இருவரும் ஒருவரையொருவர் புரிந்துகொள்ளவேண்டுமென்று பேசிக்கொண்டோம்..."

"...கதவுகளைத் திறந்துவைப்பதைக் காட்டிலும் அதை மூடிவிடுவது ஆபத்தானது... ஆனால் இதுவரை நீ என்னைப் புரிந்துகொள்ளவில்லையா?"

"நீ எதுவும் சொல்லுவதில்லை. என்னையும் எதுவும் கேட்பதில்லை."

"உண்மையிலேயே உன்னிடம் விஷயங்களைக் கேட்டுக்கொண்டிருக்க வேண்டுமென்று நினைக்கிறாயா? ஏன்?"

"எனக்குத் தெரியவில்லை..."

"உனக்குத் தெரியவில்லை. நல்லது, நான் உனக்காக உச்சரிக்கிறேன். பிறகு உனக்குத் தெரியும்..."

"இருக்கலாம்."

"நான் உன்னைக் காதலிக்கிறேன். நான் உன்னைக் காதலிக்கிறேன் என்று நீ சொல்லவேண்டும். இல்லை நீ புரிந்துகொள்ள விரும்பவில்லை... எனக்கொரு சிகரெட் கொடு."

அவன் மேல்சட்டைப் பையிலிருந்து பெட்டியை எடுத்தான். ஒரு தீக்குச்சியைத் தேர்ந்து கொளுத்தினான். அவள் காத்திருந்த நேரத்தில் ஒரு சிகரெட்டை எடுத்து அந்தக் காகிதத்தை தன் உதடுகளுக்கிடையே உணர்ந்து, ஈரமாக்கி, இரண்டு விரல்களால் உதட்டிலிருந்த புகையிலைத் துகள்களை எடுத்தாள். விரல்களில் வைத்து உருட்டி, சாதாரணமாகத் தூக்கி எறிந்தாள். அவன் அவளையே பார்த்துக் கொண்டிருந்தான்.

"ஒருவேளை நான் மீண்டும் வகுப்புகளுக்குச் செல்லத்தொடங்கலாம். நான் பதினைந்து வயதாக இருக்கும்போது வரைய ஆசைப்பட்டேன். பிறகு அதைப்பற்றியெல்லாம் மறந்து விட்டது."

"நாம் வெளியே செல்லப்போவதில்லையா?"

"இல்லை, செல்லப்போவதில்லை."

"இன்னொரு கோப்பை மது வேண்டுமா?"

"ஆமாம், இன்னொன்று தயாரித்துக் கொடு."

அவளது காலிக்கோப்பையை மேசை மீதிருந்து எடுத்தான், அதிலிருந்த உதட்டுச்சாயத்தின் கறையைக் கவனித்தான். படிகத்தோடு பனிக்கட்டி மோதும் ஒலியைக் கேட்டான். தாழ்வான மேசைக்குச் சென்று மீண்டும் விஸ்கியை அளந்து ஊற்றினான். இன்னொரு பனிக்கட்டியை வெள்ளிக்கரண்டியால் எடுத்தான்...

"தண்ணீர் சேர்க்க வேண்டாம்."

வெள்ளையுடையணிந்த அந்தப்பெண் - வெள்ளையுடை மற்றும் நிழல் - ஊஞ்சலில் நின்று கொண்டிருப்பவள் எந்தத் திசையில் பார்த்துக்கொண்டிருக்கிறாள் என்பது அவனுக்குத் தொந்தரவாக இல்லையா என்று கேட்டாள். ஆடையில் நீலநிறப் பின்னல்கள் கொண்ட பெண். அந்த ஓவியத்தில் எப்போதும் ஏதாவது ஒன்று பார்க்க விடுபட்டுவிடுகிறது என்றாள். ஏனெனில் அந்த ஓவியத்தில் காட்டப்படும் உலகமானது நீட்டிக்கப்பட வேண்டும், அதைத்தாண்டிச் செல்லவேண்டும். மற்ற நிறங்களால் நிறைத்துக்கொள்ளப்பட வேண்டும், மற்ற இருப்புகளால், வேறு தொடர்புகளால், அதற்காகத்தான் அந்த ஓவியம் படைக்கப்பட்டிருக்கிறது மற்றும் தனதிருப்பில் உள்ளது. அவர்கள் செப்டம்பர் மாதத்துப் பகலில் வெளியே சென்றனர். அவர்கள் நடந்தனர், சிரித்தபடி, ரூ-தெ-ரிவோலியின் வளைவுகளுக்குக் கீழே, அவன் நிச்சயம் தெஸ் வோஷ் என்ற இடத்தைப் பார்க்கவேண்டும் என்றாள், மிகவும் அழகான இடம். அவர்கள் ஒரு காரை வாடகைக்கு எடுத்துக்கொண்டனர். சுரங்கச்சாலை வழிகள் உள்ள வரைபடத்தைத் தன் மடியில் விரித்து வைத்துக்கொண்டான். அவள் தனது விரலை சிவப்பு மற்றும் பச்சைக் கோடுகளுக்கிடையே நகர்த்தினாள். அவனது கரங்களைக் கோர்த்தபடி, அவளது மூச்சு அவனுக்கு மிகநெருக்கமாக இருந்தது. அந்தப்பெயர்களை மிகவும் விரும்புவதாகக் கூறினாள். அவற்றைக் கூறுவதில் அவளுக்குச் சலிப்பேற்பட்டதேயில்லை. ரிச்சர்ட்-லெனோய்ர், லெது-ராலின், ஃபீயஸ்-து-குல்வைர்...

அவளது கோப்பையை அவளிடம் கொடுத்துவிட்டு நட்சத்திர மண்டலங்களின் கோளத்தை இன்னொருமுறை சுழற்றினான்.மீண்டுமொருமுறை பெயர்களைப் படித்தான். லூபஸ், க்ரேட்டர், சாஜிட்டாரியஸ், பிஸ்செஸ், ஹோரோலோஜியம், அர்கோ நாவிஸ், லிப்ரா, செர்பென்ஸ். மீண்டும் சுழற்றி விட்டு

விரல்களை கோளத்தில் வைத்துக்கொண்டான், தூரத்து, குளிர்ந்த நட்சத்திரங்களைத் தொட்டபடி.

"என்ன செய்கிறாய்?"

"இந்தக் கோளத்தைப் பார்த்துக் கொண்டிருக்கிறேன்."

"ஆஹ்."

அவன் குனிந்து அவளது தளர்த்தப்பட்ட கூந்தலை முத்தமிட்டான்; அவள் தலையசைத்துப் புன்னகைத்தாள்.

"உன் மனைவிக்கு இந்த நீளிருக்கை வேண்டுமாம்."

"கேட்டேன்."

"என்ன நினைக்கிறாய்? நான் பெருந்தன்மையாக நடந்துகொள்ள வேண்டுமா?"

"உனக்குச் சரி என்று படுவதைச் செய்."

"நான் அலட்சியமாக இருக்கவேண்டுமா? அவள் அழைத்ததையே மறந்து விடவா? நான் அலட்சியமாகவே இருந்துவிடுகிறேன். சிலசமயம் பெருந்தன்மை என்பதே மோசமான அவமானம்தான், அது பெருந்தன்மையே அல்ல. நீ அப்படி நினைத்ததில்லையா?"

"உன் எண்ணங்களைத் தொடரமுடியவில்லை."

"கொஞ்சம் இசை கேட்கலாம்."

"இம்முறை என்ன கேட்க விருப்பம்?"

"அதே இசை. அதே இசைத்தட்டை மறுபடியும் போடு."

அவன் நான்கு பக்கத்திலுமுள்ள எண்களைப் படித்தான். அவற்றை வரிசையாக வைத்து விசையை முடுக்கினான். முதல் இசைத்தட்டு விழுகட்டும். அதன் வறண்ட ஓசையோடு. அந்த மெழுகுக்கலவையின் மணத்தை நுகர்ந்தான். ஒலிபெருக்கிக் குழாயின் வெப்பம், மெருகேற்றப்பட்ட பலகை, மீண்டும் ஒருமுறை க்ளாவிகார்டின் சிறகுகளைக் கேட்டான். மகிழ்ச்சியை நோக்கிய மென்மையான வீழ்ச்சி, க்ளாவிகார்டின் துறத்தல், அது காற்றைத் துறந்து வயலின்களோடு சேர்ந்து இறங்குகிறது - அதன் தாங்குதல், அசுரனின் தோள்கள்.

ஆர்தேமியோ க்ரூஸ்சின் மரணம்

"ஒலியளவு போதுமா?"

"ஒலியளவை இன்னும் சற்று அதிகரிக்கலாம். ஆர்தேமியோ..."

"என்ன?"

"என்னால் இப்படியே போய்க்கொண்டிருக்க முடியாது அன்பே. நீ உன் மனதைத் தயார் செய்துகொள்ள வேண்டும்."

"பொறுமையாக இரு லாரா. புரிந்து கொள்ள..."

"என்ன புரிந்து கொள்ளவேண்டும்?"

"எனக்கு அழுத்தம் தராதே."

"எதைக்குறித்து? என்னைக்கண்டு பயப்படுகிறாயா?"

"இப்போது இருப்பதே நன்றாக இல்லையா? இதற்குமேல் என்ன வேண்டும்?"

"யாருக்குத் தெரியும். ஒருவேளை நமக்கு எதுவுமே தேவை-யில்லை."

"நீ கூறுவது கேட்கவில்லை."

"இல்லை, ஒலியளவைக் குறைக்காதே. என்னை இசையினூடே கேள். இதெல்லாம் எனக்குச் சலிப்பைத் தரத்தொடங்கிவிட்டது."

"நான் உன்னை எந்தவகையிலும் ஏமாற்றவில்லை. நான் உனக்கு அழுத்தம் தரவில்லை."

"நான் உன்னை மாற்றவில்லையே, அது வேறு விஷயம். உனக்கு விருப்பம் இல்லை."

"நான் உன்னை இந்தவகையில்தான் நேசிக்கிறேன், நாம் இதுவரை இருக்கின்ற வகையில்."

"நாம் முதல்நாள் இருந்தவகையில்."

"ஆமாம், அதேதான்."

"ஆனால் இனி முதல்நாள் அல்லவே. இப்போது உனக்கு என்னைத் தெரியும். முடிவெடு."

"ஒரு நிமிடம் சிந்தித்துப்பார். லாரா, தயவுசெய்து. அந்த விஷயங்கள் உண்மையிலேயே சிக்கலை ஏற்படுத்தக்கூடியவை. நாம் நமது..."

"தோற்றங்களா? அல்லது வெறும் பயமா? எதுவும் நடக்கப்போவதில்லை. எதுவுமே நடக்கப் போவதில்லை என்பதில் நீ உறுதியாக இருக்கலாம்."

"நாம் வெளியே சென்றிருக்க வேண்டும்."

"இல்லை. இனி வேண்டாம். ஒலியளவைக் கூட்டு."

வயலின்கள் சன்னலில் மோதின: பரவசம், துறத்தல். அந்த ஒளிபொருந்திய மின்னும் கண்களுக்குக் கீழேயுள்ள முகச்சுளிப்பின் பரவசம். தனது தொப்பியை எடுத்துக்கொண்டான். கதவை நோக்கி நடந்தான். கைப்பிடியில் கையை வைத்துவிட்டு நின்று திரும்பிப் பார்த்தான். லாரா, சுருண்டு, தலையணைகளைக் கட்டிக்கொண்டு, அவனுக்கு முதுகைக் காண்பித்தபடி. அவன் வெளியேறினான். தனக்குப் பின்னால் கதவை கவனமாக மூடினான்.

நான் மீண்டும் கண்விழிக்கிறேன். ஆனால் இம்முறை அலறியபடி. இப்போது யாரோ என் வயிற்றில் நீண்ட, குளிர்ந்த வாளைச்செருகிவிட்டார்கள் - வெளியிலிருந்து யாரோ. என்னுடைய வாழ்க்கையில் நான்கூட அப்படியொரு செயலைச்செய்ய மாட்டேன். யாரோ இருக்கிறார்கள், இன்னொரு மனிதர் யாரோ என் வயிற்றுக்குள் இரும்புக்கம்பியைச் செருகி விட்டார்கள். என் கைகளை நீட்டுகிறேன், எழ முயற்சி செய்கிறேன், அந்தக் கைகள் அங்கே இருக்கின்றன. வேறு யாருடைய கைகளோ என்னை எழவிடாமல் தடுக்கின்றன. அமைதியடையச் சொல்கின்றன. அசையாமல் இருக்கும்படி கூறுகின்றன. இன்னொரு விரல் வேகமாகத் தொலைபேசியில் எண்களைச் சுழற்றுகிறது, தவறாக, மீண்டும் முயற்சி செய்கிறது. மீண்டும் தவறாக, முடிவில் தொடர்பு கிடைத்துவிடுகிறது. மருத்துவரை அழைக்கிறது, வேகமாக, உடனே வரும்படி, ஏனென்றால் நான் என்னுடைய வலியை உருமாற்றிக்கொள்ள அங்குமிங்கும் அசைகிறேன். எழ முயற்சிசெய்கிறேன். ஆனால் அவர்கள் என்னை அனுமதிப்பதில்லை - அவர்கள் யாராக இருக்கும்? அவர்கள் யாராக இருக்கும்? - தசைச்சுருக்கங்கள் மேலேறுகின்றன. நான் அவற்றை ஒரு

பாம்பின் சுற்றாக உருவகித்துக் கொள்கிறேன், அவை என்னுடைய மார்புக்கு ஏறுகின்றன. என் தொண்டையை நோக்கி. என் நாவை நிறைக்கின்றன. என் வாய் முழுவதும் கசப்பு, நான் மறந்துவிட்ட ஏதோ பழைய உணவு அதை இப்போது வாந்தியெடுக்கிறேன். முகம் கவிழ்ந்து, தரை விரிப்பை என் வயிற்றிலிருந்து வரும் அடர்த்தியான நாற்றம் மிகுந்த வாந்தியால் கறைபடுத்தக்கூடாதென வீணே ஒரு பாத்திரத்தைத் தேடுகிறேன். அது நிற்கவில்லை, என் நெஞ்சைக் கிழிக்கிறது. அவ்வளவு கசப்பாக என் தொண்டையை உறுத்துகிறது. மிக மோசமாக உறுத்துகிறது. அது தொடர்ந்துகொண்டே இருக்கிறது. நிற்கவில்லை. ஏதோ பழைய செரிக்காத உணவு ரத்தத்தோடு சேர்ந்து வருகிறது. படுக்கையறையின் தரைவிரிப்பில் வாந்தி எடுக்கிறேன். என் முகம் வெளிறிப்போயிருப்பதை நான் பார்த்துத் தெரிந்து கொள்ள வேண்டியதில்லை. என் வெளிறிய நீலநிற ஊதடுகள், என் மணிக்கட்டில் நாடித்துடிப்பு மறைந்ததும் துடிப்பினை அதிகரிக்கும் என் இதயம். அவர்கள் என் தொப்புளில் குறுவாள் ஒன்றைச் செருகி வைத்திருக்கிறார்கள். ஒருகாலத்தில் என்னை வளர்த்த அதே தொப்புளில், ஒருகாலத்தில், மேலும் என் வயிற்றைத் தொடும்போது என் விரல்கள் கூறுவதை என்னால் நம்பமுடியவில்லை. அது என் உடலில் மாட்டிக்கொண்டுள்ளது. அது உண்மையில் என் வயிறே அல்ல. அது வீங்கி, பெருத்து, வாயுக்களால் நிரம்பியுள்ளது. அவை அங்குமிங்கும் நகர்வதை என்னால் உணர முடிகிறது. அவற்றை என்னால் வெளியேற்ற முடியவில்லை. எவ்வளவு முயற்சி செய்தாலும்: காற்று என் தொண்டைக்குழி வரை வந்துவிட்டு மீண்டும் என் வயிற்றுக்குச் சென்று விடுகிறது. என் குடல்பகுதிக்கு, என்னால் அவற்றை வெளியேற்ற முடியவில்லை. ஆனால் என்னால் என் துர்நாற்றமடிக்கும் சுவாசத்தில் மூச்சுவிட முடிகிறது. நான் இப்போது சாய்ந்து படுத்திருக்கிறேன். எனக்கருகே அவர்கள் வேகமாக தரைவிரிப்பைச் சுத்தம் செய்கிறார்கள். சோப்பு நீரின் மணம் வருகிறது. ஈரமான விரிப்பில் வாந்தியின் மணத்தைப்போக்க முயற்சி செய்கிறது. நான் எழுந்துகொள்ள விரும்புகிறேன்; அறையைச்சுற்றி சிறிது நடந்தால் இந்த வலி போய்விடும், போய்விடுமென்று எனக்குத் தெரியும்.

“சன்னலைத் திற.”

“அவர் மிகவும் நேசித்த விஷயங்களைக்கூட அவரே அழித்திருக்கிறார் அம்மா, அது உங்களுக்கும் தெரியும்.”

“பேசுவதை நிறுத்து, கடவுள் பொதுவாக உடனே நிறுத்து...”

“அவர் லோரென்ஸோவைக் கொன்றார்தானே, இல்லையா என்ன..?”

“வாயை மூடு தெரேசா! கடைசியாகச் சொல்கிறேன். அமைதியாக இரு. நீ என்னைக் கொல்கிறாய்.”

என்ன... லோரென்ஸோவையா? எனக்கு அது கடுகளவுகூடப் பொருட்டில்லாதது. அவர்கள் என்ன சொல்லவேண்டுமோ சொல்லிக்கொள்ளட்டும். அவர்கள் பேசும் விஷயமெல்லாம் எனக்குப் தெரிகிறது, ஆனாலும் அதை என் முகத்திற்கெதிரே கூறும தைரியம் அவர்களுக்கு இல்லை. அவர்கள் இப்போது பேசட்டும். அவர்களுக்குக் கிடைத்த வாய்ப்பை அவர்கள் அனுகூலமாக எடுத்துக்கொள்ள வேண்டும். நான் பொறுப்பெடுத்துக்கொண்டேன். அவர்கள் ஒருபோதும் புரிந்துகொள்ள மாட்டார்கள். அவர்கள் என்னை ஒரு சிலைபோலப் பார்த்துக் கொண்டிருக்கிறார்கள். இந்தப்பாதிரி என் இமைகள்மீது எண்ணெய் பூசும்போது, என் காதுகள், என் உதடுகள், என் பாதம், மற்றும் என் கைகள், கால்களுக்கிடையே எண்ணெய் பூசுகிறான். ஆண்குறிக்கு அருகே. ஒலிநாடாவை இயக்கு பாடீயா.

“நாங்கள் ஆற்றைக் கடந்தோம்...”

அவள், தெரேசா என்னைத் தடுக்கிறாள், இம்முறை அவளது கண்களில் அச்சத்தை, இறுக மூடிய உதடுகளில் உதட்டுச்சாயத்தையும் மீறி பீதியைக் காண்கிறேன். மேலும் கதலீனாவின் கைகளில் எப்போதும் பேசாத வார்த்தைகளின் கனம், நான் பேசவிடாமல் தடுத்து வைத்திருந்தவை. அவர்கள் என்னைச் சமாளித்துப் படுக்க வைக்கின்றனர். என்னால் முடியவில்லை, என்னால் முடியவில்லை, வலி என்னை இரண்டாக மடியவைக்கிறது. என் விரல்நுனியால் பாதங்களின் நுனியை அவை இன்னும் அங்கே இருக்கின்றன என்று உறுதிசெய்து கொள்வதற்காக நான் தொடவேண்டும், அவை இன்னும் மறைந்து விடவில்லை என்று தெரிந்துகொள்ள, அவை உறைந்திருக்கின்றன, ஏற்கெனவே இறந்துவிட்டன, ஆஹ்ஹ்ஹ்! ஆஹ்ஹ்ஹ்!, ஏற்கெனவே இறந்துவிட்டன, இப்போதுதான் நான் உணர்கிறேன் என் வாழ்க்கை முழுவதும் அரிதாகவே உணரக்கூடிய அளவில் ஒரு அசைவு என் குடல் பகுதியில் இருந்துவந்துள்ளது. எப்போதும், அந்த அசைவை நான் இப்போது தெரிந்துகொள்கிறேன் ஏனெனில் திடீரென அதை நான் உணரவில்லை. அது நின்றுவிட்டது, அதுவொரு அலைபோன்றது. எப்போதும் என் வாழ்வில்

இருந்துவந்துள்ளது. இப்போது அதை நான் உணரவில்லை. அதை நான் உணரவில்லை, ஆனால் என்னால் உணரமுடியாது இருக்கும் பாதங்களைத்தொட முயற்சி செய்யும்போது என் விரல் நகங்களைப் பார்க்கிறேன். எனது புத்தம்புதிய நீல, கருப்புநிற விரல்நகங்கள், சாவதற்கென்றே நான் அணிந்துகொண்டவை. ஆஹ்ஹ்ஹ்! அது மறையப்போவதில்லை. எனக்கு அந்த நீலநிறத் தோல் வேண்டாம். உயிரற்ற ரத்தத்தின் மீது வண்ணந்தீட்டப்பட்ட தோல், வேண்டாம், வேண்டாம். எனக்கு அது வேண்டாம். நீலநிறம் மற்ற விஷயங்களுக்கானது. நீலம் ஆகாயத்துக்கானது. நீலம் நினைவுகளுக்கானது. நீலம் ஆற்றைக்கடக்கும் குதிரைகளுக்கானது. நீலம் மின்னுகின்ற குதிரைகளுக்கு, பச்சை கடலுக்கு, நீலம் பூக்களுக்கு, ஆனால் நீலம் எனக்கல்ல, இல்லை, இல்லை, இல்லை, ஆஹ்ஹ்ஹ்! ஆஹ்ஹ்ஹ்! நான் படுத்துக்கொள்ளவேண்டும் ஏனென்றால் எங்கே செல்வதென்று தெரியவில்லை. எப்படி நகர்வதென்று தெரியவில்லை, உணரமுடியாத என் கைகளையும் கால்களையும் எங்கே வைத்துக்கொள்வதென்று தெரியவில்லை, எங்கே பார்ப்பதென்று தெரியவில்லை, நான் இனி எழ விரும்பவில்லை. ஏனெனில் எங்கே செல்வதென்று தெரியவில்லை. தொப்புளில் உள்ள அந்த வலி மட்டுமே இருக்கிறது. என் வயிற்றில் உள்ள வலி, என் விலாவில் உள்ள வலி, என் மலக்குடலில் உள்ள வலி, நான் தேவையில்லாமல் வருத்தினால் உண்டாகும் வலி, நான் வருத்துகிறேன், என்னைக் கிழித்து, என் கால்களை விரித்துக்கொண்டு வருத்துகிறேன், மேலும் இப்போது எதையும் நான் முகரவில்லை, ஆனால் தெரேசாவின் அழுகை கேட்கிறது. தோளில் கதலீனாவின் கையை உணர்கிறேன்.

எனக்குத் தெரியவில்லை, ஏனென்று புரியவில்லை, எனக்கருகில் அமர்ந்துகொண்டு இறுதிநேரத்தில் இந்நினைவுகளைப் பகிர்கிறாய், இம்முறை உன் கண்களில் நிந்தனை இல்லை. ஆஹ், நீ மட்டும் புரிந்து கொண்டிருந்தால். நாம் மட்டும் புரிந்துகொண்டிருந்தால். உண்மையில் நம் திறந்த விழிகளுக்குப்பின்னே இன்னொரு சவ்வு இருக்கிறது. இப்போதுதான் அதைத் துளைத்துப் பார்க்கத் தொடங்கி இருக்கிறோம். உடலால் அனுப்ப முடியும். எப்படி அது கண்களால், பிறரின் அன்பான தீண்டலால் பெற்றுக் கொள்கிறதோ அதுபோல. நீ என்னைத் தொடுகிறாய். நீ என் கையைத் தொடுகிறாய், என் கையை உணராமல் நான் உன் கையை உணர்கிறேன். அது என்னைத் தொடுகிறது. கதலீனா என் கைகளைத் தட்டிக்கொடுக்கிறாள். அது காதலாகத்தான் இருக்கவேண்டும். எனக்கு அதிசயமாக

இருக்கிறது. எனக்குப்புரியவில்லை. அது காதலாக இருக்க முடியுமா? நாம் ஒருவருக்கொருவர் அவ்வளவு பழக்கப்பட்டவர்கள். நான் அவளுக்குக் காதலைக் கொடுத்தேன் என்றால் அவள் நிந்தனையால் பதிலளிப்பாள்; அவள் எனக்குக் காதலை அளித்தால் நான் செருக்கினால் பதிலளிப்பேன்: அவை உண்மையில் ஒரு உணர்ச்சியின் இரண்டு பாதிகள். அவள் என்னைத் தொடுகிறாள். அவள் என்னோடு அனைத்தையும் நினைவுகூர விரும்புகிறாள். அவ்வளவுதான், மேலும் புரிந்துகொள்ள விரும்புகிறாள்.

"ஏன்?"

"நாங்கள் குதிரையில் ஏறி ஆற்றைக் கடந்தோம்..."

நான் பிழைத்துக்கொண்டேன். ரெஹீனா. உன் பெயர் என்ன? இல்லை. நீ, ரெஹீனா. உன் பெயர் என்ன, பெயரற்ற சிப்பாயா? நான் பிழைத்துவிட்டேன். நீங்கள் இறந்துவிட்டீர்கள். நான் பிழைத்துவிட்டேன்.

"அவருக்கு அருகில் போ. அப்போதுதான் நீ யாரென்று அவருக்குத் தெரியும். உன் பெயரைச் சொல்."

ஆனால் நான் தெரேசா தேம்பியழுவதைக் கேட்கிறேன். கதலீனாவின் கை என் தோள்மீது, வேகமான, கீச்சிடும் நடையொலி கொண்ட மனிதர் என் வயிற்றைக் குத்திப்பார்க்கிறார், என் மலத்துவாரத்தில் விரலைச் செலுத்துகிறார். சூடான, ஆல்கஹால் நெடியுடைய தெர்மாமீட்டரை என் வாயில் வைக்கிறார். மற்ற குரல்கள் உடைந்து கேட்கின்றன. இப்போது வந்த மனிதர் தூரத்தில் ஏதோ கூறுகிறார். குகையின் ஆழத்திலிருந்து:

"அதைத் தெரிந்துகொள்ளவே முடியாது. ரத்தச்சுழற்சி தடைபட்ட குடலிறக்கமாக இருக்கலாம். அடிவயிற்றின் உட்பகுதியைச் சுற்றியிருக்கும் சவ்வின் அழற்சியாக இருக்கலாம். சிறுநீரக, பெருங்குடல் பாதிப்பாக இருக்கலாம். இவற்றில் ஏதாவதாக இருந்தால் இரண்டு சென்டிக்ராம் மார்ஃபின் கொடுக்கவேண்டி வரும். ஆனால் அதுவே ஆபத்தாகக்கூட முடியலாம். இன்னொரு மருத்துவரின் கருத்தைக்கேட்பது நல்லது என்று நினைக்கிறேன்."

ஓ தன்னைக் கடக்கும் வலியே, ஓ தன்னை நீட்டித்துக்கொள்ளும் வலியே, நீ ஒரு பொருட்டாக இல்லாதவரை, நீ இயல்பாக மாறும்வரை: ஓ வலியே, என்னால் நீயின்றி இருக்க முடியாது, நான்

உனக்குப் பழக்கப்படுத்திக்கொண்டு வளர்ந்தேன். வலியே, ஓ...

"ஏதாவது சொல்லுங்கள் தோன் ஆர்தேமியோ. தயவுசெய்து எங்களிடம் பேசுங்கள். பேசுங்கள்."

"...எனக்கு அவளை நினைவில்லை, எனக்கு அவளை நினைவில்லை. இதென்ன, என்னால் எப்படி அவளை மறக்க முடியும்..."

"பாருங்கள்: அவரது நாடித்துடிப்பு அவர் பேசும்போது முற்றிலுமாக நிற்கிறது."

"அவருக்கு ஏதேனும் கொடுங்கள் டாக்டர், அவரை வேதனையில் விட்டுவைக்காதீர்கள்..."

"இன்னொரு டாக்டர் வந்து இவரைப் பார்க்க வேண்டும். இது ஆபத்தானது."

"...அவளை எப்படி மறப்பேன்..."

"இப்போது தயவுசெய்து ஓய்வெடுங்கள். இனிமேல் பேசாதீர்கள். பரவாயில்லை. எப்போது கடைசியாக சிறுநீர் கழித்தார்?"

"இன்று காலை... இல்லை, இரண்டு மணிநேரம் முன்பு, அவர் அறியாமலேயே."

"யாரேனும் அதைச் சேகரித்து வைத்தார்களா?"

"இல்லை...இல்லை..."

"சிறுநீர் வடிகுழாயை மாட்டுங்கள். அதைச் சேகரியுங்கள். அதில் சில சோதனைகள் செய்யவேண்டும்."

"நான் அங்கே இருக்கவில்லை. எனவே அதைச்செய்ய வேண்டுமென எப்படி நினைவில் வைத்திருப்பேன்?"

மீண்டும் அந்தக் குளிர்ந்த உபகரணம். மீண்டும் என் உயிரற்ற ஆண்குறி அந்த உலோக வாய்க்குள். நான் இவை அனைத்துடனும் வாழக்கற்றுக்கொள்வேன். மாரடைப்பு; என் வயதிலிருக்கும் ஒரு முதியவனுக்கு எப்போது வேண்டுமானாலும் மாரடைப்பு வரலாம்; மாரடைப்பு என்பது வழக்கத்துக்கு மாறான ஒன்றல்ல; அது கடந்துவிடும்; அது கடந்துவிட வேண்டும்; ஆனால் மிகக்குறைவான

நேரமே இருக்கிறது, ஏன் அவர்கள் என்னை நினைவுகூர விடமாட்டேன் என்கிறார்கள்? ஆம், என் உடல் இளமையாக இருந்தபோது; ஒருகாலத்தில் இளமையாக இருந்தது; இளமையாக இருந்தது... ஓ, என் உடல் வலியினால் இறந்துகொண்டிருக்கிறது, ஆனால் என் மூளை முழுவதும் வெளிச்சம்: அவை பிரிகின்றன, அவை பிரிகின்றன என்று எனக்குத் தெரியும்: ஏனெனில் அந்த முகம் இப்போது நினைவுக்கு வந்துவிட்டது.

“தவறுக்கு வருந்தும் செயல்.”

எனக்கொரு மகன் இருக்கிறான். அவனை நானே உருவாக்கினேன். ஏனெனில் இப்போது அந்த முகம் நினைவுக்கு வந்துவிட்டது. அவனை எங்கே அழைத்துச் செல்வது, எங்கே, அவன் என்னிடமிருந்து சென்று விடக்கூடாது, எங்கே அவன், கடவுளுக்காக, எங்கே, தயவு செய்து சொல், எங்கே?

உன் நினைவின் ஆழங்களிலிருந்து நீ கதறியழுவாய்: உன் தலையைக் குனிந்து கொள்வாய், குதிரையின் காதுக்கு அருகே, வார்த்தைகளால் அதைத்துருத்த முடியும் என்பது போல. நீ உணர்வாய் - அநேகமாக உன் மகனும் உணர்ந்திருக்கலாம் - அந்த மூர்க்கம், அனல் மூச்சு, அந்த வியர்வை, அந்தப் பதட்டமான நரம்புகள், வருத்தியதால் கண்ணாடி போல மின்னும் கண்கள். உங்களின் குரல்கள் குளம்புகளின் ஓசையில் மறைந்து போகும், அவன் கூச்சலிடுவான்: “உங்களால் எப்போதுமே இந்தப் பெட்டைக்குதிரையை வெல்ல முடிந்ததில்லை அப்பா!” “உனக்கு குதிரையேற்றம் சொல்லிக்கொடுத்தது யார், ம்ம்ம்?” “நான் கூறுவது, உங்களால் எப்போதும் இந்தக் குதிரையைத் தோற்கடிக்க முடியாது!” “அதையும் பார்க்கலாம்!” “நீ அதைப்பற்றி அனைத்தும் என்னிடம் கூறவேண்டும் லோரென்ஸோ, இதுவரை கூறிவந்திருப்பது போல, அதேபோலக் கூறவேண்டும்... இதுவரை கூறிவந்ததைப் போல... உன்னுடைய அம்மாவிடம் கூறுவதில் அவமானம் கொள்ளக்கூடாது... இல்லை, கூடாது, என்னிடம் எப்போதும் சங்கடம் கொள்ளாதே; நான் உன்னுடைய சிறந்த நண்பன், அநேகமாக உன்னுடைய ஒரே நண்பன்...” அவள் இதை மீண்டும் அன்று காலை அவனிடம் படுக்கையில் படுத்தபடி கூறுவாள். அந்த வசந்தகாலத்தின் காலையில், அவன் குழந்தையாக இருந்ததிலிருந்து அவள் தயாரித்து வைத்திருக்கும் அனைத்து உரையாடல்களையும்

மீண்டும் கூறுவாள். உன்னை அவனுடைய வாழ்விலிருந்து வெளியேற்ற நாள் முழுவதும் அவனைக் கவனித்துக்கொள்வாள். ஒரு தாதியை அமர்த்திக்கொள்ள மறுப்பாள். அவளுடைய நேரம் முழுவதும் லோரென்ஸோவுக்குக் கிடைப்பதற்காக உன் மகளை ஆறு வயதானதும் கத்தோலிக்க உண்டு உறைவிடப்பள்ளிக்கு அனுப்புவாள். அப்போதுதான் லோரென்ஸோ அந்த வசதியான விருப்பத் தேர்வுகளற்ற வாழ்க்கைக்குப் பழகுவான். வேகம் உன் கண்களில் கண்ணீரை வரவைக்கும்; உன் குதிரையின் விலாவை கால்களால் நெருக்குவாய், அதன் பிடரியை நோக்கி உன்னை வேகமாக எறிந்துகொள்வாய். ஆனால் அந்தக் கருப்புப் பெண்குதிரை மூன்றடி முன்னால் இருக்கும். களைத்து நேராக அமர்ந்துகொள்வாய்; வேகத்தைக்குறைப்பாய். அந்தக் குதிரையும் அதைச்செலுத்தும் இளம் ஓட்டியும் உனக்கு அழகாகத் தெரிவார்கள். குளம்புகளின் ஓசை மலைப்பகுதியில் மக்காவ் கிளிகளின் கூட்டொலியில் மறைந்துபோகும். லோரென்ஸோவின் குதிரை உன் கண்களிலிருந்து மறைந்து விடாதிருக்கும் பொருட்டு நீ கண்களைச்சுருக்கிப் பார்ப்பாய். அது இப்போது பாதையிலிருந்து விலகி வேகமாக மீண்டும் ஆற்றங்கரை நோக்கிக் காட்டிற்குள் செல்லும். இல்லை: கடினமான வாய்ப்புகளின்றி, அச்சுறுத்தும் தேர்ந்தெடுக்க வேண்டிய தேவைகளின்றி, கதலீனா தனக்குள் கூறிக்கொள்வாள், உள்நோக்கமின்றி ஆரம்பத்தில் உன்னுடைய அலட்சியத்தினால் அவளுக்கு உதவியிருப்பதாக நினைத்துக்கொள்வாள். ஏனெனில் நீ வேறு உலகைச் சார்ந்தவன். வேலை மற்றும் வலிமையின் உலகம், அதை நீ தோன் கமாலியேலின் நிலங்களைப் பறித்தபோது உணர்ந்திருப்பாள். தொடக்கத்தில் அந்தச் சிறுவனை அரையிருளிலிருக்கும் அடுத்த உலகங்களின் படுக்கையறையில் சேர்ந்துகொள்ள அனுமதித்திருப்பாள். ஓர் இயற்கையான சாய்வு, கிட்டத்தட்ட இருப்பிலில்லாத விலக்குகள் மற்றும் உள்ளடக்கல்களைக் கொண்ட ஒரு சூழ்நிலையை அவளது புனிதமான முணுமுணுப்புகள் மற்றும் அமைதியான பாசாங்குக்கிடையில் உருவாக்கி வைத்திருந்தாள். லோரென்ஸோவின் குதிரை வழியிலிருந்துவிலகி மீண்டும் காட்டைநோக்கி ஆற்றங்கரைக்குத் திரும்புவதற்காகச் செல்லும். அச்சிறுவனின் உயரும் கை சூரியன் உதித்துவிட்ட கிழக்கைக் காண்பிக்கும். வளைகுடாவிலிருந்து ஆற்றின் மணல்திட்டுகளால் பிரிக்கப்பட்ட ஓர் காயலை நோக்கி. தலையில் விழும் குளிர்ந்த நிழலை, முகத்தை நோக்கி எழும் வெப்பமான காற்றை உணர மீண்டும் கண்களை மூடிக்கொள்வாய். ஈரமான சேணத்தில் அசைத்தபடி கொண்டுசெல்லும் உன்னுடைய

குதிரை வழியைக்கண்டு செல்லட்டும் என்று விட்டுவிடுவாய். மூடிய உன் இமைகளுக்குக்கீழே சூரியனின் வடிவம் மற்றும் நிழல்களின் உருவங்கள் கண்ணுக்குத்தெரியாத ஆழங்களில் சிதறும், நீலநிறத்திலான இளமையும் வலிமையும் கொண்ட உருவத்தின் மாயத்தோற்றமொன்று வந்து நிற்கும். அன்று காலை என்றும்போல பரவசத்தை எதிர்பார்த்து விழித்திருப்பாய். “எப்போதும் நான் மறுகன்னத்தைக் காட்டியிருக்கிறேன்” என்பாள் கதலீனா மறுபடி, அவளருகில் குழந்தை இருக்கும். “எப்போதும், எப்போதுமே நான் அனைத்தையும் ஏற்றுக் கொண்டிருக்கிறேன். அது உனக்காக மட்டும் இல்லையென்றால்”- நீ அந்த ஆச்சரியம் கொள்ளும், கேள்வியுடனிருக்கும், தன்னை வழிநடத்த அனுமதிக்கும் கண்களை விரும்புவாய். “ஒருநாள் அனைத்தையும் உனக்குக் கூறுவேன்...” பன்னிரண்டு வயதில் லோரென்ஸோவை கோகுயாவுக்கு நீ அழைத்து வந்தது உன் தவறெனக் கொள்ளப்படாது; நீ அதைத் திருப்பிக்கூறுவாய்: தவறெனக் கொள்ளப்படாது. அவனுக்காக மட்டுமே இந்நிலங்களை வாங்கினாய், பண்ணைவீட்டைச் சீரமைத்தாய், அவன் அங்கே இருக்கட்டும், சிறிய முதலாளியாக, அறுவடைகளுக்குப் பொறுப்பு, குதிரைகள் மற்றும் வேட்டையாடும் வாழ்க்கைக்கு பழக்கப்படுதல், நீச்சல் மற்றும் மீன்பிடித்தல். குதிரையின் முதுகில் இருப்பவனை தூரத்திலிருந்து பார்ப்பாய், அவன் உனது இளமையின் சித்திரம் என்று கூறிக்கொள்வாய், மெலிந்த உறுதியான உடல், கருப்புநிறம், அவனது பச்சைநிறக் கண்கள் உயர்ந்த கன்ன எலும்புகளுக்குள் புதைந்திருக்கும். ஆற்றங்கரையின் மட்கிய மணலின் சுவாசத்தை உள்ளிழுப்பாய். “ஒருநாள் உனக்கு அனைத்தையும் கூறுவேன்... உன் அப்பா; உன் அப்பா, லோரென்ஸோ... லோரென்ஸோ: நீ உண்மையிலேயே நம் கடவுளை நேசிக்கிறாயா? நான் உனக்குக் கற்றுக்கொடுத்தவற்றையெல்லாம் நம்புகிறாய்தானே? தேவாலயம் என்பது மண்ணிலுள்ள கடவுளின் உடல் என்றும் அங்குள்ள பாதிரிகள் கடவுளின் மந்திரிகள் என்றும் தெரியும்தானே உனக்கு...? நீ நம்புகிறாயா...?” லோரென்ஸோ உன் தோளில் கையை வைப்பான். இருவரும் மற்றவர் கண்களில் தங்கள் பிரதிபலிப்பைக் காண்பீர்கள், நீ புன்னகைப்பாய். லோரென்ஸோவை கழுத்தோடு சேர்த்து அணைப்பாய்; சிறுவன் உன் வயிற்றில் குத்துவதாகப் பாவனை செய்வான்; நீ சிரித்தபடி அவன் தலையைக் கலைப்பாய்; ஓர் முரட்டுத்தனமான ஆனால் பொய்யான சண்டையில் மூச்சுவாங்கி இருவரும் புல்வெளியில் சிரித்தபடி விழுவீர்கள். மூச்சுவாங்க, சிரித்தபடி... “கடவுளே, நான் ஏன் உன்னிடம் இதைக்கேட்கிறேன்? எனக்கு உரிமையே

கிடையாது, உண்மையில் உரிமையே கிடையாது... புனிதர்களைப் பற்றி எனக்குத் தெரியாது... உண்மையான தியாகிகள் குறித்தும் எனக்குத் தெரியாது... இது ஏற்றுக்கொள்ளப்படும் என்று நினைக்கிறாயா?... ஏன் உன்னைக் கேட்கிறேன் என்று எனக்கே தெரியவில்லை..." குதிரைகள் வீடு திரும்பும், உங்களைப்போலவே களைத்து, கடலுக்குச் செல்லும் மணற்படுகைகள் மீது நீ அவற்றை கடிவாளத்தைப் பற்றி நடத்திச்செல்வாய், திறந்த கடல், லோரென்ஸோ, ஆர்தேமியோ, திறந்த கடலை நோக்கி லோரென்ஸோ ஓடுவான். சுறுசுறுப்பாக, தனது இடுப்பில் மோதிப்பிரியும் அலைகளை நோக்கி, அவனது கால்சராயை நனைக்கும் வெப்பமண்டலப் பகுதிகளின் பச்சைநிறக்கடலை நோக்கி, தாழப்பறக்கும் கடற்பறவைகளால் பாதுகாக்கப்படும் கடல், தன்னுடைய களைத்த நாவால் மட்டுமே கரையைத் தொடும் கடல், நீ மனக்கிளர்ச்சியோடு உள்ளங்கையில் ஏந்தி உதடுகளுக்கு அருகே கொண்டுசெல்லும் கடல்: கசப்பான பியரைப்போலச் சுவை கொண்டது. முலாம்பழம், சீத்தாப்பழம், கொய்யா, சீமை மாதுளை, ஸ்ட்ராபெர்ரி போல வாசனை கொண்டது. மீனவர்கள் தங்கள் கனமான வலையை மணலை நோக்கி இழுத்துவருவர். நீங்களிருவரும் அவர்களோடு சேர்ந்து கொள்வீர்கள். அவர்களோடு சேர்ந்து கிளிஞ்சல்களை ஆய்ந்து போடுவீர்கள். நண்டும் இறாலும் உண்பீர்கள். கதலீனா தனியாக தன் கண்களைமூடித் தூங்க முயற்சி செய்வாள். இரண்டு வருடங்களாகத் தான் காணாத மகனுக்காகக் காத்திருப்பாள். அவனுக்குப் பதினைந்து வயது, லோரென்ஸோவோ இறாலின் இளஞ்சிவப்பு நிற ஓட்டை உடைத்தபடி மீனவர்கள் தன்னிடத்தில் நீட்டிய எலுமிச்சைத் துண்டுகளுக்கு நன்றி கூறிவிட்டு உன்னிடம் எப்போதேனும் நீங்கள் கடலுக்கு அந்தப்புறம் என்ன இருக்கிறது என்று நினைத்ததுண்டா என்று கேட்பான். ஏனெனில் அவன் அனைத்து நிலங்களும் ஒன்றுபோலவும் கடல் மட்டுமே வெவ்வேறு விதமாகவும் இருக்கும் என்று நினைப்பான். அங்கே தீவுகள் இருப்பதாகக் கூறுவாய். லோரென்ஸோ, கடலுக்குள் நிறைய விஷயங்கள் நடக்குமென்றும் அங்கே வாழ்வதென்றால் மிகப்பெரியதாக, முழுமையாக இருக்கவேண்டும் என்பான். மணலில் படுத்தபடி, மீனவர்களின் சுருதி பிசகிய கித்தாரைக் கேட்டபடி நீ அவனுக்கு விளக்குவாய், பல வருடங்களுக்கு முன்பு, நாற்பதோ என்னவோ, இங்கே ஏதோவொன்று சிதைந்தது வேறொன்று உருவாகும் பொருட்டு, அல்லது ஏதோவொன்று புதியதாக தொடங்காமல் போனது. காலையின் பனிபடர்ந்த சூரிய ஒளியில், ஒளிவீசும் உருக்கும் காலைச்சூரியன் கீழே,

ஒளிவீசும் உருக்கும் மதியநேரத்துச் சூரியனுக்குக் கீழே, கருப்புப் பாதைகளில், கடலுக்கு அருகில், மயக்கும் விதமாக, அடர்த்தியாக, பச்சைநிறத்தில் ஒரு ஆவி உனக்காக இருக்கிறது. மெய்யானதல்ல ஆனால் உண்மையாக, அது உன்னை... அதுவல்ல - இழந்துவிட்ட சாத்தியங்கள் குறித்த வெகுவான உண்மை - உன்னை அதிகம் வேதனைப்படுத்துவது, லோரென்ஸோவோடு கைகோர்த்தபடி உன்னை மீண்டும் கோகுயோவுக்கு வரவைத்திருப்பது, ஆனால் இன்னமும் - அதை உன் கண்களை மூடியபடி கூறுவாய், நாக்கில் சிப்பி மீன்களின் சுவையோடு, வெராக்ரூஸ்சில் உன் காதுகளில் உன் மகனின் கரீபிய இசையோடு, இந்த மதியநேரத்தின் எல்லையற்ற தன்மையில் தொலைந்தபடி - வெளிப்படுத்துவதற்குக் கடினமாக, நீயாகச் சிந்தித்துக் கொண்டிருப்பது; அதை உன் மகனிடம் கூற நீ விரும்பினாலும் உனக்குத் தைரியம் இருக்காது. அதை அவனாகத்தான் விளங்கிக்கொள்ள வேண்டும். அவன் புரிந்துகொண்டதை நீ கேட்பாய், அவன் திறந்த கடலைப் பார்த்தபடி அமர்ந்துகொண்டு திடீரென மந்தாரமிட்டிருக்கும் கருத்த வானத்தின் கீழ் தன் பத்துவிரல்களையும் விரித்துக் கூறுவான்: "பத்துநாள்களில் ஒரு கப்பல் புறப்படவிருக்கிறது. ஏற்கெனவே அதில் முன்பதிவு செய்திருக்கிறேன்." வானம், லோரென்ஸோவின் கை, மழையின் முதல் துளியை ஏந்தும்பொருட்டுத் திரும்புகிறது, அதை இரப்பவன் போல. "நீங்களும் இதைத்தானே செய்திருப்பீர்கள் அப்பா? நீங்கள் வீட்டில் இருக்கவில்லை. நான் ஒரு காரணியை நம்புகிறேனா? எனக்குத் தெரியாது. என்னை இங்கே அழைத்து வந்தீர்கள். இவையனைத்தையும் கற்றுக்கொடுத்தீர்கள். நான் உங்கள் வாழ்க்கையில் இருந்து உங்களை விடுவிக்கிறேன் என்பதுபோல, உங்களுக்குப் புரிகிறதா?" "புரிகிறது." "இப்போது அங்கே ஒரு போர்முனை இருக்கிறது. அது ஒன்றுதான் மிச்சமிருக்கிறது என்று நினைக்கிறேன். நான் அங்கே செல்கிறேன்..." ஓ, அந்த வலி, கத்தியால் குத்தியதுபோல, ஓ, நீ எழுந்துகொள்ள, அங்கிருந்து ஓட எவ்வளவு விரும்புவாய், நடந்து, வேலை செய்து, கூச்சலிட்டு, கட்டளைகள் இட்டு அந்த வலியை மறக்க விரும்புவாய். அவர்கள் உன்னை அனுமதிக்க மாட்டார்கள். கைகளோடு சேர்த்து உன்னை அழுத்துவார்கள், அசையாமல் இருக்கச் செய்வார்கள். அவர்கள் உன்னை உடல்ரீதியாக வலியுறுத்துவார்கள். மீண்டும் மீண்டும் நினைத்துக்கொண்டே இருக்க, ஆனால் நீ விரும்பமாட்டாய், நீ விரும்புவாய், ஓ... நீ விரும்பமாட்டாய். நீ உன்னுடைய நாள்களைத்தான் கனவு கண்டிருக்கிறாய்: அந்த ஒருநாளைப்பற்றி நீ தெரிந்துகொள்ள விரும்பவில்லை. மற்ற நாள்களைக் காட்டிலும்

அது அதிகமாக உன்னுடையது. ஏனென்றால் அந்த நாளில்தான் யாரோ ஒருவர் உனக்காக வாழ்ந்திருப்பார். யாரோ ஒருவரின் பெயரில் உன்னால் நினைக்கமுடிந்த ஒருவர்; ஒரு குறுகிய நாள், பேரச்சம், வெள்ளை நெட்டிலிங்கத்தின் நாள், ஆர்தேமியோ, அது உன்னுடைய நாளும்கூட, உன்னுடைய வாழ்வும்கூட.. ஓஹ்...

1939: பிப்ரவரி 3

கைகளில் சுழல் துப்பாக்கியோடு சமதளமான கூரையில் நின்று கொண்டிருந்தான். அவர்கள் இருவருமாகச் சேர்ந்து எவ்வாறு வேட்டைக்காக ஏரிக்குச் சென்றார்கள் என்று நினைத்துப் பார்த்தான். ஆனால் அவன் கைகளிலிருந்தது துருப்பிடித்த துப்பாக்கி, வேட்டைக்கு உகந்ததல்ல. கூரையிலிருந்து பாதிரியாரின் அரண்மனை முகப்பு தெளிவாகத் தெரிந்தது. மீதம் இருந்தது அம்முகப்பு மட்டுமே, தரைகளோ, கூரைகளோ அற்ற கூடு. வெடிகுண்டுகள் மற்ற அனைத்தையும் அழித்துவிட்டன. பாதியளவு இடிபாடுகளில் புதைந்தபடி மரச்சாமான்களின் பகுதிகள் சிலவற்றைப் பார்க்க முடிந்தது. சாலையில் வண்ணத்துப்பூச்சி போன்று கழுத்துப்பட்டை வைத்த ஒருவனும் கருப்பு ஆடை அணிந்த இரண்டு பெண்களும் அதை நோக்கி நடந்தனர். கைகளில் பொதிகளைச் சுமந்திருந்தனர். கண்களைக் குறுக்கியபடி ஆச்சரியம் தொனிக்கும் காலடிகளோடு அம்முகப்பைக் கடந்தனர். அவன் செய்யவேண்டியதெல்லாம் அவர்கள் எதிரிகளா என்று பார்க்க வேண்டியதுதான்.

"தெருவின் மறுபக்கத்தில் இருப்பவர்களே!"

அவன் கூரையிலிருந்தபடி அவர்களை நோக்கிக்கத்தினான். அந்த ஆண் தனது முகத்தை உயர்த்த சூரியன் அவனது கண்ணாடியில் பட்டு அவன் பார்வையை மறைத்தது. இடிந்து விழும் நிலையில் உள்ள ஆபத்தான முகப்பினைத் தவிர்த்து சாலையின் இந்தப்பக்கத்திற்கு வரும்படி கைகளை ஆட்டினான். அவர்கள் சாலையைக் கடக்கும்போது பாசிஸ்ட்டுகளின் பீரங்கி தொடர்ந்து வெடித்தது - அவை மலைகளின் ஆழங்களுக்கிடையே விழும்போது வெற்றாக, காற்றில் பயணிக்கும்போது உச்சஸ்தாயியில் சீழ்க்கையொலி எழுப்பின. சிறிதுநேரங்கழித்து அவன் மணல்மூட்டைகளில்

அமர்ந்துகொண்டான். அவனுக்கு அருகே மிகேல் இருந்தான். எந்தச் சூழ்நிலையிலும் அவன் இயந்திரத்துப்பாக்கியைக் கைவிடமாட்டான். கூரையிலிருந்து நகரத்தின் அரவமற்ற சாலைகளைப் பார்த்தனர். சாலைகளில் எறிகணையினால் உண்டான பள்ளங்கள், உடைந்த தொலைபேசிக் கம்பங்கள், பின்னிக்கிடக்கும் கம்பிகள் - தொடர் பீரங்கி ஒலிகளின் ஓயாத எதிரொலி, இடையிடையே டப்-டப்-டப் எனும் சிறுவகை வெடிகளின் ஒலி, காய்ந்த, குளிர்ந்து கிடக்கும் கூரையின் ஓடுகள்: புராதனமான பாதிரியின் அரண்மனை முகப்பு மட்டுமே அந்தத் தெருவில் நின்றுகொண்டிருந்தது.

“இயந்திரத்துப்பாக்கியில் ஒரு பட்டைத்தோட்டாக்கள் மட்டுமே மிச்சம்” அவன் மிகேலுக்குத் தெரிவித்தான், மிகேல் பதிலளித்தான், “இன்று மதியம் வரை காத்திருப்போம். அதன்பிறகு...”

அவர்கள் சுவரில் சாய்ந்து அமர்ந்துகொண்டு சிகரெட்டைப் பற்றவைத்துக்கொண்டனர். மிகேல் தன்னுடைய கழுத்துத்துண்டினை முகத்தில் அவனது பொன்னிறத்தாடியை மறைக்கும்படி சுற்றிக்கொண்டான். தொலைதூரத்தில் இருந்த மலைகள் பனிமூடியிருந்தன; சூரியஒளி பிரகாசமாக இருந்தபோதிலும் சரிவுகளில் பனி இருந்தது. காலையின் வெளிச்சத்தில் சிகரங்கள் நின்றுகொண்டிருந்தன. அது அவர்களை நோக்கி நகர்வது போல் தெரிந்தது. நேரங்கழித்து மதிய நேரத்தில் அவர்கள் பின்வாங்குவர்; செல்தடங்களும் பைன் மரங்களும் மறைந்துவிடும். நாளின் முடிவில் தொலைவே ஒரு ஊதாத்திரள் மட்டுமே இருக்கும்.

ஆனால் அந்த மதியநேரத்தில் மிகேல் கண்களைச் சுருக்கிக்கொண்டு சூரியனைப் பார்த்துவிட்டுக் கூறினான், “இந்த பீரங்கியும் ஸ்னைப்பர்களும் மட்டும் இல்லாவிட்டால் நாம் அமைதியில் இருக்கிறோம் எனலாம். இந்தக் குளிர்கால நாள்கள் அழகானவை. மலைமீது பனி எவ்வளவு தூரம் இறங்கி வந்திருக்கிறது பார்.”

மிகேலின் கண்ணிமைகளிலிருந்து அவனது தாடியுடைய கன்னம்வரை உருவாகியிருந்த அழுத்தமான வெண்ணிறக்கோடுகளை கவனித்தான். முகத்தில் பனி சொட்டிக்கொண்டிருப்பது போல. அந்தக்கண்களை ஒருபோதும் மறக்க மாட்டான் ஏனெனில் அவற்றில் மகிழ்ச்சி, துணிச்சல், ஆத்திரம் மற்றும் அமைதியைப் பார்த்திருக்கிறான். அவர்கள் வெற்றிபெற்ற காலங்கள் இருந்தன. பிறகு மீண்டும் அவர்கள் பின்னால் தூக்கி எறியப்பட்டனர். சிலசமயம் அவர்கள் அப்போதுதான் தோற்றிருப்பார்கள். ஆனால்

அவர்கள் வெற்றி பெற்றாலும் தோற்றாலும் எல்லோரும் கைக்கொள்ள வேண்டிய மனப்பான்மை என்ன என்பது மிகேலின் முகத்திலுள்ள கோடுகளில் இருக்கும். அவன் மிகேலின் முகத்திலிருந்து நிறையக் கற்றுக்கொண்டுள்ளான். அவன் மிகேல் செய்துபார்த்திராத ஒரே விஷயம் அழுவதுதான்.

சிகரெட்டைக் காலுக்குக்கீழே போட்டு நசுக்கியதும் நெருப்புப்பொறிகள் பறந்தன. மிகேலிடம் தாங்கள் ஏன் தோற்றுக்கொண்டிருக்கிறோம் என்று கேட்டான். மிகேல் எல்லையின் திசையிலுள்ள மலைகளைச் சுட்டிக்காட்டிக் கூறினான். "ஏனென்றால் நம்முடைய இயந்திரத் துப்பாக்கிகள் அங்கிருந்து வந்தவையல்ல."

பிறகு மிகேலும் தன்னுடைய சிகரெட்டை அணைத்துவிட்டு ஒரு பாடலை முணுமுணுத்தான்:

நான்கு ஜெனரல்கள், பெரிய நான்கு ஜெனரல்கள்,

பெரிய ஜெனரல் நான்குபேரும் அம்மா,

எங்களை இப்போதும் எப்போதும் தாக்குவர்...

மணல்மூட்டைகளில் சாய்ந்துகொண்டு அவனே பதில் கூறினான்:

க்றிஸ்துமஸ் நாளுக்கு முன்னே, அம்மா

அவர்கள் நிச்சயம் தூக்கிலிடப்படுவர்...

நேரத்தைக் கடத்தப் பாடிக்கொண்டிருந்தனர். இதுபோல அவர்கள் பாதுகாப்புக்காக நின்று எதுவுமே நடக்காமல் இருந்த பலமணி நேரங்கள் உண்டு. எனவே அவர்கள் பாடுவர். எப்போதுமே, "சரி, பாடுவோம்" என்று சொல்லிக்கொள்ள வேண்டிய தேவையில்லை. மேலும் மற்றவர்கள் முன்பு பாடவும் அவர்கள் சங்கடப்பட்டதில்லை. எப்படி அவர்கள் காரணமின்றிச் சிரித்தார்களோ, சண்டையிட்டார்களோ அல்லது கோகுயாவுக்கு அருகிலுள்ள கடற்கரையில் மீனவர்களோடு சேர்ந்து பாடினார்களோ அதுபோல. வித்தியாசம் என்னவென்றால் இப்போது தங்கள் துணிச்சலுக்கு வலுசேர்க்கப் பாடுகின்றனர். பாடலின் வரிகள் மோசமான நகைச்சுவையாக இருந்தாலும், ஏனெனில் அந்த நான்கு ஜெனரல்களும் தூக்கிலிடப்படவில்லை என்பது மட்டுமல்ல, மலைப்பகுதி எல்லையில் இந்த நகரத்தை முற்றுகையிட்டிருந்தனர்.

அவர்கள் செல்வதற்கு வேறு இடமில்லை. மாலை நான்கு மணிக்கெல்லாம் சூரியன் சீக்கிரமே மறையத்தொடங்கியிருந்தது. அவன் பழைய சுழல்துப்பாக்கியின் மஞ்சள்நிற அடிக்கட்டையை அணைத்தபடி தொப்பியை வைத்துக்கொண்டான். மிகேலைப் போலவே துண்டால் தன் முகத்தை மூடிக்கொண்டான். கடந்த சில நாட்களாகவே அவனுக்கு ஒன்றைக்கூற விரும்புகிறான். அவனுடைய மூடுகாலணிகள் தேய்ந்திருந்தாலும் அவை இன்னமும் தாக்குப்பிடித்துக் கொண்டிருக்கின்றன; மிகேலிடம் இருப்பதென்னவோ செருப்புகள்தான், அவற்றைக் துணிக்கிழிசல்களால் சுற்றிக் கயிறு வைத்துக்கட்டியிருந்தான். மூடுகாலணிகளை இருவரும் முறைவைத்து அணிந்துகொள்ளலாம் என்பதே அவன் கூற விரும்பியது: அவன் ஒருநாள் என்றால் மிகேல் மறுநாள். ஆனால் அதைக்கூறும் தைரியம் அவனுக்கில்லை. அந்த முகத்திலிருந்த சுருக்கங்கள் அவன் கேட்கக்கூடாது என்றன. இப்போது அவர்கள் தங்கள் விரல்களை வாயால் ஊதிக்கொண்டிருந்தனர், ஏனெனில் திறந்தவெளிக் கூரையில் இரவைக்கழிப்பதென்றால் என்னவென்று அவர்களுக்கு மட்டுமே தெரியும். தொலைவில் தெருவின் முனையில் ஒரு சிப்பாய் தோன்றினான். நம்முடைய படையைச் சேர்ந்தவன். குடியரசுப்படை வீரன் நம்மை நோக்கி ஓடிவந்துகொண்டிருக்கிறான். எறிகணைக் குழிகளிலிருந்து திடீரென முளைத்தவன் போல. கைகளை ஆட்டியபடி வந்து முகம் தரையை நோக்கக் கீழே விழுந்தான். அவனுக்குப்பின்னால் மேலும் பல குடியரசுப்படை சிப்பாய்கள் பள்ளமாக்கப்பட்ட சாலையில் காலணிகள் சத்தமிட ஓடி வந்துகொண்டிருந்தனர். தொலைதூரத்தில் கேட்டது போலிருந்த பீரங்கிகளின் தொடர் முழக்கம் திடீரென அருகில் கேட்டது. சாலையிலிருந்து ஒரு சிப்பாய் கத்தினான்: "தயவுசெய்து ஆயுதங்கள் கொடுங்கள், எங்களுக்குச் சில துப்பாக்கிகளைக் கொடுங்கள்!"

"நிற்காதே!" அவர்களை வழிநடத்திக்கொண்டிருந்தவன் கத்தினான். "உங்களைச் சுலபமான இலக்காக மாற்றாதீர்கள்!"

கீழே அவர்கள் கடந்து சென்றனர். மிகேலும் லோரென்ஸோவும் அவர்களது சிப்பாய்களைத் தாண்டிக் குறிவைத்தனர். எதிரிகள் அவர்களைத் தொடர்ந்து வரலாம் என்று நினைத்தனர்.

"அவர்கள் எந்நேரமும் இங்கே வரக்கூடும்" என்று மிகேலிடம் கூறினான்.

"நல்லது, மெக்சிகனே, இப்போது நன்றாக வேலை செய்" என்றான் மிகேல், கடைசிப் பட்டைத் தோட்டாக்களைப் பிடித்துக் கொண்டிருந்தான்.

ஆனால் இன்னொரு இயந்திரத்துப்பாக்கி முதலில் வெடித்தது. இரண்டு அல்லது மூன்று கட்டடங்கள் தள்ளி, இன்னொரு மறைவான இயந்திரத் துப்பாக்கியின் கூடு அமைக்கப்பட்டு இருந்திருக்கிறது, பாசிஸ்ட்டுகளுடையது, படைகள் பின்வாங்கக் காத்திருந்து இப்போது சாலையை நோக்கிச் சிப்பாய்களைக் கொன்றபடி வெடித்துக்கொண்டிருந்தது. ஆனால் தலைவனை அல்ல, அவன் தரையில் படுத்தபடி கத்தினான்: "தரையில் படுங்கள்! ஒருபோதும் கற்றுக்கொள்ள மாட்டீர்கள்!"

அவன் இயந்திரத்துப்பாக்கியை மறைந்திருக்கும் எதிரிகளின் துப்பாக்கியின் பக்கம் திருப்பினான். சூரியன் மலைகளுக்குப் பின்னால் மறைந்தது. துப்பாக்கி தனது மொத்த உடலையும் உதறியது. மிகேல் கிசுகிசுத்தான், "இது போதாது. அங்கிருக்கும் அரேபியர்களிடம் நல்ல ஆயுதங்கள் இருக்கின்றன."

ஏனெனில் அவர்கள் தலைக்கு மேலே விமானத்தின் இயந்திரங்கள் ரீங்கரிக்கத் தொடங்கின.

"கேப்ரோனிகள்[20] இங்கே வந்துவிட்டனர்."

அவர்கள் அருகருகே நின்று போரிட்டனர். ஆனால் இருட்டில் ஒருவரையொருவர் பார்த்துக்கொள்ள முடியவில்லை. மிகேல் கைநீட்டி அவன் தோளைத்தொட்டான். அன்றைக்கு இரண்டாவது முறையாக இத்தாலிய விமானங்கள் நகரத்தில் குண்டு வீசுகிறது.

"இங்கிருந்து வெளியேறுவோம் லோரென்ஸோ. கேப்ரோனிகள் மீண்டும் வந்துவிட்டனர்."

"எங்கே போவது? இரு. இயந்திரத் துப்பாக்கியை என்ன செய்வது?"

"அது எதற்கு உதவும்? நம்மிடம் தோட்டாக்களே இல்லை."

எதிரிகளின் இயந்திரத்துப்பாக்கியும் அமைதியடைந்திருந்தது. அவர்களுக்குக் கீழே குழுவாக சிலபெண்கள் ஓடிக்கொண்டிருந்தனர். அவர்களால் அப்பெண்களைப் பார்க்கமுடியவில்லை என்றாலும் கேட்க முடிந்தது, ஏனெனில் அவர்கள் இந்தச் சண்டையிலும் உரக்கப்

பாடிக்கொண்டிருந்தனர்:

> லிஸ்டர் மற்றும் கேம்பெசினோவோடு,
> கேலன் மற்றும் மாடெஸ்டோவோடு,
> தளபதி கார்லோஸ் நமக்கு வழிகாட்டியாக,
> மக்களின் ராணுவம் தீரம் மிக்கது
> அது நிச்சயம் அலைகளைப் புரட்டிவிடும்...

அந்தக் குரல்கள் வினோதமாக இருந்தன. வெடிகுண்டுகளின் ஓசையோடு கலந்து, ஆனால் அதைவிடப் பலமாக: தொடர்ந்து குண்டுகள் விழுந்துகொண்டேயிருந்தாலும் பாடுவது நிற்கவே-யில்லை.

"மேலும் அக்குரல்கள் போர்க்குரல்களும் அல்ல அப்பா, அவை காதலில் இருக்கும் பெண்களின் குரல்கள். அவர்கள் குடியரசுப்படை வீரர்களுக்காகப் பாடிக்கொண்டிருந்தனர். அவர்களைத் தங்களது காதலர்களாக வரித்து, மேலே கூரையில் நானும் மிகேலும் எதேச்சையாகக் கைகளைத்தொட்டபோதும் அதையே உணர்ந்தோம். அவர்கள் எங்களுக்காகப் பாடிக்கொண்டிருக்கின்றனர். மிகேலுக்கும் லோரென்ஸோவுக்கும், அவர்கள் எங்களை நேசிக்கின்றனர்..."

பிறகு பாதிரியாரின் அரண்மனை முகப்பு இடிந்து விழுந்தது, அவர்கள் தரையில் தாவிப் படுத்துக்கொண்டனர். புழுதி அவர்களை மூடியது. அவன் முதலில் வந்தபோது மாட்ரிட் குறித்து சிந்தித்துக்கொண்டிருந்தான், அதிகாலை இரண்டு மூன்று மணிவரை ஆட்கள் நிரம்பியிருக்கும் காஃபி விடுதிகள் பற்றி, அவர்கள் பேசியதெல்லாம் போர் குறித்து மட்டுமே, எவ்வளவு பரவசத்தை உணர்ந்தனர் எவ்வளவு உறுதியாக வெற்றி பெறுவோம் என்று நம்பினர். அவன் மாட்ரிட் இன்னும் எவ்வாறெல்லாம் தாக்குப்பிடிக்கிறது என்று நினைத்தான். பெண்கள் எவ்வாறு வெடிகுண்டின் எச்சங்களைக் கொண்டு கூந்தலைச் சுருட்டும் சீப்புகளைத் தயாரிக்கின்றனர்... அவர்கள் படிகளில் ஊர்ந்து இறங்கினர். மிகேல் ஆயுதமின்றி இருந்தான். அவன் தன்னுடைய துப்பாக்கியை எடுத்து வந்திருந்தான். ஐந்து சிப்பாய்களுக்கு ஒன்று என்ற வீதத்தில்தான் துப்பாக்கி இருந்தது. அதை அங்கேயே விட்டு வரவேண்டாம் என்று முடிவெடுத்திருந்தான். சுழற்படிக்கட்டுகளில் கீழே இறங்கினர்.

“ஒரு குழந்தை ஏதோவொரு அறையில் அழுகிறது என்று நினைக்கிறேன். உறுதியாகத் தெரியவில்லை. விமானத்தின் சத்தத்தைக் குழந்தையின் அழுகை என்று நினைக்கிறேன் போல.”

ஆனால் அங்கே கைவிடப்பட்ட ஒரு குழந்தை இருப்பதைக் கற்பனைசெய்து பார்த்தான். இருளில் இறங்கும் வழியை உணர்ந்துகொண்டு நடந்தனர். அது எவ்வளவு இருளாக இருந்தது என்றால் வெளியில் வந்ததும் பகல் வெளிச்சத்திற்கு வந்ததுபோல இருந்தது. மிகேல் கூறினான். “அவர்கள் கடந்துசெல்லப் போவதில்லை” அந்தப்பெண் பதிலளித்தாள்: “அவர்கள் கடந்துசெல்லப் போவதில்லை!” இரவு அவர்களைக் குருடாக்கி வைத்திருந்தது. அவர்கள் நடக்கும்போது திசை தப்பியிருக்க வேண்டும். ஏனெனில் அவர்களுக்குப் பின்னால் ஓடிவந்துகொண்டிருந்த பெண், “அந்தப்பக்கம் இல்லை, எங்களுடன் வாருங்கள்” என்றாள்.

இரவின் வெளிச்சத்திற்குக் கண்கள் பழகியபோது ஒரு நடைபாதையில் குப்புறக் கிடந்தனர். இடிந்து விழுந்த கட்டடம் அவர்களை எதிரிகளின் இயந்திரத் துப்பாக்கியிலிருந்து காப்பாற்றியது: அவன் புழுதியில் சுவாசித்தான். அதேசமயம் தனக்கருகில் படுத்திருந்த பெண்ணின் வியர்வை வாசனையையும் நுகர்ந்தான். அவர்களின் முகத்தைப்பார்க்க முயற்சிசெய்தான். அவனுக்கருகில் படுத்திருந்தபெண் தன் முகத்தை உயர்த்தி இவனைப்பார்க்கும்வரை ஒரு தொப்பியும் கம்பளிக்குல்லாயும்தான் தெரிந்தது. அவளது கஷ்கொட்டைநிறக் கூந்தல் கட்டடத்தின் சாந்தினால் வெள்ளை நிறமாகியிருந்தது. அவள் கூறினாள்:

“என் பெயர் டொலோரிஸ் - லோலா.”

“நான் லோரென்ஸோ. இது மிகேல்.”

“நான்தான் மிகேல்.”

“நாங்கள் எங்கள் குழுவிலிருந்து தனித்து விடப்பட்டோம்.”

“நாங்கள் நான்காவது துருப்பைச் சேர்ந்தவர்கள்.”

“இங்கிருந்து எப்படி வெளியேறுவது?”

“நாம் வெகுதூரம் சுற்றிச்சென்று பாலத்தைக் கடக்க வேண்டும்.”

“உனக்கு இந்த இடம் தெரியுமா?”

“மிகேலுக்குத் தெரியும்.”

“ஆமாம், எனக்குத் தெரியும்.”

“நீ எங்கிருந்து வருகிறாய்?”

“நான் மெக்சிகன்.”

“ஆ, அப்படியென்றால் ஒருவரையொருவர் புரிந்து கொள்வது கடினமாக இருக்காது.”

விமானங்கள் கடந்துசென்றதும் அவர்கள் எழுந்துநின்றனர். தொப்பிவைத்திருந்த நூரி மற்றும் கம்பளிக்குல்லாய் அணிந்திருந்த மரியா தங்களது பெயர்களைக்கூறியதும் இருவரும் தங்கள் பெயர்களை மறுபடி கூறினர். டொலோரிஸ் அரைக்கால்சராயும் மேல்சட்டையும் அணிந்திருந்தாள்; மற்ற இருபெண்களும் கால்சராய், மேல்சட்டை அணிந்து முதுகுப்பை வைத்திருந்தனர். அரவமற்ற தெருவில் அவர்கள் ஒரே வரிசையில் பெரிய வீடுகளின் சுவரை அணைத்தபடி, கோடைகாலங்களில் இருப்பதுபோன்று இருண்ட மாடங்களின் திறந்த சன்னல்களுக்குக் கீழே நடந்து சென்றனர். ஸ்னைப்பரின் ஓசை இடையறாது கேட்டுக்கொண்டே இருந்தது, ஆனால் எங்கிருந்து வருகிறது என்று கணிக்க முடியவில்லை. ஒரு தெருவுக்குள்ளிருந்த நாய் குலைத்துக்கொண்டிருக்க மிகேல் அதன் மீது கல்லை எறிந்தான். முதியவர் ஒருவர் தலையில் துண்டைக்கட்டிக்கொண்டு தனது ஊஞ்சல் நாற்காலியில் அமர்ந்திருந்தார். அவர்கள் கடந்து சென்றபோது அவர்களைப் பார்க்கவில்லை. அவர் அங்கே என்ன செய்துகொண்டிருக்கிறார் என்று அவர்களுக்கும் புரியவில்லை: யாரேனும் வீடு திரும்பக் காத்திருக்கிறாரா, அல்லது சூரிய உதயத்திற்காகக் காத்திருக்கிறாரா, அல்லது என்ன. அவர் அவர்களைப் பார்க்கவேயில்லை.

அவன் ஆழ்ந்து மூச்சுவிட்டான். அவர்கள் நகரத்தைவிட்டு வெளிவந்து இலைகளற்ற நெட்டிலிங்க மரங்கள் இருந்த திறந்தவெளிக்கு வந்திருந்தனர். அந்த இலையுதிர்காலத்தில் யாரும் இலைகளைச் சுத்தம் செய்யாது விட்டதால் அவை கால்களுக்குக் கீழே நொறுங்கின. நிலத்திற்கு மிக அருகில் இருக்கும் இலைகள் ஏற்கெனவே மழையினால் கருமைநிறம் அடைந்துவிட்டதைக் கவனித்தான். மிகேலின் கால்களில் இருக்கும்

கந்தல்துணிகள் நனைந்து ஈரமாக இருப்பதை மீண்டும் ஒருமுறை பார்த்தான். இன்னொருமுறை தன்னுடைய காலணிகளைத் தரும் எண்ணம் தோன்றியது. ஆனால் அவனது தோழன் தயக்கமின்றித் தனது மெல்லிய, வலுவான கால்களால் எட்டி நடைபோட்டுக் கொண்டிருந்ததைப் பார்த்ததும் தேவையற்ற ஒன்றைத் தருகிறேன் என்பது எவ்வளவு பயனில்லாதது என்று நினைத்தான். தொலைவில் கரிய சரிவுகள் அவர்களுக்காகக் காத்திருந்தன. ஒருவேளை அப்போது அவனுக்குக் காலணிகள் தேவைப்படலாம். இப்போது வேண்டாம். அங்கிருந்த பாலத்தின் கீழே ஆறு ஆழத்துடன் வேகமாக ஓடிக்கொண்டிருந்தது. அவர்கள் அதைப் பார்ப்பதற்காக நின்றனர்.

"இது உறைந்திருக்கும் என்று நம்பினேன்" - அவன் கோபத்துடன் கையசைத்தான்.

"ஸ்பானிய ஆறுகள் ஒருபோதும் உறையாது." மிகேல் முணுமுணுத்தான். "அவை எப்போதும் ஓடிக்கொண்டிருக்கும்."

"அது ஏன் உறைந்திருக்க வேண்டுமென்று நினைக்கிறாய்?" டொலோரிஸ் கேட்டாள்.

"அப்படியிருந்தால் நாம் பாலத்தைத் தவிர்த்திருக்கலாம்."

"ஏன் நாம் அதைச்செய்ய வேண்டும்?" என்றாள் மரியா, மூன்று பெண்களும் கண்களில் கேள்வியுடன் ஆர்வமான சிறுபெண்களைப் போலிருந்தனர்.

"ஏனென்றால் வழக்கமாகப் பாலங்களில் கண்ணிவெடி வைத்திருப்பார்கள்" என்றான் மிகேல்.

அந்தச் சிறுகுழு அங்கிருந்து நகரவில்லை. காலடியில் வேகமாகச் சுழிந்தோடும் வெள்ளை ஆறு அவர்களை மயக்கியது. அவர்கள் அசைவின்றி நின்றனர். மிகேல் தலையை உயர்த்தி மலைகளைப் பார்த்தபடி கூறினான்: "நாம் பாலத்தைக் கடந்துவிட்டோமென்றால் மலைப்பகுதிக்குச் சென்று அங்கிருந்து எல்லைக்குச் செல்லலாம். இல்லையென்றால், நாம் சுடப்படுவோம்..."

"அடுத்து?" என்றாள் மரியா, அழுகையை அடக்கிக்கொண்டு. முதல்முறையாக இரண்டு ஆண்களும் அவளது கண்ணாடி போன்ற களைத்த கண்களைப் பார்த்தனர்.

"நாம் தோற்றுவிட்டோம்!' மிகேல் கத்தினான். தன்னுடைய

வெற்றுக்கைகளை நெரித்து, கருமைநிறம் கொண்ட இலைகள் கிடந்த தரையில் துப்பாக்கியைத் தேடுபவன் போலக் குனிந்து சுற்றிச்சுற்றி வந்தான். "திரும்பிச்செல்வதில் பயனே இல்லை! நம்மிடம் விமானங்கள் இல்லை, பீரங்கிகள் இல்லை, எதுவுமில்லை"

அவன் அசையாமல் நின்றான். நின்றபடி மிகேலைப் பார்த்துக்கொண்டே இருந்தான். டொலோரிஸ்சின் சூடான கை, அப்போதுதான் அக்குளில் இருந்து விலக்கிக்கொண்ட விரல்கள் இந்த இளைஞனின் கைவிரல்களைப் பற்றிக்கொள்ளும்வரை, அவன் புரிந்துகொண்டான். அவள் அவன் கண்களைப் பார்த்தாள். அவன் அவள் கண்களை, முதல்முறையாக. அவள் இமைத்தாள் அப்போதுதான் அவளது கண்கள் பச்சைநிறம் கொண்டவை என்பதைக் கவனித்தான். நம் நிலத்தின் அருகே இருக்கும் கடலைப்போன்ற பச்சை. சரிசெய்யப்படாத தலை மற்றும் முகப்பூச்சுகள் இன்றி அவளைப் பார்த்தான். குளிரால் அவளது கன்னங்கள் சிவந்தன. அவளது உதடுகள் காய்ந்திருந்தன. மற்ற மூவரும் இதைக் கவனிக்கவில்லை. அவர்கள் நடந்தனர், அவனும் அவளும் கைகளைக் கோர்த்தபடி பாலத்தில் அடியெடுத்து வைத்தனர். ஒரு கணத்திற்கு அவன் சந்தேகம் கொண்டான். அவள் கொள்ளவில்லை. அவர்களது பத்து விரல்கள் அவர்களுக்கு வெப்பத்தைத் தந்தன. அந்த மாதங்களில் அவன் உணர்ந்த ஒரே வெப்பம்.

"...காத்தலோனியா மற்றும் பைரெனீஸ்[21] நோக்கிப் பின்வாங்கிய இத்தனை மாதங்களில் நான் உணர்ந்த ஒரே கதகதப்பு..."

ஆற்றின் சலசலப்பு கீழே கேட்டுக்கொண்டிருந்தது. பாலத்தின் மரப்பலகைகள் கிறீச்சிடும் சத்தம். மிகேலும் மற்ற பெண்களும் பாலத்தின் மறுபக்கத்திலிருந்து கத்தியிருந்தாலும் கேட்காது. பாலம் நீண்டுகொண்டே சென்றது. மூர்க்கமாகப் பாயும் இந்த ஆற்றிற்கிடையே அல்லாது பெருங்கடலுக்கு இடையே நீண்டிருப்பது போல.

"என் இதயம் மிகவேகமாக துடித்தது. அதன் துடிப்பை அவள் என் கைகளில் உணர்ந்திருக்க வேண்டும். ஏனெனில் அதை அவள் தனது மார்பில் வைத்துக்கொண்டாள், அவளது இதயத்தின் வலிமையை நான் உணரும்வண்ணம்..."

பிறகு இருவரும் அருகருகே நடந்தனர். பாலம் சிறியதாகியது. அடுத்த பக்கத்தில் அவர்கள் இதுவரை பார்த்திராத வகையில் ஒரு எல்ம்

மரம், இலைகளற்று, அழகாக வெள்ளைநிறத்தில் இருந்தது. அது முழுவதும் பனியால் மூடப்படாமல் பிரகாசிக்கும் பனித்துகள்களால் நிறைந்திருந்தது. அது தூய்மையான வெண்ணிறத்தில் இருந்ததால் இரவிலும் பிரகாசித்தது. அவன் தோள்களில் துப்பாக்கியின் கனத்தை உணர்ந்தான், கால்களின் கனத்தை, மரப்பலகையில் இருந்த களைத்திருந்த பாதங்களின் கனத்தை: அவர்களுக்காகக் காத்திருந்த எல்ம் மரம் அதிக வெளிச்சத்தோடு, ஒளிர்வதாக, வெண்மையாக இருந்தது.

"நான் என் கண்களை மூடிக்கொண்டேன் அப்பா, மீண்டும் திறந்தேன், அந்த மரம் அங்கே இனி இருக்காதோ என்ற அச்சத்தில்..."

அவர்களின் கால்கள் பூமியைத் தொட்டன, நின்றனர், பின்னால் திரும்பிப்பார்க்காமல் இருவரும் அம்மரத்தை நோக்கி ஓடினர், மிகேல் மற்றும் இரண்டு பெண்களின் கூச்சலைப் பொருட்படுத்தாமல், தோழர்களின் விரையும் காலடியோசை பாலத்தில் ஒலிப்பதைக் கவனிக்காமல், ஓடிச்சென்று அதன் தண்டுப்பகுதியை அணைத்துக்கொண்டனர். வெள்ளை நிறத்தில் பனியால் மூடியது. அதை அசைத்ததும் பனித்துகள்கள் இருவரது தலையிலும் விழுந்தன. அதை அணைத்தபடி அவர்களது விரல்கள் தொட்டுக்கொண்டன. பிறகு மரத்தினின்றும் விலகி ஒருவரையொருவர் அணைத்துக்கொண்டனர். டொலோரிஸ்சும் அவனும், அவளது புருவங்களை வருடினான். அவள் அவனது கழுத்தை. சற்றே நகர்ந்தாள் அவன் தனது ஈரப்பதமுள்ள பச்சைநிறக் கண்களை நன்றாகப் பார்க்கும்பொருட்டு, அவளது பாதி திறந்த உதடுகள், அவனது மார்பில் முகத்தைப் புதைத்துக்கொள்ளுமுன், முன்புபோல மரத்தை அணைத்துக் கொள்ளாமல் அவர்களது தோழர்கள் அவர்களைச் சுற்றிக்கொள்ளுமுன் முகத்தை உயர்த்தி தனது உதடுகளைத் தந்தாள்..."

"...எவ்வளவு கதகதப்பு, லோலா, என்னவொரு கதகதப்பு நீ, ஏற்கெனவே உன்னை எவ்வளவு நேசிக்கத் தொடங்கிவிட்டேன்."

பனிவரிகளுக்குக் கீழே மலையடிவாரத்தில் கூடாரம் அமைத்தனர். மிகேலும் லோரென்ஸோவும் விறகுகளைச் சேகரித்துத் தீமூட்டினர். லோரென்ஸொ லோலாவுக்கு அருகே அமர்ந்து மீண்டும் அவளது கையைப் பற்றிக்கொண்டான். மரியா ஒரு நெளிந்த கோப்பையை அவளது முதுகுப்பையிலிருந்து எடுத்தாள். அதில் பனியை நிரப்பி நெருப்பில் உருக்கினாள். பிறகு ஆட்டுப்பாலினால் செய்யப்பட்ட

காய்ந்த வெண்ணைக்கட்டியை எடுத்தாள். நூரி அவளது சட்டைப் பையிலிருந்து கசங்கிய நிலையில் சில லிப்டன் தேயிலைப்பைகளை எடுத்தாள். அனைவரும் அதிலிருந்த ஆங்கிலேயப் படகுக்காரன் சிரிப்பதைப் பார்த்துச் சிரித்தனர்.

பார்சிலோனா வீழ்வதற்கு முன்னால் அமெரிக்கர்களால் அனுப்பப்படும் புகையிலை மற்றும் சுண்டவைத்த பால் எவ்வாறு பொதிந்துவைத்தனர் என்று நூரி விவரித்தாள். நூரி சற்று பருமனாக, கலகலப்பானவளாக இருந்தாள், போருக்குமுன் நெசவு ஆலையில் வேலை பார்த்தவள். பிறகு மரியா பேசத்தொடங்கினாள். அவள் மாட்ரிட்டில் படித்த நாட்களை நினைவுகூர்ந்தாள். மாணவர் விடுதியில் தங்கிப்படித்தவள். ப்ரிமோ தி ரிவேராவுக்கு எதிராக ஆர்ப்பாட்டத்தில் கலந்துகொண்டாள். கார்சியா லோர்காவின் ஒவ்வொரு புதிய நாடகத்தையும் பார்த்துக் கண்ணீர் வடிப்பவள்.

“என் முழங்கால்களில் காகிதத்தை வைத்துக்கொண்டு இந்தப்பெண்கள் பேசுவதைக் கேட்டபடி உங்களுக்கு எழுதிக்கொண்டிருக்கிறேன். அவர்களிடம் நான் ஸ்பெயினை எந்த அளவுக்கு நேசிக்கிறேன் என்று கூற முயற்சி செய்கிறேன். என்னால் பேசுவதற்கெனச் சிந்திக்க முடிந்தது தொலேதோவுக்கான என்னுடைய முதல் பயணம் குறித்துதான். எல் க்ரெகோ வரைந்த ஓவியத்தைப்போலவே இருக்கும் என்று நான் நினைத்த நகரம் - புயலால் சூழப்பட்டு, பச்சைநிற மேகங்களில் மின்னல்கள் ஒளிர, அகண்ட தேகஸ் ஆற்றங்கரையில் அமைந்த ஒரு நகரம் - இதை எப்படி விளக்குவேன்? - தன்னுடனான போரில் இருப்பது போல. ஆனால் நான் சூரியஒளியில் நனைந்த ஒரு நகரத்தைக் கண்டேன். வெளிச்சமான, அமைதியான, வெடிகுண்டுகளால் தகர்க்கப்பட்ட கோட்டைகள் கொண்ட நகரம், ஏனெனில் எல் க்ரெகோவின் சித்திரமானது - நான் அவர்களுக்கு விளக்க முற்படுகிறேன் - ஸ்பெயின் முழுமைக்குமானது. உண்மையான தொலேதோவில் உள்ள தேகஸ் குறுகலானது. ஸ்பெயினின் தேகஸ் நாட்டை இரண்டாகப் பிரிப்பது. இதுதான் நான் இங்கே கண்டது அப்பா. அதைத்தான் அவர்களுக்குக் கூற முயற்சிசெய்து கொண்டிருக்கிறேன்...”

அதைத்தான் அவர்களிடம் கூறினான். மிகேல் அதற்குமுன் தான் கர்னல் அசென்சியோவின் படைப்பிரிவில் சேர்ந்ததை, சண்டையிடப் பழகுவது அவனுக்கு எவ்வளவு கடினமானது இருந்தது என்று கூறினான். குடியரசுப்படையில் இருந்த அனைவரும்

வீரமிக்கவர்கள் என்றான். ஆனால் வெற்றிபெற வீரத்தைக்காட்டிலும் வேறு தேவைகள் உள்ளன. அவர்கள் எப்படிச் சண்டையிடவேண்டும் என்று தெரிந்துகொள்ள வேண்டும். மேலும் அமர்த்தர்களான சிப்பாய்களுக்கு பாதுகாப்புகுறித்த விதிமுறைகள் இருக்கின்றன என்பதையும் சண்டையிடப் போவதைவிடவும் வாழப்போவதே சிறந்தது என்பதையும் புரிந்துகொள்ளவே வெகுநாள்களாகும். தங்களைக் காப்பாற்றிக்கொள்வது எப்படி என்று தெரிந்தபின் எப்படித்தாக்குவது என்று தெரிந்துகொள்ள வேண்டும். அவர்கள் அதையெல்லாம் கற்றுக்கொண்டபின், இருப்பதிலேயே கடினமான ஒன்றைக் கற்றுக்கொள்ள வேண்டியுள்ளது. தங்களை வெற்றி கொள்வது எப்படி, அவர்களின் பழக்கங்களை எப்படிக்கடப்பது, அவர்களின் சுகங்களுக்கான தேவைகளை எப்படிக் கைவிடுவது என்பதை. மிகேல் அரசின்மைவாதிகளை விமர்சித்தான். ஏனெனில், அவர்கள் தோல்வி மனப்பான்மை கொண்டவர்கள். ஏற்கெனவே ஃப்ராங்கோவுக்கு விற்றுவிட்ட ஆயுதங்களை குடியரசுப்படைக்குத் தருவதாகக்கூறிய ஆயுத வியாபாரிகளை விமர்சித்தான். தன்னுடைய ஆகப்பெரிய சோகம், தன் கல்லறைவரை தீராது இருக்கப்போவது என்னவெனில் உலகத் தொழிலாளர்கள் அனைவரும் ஸ்பெயினைக் காக்க ஆயுதம் ஏந்தாமல் போனதுதான் என்றான். ஏனெனில் ஸ்பெய்ன் தோற்றால் அவர்கள் எல்லோரும் தோற்றது போலத்தான். அதைக்கூறிவிட்டு ஒரு சிகரெட்டை இரண்டாக உடைத்து பாதியை மெக்சிகனிடம் கொடுத்தான். இருவரும் புகைத்தனர், டொலோரிஸ்சுக்கு அருகே அமர்ந்திருந்த அவன் அவளுக்கும் புகைக்கட்டும் என அவளிடம் கொடுத்தான்.

தூரத்தில் பீரங்கிகளின் பலமானதாக்குதல் கேட்டது. அவர்கள் முகாமிட்டிருந்த இடத்திலிருந்து மஞ்சள்நிற ஒளியைக் காண முடிந்தது, இரவில் எழும் விசிறிவடிவப் புகை. "ஃபிகராஸ்," என்றான் மிகேல். "அவர்கள் ஃபிகராஸ் மீது குண்டுவீசுகின்றனர்."

அவர்கள் ஃபிகராஸ் நோக்கிப் பார்த்தனர். லோலா அவனுக்கருகில் இருந்தாள். அவள் வேறு யாரிடமும் பேசவில்லை. அவர்கள் தூரத்தில் எழுந்த புழுதியைப் பார்த்துக்கொண்டு ஓசையைக் கேட்டபோது அவனிடம் மட்டும் தணிந்த குரலில் பேசினாள். தனக்கு இருபத்தியிரண்டு வயது என்றாள். அவனைவிட மூன்று வயது பெரியவள், எனவே அவன் அவளைவிட மூத்தவன்போல நடித்து தனக்கு ஏற்கெனவே இருபத்துநான்கு முடிந்துவிட்டது என்றான். தான் அல்பாசித்தியைச் சேர்ந்தவள். தனது ஆண் நண்பனோடு சேர்ந்திருக்க போருக்குச் சென்றதாகக் குறிப்பிட்டாள். அவர்கள்

இருவரும் ஒன்றாகப் படித்தவர்கள் -வேதியியல்- அவள் அவனைப் பின் தொடர்ந்தாள், ஆனால் ஃப்ராங்கோவின் மொராக்கோப் படையினர் அவனை ஓவிடோவில் வைத்துச் சுட்டுத்தள்ளினர். அவன், தான் மெக்சிகோவிலிருந்து வந்ததாகக் கூறினான். வெப்பமான பகுதியில் வசித்தவன், பழங்கள் நிறைய உள்ள பகுதி. அவள் வெப்பமண்டலப் பகுதிகளில் உள்ள பழங்களைப் பற்றிக் கூறும்படி கேட்டு, தான் கேள்விப்பட்டிராத பெயர்களைக் கேட்டதும் சிரித்தாள். மாமேய் என்பது ஒரு விஷத்தின் பெயரைப் போல, உவானபானா ஒரு பறவையின் பெயரைப்போல இருக்கிறதென்றாள். அவன் தனக்குக் குதிரைகளைப் பிடிக்குமென்றான். தான் முதலில் இங்குவந்தபோது குதிரைப்படையில் இருந்ததாக, ஆனால் இப்போது படையில் குதிரைகள் இல்லை, மற்ற எதுவுமேகூட இல்லாமல் போய்விட்டது என்றான். அவள் தான் குதிரையில் ஏறியதே இல்லை என்றாள்; அவன் குதிரை ஏற்றத்திலுள்ள இன்பத்தை அவளுக்கு விளக்க முயற்சிசெய்தான். குறிப்பாக விடியலில் கடற்கரையோரமாக, காற்று அயோடினின் வாசனையோடு இருக்கும். வடக்கிலிருந்து வீசும் காற்று குறைந்துவிட்டாலும் மெல்லிய சாரல் இருக்க, குதிரையின் குளம்புகள் எழுப்பும் நுரை அதனுடன் சேரும். எவ்வாறு அவன் மேற்சட்டையின்றி உதடுகள் உப்புப்பரியப் பயணிப்பான் என்று கூறினான். அது அவளுக்குப் பிடித்திருந்தது. ஒருவேளை இன்னமும் அவன் உதடுகளில் உப்பின் சுவை இருக்கலாம் என்றுகூறி முத்தமிட்டாள். மற்றவர்கள் அணையவிருக்கும் நெருப்புக்கு அருகே உறங்கிக்கொண்டிருந்தனர். லோலாவின் சுவை புதிதாக வாயில் இருக்க அவன் நெருப்பைக் கிளறுவதற்கு எழுந்தான். மற்றவர்கள் வெப்பத்திற்காக ஒருவரையொருவர் அணைத்தபடி உறங்கிக்கொண்டிருப்பதைப் பார்த்தான். மீண்டும் லோலாவுக்கு அருகில் சென்றான். அவள் அவனது ஆட்டுத்தோலினாலான மேற்சட்டையைத் திறந்தாள். அவன் தனது கைகளை அவளது கனமான சட்டையின் முதுகுப்புறத்தோடு சேர்த்து அணைத்துக்கொண்டு தனது பின்புறத்தை மேற்சட்டையால் மறைத்துக்கொண்டான். அவள் தாங்கள் பிரிந்துவிட்டால் சந்திப்பதற்கு ஒரு இடத்தைத் தேர்ந்தெடுக்கவேண்டுமென்று கிசுகிசுத்தாள். மாட்ரிட்டை விடுவித்தபின் சிபிலியின் சிலைக்கு அருகே இருக்கும் ஒரு காஃபிவிடுதியில் சந்திக்கலாம் என்றான். அவள் நாம் மெக்சிகோவில் சந்தித்துக்கொள்ளலாம் என்றாள். அவன் சரியென்றான். எனில் வெராக்ரூஸ் துறைமுகத்தின் மைதானத்தின் வளைவுகளுக்குக் கீழே உள்ள பர்ரோகியா விடுதியில் சந்திப்போம் என்றான். அவர்கள் காஃபியும் நண்டும் சுவைப்பார்கள்.

அவள் புன்னகைத்தாள் அவனும் சிரித்தான். தான் அவளுடைய தலைமுடியைக் கலைத்து அவளை முத்தமிட விரும்புவதாகக் கூறினான். அவள் அவனை அடித்தாள். அவனுடைய தொப்பியைப்பறித்து அவன் தலைமுடியைச் சிடுக்காக்கினாள். அவன் அவளது மேற்சட்டைக்குள் தனது கைகளை நுழைத்து அவளது முதுகை வருடினான். தடையற்று இருக்கும் அவளது முலைகளை நாடினான். அதற்குப்பிறகு அவன் எதையும் சிந்திக்கவில்லை, அவளும்தான், நிச்சயமாக இல்லை. ஏனெனில் அதன்பின் அவள் வார்த்தைகளை உச்சரிக்கவில்லை அவளது சிந்தனைகள் முழுவதும வடிந்து கொ[illegible]ர்ச்சியான முணுமுணுப்புகளே இருந்தன. நன்றி, நான் உன்னை நேசிக்கிறேன், ஒருபோதும் எனை மறந்துவிடாதே...

அவர்கள் மலைமீது தொற்றி ஏறிக்கொண்டிருந்தனர். முதல்முறையாக மிகேல் நடக்கச் சிரமப்பட்டான். அது செங்குத்தான இடமாக இருந்தாலும் ஏற்றத்தினால் அல்ல. குளிர் அவனது கால்களைத் தாக்கியிருந்தது. கூரிய பற்களைக் கொண்ட குளிர். அனைவரும் தங்கள் முகத்தில் அதை உணர்ந்தனர். டொலோரிஸ் தனது காதலனின் கைமீது சாய்ந்தபடி வருகிறாள், அவனது கண்களின் ஓரப்பார்வையிலிருந்து சற்றே அவள் விலகினாலும் வருத்தம் கொண்டாள் என்பதை அவன் உணர்ந்தான். அவள் கண்களைப் பார்த்தால் புன்னகையோடு திரும்பப் பார்த்தாள். அவன் கேட்பதெல்லாம் - அவர்கள் அனைவரும் கேட்பதெல்லாம் - இப்போது பனிபொழியக் கூடாது என்பதே. ஆயுதத்தோடு இருப்பவன் அவன் மட்டுமே, அவனிடமும் இரண்டு தோட்டாக்களே உண்டு. மிகேல் அவர்களிடம் கவலைகொள்ள ஏதுமில்லை என்றான்.

“நான் அச்சம் கொள்ளவில்லை. எல்லை அந்தப்பக்கம் இருக்கிறது. இன்றிரவு நாங்கள் ஃப்ரான்சில் இருப்போம், ஒரு வீட்டில், படுக்கையில். நல்ல சூடான உணவை உட்கொள்வோம். உங்களைப்பற்றி சிந்திக்கிறேன். மேலும் நீங்கள் இச்செய்கைக்காக அவமானம் கொள்ளமாட்டீர்கள் என்று நினைக்கிறேன். நீங்களாக இருந்தாலும் இதைத்தான் செய்திருப்பீர்கள். நீங்களும் சண்டையிட்டதுண்டு, எனவே எப்போதும் போருக்குச் செல்கிற ஒருவன் இருக்கிறான் என்பதற்காக நீங்கள் பெருமைகொள்ள வேண்டும். ஆனால் இந்தப்போர் இப்போது ஒரு முடிவுக்கு வருகிறது. எல்லையைக் கடந்ததும், சர்வதேச படைப்பிரிவு காலங்கடந்து தனது ஒத்தமனநிலையில் உள்ளவர்களை அழைக்கிறது. அதுவொரு புதிய வாழ்க்கை. இதை என்னால் மறக்க முடியாது அப்பா, ஏனெனில் எனக்குத் தெரிந்தவற்றையெல்லாம் இங்குதான்

கற்றுக்கொண்டேன். நான் திரும்பிவந்ததும் உங்களுக்குக் கூறுவேன். இப்போது சரியான சொற்களை என்னால் சிந்திக்கமுடியவில்லை."

ஒருவிரலால் தனது சட்டைப்பையிலுள்ள கடிதத்தைத் தொட்டுப்பார்த்துக்கொண்டான். இந்தக்குளிரில் அவனால் தன் வாயைத்திறக்க முடியவில்லை. அவன் மூச்சிரைத்துக் கொண்டிருந்தான். இறுக மூடிய பற்களுக்கிடையே இருந்து வெள்ளை நீராவி வெளியே வந்தது. அவர்கள் மிகமெதுவாக நகர்ந்துகொண்டிருந்தனர். அகதிகளின் வரிசை மிகநீண்டதாக இருந்தது அதன் மறுமுனையை அவர்களால் பார்க்க முடியவில்லை. அவர்களுக்கு முன்னால் விவசாயிகள் ஃப்ரான்சுக்குக் கொண்டு செல்லும் கோதுமை மற்றும் தொத்திறைச்சிகள் வண்டிகளில் நிறைக்கப்பட்டிருந்தன; பெண்கள் மெத்தைகள் மற்றும் போர்வைகளை வைத்திருந்தனர். ஆண்கள் ஓவியங்கள், நாற்காலிகள், கூஜாக்கள், கண்ணாடிகளைச் சுமந்திருந்தனர். விவசாயிகள் ஃப்ரான்சில் பயிர் செய்யப்போவதாகக் கூறினர். அவர்கள் மிக மெதுவாக முன்னால் நகர்ந்து கொண்டிருந்தனர். குழந்தைகளும் இருந்தனர். அவர்களில் சிலர் கைக்குழந்தைகள். மலைத்தொடரின் மேலிருந்த நிலம் வறண்ட, கடினமான, முட்கள் நிறைந்த, புதர்கள் நிரம்பிய நிலம். மலைமீது வழியைத் தேடி சிரமப்பட்டு முன்னேற வேண்டியிருந்தது. அவன் டொலோரிஸ்சின் கையைத் தனக்கருகில் உணர்ந்தான். அவளை எப்படியும் காப்பாற்ற வேண்டும், பாதுகாக்க வேண்டும் என்பதையும் உணர்ந்தான். சென்ற இரவைக்காட்டிலும் இப்போது அவளை அதிகமாக நேசித்தான். இன்றைவிட நாளை அவளை இன்னும் அதிகமாக நேசிப்பான் என்று அவனுக்குத்தெரியும். அவளும் அவனை நேசித்தாள். அதைக்கூறவேண்டிய அவசியம் இல்லை. அவர்கள் ஒருவரையொருவர் விரும்பினர். அவ்வளவுதான். நாங்கள் ஒருவரையொருவர் விரும்புகிறோம். அவர்களுக்கு ஏற்கெனவே சேர்ந்து சிரிப்பது எப்படி என்று தெரியும். அவர்களுக்கிடையில் பேசிக்கொள்ள விஷயங்கள் இருந்தன.

டொலோரிஸ் அவனை விட்டுவிட்டு மரியாவிடம் ஓடினாள், அவள் ஒரு பாறாங்கல்லுக்கு அருகில் நெற்றியைப் பிடித்தபடி நின்றுகொண்டிருந்தாள். அருகில் சென்றதும் ஒன்றுமில்லை என்றாள். திடீரென தான் மிகவும் களைப்பாக உணர்ந்ததாகக் கூறினாள். சிவந்த முகங்கள், உறைந்த கைகள், கனமான கைவண்டிகள் உள்ள இவ்வரிசையிலிருந்து அவர்கள் விலகவேண்டும். மரியா மீண்டும் தான் திடீரென மயக்கமாக உணர்ந்ததாகக் கூறினாள்.

லோலா அவளது கையைத் தாங்கிக்கொண்டதும் மீண்டும் நடக்கத்தொடங்கினார்கள். அப்போதுதான், ஆம், அப்போதுதான் அந்த மோட்டாரின் ஒலி நெருங்கி வருவதைக்கேட்டார்கள். அவர்கள் நின்றனர். ஆனால் விமானத்தைப் பார்க்க முடியவில்லை. எல்லோரும் மேலே பார்த்துக்கொண்டிருந்தனர். ஆனால் வானம் மேகமூட்டத்துடன் இருந்தது. மிகேல்தான் முதலில் கருப்பு இறக்கைகளையும் ஸ்வஸ்திக் சின்னத்தையும் பார்த்துவிட்டுக் கத்தினான், "கீழே படுங்கள்! எல்லோரும் படுங்கள்!"

எல்லோரும் மண்ணில், பாறைகளுக்கிடையில், கைவண்டிக்குக் கீழே படுத்தனர். எல்லோரும் - அந்த இரண்டு தோட்டாக்கள் மிச்சமிருந்த துப்பாக்கியைத் தவிர. அந்தத் துருப்பிடித்த குப்பைச்சனியன் சுடவில்லை, வெட்டவெளியில் நின்றுகொண்டு அந்த ஒலி அவர்களைத் தலைக்குமேலே கடந்துசெல்லும் வரை, வேகமான அந்த நிழல் தொடர்ந்து தோட்டாக்களை முழங்கியபடி தரையைச் சிதறடித்து பாறைகளில் பட்டுத் தவ்விப்பாயும் வரை விசையை எவ்வளவு அழுத்தினாலும் வெடிக்கவில்லை...

"படு, லோரென்ஸொ, கீழே படு, முட்டாள் மெக்சிகனே!"

படு, படு, படு, லோரென்ஸோ, புதிய மூடுகாலணிகள் வறண்ட மண்ணில், லோரென்ஸொ, உன்னுடைய சுழல்துப்பாக்கி புழுதியில், நாசமாய்ப்போன முட்டாள் மெக்சிகனே, உன் வயிற்றுக்குள் ஒரு சுழற்சி, வயிற்றுக்குள் ஒரு பெருங்கடலைச் சுமப்பதுபோல, நீ ஏற்கெனவே மண்ணில் விழுந்திருப்பாய் உன்னுடைய பச்சைக்கண்கள் பாதி திறந்திருக்கும், சூரியனுக்கும் இரவுக்கும் இடையே, அவள் கத்துவாள் அதை நீ அறிவாய், என்ன இருந்தாலும் உன்னுடைய மூடுகாலணிகள் இப்போது பொன்னிறத்தாடியும் வெள்ளைச் சுருக்கங்களும் கொண்ட, முதிய, பாவப்பட்ட மிகேலுக்கு உதவும், நிமிடத்தில் டொலோரிஸ் தன்னை உன்மீது எறிந்துகொள்வாள் லோரென்ஸோ, மிகேல் முதல்முறையாக அழுதபடி அவளிடம் அது பயனற்றது என்பான், அவர்கள் தொடர்ந்து செல்வதே நல்லது, வாழ்க்கை மலைகளின் அடுத்தபக்கத்தில் உள்ளது, வாழ்வும் விடுதலையும், ஏனெனில் அது அப்படியாகத்தான் இருக்கிறது. அதுதான் அவன் எழுதியிருந்த வார்த்தைகள்: அவர்கள் அந்தக்கடிதத்தை அவர்களோடு எடுத்துச்சென்றனர். அதை அவனுடைய கறைபடிந்த சட்டையிலிருந்து எடுத்துக்கொண்டனர், அவள் அதைத்தன் கையில்வைத்து அழுத்திக்கொண்டாள். என்னவொரு வெப்பம்! பனி பொழிந்தால் அது அவனைப்

புதைத்துவிடும். அவனது உடலோடு தொற்றிக்கொண்டு நீ அவனை மீண்டும் முத்தமிடுகிறாய் டொலோரிஸ், அவன் உன்னைக் குதிரையில் வைத்து கடலுக்கு அழைத்துவர விரும்பினான். தன்னுடைய சொந்த ரத்தத்தைத் தொட்டுப்பார்த்து உன்னைத் தன் கண்களில் வைத்தபடி உறங்கிப்போகும் முன்பு... என்னவொரு பச்சை... அதை மறக்காதே...

நான் என்னிடம் உண்மையைக் கூறிக்கொள்வேன். என் வெளிறிய உதடுகளை நான் உணரவில்லையெனில், வலியில் இரண்டாக மடியாமல் என்னைச் சமாளித்துக்கொள்ள முடிகிறது எனில், இந்தப் படுக்கைத்துணிகளின் எடையைத் தாங்க முடிகிறது எனில், இன்னொருமுறை எழுந்து திருகிக்கொண்டு, முகம் கவிழ்ந்து சளியை, பித்தநீரை வாந்தி எடுக்கவில்லையெனில்: காலத்தையும் இடத்தையும் மீண்டும் கூறிக்கொள்வது போதவில்லை என்று என்னிடம் கூறிக்கொள்வேன். உண்மையான நிரந்தரத்துவம்; இன்னும் சற்று அதிகமான ஏதோவொன்று, ஒருபோதும் வெளியிடாத விருப்பம் ஒன்று அவனைச் செலுத்தத்தூண்டியது - ஓஹ், எனக்குத் தெரியாது, நான் உணரவில்லை - ஆம், நான் துண்டித்த இழையின் நுனியைக் கண்டுபிடிக்கும்படி அவனை வலியுறுத்தினேன். என் வாழ்க்கையின் துண்டிக்கப்பட்ட நுனிகளை இணைக்க, என் இன்னொரு விதியை முடித்துவைக்க, என்னுடைய இரண்டாம் பாகத்தை முழுமைப்படுத்த, ஆனால் அவளால் செய்யமுடிந்தது என்ன, என்னருகே அமர்ந்து கேள்வி கேட்பது:

"ஏன் அது அப்படியானது? என்னிடம் கூறுங்கள்: ஏன்? நான் அவனை வேறொருவிதமான வாழ்க்கைக்காக வளர்த்தேன். அவனை ஏன் என்னிடமிருந்து பறித்துச் சென்றீர்கள்?"

"அவர் தன்னுடைய சொந்தமகனையே கெடுத்து மரணத்திற்கு அனுப்பவில்லையா? தன்னுடைய மனத்தை நேராக்கிக்கொள்ளும் பொருட்டு அவனை உங்களிடமிருந்தும் என்னிடமிருந்தும் பிரிக்கவில்லையா? இதெல்லாம் உண்மைதானே?"

"தெரேசா, உன்னுடைய தந்தைக்கு நீ பேசுவது கேட்காது..."

"அவர் நடிக்கிறார். கண்களை மூடிக்கொண்டு நம்பவைக்கிறார்."

"அமைதி."

“அமைதியாக இரு.”

இனி எப்படியென்று எனக்குத்தெரியாது. இப்போது அவர்களைப் பார்க்கிறேன். நூக்கினால் செய்யப்பட்ட மரக்கதவு திறந்து மூடுகிறது. கனமான தரைவிரிப்பில் அவர்களது காலடியோசை கேட்கவில்லை. அவர்கள் சன்னலை மூடிவைத்திருக்கிறார்கள். ஸ்ஸ்ஸென்ற ஓசையோடு சாம்பல்நிறத் திரைச்சீலைகளை இழுத்து மூடிவிட்டார்கள். அவர்கள் உள்ளே வந்துவிட்டார்கள்.

“நான்... நான் க்ளோரியா...”

என்னைப்போன்ற ஒருவன் கையாளும்போது பணம் மற்றும் பத்திரங்களின் புதிய இனிமையான சரசரப்பு. வெப்பநிலையை மாற்றும் வசதி, மதுமேசை, தொலைபேசி, கைகள், கால்கள் வைக்க மிருதுவான சாய்மானங்கள் என விருப்பத்திற்கேற்ப வடிவமைக்கப்பட்ட சொகுசுக்காரின் உராய்வற்ற வேகம் - என்ன சொல்கிறாய் பாதிரி? அது மேலேயும் உண்டுதானே, என்ன சொல்கிறாய் பாதிரி?

“நான் மீண்டும் அங்கே செல்ல விரும்புகிறேன். அந்த நிலத்திற்கு...”

“ஏன் அது அப்படியானது? என்னிடம் கூறுங்கள்: ஏன்? நான் அவனை வேறொருவிதமான வாழ்க்கைக்காக வளர்த்தேன். அவனை ஏன் என்னிடமிருந்து பறித்துச் சென்றீர்கள்?”

கைவிடப்பட்ட உடலைவிட, சூரியனும் பனியும் புதைத்துவிட்ட உடலைவிட, அதன் கண்கள் எப்போதைக்குமாகத் திறந்தே இருக்கும் என்பதைவிட, அது பறவைகளால் உண்ணப்படும் என்பதைவிட அதிக வலி தரக்கூடிய ஒன்று உண்டென அவளுக்குப் புரியவில்லை. கதலீனா என் நெற்றிப்பொட்டில் பஞ்சைவைத்துத் தேய்ப்பதை நிறுத்திவிட்டு என்னிடமிருந்து விலகிப்போகிறாள். அவள் அழுதுகொண்டிருக்கிறாளா என்பது எனக்குத்தெரியவில்லை. என் கைகளை உயர்த்தி அவளைத் தேடுகிறேன்; அம்முயற்சி என் கையிலிருந்து என் மார்புக்கு, மார்பிலிருந்து வயிற்றுக்கு, துடிக்கவைக்கும் வலியை அனுப்பிவைக்கிறது. கைவிடப்பட்ட உடலைவிட, சூரியனும் பனியும் புதைத்துவிட்ட உடலைவிட, எப்போதும் அதன் கண்கள் எப்போதைக்குமாகத் திறந்தே இருப்பதைவிட, அது பறவைகளால் உண்ணப்படுவதைவிட மோசமானது உள்ளது: என்னால் கட்டுப்படுத்திக்கொள்ள இயலாத

இந்த வாந்தி. இது நான் வைத்திருக்கக் கூடாத கழிவினை அகற்றுவதற்கு என்றாலும் இன்னும் என்னால் இதைச்செய்ய முடியவில்லை. என்னால் என்னுடைய பருத்திருக்கும் வயிற்றிலிருந்து வாயுக்களை வெளியேற்ற முடியவில்லை. பரவும் இந்த வலியை நிறுத்த முடியவில்லை. என் மணிக்கட்டில் நாடித்துடிப்பை உணரமுடியவில்லை. இப்போது என் கால்களை உணரமுடியவில்லை. என் ரத்தம் வெடித்துக் கொண்டிருக்கிறது. அது எனக்குள்ளேயே ஊற்றிக்கொண்டிருக்கிறது. ஆம், உள்ளே, அது எனக்குத் தெரிகிறது அவர்களுக்குத் தெரியவில்லை. அவர்களை ஒப்புக்கொள்ள வைக்கவும் முடியாது. அது என் உதடுகளில், கால்களுக்கிடையே ஓடவில்லை என்பதை அவர்கள் கவனிக்கவில்லை. அவர்கள் அதை நம்புவதும் இல்லை, அவர்கள் கூறுவதெல்லாம் என் உடலில் வெப்பம் இல்லை, ஆஹ், வெப்பம், அவர்கள் கூறுவதெல்லாம் மயக்கம், மயக்கம், அவர்கள் யூகிப்பதெல்லாம் வீக்கம், நீர்மமுள்ள பகுதிகளில் வீக்கம், என்னை அழுத்திப் படுக்கவைக்கும்போது, குத்திப்பார்க்கும்போது அதைத்தான் கூறுகின்றனர். பளிங்குபோன்ற புள்ளிகள் பற்றிப் பேசுகின்றனர், ஆம், இப்போது உணரமுடியாத, பார்க்க முடியாத என் வயிற்றில் உள்ள ஊதாநிறப் பளிங்கு போன்ற புள்ளிகள் குறித்துப் பேசுவது கேட்கிறது. கைவிடப்பட்ட உடலைவிட, சூரியனும் பனியும் புதைத்துவிட்ட உடலைவிட, அதன் கண்கள் எப்போதைக்குமாகத் திறந்தே இருப்பதைவிட, அது பறவைகளால் உண்ணப்படுவதைவிட மோசமானது உள்ளது: அவனை நினைவுகூர முடியாதது, புகைப்படங்கள் வாயிலாக மட்டுமே நினைவுகொள்ள முடிவது, படுக்கையறையில் விட்டுச்சென்ற பொருள்கள் மூலமாக, குறிப்புகள் எழுதப்பட்ட புத்தகங்கள் மூலமாக. ஆனால் அவன் வியர்வையின் மணம் என்ன? எதுவும் அவனது தோலின் நிறத்தை நினைவூட்டவில்லை: நான் பார்த்துக்கொண்டிராத அல்லது உணர்ந்து கொண்டிராத ஒன்றைக்குறித்து எனக்குச் சிந்தனைகளே இல்லை.

அன்று காலை நான் குதிரைமீது அமர்ந்திருந்தேன்.

அது நினைவில் உள்ளது: எனக்கு வெளிநாட்டுத் தபால்தலை ஒட்டப்பட்ட ஒரு கடிதம் வந்தது.

ஆனால் அதுகுறித்துச் சிந்திக்க வேண்டும்.

ஆஹ், நான் கனவுகண்டேன். கற்பனை செய்தேன். அந்தப்பெயர்களைக் கண்டுகொண்டேன். அந்தப் பாடல்களை

நினைவுகூர்ந்தேன். ஓஹ், நன்றி, ஆனால் அறிந்துகொள்வது, அதை எப்படி அறிந்துகொள்வது? எனக்குத் தெரியவில்லை. அந்தப்போர் எப்படியிருந்தது என்று எனக்குத் தெரியவில்லை. இறக்கும் முன் யாரிடம் பேசினான். அவன் இறக்கும்போது உடனிருந்த ஆண்கள் மற்றும் பெண்களின் பெயர்கள், என்ன கூறினான். என்ன நினைத்தான், என்ன அணிந்திருந்தான், அன்று என்ன சாப்பிட்டான். எதுவுமே எனக்குத் தெரியாது. நான் நிலப்பரப்புகளை, நகரங்களை, பெயர்களை உருவாக்கிக்கொள்கிறேன். அவை என்னுடைய நினைவில் இல்லை: மிகேல், யோஸே, ஃபெட்ரிகோ, லூயிஸ்? கன்ஸ்யூலோ, டொலோரிஸ், மரியா, எஸ்பெரான்ஸா, மெர்சிடிஸ், நூரி, க்வாதலூப், எஸ்தெபான், மனுவேல், அரோரா? க்வாதரமா, பைரெனீஸ், ஃபிகராஸ், தொலேதோ, தெருவெல், எப்ரோ, குவர்னிகா, க்வாதலஹரா? கைவிடப்பட்ட உடல், சூரியனும் பனியும் புதைத்துவிட்ட உடல், கண்கள் எப்போதைக்குமாகத் திறந்தே இருக்கும், பறவைகளால் உண்ணப்படும்.

ஓஹ், என் வாழ்க்கை என்னவாக இருந்திருக்கக்கூடுமென எனக்குக் காண்பித்ததற்கு நன்றி.

ஓஹ், அந்த நாளை எனக்காக வாழ்ந்தமைக்கு நன்றி.

ஆனால் அதைக்காட்டிலும் வலிமிகுந்த ஒன்று உள்ளது.

என்ன? என்ன? அது இருக்கிறதுதான், அது என்னுடையது. அதுதான் கடவுளாக இருப்பது, சரிதானே? பயங்கொள்ளப்படுதல், வெறுக்கப்படுதல், இன்னபிற, அதுதான் கடவுளாக இருத்தல், சரிதானே? இதையெல்லாம் எப்படிக் காப்பாற்றிக்கொள்வது என்று சொல் நான் உன்னுடைய அனைத்துச்சடங்குகளையும் அனுமதிக்கிறேன். என்மார்பில் அடித்துக்கொண்டு வழிபடுவேன், புனிதத்தலமொன்றிற்கு முழந்தாளிட்டு வருவேன். வினிகரைக் குடித்து முட்கிரீடம் தரிப்பேன். இதையெல்லாம் எப்படிக் காத்துக்கொள்வது என்று சொல் ஏனென்றால் ஆவி...

"...யின் மகன் மற்றும் பரிசுத்த ஆவி..."

அதைவிட வலி மிகுந்த ஒன்று உள்ளது.

"இல்லை, அப்படி இருந்தால் மென்மையான கட்டி ஒன்று உருவாகியிருக்கும், மேலும் முக்கியமான உள்ளூறுப்புகளில் ஏதேனும் ஒன்று இடம்மாறி அல்லது சிறிதளவேனும் நகர்ந்திருக்கும்..."

“நான் மறுபடியும் கூறுகிறேன்: இது நிச்சயம் மடிப்புதான். குடல்பகுதியில் மடிப்பு உருவாவதால் மட்டுமே இந்த வலி உருவாகும். இதுவே பிறகு ரத்தக்குழாய் அடைப்பை உருவாக்கும்...”

“அப்படியென்றால் நாம் அறுவை சிகிச்சை செய்யவேண்டியிருக்கும்...”

“இந்நேரம் அழுகத் தொடங்கியிருக்கும். நாம் ஒன்றும் செய்ய முடியாது...”

“நிச்சயமாக, நீலம்பாய்தல் இருக்கிறது...”

“முகவாதம்...”

“உடல் வெப்பக்குறைவு...”

“மயக்க உணர்வு...”

வாயை மூடுங்கள்... வாயை மூடுங்கள்!

“சன்னல்களைத் திற.”

என்னால் நகரமுடியவில்லை. எங்கே பார்ப்பதென்று தெரியவில்லை. எங்கே போவதென்றும்; வெப்பநிலையை உணரமுடியவில்லை, என் கால்களில் வந்துபோகும் குளிர்ச்சி மட்டுமே. ஆனால் மற்றவற்றின், நான் பார்க்காத மறைந்திருக்கும் அனைத்தின் குளிர்ச்சியோ அல்லது வெப்பமோ இல்லை,...

“பாவம் இந்தப்பெண்... அதிர்ச்சியடைந்து விட்டாள் போல...”

... வாயை மூடு... என் முகம் எப்படி இருக்கிறதென்று என்னால் யூகிக்க முடிகிறது. ஒரு வார்த்தையும் பேசாதே... கருத்த நகங்கள், நீலம்பாரித்த தோல் உள்ளதென்று தெரியும்... வாயை மூடு...

“குடல்வால் அழற்சியோ?”

“அறுவை சிகிச்சை செய்யவேண்டும்.”

“அது ஆபத்தானது.”

“நான் மறுபடியும் கூறுகிறேன்: சிறுநீரகக் கல். இரண்டு சென்டிக்ராம் மார்ஃபின் கொடுங்கள் சரியாகிவிடுவார்.”

"அது ஆபத்தானது."

"ரத்தக்கசிவு இல்லையே."

மிக்க நன்றி. நான் பெராலெஸ்சிலேயே இறந்திருக்கலாம். அந்தச் சிப்பாயுடன் இறந்திருக்கலாம். அந்த வெற்று அறையில் பருத்த மனிதனுக்கு எதிரில் அமர்ந்தபடி இறந்திருக்கலாம். நான் பிழைத்துக்கொண்டேன். நீங்கள் இறந்தீர்கள். மிக்க நன்றி.

"அவரை எழ அனுமதிக்காதீர்கள். கிண்ணத்தைக் கொண்டுவாருங்கள்."

"எப்படியான முடிவுக்கு வந்திருக்கிறார் பார்த்தாயா? பார்க்கிறாயா? என் சகோதரனைப் போலவே. இப்படித்தான் அவனது முடிவும் இருந்தது."

"அவரை எழ அனுமதிக்காதீர்கள். கிண்ணத்தைக் கொண்டுவாருங்கள்."

எழ அனுமதிக்காதீர்கள். அவன் போகிறான். எழ அனுமதிக்காதீர்கள். அவன் வாந்தி எடுக்கிறான். இதற்கு முன்பு அவன் மட்டுமே நுகர்ந்த சுவையை வாந்தியெடுக்கிறான். அவனுடைய தலையைத் திருப்பிக்கொள்ளக்கூட அவனால் முடியவில்லை. நேராக முகத்தை வைத்தபடி வாந்தியெடுக்கிறான். அவன் தன்னுடைய மலத்தின் மீதே வாந்தியெடுக்கிறான். அது அவன் உதட்டோரம் வழிந்து முகவாயில் இறங்குகிறது. அவனது கழிவுகளின் வெளியேற்றம். பெண்கள் அலறுகிறார்கள். அவர்கள் அலறுகிறார்கள். எனக்கு அது கேட்கவில்லை, ஆனால் யாரேனும் அலற வேண்டுமே. இது நடக்கவில்லை. இது நடக்கவில்லை. யாரேனும் அலறவேண்டும், இது நடக்கக்கூடாது என்பதற்காக. அவர்கள் என்னை அழுத்திப் படுக்கவைக்கின்றனர். அசையாது வைக்கின்றனர். இதற்குமேல் வேண்டாம். அவன் போகிறான். அவன் எதுவுமின்றிப் போகிறான், நிர்வாணமாக. அவனுடைய பொருள்களின்றி. அவன் எழ அனுமதிக்காதீர்கள். அவன் போகிறான்.

அக்கடிதத்தை நீ படிப்பாய், வதைமுகாமிலிருந்து வந்தது. வெளிநாட்டுத் தபால்தலைகளுடன் மிகேல் கையொப்பமிட்டது. அதில் இன்னொரு கடிதம் வைத்து மடிக்கப்பட்டிருக்கும். அவசரத்தில் எழுதப்பட்டது. லோரென்ஸோவின் கையொப்பத்துடன். நீ அந்தக்

கடிதம் கிடைக்கப்பெறுவாய், நீ அதைப் படிப்பாய்: "நான் அச்சம் கொள்ளவில்லை... உங்களைப்பற்றி யோசிக்கிறேன்... நீங்கள் இச்செய்கைக்காக அவமானம் கொள்ளமாட்டீர்கள் இந்த வாழ்க்கையை என்னால் ஒருபோதும் மறக்கமுடியாது அப்பா. ஏனெனில் எனக்குத் தெரிந்தவற்றையெல்லாம் இங்குதான் கற்றுக்கொண்டேன்... நான் திரும்பிவந்ததும் அனைத்தையும் உங்களுக்குக் கூறுவேன்." நீ அதைப் படிப்பாய் பிறகு மீண்டும் தேர்ந்தெடுப்பாய்: நீ இன்னொரு வாழ்வினைத் தேர்ந்தெடுப்பாய்.

நீ அவனைக் கதலீனாவின் கைகளிலிலேயே விட்டுவிடுவதைத் தேர்ந்தெடுப்பாய். நீ அவனை அந்நிலத்திற்கு அழைத்துவர மாட்டாய். அவனது விருப்பத்தேர்வின் எல்லையில் அவனை வைக்கமாட்டாய்; உன்னுடையதாக இருந்திருக்கக்கூடிய அந்த மரணமுடைய விதியின்பால் அவனைத் தள்ளமாட்டாய். உன்னுடைய இழந்த வாழ்க்கையின் மீட்பாக நீ செய்யாததை அவனைச் செய்யும்படி கட்டாயப்படுத்த மாட்டாய். இம்முறை நீ கற்கள் நிறைந்த பாதையில் இறந்து அவள் காப்பாற்றப்படுவதை அனுமதிக்க மாட்டாய்.

அதிர்ஷ்டவசமாக அமைந்த அந்தக்காட்டுக்குள் நுழைந்த காயம்பட்ட சிப்பாயை அணைத்துக் கொள்வதைத் தேர்ந்தெடுப்பாய். அவனைப் படுக்கவைத்து அவனுடைய காயம்பட்ட கையை சுட்டெரிக்கும் பாலையில் ஓடிக்கொண்டிருக்கும் சிற்றோடையின் தண்ணீரால் கழுவி, கட்டுப்போட்டு, அவனோடே இருந்து உன்னுடைய மூச்சினால் அவனையும் சுவாசிக்க வைத்து, காத்திருந்து, நீங்கள் இருவரும் கண்டுபிடிக்கப்படும் வரை காத்திருந்து, பிடிபட்டு, மறக்கப்பட்ட பெயருடன், அந்தப் புழுதிநிறைந்த, உணக்கிய செங்கற்கள் மற்றும் வேயப்பட்ட கூரைகள் கொண்ட ஒரு நகரத்தில் சுடப்பட்டு: அந்தச் சிப்பாய் மற்றும் நீ, இரண்டு பேரையும், இரண்டு பெயரற்றவர்களையும் சுட்டு, மரணதண்டனை விதிக்கப்படுபவர்களுக்கான பொதுப்புதைகுழியில் நிர்வாண மனிதர்களோடு சேர்த்து கல்லறைக் கற்களின்றி புதைக்கப்படுவதைத் தேர்ந்தெடுப்பாய். இருபத்துநான்கு வயதில் மரணம், இனி வாய்ப்புகளில்லை, புதிர்கள் இல்லை, தேர்வுகள் இல்லை - இறந்தாயிற்று, உன்னால் காப்பாற்றப்பட்ட பெயர் தெரியாத சிப்பாயின் கைகளைப் பற்றியபடி. இறந்தாயிற்று.

லாராவிடம் கூறுவாய்: ஆம்.

அந்த கருநீல அறைக்குள் இருந்த பருத்த மனிதனிடம் கூறுவாய்: முடியாது.

பெர்னாலோடு, தபாயியஸ்சோடு இருப்பதைத் தேர்ந்தெடுப்பாய், அவர்களோடு இருப்பதன் சாத்தியத்தை முயன்று பார்ப்பாய், உன்னை நியாயப்படுத்திக்கொள்வதற்காக அந்த முற்றத்திற்குச் செல்லமாட்டாய். ஸகாலைக் கொல்வதன் மூலம் உன் தோழர்களைக் கொன்றதற்குப் பழிதீர்த்தாயிற்று என்று நினைக்க மாட்டாய்.

முதியவர் கமாலியேலைச் சந்திக்க ப்யூப்லாவுக்குச் செல்ல மாட்டாய்.

அந்த இரவில் லிலியா திரும்பி வந்ததும் அவளை ஏற்றுக்கொள்ள மாட்டாய். இன்னொரு பெண்ணை அடையவே முடியாது என்று நினைக்க மாட்டாய்.

அந்த இரவில் மௌனத்தை உடைத்து கதலீனாவிடம் பேசுவாய். உன்னை மன்னிக்கக் கோருவாய். உனக்காக இறந்தவர்கள் குறித்து அவளிடம் பேசுவாய். நீ எப்படியிருக்கிறாயோ அப்படியே உன்னை ஏற்றுக்கொள்ள வேண்டுவாய். உன் பாவங்களோடு உன்னை வெறுக்காமல் நீ இருப்பதுபோலவே உன்னை ஏற்றுக்கொள்ளக் கேட்பாய்.

லுனேரோவோடு அந்தப் பண்ணைவீட்டில் தங்கியிருப்பாய். ஒருபோதும் அவ்விடத்தைக் கைவிட்டிருக்க மாட்டாய்.

நீ உன் ஆசிரியர் செபாஸ்தியன் பக்கம் இருந்திருப்பாய் - எப்பேர்ப்பட்ட மனிதர் அவர், எப்பேர்ப்பட்ட மனிதர். நீ வெளியேறி வடக்கில் நடக்கும் புரட்சியில் சேரமாட்டாய்.

நீ ஒரு பணியாளாக இருந்திருப்பாய்.

நீ ஒரு கொல்லனாக இருந்திருப்பாய்.

அந்நியர்களோடு நீயும் ஒரு அந்நியனாக இருந்திருப்பாய்.

நீ ஆர்தேமியோ க்ரூஸ்சாக இருக்கமாட்டாய். எழுபத்தோரு வயதுக் கிழவனாக இருக்க மாட்டாய். நூற்று எழுபத்து நான்கு பவுண்டுகள் எடையோடு இருந்திருக்க மாட்டாய். ஐந்தடி எட்டங்குல உயரத்தில் இருக்கமாட்டாய், பொய்ப்பற்கள் இருந்திருக்காது. ஃப்ரெஞ்சுச் சிகரெட்டுகள் புகைக்கமாட்டாய். இத்தாலியப் பட்டுச்சட்டைகள்

அணியமாட்டாய். மணிக்கட்டுப் பட்டைக்கான பொத்தான்களைச் சேகரிக்க மாட்டாய். நீ அணியும் டைகளை நியூயார்க்கிலுள்ள கடையிலிருந்து தருவிக்கமாட்டாய். நீலநிற மூன்று பொத்தான்களுடைய சூட்டுகளை அணியமாட்டாய். ஐரிஷ் துணியாலானவற்றை விரும்பமாட்டாய். ஜின்-டானிக் அருந்தமாட்டாய். உன்னிடம் வால்வோ, கெடிலாக் மற்றும் ரேம்ப்ளர் ஸ்டேஷன் வேகன் கார்கள் இருக்காது. ரெனுவாரின் அந்த ஓவியத்தை நினைவில் வைக்க விரும்ப மாட்டாய். ரொட்டியில் வேகவைத்த முட்டை மற்றும் ப்ளாக்-வெல் பழச்சாறுகளை ஊற்றி உண்ணமாட்டாய். உன்னுடைய சொந்தச்செய்தித்தாளை ஒவ்வொருநாள் காலையிலும் படித்திருக்க மாட்டாய். சில இரவுகளில் லைஃப் மற்றும் பாரிஸ் மேட்ச் பத்திரிகைகளைப் புரட்டிப் பார்த்திருக்க மாட்டாய். உனக்கடுத்து ஒலிக்கின்ற அந்த மந்திர உச்சாடனங்களை, அந்தக்குரல்களை, உன் வாழ்க்கையை உன்னிடமிருந்து அதற்கான நேரம் வருவதற்கு முன்பே பறிக்க நினைக்கும் அந்த வெறுப்பினை, சிறிதுநேரத்திற்கு முன் நீ புன்னகையோடு கற்பனைசெய்ய முடிந்தவற்றை அழைத்து அழைத்து அழைத்து அழைத்து இப்போது பொறுக்கமுடியாததாக மாற்றியிருப்பதைக் கேட்க மாட்டாய்.

ஆழத்திலிருந்து அழைக்கிறேன்.

ஆழத்திலிருந்து அழைக்கிறேன்.

இப்போது என்னைப்பார், நான் கூறுவதைக்கேள், என் கண்களில் ஒளியைப்பாய்ச்சிப் பார், என்னை மரணத்தில் தூங்க விடாதே / ஏனெனில் அந்த நாளில் நீங்கள் அவரது மேசையிலிருந்து உண்பாய் நிச்சயமாக நீ இறந்துவிடுவாய் / அடுத்தவர்களின் மரணத்தை அதிகம் கொண்டாடாதே, நாம் எல்லோரும் இறந்துவிடுவோம் என்பதை ஞாபகத்தில் இருத்து / நெருப்பின் பள்ளத்திலிருந்து மரணமும் நரகமும் செயல்படுகிறது இது இரண்டாவது மரணம் / எதைக்குறித்து அச்சம் கொள்கிறேனோ அதுவே என்னை வந்தடைகிறது, எது என்னைப் பீதியில் ஆழ்த்துகிறதோ அதுவே என்னை ஆட்கொள்கிறது / தன்னுடைய வளங்களினால் திருப்தியுற்ற மனிதனான உன் நினைவுகள் எவ்வளவு கசப்பானவை / மரணத்தின் வாசல்கள் உனக்காகத் திறந்துவிட்டனவா? / பாவம் என்பது இந்த உலகத்திற்குப் பெண்களின் வழியாகவே வந்தது. பெண்களால்தான் நாம் அனைவரும் இறக்கவேண்டியுள்ளது / இருண்ட உலகின் வாசல்களைப் பார்த்திருக்கிறீர்களா? / ஏழைகள் குறித்த உனது

பலவீனமும் வலிமை அற்ற நிலையும் நல்லது / எனில் அப்போது அவர்கள் எந்தப் பழத்தைத்தான் அடைந்தார்கள்? அதற்காக இப்போது வெட்கம் கொள்கிறார்கள். ஏனெனில் அவர்களின் முடிவு என்பதும் மரணமே / ஏனென்றால் தசையின் பசி என்பது மரணம்தான்.

வார்த்தைகளின் கடவுள், வாழ்க்கை, மரணத்தின் தொழில்,

ஆழத்தின் அடியிலிருந்து அழுகிறேன், எம் தந்தையே

அனைவரின் முடிவும் ஒன்றுதான்,

சாம்பல் கலசத்தின் பொருள்கள் சத்தமிடுகின்றன

பாறைகள் எப்போதும் நாம் தவிர்க்கும் வெம்மம் எனில்

நேரத்தில் ஒருவன் பாதுகாப்பைச் சரியாகக் கொள்ளவில்லை

முடிவில் மரணம் உன்னைத் தலைவழி மூடுகிறது,

புதிதாய்ப் பிறப்பவர்கள் இறக்கிறார்கள்

தொடக்கத்திலிருந்து முடிவுவரை தொற்றிக்கொண்டு

அது உருட்டப்படும்போது அதன் அர்த்தத்தில்,

என் வாழ்க்கை முழுவதும் அதன் காலடித்தடத்தில்

சேர்ந்திசை, கல்லறை; குரல்கள், சிதை; நீ கற்பனை செய்வாய், உன் பிரக்ஞையின் மறக்கும் பகுதியில், அந்தச் சடங்குகள், அந்த விழாக்கள், அந்த அந்திநேரங்கள்: புதைத்தல், எரித்தல், தைலமிடுதல். மண்ணில் அல்லாது ஒரு கோபுரத்தின் நுனியில் வைக்கப்பட்டு, அந்தக்காற்றே உன்னைச்சிதைக்கும்: மூடப்பட்ட கல்லறையில் உன் அடிமைகளோடு; காசு கொடுத்துத் தருவிக்கப்பட்டவர்களின் அழுகை; உன்னுடைய விலைமதிப்புமிக்க பொருள்களோடு, பரிவாரங்களோடு, உன் கருநிற அணிகலன்களோடு புதைக்கப்பட்டு: ஜாக்கிரதையாகக் கண்விழித்து, பாதுகாத்து,

அவர்களுக்கு நித்தியமான இளைப்பாறுதல் தாரும், பிதாவே

ஆழத்திலிருந்து நான் கதறுகிறேன், எம் தந்தையே

முழங்கால்களை மடித்துத் தரையில் அமர்ந்தபடி கையில்

சிறிய கனமான புத்தகத்துடன் இவ்விஷயங்களைப் பேசும்போது லாராவின் குரல்... நமக்கு வாழ்க்கையைத் தரக்கூடிய அனைத்தும் நமக்கு மரணத்தையும் தரும் என்பாள்... நம்மால் மரணத்தை, துன்பத்தை, அறியாமையைக் குணப்படுத்தமுடியாது என்பதால், மகிழ்ச்சியாக இருக்கும்பொருட்டு அவற்றைக் குறித்துச் சிந்திக்காமல் இருப்பதற்கு முயற்சிகள் எடுக்கிறோம்... சடுதியில் நிகழக்கூடிய மரணத்திற்கு மட்டுமே அஞ்சவேண்டும் என்பாள்; அதனால்தான் பாவமன்னிப்பு அளிப்பவர்கள் வலிமைவாய்ந்த வீடுகளில் இருக்கிறார்கள்... மனிதனாக இரு என்பாள், ஆபத்திலிருந்து வெளிவந்த பின் மரணம் குறித்து அச்சம்கொள், ஆபத்தில் இருக்கும்போது அல்ல... மரணம் குறித்த முன்சிந்தனையே விடுதலை குறித்த முன்சிந்தனை என்பாள்... ஓ, இரக்கமற்ற மரணமே, எவ்வளவு நிதானமாக அடிவைத்து வருகிறாய் என்பாள்... மணித்துளிகள் உன்னை மன்னிக்காது என்பாள். நாள்களை நிறைக்கும் மணித்துளிகள்... ஆடையின் திறந்த பகுதிகளின் வழி கால்கள் தெரியப் பேசுவாள்... என்னுடைய கதவு இரட்டைக் கனத்துடன் உலோகத்தில் செய்யப்பட்டிருக்கிறது அல்லவா? என்று கேட்பாள்... என் வாழ்க்கையை மட்டுமே நான் எதிர்பார்ப்பதால் ஆயிரம் மரணங்கள் எனக்குக் காத்திருக்கின்றன என்பாள்... கடவுள் மனிதன் இறக்கவேண்டும் என்று விரும்பும்போது அவன் எப்படி வாழமுடியும் என்பாள்... பொக்கிஷங்கள், குடியாட்கள், வேலைக்காரர்களால் என்ன பயன் என்பாள்...

என்ன பயன்? என்ன பயன்? அவர்கள் ஓதட்டும், அவர்கள் பாடட்டும். அவர்கள் ஓலமிடட்டும். அவர்கள் செழுமையான கற்கள் பதித்த ஆடம்பரமான சிற்பவேலைகளை, தங்கம் மற்றும் சாந்து சேர்ந்த வார்ப்புகளைத் தீண்டக்கூடாது. எலும்புகள் மற்றும் ஆமைஓடுகளாலான கோவில் ஆடைகள் கொண்ட இழுப்பறைகள், உலோகத் தட்டுகள் மற்றும் கதவுக் கைப்பிடிகள், இரும்புச் சாவித்துவாரங்கள் கொண்ட கருவூலத்தின் கதவுகள், நறுமணம் கொண்ட அய்கோவைட்[23] மரத்தாலான இருக்கைகள், சேர்ந்திசை பாடுபவர்களுக்கான இருக்கைகள், பரோக் பாணியிலான துணிகள், மெல்லிய திரைச்சீலைகள், வளைந்த இருக்கைச்சாய்மானங்கள், வடிவான விதானங்கள், பல்வண்ணத் தாங்கிகள், வெண்கலத்தலை கொண்ட ஆணிகள், வேலைப்பாடுள்ள தோல்கள், வளைநகம் மற்றும் பந்து கொண்ட மரமேசைக்கால், வெள்ளியிழைகள் கொண்ட பாதிரியின் ஆடை, மென்சருகுப்பட்டுத் துகிலினாலான நாற்காலிகள், வெல்வெட்டினாலான நீளிருக்கைகள், மடத்தின்

உணவுக்கூட மேசைகள், இரண்டுகைகள் கொண்ட ரோமானிய ஜாடிகள், அலங்கார விளையாட்டு மேசைகள், கூடாரம் கொண்ட லினென் படுக்கைகள், வரிகள் கொண்ட தூண்கள், சின்னங்கள் கொண்ட மேலாடைகள் மற்றும் கவசத்தின் வெளிவரை, மெரினோ வகைக்கம்பளியாலான தரைவிரிப்புகள், இரும்புச்சாவிகள், நாற்கால் ஓவியக்கித்தான்கள், பட்டு மற்றும் காஷ்மீரத்துக் கம்பளிகள், கம்பளிகள் மற்றும் சிறந்த பட்டினாலான ஆடைகள், படிகம் மற்றும் அலங்கார விளக்குகள், கையால் வரையப்பட்ட சீனப்பொருள்கள், மெருகேற்றப்பட்ட விட்டங்கள், இவை எதையும் அவர்கள் தொடக்கூடாது. அவை உங்களுடையவை.

நீ உன் கைகளை நீட்டுவாய்.

ஒருநாள், அது தனித்துவமான நாளாக அமையும்; மூன்று அல்லது நான்கு வருடங்களுக்கு முன்பு; உனக்கு நினைவிருக்காது; நீ நினைவுகூர்வதன் மூலம் நினைவு கொள்வாய்; இல்லை, நீ நினைவு கொள்வது எதனாலென்றால் நீ நினைவுகூர விரும்பும்போது முதலில் உன் நினைவில் வருவது வேறு ஒரு தனிப்பட்ட நாள், விழா நாள், மற்ற நாள்களிலிருந்து சிவப்பு எண்களால் தனிப்படுத்தப்பட்ட நாள்; இந்த நாளில்தான் - நீயே அப்போது அதைக்குறித்து யோசிப்பாய் - அனைத்துப் பெயர்கள், நபர்கள், வார்த்தைகள் மற்றும் புளித்து நுரைத்துப்போன செயல்கள் அனைத்தும் சேர்ந்து பூமியின் மேல்பகுதியை உறுமவைக்கும்; அது ஓர் இரவு, நீ புத்தாண்டைக் கொண்டாடிக் கொண்டிருப்பாய்; உன்னுடைய கீல்வாதம் கொண்ட விரல்கள் இரும்புக் கைப்பிடிகளைப் பற்றச் சிரமப்படும்; உன்னுடைய மற்றொரு கையை மேலாடையின் பைக்குள் வைத்துக்கொண்டு பாடுபட்டு இறங்கிக் கொண்டிருப்பாய்.

நீ உன் கைகளை நீட்டுவாய்.

1955: டிசம்பர் 31

சிரமத்துடன் இரும்பினாலான கைப்பிடியைப் பிடித்துக்கொண்டான். மற்றொரு கையை ஆடையின் பைக்குள் வைத்துக்கொண்டு பாடுபட்டு படிகளில் இறங்கிக்கொண்டிருந்தான், மெக்சிகன் கன்னிகளுக்கென்று ஒதுக்கப்பட்டிருந்த மாடக்குழிகள் பக்கம் திரும்பவில்லை. க்வாதலூபே, ஸபபான், ரெமேதியோஸ்[24]. சன்னல் வழியே மறைந்துகொண்டிருந்த சூரியன் உள்ளே நுழைந்தபோது பட்டுத்துணிகள் மற்றும் வெள்ளிப்பாய்மரங்கள் போலிருந்த திரைச்சீலைகள் மீது தங்கநிறமிட்டது; மெருகேற்றப்பட்ட மரத்தூண்களைச் சிவப்பாக்கியது; அவனுடைய முகத்தின் பாதிப்பகுதியை வெளிச்சமாக்கியது. டக்ஸீடோ கால்சராய் மற்றும் டை: அதற்கு மேல் அணிந்திருந்த சிவப்புநிற நீள அங்கியில் களைத்த ஒரு மந்திரக்காரன் போலிருந்தான். அவனது விருந்தாளிகள் ஒருகாலத்தில் தனிப்பட்ட அழகுடன் செய்த செயல்களையே இப்போது மீண்டும் செய்யப்போவதைக் கற்பனை செய்தான். இன்றிரவு அவன் மீண்டும் அம்முகங்களை அடையாளம் கண்டுகொள்ளும்படி தொல்லை செய்யப்படுவான். அதே தேய்வழக்குகள், அவனது கோயோஅகானில் உள்ள மிகப்பெரிய வீட்டின் ஒவ்வொரு புத்தாண்டுக் கொண்டாட்டத்தின்போதும் - புனித சில்வெஸ்டரின் விருந்து - அதற்கான தொனியில் கூறப்படுவது.

அவனது காலடிச்சத்தம் டெஸோன்டில் கற்கள் பதிக்கப்பட்ட தரையில் வெறுமையாக எதிரொலித்தது. மெல்லிய தசைப்பிடிப்பினால் கருபுத் தோல்செருப்பின் நடையில் உள்ள தடுமாற்றத்தினை அவனால் தவிர்க்க முடியவில்லை. உயரமான உருவம், மெல்லிய அசைவுகளுடன், பீப்பாய் போன்ற மார்புப்பகுதி

முன்னால் துருத்திக்கொண்டிருக்க, பதட்டம் மிகுந்த கைகள் பக்கவாட்டில் அசைய வெள்ளையடிக்கப்பட்ட தாழ்வாரத்தின் கனமான கம்பளித் தரைவிரிப்பில் நடந்துகொண்டிருந்தான். பளபளக்கும் கண்ணாடிகள் மற்றும் காலனித்துவகால கண்ணாடிக்கதவு கொண்ட அலமாரிகள் தன்னுடைய பிம்பத்தைப் பார்த்தபடி நடந்தான். உலோகத்தட்டுகள் மற்றும் கதவுக்கைப்பிடிகள், சட்டகம் கொண்ட பணப்பெட்டியின் இரும்பு சாவித்துவாரங்கள், நறுமணம் வீசும் அய்கோவைட் மரத்தாலான இருக்கைகள், செழுமையான பலவர்ண மரவேலைப்பாடுகள் மீது விரல்களை நகர்த்தியபடி. பணியாள் ஒருவன் அவனுக்காக நடனக்கூடத்தின் கதவைத் திறந்துவிட்டான். அந்த முதியவன் கடைசியாக ஒருமுறை கண்ணாடிமுன் நின்று தனது டையைச் சரிசெய்துகொண்டான். உள்ளங்கையால் அழுத்தி ஏறுநெற்றியில் உள்ள சில சுருண்ட நரைமுடிகளைச் சரிசெய்தான். கன்னங்களை அழுத்தி பொய்ப்பற்களை அதனிடத்தில் இருத்தினான், பிறகு மினுங்கும் தரைகொண்ட அறைக்குள் நுழைந்தான். அவ்வறை பெரும்பரப்பில் காலனித்துவ ஓவியங்களால் அலங்கரிக்கப்பட்டிருந்தது - புனித செபாஸ்டியன், புனித லூசி, புனித ஜெரோம் மற்றும் புனித மைக்கேல். அதன் மின்னுகின்ற செடார்மரத் தரையைத் தாண்டியதும், நடனமாடும் பொருட்டு அதிலிருந்த தரைவிரிப்புகள் அகற்றப்பட்டிருந்தன. வெளியே புல்தரை மற்றும் செங்கல் கூரைகள்.

அறையின் தூரத்து மூலையில் புகைப்படக்காரர்கள் அவனுக்காகக்காத்திருந்தனர், பச்சைநிற மென்சருகுப்பட்டு நாற்காலிக்கு அருகே, கூரையிலிருந்து தொங்கிக்கொண்டிருக்கும் ஐம்பது மெழுகுவர்த்திகள் பொருத்தக்கூடிய சரவிளக்கின் கீழ். மாடத்திலுள்ள கடிகாரம் ஏழுமுறை அடித்தது; கடந்த சிலநாட்களாகக் குளிர் மிகுந்திருந்தமையால் நெருப்பு எரிந்து கொண்டிருந்தது. இரண்டு தோல்திண்டுகள் நெருப்புக்கு அருகே வைக்கப்பட்டிருந்தன. அவன் புகைப்படக்காரர்களை ஓர் அசைவின் மூலம் வரவேற்று நாற்காலியில் அமர்ந்தான். தன்னுடைய சட்டையின் முன்புறத்தையும் மணிக்கட்டுப்பகுதியையும் சரிசெய்து கொண்டான். இன்னொரு பணியாள் இரண்டு சாம்பல்நிற மாஸ்டிஃப் ரக நாய்களை அழைத்து வந்தான். தொங்கும் தாடைகள் மற்றும் துக்கம் நிறைந்த கண்களோடு, தோல்வார்களை அவற்றின் எஜமானர் கையில் கொடுத்தான். நாயின் கழுத்துப்பட்டையிலிருந்த பித்தளைப்பொத்தான்கள் வெளிச்சத்தில் மினுங்கின. அவன் தனது தலையை உயர்த்தி, தன்னுடைய பொய்ப்பற்களை மீண்டும்

அழுத்தினான். அமைக்கப்பட்டிருந்த விளக்குகள் அவனது பெரிய நரைத்த தலைக்கு வெள்ளைச்சாந்து போன்ற தோற்றத்தை அளித்தன. வெவ்வேறு தோற்றங்களைக் காட்டும்படி அவர்கள் கூறியதும் தன்னுடைய தலைமுடியை நேராக்கிக்கொள்ள வேண்டுமென வலியுறுத்தினான். மேலும் மூக்கின் பக்கவாட்டிலிருந்து தொடங்கி கழுத்துக்கு அருகில் மெல்ல மறையும் பைகளை விரலை வைத்து அழுத்தினான். ஆச்சரியத்தை, கசப்பைக் காட்டும் கண்களைப் பாதுகாக்க உருவானதுபோல் அவற்றின் பச்சைநிற விழிக்கோளம் தோலின் மடிப்புகளுக்கிடையே மறைந்திருக்கும். நாளுக்குநாள் தொங்கிக்கொண்டே வரும் அவனது இமைகளில் தொடங்கிய சுருக்கங்கள் வலைப்பின்னலை உண்டாக்கியிருந்தாலும் அவனது உயர்ந்த கன்ன எலும்புகள் இன்னும் பழைய உறுதியுடன் இருந்தன.

நாய்களில் ஒன்று குலைத்து ஓடப் பார்த்தது. வலிமைமிகுந்த நாயால் அவன் நாற்காலியிலிருந்து இழுக்கப்பட்டான். ஒரு புகைப்படவிளக்கு அணைந்தது. அவனது திகைப்பு புகைப்படம் ஒன்றில் பதிவானது. மற்ற புகைப்படக்காரர்கள் அந்தப் புகைப்படம் எடுத்தவனை தீவிரமாக உற்றுப் பார்த்தனர். குற்றவுணர்ச்சி அடைந்த அவன் தனது புகைப்படக்கருவியிலிருந்து கருப்புத்தகடை உருவியெடுத்து ஒருவார்த்தை பேசாமல் இன்னொரு புகைப்படக்காரனிடம் கையளித்தான்.

புகைப்படம் எடுப்பவர்கள் அங்கிருந்து சென்றதும் அவன் நடுங்கும் கையை நீட்டி வடிகட்டியுடன் கூடிய சிகரெட் ஒன்றை பழைய பாணியிலான மேசையிலிருந்த வெள்ளிப் பெட்டியிலிருந்து எடுத்தான். லைட்டரைப் பற்றவைப்பதில் அவனுக்குச் சிரமங்கள் இருந்தன. எந்நேரமும் தலையாட்டியபடி, புனிதர்களின் வாழ்க்கையைச் சித்தரிக்கும், வார்னிஷ் பூசப்பட்ட பழைய எண்ணெய் ஓவியங்களைப் பார்வையிட்டான். அனைத்து ஓவியங்களும் பெரிய வெற்றிடத்தில் உருவான நிறவேறுபாட்டுத் தடங்களோடு நேரடியான ஒளியின்மூலம் அதன் முக்கியமான நுணுக்கங்கள் மறைக்கப்பட்டாலும் அதன் காரணமாகவே மூலைகளுக்கு ஒளிபுகாத்தன்மையைக் கொடுத்து மஞ்சள்வண்ணச் சாயலையும் சிவப்புநிற நிழலையும் உண்டாக்கியது. அவன் மென்சருகுப்பட்டுத் துகிலில் விரல்களை வருடியபடி புகையை உள்ளிழுத்தான். பணியாள் சத்தமின்றி அருகில் வந்து ஏதும் வேண்டுமா என்று கேட்டான். அவன் தலையசைத்து மார்ட்டினி கொண்டுவரும்படி பணித்தான். தண்ணீர் சேர்க்காதது. பணியாள் வேலைப்பாடமைந்த இரட்டை செடார்மரக் கதவுகளைத் திறந்தான்.

உள்ளே கண்ணாடியுடன் அமைந்த பல்வண்ண லேபிள்கள் மற்றும் புட்டியில் அடைபட்ட திரவங்கள், மரகதப் பச்சை, சிவப்பு, நிறமற்றது - நறுமணமூட்டப்பட்ட பிராந்தி வகைகள், பெப்பெர்மிண்ட், அக்வாவிட், வெர்மௌத், கேல்வடோஸ், அர்மானாக், வோட்கா, பெர்னோட், கௌர்வாய்சியர், லாங் ஜான் - கண்ணாடிக்கோப்பைகளின் வரிசைகள், சில கனமானவை மற்றும் சிறியவை, சில மெல்லியவை நீண்டவை, ஓசை எழுப்பி அடங்கின. அவன் பணியாளிடம் நிலவறையிலிருந்து அன்றைய இரவுணவுக்கு மூன்று ஒயின் புட்டிகளை எடுத்துவரும்படி சைகை செய்தான். கால்களை நீட்டிக்கொண்டு இந்த வீட்டைக்கட்டுவதில் இருந்த வலிகளை நினைத்துப்பார்த்தான். உண்மையில் இதுதான் அவனுடைய வீடு. கதலீனா லாஸ் லோமாஸ்சிலுள்ள மாளிகையில் வசிக்கலாம். மற்ற கோடீஸ்வரர்களைப் போலவே உள்ள வீடு, தனித்துவமென்று ஏதும் இல்லாதது. அவனுக்கு இந்தப் பழைய சுவர்கள் பிடித்திருந்தன. இரண்டு நூற்றாண்டுக் கற்சுரங்கங்களிலிருந்து எடுக்கப்பட்ட கற்கள் மற்றும் சிவப்புநிற டெஸோன்டில் தளம், அவை விநோதமான முறையில் பழைய நிகழ்ச்சிகளை அவனுக்கு நெருக்கமாகக் கொண்டுவந்தன. அவன் முற்றிலுமாக இழந்துவிட விரும்பாத அந்நாட்டின் சித்திரம். ஆம், அது முழுமையான போலித்தோற்றம் அன்றி வேறில்லை என்று அவன் அறிவான், மந்திரக்கோலின் ஓர் அசைப்பு. இருப்பினும் அந்த மரங்கள், கற்கள், இரும்பு, வார்ப்படங்கள், உணவுக்கூட மேசைகள், அலமாரிகள், கதவுகளின் சட்டங்கள், மரப்பலகைகள், நாற்காலிகளில் உள்ள துணிகள் - அனைத்தும் - அவனுக்கு பழம்நினைவுகளைத் திருப்பித்தரும், அந்தக்காட்சிகளை, அந்தக்காற்றை, அவனது இளமைக்காலத்தின் தொட்டுணரக்கூடிய உணர்வுகளை.

லிலியா நீளமாக முனகினாள்; ஆனால் லிலியாவுக்கு இது ஒருபோதும் புரியாது. இதுமாதிரியான பெண்ணிடம் உத்திரத்தின் பழம்தூண்கள் என்ன கூறிவிடப்போகின்றன? துருப்பிடித்த கம்பிகள்கொண்ட ஒளிபுகாத்தன்மை உடைய சன்னல்கள் என்ன கூறப்போகின்றன? கணப்படுப்பின் அருகேயுள்ள ஆடம்பரமான உணர்வைத்தரும் தங்கச்செதில்கள் மற்றும் பட்டு வேலைப்பாடுகள் கொண்ட பாதிரிகள் அணியும் ஆடை அவளிடம் என்ன பேசும்? அய்கோவைட் மரத்தாலான பெட்டிகளின் நறுமணம் என்ன கூறக்கூடும்? ப்யூப்லா வனையோடுகள் பாவிய சமையலறையின் கழுவப்பட்ட பளபளப்பு, உணவுமேசையிலுள்ள பேராயரின் நாற்காலிகள்...? இந்தப்பொருள்களை வைத்திருப்பதே

செல்வச்செழிப்பின், புலன் சார்ந்தவற்றின், ஆடம்பரத்தின், செழுமையின் வெளிப்படையான அறிகுறி. ஆம், என்னவொரு மொத்தமான மகிழ்ச்சி, என்னவொரு தனிப்பட்ட மகிழ்ச்சி... வருடத்திற்கொருமுறை மட்டுமே அவனது விருந்தாளிகள் இவற்றில் பங்கேற்றனர், அவன் நடத்தும் புத்தாண்டுக் கொண்டாட்டம், புனித சில்வெஸ்டரின் விருந்து... பன்மடங்கு பெருக்கப்பட்ட மகிழ்ச்சியின் நாள். ஏனெனில் அவனது விருந்தாளிகள் இந்த வீட்டை அவனுடைய வீடென ஒப்புக்கொண்டு தனிமையிலிருக்கும் கதலீனாவைப் பற்றிச் சிந்திப்பர். அவள் அந்நேரத்தில் தெரேசா மற்றும் ஜெரார்தோவோடு லாஸ் லோமாஸ்சில் உள்ள வீட்டில் இரவுணவருந்திக் கொண்டிருப்பாள்... அவனோ லிலியாவை எல்லோருக்கும் அறிமுகம் செய்துவைத்து நீலநிற உணவறையின் கதவுகளைத் திறந்துவிடுவான். நீலநிற சீனப்பொருட்கள், நீலநிற லினென் துணிகள், நீலநிறச் சுவர்கள்... அங்கே ஒயின் வழிந்தோடிக் கொண்டிருக்கும். உணவுத்தட்டுகளில் அரிதான மாமிசங்கள், இளஞ் சிவப்புநிற மீன்கள், ருசியான சிப்பி மீன்கள், ரகசிய மூலிகைகள், சிறப்பான இனிப்புப்பண்டங்கள் குவிக்கப்பட்டு வரும்...

ஏன் இந்த ஓய்வின் கணங்கள் இடையூறு செய்யப்படவேண்டும்? சுறுசுறுப்பற்ற, மெதுவான லிலியாவின் பாதங்கள் தரையில். அவளது வண்ணம் பூசப்படாத நகங்கள் கூடத்திற்குச் செல்லும் கதவில். அவளுடைய முகம் முழுவதும் ஒப்பனைக்கான குழமம் பூசப்பட்டுள்ளது. அவளுடைய இளஞ்சிவப்புநிற ஆடை அன்றைய மாலைக்குப் பொருத்தமானதா என்று தெரிந்துகொள்ள விரும்புகிறாள். சென்றவருடம் போலப் பொருத்தமற்று இருந்து அவனுடைய இகழ்ச்சி நிறைந்த ஆத்திரத்தைக்கிளப்ப அவள் விரும்பவில்லை. ஓ, ஏற்கெனவே சற்று மது அருந்தியிருக்கிறானா? ஏன் அவளுக்கு வேண்டுமா என்று கேட்கவில்லை? அவனுடைய அவநம்பிக்கை அவளுக்கு எரிச்சலூட்டத் தொடங்கியிருந்தது, மதுவகைகள் பூட்டப்பட்டிருக்க, அந்த முதலாளித்தனம் காட்டும் சமையல்காரன் அவளை ஒயின் இருக்கும் நிலவறைப்பக்கம் செல்ல விடாமல் தடுக்கிறான். அவள் சலித்துவிட்டாளா? அவன் அறியாததுபோல இருக்கிறான். தான் முதியவளாக, அழகற்று இருக்க விரும்பினாள். அப்படியிருந்தால் அவன் தன்னை வெளியே துரத்திவிடுவான், அப்போது தன் விருப்பம்போல அவள் வாழலாம். அவள் எப்போது விரும்பினாலும் வெளியேறி விடலாமா? ஆனால் எதைவைத்து வாழ்வது? இந்த மாளிகையில்லாமல், வசதிகள் இல்லாமலா? இங்கே ஏராளமான பணம் இருக்கிறது. நிறைய

வசதிகள் உண்டு, ஆனால் மகிழ்ச்சியில்லை, கேளிக்கையில்லை, கொஞ்சம் மது அருந்தக்கூட உரிமையில்லை. நிச்சயமாக அவள் அவனை நேசிக்கிறாள். அதை ஆயிரம் முறை அவனிடம் கூறி இருப்பாள். பெண்கள் எதனோடும் சம்மதித்து வாழ்ந்துவிடுவார்கள்; பதிலுக்கு எவ்வளவு மென்மை கிடைக்கிறது என்பதைப் பொறுத்ததே அது. ஒரு பெண்ணால் இளைஞனுடனோ அல்லது முதியவனுடனோ இருக்கப் பழகிக்கொள்ள முடியும். அவள் நிச்சயமாக அவனுடன் நல்லமுறையில் நடந்துகொள்கிறாள்; அதில் கேள்வியென்ன... எட்டு வருடங்களாக ஒன்றாக வாழ்ந்துகொண்டிருக்கின்றனர். ஒருபோதும் அவன் எந்தச்சண்டையும் போட்டதில்லை. அவளைத் திட்டியதில்லை... ஆனால் அவளை அப்படிச் செய்யவைப்பான்... என்றாலும் ஏதேனுமொரு சிறிய இன்பம் அவளை மகிழ்ச்சியுலகில் ஆழ்த்திவிடும்!... என்ன? அவள் அவ்வளவு முட்டாள் என்று யாரேனும் நினைக்க முடியுமா?... அனைத்தும் சரி, ஆனால் ஒரு நகைச்சுவையை எப்படி எடுத்துக்கொள்வது என்று அவனுக்குத் தெரியவில்லை. ஆனால், விஷயங்கள் என்ன நிலையில் இருக்கின்றன என்று அவனுக்குத் தெரியும்... யாரும் எப்போதைக்குமாக இருக்கப்போவதில்லை... அவன் கண்களைச் சுற்றிக் காக்கையின் பாதங்கள் போலச் சுருக்கங்கள்... அவர்களது உடல்கள்... அவனுக்கும் அவள் அருகில் இருப்பது பழகிவிட்டது அவ்வளவுதான், உண்மைதானே? அவனுடைய வயதில் வாழ்க்கையை மீண்டும் துவங்குவது கடினம். எவ்வளவு மில்லியன்கள் இருந்தால்தான் என்ன... வேலைதான் பேசும், மேலும் ஒரு பெண்ணைச் சாய்ப்பதில் நீங்கள் பெருமளவு நேரத்தை வீணடிக்கலாம்... அந்தப் பெட்டைநாய்கள்... அவர்களுக்கு நிறையத் தந்திரங்கள் தெரியும், அவர்களுக்கு விஷயங்களை நிதானமாகச் செய்யவேண்டும்... முதல் கட்டங்களை நீட்டிக்க வேண்டும்... வேண்டாம் என்று சொல்லவேண்டும், சந்தேகம் கொள்ளவேண்டும், காத்திருப்புகள், தூண்டுதல்கள், ஓ, அந்த விஷயங்கள்!... மேலும் அம்முதியவனை முட்டாளாக்குதல்... நிச்சயமாக அவள் வசதியாக இருக்கிறாள்... அவள் புகார் கூறுவதில்லை, இல்லை, வாய்ப்பே இல்லை. புத்தாண்டுக் கொண்டாட்டத்தில் இவனுக்கு மரியாதை செலுத்த வருபவர்களிடம் புகழ்ந்துகூடக் கூறியிருக்கிறான்... மேலும் அவள் அவனை நேசிக்கிறாள், ஆம், அவள் சத்தியம் செய்வாள், அவளுக்கும் அவனோடிருப்பது பழகிவிட்டது... ஆனால் அவளுக்கு எவ்வளவு சலிப்பு உண்டாகிறது! சில நெருங்கிய நண்பர்கள் இருப்பதில் என்ன சிக்கல் வந்துவிடப் போகிறது - தோழிகள்? அவ்வப்போது வெளியேசென்று கொஞ்சம் கேளிக்கைகளில்

ஈடுபடுவதில் என்ன தவறிருக்க முடியும்... வாரம் ஒருமுறை எங்கேனும் சேர்ந்து குடிப்பதில்...?

அவன் அங்கிருந்து வேறிடம் சென்றதில்லை. அவனைத் தொந்தரவு செய்யும் உரிமையை அவளுக்குக் கொடுத்ததே இல்லை, இருப்பினும்... ஒரு மிதமான, சுறுசுறுப்பற்ற சோர்வு... அவனுடைய குணத்திற்கு முற்றிலும் வேறானது... அதுவே அவனை இருக்க வைத்தது... இறுகிய விரல்களில் மார்ட்டினியோடு... இந்தப் பெண்ணின் வாயிலிருந்து தெறித்த அபத்தங்களை கேட்பான், அது நாளுக்குநாள் வக்கிரமாகிக்கொண்டே போனது.... இல்லை, இன்னும் அவள் விரும்பத்தக்கவள்தான்... அவனால் அவளைப் பொறுக்க முடியாவிட்டாலும் கூட... அவளை எப்படிக் கட்டுப்பாட்டில் வைத்துக்கொள்ளப்போகிறான்?... அவன் கட்டுப்படுத்தும் அனைத்தும் அவனுக்குப் பணிகின்றன, ஆனால் இப்போது, அவனது இளமையினது வலிமையின்... இந்த செயலாற்றலற்ற நீட்டிப்புக்குப் பின்னால்... லிலியா அவனை நீங்கிவிடுவாள்... அது அவனது இதயத்தில் சுமையைக்கூட்டியது... அவனால் அதை விரட்ட முடியவில்லை... அந்தப் பயத்தை... அவனுக்கு இன்னொரு வாய்ப்பு இல்லாமலே போய்விடலாம்... தனியாக விடப்படலாம்... அவன் மிகுந்த முயற்சியோடு தன்னுடைய கைவிரல்களை, முன்கையை, முழங்கையை நகர்த்தினான். அருகிலிருந்த சாம்பல்கிண்ணம் கீழே விழுந்து தரைவிரிப்பில் ஈரமான மஞ்சள்நிறத்துண்டுகளை ஒரு பக்கமும், வெளியில் சாம்பல் நிறமும் உள்ளே கருப்பு நிறமும் கொண்ட வெள்ளைத் தூசியைச் சிதறடித்தது. அவன் சிரமப்பட்டு மூச்சுவிட்டபடி குனிந்தான்.

"குனிய வேண்டாம். நான் செராஃபினைக் கூப்பிடுகிறேன்."

"சரி."

உண்மையில்... மனச்சோர்வு. ஆனால் வெறுப்பு, மனவிலக்கம்... எப்போதும், கற்பனைகள், சந்தேகத்துடனே கைகளைக் கோர்த்துக்கொள்ளுதல்... அனிச்சையான அன்புதான் அவனை அவளிடத்தில் கவனம்கொள்ள வைத்தது...

அவள் அவனைக் கதவுக்கு அருகிலிருந்து பார்த்துக்கொண்டிருக்கிறாள்... வன்மத்தோடு, அன்போடு... அவளது பொன்னிறக்கூந்தல் சாம்பல் நிறமிடப்பட்டுள்ளது, அந்தக் கரிய நிறம்... அவளாலும் திரும்பிச்செல்ல முடியாது... அவனும் ஒருபோதும் அவளுக்குக் கிடைக்கப் போவதில்லை,

அது இருவரையும் சமநிலையில் வைக்கிறது... எவ்வளவுதான் வயதோ அல்லது தோற்றமோ அவர்களைப் பிரித்தாலும்... பிரச்சனை செய்வதா, எதற்காக?... அவன் களைப்பாக உணர்ந்தான். வேறெதுவும் வேண்டாம்... புதிய விஷயங்கள் வேண்டாம், புதிய நினைவுகள் வேண்டாம், அவனுக்குத் தெரிந்ததுபோக வேறு பெயர்கள் வேண்டாம்... அவன் மீண்டும் மென்சருகுப்பட்டை வருடினான்... கீழே சிந்திய துண்டுகளும் சாம்பலும் நல்ல மணம் கொண்டவையல்ல. லிலியா அங்கே அவளது எண்ணெய் பூசிய முகத்தோடு நிற்கிறாள்.

அவள் நிலைக்கதவுக்கு அருகே நிற்கிறாள். அவன் அந்த மென்சருகுப்பட்டு நாற்காலியில் அமர்ந்திருக்கிறான்.

அவள் பெருமூச்சுவிட்டு படுக்கையறைநோக்கி நடக்கிறாள், அவன் அமர்ந்தபடி காத்திருக்கிறான், எதைக்குறித்தும் சிந்திக்காமல், தோட்டத்திற்குச் செல்லும் கண்ணாடிக் கதவுகள் அவனுடைய பிம்பத்தைக் காட்டியபின் தான் ஆச்சரியத்தோடு இருள் சூழ்ந்துவிட்டதை உணர்ந்தான். பணியாள் அவனுடைய ஆடைகள், கைக்குட்டை மற்றும் கொலோன் திரவியத்தை எடுத்துவந்தான். எழுந்துநின்று மேலாடையை அணிந்துகொள்ளும்போது பணியாள் உதவுவதற்கு அம்முதியவன் அனுமதித்தான். வாசனைத்திரவியத்தைத் தெளிப்பதற்காக கைக்குட்டையைப் பிரித்தான். கைக்குட்டையை மார்புப்பகுதியில் இருந்த பைக்குள் வைத்தபோது பணியாளின் கண்களைப் பார்த்தான். பணியாள் கண்களைத் தாழ்த்திக்கொண்டான். வேண்டாம். இந்த மனிதன் என்ன நினைக்கிறான் என்று ஏன் யோசிக்க வேண்டும்?

“செராஃபின், இந்தச் சிகரெட் துண்டுகளை உடனடியாக அப்புறப்படுத்து...”

இரண்டுகைகளையும் நாற்காலியில் தாங்கி நிமிர்ந்து அமர்ந்துகொண்டான். கணப்பு அடுப்பை நோக்கிச் சில அடிகள் நடந்துசென்று, தொலேதோவின் வார்ப்பிரும்பினாலான கிளறியைத் தடவிப் பார்த்தான். நெருப்பின்மூச்சைத் தனது கைகளில், முகத்தில் உணரமுடிந்தது. முன்னால் நகர்ந்தபோது கிசுகிசுக்கும் குரல்கள் - மகிழ்ச்சியுடன், பாராட்டான - வாசல் வழியில் கேட்டன. செராஃபின் அப்போதுதான் அந்த இடத்தைச் சுத்தம் செய்து முடித்தான்.

நெருப்பில் விறகு இடுமாறு பணியாளிடம் பணித்தான். பணியாள்

விறகுகளைக் கிளறும் கம்பியைக் கொண்டு புரட்டியதும் பெரிய கொழுந்தொன்று உயர்ந்தபோது ரெகுலிஸ் உள்ளே நுழைந்தான். உணவுஅறைக்குச் செல்லும் வழியின் கதவுவழியாக இன்னொரு வேலையாள் கையில் தட்டுடன் நுழைந்தான். ராபர்ட்டோ ரெகுலிஸ் தன்னுடைய பானத்தை எடுத்துக்கொண்டபோது இளம் இணையரான - பெடினா மற்றும் அவளது கணவர், செபல்லோவின் சிறுவர்கள் - கைகளைக் கோர்த்தபடி பரவசத்துடன் அறையில் உள்ள பழம் ஓவியங்கள், ஸ்டூக்கோ வார்ப்புகள், செதுக்கப்பட்ட தூண்கள், பல்வர்ணத் தாங்கிகள் ஆகியவற்றைப் பார்வையிட்டபடி சுற்றிவந்தனர். அவனுடைய முதுகு கதவுப்பக்கம் இருந்தபோது உடைந்த மணிபோல ஓசையெழுப்பி ஒரு கண்ணாடிக்கோப்பை கீழே விழுந்தது, லிலியாவின் குரல் கிறீச்சிட்டுக் கிண்டலான தொனியில் ஏதோ கூறியது. முதியவனும் வந்திருந்த விருந்தாளிகளும் கலைந்த அவளின் முகத்தைப் பார்த்தனர். அவள் கதவைக் கையால் தள்ளி உள்ளே எட்டிப்பார்த்துக் கொண்டிருந்தாள்:

“ஹாஆஆஆப்பி நியூஊஊஊஊ ஈயர்! கவலைப்படவேண்டாம் அன்பே, நான் ஒருமணி நேரத்தில் சரியாகி விடுவேன்... பிறகு நான் கீழே வருகிறேன்... நான் அடுத்த வருடத்திலெல்லாம் இதை எளிதாக எடுத்துக்கொள்ளப்போகிறேன் என்று சொல்லத்தான் வந்தேன்... மிகவும் எளிதாக!”

அவன் அவளை நோக்கி ஒற்றைக்காலை இழுத்தபடி, சிரமப்பட்டு நடந்தான், அவள் கத்தினாள், “நாள் முழுவதும் தொலைக்காட்சி பார்ப்பது சலிப்பாக இருக்கிறது, அன்பே!” அவன் ஒவ்வொரு அடியெடுத்து வைக்கும்போதும் லிலியாவின் குரல் மேலும் மேலும் உயர்ந்தது. “அனைத்து கவ்பாய் நிகழ்ச்சிகளும் மனப்பாடமாகத் தெரியும்... டுமீல்-டுமீல்... அரிசோனாவின் மார்ஷல்... இந்தியர்களின் கூடாரம்... டுமீல்-டுமீல்... அந்தக் கிறீச்சிடும் குரல் என் கனவிலெல்லாம் கேட்க ஆரம்பித்துவிட்டது... அன்பே... கொஞ்சம் பெப்சி குடித்தேன்... அவ்வளவுதான்... பாதுகாப்பு மற்றும் நிம்மதி; காப்பீட்டுத் திட்டம்போல...”

அவனது கீல்வாதம் உள்ள கை ஒப்பனையில்லாத முகத்தில் அறைந்தது, அவளது சாயமிடப்பட்ட சுருள் முடிகள் கண்களில் வந்து விழுந்தன. அவள் மூச்சுவிடுவதை நிறுத்தினாள். மெதுவாகத் திரும்பி கன்னத்தைத் தடவியபடி நடந்து சென்றாள். அவன் மீண்டும் ரெகுலிஸ் மற்றும் ஜெய்மி செபல்லோஸ்சிடம் சென்றான். ஒவ்வொருவரையும் தலைநிமிர்ந்து சிலவினாடிகள்

உற்றுப் பார்த்தான். ரெகுலிஸ் முகத்தை மறைத்துக்கொள்ளும் பொருட்டு தன்னுடைய கோப்பையிலிருந்த விஸ்கியை ஒரு மிடறு அருந்தினான். பெடினா புன்னகைத்து தன்னை விருந்தோம்புபவரை நோக்கி கையில் சிகரெட்டோடு நெருப்புக் கேட்பவள் போல நடந்தாள்.

"அவ்வளவு பெரிய பெட்டகத்தை எங்குதான் கண்டுபிடித்தீர்கள்?"

முதியவன் விலகி நின்றுகொள்ள, செராஃபின் முன்வந்து அவளுடைய முகத்தினருகே தீக்குச்சியைக் கொளுத்தி, அவளை முதியவனிடமிருந்து வலுக்கட்டாயமாகத் தன்னிடம் திரும்பும்படி செய்தான். தாழ்வாரத்தின் முடிவில் லிலியாவுக்குப் பின்னால் இசைப்பவர்கள் கழுத்துத்துண்டுகளில் பொதிந்து குளிரில் நடுங்கிக்கொண்டிருந்தனர். ஜெய்மி செபல்லோஸ் ஃப்ளெமென்கோ நடனக்காரனைப்போல விரல்களைச் சொடுக்கித் தன் குதிகாலால் சுழன்றான்.

டால்ஃபின் மீன்போன்ற கால்கள் கொண்ட மேசையில் வெண்கலக் கொத்துவிளக்குத் தண்டின் கீழ்: பன்றியிறைச்சிச் சாறு மற்றும் புளிப்பு ஒயினில் ஊறிக்கொண்டிருக்கும் கௌதாரி, டாரகோன் கடுகு இலையில் மடிக்கப்பட்ட ஹேக் எனும் காட் வகை மீன், செம்மஞ்சள் நிறத்தில் பளபளக்கும் காட்டுவாத்து, கெண்டை மீன்களைச்சுற்றி பெண்மானின் கறி, காத்தலோனியன் புல்லினாடா எனப்படும் ஆலிவ் மணத்துடன் கூடிய மீன்கஞ்சி, கோக்வாவின் எனப்படும் ஃப்ரெஞ்சு முறையில் ஒயின் ஊற்றிச் சமைக்கப்பட்ட கோழிகள், மசித்த கூனைப்பூ அடைக்கப்பட்ட புறாக்கறி, பனிக்கட்டிக் குவியல்களில் வைக்கப்பட்டுள்ள புத்தம்புதிய ஈல் மீன்கள் கொண்ட தட்டுகள், எலுமிச்சைத் தோல்சுருளில் வைக்கப்பட்டுள்ள இளஞ்சிவப்புநிற இறால், காளான்கள் மற்றும் தக்காளித் துண்டுகள், பயோன் நகரத்துப் பன்றித் தொடைக்கறி, ஃப்ரெஞ்சு முறையில் பிராந்தி தெளிக்கப்பட்டுச் சமைக்கப்பட்ட மாட்டுக்கறி, மசித்த கஷ்கொட்டை, பொரித்த ஆப்பிள் தோல் மற்றும் வாதுமைக் கொட்டைகளோடு பன்றி ஈரல் அடைக்கப்பட்ட வாத்தின் கழுத்துகள், வெங்காயம் மற்றும் ஆரஞ்சுச்சாறுகள், பூண்டு மற்றும் பிஸ்தாப்பருப்புச் சாறுகள், பாதாம் மற்றும் நத்தைச் சாறுகள். க்வார்டெரோ கன்னிமடத்தில் பல்வண்ணம் தீட்டப்பட்ட, வளமார்கொம்பு மற்றும் கொழுத்த புட்டங்களுடைய பூட்டி[25] கொண்ட கதவுகளைத் திறக்கும்போது முதியவனின் கண்களில் அணுகமுடியாத புள்ளியில் ஒரு மினுக்கம் தோன்றியது. கதவுகளை

அகலமாகத் திறந்து, வந்திருந்த நூறு விருந்தாளிகளுக்கும் சமையல் பணியாட்கள் ட்ரெஸ்டன் நகரத்து தட்டுகளை வழங்கும்போது வறண்ட, கரகரப்பான சிரிப்பை உதிர்த்தான். பிறகு அவர்கள் கத்தி மற்றும் முள்கரண்டிகள் நீலநிற சீனக்களிமண் பொருட்களின் மீது உண்டாக்கும் சேர்ந்திசையில் கலந்துகொண்டனர். கண்ணாடிக்கோப்பைகள் வேலைக்காரர்கள் வைத்திருந்த கண்ணாடிப் புட்டிகள் நோக்கி நீண்டன. தோட்டத்தின் கண்ணாடிக் கதவுகளை மறைத்திருக்கும் திரைச்சீலைகளை விலக்கும்படி கட்டளையிட்டான். அங்கே செர்ரி மரங்களும் துறவி மடங்களுக்குரிய சிலைகளும் தங்கள் நிழலைப் பரப்பிக்கொண்டிருக்கும்: சிங்கங்கள், தேவதைகள், துறவியர், வைஸ்ராய் அரண்மனைகள் மற்றும் மடங்களிலிருந்து குடிபெயர்ந்தவை. வாணவேடிக்கைகள் வெடிக்கத்தொடங்கின: குளிர்கால வானத்தின் இதயத்தில் வெடித்துத்தோன்றிய பெரிய அளவிலான மாயக்கோட்டைகள், மிகத்தெளிவாக மிகுந்த தூரத்தில்; வெள்ளையாக மின்னும் தொடக்கத்தில் சிவப்புநிற விசிறியில் மஞ்சள் கீற்றுகள்; இரவின் ஆறாத காயங்களின் நீரூற்றுகள், விழாக்கோலத்தில் இருக்கும் அரசகுடும்பங்கள் இரவின் கருப்பு ஆடையின் பின்னணியில் தங்களது பதக்கங்களைக் காட்டிக் கொள்கிறார்கள். மூடிய உதடுகளுக்குப் பின்னால் அவன் உறுமும் சிரிப்போடு இருக்கிறான். தீர்ந்துபோகும் தட்டுகள் காட்டுக்கோழி, இன்னும் அதிகமான கடல் உணவுகள், மற்றும் அரிதான மாமிச வகைகள் கொண்டு நிரப்பப்படுகின்றன. முதியவனைச் சுற்றிவரும் வெறும் கைகள், கல்பதித்த, நுண்ணிய செதுக்கல்கள் உடைய முகடுகள், அரைவட்ட வடிவங்கள் கொண்ட பாடகர்களுக்கான பழைய நாற்காலிகள் ஆகியவற்றில் விருந்தினர்கள் நெருக்கியடித்து அமர்ந்திருந்தனர். வாசனைத் திரவியங்களை முகர்ந்தான். பெண்களின் நிரம்பிவழியும் தாழ்ந்த கழுத்துள்ள ஆடைகளைப் பார்வையிட்டான். அவர்களின் அக்குள்களின் சிரைக்கப்பட்ட ரகசியங்கள், நகைகளால் எடையேற்றப்பட்ட காதுமடல்கள், வெள்ளைக்கழுத்துகள் மற்றும் மெல்லிய இடைகளில் சிறந்தவகைப் பட்டின் மடிப்புகள், பட்டு மற்றும் தங்கவலைகள் மிதக்கின்றன; சவரத்திரவியங்கள் மற்றும் சிகரெட் புகையின் வாசனை, உதட்டுச்சாயம் மற்றும் கண்ணிமைச் சாயம், பெண்களுக்கான செருப்புகள் மற்றும் சிந்தப்படும் கோன்யாக்குகள், செரிமானக் கோளாறுகள் மற்றும் நகச்சாயங்கள். தன்னுடைய கோப்பையை உயர்த்தி எழுந்துநின்றான்; பணியாள் நாய்களின் கழுத்துப்பட்டை வார்களைக் கையளித்தான், அவைதான் மிச்சமிருக்கும் மாலையில் அவனுக்குத் துணை. புத்தாண்டுக்கான கூச்சல்கள் வெடித்துக்கிளம்பின: கோப்பைகள்

கீழே விழுந்து நொறுங்கின. கைகள் அணைத்துக்கொண்டன. நசுக்கப்பட்டன, இந்த விருந்தின் கணத்தைக் கொண்டாடும் விதமாக உயர்ந்தன. இந்த இறுதிச்சடங்கு, இந்த நினைவுகளின் சிதை, அனைத்து உண்மைகளின் புளித்துப்போன புத்துயிர்ப்பு, இசைக்குழு சம்பிரதாயமான "The Swallows" புத்தாண்டுப்பாடலை இசைத்தது. அனைத்து உண்மைகளின், வார்த்தைகளின், இந்தச் சுழற்சியில் மடிந்துபோன விஷயங்களின் புத்துயிர்ப்பு, தங்கள் கேள்விகளை மறைத்துக்கொண்ட இந்த நூறு உயிர்களைப் பேணுவதற்கான கொண்டாட்டம், ஆண்கள் மற்றும் பெண்கள், ஒருவருக்கொருவர் கண்ணீர் நிரம்பிய கண்களோடு இதுபோன்ற ஒரு கணம் எப்போதும் இருந்ததில்லையெனக் கூறிக்கொள்வதற்காக, இந்தத் தருணங்களை நீட்டித்துக்கொண்டு வாழ்வதற்காகத் தெறிக்கும் வாணவேடிக்கைகள் மற்றும் மணிச்சத்தங்கள். லிலியா மன்னிப்புக் கேட்கும் விதமாக தன் கைகளால் அவனைச்சுற்றி அணைத்துக் கொண்டாள். இருப்பினும் அவனுக்குத்தெரியும், செழுமையின் ஒற்றைக்கணத்தை முன்னிழப்புகள் ஏதுமின்றி முழுவதுமாகத்துய்க்க, நிறைய விஷயங்களை, நிறைய சிறு விருப்பங்களை அடக்கிக்கொள்ள வேண்டும், அவள் அதற்காக அவனுக்கு நன்றி கூறவேண்டும்: அவன் அதைத் தாழ்ந்த குரலில் அவளிடம் கூறினான். நடன அரங்கில் இருந்த வயலின்கள் "The Poor People of Paris" என்ற பாடலை மீண்டும் இசைக்கத் தொடங்கியபோது, அவனுக்கு மட்டுமே நன்கு தெரிந்ததொரு முகபாவனையில் அவனைக் கைகளில் அணைத்துக்கொண்டாள். அவன் மறுப்பாகத் தலையசைத்து அங்கிருந்து நாய்கள் பின்தொடர நடந்துசென்று அன்று மாலைமுழுவதும் அமர்ந்திருக்கப்போகும் நாற்காலியில் இணையர்களைப் பார்த்தபடி அமர்ந்துகொண்டான்... அந்த முகங்களைப் பார்த்து வியந்தபடி - தவறு, இனிமை, தந்திரம், கெடுநோக்கம், முட்டாள்தனம், நுண்ணறிவு - அதிர்ஷ்டத்தைக் குறித்துச்சிந்தித்தான், அவர்களுக்கு இருக்கும் அதிர்ஷ்டம் குறித்து, அவர்களுக்கு மற்றும் அவனுக்கு... முகங்கள், உடல்கள், அவனைப்போல சுதந்திரமானவற்றின் நடனங்கள்... அவர்கள் அவனுக்கு உறுதியளிக்கிறார்கள்... சரவிளக்கின் கீழ் மெழுகிட்ட தரையில் அவர்கள் மெதுவாக அசையும்போது அவனுக்கு உறுதிப்படுத்துகிறார்கள்... அவனது நினைவுகளை விடுவிக்கிறார்கள், வறண்டுபோகச் செய்கிறார்கள்... இந்த அடையாளத்தை மகிழ்ச்சியுடன் அனுபவிக்கும்படி அவர்கள் மூர்க்கத்துடன் அவனை வலியுறுத்துகிறார்கள்... விடுதலை மற்றும் அதிகாரம்... அவன் தனியாக இல்லை... இந்த நடனக்காரர்கள் அவனுக்குத் துணை...

அவனது வயிற்றிலிருக்கும் கதகதப்பு, அவன் வயிற்றிலிருக்கும் நிறைவு அதைத்தான் கூறுகிறது... கருத்த, வலிமை மிகுந்த முதுமைக்கு ஓர் விழாத்தனமான பாதுகாப்பு, நரைகொண்ட இருப்புக்கு, கீல்வாதத்திற்கு, பாடுபடுதல்களுக்கு... அந்தப் பச்சைக்கண்களின் அசைவில் எப்போதுமுள்ள கரகரப்பான சிரிப்பின் எதிரொலி... அவனுடையதைப் போலவே சமீபத்தில் பெற்ற பதக்கங்கள்... சில இன்னும் புதியவை... சுழன்று, சுழன்று.... அவனுக்கு அவர்களைத் தெரியும்... தொழிலதிபர்கள்... வியாபாரிகள்... திருடர்கள்... சங்கத்து உறுப்பினர்கள்... யூக வணிகர்கள்... அரசாங்க மந்திரிகள்... பிரதிநிதிகள்... செய்தியாளர்கள்... கணவன்கள்... வருங்கால மனைவிகள்... காதலர்கள்... தரகர்கள்... அவனுக்கருகில் நடனமாடிக் கொண்டிருந்தவர்களின் துண்டுதுண்டான சொற்கள் காற்றில் சுழன்றன... “ஆமாம்... அப்புறம் போவோம்... ஆனால் என் தந்தை என்ன செய்வார்... நான் உன்னை நேசிக்கிறேன்... நேரமிருக்கிறதா?... அப்படித்தான் என்னிடம் கூறினார்கள்... நிறைய நேரமிருக்கிறது... எனவே... அதைப்போல... நான் விரும்புகிறேன்... எங்கே?... என்னிடம் கூறு... அது முடிந்துபோனது... அழகு... தெய்வீகம்... அனைத்தும் போய்விட்டது... அவனுக்குக் கிடைக்க வேண்டியது கிடைத்தது... ஹ்ம்ம்ம்...

ஹ்ம்ம்ம்!... அவர்களின் கண்களிலிருந்து அவனுக்குச் சொல்லத்தெரியும், அவர்கள் தங்களது உதடுகளை அசைக்கும் விதத்தை வைத்து, அவர்களின் தோள்களை வைத்து... அவர்கள் என்ன சிந்திக்கிறார்கள் என்று அவனால் கூறமுடியும்... அவர்கள் யாரென்று கூறமுடியும்... அவர்களின் உண்மையான பெயர்களை அவர்களுக்கு நினைவூட்ட முடியும்... திவாலானதாக மோசடி செய்தவர்கள்... நாணய மதிப்பிறக்கத்தைச் செய்தவர்கள்... விலைகளுக்கான யூகபேரம் செய்தவர்கள்... வங்கிகளில் யூகபேரம் செய்தவர்கள்... புதிய அடிமைப்பண்ணைகள்... ஒற்றைவரித் தலையங்கங்கள்... பணமதிப்பு உயர்த்தப்பட்ட பொதுப்பணித் திட்டங்கள்... அரசியல் அடிவருடிகள்... தந்தை விட்டுச்சென்ற கடைசிச் சென்ட் வரை செலவழித்துவிட்டவர்கள்... மாநில அமைச்சகத்தில் திருட்டுத்தனம் செய்தவர்கள்... பொய்யான பெயர்கள்: ஆர்தூரோ கப்தெவிலா, யுவான் ஃபெலிபே கோத்தோ, செபாஸ்தியன் இபர்கூன், விசென்டே காஸ்தானேய்டா, பெத்ரோ கசியெளக்ஸ், ஜெனாரோ, அரியாகா, ஜெய்மி செபல்லோஸ், பெபித்தோ இபாரகென், ராபெர்தோ ரெகுலிஸ்... வயலின் இசைத்தது. பாவாடைகள், கோட்டுகள் சுழன்றன... அவர்கள்

அதுகுறித்தெல்லாம் பேசிக்கொள்ளமாட்டார்கள்... அவர்களது பயணங்கள் மற்றும் உறவுகள் குறித்துப் பேசிக்கொள்வர். வீடுகள் மற்றும் வாகனங்கள், விடுமுறைகள் மற்றும் விருந்துகள், நகைகள் மற்றும் பணியாள்கள், நோய்மை மற்றும் பாதிரிகள்... ஆனால் அவர்கள் எல்லோரும் அங்கிருக்கிறார்கள்... ஒரு மிகப்பெரிய சக்தியின் முன்னால்... செய்தித்தாளின் ஒற்றைவரியில் அவர்களை உருவாக்கவோ, அழிக்கவோ வல்ல... லிலியாவை அவர்கள் மேல் திணிக்கிற... மெல்லிய கிசுகிசுப்பில் அவர்களை நடனமாட, உண்ண, குடிக்கச் செய்கிற... அருகில் வந்ததும் அவர்களை உணர்கிற ஒரு சக்தியின் முன்னால்...

"நான் அவனை அழைத்து வரவேண்டியதாயிற்று, அந்த தேவதூதருடைய ஓவியத்தைப் பார்ப்பதற்காக, அதோ அது, தெய்வீகமானது..."

"நான் எப்போதும் இதைத்தான் சொல்வேன்: தோன் ஆர்தேமியோவின் ரசனை கொண்ட சிலர்மட்டுமே..."

"ஆனால் எப்படிக் கைம்மாறு செய்வது?"

"அழைப்பை நிராகரிக்கும் அளவுக்கு நீங்கள் எவ்வளவு சரியாக இருக்கிறீர்கள்."

"அனைத்தும் போற்றத்தக்க விதத்தில் இருந்தது. நான் சொற்களற்று இருக்கிறேன்; சொற்களற்று, சொற்களற்று, தோன் ஆர்தேமியோ; என்னவொரு ஒயின்கள்! அதிலும் அந்த வாத்தின் மீது ஒன்று இருந்ததே, அற்புதமான சுவை!"

... முகத்தைத் திருப்பிக்கொண்டு கவனிக்காமல் இரு... அவனுக்குத் தேவைப்படுவதெல்லாம் கிசுகிசுப்புகள் மட்டுமே... மிகத்தெளிவாக அதைக்காட்ட அவன் விரும்பவில்லை... அவனைச்சுற்றியுள்ள முணுமுணுப்புகளிலேயே அவனது நாட்டம்... தொடுதல்கள், வாசனைகள், சுவைகள், காட்சிகள்... அவர்கள் அவனை மெல்லிய நகைப்புடன் தாழ்ந்த குரலில் கோயோஅகானின் அம்மா என்று பேசிக்கொள்ளட்டும்... லிலியாவைக் கிண்டல் செய்து புன்னகைக்கட்டும்... அவர்கள் அங்கே அவனுக்கு முன்னால் ஆடிக்கொண்டுதான் இருக்கிறார்கள்...

அவன் தனதுகையை உயர்த்துகிறான்: இசைக்குழுத்தலைவனுக்கான சமிக்ஞை. பாதிப்பாடலில் இசை நிற்கிறது, எல்லோரும்

நடனமாடுவதை நிறுத்துகிறார்கள். கம்பிக்கருவிகள் கீழ்த்திசைக்குரிய மெல்லிசையை இசைக்கின்றன. கூட்டத்தில் ஒரு வழி உருவாகிறது, கதவைத்திறந்து அரைநிர்வாணமாக ஒருபெண் வெளியேவருகிறாள், கைகளை அசைத்து உதடுகளைச்சுழித்தபடி மையத்தில்வந்து நிற்கிறாள். ஒரு மகிழ்ச்சியான கூச்சல். நடனப்பெண் இப்போது தன் இடுப்பினை தாளத்துக்கு ஏற்ப அசைக்கிறாள், அவளது உடல் எண்ணெய் பூசியிருக்கிறது, செம்மஞ்சள்நிற உதடுகள், வெள்ளை இமைகள், நீலநிறப் புருவங்கள். கால்களால் வட்ட வடிவில் நடனமாடிக்கொண்டே தனது வயிறை வேகமாக துடிக்கவைக்கிறாள். அவள் வயதான இபாரகெனைத் தேர்ந்தெடுத்து அவனை அறையின் மையத்துக்கு கையைப்பிடித்து இழுத்து வருகிறாள். அவனைத்தரையில் அமரவைத்து, கைகளை கடவுள் விஷ்ணுபோல் அமைக்கிறாள், சுற்றிவந்து துள்ளித்துள்ளி நடனமாடுகிறாள். இபாரகென் அவளது சுழற்சிகளைத் தானும் முயற்சிசெய்து பார்க்கிறான்.

அனைவரும் புன்னகைக்கிறார்கள். இப்போது அவள் கப்தெவிலாவை நோக்கிச் செல்கிறாள். அவனது மேலாடையைக் கழற்றும்படி வலியுறுத்துகிறாள். பிறகு இபாரகெனைச் சுற்றி நடனமாடும்படி கூறுகிறாள். விருந்தோம்புபவன் மென்சருகுப்பட்டு நாற்காலியில் சரிந்து அமர்ந்துகொண்டு, நாய்களின் வார்ப்பட்டையை வருடியவாறு சிரிக்கிறான். நடனப்பெண் இப்போது கோத்தோவின் தோள்களில் ஏறிக்கொண்டு மற்ற பெண்களையும் அவ்வாறு செய்யத்தூண்டுகிறாள். எல்லோரும் சிரிக்கின்றனர். எள்ளி நகையாடும் குதிரைகள் தங்களை ஓட்டுபவர்களின் தலையலங்காரத்தைக் கலைக்கின்றன. பெண்களின் முகங்கள் வியர்த்துச் சிவக்கின்றன. அவர்களுடைய பாவாடைகள் சுருண்டு முட்டிக்குமேல் உயர்கின்றன. இரண்டு முதியவர்கள் மற்றும் காலை அகலவிரித்துக் கொண்டிருக்கும் நடனப்பெண் அருகே நடனமாடும் மற்ற உற்சாகமூட்டிகளை சில இளைஞர்கள் தடுமாறி விழவைக்க முயற்சிசெய்கின்றனர்.

எடையினால் நீருக்கடியில் சென்றுவிட்டு மீண்டும் மேல்மட்டத்திற்கு வந்ததைப்போல அவன் தன் கண்களை உயர்த்தினான். கலைந்த கூந்தல் அலங்காரங்கள் மற்றும் அசையும் கைகளுக்குமேல் வெள்ளைச்சுவர் மற்றும் உத்திரங்களின் தெளிவான வானம், பதினேழாம் நூற்றாண்டு ஓவியங்கள், தேவதைத்தனம் கொண்ட சிற்பங்கள்... கேட்கக்கூடிய காதுகளுக்கு எண்ணற்ற எலிகளின் மறைவான ஓட்டம் - நச்சுப்பற்கள், கூரான மூக்கு -

அவை இந்தப்புராதனமான, ஒருகாலத்தில் புனித ஜெரோமின் வரிசையருக்குச் சொந்தமான கன்னிமடத்தின் இறவாரத்தில், அடித்தளத்தில் வசிப்பவை. சிலசமயங்களில் அவை அடக்கமற்று கூடத்தின் மூலையில் எதையேனும் கவிழ்ப்பதுண்டு, விழாக்கொண்டாட்டங்களில் இருப்பவர்களுக்குக் கீழும்மேலுமாக ஆயிரக்கணக்கில் அவை காத்துக்கொண்டிருக்கின்றன. இருப்பினும் காத்திருத்தல் என்பது அவர்கள் அனைவரையும் திடீரென பாதிப்புக்குள்ளாக்குவதற்கு... அவர்களை காய்ச்சல் மற்றும் தலைவலிக்கு உள்ளாக்குவதற்கு... மயக்கம் மற்றும் குளிர்நடுக்கம்... தொடைகளில், அக்குளில் வேதனை தரக்கூடிய வீக்கங்கள்... தோலில் கருப்புத்தேமல்கள்... ரத்தவாந்தி வரவைப்பதற்கு... அவன் இன்னொருமுறை கையை உயர்த்தினால்... பணியாள்கள் கதவுகளை அடைத்து உலோகத் தாளினை இடுவர்... பானைகள், உருளைகள்... சரிவாக அமைக்கப்பட்ட மேசைகள்... கூடார அமைப்புகொண்ட படுக்கைகள்... இரும்புச்சாவிகள்... அலங்கரிப்புகள் மற்றும் நாற்காலிகள்... இரட்டை கனம்கொண்ட உலோகக்கதவுகள்... துறவிகள் மற்றும் சிங்கங்களின் சிலைகள் நிறைந்த இவ்வீட்டின் அனைத்து வெளியேறும் வழிகளையும் அடைத்து விடுவர்... அவர்களின் மொத்தக்கூட்டமும் இங்கே ஒதுக்கப்பட்டு இருக்கவேண்டியதுதான்... நடுக்கூடத்தை விட்டு எங்கும் செல்லமுடியாது... வினிகரில் மூழ்கியெழ வேண்டும்... நறுமணக்கட்டைகளை இட்டுத் தீவளர்க்க வேண்டும்... தங்கள் உடலில் தைம் கட்டையினாலான ஜெபமாலைகளை அணிந்துகொள்ளவேண்டும்... சுறுசுறுப்பற்று பச்சைநிறப்பூச்சிகளை விரட்டவேண்டும்... அவர்களை நடனமாட, மகிழ, குடிக்க உத்தரவிட்டபின்... உடல்களின் கடலுக்கிடையே அவன் லிலியாவைத் தேடினான். அவள் தனியே மூலையில், அமைதியாகக் குடித்துக்கொண்டிருந்தாள், உதட்டில் களங்கமற்ற புன்னகையோடு, நடனத்திற்கும் சிப்பாய்கள் அணியும் போலிக்கவசங்களுக்கும் முதுகைக்காண்பித்தவாறு அமர்ந்திருந்தாள்... சில ஆண்கள் சிறுநீர் கழிக்க வெளியே சென்றனர்... கைகள் கால்சராயின் திறப்பில் இருந்தன... சில பெண்கள் தங்கள் முகத்திற்கு ஒப்பனை செய்யச்சென்றனர்... ஏற்கெனவே தங்கள் கைப்பையைத் திறந்திருந்தனர்... அவன் தன்னுடைய இறுக்கமான புன்னகையை வெளிப்படுத்தினான்... இந்தத் தாராளப் பண்பு மற்றும் பரவசத்தின் வெளிப்பாட்டின் ஒரே விளைவு இதுதான்: அமைதியாகக் கொக்கரித்துக் கொண்டான்... அவர்களைக் கற்பனை செய்து பார்த்தான்... அனைவரும், ஒவ்வொருவரும்

வரிசையாக கீழ்தளத்திலுள்ள சிறுநீர்ப்பிறைக்கு முன்பாக நின்று கொண்டிருப்பதை... அனைவரும் சிறுநீர் கழிக்கின்றனர், தங்களது சிறுநீர்ப்பை விலையுயர்ந்த திரவத்தினால் நிறைந்து வீங்கி... இரண்டு நாட்களாக கவனத்துடன், சுவையுடன், தேர்ந்தெடுத்துத் தயார் செய்யப்பட்ட உணவுகளை கழித்து வெளியேற்றுகின்றனர்... இது அத்தனையும் மசிக்கப்பட்டவை மற்றும் சாறுகள், வாத்துகள் மற்றும் இறால்களின் இறுதி முடிவுக்கு எவ்வளவு அந்நியமானது... ஆஹ், ஆமாம், மொத்த மாலைநேரத்தின் அதிகபட்ச மகிழ்ச்சி இதுதான்...

சீக்கிரமே அனைவரும் களைத்துவிட்டனர். நடனப்பெண் தன் நடனத்தை முடித்துக்கொண்டு தன்னைச்சுற்றிலும் அலட்சியம் சூழ்ந்திருக்கக்கண்டாள். அவர்கள் மீண்டும் தங்கள் உரையாடலுக்குத் திரும்பினர், இன்னும் ஷாம்பெய்ன் அருந்தினர், புதையும் இருக்கைகளில் அமர்ந்து கொண்டனர். அங்கிருந்து விலகிச்சென்றவர்கள் திரும்பிக் கொண்டிருந்தனர், பற்பிணையைப் போட்டபடி, கைப்பைக்குள் பொருள்களை வைத்தபடி. நடப்பது அதன்போக்கில் நடந்து கொண்டிருந்தது. மெல்லிய, முன்னனுமானிக்கக்கூடிய களியாட்டம்... நேரந்தவறாத, திட்டமிடப்பட்ட பெருமகிழ்ச்சி... குரல்கள் மீண்டும் தாழ்ந்த நிலைக்குச் சென்றன... மெக்சிகன் மத்தியப் பீடபூமியின் புராதனமான பாசாங்கிற்கு... பழைய கவலைகள் திரும்பிக் கொண்டிருந்தன... கடந்து சென்ற, பறந்து சென்றுவிட்ட கணங்களுக்குப் பழிவாங்க வேண்டும் என்பது போல...

"...இல்லை, ஏனென்றால் கார்டிசோன் என்னை மேலும் துடிப்பாக்குகிறது..."

"...பங்குத்தந்தை மார்ட்டினஸ் நடத்தும் ஆன்மீகப்பயிற்சிகள் எப்படியிருக்குமென உனக்குத் தெரியாது..."

"...ஒருமுறை அவளைப்பார்: யார் அதைச்சொல்லியிருந்தாலும் சரி; அவர்கள்..."

"...நான் அவளை வெளியேற்றத்தான் வேண்டும்..."

"...வீட்டுக்குள் நுழைந்ததும் லூயிஸ் செய்ய விரும்புவதெல்லாம்..."

"...வேண்டாம், ஜெய்மி, அவருக்குப் பிடிக்காது..."

"...பேசத்தொடங்கியதுமே கோபத்துடன் பேசினாள் ..."

“...தொலைக்காட்சியைக் கொஞ்சம் பார்...”

“...இன்றைய தேதியில் கிடைக்கும் வேலைக்காரிகளை யார் சமாளிப்பது...”

“...இருபது வருடங்களாகக் காதலர்கள்...”

“...அந்த இந்தியக்கூட்டத்துக்கு ஓட்டுரிமை கொடுக்கவேண்டும் என்று எப்படி முடிவெடுத்தார்கள்...”

“...அவன் மனைவி மட்டும் தனியாக வீட்டில்; அவள் எப்போதுமே...”

“...இது தீவிரமான கொள்கைசார் விஷயம்; எங்களுக்குக் கிடைத்த...”

“...இந்தப் பிஆர்ஐ ஆட்களைத் தேர்ந்தெடுப்பதில் சரியாக இருக்கிறது என்று நம்புகிறேன்...”

“...அதுதான் எப்போதும் குழுவில் பிரதமர் கூறுவது...”

“...நானா, நான் நிச்சயமாக ஒரு முயற்சி செய்துபார்ப்பேன்...”

“...லாரா; அவள் பெயர் லாரா என்று நினைக்கிறேன்...”

“...நம்மில் சிலர் மட்டுமே உண்மையான வேலைகளைச் செய்வது...”

“...இந்த வருமான வரி குறித்து இன்னும் ஒரு வரி கேட்டேன் என்றால்கூட...”

“...முப்பது மில்லியன் சோம்பேறிப் பன்றிகளுக்காக...”

“...நான் என்னுடைய அனைத்து சேமிப்புகளையும் ஸ்விட்சர்லாந்துக்குக் கொண்டு சென்றுவிடுவேன்...”

“...கம்யூனிஸ்ட்டுகளுக்கு ஒன்றே ஒன்றுதான் புரியும்...”

“...அப்படிச் செய்யாதே ஜெய்மி, யாரும் அவரைத் தொந்தரவு செய்யக்கூடாது...”

“...இது நம்பமுடியாத ஒரு ஒப்பந்தமாக இருக்கப்போகிறது...”

“...மோசமான அடி...”

"…வெறும் நூறு மில்லியன் முதலீடு செய்யுங்கள்…"

"…தெய்வீகமான டாலி…"

"…பிறகு அனைத்தையும் இரண்டு வருடங்களில் திரும்ப எடுத்துவிடலாம்…"

"…என்னுடைய காட்சிக்கூடத்திலிருந்து அனுப்பி வைத்தார்கள்…"

"…அல்லது குறைவாக…"

"…நியூயார்க்கிலிருந்து…"

"…வெகு காலமாக அவள் ஃப்ரான்சில்தான் இருந்தாள்; ஏமாற்றங்கள்… என்றுதான் கூறுகிறார்கள்…"

"…நாங்கள் பெண்களாகச் சேர்ந்து போகிறோம்…"

"…பாரிஸ், விளக்குகளின் நகரம், அற்புதத்தைக் கடந்த ஒன்று…"

"…மகிழ்ச்சியாக இருங்கள்…"

"…நீ விரும்பினால் நாளை அகபுல்கோ போகலாம்…"

"…அற்பமான லாபம்; ஸ்விஸ் தொழில்துறையின் சக்கரங்கள்…"

"…அமெரிக்கத் தூதர் என்னை எச்சரிப்பதற்காக அழைத்திருந்தார்…"

"…அந்தப் பத்து பில்லியன் டாலர்களுக்காகத் திரும்பலாம்…"

"…லாரா; லாரா ரிவியேர்; அவள் அங்கே இன்னொரு திருமணம் செய்துகொண்டாள் …"

"…நிறுவனத்தின் விமானத்தில்…"

"…லத்தீன் அமெரிக்கர்களாகிய நம் முதலீடு அங்கே உள்ளது…"

"…அழிவிற்குட்படாத நாடென்று எதுவுமில்லை…"

"…நிச்சயமாக, நான் அதை எக்செல்சியரில் வாசித்தேன்…"

"…நிச்சயமாகச் சொல்லுவேன்: அற்புதமான நடனக்காரி…"

"…ரோம், நிரந்தரமான நகரம், அற்புதத்தைத் தாண்டிய ஒன்று…"

"...ஆனால் இன்று அவன் செல்லாக்காசாகிவிட்டான்..."

"...நான் என் பணத்தைப் பழைய முறையில் சம்பாதித்தேன்..."

"...ஓஹ், ஆனால் அன்பே, அது புனித இறுதிவிருந்து போல் இருந்தது..."

"...முழுவதும் கிறுக்கர்களால் நிரம்பியுள்ள உள்ள ஓர் அரசாங்கத்திற்கு நான் ஏன் வரிகட்ட வேண்டுமென்று நீயே சொல்..."

"...அவரை அம்மா என்று அழைக்கிறார்கள், கோயோஅகானின் அம்மா..."

"...அன்பே, ஒரு பரபரப்பான ஆடைதயாரிப்பாளர்..."

"...விவசாயத்துக்கு மானியமா?..."

"...நான் சொல்கிறேன்: அவன் சிறிய அடிக்குக்கூட தாங்கமாட்டான்..."

"...பரிதாபமான கதலீனா..."

"...பின்னே? வறட்சியை, உறைபனியை யார் கட்டுப்படுத்திக் கொண்டிருக்கிறார்கள்?..."

"...வேறு வழியே இல்லை: அமெரிக்க முதலீட்டைத் தவிர்த்து..."

"...அவள்தான் அவர் வாழ்க்கையின் மிகப்பெரிய காதல் என்கிறார்கள், ஆனால்..."

"...மாட்ரிட், தெய்வீகமானது; செவில்லே, அழகு..."

"...இந்தப் பழகிய பாதையிலிருந்து நாம் வெளிவரப்போவதே இல்லை..."

"...என்ன கூறுவார்கள் தெரியுமா, ஒரேயொரு மெக்சிகோதான் இருக்கிறது..."

"...அவ்வளவு சிரமத்துக்கு ஈடானதல்ல என்று மாறிவிட்டது, புரிகிறதா?..."

"...வீட்டின் பெண்மணி; அப்படி மட்டும் இல்லையென்றால்..."

"...எனக்கு ஒவ்வொரு பெசோவிற்கும் நாற்பத்து-ஐந்து சென்ட்டுகள் திரும்பக் கிடைக்கும்..."

"...அவர்கள் பணத்தையும் நம்மிடம் கொடுத்து செய்நுட்ப அறிவையும் கொடுக்கிறார்கள்..."

"...கடன் பெறுவதற்கும் முன்பாகவே..."

"...ஆனாலும் நாம் குறை சொல்கிறோம்..."

"...அது இருபத்திச் சொச்சம் வருடங்களுக்கு முன்னால்..."

"...நிச்சயமாக: முதலாளிகள், பணத்திற்கு விலைபோகும் தலைவர்கள், உங்களுக்கு என்ன வேண்டும்..."

"...அனைத்தையும் குழப்பும் வகையில் செய்தார். நீ செத்தே போவாய்!..."

"...ஆனால் நல்ல அரசியல்வாதி வழக்கிலுள்ள ஒன்றைச் சீர்திருத்தம்செய்ய முயற்சி செய்வதில்லை ..."

"...ஏன், ஆமாம், அதிபரின் நண்பன் என்ற கௌரவம் எனக்குள்ளது..."

"...பதிலாக, அதை ஆதாயமாக்கிக் கொள்ளவேண்டும், அதனோடு வேலை செய்யவேண்டும் ..."

"...யுவான் பிலிப்போடுள்ள ஒப்பந்தத்தில் கிடைத்தது, நிச்சயமாக..."

"...ஏராளமான உதவிகள் செய்கிறார். ஆனால் ஒருபோதும் அதைப்பற்றிப் பேசுவதில்லை..."

"...அவரிடம் கூறினேன்: உண்மையில் மகிழ்ச்சி எனக்குத்தான்..."

"...நாம் எல்லோருமே ஒருவருக்கொருவர் உதவக் கடன்பட்டுள்ளோம். நான் கூறுவது சரியா அல்லது தவறா?..."

"...அவரை விட்டு விலகுவதற்கு என்ன கொடுப்பாள்!..."

"...நானாக மட்டும் இருந்தால், அங்கிருந்து வெளியேறி இருப்பேன். பாவம் கேத்தலீனா!..."

“...அவர் பேசிக் குறைத்தார். ஆனால் பத்தாயிரம் டாலருக்குக் குறையாது...”

“...லாரா; அவள் பெயர் லாரா என்று நினைக்கிறேன்; மிகவும் அழகாக இருந்தாளென்று நினைக்கிறேன்...”

“...ஆனால், உனக்கு என்னதான் வேண்டும், கடவுளே, பெண்கள் பலவீனமானவர்கள்...”

நடனத்தின் அலை மற்றும் பேச்சுகள் அவர்களை நெருக்கமாகக் கொண்டுவந்து பிறகு தூரமாகக் கொண்டுசென்றது. ஆனால் இப்போது ஒரு இளைஞன் புன்னகையோடு முதியவனுக்கருகில் குனிந்து அமர்ந்தான். ஒருகையில் ஷாம்பெய்ன் கோப்பை, அடுத்த கை நாற்காலியின் கைப்பிடியில்... தான் இருக்க வேண்டிய தூரத்தில் இருப்பதுதான் அவனுக்குப் பிடிக்குமா என்று இளைஞன் கேட்கிறான். முதியவன் கூறுகிறான், “இரவு முழுவதும் நீங்கள் வேறெதுவும் செய்யவே இல்லை, திரு. செபல்லோஸ்...” அவன் அந்த இளைஞனைப் பார்க்கவே இல்லை... ஆனால் பார்வையை கூச்சலின் மத்தியில் வைத்திருந்தான்... எழுதப்படாத விதி... விருந்தாளிகள் மிகவும் நெருங்கிவரக்கூடாது. வீடு அல்லது விருந்தைப் பாராட்டுவதாக இருந்தால் மட்டும் வரலாம். அதுவும் சீக்கிரமாக... அவனது குலைக்கப்படக்கூடாத எல்லையை மதிக்கவேண்டும்... விருந்தோம்பல் மற்றும் கேளிக்கைகளுக்காக நன்றி கூறலாம்... மேடை மற்றும் நாற்காலிக்காக... நிச்சயமாக இளம் செபல்லோஸ்சுக்கு இதெல்லாம் தெரிந்திருக்க வாய்ப்பில்லை... “உங்களுக்குத் தெரியுமா? நான் உங்களைப் போற்றுகிறவன்...” அவன் தனது மேலாடைப் பைக்குள் துழாவி நசுங்கிய சிகரெட் பெட்டி ஒன்றை எடுத்தான்... மெதுவாக ஒன்றைப் பற்றவைத்துக் கொண்டான்... இளைஞனைப் பார்க்காமலேயே... ஒரு அரசனால் மட்டுமே தன்னுடைய மக்களை இப்படி அலட்சியத்துடன் பார்க்கமுடியும். இப்போது அவன் மற்றவர்களைப் பார்த்துக்கொண்டிருக்கும் அலட்சியம் என்றவனிடம்... அவன் இங்கே வருவது இதுதான் முதல்முறையா என்று கேட்டான்... இளைஞன் ஆமாம் என்றான்... “உன்னுடைய மாமனார் கூட...?” “ஆமாம்...” “சரி, அப்புறம்...” “அந்த விதிமுறைகள் என்னைக் கலந்தாலோசிக்காமல் ஏற்படுத்தப்பட்டது, தோன் ஆர்தேமியோ...” இம்முறை அவன் திரும்பிப்பார்த்தான்... களைப்புற்ற கண்களால்... புகைகளின் வளையத்திற்கிடையில்... திரும்பி ஜெய்மியைப் பார்த்தான். அந்த இளைஞன் இமைக்காமல் பார்த்துக்கொண்டிருந்தான்...

கண்களில் குறும்பு... தாடை எலும்புகள் மற்றும் உதடுகளின் ஆட்டம்... முதியவனின்... இளைஞனின்... அவன் தன்னை அடையாளம் கண்டுகொண்டான். ஆஹ்... அவனது மன அமைதியை அவ்விளைஞன் குலைத்து விட்டான், ஆஹ்... “என்ன திரு.செபல்லாஸ், நீங்கள் எதைத் தியாகம் செய்திருக்கிறீர்கள்?”... எனக்குப் புரியவில்லை... அவனுக்குப் புரியவில்லை... எனக்குப் புரியவில்லை என்று கூறுகிறான்... அவன் ஒரு புன்னகையைத் தன் நாசி வழியாக வெளியேற்றினான்... ‘நமக்கு நாமே துரோகம் செய்துகொள்ளும்போது உண்டாகும் காயத்தின் வலி, என் நண்பனே... நீ யாரிடம் பேசிக்கொண்டிருப்பதாய் நினைக்கிறாய்? என்னை நானே ஏமாற்றிக்கொண்டிருப்பதாய் உண்மையிலேயே நீ நினைக்கிறாயா...? ஜெய்மி சாம்பல்கிண்ணத்தைக் நீட்டினான்... ஆஹ், அவர்கள் அந்தக் காலை வேளையில் குதிரையின்மீது ஆற்றைக் கடந்தனர்... “ஏதேனும் நியாயப்படுத்துதலுக்கா...?” அவன் கவனிப்பது தெரியாத முறையில் கவனித்துக் கொண்டிருந்தான்... “உன்னுடைய மாமனார் மற்றும் நீ சம்பந்தப்படும் மற்ற ஆட்கள் கண்டிப்பாக...” அவர்கள் அந்தக் காலைவேளையில் ஆற்றைக் கடந்தனர்... “எங்களுடைய செல்வம் நியாயமானது என்று, அதைச் சம்பாதிக்கக் கடுமையாக உழைத்திருக்கிறோம் என்று, எங்களுக்கான பரிசு, அது சரிதானே?...” அவள் நாம் ஒன்றாகக் கடலுக்குச்செல்வோமா என்று கேட்டாள்... “நான் இந்தச் சிறியமனிதர்கள் அனைவருக்கும்மேலாக ஏன் இருக்கிறேன் என்று தெரியுமா... ஏன் இவர்களைக் கட்டுப்படுத்துகிறேன்?...” ஜெய்மி சாம்பல்கிண்ணத்தை நீட்டினான்; அவன் சிகரெட் துண்டை வைத்துக்கொண்டு ஒரு அசைவை வெளிப்படுத்தினான்... வெற்று மார்போடு ஆற்றுநீரில் இருந்து வெளியே வந்தான்... “ஆஹ், நீதான் என்னைத்தேடி வந்தாய், நான் உன்னை அழைக்கவில்லை...” ஜெய்மி கண்களைச்சுருக்கி தனது கோப்பையிலிருந்து ஒரு மிடறு பருகினான்... “உன்னுடைய பிரமைகளை இழந்துகொண்டிருக்கிறாயா?”... அவள் மீண்டும் கூறினாள், “கடவுளே, நான் இதற்குத் தகுதியானவளல்ல.” கண்ணாடியை உயர்த்தி, அவன் திரும்பி வரும்போது பார்க்கப்போவது இதைத்தானே என்று யோசித்தாள்... பரிதாபமான கதலீனா... “ஏனென்றால் என்னை நானே ஏமாற்றிக் கொள்வதில்லை...” அடுத்த கரையில் அந்நிலத்தின் ஆவியை அவர்களால் உருவகப்படுத்த முடிந்தது, ஆமாம், ஆவிதான்... “இந்த விருந்தை உனக்குப் பிடித்திருந்ததா?”... கோமாளி, பணக்கார கோமாளி, சா சா சா... காற்றில் வாழைப்பழத்தின் வாசனை. கோகுயா... “அது எனக்கு விஷயமேயில்லை...” அவன் தனது குதிமுள்ளைக் குதிரையின் விலாவில் பதித்தான்; அவனைப்

பார்த்துப் புன்னகைத்தான்... "...என் ஓவியங்கள், எனது ஒயின்கள், எனது வசதிகள், உன்னை எப்படிக் கட்டுப்படுத்துகிறேனோ அப்படியே அவற்றையும் கட்டுப்படுத்துகிறேன்..." "நீங்கள் என்ன நினைக்கிறீர்கள்...?"... நீ உன்னுடைய இளமையை அவனாலும் இந்த இடங்களாலும் நினைவுபடுத்திக் கொண்டாய்... "அதிகாரம் அதன் சொந்தவெகுமதி, அவ்வளவுதான் எனக்குத் தெரிந்தது, அதிகாரத்தைக் கைக்கொள்ள நீ எதையும் செய்யத்தகுந்தவனாக இருக்கவேண்டும்..." ஆனால் அது உனக்கு எவ்வளவு முக்கியத்துவம் வாய்ந்தது என்று நீ அவனிடம் கூற விரும்பவில்லை. நீ அவனுடைய பாசத்தைச் சிரமப்படுத்திவிடலாம்... "துல்லியமாக நானும் உன் மாமனாரும் கையாண்ட வழி, இங்கே நடனமாடுபவர்கள் அனைவரும் கையாண்ட வழி..." அன்று காலை அவனுக்காக மகிழ்ச்சியோடு காத்துக்கொண்டிருந்தேன்... "இதே வழியைத்தான் நீயும் கையாள வேண்டியிருக்கும் - அதுதான் உன்னுடைய தேவை என்றால்..." உங்களோடு சேர்ந்து வேலை செய்யவேண்டும் தோன் ஆர்தேமியோ, உங்களுடைய தொழில்கள் ஒன்றில் எனக்கான ஓர் இடத்தை நீங்கள் கண்டடையலாம்... அச்சிறுவனின் உயரும் கை கிழக்கைக் காண்பிக்கும், சூரியன் உதிக்கும் திசைநோக்கி, ஏரியினை நோக்கி... "பொதுவாக இம்மாதிரியான விஷயங்கள் வேறுவகையில் ஏற்பாடு செய்யப்படும்..." குதிரைகள் மெதுநடையில் சென்றன. பின்னியிருந்த புற்களைப் பிரித்தபடி, பிடரியை அசைத்துக்கொண்டு, பறக்கும் நுரைகளை உயரச்செய்து... "உன்னுடைய மாமனார் எனக்கு அழைத்து, மறைமுகமாக அவரது மருமகன்..." அவர்கள் ஒருவரையொருவர் கண்களுக்குள் பார்த்துப் புன்னகைத்துக் கொண்டனர்... ஆனால், பாருங்கள், எனக்கென்று வேறு கொள்கைகள் இருக்கின்றன... பெருங்கடலுக்கு, திறந்த கடலுக்கு, லோரென்ஸோ ஓடுவான், சுறுசுறுப்பாக, தனது இடுப்பில் மோதிப்பிரியும் அலைகளை நோக்கி... அவர் விஷயங்கள் எப்படி இருக்கிறதோ அப்படியே ஏற்றுக்கொண்டார்; அவர் யதார்த்தவாதி... "ஆமாம், மிகச்சரியாகக் கூறினீர்கள். உங்களைப்போலவே, தோன் ஆர்தேமியோ..." எப்போதேனும் நீங்கள் கடலுக்கு அந்தப்புறம் என்ன இருக்கிறது என்று நினைத்ததுண்டா என்று கேட்டான்; அனைத்து நிலங்களும் ஒன்றுபோல் இருக்க கடல் மட்டுமே வெவ்வேறு விதமாக... என்னைப் போலவே! அவன் அங்கே தீவுகள் இருப்பதாகக் கூறினான்... அவர் புரட்சியின் போது போரில் ஈடுபட்டாரா, தலைமறைவாக இருந்தாரா, சுடப்படுவதற்கு ஒரு அங்குலம் முன்னே இருந்தாரா?... கடல் கசப்பான பியரைப்போலச் சுவை கொண்டது. முலாம்பழம், சீமை மாதுளை, ஸ்ட்ராபெர்ரி போல வாசனை கொண்டது... என்ன?...

இல்லை... நான்... பத்துநாள்களில் ஒரு கப்பல் புறப்படவிருக்கிறது. ஏற்கெனவே அதில் முன்பதிவு செய்திருக்கிறேன்... நண்பனே, நீ இப்போதுதான் இங்கே வந்திருக்கிறாய் ஆனால் விருந்து முடிந்துவிட்டது. விரைந்து துணுக்குகளை எடுத்துக்கொள்... நீங்களும் இதைத்தானே செய்திருப்பீர்கள் அப்பா... அனைத்திற்கும் மேலாக நாற்பது வருடங்கள், ஏனெனில் நாங்கள் நாங்கள் புரட்சியின் மகிமையினால் ஞானஸ்நானம் செய்விக்கப்பட்டிருந்தோம்... ஆமாம்... ஆனால் நீங்கள் என்ன நினைக்கிறீர்கள்? அவையனைத்தும் அடுத்த தலைமுறைக்குக் கடத்தக்கூடியதா? அவர்கள் எப்படி அதை தொடர்ந்து நிலைநிறுத்தப் போகிறார்கள்...? இப்போது அங்கே ஒரு போர்முனை இருக்கிறது, அது ஒன்றுதான் மிச்சமிருக்கிறது என்று நினைக்கிறேன்... ஆமாம்... எங்களது அதிகாரமா?... நான் புறப்படுகிறேன்... நீங்கள் அனைவரும்தான் எங்களுக்கு அதை எப்படிச்செய்வதென்று காட்டினீர்கள்... "ஆஹ்! நான் கூறுவது, நீ மிகவும் தாமதமாக வந்துவிட்டாய்" அந்தக்காலையில் அவனுக்காக மகிழ்ச்சியோடு காத்திருந்தேன்... மற்றவர்கள் என்னை ஏமாற்ற முயற்சி செய்திருக்கலாம்; என்னை நானே ஏமாற்றிக் கொண்டதில்லை; அதனால்தான் நான் இங்கிருக்கிறேன்... அவர்கள் குதிரையில் ஏறி ஆற்றைக்கடந்தனர்... சீக்கிரம்... உன் வயிற்றை நிரப்பிக்கொள்... ஏனெனில் அவை மறைந்துகொண்டிருக்கின்றன... அவன் நாம் சேர்ந்து கடலுக்குச் செல்வோமா என்று கேட்டான்... அதைப்பற்றி நான் ஏன் கவலைகொள்ளப் போகிறேன்... தாழப்பறக்கும் கடற்பறவைகளால் பாதுகாக்கப்படும் கடல்... நான் இறந்துவிடுவேன், அது எனக்குச் சிரிப்பை வரவழைக்கும்... தன்னுடைய களைத்த நாவால் மட்டுமே கரையைத் தொடும் கடல்... அதுகுறித்துச் சிந்திப்பதும் எனக்குச் சிரிப்பை வரவழைக்கும்... அவனது இடுப்பில் மோதிப்பிரியும் அலைகளை நோக்கி... நான் ஓர் உலகத்தை உயிர்ப்போடு வைத்திருந்தேன். அதற்கென்று செயல்திட்டங்கள் ஏதுமில்லை... முதியவன் தன் தலையை செபல்லோஸ்சின் காதுக்கு அருகில் கொண்டுவந்தான்... கடல் கசப்பான பியரைப்போலச் சுவை கொண்டது... "உன்னிடம் ஒன்றை ஒப்புக்கொள்ளவா"... முலாம்பழம் மற்றும் கொய்யா போல வாசனை கொண்ட கடல்... அவனது விரல் இளைஞனின் கையிலிருந்த கோப்பையில் க்ளிங் என்ற ஓசையை எழுப்பியது... தங்கள் வலையை மணலை நோக்கி இழுத்துவரும் மீனவர்கள்... "உண்மையான அதிகாரம் எப்போதும் கலகத்தில்தான் பிறக்கும்..." நான் நம்புகிறேனா? எனக்குத் தெரியாது. என்னை இங்கே அழைத்து வந்தீர்கள், இவையனைத்தையும் காட்டினீர்கள்... உன்னிடம்... உங்கள் அனைவரிடமும்... திறந்த கடலைப்பார்த்தபடி, திடீரென

மந்தாரமிட்டிருக்கும் கருத்த வானத்தின் கீழ் தன் பத்துவிரல்களையும் விரித்து... உங்கள் அனைவரிடமும்... அதற்குத் தேவையானது இல்லை...

மீண்டும் நடன அரங்கைப் பார்த்தான்.

“என்றால்” ஜெய்மி கிசுகிசுத்தான், “நான் உங்களைப் பார்க்க வரலாமா... ஏதாவது ஒருநாளில்?”

“பாடீயாவிடம் பேசு. இரவு வணக்கம்.”

நடன அரங்கில் இருந்த கடிகாரம் மூன்றுமுறை அடித்தது. முதியவன் பெருமூச்சுவிட்டு தூங்கிக்கொண்டிருந்த நாய்களின் வார்ப்பட்டையைச் சொடுக்கினான். அவை உடனே எழுந்து காதுகளைத் தூக்கிக்கொண்டன, அதேசமயத்தில் அவன் நாற்காலியின் கைப்பிடியைப் பற்றிக்கொண்டு சிரமப்பட்டு எழுந்து நின்றதும் இசைக்குழு வாசிப்பதை நிறுத்தியது.

அவன் நடன அரங்கைக் கடந்தான். விருந்தாளிகளின் நன்றி தெரிவித்தல்களுக்கிடையே, தலைகள் திரும்பின. லிலியா அவனருகே வந்தாள்: “மன்னிக்கவும்...” அவள் அவனது இறுக்கமான கையைப் பற்றிக்கொண்டாள். அவன் தனது தலையை உயர்த்தியபடி நடந்தான் (லாரா, லாரா); அவள் பார்வையைத் தவிர்த்தபடி, ஆர்வத்தோடு.விருந்தினர்கள் நகர்ந்து உண்டாக்கிய பாதையில் அவர்கள் நடந்தனர், ஆடம்பரமான கண்ணாடிப் பொருள்கள், செழுமையான மரவேலைப்பாடுகள், ஸ்டூக்கோ சாந்து மற்றும் தங்கநிற வார்ப்புகள், எலும்பு மற்றும் ஆமையோடு பதித்த காலனித்துவ கால மரச்சாமான்கள், உலோகத் தட்டுகள் மற்றும் கதவுக் கைப்பிடிகள், இரும்புச் சாவித்துவாரங்கள் கொண்ட கருவூலத்தின் கதவுகள், நறுமணம் கொண்ட அய்கோவைட் மரத்தாலான இருக்கைகள், சேர்ந்திசை பாடுபவர்களுக்கான இருக்கைகள், பரோக் பாணியிலான துணிகள் மெல்லிய திரைச்சீலைகள், வளைந்த இருக்கைச் சாய்மானங்கள், வடிவான விதானங்கள், பல்வண்ண தாங்கிகள், வெண்கலத் தலை கொண்ட ஆணிகள், வேலைப்பாடுள்ள தோல்கள், வளைநகம் மற்றும் பந்து கொண்ட மரமேசைக்கால், வெள்ளியிழைகள் கொண்ட பாதிரியின் ஆடை, மென்சருகுப்பட்டுத் துகிலினாலான நாற்காலிகள், வெல்வெட்டினாலான நீளிருக்கைகள், இரண்டு கைகள்கொண்ட ரோமானிய ஜாடிகள் மற்றும் உருளைகள், அலங்கார விளையாட்டு மேசைகள், மெரினோ வகைக்கம்பளியாலான தரைவிரிப்புகள்,

கண்ணாடிச் சரவிளக்குகளின் கீழுள்ள நாற்கால் ஓவியக்கித்தான்கள், வெண்கலத் தூண்கள், அவர்கள் படிக்கட்டின் முதல் படியை அடைந்தனர். அவன் லிலியாவின் கையை வருடினான, அவள் அவனுக்கு உதவி செய்தாள், அவனை முழங்கையோடு தாங்கி, அவனுக்கு வசதியாகச் சற்று குனிந்துகொண்டாள்.

அவள் புன்னகைத்தாள், "அதிகமாக ஒன்றும் களைப்படைந்து விடவில்லையே?"

அவன் இல்லையென்று தலையசைத்து அவள் கையை வருடினான்.

நான் கண் விழிக்கிறேன்... மீண்டும்... ஆனால் இம்முறை... ஆமாம்... இந்தக் காரில், இந்த வண்டியில்... இல்லை... எனக்குத் தெரியவில்லை... இது சத்தமில்லாமல் ஓடுகிறது... நான் முழுமையான விழிப்புநிலையில் இல்லாமல் இருக்கலாம்... எவ்வளவு அகலமாகக் கண்களைத் திறந்தாலும், என்னால் பார்க்க முடியவில்லை... பொருள்கள், மனிதர்கள்... வெள்ளையான, ஒளிரும் நீள்வட்டங்கள் என் கண்முன்னே சுழல்கின்றன... பாலினால் ஆன சுவரொன்று என்னை உலகத்திலிருந்து பிரிக்கிறது... நாம் தொடும் பொருள்கள், மற்றவர்களின் குரல்கள்... நான் வேறாக இருக்கிறேன்... நான் இறந்து கொண்டிருக்கிறேன்... நான் வேறாகிக் கொண்டிருக்கிறேன்... இல்லை, இது மாரடைப்பு, என் வயதில் இருக்கும் முதியவர்களுக்கு மாரடைப்பு வருவதுண்டு... இறப்பு இல்லை, பிரிவு இல்லை... நான் அதைக்கூற விரும்பவில்லை... நான் அதைக் கேட்க விரும்புகிறேன்... ஆனால் அதைக் கூறிக்கொண்டிருக்கிறேன்... நான் முயற்சி செய்தால்... ஆமாம்... நான் இப்போது அதன் மேலாக ஒரு எச்சரிக்கை ஒலியைக் கேட்கிறேன்... இதுவொரு நோயர் ஊர்தி... எச்சரிக்கை சங்கொலி மற்றும் என் தொண்டை... என் இறுக்கமான மூடிய தொண்டை... அதன் வழியாக எச்சில் வடிகிறது... முடிவற்ற ஓர் ஆழத்தில்... போகிறேனா... உயில்? ...ஆஹ், கவலைப்படாதே... ஒரு காகிதம் கையெழுத்துகள் இடப்பட்டு, மூடப்பட்டு, வழக்கறிஞர் சாட்சியாக வைக்கப்பட்டுள்ளது... நான் யாரையும் மறந்துவிடவில்லை... நான் ஏன் உங்களில் யாரையும் மறக்கவேண்டும், மன்னிக்க வேண்டும்...? ...என் கடைசி நிமிடம் வரை நகைச்சுவைக்காகவாவது உங்களைப்பற்றி நினைத்தேன் என்று நினைக்கும்போது உங்களுக்கெல்லாம் மகிழ்ச்சியாக இருக்குமே? ...ஆஹ், என்னவொரு

சிரிப்பு, ஆஹ், என்னவொரு நகைச்சுவை... இல்லை... நான் உங்களை அதே அலட்சியத்துடன் நினைத்துப்பார்க்கிறேன்... என்னுடைய கடின உழைப்பிலிருந்து வந்தது என்று சொல்லப்படும் செல்வத்தை வாரியிறைக்கிறேன்... என் உறுதியிலிருந்து... என் கடமை உணர்விலிருந்து... என் தனிப்பட்ட திறன்களிலிருந்து... செய்து பாருங்கள்... அமைதியடை... அது நான் சம்பாதித்த சொத்து என்பதை மறந்துவிடுங்கள், நான் உழைத்தது, நான் தேடியது... இப்போது அவை அனைத்தையும் நான் பதிலுக்கு எதையும் எதிர்பார்க்காமல் கொடுக்கிறேன்... சரிதானே?... அனைத்தையும் கொடுத்து பதிலுக்கு அனைத்தையும் பெறுவதற்கு என்ன பெயர்?... அதை என்னவென்று வேண்டுமானாலும் அழைத்துக்கொள்ளுங்கள்... அவர்கள் மீண்டும் வந்துவிட்டனர். அவர்கள் விட்டுவிடவில்லை... சரிதான், நான் இதைப்பற்றிச் சிந்திக்கும்போது புன்னகைக்கிறேன்... நான் என்னையே பரிகாசம் செய்துகொள்கிறேன், நான் உங்கள் எல்லோரையும் பரிகாசம் செய்கிறேன்... என் வாழ்க்கையைப் பரிகசிக்கிறேன்... அந்த உரிமையை நான் பெறவில்லையா?... இதுதானே அதைச்செய்ய சரியான மற்றும் கிடைத்திருக்கும் ஒரே வாய்ப்பு?... நான் உயிரோடிருக்கும்போது என்னை நானே பரிகாசம் செய்துகொள்ள முடியவில்லை... இப்போது முடியும்... என் உரிமை... என் மரணசாசனத்தை உங்களுக்கு விட்டுச்செல்கிறேன்... இறந்து விட்டவர்களின் பெயர்களை உங்களுக்கு விட்டுச்செல்கிறேன்... ரெஹீனா... தபாயியஸ்... பயஸ்... கொன்ஸாலோ... ஸகால்... லாரா, லாரா... லோரென்ஸோ... அப்போதுதான் நீங்கள் என்னை மறக்கமாட்டீர்கள்... பிரித்துப் பார்க்கமாட்டீர்கள்... என்னால் அதைச்சிந்திக்க முடிகிறது என்னைக் கேட்டுக்கொள்ள முடிகிறது... அதுபற்றி அறியாமலேயே... ஏனெனில் இந்தக் கடைசி நேரத்து யோசனைகள்... அவற்றைப் பற்றியும் எனக்குத் தெரிகிறது... நான் நினைக்கிறேன், மறைக்கிறேன்... என் கட்டுப்பாடின்றிச் செல்கிறது, ஆஹ், ஆமாம்... என்னுடைய மூளை, என் மூளை... கேட்பது போல... கேள்விக்கு முன்பே பதில் வந்துவிடுகிறது... அநேகமாக... அவை ஒன்றுதான்... வாழ்வதும் இன்னொரு பிரிவுதான்... அந்த முலாட்டோ[26]வுடன் குடிசைக்கும் ஆற்றுக்கும் அருகே... கதலீனாவோடு, நாம் எப்போதேனும் பேசியிருந்தால்... அந்தச் சிறையில், அன்று காலையில்... கடலைக்கடந்து செல்லாதே அங்கே தீவுகள் ஏதுமில்லை, அது உண்மையல்ல, நான் உன்னை ஏமாற்றினேன்... ஆசிரியரிடமிருந்து... எஸ்தாபென்னா? ... செபாஸ்தியனா? ... ஞாபகமில்லை... அவர் எனக்குப் பல்வேறு விஷயங்களைக் கற்பித்தார்... எனக்கு நினைவில்லை... அவரை

விட்டுவிட்டு வடக்குநோக்கிச் சென்றேன்... ஆஹ், ஆமாம்... ஆமாம்... ஆமாம், வாழ்க்கை வேறொன்றாக இருந்திருக்கும்... ஆனால் அந்தளவு... வேறாக... இந்த இறந்து கொண்டிருப்பவனின் வாழ்வாக அல்ல... இல்லை, இறக்கப் போவதில்லை... மீண்டும் சொல்வேன் இல்லை இல்லை இல்லை... இது மாரடைப்பு... முதியவன், மாரடைப்பு... உடலநலம் மீட்டெடுக்கப்படுகிறது, அவ்வளவுதான்... இன்னொரு வாழ்க்கை... இன்னொரு மனிதனின் வாழ்வு... வேறு... ஆனால் தனியாகவும்... ஓ, என்னவொரு தந்திரம்... மனிதனின் நிலத்தில்... மறைக்கப்பட்ட வாழ்வு... மறைக்கப்பட்ட மரணம்... குறிப்பிட்ட ஒரு காலம்... பொருளே இல்லை... கடவுளே... ஆஹ், அதுதான் கடைசி வியாபாரமாக இருக்கும்... யார் என்தோளில் கைவைப்பது?... கடவுளை நம்புவதா... ஆமாம் அதுவொரு நல்ல முதலீடு, ஏன் இல்லை... நான் இங்கிருந்து எழ முயற்சி செய்வதுபோல யார் என்னை அழுத்திப் படுக்க வைப்பது?... அதை நம்பாமலேயே நாம் தொடர்ந்து செல்வதற்கான வேறு சாத்தியக்கூறுகள் ஏதும் உண்டா?... கடவுள் கடவுள் கடவுள்... ஒரு சொல் அதன் பொருளை இழக்க நீங்கள் செய்ய வேண்டியதெல்லாம் ஆயிரம் முறை அதைப் பயன்படுத்துவதே, ஒரு இழையாக மட்டுமே எஞ்சியிருக்கவும்... வெறுமை... அசைகளின்... கடவுள் கடவுள்... என் உதடுகள் எவ்வளவு வறண்டிருக்கின்றன... கடவுள் கடவுள்... எஞ்சியிருப்பவர்களுக்குப் புரிய வையுங்கள்... என்னைப்பற்றி ஒருமுறையேனும் சிந்திக்க வையுங்கள்... சிறிது நேரத்தில்... என் நினைவை... இழந்து... என்று நினைக்கிறேன்... ஆனால் அவர்களைத் தெளிவாகப் பார்க்க முடியவில்லை... அவர்களைப் பார்க்க முடியவில்லை... ஆண்களும் பெண்களும் அழுகிறார்கள்... என் பார்வையில் அந்தக் கருப்பு முட்டை... உடைகிறது, நான் பார்க்கிறேன்... அவர்கள் வாழ்க்கையை வாழ்வார்கள்... அவர்களது வேலைக்குத் திரும்புவார்கள்... செயலற்ற தன்மை... கிளர்ச்சிகள்... நினைக்கப்படாமல்... பாவப்பட்ட அன்பான மனிதன்... மண்வாரிகள் ஈரமண்ணைக் கொத்துவதைக் கேட்கிறான்... பூமியை... அவனது முகத்தில்... வளைந்து முன்னேறும்... வளைந்து... வளைந்து... வளைந்து... ஆமாம்... புலனறிவு சார்ந்த... அந்தப் புழுக்கள்... என் தொண்டையில்... எனக்குள் கடல்போலச் சொட்டுகிறது... இழந்துவிட்ட ஒரு குரல்... புத்துயிர் கொள்ள விரும்புகிறது... புத்துயிர்... புத்துயிர்... தொடர்ந்துவாழ... மற்றவர்களால் எங்கே இடைவெட்டப்பட்டதோ அங்கிருந்து... மரணம்... வேண்டாம்... மீண்டும் தொடக்கத்திலிருந்து வாழலாம்... புத்துயிர்ப்பு... மீண்டும் தேர்வு செய்யலாம்... இல்லை... என் நெற்றிப்பொட்டு

எவ்வளவு சில்லிடுகிறது... என்ன நீலம்... நகங்கள்... எவ்வளவு வீக்கம்... வயிற்றில்... என்னவொரு வாந்தி... மலத்திலிருந்து... உணர்வற்றுச் சாகாதே... இல்லை இல்லை... ஆஹ், பெட்டை நாய்கள்... மலட்டுப் பெட்டைநாய்கள்... பணத்தால் வாங்கக்கூடிய அனைத்துப் பொருள்களும் இருந்தும்... தலை முழுதும்... உயர்வற்ற சிந்தனை... குறைந்தபட்சம்... அந்தப்பொருள்கள்... என்ன விதமாக... பயன்படும்... என்று தெரிந்திருந்தால்... அவற்றை... எப்படி... உபயோகிப்பது... என்று தெரிந்து வைத்திருந்தால்,,, பரவாயில்லை... ஆனால் அதுகூட இல்லை... என்னிடம் அனைத்தும் இருந்தபோது... நீ கேட்கிறாய்தானே?... அனைத்தும்... பணம் வாங்கக்கூடிய அனைத்தும்... மற்றும் அது வாங்கமுடியாத அனைத்தும்... என்னிடம் ரெஹீனா இருந்தாள்... உனக்குக் கேட்கிறதா?... நான் ரெஹீனாவைத்தான் நேசித்தேன்... அவள் பெயர் ரெஹீனா... அவள் என்னை நேசித்தாள்... இந்தப் பணமின்றி என்னை நேசித்தாள்... என்னைப் பின்தொடர்ந்து வந்தாள்... எனக்கு வாழ்க்கையைக் கொடுத்தாள்... அடிமட்டத்தில் இருந்தபோது... ரெஹீனா, ரெஹீனா... உன்னை எவ்வளவு நேசித்தேன்... இன்றும்கூட உன்னை அவ்வளவு நேசிக்கிறேன்... நீ அருகிலிருக்க வேண்டும் என்றுகூட இல்லாமல்... என் மனதை இந்த வெதுவெதுப்பால் எப்படி நிறைக்கிறாய்... மனநிறைவு... எப்படி... என்னைக் கலங்க வைக்கிறாய்... உன்னுடைய பழைய, மறந்துவிட்ட... வாசனைத் திரவியத்தால், ரெஹீனா... நான் உன்னை நினைத்துக்கொள்கிறேன்... பார்த்தாயா?... கவனமாகப் பார்... நான் இதற்கு முன்பும் உன்னை நினைத்தேன்... என்னால் உன்னை நினைக்க முடிகிறது... நீ எப்படி இருப்பாயோ அப்படி... நீ என்னை நேசித்தபடி... இந்த உலகத்தில் நான் உன்னை நேசித்தபடி... அதை நம்மிடமிருந்து யாரும் எடுத்துக்கொள்ள முடியாது... ரெஹீனா, நான் என்னோடு... சுமந்துகொண்டிருக்கும்... என் இரண்டு கரங்களால் காப்பாற்றிக்கொண்டிருக்கும்... உலகம்... அதுவொரு... நெருப்பு போல... சிறிய, வாழ்கின்ற நெருப்பு... நீ எனக்கு அளித்தது... நீ எனக்கு அளித்தாய்... நீ எனக்கு அளித்தாய்... நான் எடுத்துக் கொண்டிருக்கலாம்... ஆனால் நான் உன்னிடம்தான் கொடுத்தேன்... ஓ, உன் கருநிற விழி, ஓ கருத்த, மணமுள்ள சருமம், ஓ கருத்த இதழ், ஓ, நான் தொட, பெயரிட, மறுமுறை செய்ய இயலாத கருப்புக் காதல்: ஓ, உன் கைகள், ரெஹீனா... உன் கைகள் என் கழுத்தில்... உன்னைக் கண்டுபிடிக்கும் மறதி... மறதி... உனக்கும் எனக்கும் வெளியே... இருப்பவை அனைத்தையும் மறந்த மறதி... ஓஹ் ரெஹீனா... சிந்திக்காமல்... பேசாமல்... கருத்த

தொடைகளில் இருந்துகொண்டு... காலமற்ற பெருவளம்... ஓ என் திரும்பமுடியாத பெருமையே... உன்னைக் காதலித்தேன் எனும் பெருமை... பதிலளிக்காத அறைகூவல்... இந்த உலகம் நமக்கு என்ன கூறமுடியும்... ரெஹீனா... அது எதைச் சேர்க்க முடியும்... நம் காதலின்... பித்துநிலையிடம்... தர்க்கம் என்ன பேசமுடியும்?... என்ன?... புறா, நறுமண மலர், தேவதாளி, நுரை, தீவனப்புல், சாவி, பெட்டகம், நட்சத்திரம், ஆவி, தசை: நான் உன்னை எப்படி அழைக்க... காதலே... எப்படி உன்னை என் மூச்சுக்கு... அருகே அழைத்துவர... உன்னைத்தரும்படி... உன்னை எப்படி இரக்க... உன் கன்னங்களை... எப்படி வருட.... உன் காதுகளை... எப்படி முத்தமிட.... உன்னிரு கால்களுக்கிடையே... எப்படி உன்னைச் சுவாசிக்க... எப்படிக்கூற... உன் கண்களை... எப்படித் தீண்ட.... உன் சுவையை... எப்படிக் கைவிட.... என்... தனிமையை... நம் தனிமையில்... என்னை... இழப்பதற்கு... எப்படித் திரும்பக்கூற... உன்னை நேசிக்கிறேன் என்று... உன் நினைவுகளை எப்படி வெளியேற்ற... உன் வருகைக்கு நான் காத்திருப்பதற்காக?... ரெஹீனா ரெஹீனா... அந்தக் குத்தும் வலி மீண்டும் வருகிறது ரெஹீனா, நான் கண் விழிக்கிறேன்... மயக்க மருந்திலிருந்து அரைவிழிப்பில்... வலியோடு... என் வயிற்றின்... மத்தியில், ரெஹீனா, உன் கைகளைக் கொடு, என்னைக் கைவிட்டுவிடாதே, நான் கண்விழித்து நீ அருகில் இல்லாமலிருப்பதை நான் விரும்பவில்லை, என் அன்பே, லாரா, என் போற்றப்படும் மனைவியே, என் நினைவின் சேகரமே, என் பருத்திப் பாவாடையே, ரெஹீனா, வலிக்கிறது, என் மீளமுடியா மென்மையே, என் சிறுமறுப்பே, வலிக்கிறது, ரெஹீனா, வலிப்பதை உணர்கிறேன்: ரெஹீனா, வா, நான் மீண்டும் பிழைப்பதற்காக; ரெஹீனா, மீண்டும் உன் வாழ்க்கையை எனக்காக மாற்றிக்கொடு; ரெஹீனா, மீண்டும் இறந்துபோ, நான் வாழ; ரெஹீனா. சிப்பாய். ரெஹீனா. என்னைத் தழுவிக்கொள்ளுங்கள், இருவரும். லோரென்ஸோ. லிலியா. லாரா. கதலீனா. அனைவரும் என்னைக் கட்டித்தழுவுங்கள். இல்லை. என் நெற்றிப்பொட்டில் எவ்வளவு குளிர்ச்சி... மூளையே, இறந்துவிடாதே... காரணம்... எனக்கு அதைக் கண்டுபிடிக்க வேண்டும்... எனக்கு வேண்டும்... எனக்கு வேண்டும்... நிலம்... நாடு... நான் உன்னை நேசித்தேன்... நான் திரும்பிச்செல்ல விரும்பினேன்... அறிவிற்கொவ்வாத காரணங்கள்... நான் வாழ்ந்த வாழ்க்கையை மிக உயர்ந்த இடத்திலிருந்து சிந்தித்தால் ஒன்றுமில்லை... எதுவுமே இல்லையென்றால்... என்ன காரணத்திற்காக இறக்க... ஏன் இறக்க... ஏன் வேதனைப்பட்டு இறக்க... ஏன் தொடர்ந்து இறந்து போன... வாழ்வை வாழக்கூடாது...

ஏன் வாழும் ஒன்றுமற்றதிலிருந்து... இறந்த ஒன்றுமற்றதிற்குப் போகவேண்டும்... அது நின்றுவிட்டது... அது இரைத்தபடி நின்று விட்டது... அந்தக்கிறீச்சிடும் சங்கொலி... நாய்களின் கூட்டம்... நோயர் ஊர்தி நின்றுவிட்டது... களைப்பு... இதைவிடக் களைப்பாக இருக்க முடியாது... நிலம்... ஒளி கண்களுக்குள் நுழைகிறது... இன்னொரு குரல்...

"மருத்துவர் சபைன்ஸ் அறுவைசிகிச்சை செய்வார்."

காரணம்? காரணம்?

நோயர் ஊர்தியை விட்டு படுக்கை வெளியேவருகிறது. காரணம்? யாரங்கே செல்வது? யாரங்கே செல்வது?

நீ இதைவிடக் களைப்பாக இருக்க முடியாது. இதைவிடக் களைப்பாக இருந்திருக்கச் சாத்தியமில்லை; அது ஏனென்றால் நீ வெகுதூரம் பயணம் செய்திருக்கிறாய், குதிரையில், நடந்து, பழைய ரயில்களில், இந்த நாடோ முடிவற்று நீண்டிருக்கிறது. இந்த நாட்டை நினைவில் வைத்துக்கொள்வாயா? நினைவில் வைப்பாய், ஆனால் இது ஒரேயொரு நாடல்ல. இது ஒரே பெயரில் இருக்கும் ஆயிரம் நாடு. அது உனக்குத் தெரியவரும். நீ உன்னோடு கொண்டுவருகிறாய்: சிவப்புப் பாலைவனங்கள், முட்கள் நிறைந்த பேரிக்காய்கள் மற்றும் மகேய்கள் கொண்ட புல்வெளிகள், நோபால் கற்றாழைகளின் உலகம், எரிமலைக்குழம்புப் பகுதிகள் மற்றும் உறைந்த எரிமலை வாய்கள், தங்கநிற விதானங்கள் கொண்ட தேவாலயங்களின் சுவர்கள் மற்றும் கற்கொத்தளங்கள், கல் மற்றும் பீரங்கிகளின் நகரங்கள், சிவப்பு டெஸோன்டில் கற்களின் நகரங்கள், உணக்கிய செங்கற்களின் நகரங்கள், நாணற்புல் வேய்ந்த குடிசைகள் கொண்ட கிராமங்கள், கருநிறமண் கொண்ட பாதைகள், வறண்ட சாலைகள், கடலின் உதடுகள், கனத்த, மறக்கப்பட்டுவிட்ட கடற்கரைகள், கோதுமை மற்றும் சோளம் விளையும் இனிய பள்ளத்தாக்குகள், வடபகுதியின் மேய்ச்சல் நிலங்கள், பஜியோ பகுதியின் ஏரிகள், உயர்ந்த, மெலிதான காடுகள், அதன் பாசிபடர்ந்த கிளைகள், வெள்ளைச் சிகரங்கள், கருநிறச்சமவெளிகள், மலேரியா மற்றும் பரத்தையர் இல்லம் கொண்ட துறைமுகங்கள், கருங்கற்றாழையின் சுண்ணாம்புநிரை உமி, இழந்துவிட்ட, ஓடிக்கொண்டிருக்கிற நதிகள், தங்கம் மற்றும் வெள்ளிச்சுரங்கங்கள், பொதுவான மொழிபேசும்

நாக்கில்லாத இந்தியர்கள், கோரா மொழிபேசும் நாக்கு, யாக்கி மொழிபேசும் நாக்கு, ஹுய்சோல் நாக்கு, பிமா நாக்கு, செரி நாக்கு, சோந்தால் நாக்கு, தெபேஹுவானா நாக்கு. ஹுவாஸ்டெக் நாக்கு, டோடோனக் நாக்கு, நாஹுவா நாக்கு, மாயா நாக்கு, புல்லாங்குழல் மற்றும் மத்தளங்கள், நாட்டுப்புற நடனங்கள், கித்தார் மற்றும் யாழ், சிறகுகள், மிச்சோகேனின் வழவழப்பான எலும்புகள், லாக்ஸ்கலாவின் மிகக்குறுகிய தசைகள், சினலோவாவின் ஒளிரும் கண்கள், சியாபாஸ்சின் வெள்ளைப் பற்கள், குட்டைக்கையுடைய ஹுய்பில் ரவிக்கைகள், வில் வடிவிலான சீப்புகள், மிக்ஸ்டெக் இனப்பெண்களின் கூந்தல்கள், பரந்துவிரிந்த ட்ஸோட்ஸில் பகுதி, சான்ட்டா மரியா போர்வைகள், ப்யூப்லோ மரவேலைப்பாடுகள், ஜாலிஸ்கோ கண்ணாடி, ஒஹாகாவின் பச்சைமாணிக்கம், செர்பென்டின் இடிபாடுகள், கருப்புத் தலைகளின், மூக்குகளின் மாற்றம், தற்காலிகத் தங்குமிடங்கள் மற்றும் பலிபீட அலமாரிகள், நிறங்கள் மற்றும் சுமைத்தணிவுகள், டொனான்ஸின்ட்லா மற்றும் லாகோசாகுவாயாவின் பாகன் வழிபாடு, தியோதிஹுவாகென் மற்றும் பாபன்ட்லாவின் பழைய பெயர்களான டூலா மற்றும் உக்ஸ்மால்: நீ அவற்றைச் சுமந்து செல்கிறாய். அவற்றின் சுமை உன்னை அழுத்துகிறது. அவை ஒற்றை மனிதன் சுமக்கமுடியாத மிகுந்த எடைகொண்ட பாறைகள்: அவை நகர்வதில்லை. நீ அவற்றை உன் கழுத்தைச்சுற்றித் தொங்கவிட்டிருக்கிறாய். அவை உன்னைக் கீழே இழுக்கின்றன. அவை உன் வயிற்றுக்குள் நுழைந்துவிட்டன... அவைதான் உன்னுடைய பேக்டீரியா, உன்னுடைய ஒட்டுண்ணிகள், உன்னுடைய அமீபாக்கள்...

உன்னுடைய நிலம்

இந்தப்போரின் களேபரத்தில் இந்நிலம் மீள்கண்டுபிடிப்புக்கு உள்ளாவதாக நீ நினைப்பாய், மலைகள் மற்றும் பள்ளத்தாக்குகளில் வைக்கப்படும் முதல் காலடி துணிச்சலானவர்களின் முகத்திற்கு நேராகச் சவால்விடும் கைமுட்டி, மெதுவாக முன்னேறும் சாலைகள், அணைகள், தண்டவாளங்கள் மற்றும் தந்திக் கம்பங்கள். பகிர அல்லது ஆள அனுமதிக்காத இயற்கை, தன்னுடைய ஆழ்ந்த தனிமையில் இருக்க விரும்புபவை, மனிதர்களின் மகிழ்ச்சிக்காகச் சில பள்ளத்தாக்குகளையும் ஆறுகளையும் தருபவை - அவள் வழுவழுப்பான, தொடமுடியாத சிகரங்களின், தட்டையான பாலைவெளியின், காடுகள் மற்றும் கைவிடப்பட்ட கடற்கரைகளின் கடுகடுப்பான முதலாளி. மனிதர்கள் கர்வம் கொண்ட அந்தச் சக்தியில்

மயங்கி அவளது வீரியத்தைக் கண் நகர்த்தாமல் நின்று பார்த்துக் கொண்டிருக்கின்றனர். விருந்தோம்பும் தன்மையற்றதாகி இயற்கை மனிதனிடமிருந்து முகத்தைத் திருப்பிக் கொள்ளுமேயானால், மனிதர்கள் பரந்த, இனவிருத்தி ஆற்றல் இழந்த, வளமையிழந்து கொதித்துக்கொண்டிருக்கும், மறந்துபட்ட கடலிலிருந்து தங்கள் முகத்தைத் திருப்பிக்கொள்ள வேண்டியதுதான்.

நீ அந்நிலத்தின் வழித்தோன்றலாவாய்.

நீ சொனோரா மற்றும் சிவாவாவில் பார்த்த முகங்களை ஒருபோதும் மீண்டும் பார்க்கப் போவதில்லை. ஒருநாள் நீ பார்த்த வாழ்வின் மீதான விருப்பத்துடன் தொங்கிக்கொண்டு தூக்க மயக்கத்தில் இருந்த முகங்கள், அடுத்ததாக, காரணங்கள் அல்லது தணிக்கின்ற விஷயங்கள் இன்றித் தங்களை ஆவேசத்துடன் போராட்டத்திற்குள் எறிந்துகொள்ளும் சீற்றம் கொண்ட முகங்கள், சகமனிதர்கள் உடைக்கும் மனிதர்களின் அரவணைப்பிற்குள், அந்தப் பிரகடனத்திற்குள், இதோ நான் இங்குதான் இருக்கிறேன். உன்னோடுதான் நானும் உயிர்வாழ்கிறேன். உன்னோடு மற்றும் உன்னோடு மற்றும் உன்னோடும்கூட, அனைத்துக் கைகளோடும் திரையிட்ட முகங்களோடும்: அன்பு, விநோதம், தன்மீதே தன்னை அணிந்துகொள்கிற பொதுவான காதல். இதை உனக்கு நீயே கூறிக்கொள்வாய், ஏனெனில் நீ அதனூடே வாழ்ந்திருக்கிறாய், மேலும் நீ வாழும்போது அதைப்புரிந்துகொள்ள முடியவில்லை. உன் மரணத்தறுவாயில்தான் நீ அதை ஒப்புக்கொள்வாய், அதை நீ புரிந்து கொள்ளாவிட்டாலும் உன் அதிகாரத்தின் ஒவ்வொரு நாள்களிலும் அதைக்கண்டு அச்சங்கொண்டிருந்தாய் என வெளிப்படையாகக் கூறுவாய். மோகங்கொண்ட அந்தத்துடிப்பு மீண்டும் வெடித்து வெளிவருமோ என்று அச்சம் கொண்டிருப்பாய். இப்போது நீ இறப்பாய் என்பதால் இனி அதைக்கண்டு பயங்கொள்ள மாட்டாய். ஏனெனில் நீ அதைப் பார்க்கமாட்டாய். ஆனால் மற்றவர்களிடம் அதைக்கண்டு அச்சம் கொள்ளும்படி கூறுவாய்: நீ அவர்களுக்கு விட்டுச்செல்லும் பொய்யான அமைதியைக் கண்டு அச்சம் கொள்ளும்படி, பொய்யான ஒற்றுமைகளைக்கண்டு அச்சம் கொள்ளும்படி, மயக்கும் பேச்சுகளை, அனுமதிக்கப்பட்ட பேராசைகளை, இது என்னவென்றே அறியாமல் இருக்கும் அநீதியைக் கண்டும் அச்சம் கொள்ளும்படி.

அவர்கள் உன் மரண சாசனத்தை ஏற்றுக்கொள்வார்கள்: நீ அவர்களுக்காக வென்றெடுத்த மதிப்புடைமை, மரியாதை. அவர்கள்

கீழான பிறவியாகிய ஆர்தேமியோ க்ரூஸ்சுக்கு நன்றி கூறுவார்கள் ஏனென்றால் அவன் அவர்களை மரியாதைக்குரியவர்களாக ஆக்கியிருக்கிறான். அவர்கள் நன்றி கூறுவார்கள் ஏனென்றால் அவன் தன்னை ஒரு கருப்பர்களின் குடிசையில் வாழ்ந்து மடிய அனுமதித்துக் கொள்ளவில்லை. அவர்கள் நன்றி கூறுவார்கள் ஏனென்றால் அவன் முன்னேசென்று தன் வாழ்க்கையையே பணயம் வைத்திருக்கிறான். அவர்கள் உன்னை நியாயப்படுத்துவார்கள் ஏனென்றால் உன்னுடைய நியாயப்படுத்துதல்கள் இனிமேல் இருக்கப்போவதில்லை; அவர்களால் இனி சண்டையைத் தூண்டவோ அல்லது உன்னைப்போன்ற அதிகாரிகள் செய்வது போன்று அந்தப் போர்களால் தங்களைப் பாதுகாத்துக்கொண்டு, தலைவர்கள் தங்களுடைய கொள்ளைகளை புரட்சியின் பெயரால் நியாயப்படுத்திக் கொண்டு, தங்களுடைய மகிமையை புரட்சியின் மகிமையால் உயர்த்திக்கொள்வது போன்று இனி செய்யமுடியாது. நீ இதைப்பற்றிச் சிந்தித்து பிரமித்துப்போவாய்: எவ்வகையான நியாயப்படுத்துதலைக் கூறப்போகிறார்கள்? எவ்வகையான தடைகளை மீறிவரப் போகிறார்கள்? அவர்கள் அதுகுறித்தெல்லாம் சிந்திக்கப் போவதில்லை, அவர்கள் தங்களால் இயன்றவரை நீ விட்டுச்செல்பவற்றில் இருந்து பலன்களை உரித்தெடுப்பார்கள்; மகிழ்ச்சியாக வாழ்வர், வருந்துகிற, நன்றியோடிருக்கிற முகங்களை அணிவர் - பொதுவில் இருக்கும்போது மட்டும், நீ அவர்களிடமிருந்து அதிகம் கேட்க மாட்டாய் - உன்னுடல் மீதான ஆறடி மண்ணுக்கு நீ காத்திருக்கும்போது; உன்னுடைய இறந்த முகத்தை நோக்கி உன் கால்கள் விரையும்வரை காத்திருந்து விட்டுப்பிறகு கூறுவாய்:

"அவர்கள் மீண்டும் வந்துவிட்டனர். அவர்கள் கைவிட்டுவிடவில்லை."

நீ புன்னகைப்பாய். அவர்களைப் பரிகாசம் செய்வாய், உன்னைப் பரிகசித்துக் கொள்வாய். அது உனக்கான சலுகை. பழம் நினைவுகள் உன்னைத் தூண்டும்: அதுதான் இறந்தகாலத்தை அழகுபடுத்துவதற்கான வழி; ஆனால் நீ அதைச் செய்யமாட்டாய். நீ பயனற்ற மரணங்களைக் கையளித்துச் செல்வாய், இறந்த பெயர்களை, உன் பெயர் வாழவேண்டும் என்பதற்காக இறந்து வீழ்ந்தவர்களை; உனது பெயரில் உடமைகள் இருக்கவேண்டும் என்பதற்காக தங்கள் உடமைகளை இழந்தவர்களின் பெயர்களை; உன்னுடைய பெயர் மறக்கப்படாது இருக்கவேண்டும் என்பதற்கான முயற்சியில் மறக்கப்பட்டவர்களின் பெயர்களை.

நீ இந்த நாட்டை அவர்களுக்கு விட்டுச்செல்வாய். உன்னுடைய செய்தித்தாளை விட்டுச்செல்வாய், தூண்டல்கள் மற்றும் முகமன்களை, மற்றும் சாதாரண மனிதர்களின் பேச்சால் மந்தப்படுத்தப்பட்ட மக்களின் விழிப்புணர்வை. நீ அடமானங்களை விட்டுச் செல்வாய், வர்க்கமற்ற ஒரு வர்க்கத்தை, மேன்மையற்ற அதிகாரத்தை, புனிதப்படுத்தப்பட்ட மூடத்தனத்தை, குன்றிய கொள்கையை, கோமாளித்தனமான பொறுப்பை, அழுகிப்போன சொல்லாட்சியை, நிறுவனப்படுத்தப்பட்ட கோழைத்தனத்தை, அருவருப்பான தன்முனைப்பை விட்டுச்செல்வாய்.

திருட்டுத்தனம் கொண்ட தலைவர்களை அவர்களுக்கு விட்டுச்செல்வாய், அவர்களின் கீழ்ப்படிந்துபோகும் கூட்டுறவுகளை, அவர்களின் புதிய பண்ணையடிமை முறையை, அவர்களின் அமெரிக்க முதலீடுகளை, அவர்களின் சிறைப்படுத்தப்பட்ட தொழிலாளர்களை, அவர்களின் ஏகபோகத் தனியுரிமையாளர்கள் மற்றும் உயர்வான பத்திரிகைத் துறையை, அவர்களுக்காகச் செயல்படும் கரங்களை, அவர்களின் கொலைகாரர்களை மற்றும் ரகசிய உளவாளிகளை, அவர்களின் வெளிநாட்டு வங்கிக்கணக்குகளை, அவர்களின் நயமான பேச்சுடைய தரகர்களை, அவர்களின் கொத்தடிமைக் காங்கிரஸ்காரர்களை, அவர்களின் முகத்துதி செய்யும் மந்திரிகளை, அவர்களின் நேர்த்தியான உட்பிரிவுகளை, அவர்களின் பிறந்தநாள்கள் மற்றும் அனுசரிப்புகளை, அவர்களது உண்ணிகள் மற்றும் புழுவைத்த தொர்தியாக்களை, அவர்களின் படிப்பறிவற்ற இந்தியர்களை, அவர்களின் வெளியேற்றப்பட்ட தொழிலாளர்களை, அவர்களது கொள்ளையடிக்கப்பட்ட மலைகளை, அவர்களின் ஆயுதம் தாங்கிய பருத்த ஆட்கள் மற்றும் கைவிரல் நகத்தை ஆயுதமாகக் கொண்ட ஒல்லியான மனிதர்களை விட்டுச்செல்வாய். உன்னுடைய மெக்சிகோவை எடுத்துக்கொள்: உன்னுடைய மரபுரிமையை எடுத்துக்கொள்.

அன்பான, பாரபட்சமில்லாத, எதிர்காலமற்ற முகத்தை மரபுரிமையாக்குவாய், ஏனெனில் அவர்கள் அனைத்தையும் இன்று செய்பவர்கள், அனைத்தையும் இன்று கூறுபவர்கள், அவர்கள் இன்று இருப்பவர்கள் இன்றில் வசிப்பவர்கள். அவர்கள் “நாளை” என்று கூறுவதே நாளை என்பது அவர்களுக்கு ஒரு பொருட்டல்ல என்பதனால்தான். நீ அதுவாக அன்றி எதிர்காலமாக இருப்பாய்; நாளையைச் சிந்தித்து இன்று நீ உன்னை நுகர்வாய். அவர்கள் நாளையாக ஏன் இருக்கிறார்கள் என்றால் அவர்கள் இன்றில் மட்டுமே வாழ்கின்றனர். உன் மக்கள். உன் இறப்பு. தன் மரணத்தை

முன்னுணரும் விலங்கு நீ, தன் மரணத்தைப் பாடும், கூறும், நடனமாடும், ஓவியம் தீட்டும், தான் மரணிப்பதற்கு முன் அதை நினைவுகூரும் விலங்கு.

உன் நிலம்.

நீ அங்கு திரும்பாமல் மடியப்போவதில்லை.

முன்னூறுபேர்கள் மட்டுமே வசிக்கும் மலையின் காலடியில் இருக்கும் இந்தக் கிராமத்தில் இலைகளுக்கிடையே சில ஓடுகள் மட்டுமே தெரியும். அம்மலைகளின் கற்கள் தங்களை மண்ணில் இருத்திக்கொள்ளுவதும், மலைப்பகுதி அருகேயிருக்கும் ஆறுவளைந்து சென்று கடலில் கலப்பது வரையும் தெரியும். பச்சைநிறப் பிறைபோல, தாமியாஹுவாவிலிருந்து கோவாட்ஸ்கோல்கோஸ் வரையிலான வில்போன்ற பகுதி கடலின் வெள்ளைமுகத்தை பயனற்ற முயற்சியாக விழுங்க முயற்சி செய்ய, அதனுடைய விழுங்கும் முயற்சியில் உள்ள பனிசூழ்ந்தமலைகளின் முடி, இந்தியப் பீடபூமியின் தொடக்கமும் முகப்புமாக இருக்கும். அது ஒயிலாக அலைபோல், துண்டான தசைப்பகுதிபோல் வெப்பமண்டலத் தீவுக்கூட்டங்களோடு தன்னை இணைத்துக்கொள்ளும். வறண்ட மெக்சிக்கோவின் சோர்வான கரம், மாறுதலின்றி, சோகத்தோடு, பீடபூமியின் கற்கள் நிறைந்த மறைவிடங்கள் மற்றும் அவற்றில் உறைகின்ற புழுதி, வேறு வரலாற்றைக் கொண்ட வெராக்ரூஸ்சின் அரைநிலவு போன்ற பகுதி, தங்க இழைகளால் ஆன்டில்லஸ் தீவுக்கூட்டங்களுடன் இணைக்கப்பட்டு மத்தியத்தரைக்கடல் பகுதிக்கு அப்பாலும் நீளும் இப்பகுதி உண்மையில் கிழக்கிந்திய சியரா மெட்ரே பகுதியிலுள்ள கொத்தளங்களால் மட்டுமே வெற்றிகொள்ளப்படும். அங்கே எரிமலைகள் ஒன்றிணைந்து மகேய்-யின் அமைதியான முத்திரைகள் உயரும். ஓர் உலகம் மடிந்து அதன் மீள் அலைகளில் அதன் உணர்ச்சிமிக்க சிகரங்களை பாஸ்போரஸ் மற்றும் ஏஜியன் கடலின் பிரிவுக்கு அனுப்பும்; அதன் செழிக்கும் திராட்சைகள், சைராக்ரூஸ் மற்றும் டூனிஸ்சிலிருந்து வரும் டால்பின்கள், அதன் அங்கீகாரத்திற்கான ஆழமான ஓலம், அன்டாலூசியாவிலிருந்து ஜிப்ரால்டரின் கதவுகள் வரை ஒலிக்கும்; ஹெய்தி மற்றும் ஜமைக்காவில் உள்ள பொய்க்கேசமணிந்த கருப்பான அரசவையினர் ஒருவர் அதற்குச் சலாம் போடுவார்; அதன் சில நடனங்கள், மத்தளங்கள் மற்றும் இலவம்பஞ்சு மரங்கள், கடற்கொள்ளையர்கள் மற்றும் க்யூபாவின் வெற்றியாளர்கள் இருப்பர்.

கரியநிலம் அலைகளை உள்வாங்கிக் கொள்கிறது. தொலைதூர அலைகள் வார்ப்பிரும்பு மாடங்களிலும் காப்பித்தோட்டங்களின் வாயில்களிலும் இருத்தப்பட்டிருக்கும். நச்சுவாயு நகரத்துத் தலைவாயில்களின் வெள்ளைத் தூண்களிலும் வளைந்து நெளியும் அலைபோன்ற இடங்களிலும் மடிந்துவிடும். அங்கே ஒரு எல்லை இருக்கும்; கழுகுகளின் கற்பீடங்கள் உயர்ந்திருக்கும். அந்த எல்லை ஒருவராலும் வெற்றிகொள்ள முடியாதது - எக்ஸ்ட்ரிமதுரா மற்றும் கேஸ்டில்லின் வீரர்களால் கூடவெல்லமுடியாது. அவர்கள் முதல் அடிவாரத்திலேயே களைப்படைந்து வெற்றிகொள்ளப்பட்டனர்; அறியாமல் தடைசெய்யப்பட்ட நடைபாதை ஏற்றத்தில் ஏறியதில் அவர்களுடையதோற்றங்கள் மாறியும் சிதைந்தும் போயின: பாதிக்கப்பட்டவர்கள், புழுதியினாலான உருவச்சிலைகளின் நித்தியப் பசிக்கும், தங்கம், அடித்தளங்கள், மற்றும் தன்னை வன்முறை செய்யும் அனைத்து வெற்றியாளர்கள் ஆகியவற்றை குருட்டுத்தனமாய் விழுங்கியிருக்கும் ஏரிகளுக்கும் இரையா-யினர்; ஆனால் அவர்கள் கடற்கொள்ளையர்களல்ல, அவர்கள் தங்கள் இரட்டைப்பாய்மரக் கப்பல்களை கொடூரச் சிரிப்புடன் இந்தியமலைகளின் முகடுகளிலிருந்து எறியப்படும் கேடயங்களால் நிரப்பினார்கள்; அவர்கள் துறவிகள் அல்ல; ஆனால் அவர்கள், மலின்ச்சோ கணவாய்களைக் கடந்து, புதியவேடம்பூண்டு தங்களையே அழியக்கூடிய கற்களில் உருவாகும் வலிய கடவுள்களுக்கு வேறுவேடம் புனையக்கேட்ட துறவிகள்; அவர்கள் கருப்பினத்தவர்கள் அல்ல; ஆனால் அவர்கள் வெப்பமண்டலத் தோட்டங்களுக்கு கொண்டுவரப்பட்டு, இந்தியப்பெண்கள் தங்களின் உரோமமற்ற குறிகளைக்கொடுத்து அவர்களின் வெற்றியைப் பெற்றவர்கள்; பனைமரங்கள் மற்றும் கொட்டைகள் தரும் மரங்கள் கொண்ட அழகான நிலக்காட்சியால் ஏமாற்றப்பட்டு தன்னுடைய அரசகப்பலிலிருந்து வாசனைத்திரவிய கொலோனும் சரிகைகளும் கொண்ட பைகளுடன், தோட்டாக்களால் துளையிடப்பட்ட சுவர்கள் கொண்ட பீடபூமிக்கு இறங்கிவந்த இளவரசர்கள் அல்ல; ஊமையொளியூடுருவும் உயர்நிலங்களில் முடிவாக ஆத்திரமூட்டும் மௌனத்தின் தோல்வியை, ஏளனத்தை, அலட்சியத்தைக் கண்ட, மும்முனைகள் கொண்ட தொப்பிகள், தோள்சின்னங்கள் அணியும் தலைவர்களைக்கூட அது ஒன்றும்செய்யவில்லை.

முன்னே நிலங்களுக்குச் செல்பவனாக, அதைக்கண்டுபிடிப்பவனாக, தன் தொடக்கங்களைக் கைவிட்டு இலக்கைக் கண்டுகொள்பவனாக நீதான் இருப்பாய்; இன்று

உன் மரணம் தொடக்கத்தோடு, முடிவோடு, மற்றும் அவை இரண்டுக்குமிடையே சேர்ந்து கொள்ளும்போது அது அனைத்தையும் தாண்டி விடுதலையின் கூர்முனையைச் சரிசெய்கிறது.

1903: ஜனவரி 18

*மூ*லாட்டோ லுனேரோ, "மீண்டும் குடி, மீண்டும் குடி," என்று முணுமுணுத்தபோது சிறுவன் தூக்கத்திலிருந்து விழித்தான், அனைத்துக் கோழிகளும் (தரங்குறைந்து, நாட்டுப்புறத்து வேலையாட்கள் என்ற நிலைக்கு வீழ்ந்தபின் பறவைகளும் வருத்தத்தில், அவர்களது கைவிடப்பட்ட முற்றங்கள் ஒருகாலத்தில் இந்தப்பண்ணைவீட்டின் பெருமையாக இருந்தன. அரை நூற்றாண்டுகளுக்கு முன்பு அங்கு அந்தப்பகுதியின் அரசியல் தலைவர்களது கோழிகளைவைத்துச் சண்டை நடத்தப்படும்) சுறுசுறுப்பான வெப்பமண்டலத்துக் காலையை அறிவித்தன. முதலாளி பெத்ரிதோவுக்கு அதுதான் இரவின் முடிவு. சிதைந்த நிலையில் இருக்கும் பழைய மாளிகையின் வண்ணமயமான ஓடுகள் பதிக்கப்பட்ட மொட்டைமாடியில் நடந்த தனிமையில் மது அருந்தும் நிகழ்வின் முடிவு. முதலாளியின் குடிபோதைப் பாடல் லுனேரோ விழித்தெழுந்த, பனையோலை வேயப்பட்ட குடிசை வரை கேட்டது. வேறெங்கோ கூஜாவிலிருந்து புழுதியில் நீர் தெளிக்கும் ஓசை. அக்குடிசை ஒருகாலத்தில் வாத்துகளும் வரையப்பட்ட பூக்களுமாக மினுங்கும் அரக்கு நிறத்தில் இருக்கும். லுனேரோ சீக்கிரமாக கன்னான் அடுப்பில் நெருப்பைப் பற்றவைத்து நேற்றைய மீதமான சராள் மீன்கறியைச் சுடவைத்தான்; பழக்கூடையில் தேடி இருப்பதிலேயே ஆகக்கருத்த பழத்தை அது அழுகி மென்மையடைந்து அதற்குள் புழுக்கள் இனவிருத்தி செய்வதற்குள் சாப்பிட்டுவிட வேண்டுமெனத் தேர்ந்தெடுத்தான். சிறிதுநேரத்தில், தகரத்தட்டுக்கு கீழிருந்து வந்த புகை அவனை எழுப்பியது. சளியடைத்த பாட்டுக்குரல் இப்போது இல்லை. அவர்களால் குடிகாரரின் தடுமாறுகின்ற காலடிச்சத்தங்களைக் கேட்க முடிந்தது. தொலைவுக்கு நகர்ந்து

ஆர்தேமியோ க்ரூஸ்சின் மரணம் | 367

நகர்ந்து பிறகு கதவை அறைந்து மூடும் ஓசை, தூக்கமற்ற நீண்ட காலைக்கான முகவுரை போல: கூடாரமிட்ட, உறையற்றுக் கறைபடிந்த மெத்தைகொண்ட, நூக்கினால் ஆன கட்டிலில் கொசுவலையோடு பின்னிக்கொண்டு தன்னுடைய மட்டமான சாராயம் தீர்ந்துவிட்ட சோகத்தில் முகம் கவிழ்ந்து படுத்திருப்பார். லுனேரோ, சிறுவனது அழுக்கான தலையைத் தட்டியதும் எழுந்து நெருப்புக்கு அருகில் சென்றான். அவனது குட்டையான உள்சட்டை பருவமடைவதின் முதல் நிழலை வெளிப்படுத்தியது. முன்பு இந்தச் சொத்து பெரிய அளவில் இருந்தபோது குடிசைகள் வீட்டிலிருந்து வெகுதொலைவில் அமைக்கப்பட்டிருக்கும். வீட்டினுள்ளே என்ன நடக்கிறதென்பது யாருக்கும் தெரியாது. உள்ளேயிருக்கும் பருத்த சமையல்காரர்களோ அல்லது சுத்தம் செய்யவும் உடைகளுக்குக் கஞ்சியிடவும் உள்ள இளம் கலப்பினப்பெண்களோ அவர்களின் கதைகளை வெளியுலகத்தில் புகையிலைத் தோட்டங்களில் கருகிக்கொண்டிருக்கும் ஆண்களுக்குக் கொண்டுசேர்த்தனர். இப்போது அவையனைத்தும் இல்லாத நிலையில் இந்தப் பண்ணைவீட்டில், வட்டிக்காரர்கள் மற்றும் முதிய, இறந்துவிட்ட முதலாளியின் அரசியல் எதிரிகளால் பறிக்கப்பட்டு, சன்னல்களற்ற அந்த வீடும் லுனேரோவின் குடிசையுமே எஞ்சியுள்ளது. வீட்டிற்குள் பெருமூச்சுவிடும் வேலைக்காரர்களின் நினைவு மட்டுமே எலும்பும் தோலுமாக இருக்கும் முதிய பரகுவாவை உயிரோடு வைத்திருந்தது. வீட்டின் பின்புறத்தில் உள்ள நீலநிற அறையில் உள்ள பாட்டியை கவனித்துக் கொள்பவள் அவள்; குடிசையில் உள்ள லுனேரோ மற்றும் அச்சிறுவன், இவர்களே எஞ்சியுள்ள வேலைக்காரர்கள்.

முலாட்டோ சமப்படுத்தப்பட்ட தரையில் அமர்ந்துகொண்டு மீனை இரண்டு பகுதிகளாகப் பிரித்தான். பாதியைக் களிமண் கிண்ணத்திலிட்டு மீதியை தகரத்தட்டில் வைத்தான். சிறுவனுக்கு ஒரு மாம்பழத்தைக் கொடுத்துவிட்டு ஒரு வாழைப்பழத்தை உரித்தான். அவர்கள் அமைதியாக உண்ண ஆரம்பித்தனர். சிறுகுவியலாக இருந்த சாம்பல் முழுவதுமாகக் குளிர்ந்ததும், தேவதாளியிலிருந்து கனத்த நறுமணம் எழுந்தது. வருடங்களுக்கு முன்பாக லுனேரோ சாம்பல்நிறச் செங்கல் சுவரை மறைக்கும் பொருட்டு, இரவில் குடிசையைச் சுற்றி குழல் போன்ற பூக்களின் நறுமணங்கள் அதன் ஒரே திறப்பு வழியாக வரட்டும் என்பதற்காகவும் நட்டுவைத்தான் - கதவு, சன்னல், மோப்பம் பிடிக்கும் நாய்களின் புகலிடம், சுண்ணாம்புக்கோட்டினால் பிரிக்கப்பட்டிருக்கும் சிவப்பு எறும்புகளின் எல்லை. அவர்கள் பேசிக்கொள்ளவில்லை. ஆனால்

முலாட்டோவும் சிறுவனும் ஒன்றாக இருப்பதன் மகிழ்ச்சியான நன்றியை ஒரேசமயத்தில் உணர்ந்துகொண்டு இருந்தனர். அவர்கள் இருவரும் ஒருபோதும் குறிப்பிடாத நன்றி, பரிமாறிக்கொள்ளும் சிரிப்பில் கூட வெளிப்படுத்தாதது. ஏனெனில் அவர்கள் அங்கே பேசுவதற்கோ, சிரிப்பதற்கோ அங்கேயில்லை. உண்ண, உறங்க, ஒவ்வொரு புலர்காலையின்போதும் வெளியே செல்ல இருந்தனர், எப்போதும் அமைதி, எப்போதும் அழுத்திக்கொண்டிருக்கும் வெப்பமண்டலப் பகுதியின் ஈரப்பதம், அத்தியாவசியமான வேலைகளைச் செய்ய நாட்களை நகர்த்திச்செல்ல முதலாளி பெத்ரிதோவின் மதுக்குடுவைகளுக்கு, பாட்டியின் உணவுக்குத் தேவைப்படும் பொருட்களை இந்தியப்பெண் பரகுவாவிடம் கொடுக்க என்று இருந்தனர். அந்தப்பெரிய நீலநிறக் குடுவைகள் வெப்பம் தாக்காமல் இருக்க வைக்கோல் பிரியால் சுற்றப்பட்டுத் தோல்வாரினால் கைப்பிடி வைக்கப்பட்டு அழகாக இருக்கும்: பானைவயிறு, குட்டையான, குறுகலான கழுத்து. முதலாளி பெத்ரிதோ அவற்றை வாசலில் வரிசையாக அடுக்கி வைத்திருப்பார். ஒவ்வொரு மாதமும் லுனேரோ மலையடிவாரத்தில் உள்ள கிராமத்திற்கு பண்ணைவீட்டில் நீர் தூக்கப் பயன்படுத்தப்பட்ட கம்போடு செல்வான். வரும்போது அதைத் தோளில் சமநிலையில் வைத்து இருபுறமும் குடுவைகள் ஊசலாட வருவான் - முன்பு அவர்களிடம் இருந்த கோவேறுகழுதை இறந்துவிட்டது. மலையடிவாரத்தில் இருந்த கிராமம்தான் ஒரே மையம். முன்னூறுபேர்கள் மட்டுமே வசிக்கும் மலையின் காலடியில் இருக்கும் இந்தக் கிராமத்தில் இலைகளுக்கிடையே சில ஓடுகள் மட்டுமே தெரியும். அம்மலைகளின் கற்கள் தங்களை மண்ணில் இருத்திக்கொள்ளுவதும் மலைப்பகுதி அருகேயிருக்கும் ஆறுவளைந்து சென்று கடலில் கலப்பது வரையும் தெரியும்.

சிறுவன் குடிசையிலிருந்து வெளியேறி மாந்தோப்பின் பன்னங்கள் அடர்ந்த பாதை வழியாக ஓடினான். வானத்தின் கீழே சிவப்புநிறப்பூக்கள் மற்றும் மஞ்சள்நிறப்பழங்களால் மறைக்கப்பட்டிருந்த சரிவான மண்பாதை அவனை ஆற்றங்கரைக்கு இட்டுச்சென்றது. அங்கே ஆறு இன்னமும் வேகத்தோடு அகலமாகச்செல்லும் இடத்தில் லுனேரோ தன்னுடைய வெட்டுக்கத்தியால் ஒரு வேலையிடத்தைச் சுத்தம் செய்துகொண்டிருந்தான். தன்னுடைய பெல்பாட்டம் டெனிம் கால்சராயைப் பொத்தானிட்டபடி, முலாட்டோ அவனருகே வந்தான். எப்போதோ மறக்கப்பட்டுவிட்ட கடலோடிகளின் பாணி

உடை. சிறுவன் தன்னுடைய நீலநிற அரைக்கால் சட்டையை எடுத்தான். அது இப்போது லுனேரோ நெருங்கிக்கொண்டிருக்கும் துருப்பிடித்த கம்பிவளையத்தில் இரவுமுழுதும் காய்ந்து கொண்டிருந்தது. சதுப்புநில மரங்களின் வேர்கள் வழுவழுப்பாக வெளியில் வந்து தனது வாயை ஆற்றின் போக்கில் வைத்திருந்தது. லுனேரோ ஒரு கணம் நின்றான். அவனுடைய கால் மண்ணில் புதைந்தது. கடலை நெருங்க நெருங்க ஆறு, பன்னங்கள் பாசிகள் மற்றும் வாழைகளை வருடிச்சென்றபடி சுலபமாக மூச்சுவிட்டது. வானம் வெளிச்சம் குறைந்து தட்டையாக இருந்ததால் செறிகாடு வானத்தை விடவும் உயரமாகத் தோற்றமளித்தது. இருவருக்கும் என்ன செய்யவேண்டுமென்று தெரியும். லுனேரோ உப்புத்தாளினால் மரப்பட்டையைத் தேய்த்து வழுவழுப்பாக்கினான். அவனுடைய முன்னங்கைகளின் தசைநார்கள் நடனமிட்டன. சிறுவன் ஒரு உடைந்து உளுத்துப்போன மொட்டானை எடுத்துவந்து இரும்பு வளையத்திற்குள் வைத்தான். வளையம் மையமான ஒரு மரக்கம்பின் நடுவில் தொங்கிகொண்டிருந்தது. வளையத்தில் இருந்த பத்து துளைகளிலும் பத்து நூல்திரிகள் பொருத்தப்பட்டிருந்தன. சிறுவன் சக்கரத்தைச் சுற்றிவிட்டு பானைக்குக் கீழே நெருப்பைப் பற்றவைக்கக் குனிந்தான். உருகிய மெழுகு கனமாகக் குமிழியிட்டது; சக்கரம் சுழன்றது; சிறுவன் துளைக்குள் மெழுகை ஊற்றினான்.

"சுத்திகரிப்பு நாள் வருகிறது" என்றான் லுனேரோ, வாயில் வைத்திருந்த மூன்று ஆணிகளுக்கிடையே பேசினான்.

"எப்போது?"

சூரிய வெளிச்சத்தின் கீழிருந்த நெருப்பில் சிறுவனின் பச்சைநிறக் கண்கள் மின்னின.

"இரண்டாம் தேதியில் க்ரூஸ், என் பயலே, இரண்டாம் தேதி. அப்போது என் மெழுகுவர்த்திகளை விற்கலாம், அருகிலிருப்பவர்களுக்கு மட்டுமல்ல, தொலைவில் இருப்பவர்களுக்கும். நம்முடைய மெழுகுவர்த்திகள் சிறப்பானவை என்று அவர்களுக்குத் தெரியும்."

"சென்ற வருடத்தை ஞாபகம் வைத்திருக்கிறேன்."

சிலசமயம் சூடான மெழுகு கொப்பளிக்கும்; சிறுவனின் தொடைகள் முழுவதும் சிறிய வட்டமான தழும்புகள் இருந்தன.

“அந்த நாளில்தான் பன்றிகள் தங்கள் நிழலைப் பார்க்கும்.”

“உனக்கெப்படித் தெரியும்?”

“அது வேறு பகுதியிலிருந்து வந்த ஒரு கதை.”

லுனேரோ நிறுத்திவிட்டு சுத்தியலை எடுக்கக்கைநீட்டினான். தன்னுடைய கருத்த புருவங்களைச் சுருக்கினான். “க்ரூஸ் பையா, நீ தனியாக ஓடத்தை ஓட்ட முடியுமா?”

பெரிய வெள்ளைச்சிரிப்பு சிறுவனின் முகத்தில் விரிந்தது. ஆற்றின் அடுத்தகரையில் இருந்த ஈரமான பன்னங்களின் பச்சைநிறப் பிரதிபலிப்பு அவனுடைய தெளிவான, வெளிறிய எலும்பான உடலை இன்னமும் துல்லியமாக எடுத்துக்காட்டியது. ஆற்றுநீரால் சீவப்பட்டு, அவனது தலைமுடி படிந்து அகலமான நெற்றியிலும் கருத்த பிடரியிலும் வழிந்தது. சூரிய ஒளி அதற்குத் தாமிரநிறத்தைக் கொடுத்தாலும் அதன் வேர்கள் கருப்பானவை. பச்சைப்பழங்களின் நிறம் ஆற்றில் எதிர்நீச்சல் இடுவதற்காகவே அமைந்த அவனது மெல்லிய கைகள் மற்றும் வலிமையான மார்புப்பகுதியில் ஓடிக்கொண்டிருக்கும். உடலின் சிரிப்பில் மிளிரும் அவனது வெள்ளைப்பற்கள் புற்படுகையும் சேறு நிறைந்த கரையும் கொண்ட ஆற்றினால் புதுப்பிக்கப்பட்டது. “எப்படி என்று எனக்குத் தெரியும், நீ செய்வதைப் பார்த்திருக்கிறேன்.”

முலாட்டோ கண்களைத் தாழ்த்திக்கொண்டான், இயல்பிலேயே அவனது விழிகள் தாழ்ந்தவை. அமைதியான ஆனால் தேடலுடைய கண்கள். “ஒருவேளை லுனேரோ போய்விட்டால், அனைத்தையும் நீ பார்த்துக்கொள்வாயா?”

சிறுவன் இரும்புச் சக்கரத்தைச் சுழற்றுவதை நிறுத்தினான். “லுனேரோ போய்விட்டாலா?”

“ஒருவேள்ள போகவேண்டி வந்தால்.”

நான் எதுவும் கூறியிருக்கக்கூடாது. முலாட்டோ நினைத்தான். அவன் ஏதும் கூறியிருக்க மாட்டான். அமைதியாகச்சென்றிருப்பான். அவனைப்போன்றவர்கள் எப்போதும் செய்வதுபோல, எதுவும் சொல்லாமல், ஏனென்றால் அவன் தனது விதியை அறிந்தும் ஏற்றுக்கொண்டுமிருக்கிறான் மேலும் காரணங்கள் மற்றும் நினைவுகளின் படுகுழியை அந்த அறிதல் மற்றும் ஏற்றுக்கொள்ளலுக்கு இடையே மற்றும் மற்றவர்களின் மறுத்தல்

அல்லது ஏற்றுக்கொள்ளலுக்கு இடையே உணர்கிறான். ஏனெனில் பழம் நினைவுகளை அலைந்து திரிதலை அறிந்தவன் அவன். எதுவும் சொல்லக்கூடாது என்று அவனுக்குத் தெரிந்தாலும் அந்தச் சிறுவன் - தொடர்ந்து அவனது துணையாக இருந்தவன் - அவனது சிறிய தலை ஒருபக்கமாகத் திரும்பிக்கொண்டது. நேற்று லுனேரோவைத் தேடிக்கொண்டு வந்த கோட் அணிந்த ஆட்கள் யாரென்று தெரிந்துகொள்ள ஆர்வமாக இருந்தது இவனுக்குத் தெரியும்.

"அதாவது, நகரத்திற்குச்சென்று மெழுகுவர்த்திகளை விற்கவேண்டும். சுத்திகரிப்பு நாள் வரும்போது அதிகமாகத் தயாரிக்கவேண்டும்; வெற்றுக் குடுவைகளை ஒவ்வொரு மாதமும் எடுத்துச்செல்ல வேண்டும். முதலாளி பெத்ரிதோவுக்கு வாசலருகே மதுக்குடுவைகளை வைக்க வேண்டும்... மூன்று மாதத்திற்கு ஒருமுறை ஓடத்தில் போய் வாங்கிவரவேண்டும்... பரகுவாவிடம் தங்கத்தைக் கொடுக்கவேண்டும். அதாவது, உனக்கெனக் கொஞ்சம் வைத்துக்கொண்டு, அப்புறம் இங்கே மீன் பிடிப்பது..."

ஆற்றின் தொடர் ஓட்டச்சலசலப்பு, துருப்பிடித்த சக்கரம் சுழலும் சத்தத்திற்கு, இப்போது நின்றுவிட்ட முலாட்டோவின் இடையறாத சுத்தியல் ஓசைக்கு நிகராகக் கேட்டுக்கொண்டிருந்தது. பச்சை நிறத்தால் சூழப்பட்டு, வேகமான நீரின் ஓசை அதிகரித்தது. சக்கைகள், இரவின் மின்னல்களால் தாக்குண்ட மரங்கள், புல்வெளிகளின் புற்கள் ஆகியவை ஆற்றில் எதிர்நீச்சலிட்டன. கருப்பும் மஞ்சளும் கலந்த பட்டாம்பூச்சிகள் சுற்றிவந்து அவையும் கடலை நோக்கிச் சென்றன. சிறுவன் கையிலிருந்ததைக் கீழே வைத்துவிட்டு முலாட்டோவின் சரிந்த முகத்தைப் பார்த்துக் கேட்டான்: "நீங்கள் இங்கிருந்து போகிறீர்களா?"

"உனக்கு இந்த இடத்தைப்பற்றிய அனைத்தும் தெரியாது. வேறொரு காலத்தில் இங்கிருந்து மலையடிவாரம் வரை உள்ள நிலங்களனைத்தும் இவர்களுடையதாக இருந்தன. பிறகு அவர்கள் அதை இழந்தனர். பெரிய முதலாளியான தாத்தா இறந்து போனார். முதலாளி அடானாசியோ திடீரெனக் கொல்லப்பட்டார். கொஞ்சம் கொஞ்சமாக அவர்கள் பயிரிடுவதை நிறுத்திக் கொண்டனர். அல்லது வேறு யாரேனும் அவர்கள் நிலத்தை எடுத்துக்கொண்டனர். நான்தான் கடைசி, அவர்கள் என்னை பதினான்கு ஆண்டுகளாக நிம்மதியாக இருக்க விட்டனர். ஆனால் என் காலமும் வந்துதானே ஆகவேண்டும்."

லுனேரோ எப்படித் தொடர்வது என்று புரியாமல் நிறுத்திக்கொண்டான். ஆற்றின் வெள்ளிச் சிற்றலைகள் அவனது கவனத்தைக் கலைத்தன. அவனுடைய தசைகள் மீண்டும் வேலைக்குத் திரும்பக் கூறின. பதிமூன்று வருடங்களுக்கு முன்னால் அவர்கள் இந்தச் சிறுவனை அவனிடம் கொடுத்தபோது, வெள்ளையர்களின் அரசர்கள் கதையில் வருவதுபோல பட்டாம்பூச்சிகளின் பாதுகாப்பில் ஆற்றில் விட்டுவிட்டு அவன் பெரியவனாக, வலிமையோடு திரும்பிவரக் காத்திருக்கலாம் என்றே நினைத்தான். ஆனால் முதலாளி அடானாசியோ வின் மரணம் முதலாளி பெத்ரிதோவுடன் இதுகுறித்து வாக்குவாதம் செய்யவேண்டிய தேவையின்றி பையனை வைத்துக்கொள்ளும்படி செய்துவிட்டது. பெத்ரிதோ எதுகுறித்தும் சிந்திக்கவோ அல்லது விவாதம் செய்யவோ இயலாதவராகத்தான் இருந்தார்; பாட்டியிடமும் ஏதும் பேசத்தேவை-யிருக்கவில்லை. ஏனெனில் அந்தப்பாட்டி நீலநிற அறைக்குள், இழை வேலைப்பாடுகள் மற்றும் சூறைக்காற்றின்போது ஒலிக்கிற கண்ணாடிச் சரவிளக்குகளும் கொண்ட அறைக்குள் இருந்தார். மேலும் சில அடிகள் தூரத்தில் வாழ்கிற அச்சிறுவன் குறித்து எதையுமே தெரிந்துகொள்ளமுடியாத பித்துநிலையில் அடைபட்டிருந்தார். ஆம், முதலாளி அடானாசியோ இறந்தது சரியான தருணத்தில்தான்; அவர் அச்சிறுவனைக் கொல்லச் சொல்லி இருப்பார்; லுனேரோ அவனைக் காப்பாற்றிவிட்டான். கடைசியாக இருந்த சில புகையிலை விதைப்புகள் புதியதொரு முதலாளியின் கைக்குப்போனது, அவர்களுக்கு மீதமிருந்ததெல்லாம் இந்த ஆற்றுமுனையிலிருந்த இடம் மற்றும் புதர்கள், மேலும் அந்தப் பழையவீட்டில் இருந்தவை, அது ஏற்கெனவே வெறுமையான, உடைந்த பானை போலிருந்தது. அனைத்து வேலைக்காரர்களும் எவ்வாறு புதிய முதலாளியின் நிலங்களுக்கு வேலைக்குச் சென்றார்கள் என்பதையும் எவ்வாறு ஆற்றின் போக்கிற்கு எதிரிலிருந்து புதிய ஆட்கள் புதிய நிலங்களில் வேலைசெய்ய கொண்டுவரப்பட்டார்கள் என்பதையும் அவன் பார்த்தான். புதியவர்கள் அருகிலிருந்த நகரங்களிலிருந்து, குக்கிராமங்களில் இருந்து கொண்டுவரப்பட்டனர். லுனேரோ தன்னைக் காப்பாற்றிக்கொள்ளப் போதுமான அளவு சம்பாதிக்க இந்த மெழுகுவர்த்தி தயாரிக்கும் தொழிலை, ஓடம் ஓட்டுவதைக் கண்டுபிடிக்க வேண்டியதாயிற்று. அந்தப் பயனற்ற துண்டு நிலத்திலிருந்து தன்னை யாரும் ஒருபோதும் அகற்றப்போவதில்லை என்று நினைத்தான். இடியும் நிலையில் இருக்கும் வீட்டிற்கும் ஆற்றுக்கும் நடுவே உள்ள துண்டுநிலம், இந்த செடிகொடிகளின்

அழிவுகளுக்கு இடையே சிறுவனோடு தொலைந்திருக்கும் அவனை யாரும் கவனிக்கமுடியாது. புதிய முதலாளிக்கே பதினான்கு வருடங்கள் தேவைப்பட்டது. இருப்பினும் இடையிடையே அவரது ஆட்கள் அந்தப்பிரதேசத்தைச் சல்லடைபோட்டுத் தேடுவது உண்டுதான். ஆனால் வைக்கோல்போரில் இருந்த இந்த ஊசியை அவர்கள் விட்டுவிட்டனர். ஆனால் நேற்று மதியம் முதலாளியின் பிரதிநிதிகள் அணிந்திருக்கும் கோட்டிற்குள் மூச்சுவிடக்கூட முடியாமல், முகத்தில் வியர்வை வழியக் குதிரையில் வந்தனர். லுனேரோவிடம் நாளை - அதாவது இன்று - அவன் பண்ணையின் கிழக்கில் உள்ள வீட்டிலுள்ள கனவானிடம் செல்ல வேண்டும் என்றனர். ஏனென்றால் நல்ல புகையிலைத் தொழிலாளர்கள் கிடைப்பதே அரிதாகிவிட்டது மேலும் லுனேரோ பதினான்கு வருடங்களாக நிலத்தின் செழுமை படாது ஒரு குடிகாரன் மற்றும் பித்துப்பிடித்த கிழவியைக் கவனித்தபடி வாழ்ந்துவருகிறான். லுனேரோவுக்கு இதை எப்படிச் சிறுவன் க்ரூஸ்சிடம் கூறுவது என்று புரியவில்லை. சிறுவனால் ஒருபோதும் இதைப்புரிந்துகொள்ள முடியாது என்று நினைத்தான். சிறுவனுக்கு கரையோரம் வேலைசெய்வது மட்டுமே தெரியும். மதிய உணவு வரையிலான ஆற்று நீரின் குளுமை, கடற்கரைக்குச் செல்லும் பயணங்கள், அங்கே அவர்கள் புதிய கடல் இறால் மற்றும் நண்டுகளைக் கொடுப்பார்கள். அருகிலுள்ள நகரம் அவனிடம் ஒருபோதும் பேசியிராத இந்தியர்கள் வசிப்பது. ஆனால் உண்மையில் முலாட்டோவுக்குத் தெரியும், அவன் ஒரு இழையைப் பிடித்து இழுத்தால் கதையின் மொத்தக்குட்டும் வெளிப்பட்டுவிடும், பிறகு அவன் முதலிலிருந்து தொடங்கவேண்டும், சிறுவனை இழக்கவேண்டி வரும். அவன் சிறுவனை நேசிக்கிறான் - நீண்ட கைகளையுடைய முலாட்டோ பளபளப்பாகத் தேய்க்கப்பட்ட மரப்பட்டைக்கு அருகில் மண்டியிட்டு அமர்ந்துகொண்டு தனக்குத்தானே கூறிக்கொண்டான். சகோதரி இசபெல் க்ரூஸ்சை அங்கிருந்து விரட்டிவிட்டு குழந்தையாக அவனைக் கொடுத்ததிலிருந்து நேசிக்கிறான். குடிசையில் வைத்து அவனுக்குப் பாலூட்டுவான், மென்சாகாவின் மந்தையில் மிச்சமிருந்த ஒரே வயதான ஆட்டின் பாலைக் கொடுப்பான். மேலும் அவன் சிறுவனாக இருந்தபோது, வெராக்ரூஸ்சில் ப்ரெஞ்சுக்காரர்களுக்குச் சேவகம் செய்தபோது கற்றுக்கொண்ட எழுத்துகளை மண்ணில் வரைந்துகாட்டுவான். அவனுக்கு நீச்சல் கற்றுக்கொடுத்தான், பழங்களைத் தேர்ந்தெடுக்கவும் சுவைக்கவும், வெட்டுக்கத்தியைக் கையாளவும், மெழுகுவர்த்திகள் தயாரிக்கவும் கற்றுக்கொடுத்தான். போர் வெடித்து குடும்பங்கள் தங்கள் வேலைக்காரர்களுடன்

வெராக்ரூஸ்சுக்கு நகர்ந்தபோது, லூனேரோவின் அப்பா சான்டியாகோ தே கூபாவிலிருந்து கொண்டுவந்த பாடல்களைக் கற்றுக்கொடுத்தான். சிறுவனைப்பற்றி அவன் தெரிந்துகொள்ள விரும்பியது அவ்வளவுதான். அதற்குமேல் தெரிந்துகொள்வதும் அநாவசியமானது, சிறுவன் லூனேரோவை நேசித்தான் அவனின்றி வாழ விரும்பவில்லை என்பதைத் தவிர. இந்த உலகின் தொலைந்த நிழல்களாக இருந்த - முதலாளி பெத்ரிதோ, இந்தியப்பெண் பரகுவா, அந்தப் பாட்டி - அவர்களொரு கத்தியின் கூர்முனையாக அவனை லூனேரோவிடமிருந்து பிரிக்க வருகின்றனர். அவன் தனது நண்பனுடன் பகிர்ந்துகொண்டுள்ள இவ்வாழ்க்கைக்கு அவர்கள் முற்றிலும் அந்நியமானவர்கள், அதுதான் அவர்களைப் பிரிக்கிறது. இதுவே அந்தச் சிறுவன் நினைப்பது, புரிந்துகொண்டது.

“பார், நம்மிடம் மெழுகு தீரப்போகிறது; பாதிரி கோபம் கொள்ளப்போகிறார்” என்றான் லூனேரோ.

காற்றின் அலையொன்று தொங்கிக்கொண்டிருந்த திரிகளைக் கலைத்தது; திடுக்கிட்ட மக்காவ் கிளியொன்று அம்மதியநேரத்தில் கிறீச்சிட்டது.

லூனேரோ எழுந்து நின்று ஆற்றுக்குள் இறங்கினான்; வலை நீரோட்டத்தின் பாதி தூரத்தில் அமைக்கப்பட்டிருந்தது. முலாட்டோ நீருக்குள் மூழ்கி ஒருகையில் தொங்கும் சிறுவலையுடன் வெளியே வந்தான். சிறுவன் தனது குட்டைக்கால்சராயைக் கழற்றிவிட்டுத் தண்ணீருக்குள் தாவினான். எப்போதும் இல்லாத வகையில் உடலின் அனைத்துப் பாகங்களிலும் குளுமையை உணர்ந்தான். ஆழத்தில் சென்று கண்களைத் திறந்தான்: நீரின் முதல் அடுக்கினது கண்ணாடி போன்ற அலைகள் வேகமாக மண்நிறைந்த பச்சைநிறம் கொண்ட அடிப்பகுதியில் மேல் ஓடிக்கொண்டிருந்தது. முன்னும் பின்னுமாகச் செல்லும்போது தெரிந்தது - அவன் தன்னை நீரோட்டத்தின் வேகத்தில் ஒரு அம்பு போல மிதந்து செல்ல அனுமதித்தான் - பதிமூன்று வருடங்களாக அவன் நுழையாத வீடு, அவன் தூரத்திலிருந்து பார்த்த ஒரு மனிதனும் பெயர் மட்டுமே கேள்விப்பட்டிருந்த ஒரு பெண்ணும் வசித்தனர். நீருக்குள் இருந்து தலையை உயர்த்தினான். லூனேரோ ஏற்கெனவே மீன்களை வறுத்துக்கொண்டு வெட்டுக்கத்தியால் பப்பாளிப்பழத்தை நறுக்கிக் கொண்டிருந்தான்.

மதியநேரம் சிறிதளவே கடந்திருந்தது: சாய்வாக

விழுந்துகொண்டிருந்த சூரியனின் ஒளி வெப்பமண்டல இலைகளின் ஊடே சல்லடையில் நீரைப்போல கடினமாகப் போராடி விழுந்துகொண்டிருந்தது. அசைவற்ற கிளைகளின் காலத்தில் நீர்கூட அசைவற்றுத் தோன்றியது. நிர்வாணமாக இருந்த சிறுவன் பனை மரத்தடியில் படுத்துக்கொண்டான், அதன் தண்டுப்பகுதி மற்றும் இலைகளின் நிழல் நீளமாக நீண்டிருந்தாலும் அவனால் வெப்பத்தை உணரமுடிந்தது. சூரியன் தனது கடைசிச்சுற்று வேகத்தில் இருந்தது; இருப்பினும் அதன் சாய்ந்த கதிர்கள் உயர்வது போலத்தோன்றி அவனுடைய தோலின் ஒவ்வொரு துளைகளையும் ஒளிரச்செய்து கொண்டிருந்தது. அவன் நிர்வாணமாகப் பின்னால் சாய்ந்து அமரும்போது பீடம்போல இருக்கும் அவனது பாதங்களில் முதலாக, பின் அவனது விரிந்துள்ள கால்கள், செயலற்ற நிலையிலிருக்கும் அவனது பாலுறுப்பு, ஒட்டிய வயிறு, நீரினால் இறுகியுள்ள அவனது மார்புப்பகுதி, நீண்ட கழுத்து, சதுரமான முகவாய், அங்கே ஒளியானது இரண்டு பிளவாகி இரண்டு விற்களைப்போல அவனது உயர்ந்த கன்ன எலும்புகளைக் குறிபார்த்துப் படர்ந்தது. அது அவனது கண்களின் தெளிவைக் கூட்டியது, மயக்கும் ஆழ்ந்த மதியநேரத் தூக்கத்தில் இருக்கும் கண்கள். அவன் தூங்கிக் கொண்டிருந்தான். அவனருகே லுனேரோ முகம் கவிழ்ந்து படுத்து கருத்த பாத்திரத்தில் விரல்களால் தாளமிட்டுக் கொண்டிருந்தான். ஒரு தாளம் அவனை ஆக்கிரமித்துக் கொண்டிருந்தது. ஓய்விலிருக்கும் அவனுடலின் களைப்புற்ற தோற்றம் உண்மையில் நடனமிடுகிற அவனது விரல்கள் பாத்திரத்தின் மீது எழுப்பும் ஓசை மீதான தியானம்தான். ஒவ்வொரு பகலிலும் செய்வதுபோல இப்போதும் முணுமுணுக்கத் தொடங்கினான். ஒரு தாளத்தை நினைவுகூர்ந்தான். அது எப்போதையும்விட வேகமாக வளர்கிறது. பால்யத்தின் நினைவுகளில் உள்ள பாட்டு, அவன் வாழ்ந்திராத ஒரு வாழ்க்கையின் பாடல், அவனுடைய மூதாதையர்கள் தங்களுக்குத் தாங்களே முடிசூட்டிக்கொண்டு இலவம்பஞ்சு மரங்களைச் சூழ்ந்து, தலையில் மணிகள் அலங்கரிக்க, கையில் மதுக்குவளைகள் உரசப் பாடியது: ஒரு மனிதன் நாற்காலியில் வெள்ளைத்துணியால் தலைமூடப்பட்டு அமர்ந்திருப்பான். எல்லோரும் சோளம் மற்றும் ஆரஞ்சுப்பழத்தின் கசந்த சாற்றை அதன் சர்க்கரை வண்டல் வரும்வரை குடிப்பர். குழந்தைகளுக்கு இரவில் சீழ்க்கையொலி செய்யக்கூடாதெனச் சொல்லித் தரப்பட்டது:

யேயேவின் பெண்கள் அனைவருக்கும்

கணவனைப் பிடிக்கிறது... மற்ற பெண்களின் கணவனை...

யேயேவின் பெண்கள் அனைவருக்கும் அடுத்தவள்

கணவனைப் பிடிக்கிறது

யேயேவின்பெண்கள்அனைவருக்கும்பிடித்தது

அந்தத்தாளம் அவனை ஆட்கொண்டது. கைகளைநீட்டி மணற்கரையைத் தொட்டான். விரல்கள் அதில் தாளமிட்டன, வயிறு அதில் அழுந்தியது, முகத்தில் ஒரு புன்னகை உருவாகி அகன்ற எலும்புகள்கொண்ட கன்னங்களை விரித்தது: பெண்களனைவருக்கும் அடுத்தவள் கணவனைப் பிடிக்கிறது. மதியநேரத்துச் சூரியன் அவனது வட்டமான, கம்பளி போன்ற தலையில் ஈயத்தைப்போல விழுந்தது, அவனால் அந்த நிலையிலிருந்து எழமுடியவில்லை. வியர்வை அவன் நெற்றியில், விலாவில், தொடைகளில் வழிய, அவனது பாடல் இன்னமும் ஆழமாக அமைதியாக மாறியது. எவ்வளவு குறைவாக அது காதில் கேட்டதோ, அந்த அளவுக்கு அதை உணர்ந்தான், அந்த அளவுக்குத் தன்னை நிலத்தில் அதனோடு உறவு கொள்பவன் போல ஒட்டிக்கொண்டான். யேயேவின் பெண்களனைவருக்கும்: அவனது சிரிப்பு வெடித்துக் கிளம்பும் நிலையில், அன்று மதியம் வரப்போகும் கருப்புக்கோட் அணிந்த மனிதனின் நினைவு வருகிறது, மதியம் ஏற்கெனவே வந்துவிட்டது; லுனேரோ தனது பாடலில், முகங்கவிழ்ந்து படுத்திருப்பதில் தொலைந்திருந்தான். அது அவனுக்குக் கல்லறையை நினைவூட்டியது. ஃப்ரெஞ்சுக் கல்லறையை மற்றும் எரிந்துபோன இம்மாளிகையின் சிறையில் இருக்கும் மறக்கப்பட்டுவிட்ட பெண்ணை நினைவூட்டியது.

அவனுக்குப் பின்னால் கிளைகள் மற்றும் அவன் கனவுகாணும் பண்ணைவீட்டின் இடிபாடுகள், கனவுகண்டபடி அவன் சூரிய ஒளியில் குளித்துக்கொண்டிருந்தான். அந்தக் கருப்பேறிய சுவர்கள் அரசுக்கு எதிரான தாராளவாதிகள் கடைசிப் பிரச்சாரத்தில் கடந்து செல்லும்போது வைத்த நெருப்பினால் உண்டானது. மேக்ஸிமிலியன் ஏற்கெனவே இறந்திருக்க, இந்தக்குடும்பம் தன்னுடைய படுக்கையறைகளை ஃப்ரெஞ்சுப்படையின் தளபதிகளுக்கும் தன்னுடைய வைப்பறைகளை பழமைவாதத்துருப்புகளுக்கும் கொடுத்திருந்தது. கோகுயாவின் பண்ணைவீட்டில் மூன்றாம் நெப்போலியனின் துருப்புகள் பொருட்களைச் சேகரித்துக்கொண்டன. அவர்களது கோவேறு கழுதைகள் பெட்டியில் அடைக்கப்பட்ட உணவுகள், பீன்ஸ், மற்றும் புகையிலையைச் சுமந்திருந்தன. வெளியேசென்று அவர்கள் யுவாரிஸ்சின் கொரில்லாப்படைகளை முறியடிக்கவேண்டும். மலைப்பகுதிகளிலிருந்து சட்டவிரோதிகளின்

குழுக்கள் சமவெளியிலிருந்த ஃப்ரெஞ்சு முகாம்களை, வெராக்ரூஸ் மாநிலத்தின் கோட்டைகளைத் தாக்கிக்கொண்டிருந்தன. பண்ணைவீட்டின் அருகிலிருந்த பகுதியில் ஸ்வாவேஸ் படைப்பிரிவு தங்கியிருக்க, கித்தார் மற்றும் யாழிசைக் கருவிகளுடன் சிறுகுழுக்கள் பலாஜூ போருக்குச் செல்லும்போது என்னை அழைத்துச் செல்லவில்லை என்று பாடி, இந்திய மற்றும் முலாட்டோ பெண்களைப்போலவே அவர்களின் இரவை உற்சாகப்படுத்திக் கொண்டிருந்தன. அவர்கள் சீக்கிரமே வெள்ளை முடியுடைய மெஸ்டிஸோக்களை, நீலநிறக் கண்களும் கருத்த தோலும் உடைய, கார்டுனோ மற்றும் அல்வாரெஸ் எனும் முலாட்டோக்களைப் பெற்றெடுத்தனர். உண்மையில் அவர்கள் டுபாய்ஸ் (காட்டிலிருந்து வந்தவன்) மற்றும் கார்னியர் (தானியங்களைச் சேகரிப்பவன்) என்றழைக்கப்பட வேண்டும். ஆம், அதே மதியவேளையில், வெப்பத்தில் முகம் கவிழப்படுத்துக்கொண்டிருந்த வேளையில், என்றென்றைக்குமாக அபத்தமாக சரவிளக்குகள் தொங்கவிடப்பட்ட - வெள்ளையடிக்கப்பட்ட உத்திரத்திலிருந்து இரண்டு, இன்னொன்று படுக்கைக்குப் பக்கத்திலுள்ள மூலையில் அதன் குழல்களுடன் - மஞ்சள்நிற இழைகளுடைய திரைச்சீலைகள் கொண்ட அறைக்குள் அடைபட்டிருக்கும் முதியவள் லுதிவீனியா, அவளுக்கு விசிறிக்கொண்டிருக்கும் இந்தியப்பெண் பரகுவா[27], தன்னுடைய உண்மையான பெயரை இழந்து இந்த அடிமைப்பெயரை தோட்டத்திலிருக்கும் கருப்பர்களிடமிருந்து பெற்றவள், அவளது கழுகுபோன்ற தோற்றத்திற்கு, எண்ணெய் வடியும் தலைக்கு முற்றிலும் பொருத்தமற்ற ஒருபெயர்: முதியவள் லுதிவீனியா, கண்களை அகல விரித்து அந்த நாசமாய்ப்போன பாடலை ரீங்காரம் செய்கிறாள். அதைச்செய்வதாக உணர்ந்தாலும்கூட அவள் அதைத்தன் நினைவில் வைக்கப்போவதில்லை. ஆனால் அநேகமாக அதையவள் ரசித்துச் செய்கிறாள். ஏனெனில் அது ஜெனரல் ஹுவான் நெபோமுசேனோ அல்மாந்தேவைக் கேலிசெய்கிறது. அவர் முதலில் இவ்வீட்டின் நண்பராக, இறந்துபோன லுதிவீனியாவின் கணவர் ஐரினியோ மென்சாகாவுக்கு நெருங்கியவராக, சாத்தானிய சபையின் பகுதியாக இருந்தவர். பின்நாட்களில், மெக்சிகோவின் மீட்பர் மற்றும் மென்சாகாக்களின் பாதுகாப்பாளர் - அவர்களது வாழ்க்கை, அவர்களது பண்ணை வீடுகள் - தனது எண்ணற்ற நாடுகடத்தல்களின் இறுதியில் மீண்டும் கப்பலில் வந்து இறங்கியபோது, கடுமையான பேதியின் தாக்குதலிலிருந்து வெளிவந்து கொண்டிருந்தார். தனது பழைய விசுவாசிகளை நிராகரித்துவிட்ட அவரை ஐரினியோ ஃப்ரெஞ்சுப் படையினர் மூலம் கைதுசெய்து மீண்டும் கப்பலில்

ஏற்றி அனுப்பினார்: புனித ஹுவான் தே நெபோமுசேனோ: அது வெளிப்படையான உண்மை. லுதிவீனியா ஹுவான் நெபோமுசேனோ அல்மாந்தேவைப்பற்றி நினைக்கிறாள். பாதிரி மோரிலோஸ்சின் ஆயிரம் பயனற்ற பெண்களின் மகன், அவரைப்பற்றிய அந்த நாசமாய்ப்போன பாடலின் கிண்டலான சொற்களை நினைக்கும்போதெல்லாம் பற்களற்று உள்ளிழுக்கப்பட்ட உதட்டினைச் சுழிக்கிறாள். யுவாரிஸ் சாங்-கைப் பின்பற்றுபவர்கள், ஜெனரல் சந்தா அன்னாவை அவமானப்படுத்தி மரணத்துக்குத் தள்ளியவர்கள்: ...சில திருடர்கள் இரவினில் உன்வீட்டுக் கிழவியைக் கடத்திச்சென்று அவளது ஆடையை அவிழ்த்தால் என்ன செய்வாய்... லுதிவீனியா கெக்கலித்துச் சிரித்து இந்தியப்பெண்ணிடம் இன்னும் வேகமாக விசிறும்படி சைகைசெய்கிறாள். மங்கிய சுண்ணாம்படித்த படுக்கையறை மூடிவைக்கப்பட்ட வெப்பமண்டலங்களின் வாசனையில் உள்ளது, குளிர்ச்சியானது போலத்தோன்றக்கூடியது. சுவர்களில் இருக்கும் ஈரக்கறைகள் முதியவளுக்குப் பிடித்தமானது ஏனெனில் அவை மற்ற பருவநிலைகளை அவளுக்கு ஞாபகப்படுத்தின. அவள் லெஃப்டினன்ட் ஐரினியோ மென்சாகாவைத் திருமணம் செய்வதற்கு முன்னதாக இருந்த பால்யகாலங்களை, மேலும் அவளுடைய வாழ்க்கை மற்றும் எதிர்காலத்தை ஜெனரல் ஆன்டோனியோ லோபெஸ் தே சந்தா அன்னாவோடு இணைத்ததை, அவருடைய கையால் ஆற்றோரங்களில் இருந்த வளமான கருமண் கொண்ட நிலங்களைப் பெற்றதை, அதோடு விரிவான, தொடர்ச்சியான மலை மற்றும் கடலுக்கு அருகில் உள்ள சொத்துகளைப் பெற்றதை ஞாபகப்படுத்தும். ஃப்ரான்சில் உள்ள கடலினிலே, டிட்டி-டீ-டிட்டி-டீ-டிட்டிடம், பெனொதோ யுவாரிஸ் இறந்தாரே, எங்கள் சுதந்திரமும் போனதே. இப்போது அவளது முகச்சுளிப்பு வெறுப்பில் மூடப்பட்டது, அவளது மொத்த முகமும் ஆயிரம் தூளாக்கப்பட்ட அடுக்குகளாக நொறுங்கி, அனைத்தும் நுண்ணிய நீலநிறச் சிரைகளால் ஆன வலையால் தாங்கப்பட்டுக் கொண்டிருக்கிறது. லுதியானாவின் நடுங்கும் விரல்கள் பரகுவாவை அங்கிருந்து அகன்று செல்லும்படி சைகைசெய்துவிட்டு, தன்னுடைய இழைகள் வைத்த கருப்புநிற பட்டுச்சட்டையை உதறிக்கொண்டன. இழைகள் மற்றும் கண்ணாடிகள், ஆனால் அவை மட்டுமல்ல: செதுக்கிய வேலைப்பாடுகள், கனமான பளிங்குக்கல் மேற்பகுதி கொண்ட நெட்டிலிங்க மேசை, கண்ணாடிப்பந்தைப் பற்றியிருக்கும் அலங்காரமான விலங்குக்கால்கள் கொண்டது; செங்கல் தரையில் உள்ள பிரம்பு ஊஞ்சலில் அவள் மீண்டும் அணியாத உள்ளாடைகள்,

சாய்வாக அமைக்கப்பட்ட மேசைகள், வெண்கல ஆணிகள், இழுப்பறைகள் மற்றும் இரும்புச் சாவித்துவாரங்கள் கொண்ட பெட்டகங்கள், யாரென்று தெரியாத விரைப்பான, அடர்த்தியான கிருதாக்கள் கொண்ட, நெஞ்சை உயர்த்தி நிற்கும் க்ரியோல்[28]களின் நீள்வட்ட உருவப்படங்கள் - வார்னிஷ் பூசப்பட்டவை, ஆமையோட்டினால் ஆன சீப்புகள் - தகரச்சட்டமிடப்பட்ட புனிதர்கள் மற்றும் அடோகாவின் புனிதக்குழந்தை - அவரது முதிய தோற்றம், அந்துப்பூச்சியரித்த பூத்தையல்கள், அவற்றின் முதல் அடுக்கிலுள்ள தங்கநிற இலைகள் கொண்ட வேலைப்பாடுகள் மிகக்குறைந்த அளவே மிஞ்சியிருக்கின்றன - வெள்ளிநிற மடிப்புகள், குழிவுடைய தூண்கள் கொண்ட படுக்கை, ரத்தம் சுண்டிய உடலின் களஞ்சியம், அடர்த்தியான வாசனைகளின் கூடு, புண்களின் கறைகள் கொண்ட விரிப்புகளுடைய, கிழிந்த மெத்தைக்கிடையே நீட்டிக்கொண்டிருக்கும் திணிக்கப்பட்டவற்றின் வாசனை.

நெருப்பு அந்த இடத்தை எட்டவில்லை. இழந்துவிட்ட நிலங்கள், கொல்லப்பட்ட மகன், அல்லது கருப்பர்களின் குடிசையில் பிறந்த சிறுவன் குறித்த தகவல் ஆகியவையும்: செய்திகள் எட்டவில்லைதான் ஆனால் முன்னுணர்வுகள் எட்டின.

"இந்தியப்பெண்ணே, குவளையில் நீர் கொண்டுவா."

பரகுவா வெளியில் செல்லும்வரை அவள் காத்திருந்து பிறகு விதிகளை மீறினாள்: திரைச்சீலைகளை நகர்த்திவிட்டு, வெளியில் நடக்கும் காட்சிகளைக்காண கண்களைச் சுருக்கிப் பார்த்தாள். அந்த அறிமுகமற்ற சிறுவன் வளர்வதைப் பார்த்து வந்திருக்கிறாள்; சன்னலிலிருந்து அவனைக் கண்காணித்திருக்கிறாள், சரிகைகளின் இந்தப்புறத்திலிருந்து. அந்தப் பச்சைநிறக் கண்களைப் பார்த்து, தான் இன்னொரு இளம் உடலில் இருக்கிறோம் என்று தெரிந்து மகிழ்ச்சியில் கொக்கரித்திருக்கிறாள். தன்னுடைய மூளையில் நூற்றாண்டின் நினைவுகளைப் பதித்திருக்கிறாள். அவளது முகச்சுருக்கங்களில் காற்று, மண் மற்றும் சூரியனின் அடுக்குகள் மறைந்திருக்கின்றன. அவள் நிலைத்துவிட்டாள். அவள் பிழைத்துவிட்டாள். சன்னல்வரை செல்வது அவளுக்குச் சிரமமான ஒரு வேலைதான்; கண்கள் மூட்டுகளைப் பார்க்க, கைகள் தொடைகளை நெறித்தபடி உண்மையில் அவள் ஊர்ந்துதான் சென்றாள். வெள்ளை முடிகளின் திட்டுகளால் மூடப்பட்டுள்ள அவளது தலை தோள்களுக்குள் அமிழ்ந்துவிட்டது. சமயத்தில் அவளுடைய உச்சந்தலையைக் காட்டிலும் தோள்கள் உயரமாக

இருந்தன. ஆனால் அவள் பிழைத்துக்கொண்டாள். அவள் இன்னும் இங்கிருக்கிறாள், திருத்தப்படாத அவளது படுக்கையிலிருந்து, இளம், வெண்ணிறத் தோல் கொண்ட அழகியின் அசைவுகளைப் படியெடுக்க முயன்றபடி, நீண்ட வரிசையிலான ஸ்பானிய மதகுருமார்கள், ஃப்ரெஞ்சு வியாபாரிகள், ஸ்காட்லாந்து மற்றும் ஆங்கிலேயப் பொறியாளர்கள், பத்திர விற்பனையாளர்கள், யூக வணிகர்கள், மற்றும் ஸ்பானிய-எதிர்ப்பு கெரில்லாக்கள் ஆகியோருக்கு கோகுயாவின் கதவுகளைத் திறந்துவிட்டிருக்கிறாள். இவர்கள் அனைவரும் மெக்சிகோ நகரத்தின் வழியில் இங்கு வந்து சென்றவர்கள், அரசழிந்த இளம்நாடு தரப்போகும் வாய்ப்புகளை நாடிச்செல்பவர்கள்: அவளது பரோக் பாணியிலான தேவாலயங்கள், அவளது தங்கம் மற்றும் வெள்ளிச்சுரங்கங்கள், அவளது டெஸோன்டில் மற்றும் செதுக்கியகற்கள் கொண்ட மாளிகைகள், அவளது திருச்சபை சார்ந்த பெருவியாபாரிகள், அவளது நிரந்தரமான அரசியல் திருவிழாக்கள் மற்றும் நிரந்தரமாகக் கடன் சுமையேறிய அரசாங்கம், வெற்றாரவாரமான பேச்சுடைய வெளிநாட்டவர்களுக்கு மிக எளிதாகத் தரப்படும் அவளது சுங்கச்சலுகைகள். அவை மெக்சிகோவின் போற்றத்தக்க நாள்களாக இருந்தன. அந்தச் சமயத்தில் மென்சாகா தனது பண்ணையை மூத்தமகனான அடானாசியோவின் கைகளில் ஒப்படைத்தார். அப்போதுதான் அவன் வேலையாள்கள், கொள்ளையர்கள், மற்றும் இந்தியர்களைச் சமாளித்து ஒரு ஆண்மகனாக உருவாக முடியும். அவர்கள் மிகச் சாந்தமான பிரபுவின் கற்பனையானதொரு சபையில் புகழ்பெறுவதன் பொருட்டு மத்தியப்பீடபூமியைக் கடந்து சென்றனர். ஜெனரல் சந்தா அன்னாவின் பழைய நண்பரான - இப்போது கர்னல் மன்சாகா - மன்சாகாவுக்குத்தான் சண்டைக்கோழிகள் மற்றும் மைதானங்கள் பற்றி அனைத்தும் தெரியும். ஒரு இரவு முழுக்க மது அருந்திக்கொண்டு காசா மாட்டா திட்டம் குறித்து, பர்ராடாஸ்சின் பயணம், அலாமோ, சான் ஜசின்டோ, கேக் போர், ஆகியவற்றை நினைவுகூர முடியும், யாங்கீ*களின் ராணுவம் உள்ளே நுழைந்து விளைவித்த தோல்விகள் குறித்து, அதற்கு ஜெனரல் இழிவான நகைச்சுவை மூலம் அதை மறைவாகச் சுட்டிக்காட்டியது குறித்து, தன்னுடைய செயற்கை மரக்காலைத் தரையில் தட்டி மதுக்கோப்பையை உயர்த்தியபடி, ஒருகையால் ஃப்ளோர் தே மெக்சிகோவின் - அவரது மனைவியின் இறப்பு குறித்த பேச்சு இன்னமும் காற்றில் எதிரொலித்துக் கொண்டிருக்கையில் அவர் திருமணம் செய்து படுக்கைக்குக் கொண்டுவந்த குழந்தை மணமகள் - கருநிறக்கூந்தலை அளைந்துகொண்டு

பேசும் மன்சாகா இல்லாமல் அவரால் எப்படி இருக்கமுடியும்? துக்கத்தின் நாட்களும் இருந்தன. ஜெனரல் தாராளவாதிகளால் மெக்சிகோவிலிருந்து நாடுகடத்தப்பட்டபோது, மன்சாகாக்கள் தங்களது பண்ணைவீடுகளுக்குத் திரும்பி தங்களின் சொத்துகளைப் பாதுகாக்கச் சென்றபோது: அவர்களது ஆயிரக்கணக்கான ஏக்கர் நிலங்களை கோழிச்சண்டையில் பைத்தியமாக இருந்த முடமான சர்வாதிகாரியிடமிருந்து பாதுகாக்க வேண்டியிருந்தது - அனைத்து உள்ளூர் விவசாயிகளிடமிருந்தும் கையகப்படுத்தப்பட்ட நிலங்களில் அவர்கள் உழைப்பாளர்களாக இருக்கலாம் அல்லது மலையடிவாரங்களுக்கு நகர்ந்து விடலாம்; புதிய கருப்பின - மற்றும் மலிவான - வேலையாட்கள் கரீபியத்தீவிலிருந்து வரவழைக்கப்பட்டு அவர்களால் விவசாயம் செய்யப்படும் நிலங்கள், அந்தப்பகுதியின் அனைத்து சிறிய நில உரிமையாளர்களால் அடமானம் வைக்கப்பட்டுள்ள நிலங்கள். கல்லறை போன்ற புகையிலை காயவைக்கும் குடிசைகள். வாழைப்பழங்களும் மாம்பழங்களும் குவிக்கப்பட்டுள்ள வண்டிகள். சியரா மாட்ரேவின் தாழ்வான சரிவுகளில் மேய்ச்சலுக்குச் செல்லும் ஆட்டுமந்தைகள். இவற்றுக்கெல்லாம் நடுவில் ஒற்றைத்தள மாளிகை, அதன் இளஞ் சிவப்பு வேனில்மாடம் மற்றும் கனைப்புகளுடன் உயிர்ப்போடு இருக்கும் தொழுவம், படகுகள் மற்றும் பயணத்திற்கான வண்டிகள். அடானாசியோ, பச்சைக்கண் கொண்ட மகன், வெள்ளையுடை உடுத்தி தன்னுடைய வெள்ளைக்குதிரையில் வருபவன், சந்தா அன்னாவின் மற்றுமொரு பரிசு, விளைநிலங்களின் மேல் குதிரையில் தன்னுடைய சாட்டையைக் கையில் பிடித்தபடி, எப்போதும் தன்னுடைய உறுதியான முடிவுகளைத் திணிக்கத் தயாராக, தன்னுடைய அகோரப்பசியைத் திருப்திப்படுத்த விவசாயப் பெண்களைப் பயன்படுத்திக்கொண்டு, தன்னுடைய சொத்துகளைப் பாதுகாக்க கருப்பினத்தவர்களின் குழுவொன்றை வைத்துக்கொண்டு, எப்போதையும் விட அதிகமாக ஊடுருவும் யுவாரிஸ்சின் படைகளை எதிர்த்து வருபவன். அனைத்திற்கும் மேலாக, மெக்சிகோ நீடூழி வாழ்க, நம் நாடு நீடூழி வாழ்க, வெளிநாட்டு இளவரசன் மடியட்டும்... அரசாட்சியின் கடைசி நாட்களில், முதிய ஐரினியோ மன்சாகோவிடம் சந்தா அன்னா தனது நாடுகடத்தலிலிருந்து திரும்பி வருவதாக, புதிய குடியரசு ஒன்றை அறிவிக்கப் போவதாகத் தகவல் தெரிவிக்கப்பட்டபோது தன்னுடைய கருப்புநிற வண்டியில் ஏறி வெராக்ரூஸ் சென்றார், அங்கே அவருக்காக துறையில் படகு காத்துக்கொண்டிருந்தது. விர்ஜீனியாவின் மேல்தளத்திலிருந்து சந்தா அன்னா மற்றும் அவரது

ஜெர்மானியக் கடற்கொள்ளையர்கள் சான் யுவான் தே உலுவா கோட்டையை நோக்கி சமிக்ஞை செய்து கொண்டிருந்தனர். ஆனால் யாரும் பதிலளிக்கவில்லை. கேரிசன் துறைமுகம் பேரரசின் பக்கம் இருந்தது. முன்னும் பின்னுமாக நீண்ட கொடியின் கீழே நம்பிக்கை இழந்து நடந்துகொண்டிருந்த வீழ்ந்துவிட்ட சர்வாதிகாரியைப் பார்த்துப் பரிகாசம் செய்து கொண்டிருந்தது; சதைப்பற்றுள்ள அவனது உதடுகளிலிருந்து மோசமான சொற்கள் வெளிவந்து கொண்டிருந்தன. பாய்மரங்கள் மீண்டும் விரிக்கப்பட்டன, பழைய நண்பர்கள் இருவரும் அமெரிக்க மீகாமனின் அறையில் சீட்டு விளையாடினர்; அவர்கள் வெப்பமிகுந்த, அலைகளற்ற கடலில் பயணித்திருந்தனர், அங்கிருந்து கடற்கரையைப் சிறிதளவே பார்க்க முடியும், அது வெப்பத்தின் திரைக்குப்பின் மறைந்திருந்தது. கப்பலின் பக்கவாட்டிலிருந்து சர்வாதிகாரியின் சீற்றம்கொண்ட கண்கள் சிஸாலின் வெள்ளை உருவரையைப் பார்த்தன. முடமான முதியவர் கப்பலிலிருந்து தன் பழைய நண்பன் உடன்வரக் கீழே இறங்கினார். அவர் யுகடானில் வசிப்பவர்களுக்கு அறிவிப்பொன்றை வெளியிட்டார் பிறகு மீண்டும் தனது மேன்மைமிகுந்த கனவினை வாழ்ந்தார். மாக்சிமிலியனுக்கு அப்போதுதான் க்வேரெடாரோ நகரத்தில் மரணதண்டனை வழங்கப்பட்டிருந்ததால் குடியரசு அதன் இயல்பில் தனது உண்மையான தலைவரின் சேவையை, முடியற்ற அரசரை எதிர்பார்த்திருந்தது. இவ்வளவுதான் லுதிவீனியாவுக்குச் சொல்லப்பட்டது: தளபதி சிஸாலால் அவர்கள் எவ்வாறு சிறைபிடிக்கப்பட்டனர். எவ்வாறு கேம்பெச்சேவுக்கு அனுப்பப்பட்டு நகரவீதிகளில் கைகளில் விலங்கோடு அணிவகுத்துச் செல்லும்போது, சாதாரணக் குற்றவாளிகளைப் போல காவலர்களால் தாக்கப்பட்டனர். எவ்வாறு அவர்கள் கோட்டையின் பாதாள அறைகளுக்குள் எறியப்பட்டனர். எவ்வாறு அந்தக் கோடையில் கழிவுகள் வெளியேறாமல் வீங்கி முதிய கர்னல் மென்சாகா இறந்துபோனார். அதேசமயத்தில் அமெரிக்கச் செய்தித்தாள்கள், குற்றமற்ற இளவரசரான ட்ரியஸ்தே-வைப்போலவே, சந்தா அன்னா யுவாரிஸ்சினால் கொல்லப்பட்டதாகக் கூறின. அது பொய்: ஐரினியோ மென்சாகாவின் உடல்மட்டுமே கடலுக்கு எதிரேயிருந்த கல்லறைத் தோட்டத்தில் புதைக்கப்பட்டது. தற்செயல் நிகழ்வுகள் மற்றும் அதிர்ஷ்டச்சக்கரத்தின் சுற்றுகள் கொண்ட வாழ்வின் முடிவு, அந்த தேசத்தைப்போலவே. சந்தா அன்னா, பற்றிக்கொள்ளும் பித்துநிலையின் வெளிப்பாடான நிரந்தரமான ஓர் இளிப்பை அணிந்தபடி மீண்டும் நாடுகடத்தப்பட்டார்.

அடானாசியோ அவளிடம் கூறியதை முதிய லுதிவீனியா இந்த

வெப்பமான மதியநேரத்தில் நினைவுகூர்ந்தாள். அந்த நாளிலிருந்து அவள் அந்த அறையை விட்டுச் செல்லவேயில்லை. அவளுடைய சிறந்த பொருள்களனைத்தையும் அங்கே கொண்டுவரச்செய்தாள். உணவறையின் சரவிளக்கு, உலோகப் பூண்கொண்ட பெட்டகங்கள், அதிகமும் வார்னிஷ் பூசப்பட்ட படங்கள்தான். அனைத்தும் மரணத்திற்கான காத்திருப்புதான். அவளது காதல் மனது அதை உடனடியாக நடக்கும் என்று கணித்தாலும் அது முப்பதைந்து வருடங்களை எடுத்துக்கொண்டது - முதல் கிளர்ச்சி நடந்த வருடத்தில் பிறந்த தொன்னூற்று மூன்று வயதான பெண்மணிக்கு இது ஒன்றுமேயில்லை, டொலோரிஸ் திருச்சபையின் பாதிரி ஹிடால்கோவினால் உருவாக்கப்பட்ட, ஆயுதங்களும் கல்வீச்சும் கொண்ட கிளர்ச்சியின் போது அவளது தாய் பீதியில் கதவுகள் அடைக்கப்பட்ட ஒரு வீட்டிற்குள் இவளைப் பெற்றெடுத்தாள். அவள் தனது நாள்காட்டிகளைத் தொலைத்துவிட்டாள், இந்த 1903-ஆம் வருடம் அவளைப் பொறுத்தவரை துரிதமான இறப்பிடமிருந்து, கர்னலின் இறப்பைத் தொடர்ந்த துக்கத்திலிருந்து திருடப்பட்ட ஒன்றே. அவளைப்பொறுத்தவரை 1868ஆம் வருடத்தைய நெருப்பு இல்லாதது போலத்தான்: நெருப்புக்கொழுந்துகள் அந்த மூடப்பட்ட அறையை நெருங்கும்போது அணைக்கப்பட்டு விட்டது, அவளது மகன்கள் - இரண்டாவதாக ஒருவனும் இருந்தான். அடானாசியோ மட்டுமல்ல, ஆனால் அவள் பாசம்வைத்தது அவன்மேல் மட்டுமே - அவளைக் காப்பாற்றிக்கொள்ளும்படி சத்தமிட்டதும் நாற்காலிகள் மற்றும் மேசைகளை கதவுக்கருகே குவித்தாள். கதவின் வழியாகக் கசிந்து வரும் புகையினால் இருமிக்கொண்டிருந்தாள். அதன்பிறகு அவள் யாரையுமே பார்க்க விரும்பவில்லை. அந்த இந்தியப்பெண் மட்டுமே உள்ளே வரலாம். ஏனெனில் யாரேனும் அவளது உணவுகளைக் கொண்டுவர, அவளது கருப்பு உடைகளைத் தைத்துத் தரவேண்டும் என்பதற்காக. அவள் வேறெதையும் தெரிந்துகொள்ள விரும்பவில்லை. பழையனவற்றை நினைவுகூரவே விரும்பினாள். இந்த நான்கு சுவர்களுக்கிடையே முக்கியமான சிலவற்றைத் தவிர்த்து மற்றவற்றின் தடங்களை அவள் தொடர்வதில்லை: அவளது கைம்மை, கடந்தகாலம், பிறகு திடீரென, தூரத்தில் முலாட்டோவின் காலருகே ஓடிக்கொண்டிருக்கும் அவளால் அடையாளம் கண்டுகொள்ள முடியாத சிறுவன்.

“இந்தியப்பெண்ணே, ஒரு குவளை நீர் கொண்டுவா.”

ஆனால், பரகுவாவுக்குப் பதிலாக மஞ்சள்நிற ஆவித்தோற்றம் வாசலில் வந்து நின்றது.

லுதிவீனியா சத்தமின்றி அலறித் தன்னை படுக்கைக்குப் பின்புறம் சுருக்கிக்கொண்டாள்: அவளது அமிழ்ந்த கண்கள் பீதியில் அகன்றன, அவளது முகத்தின் புறத்தோல்கள் தூசுபோலக் கீழே விழுந்துவிடும் போலிருந்தன. அவன் வாசற்படியிலியே நின்றுகொண்டு தனது நடுங்கும் கையை உயர்த்தினான். "நான் பெட்ரோ…"

லுதிவீனியாவுக்குப் புரியவில்லை. அவளது நடுக்கம் அவளைப் பேசுவதிலிருந்து தடுத்தது. ஆனால் அவளது கைகள் பேயோட்டுவது போல அசைந்தன. கருப்புக் கந்தல் துணிகள் மறுப்பது போல, அந்நேரம் அந்த வெளிறிய பேய் வாயைத் திறந்தபடி அவளை நோக்கி நடந்து வந்தது. "அம்… பெட்ரோ…அம்…" என்று தனது அடர்த்தியற்ற தாடியை, கறைபட்ட முகவாயைத் தேய்த்தபடி இருந்தான். அவனது கண்ணிமைகள் பதற்றத்தில் படபடத்தன.

"பெட்ரோ…"

அசைவற்றுப்போன அம்முதியவளுக்கு இந்த மந்தமான, வியர்வையும் மட்டமான சாராயமும் நாறுகிற மனிதன் சொல்வது புரியவில்லை: "அம்… எதுவும் மிச்சமில்லை, தெரியுமா?… அனைத்தும்… சாத்தானிடம் போய்விட்டது… இப்போது…" தேம்பியழும் குரலில் அவன் முணுமுணுத்தான், "அவர்கள் கருப்பனைக் கூட்டிச் செல்கிறார்கள்; ஆனால், அம்மா, உங்களுக்குத் தெரியாது…"

"அடானாசியோ …"

"இல்லை… பெட்ரோ." அந்தக் குடிகாரன் ஊஞ்சல் நாற்காலியில் தன்னை எறிந்துகொண்டு, கால்களை அகட்டிக்கொண்டான். அவனுடைய கடைசி இடத்திற்கு வந்து சேர்ந்துவிட்டது போல. "அவர்கள் கருப்பனைக் கூட்டிச் செல்கிறார்கள், அவன்தான் நமக்கு உணவு தருகிறான்… உங்களுக்கும் எனக்கும்…"

"கருப்பினத்தவன் அல்ல; ஒரு முலாட்டோ; ஒரு முலாட்டோ மற்றும் ஒரு சிறுவன்…"

லுதிவீனியா கேட்டுக்கொண்டுதானிருந்தாள், ஆனால் அவளிடம் பேசவந்த அந்தப் பேயுருவத்தை அவள் பார்க்கவில்லை; தடைசெய்யப்பட்ட இக்குகைக்குள் நுழைந்த எந்தக்குரலுக்கும் உடல் இருந்ததில்லை.

"சரிதான். ஒரு முலாட்டோ. மற்றும் சிறுவன்…"

“சிலசமயம் அந்தச் சிறுவன் அங்கே ஓடிக்கொண்டிருப்பான், தூரத்தில். நான் அவனைப் பார்த்திருக்கிறேன். அவன் என்னை மகிழ்ச்சிப்படுத்துகிறான். அவன் சிறுவன்.”

“அதிகாரிகள் என்னிடம் கூற வந்தார்கள்... அவன் என்னைக் காலையில் எழுப்பினான்... அவர்கள் கருப்பனை அழைத்துச் செல்கிறார்களாம்... நாம் என்ன செய்யப்போகிறோம்?”

“கருப்பனை அழைத்துப் போகிறார்களா? பண்ணை முழுக்கக் கருப்பர்கள்தானே. அவர்கள் மலிவாகக் கிடைப்பார்கள் கடினமான உழைப்பாளிகள் என்று கர்னல் கூறுவார். ஆனால் உனக்கு அந்த ஒருவன் மிகவும் தேவை என்றால் இன்னும் கொஞ்சம் அதிகமாகக் கொடு.”

அங்கே உப்புச்சிலையென இருவரும் நிற்கிறார்கள், மிகவும் தாமதமாகி விட்ட பிறகு, அந்தச்சிறுவன் அவர்களோடு இல்லாதபோது என்ன பேசவேண்டும் என்று சிந்தித்தபடி. லுதிவீனியா தான் ஒப்புக்கொள்ள மறுக்கும் அந்த இருப்பின்மீது பார்வையைக் குவிக்க முயற்சி செய்தாள்: யாராக இருக்கும், வந்திருக்கும் இவன் யார், இந்நோக்கத்திற்காக இன்றைக்கு இந்தத் தடைசெய்யப்பட்ட காலடியை எடுத்துவைப்பதற்காகத் தன்னுடைய சிறந்த ஆடையைத் தூசுதட்டி அணிந்து வந்திருக்கிறான்? ஆம்: லினென் பருத்தியாலான சட்டையின் முன்பகுதி, வெப்பமண்டலப்பகுதிகளில் பூட்டிவைக்கப்படுவதால் மடிப்புகளில் கறையாகியிருக்கிறது. குறுகலான கால்சராய், மிகவும் இறுக்கமானது. சோர்ந்திருக்கும் இந்த உடலின் பானைவயிறுக்கு மிகவும் சிறியது. பழைய உடைகளால் வழக்கமான வியர்வையின் உண்மையைப் பொறுக்க முடியவில்லை - புகையிலை மற்றும் மது - அவனது கண்ணாடி போன்ற கண்கள் அனைத்து உறுதிமொழிகளையும் அவனது உடைகள் தரக்கூடைய முன்னூகங்களையும் மறுதலிக்கின்றன: வன்மமற்ற குடிகாரனின் கண்கள், பதினைந்து வருடங்களாக மனிதர்களிடமிருந்து விலகி இருந்தது. ஆஹ், லுதிவீனியா பெருமூச்செறிந்தாள். இறுதியாக அந்தக்குரலுக்கு ஒரு முகம் இருக்கிறது. அது அடானாசியோ இல்லை என்பதை ஒப்புக்கொண்டு, அவளுடைய கலைந்த படுக்கையில் அமர்ந்துகொண்டாள். வீரியத்தோடு இருக்கும் அவன் தனது தாயின் நீட்சி. இதுதான் தாய், ஆனால் மீசை மற்றும் விதைப்பையோடு - முதியவள் கற்பனை செய்தாள் - அவள் ஆணாக இருந்திருந்தால் இருக்கக்கூடிய தாயாக அல்ல, அடானாசியோ போல் அல்ல; அதன் காரணமாகவே அவள் ஒரு மகனை நேசித்தாள்

மற்றொருவனை நேசிக்கவில்லை - மீண்டும் பெருமூச்செறிந்தாள் - அவள் நேசித்த மகன் அவர்களுக்கென்று பூமியில் விதிக்கப்பட்ட இடத்தில் பலமாக வேர்பிடித்து வாழ்ந்தவன், அவர்களின் இருப்பு தோற்கடிக்கப்பட்ட பிறகு, எது அவர்களுடையது இல்லையோ அம்மாளிகைகளிலிருந்து லாபத்தை அடைந்த ஒருவனல்ல. அவள் உறுதியாக அறிவாள்: அனைத்தும் அவர்களுடையதாக இருந்தபோது அவர்களின் இருப்பை மொத்த நாட்டின் மீதும் திணிக்கும் உரிமை அவர்களிடமிருந்தது; அவள் சந்தேகம் கொண்டாள்; இப்போது எதுவும் அவர்களுடையதில்லை எனும்போது அவர்களின் இடம் நான்கு சுவர்களுக்குள் மட்டுமே உள்ளது.

தாயும் மகனும் வெகுநேரம் சிந்தனையோடு ஒருவரையொருவர் பார்த்துக்கொண்டனர். உயிர்த்தெழுதலின் சுவர் அவர்களுக்கிடையே.

இனி நம்மிடம் நிலங்களோ மேன்மைகளோ மிச்சமில்லை என்று என்னிடம் கூற வந்துள்ளாயா, அவற்றின் உண்மையான உரிமையாளர்களை நாம் பயன்படுத்திக்கொண்டது போல நம்மைப் பயன்படுத்திக்கொண்டு விட்டார்கள் என்கிறாயா? என்னுடைய திருமணநாளின் இரவிலிருந்து என் இதயத்தோடு உணர்ந்ததைக் கூற வந்துள்ளாயா?

நான் ஒரு பாசாங்கினால் இங்கு வந்துள்ளேன். உண்மை என்னவென்றால் நான் இனிமேலும் தனியாக இருக்க விரும்பவில்லை.

நான் உன்னைச் சிறுவனாகவே நினைவிலிருத்த விரும்புகிறேன். அப்போது உன்னை நேசித்தேன்; இளமையில் ஒருதாய் தன் குழந்தைகளை நேசிக்க வேண்டும். ஆனால் நமக்கு வயதாகும்போது, நமக்கே நன்றாகத்தெரியும். நாம் யாரையேனும் நேசிப்பதற்குக் காரணங்கள் தேவைப்படுகிறது. ரத்தம் என்பது காரணமல்ல. ரத்தம் எப்போதும் காரணமின்றி நேசிக்கக்கூடியது என்பதுதான் காரணம்.

நானும் என் சகோதரனைப்போலவே உறுதியாக இருக்க விரும்பினேன். அந்த முலாட்டோவையும் சிறுவனையும் இரும்புக்கரங்கள் கொண்டு அடக்கினேன். பெரிய வீட்டின் உள்ளே அவர்கள் வரக்கூடாதெனத் தடை விதித்திருக்கிறேன். அடானாசியோ செய்தது போலவே, ஞாபகமிருக்கிறதா? ஆனால் அந்நாள்களில் நிறைய வேலைக்காரர்கள் இருந்தனர். இன்றோ, இந்த முலாட்டோவும் சிறுவனும் மட்டுமே மிச்சம். முலாட்டோவும் போகிறான்.

நீ தனியாக விடப்பட்டாய். நீ என்னைத் தேடி வந்தது நீ தனியாக இருக்கக்கூடாது என்பதற்காக. நான் தனியாக இருக்கிறேன் என்று நினைக்கிறாய்; அதை உன் பரிதாபமான கண்களில் பார்க்க முடிகிறது. எப்போதும்போல முட்டாள், வலிமையற்றவன்: என் மகன் போல அல்ல, அவன் ஒருபோதும் யாரிடமிருந்தும் பரிதாபத்தை எதிர்பார்த்ததில்லை. இளம் மணப்பெண்ணாக நான் இருந்தபோது உள்ள என்னுடைய பிரதிபலிப்பு அவன். இப்போது அதுபோல இருக்க முடியாது, இப்போதல்ல. இப்போது என் மொத்த வாழ்க்கையும் எனக்குத் துணையாக இருக்கிறது, எனவே நான் முதியவளாக இருக்க வேண்டியதில்லை. உன் நரைகள், குடிப்பழக்கம், மற்றும் உன் மனவுறுதியின்மையோடு இந்த உலகம் முடிவுக்கு வந்துவிட்டதாகக் கருதும் நீதான் முதியவன். இப்போது உன்னைப் புரிகிறது. இப்போது உன்னைப் புரிகிறது, முட்டாளே! எங்களோடு தலைநகருக்கு வந்தபோது எப்படியிருந்தாயோ அப்படித்தான் இருக்கிறாய்; நம்முடைய அதிகாரம் என்பது பெண்களைப் பயன்படுத்திக் கொள்வதற்கும் மதுவுக்கும் என்று நினைத்தாயே தவிர, எப்படி அதை இன்னும் அதிகமாக்கி ஒரு சாட்டையைப்போலப் பயன்படுத்தவேண்டும் என்று நினைக்கவில்லையோ அதுபோல; நம்முடைய அதிகாரம் எந்த இழப்புகளுமின்றிக் கடந்துவிட்டது என்று நினைத்து, எங்களின் ஆதரவின்றி நீ மட்டும் அங்கே மேலேயே இருந்து கொள்ளலாம். நாங்கள் மட்டும் எரிந்த நிலப்பகுதிக்கு, அனைத்தின் ஊற்றுக்கு, நாம் எதிலிருந்து எழுந்தோமோ மீண்டும் எதில் விழுவோமோ அந்த நரகத்துக்கு வந்தே ஆகவேண்டும் என்று நினைத்தாயே அதுபோலவே இன்னமும் இருக்கிறாய்... நாறுகிறது! குதிரையின் வியர்வை அல்லது பழம் அல்லது வெடிமருந்தைக் காட்டிலும் மணமுடைய ஒன்று உண்டு... எப்போதேனும் ஓர் ஆணும் பெண்ணும் உடலுறவு கொள்ளும் மணத்தைக் கவனிக்க நின்றிருக்கிறாயா? அதுதான் இங்குள்ள நிலத்தின் மணம், காதலின் அடுக்குகள், அதை நீ தெரிந்துகொள்ளவே இல்லை... கேள், ஓஹ், நீ பிறந்தபோது நான் உன்னைச் சீராட்டினேன். என் பாலை உனக்குக் கொடுத்தேன் நீ என்னுடையவன் என்றேன், என் மகனே, எனக்கு நினைவிருப்பதெல்லாம் உன் தந்தை குருட்டுத்தனமான அன்போடு உன்னை உருவாக்கியதுதான், அது உன்னை உருவாக்க அல்ல, உண்மையில் என்னை மகிழ்ச்சிப்படுத்த: இப்போது அதுதான் மீதமுள்ளது; நீ மறைந்துவிட்டாய்... வெளியில் எங்கோ, நான் சொல்வதைக்கேள்...

ஏன் நீ பேசவில்லை? சரி...சரி... ஒருவார்த்தையும் பேசவேண்டாம். அங்கிருந்து நீ என்னைப் பார்த்துக் கொண்டிருப்பதே போதுமானது; வெற்று மெத்தையைக் காட்டிலும் தூக்கமற்ற அவ்விரவுகளைக்காட்டிலும் மேலானது...

யாரையும் தேடுகிறாயா? அங்கே வெளியிலிருக்கும் அந்தச்சிறுவன், உயிரோடில்லையா? நான் உன்னைச் சந்தேகிக்கிறேன்; எனக்கு எதுவுமே தெரியாது என்று நீ நினைக்கலாம், இங்கிருந்துகொண்டு நான் எதையும் பார்க்கவில்லை என்று நினைக்கலாம். என்னால் என் தசையின் தசை அங்கே திரிந்து கொண்டிருப்பதை உணரமுடியாது என்பது போல, ஐரினியோ மற்றும் அடானாசியோவின் நீட்சி, இன்னொரு மன்சாகா, அவர்களைப்போன்ற ஒரு ஆண்மகன், வெளியே இருக்கிறான். நான் சொல்வதைக்கேள்... நிச்சயமாக அவன் என்னுடையவன். நீ அவனை நாடிச்செல்லாதிருந்தாலும் கூட... ரத்தம் ரத்தத்தினை அடையாளம் கண்டுகொள்கிறது அருகில் வராமலேயே...

“லுனேரோ” தன்னுடைய சிறுதுயிலிலிருந்து எழுந்து முலாட்டோ தனக்கருகில் மணலில் களைப்பாகப் படுத்திருப்பதைப் பார்த்து அழைத்தான். “நான் அந்தப் பெரிய வீட்டிற்குள் செல்ல விரும்புகிறேன்.”

பிறகு, அனைத்தும் முடிந்ததும் முதிய லுதிவீனியா தன்னுடைய மௌனத்தை உடைத்து வெளியே செல்வாள். சிறகுகளற்ற ஒரு காக்கை கிறீச்சிட்டபடி செல்வது போல, பன்னங்கள் உருவாக்கியுள்ள நிழற்பாதையின் வழி மரங்களுக்கடியில் வளர்த்திருக்கும் புதர்களைப் பார்த்தபடி செல்வாள். இறுதியில் கரடுமுரடான உச்சிகளைக் கொண்ட மலைத்தொடரைப் பார்க்க நிமிர்வாள்; அவளது உயிரற்ற நரம்புகள் விரிந்த முகத்தில் படும் ஒவ்வொரு கிளைகளுக்குப் பின்னும் அவள் எதிர்பார்த்திருந்த மனித உருவை நோக்கித் தன் கைகளை உயர்த்துவாள். எப்போதும் மெழுகுவர்த்திகள் எரிந்துகொண்டிருக்கும் தன்னுடைய மறைவிடத்திலேயே இருந்ததால் இந்த இரவு கண்களைக் குருடாக்கும். நிலத்தின் இணைவுகளை முகர்ந்து, தான் மறந்துவிட்ட, சமீபத்தில் அறிந்து கொண்ட பெயர்களைத் தன் கரகரத்த குரலில் அழைப்பாள். உள்ளக்குமுறலோடு தன் வெளிறிய கைகளைக் கடிப்பாள். ஏனெனில் அவளது இதயத்தில் ஏதோவொன்று - வருடங்கள், நினைவுகள், அவளது வாழ்வாக இருந்த இறந்தகாலம் - அவளுக்குத் தெரிவிக்கும். அவளது நூறாண்டு நினைவுகளைத் தாண்டியும் ஓரத்தில் இன்னும்

சிறிது வாழ்வு மீதமிருக்கிறது: அவளது குருதியின் இன்னொரு உயிரை நேசிக்கவும் வாழவுமான ஒரு வாய்ப்பு: ஐரினியோ மற்றும் அடானாசியோவின் இறப்புகளோடு இறந்துவிடாத ஒன்று. ஆனால், இப்போது முப்பத்தைந்து வருடங்களாக அவள் வெளியேறாத படுக்கையறையில் முதலாளி பெத்ரிதோ அவளுக்கு முன்னால் இருக்கும்போது லுதிவீனியா தன்னைச்சுற்றியுள்ள உயிர்களுக்குத் தானே நினைவுகளின் கருமையமாக இருப்பதை உணர்ந்தாள். முதலாளி பெத்ரிதோ தன்னுடைய சவரம் செய்யப்படாத தாடையைத் தடவிக்கொண்டு மீண்டும் பேசத்தொடங்கினான். இம்முறை சற்று பலமாக. "அம்மா, உங்களுக்குத் தெரியாது..."

முதியவளின் பார்வை வார்த்தைகளை அவனது தொண்டையிலேயே உறைய வைத்தது.

என்ன? எதுவும் நிலைத்திருக்க முடியாதா? அவர்களின் பலமனைத்தும் பெறப்பட்டது இன்னொரு அநீதியின் கையால் அழிக்கப்பட வேண்டிய அநீதி இது என்பதாலா? நாம் தொடர்ந்து முதலாளிகளாக இருக்கவேண்டி சுட்டுத்தள்ளிய பகைவர்கள் அல்லது நாக்கு அறுக்கப்பட்டவர்கள் அல்லது உன் தந்தை தொடர்ந்து முதலாளியாக இருப்பதற்காக அவரது உத்தரவின் பேரில் கைகள் துண்டிக்கப்பட்டவர்கள். அவர் முதலாளியாக நீடிப்பதற்காக எந்த எதிரிகளின் நிலங்களைத் திருடிக்கொண்டாரோ, அவர்கள் அனைவரும் ஒருநாள் வீட்டைக் கொளுத்திவிட்டு எது நம்முடையதில்லையோ, எதை நாம் உரிமையால் அல்லாது வன்முறையினால் அடைந்தோமோ அதை நம்மிடமிருந்து எடுத்துச் சென்றுவிட்டார்கள் என்கிறாயா? அனைத்தையும் தாண்டி, உன்னுடைய சகோதரன் இழப்பை, தோல்வியை ஏற்றுக்கொள்ள மறுத்து தொடர்ந்து அடானாசியோ மென்சாகாவாக, உன்னைப்போல நடப்பவற்றிலிருந்து தொலைவாக மேலே இருந்துகொண்டிராது, கீழே அவனுடைய வேலைக்காரர்களோடு ஆபத்துகளை எதிர்கொண்டு, முலாட்டோ மற்றும் இந்தியப் பெண்களைக் கற்பழித்தான். உன்னைப்போல விருப்பமான பெண்களை மயக்கி அடையவில்லை என்கிறாயா? உன் சகோதரனுடைய ஆயிரம் கவனக்குறைவான, வேகமான, இணைவுகளின் ஒரு சாட்சி, ஒன்று, ஒன்றே ஒன்று, அவன் இந்நிலத்தைக் கடந்து சென்றதற்கான சாட்சியாக இருக்கிறது என்கிறாயா? நம் கைகளில் இருக்கும் அனைத்துச் சொத்துகளிலும் சிதறிக்கிடக்கும் அடானாசியோ மென்சாகாவின் குழந்தைகளில் ஒருவன் அருகிலேயே பிறந்திருக்கிறான் என்றா? அவனது மகன் கருப்பர்களின் குடிசையில் பிறந்தான் என்றா - அவன் எவ்வாறு

பிறக்க வேண்டுமோ அப்படித்தான் பிறந்தான். கீழ்நோக்கி, இன்னுமொருமுறை அவனது தகப்பனின் பலத்தைக் காண்பிக்கும் பொருட்டு - அதுதான் அடானாசியோ...

முதலாளி பெத்ரிதோவால் லுதிவீனியாவின் கண்களில் இவ்வார்த்தைகளைப் படிக்க முடியவில்லை. அம்முதியவளின் பார்வை, அவளின் களைத்த முகத்திலிருந்து ஒரு பளிங்கு அலையென அறையின் வெப்பத்தில் மிதந்தது. இறுக்கமான ஆடைகளில் இருந்த மனிதன் லுதிவீனியாவின் இவ்வார்த்தைகளைக் கேட்கவேண்டியதில்லை.

என்னை எதன் பொருட்டும் நிந்திக்காதீர்கள். நானும் உங்கள் மகன்தான்... என்னுடைய ரத்தமும் அடானாசியோவைப் போன்றதுதான்... எனில் ஏன், அந்த இரவில்? எனக்குக் கூறப்பட்டதெல்லாம்: “சந்தா அன்னாவின் துருப்பைச் சேர்ந்த சார்ஜன்ட் ரோபைனா, நீங்கள் வெகுகாலமாகத் தேடிக்கொண்டிருந்ததைக் கண்டுபிடித்துவிட்டார். கேம்பெச்சே இடுகாட்டில் புதைக்கப்பட்டுள்ள கர்னல் மென்சாகாவின் உடல். இன்னொரு சிப்பாய் உங்கள் தந்தையை அடையாளங்கள் ஏதுமின்றி எங்கே புதைத்தார்கள் என்று பார்த்தவர், காரிசன் துறைமுகத்திற்கு வந்தபோது சார்ஜன்ட்டைச் சந்தித்துக் கூறியிருக்கிறார். சார்ஜன்ட் கமாண்டர்களைச் சாதுரியமாகச் சமாளித்து கர்னல் மென்சாகாவின் மிச்சங்களை இரவில் திருடி இருக்கிறார். இப்போது அவர் ஜாலிஸ்கோவுக்குப் பணிமாற்றம் செய்யப்பட்டுச் செல்லும் வழியில் அந்த மிச்சங்களை உங்களிடம் ஒப்படைக்க விரும்புகிறார். இன்றிரவு பதினோரு மணிக்குமேல் நான் உங்களுக்காகவும் உங்கள் சகோதரருக்காகவும் காத்திருப்பேன். நகரத்திலிருந்து ஒருமைல் தொலைவில் உள்ள சமவெளியில், புரட்சி செய்யும் இந்தியர்களைத் தூக்கிலிட தூக்குமேடைகள் அமைத்திருக்கும் இடத்தில்.” புத்திசாலித்தனம்தான், இல்லையா? அடானாசியோவும் அவரை நம்பினான், என்னைப்போலவே; அவனது கண்கள் கண்ணீரால் நிறைந்தன, அவன் அந்தத்தகவல் குறித்து எந்தவொரு கேள்வியும் எழுப்பவில்லை. அந்தப்பருவத்தில் நான் ஏன் கோகுயாவுக்கு வந்தேன்? ஏனெனில் மெக்சிகோவில் என்னிடம் பணம் தீரத் தொடங்கியிருந்தது, அடானாசியோ எனக்கு எதையும் எப்போதும் மறுத்ததில்லை. நான் தொலைவில் இருக்க வேண்டுமென்றுதான் அவன் விரும்பினான். உங்களது ஒரே பாதுகாவலனாக அந்தப்பகுதியின் ஒரே மென்சாகாவாக அவனே இருக்க வேண்டுமென விரும்பினான். வருடத்தின்

வெப்பம் அதிகமான காலங்களில் தோன்றும் சிவப்பு நிலா நாங்கள் அங்கே சென்றபோதும் உதித்திருந்தது. அங்கே சார்ஜன்ட் ரோபைனா இருந்தார். நாங்கள் சிறுவர்களாக இருந்த காலத்திலிருந்து அவரைத்தெரியும். தனது குதிரையில் சாய்ந்தபடி இருந்தார். அவரது பற்கள் அவரது மீசையைப்போலவே வெள்ளை அரிசியாக மின்னின. நாங்கள் சிறுவர்களாக இருந்த காலத்திலிருந்து அவரைத் தெரியும். அவர் எப்போதும் ஜெனரல் சந்தா அன்னாவுடன் இருப்பார், சிறந்த குதிரைப்பயிற்சியாளராக அறியப்பட்டவர்; அவர் எப்போதும் அப்படித்தான் சிரிப்பார். அவர் ஒரு பெரிய நகைச்சுவையின் பகுதி என்பது போல. அங்கே ஒரு குதிரையின் முதுகில் நாங்கள் எதிர்பார்த்து வந்த அழுக்கான மூட்டை இருந்தது. அடானாசியோ அவரை அணைத்துக் கொண்டான். சார்ஜன்ட் இதற்குமுன் அப்படி நகைத்ததில்லை என்பதுபோல் நகைத்தார், நகைப்பினூடே சீழ்க்கையொலியும் எழுப்பினார். அப்போதுதான் நான்கு பேர் புதருக்குள் இருந்து வெளிவந்தனர். நிலவொளியில் ஒளிர்ந்தபடி, ஏனெனில் அவர்கள் வெள்ளையாடை அணிந்திருந்தனர். "சொர்க்கத்தில் இருக்கும் ஆன்மாக்களே!" சார்ஜண்ட் தன்னுடைய மகிழ்ச்சியான குரலில் கத்தினார். "சொர்க்கத்தின் ஆன்மாக்களே இங்கே வாருங்கள் ஒருவனை இழந்ததில் திருப்தி கொள்ளாது அவனைத் திரும்ப அழைக்கும் பொருட்டு அலைபவர்களுக்காக!" பிறகு அவர் முகம் மாறியது. பிறகு அவரும் அடானாசியோவை நோக்கிச் சென்றார். யாரும் என்னைக் கண்டுகொள்ளவே இல்லை, சத்தியமாகக் கூறுகிறேன். அவர்கள் நேராக என் சகோதரனைப் பார்த்தபடி நடந்தனர். நான் ஒருவன் அங்கே இல்லாததுபோல. எப்படிக் குதிரையில் ஏறினேன். எப்படி வெட்டுக்கத்தியுடன் இருந்த அந்நால்வரின் வளையத்திலிருந்து வெளியே வந்தேன் என்று எனக்கே தெரியவில்லை. அடானாசியோ தன்னுடைய கரகரத்த குரலில் என்னிடம் கத்தினான். ஆனால் அமைதியான தொனியில்: "வீட்டிற்குச்செல் சகோதரனே, நீ என்ன எடுத்துச்செல்கிறாய் என்பதை நினைவில் வை." துப்பாக்கிக்கட்டை என் முழங்காலில் இடிபடுவதை உணர்ந்தேன். ஆனால் அடானாசியோவைச் சூழ்ந்திருந்த அந்நான்கு பேரையும் என்னால் காணமுடியவில்லை. அங்கே அந்த நிலவின்கீழ், அது அமைதியாக நடக்கவேண்டுமென்று எப்படி அவர்கள் முதலில் அவன் காலை வெட்டிப்பிளந்தார்கள் பிறகு அவனை வெட்டித் துண்டுகளாக்கினார்கள் என்று நான் பார்க்கவில்லை. அவன் ஏற்கெனவே இறந்துவிட்டான் என்பது தெரிந்தும் பண்ணைக்குள் யாரிடம் உதவிகேட்டுச் செல்வேன். தவிரவும் அவனைக்கொன்றது மாவட்டத்தின் புதிய

தலைமைப்பொறுப்பாளரின் ஆட்கள், அவர்கள் அப்போதோ அல்லது பிறகோ அடானாசியோவைத் தலைமைப் பொறுப்பிற்காகக் கொல்லத்தானே போகிறார்கள்? அப்போது அவர்களை யார் எதிர்க்கப்போகிறார்கள்? அதன்பிறகு புதிதாக அமைக்கப்பட்ட வேலிகள் குறித்து நான் அறிந்துகொள்ள விரும்பவில்லை. எங்களை எங்கள் நிலத்தில் தோற்கடித்த மனிதன் அமைத்தது. எதற்காக? வேலைக்காரர்கள் ஒருவார்த்தைகூடப் பேசாமல் அவனிடம் சென்றுவிட்டனர்; அவன் நிச்சயம் அடானாசியோவை விட மோசமாக இருக்கமுடியாது. என் வாயை மூடிக்கொண்டிருக்கும்படி [illegible] எசசரிக்கும் முகமாக ஃபெடரல்களின் ஒரு படைக்குழு ஒரு வாரத்திற்கு புதிய எல்லைக்கு அருகே காவல் நின்றது. ஏதோவொரு காரணத்திற்காக ஜெனரல் பொர்ஃபீரியோ டயஸ் அந்தப்பகுதியிலுள்ள புதிய மாளிகைக்கு வந்தார். அவர்கள் தங்களது சிறுநகைச்சுவையைக்கூட விட்டுவிடத் தயாராக இல்லை. அடானாசியோவின் உருக்குலைக்கப்பட்ட உடலுடன், என்னிடம் சில மாட்டு எலும்புகளையும் கொடுத்தனர். கொம்புகளுடன் கூடிய பெரிய மண்டையோடு - அதுதான் அந்தச் சாக்குப்பையில் சார்ஜன்ட் வைத்திருந்தது. நான் செய்ததெல்லாம் வீட்டுவாசலுக்கு அருகே அந்தத் துப்பாக்கியைத் தொங்க விட்டதுதான், யாருக்குத் தெரியும்? பரிதாபமான அடானாசியோவுக்கு அதுவொரு அஞ்சலியாக இருக்கக்கூடும். உண்மையில், அன்று இரவு... அது என்னுடைய சேணத்தில்தான் இருந்தது என்பதை நான் உணரவேயில்லை. நீண்ட குதிரைப்பயணத்தின் வழிநெடுக அதன் கட்டைப்பகுதி என் முழங்காலில் இடித்துக்கொண்டே இருந்தபோதும்கூட, அம்மா, சத்தியமாகச் சொல்கிறேன். அவ்வழி அவ்வளவு நீண்டது...

“யாரும் அதற்குள்ளே செல்லக்கூடாது” என்றான் லுனேரோ அவனது பதட்டம் மற்றும் வேதனை மிக்க நடனத்திலிருந்து வெளியே வந்தபடி, அச்சிறுவனுடனான கடைசி மதியம், அவனுடைய மௌனமான விடைபெறுதல். அநேகமாக மணி ஐந்தரை இருக்கும், அதிகாரி தாமதம் செய்யமாட்டான்.

“உள்நாட்டுக்குள் தப்பித்துதான் பாரேன்” என்று நேற்று கூறினான். “முயற்சி செய்துதான் பார். வேட்டை நாய்களைக் காட்டிலும் சிறந்த ஒன்று எங்களிடம் உண்டு: ஓடிப்போய் பாதியில் திரும்பிவந்த அத்தனை பரிதாபமான தா--ளிகளுக்கும் தெரியும், விதியிலிருந்து யாரோ தங்களைப் பாதுகாத்துவிட்டார்கள் என்று.”

இல்லை: லுனேரோ பீதியினாலும் பழம் நினைவுகளாலும்

அல்லவா சிறைப்பட்டிருக்கிறான். கடற்கரையைக் குறித்து சிந்தித்துக்கொண்டிருக்கிறான். முலாட்டோ எழுந்து நின்று மெக்சிகோ வளைகுடா நோக்கி ஆறு விரைந்து கொண்டிருப்பதைப் பார்க்கும்போது அந்தச்சிறுவனுக்கு எவ்வளவு பெரிதாகத் தெரிவான்! அவனுடைய முப்பத்து மூன்று வருட இலவங்கப்பட்டை நிற உடலும் இளஞ்சிவப்பு உள்ளங்கைகளும் எவ்வளவு உயரமாகத் தெரியும்! லுனேரோவின் கண்கள் கடற்கரையை நோக்கியிருந்தன. அவனுடைய இமைகள் வெள்ளையடிக்கப்பட்டது போல் இருந்தன, வயதின் காரணமாக அல்ல, வயது அவன் இனத்தைச் சேர்ந்தவர்களின் கண்களை வெள்ளையாக்கும். ஆனால் இது பழம் நினைவுகளால், அது இன்னொரு விதமான வயது முதிர்ச்சி, மிகவும் தொன்மமானது, திரும்பிச்செல்வது. ஒரு மணல்திட்டு ஆற்றின் போக்கைத்தடுத்து கடலின் முதல் எல்லையை பழுப்பு நிறமாக்கிக் கொண்டிருந்தது. அதைத்தாண்டி தீவுகளின் உலகம் தொடங்குகிறது. அதன் பிறகு கண்டம், அங்கே அவனைப்போன்றே யாரேனும் தன்னைக் காடுகளுக்குள் தொலைத்து திரும்பி வந்துவிட்டதாகக் கூறமுடியும். அவன் திரும்பிப்பார்க்க விரும்பவில்லை. விடுதலை மற்றும் செழுமையைக் கனவு காண்பதுபோல ஆழ்ந்து மூச்சுவிட்டு கடல்பக்கமாகப் பார்த்துக்கொண்டிருந்தான். சிறுவன் தனது அடக்கத்தை விட்டு முலாட்டோவை நோக்கி ஓடிவந்தான். அவனது தழுவல் லுனேரோவின் விலாவரை மட்டுமே தொட்டது.

"போகாதே, லுனேரோ..."

"க்ரூஸ் பயலே, கடவுள் காப்பாற்றட்டும். நான் என்னதான் செய்வேன்?"

துயரத்தில் இருந்த முலாட்டோ சிறுவனின் தலையைத் தட்டிக்கொடுத்தான், அவனால் மகிழ்ச்சியான தருணங்களை, நன்றியை, அவன் எப்போதும் பயந்துகொண்டிருந்த வலியைத் தவிர்க்க முடியவில்லை. சிறுவன் முகத்தை உயர்த்தினான்: "நான் அவர்களுடன் பேசவேண்டும், நீ போகமுடியாது என்பதைக் கூறவேண்டும்..."

"உள்ளேயா?"

"ஆமாம், பெரிய வீட்டின் உள்ளேதான்."

"நாம் அங்கு செல்வதை அவர்கள் விரும்பவில்லை க்ரூஸ், எப்போதும் உள்ளே போகாதே. சரி, வா வேலைக்குத் திரும்புவோம்.

நான் வெகுநாள்களுக்குச் செல்லப்போவதில்லை. யாருக்குத்தெரியும் நான் போகாமல்கூட இருந்துவிடலாம்.”

மாலைநேரத்து முணுமுணுக்கின்ற ஆறு லூனேரோவின் உடலை வாங்கிக்கொண்டது. வார்த்தைகளை, தன் வாழ்க்கை முழுவதும் முலாட்டோவுடன் இருந்துவிட்ட சிறுவனின் தொடுதலைத் தவிர்க்கும் பொருட்டு அவன் ஆற்றில் குதித்தான். சிறுவன் மீண்டும் மெழுகுவர்த்தித் தயாரிப்பில் இறங்கினான், லூனேரோ எதிர்நீச்சலிட்டு, மூழ்குபவன் போலப் பாவனைகள் செய்வதைப்பார்த்துப் புன்னகைத்தான். ஒரு அம்பைப்போல உயர்ந்து நீருக்குள் கரணமடித்து வாயில் ஒரு குச்சியுடன் மேலேறி வந்தான். கரையில் வந்து உடலை உதறி விநோதமான சத்தங்களை உண்டாக்கிவிட்டு, சிறுவனின் பின்னால் வந்து அமர்ந்து கொண்டான். முன்னால் தேய்க்கப்பட்ட மரப்பட்டைகளோடு, சுத்தியல் மற்றும் ஆணிகளை எடுத்துக்கொண்டான். அவன் மீண்டும் இதைப்பற்றி யோசிக்கவேண்டும்: அதிகாரி சீக்கிரமே வந்துவிடுவான். மர உச்சிகளின் பின்னால் சூரியன் மறைந்து கொண்டிருந்தது. லூனேரோ என்ன சிந்திப்பது என்ற சிந்தனையுடன் போராடிக்கொண்டிருந்தான்; கசப்பின் நுனி மகிழ்ச்சியை ஊடறுத்துச் சென்றது.

“குடிசையிலிருந்து இன்னும் நிறைய உப்புத்தாள்களை எடுத்துவா” என்று சிறுவனுக்கு உத்தரவிட்டு அதுதான் தனது பிரிவுக்கான வார்த்தைகள் என்று நிச்சயப்படுத்திக்கொண்டான்.

இப்படியே தினமும் அணியும் சட்டை மற்றும் கால்சராயுடன் செல்வதா? எதற்கு இன்னும் உடைகள்? இப்போது சூரியன் மறைந்து கொண்டிருக்கிறது. வீட்டின் முகப்பிற்கு வரும் சாலையில் கவனத்தை வைத்திருப்பான். அந்த கோட் அணிந்த அதிகாரி குடிசைக்கு அருகில் செல்லத்தேவையில்லை.

“ஆமாம்” என்றாள் லூதிவீனியா, “பரகுவா என்னிடம் அனைத்தையும் கூறுவாள். நாம் எவ்வாறு அந்தச்சிறுவன் மற்றும் முலாட்டோவின் உழைப்பில் வாழ்கிறோம் என்று. அதை ஒப்புக்கொள்ள வேண்டும் என்று நீ நினைத்ததுண்டா? நாம் உண்பதற்கு அவனுக்கு நன்றி கூறவேண்டும். உனக்கு என்ன செய்வதென்று தெரியவில்லையா?”

முதியவளின் உண்மையான குரல் புரிந்துகொள்ளக் கடினமாக இருந்தது; அவள் தனக்குள் மட்டுமே முணுமுணுக்கப்

பழகியிருந்ததால் வார்த்தைகள் அமைதியாகி சுருள்வில்லின் ஈர்ப்போடு வெளிவந்தன.

"...உன்னுடைய தந்தையோ சகோதரனோ என்ன செய்திருப்பார்கள், வெளியே சென்று முலாட்டோவையும் சிறுவனையும் அழைத்துச் செல்வதிலிருந்து காப்பாற்றியிருப்பார்கள்... தேவைப்பட்டால் உன் உயிரைக்கொடு, அப்போது அவர்கள் உன்னை மண்ணில் போட்டு நசுக்க முடியாது... நீ அதைச் செய்கிறாயா, அல்லது நான் போகட்டுமா, கோழையே?... சிறுவனை அழைத்து வா!... நான் அவனோடு பேசவேண்டும்..."

ஆனால் சிறுவனால் குரல்களை வேறுபடுத்திப்பார்க்க முடியவில்லை. முகங்களையும்கூட: சரிகைகள் கொண்ட திரைக்குப்பின்னே உருவரைகள் மட்டுமே தெரியும், இப்போது லூதிவீனியா பொறுமையின்மையோடு ஒருசைகையில் பெத்ரிதோவை மெழுகுவர்த்திகளை ஏற்றும்படி கூறுகிறாள். சிறுவன் சன்னலிலிருந்து நகர்ந்து நுனிக்காலால் நடந்து பெரிய வீட்டின் முன்பகுதிக்கு வந்தான். புகைக்கரி படிந்த தூண்கள், மறக்கப்பட்டுவிட்ட மேல்மாடி, அங்கே முதலாளி பெத்ரிதோவின் குடிக்களியாட்டத்தின் ஊஞ்சற்படுக்கை தொங்கிக்கொண்டிருக்கும். பிறகு வேறொன்று: உத்திரத்தின் மேல், இரண்டு துருப்பிடித்த கொக்கிளால் தாங்கிப்பிடிக்கப்பட்ட முதலாளி பெத்ரிதோவின் துப்பாக்கி, *1889*-இன் அந்த இரவில் அவனது சேணத்தில் இருந்தது, அப்போதிருந்து அதற்கு எண்ணையிட்டுத் தயாராகவே வைத்திருந்தான்: அவனது கோழைத்தனத்தின் மாளிகையில், ஏனெனில் அதை ஒருபோதும் உபயோகிக்கப்போவதில்லை என்று அவனுக்கும் தெரியும்.

உத்திரத்தைக் காட்டிலும் கூடுதலாக அதன் இரட்டைக்குழல்கள் மின்னுகின்றன. சிறுவன் அதைக்கடந்தான். பண்ணைவீட்டின் கூடமாக இருந்தது அதன் தரை மற்றும் கூரையை இழந்துவிட்டது; மாலைநேரத்தின் இளம் ஒளிக்கற்றைகள் சில தவளைகளின் இரைச்சலோடு அங்கிருந்த புற்கள் மற்றும் புகைக்கரியை ஒளியூட்டியபடி உள்ளே நுழைந்தன, மழைநீரின் குளங்கள் மூலைகளில் தேங்கியிருந்தன. வீட்டின் அடுத்த மூலையிலிருந்து - பழைய சமையலறையின் மிச்சம் - இந்தியப்பெண் பரகுவா தனது நம்பாத கண்களுடன் வெளிப்பட்டாள். சிறுவன் தனது முகத்தை கூடத்தின் நிழலில் ஒளித்துக்கொண்டான். மேல்மாடிக்குச்சென்று சில உணக்கிய செங்கற்களோடு வந்து அவற்றை அடுக்கி

துப்பாக்கியைத்தொட முயற்சிசெய்தான். குரல்கள் உயர்ந்தன. அவை அவனிடம் கோபமான வார்த்தைகளாகவும் திக்குகின்ற மன்னிப்பாகவும் வந்தடைந்தன. இறுதியில் ஒரு உயரமான நிழல் படுக்கையறையை விட்டு வெளியேறியது: அவன் அணிந்திருந்த மேலங்கியின் பின்புறம் படபடத்தது. தோல்காலணிகள் தாழ்வாரத்தில் பாவியிருந்த கல்லின்மீது இடியோசையை எழுப்பியது. சிறுவன் காத்திருக்கவில்லை. அந்தக்கால்கள் எந்தப்பாதையைத் தேர்ந்தெடுக்கும் என்று அவனுக்குத் தெரியும்; அவன் கைகளில் துப்பாக்கியோடு குடிசைக்குச் செல்லும் வழியில் ஓடினான்.

லுனேரோ ஏற்கெனவே காத்துக்கொண்டிருந்தான். குடிசை மற்றும் பெரிய வீட்டிலிருந்து வெகுவாக விலகி செம்மண் சாலைகள் சந்திக்கும் இடத்தில். அப்போது ஏழு மணி இருக்கலாம். அவன் இதற்கு மேலும் தாமதப்படுத்தமாட்டான். நெடுஞ்சாலையை மேலும் கீழுமாகப் பார்த்துக்கொண்டிருந்தான். அதிகாரியின் குதிரை புழுதியின் மேகங்களைக் கிளப்பியபடி வரும். ஆனால் அந்தத் தொலைவான உறுமல் கேட்பதற்கு பதிலாக லுனேரோ தனக்குப் பின்னால் இரட்டை வெடிப்பை கேட்டான். ஒருகணத்திற்கு அது அவனை நகரவோ அல்லது சிந்திக்கவோ விடவில்லை.

சிறுவன் கிளைகளுக்குப் பின்னால் துப்பாக்கியோடு பதுங்கிக்கொண்டான். காலடியோசைகள் தன்னைக் கண்டுபிடித்துவிடுமோ என்ற அச்சத்துடன். இறுக்கமான காலணிகள் தன்னைக் கடப்பதைப் பார்த்தான். ஈயநிறக் கால்சராய், மற்றும் மேலங்கியின் வால்போன்ற பின்பகுதி - நேற்று அவன் பார்த்த அதே விஷயங்கள்: அந்த முகமற்ற மனிதன் குடிசைக்கு அருகில் சென்று, "லுனேரோ!" என்று சத்தமிட்டதும் அவனுக்குச் சந்தேகம் தீர்ந்தது. அந்தப்பொறுமையற்ற குரலில் இருந்த எரிச்சலையும் அச்சுறுத்தலையும் நேற்று முலாட்டோவைத் தேடிக்கொண்டு வந்த நீளமான மேலங்கி அணிந்த மனிதனிடம் அவன் கவனித்திருந்தான். முலாட்டோவை வலுக்கட்டாயமாக அவனிடமிருந்து பிரிக்க நினைப்பவர்கள் தவிர யார் அவனைத் தேடிவரப்போகிறார்கள்? துப்பாக்கி கனமாக இருந்தது. சிறுவனின் மௌனமான, நீண்ட ஆத்திரத்தின் வலுவும் சேர்ந்து: வாழ்க்கையில் எதிரிகளும் உண்டு, அது இனி முன்புபோல தடையற்ற ஆற்றின்போக்காக, வேலையாக இருக்கப்போவதில்லை என்று இப்போது தெரிந்துகொண்டதால் உண்டான ஆத்திரம்; பிரிதலை அவன் அறிந்துகொண்டதால் வந்த ஆத்திரம். கால்சராயால் மூடப்பட்ட கால்கள் மற்றும் ஈயநிற மேலங்கியின் பின்புறம் குடிசைக்குள்ளிருந்து வெளியே வந்தது.

அவன் குழலின் ஊடே குறிபார்த்து விசையை அழுத்தினான்.

"க்ரூஸ்! மகனே!" முதலாளி பெத்ரிதோவின் சிதைந்த முகத்தினருகே நெருங்கியதும் லுனேரோ கத்தினான். சட்டையின் முகப்பு சிவப்பில் நனைந்திருக்க, முகத்தில் சடுதியில் நிகழும் மரணத்தினால் உண்டாகும் அபத்தப்புன்னகை. "க்ரூஸ்!"

சிறுவன் நடுங்கியபடி புதர்களுக்குள்ளிருந்து வெளியே வந்தான். ரத்தத்திலும் புழுதியிலும் தோய்ந்த முகத்தை முதலில் அவனால் அடையாளம் காண முடியவில்லை. அது அவன் எப்போதும் தொலைவிலிருந்து பார்த்த முகம், எப்போதும் அரைகுறை ஆடையில், கவிழ்ந்த ஜாடி கிழிந்த சட்டையின் வழி தெரியும் மயிரற்ற, வெளுத்த நெஞ்சு. இம்மனிதன் அந்த இன்னொருவன் அல்ல, எவ்வாறு முன்பு மெக்சிகோவிலிருந்து வந்த கனவானாக இவன் இல்லையோ அதுபோல, அழகான மற்றும் நேர்த்தியான மனிதன்: லுனேரோவின் நினைவில் இருப்பவன்; எவ்வாறு அறுபது வருடங்களுக்கு முன்பு லுதிவீனியா மென்சாகாவின் கரங்களால் சீராட்டப்பட்ட குழந்தை இவன் இல்லையோ அதுபோல. உறுப்புகள் இல்லாத முகம், ரத்தத்தில் ஊறிய சட்டை, முட்டாள்தனமான இளிப்பு. சுவர்க்கோழிகள் மட்டுமே சத்தமிட்டன: லுனேரோவும் சிறுவனும் அசையாமல் நின்றனர். ஆனால் முலாட்டோ புரிந்துகொண்டான். முதலாளி அவனுக்காக இறந்துவிட்டார். லுதிவீனியா கண்களைத் திறந்தாள். தனது ஆள்காட்டி விரலை வாயில் வைத்து நனைத்து மேசையில் இருந்த மெழுகுவர்த்தியை அணைத்தாள். தனது முழங்காலினால் நடப்பதுபோல நடந்து சன்னலருகே சென்றாள். ஏதோ நடந்திருக்கிறது. சரவிளக்கு மீண்டும் சத்தமிட்டது. ஏதோ நடந்திருக்க வேண்டும். இரட்டை வெடிச்சத்தத்தினால் நடுங்கிவிட்டாள். தூரத்தில் குரல்களின் ஓசை கேட்டு, பின் மங்கி மறைந்து பூச்சிகளின் ரீங்காரம் மட்டுமே இருந்தது. சுவர்க்கோழிகள் மட்டும். பரகுவா சமையலறையில் பதுங்கியிருந்தாள்; நெருப்பை அணைத்துவிட்டு நடுங்கியபடி வெடிமருந்தின் நாட்கள் மீண்டும் வந்ததென நினைத்துக்கொண்டாள். லுதிவீனியாவும் அசையாமல் நின்றாள். சிறிய கோபம் ஒன்று உள்ளுக்குள் துளிர்த்து இதற்குமேல் மூடப்பட்ட அறையில் இருக்க முடியாது என்று தோன்றும் வரை. தடுமாறியபடி வெளியில் வந்தாள், எரிக்கப்பட்டுவிட்ட பெரிய வீட்டின் கூரைகளில் உள்ள துளைகள் வழி தெரியும் இரவின் வானத்தால் சிறிதாக்கப்பட்டு - சிறியதொரு புழுவைப்போல, வெள்ளையாய் சுருக்கங்களுடன், பதிமூன்று வருடங்களாக அவள் அருகில் இருக்கிறது என்று

அறிந்திருந்த, வெறும் சிந்தனைகளால் மட்டுமே சீராட்டிக்கொண்டு இல்லாமல் இப்போது அவள் தொட, பெயர்சொல்லி அழைக்க விரும்பும் அம்மனித உருவைத்தேடும் முயற்சியில் கைகளை நீட்டியபடி நடந்தாள்: க்ரூஸ், உண்மையில் முதல் அல்லது கடைசிப்பெயர் இல்லாமல் வெறும் க்ரூஸ், முலாட்டோக்களால் ஞானஸ்நானம் செய்விக்கப்பட்டு, இசபெல் க்ரூஸ் அல்லது க்ரூஸ் இசபெல் என்ற வார்த்தைகளிலிருந்து பெற்றது. அது அவன் தாய், அடானாசியோவால் துரத்தியடிக்கப்பட்டவள். அந்தப்பண்ணையில் அவனுக்கு முதன்முதலாக ஒரு குழந்தையைப் பெற்றெடுத்தவள். முதியவளுக்கு இரவு உறக்கமில்லாததாக இருந்தது; அவளது கால்கள் நடுங்கின. இருந்தாலும் நடப்பதில் தீவிரம் காட்டினாள். அகல விரித்த கைகளோடு வாழ்வின் கடைசித்தழுவலுக்காகத் தன்னை இழுத்து நகர்த்திச்சென்று கொண்டிருந்தாள். ஆனால் குதிரைகளின் குளம்பொலியும் புழுதி மேகமும் அவளை நெருங்கியது. லுதிவீனியாவின் கூனல் விழுந்த உருவம் சாலையைக் கடக்கும்போது ஒரு குதிரை கனைத்துக்கொண்டு வியர்வையுடன் வந்து நின்றது. அந்த அதிகாரி சேணத்தின் மீதிருந்து கத்தினான்: "அந்தச்சிறுவனும் கருப்பனும் எங்கே போனார்கள், அடம்பிடித்த கிழட்டுப் பெட்டைநாயே? அவர்கள் எங்கே என்று சொல்லிவிடு, இல்லையென்றால் வேட்டைநாய்களையும் ஆட்களையும் உன்மீது பாய வைப்பேன்!"

"கோழைகள்" தான் நிமிர்ந்து பார்க்க முடியாத உயரத்தில் சேணத்தில் இருக்கும் உருவத்திடம் கூறினாள். "கோழைகள்" என்று மறுபடியும் கனைக்கும் குதிரையின் முகத்துக்கு அருகே கையை உயர்த்திக் கூறினாள்.

சாட்டை சொடுக்கப்பட்டு அவளது அவளது முதுகைக் கோடிட்டது. லுதிவீனியா தரையில் விழுந்தாள். குதிரைகள் சுற்றிவந்து அவளைப் புழுதியில் மறைத்துவிட்டு பண்ணைவீட்டைவிட்டுத் தொலைவில் சென்றன.

அவர்கள் என் கையை ஊசியால் துளைத்திருக்கிறார்கள் என்று எனக்குத்தெரியும்; வலியை உணரும்முன்பே கத்துகிறேன்; அந்த வலியின் அறிவிப்பு என் தோல் அவ்வலியை உணரும்முன்பு மூளைக்குச்செல்கிறது... ஓஹ்... நான் உணரப்போகும் வலிகுறித்து என்னை எச்சரிக்கை செய்ய... என்ன நடக்கிறது என்று அறியும்

பொருட்டு என்னை விழிப்புடன் இருக்கச்செய்ய... அவ்வலியை நான் இன்னமும் தீவிரமாக உணரவேண்டுமென... ஏனெனில்... அறிதல்... பலவீனப்படுத்துகிறது... என்னை பாதிக்கப்பட்டவனாக்குகிறது... இனிமேல்... என்னை ஆலோசிக்காத... என்னை ஒரு பொருட்டாக மதிக்காத சக்திகளை... நான் உணர்கிறேன்: வலிக்கும் உறுப்புகள்... நிதானமாகி... என்னுடைய அனிச்சையை கட்டுப்படுத்துகின்றன... வலி நீடிக்கவில்லை... அந்த ஊசிக்குப் பிறகு... ஆனால் அதே வலி... எனக்குத்தெரியும்... அவர்கள் என் வயிற்றைத் தொடுகின்றனர்... கவனமாக... என் வீங்கியுள்ள வயிற்றை... மாவுபோன்ற... நீலமான... அவர்கள் தொடுகின்றனர்... என்னால் பொறுக்க முடியவில்லை... அவர்கள் தொடுகின்றனர்... சோப்பு உள்ள கைகளால்... அந்தச் சவரக்கத்தி என் வயிற்றைச் சிரைக்கிறது, என் அடிவயிற்றை... என்னால் பொறுக்க முடியவில்லை... நான் கத்துகிறேன்... நான் கத்தியே தீரவேண்டும்... அவர்கள் என்னைக் கீழே அழுத்துகின்றனர்... கைகளை... தோள்களை... அவர்களிடம் என்னை விட்டுவிடும்படி கூச்சலிடுகிறேன்... நிம்மதியாக இறக்க விடும்படி... என்னைத் தொடவேண்டாம்... நான் உங்களைத் தொட அனுமதிக்கவில்லை... அந்த வீங்கிய வயிறு... உணர்ச்சி மிக்கது... ஒரு காயம்பட்ட கண்ணைப்போல... நான் அனுமதிக்க மாட்டேன்... எனக்குத் தெரியவில்லை... அவர்கள் என்னை நிறுத்துகின்றனர்... அவர்கள் என்னைத் தாங்குகின்றனர்... என் குடல்பகுதியில் நகர்ச்சியில்லை... நகர்ச்சியில்லை, இப்போது என்னால் உணர முடிகிறது, எனக்குத்தெரியும்... வாயுக்கள் சேர்ந்திருக்கின்றன, வெளியேறவில்லை, அவை செயலற்று இருக்கின்றன... சுழலவேண்டிய நீர்மங்கள் இப்போது சுழல்வதில்லை... அவைதான் என்னை வீங்க வைக்கின்றன... எனக்குத்தெரியும்... என்னுடலில் வெப்பம் இல்லை... எனக்குத்தெரியும்... அவர்கள் என்னை எங்கே கொண்டுசெல்கிறார்கள் என்று தெரியவில்லை, யாரிடம் உதவி கேட்பது, வழிகளென்ன, நான் மீண்டும் எழுந்து நடப்பதற்கு... நான் சிரமப்படுகிறேன்... நான் சிரமப்படுகிறேன்... ரத்தம் வரவில்லை... அது எங்கே செல்லவேண்டுமோ அங்கே செல்லவில்லை என்று எனக்குத்தெரியும்... அது என் வாய் வழியாக வந்திருக்கவேண்டும்... என் மலத்துளை வழியாக... அது வெளிவரவில்லை... அவர்களுக்குத் தெரியவில்லை... அவர்கள் யூகிக்கின்றனர்... அவர்கள் என்னைத் தொட்டுச் சோதிக்கின்றனர்... அவர்கள் என் துடிக்கும் இதயத்தைத் தொட்டுச் சோதிக்கின்றனர்... என் துடிப்பற்ற நாடியைத் தொட்டுப் பார்க்கின்றனர்... நான் மடங்குகிறேன்... நான் இரண்டாக மடங்குகிறேன்... அவர்கள் என்னை அக்குளில்

கைகொடுத்துத் தூக்குகின்றனர்... நான் உறங்கப்போகிறேன்... அவர்களிடம் கூறுகிறேன்... நான் உறங்குவதற்குள் அவர்களிடம் கூறவேண்டும்... அவர்களிடம் கூறுகிறேன்... அவர்கள் யாரென்று தெரியவில்லை... “நாங்கள் ஆற்றைக் கடந்தோம்... குதிரையில்” ... என் சுவாசத்தை நுகர்கிறேன்... துர்நாற்றம்... அவர்கள் என்னைப் படுக்கவைக்கின்றனர்... கதவு திறக்கிறது... சன்னல்கள் திறக்கின்றன... நான் ஓடுகிறேன்... அவர்கள் என்னைத் தள்ளுகிறார்கள்... நான் வானத்தைப் பார்க்கிறேன்... தெளிவற்ற விளக்குகள் என் கண்முன்னே செல்வதைப் பார்க்கிறேன்... நான் தொடுகிறேன்... நுகர்கிறேன்... காண்கிறேன்... சுவைக்கிறேன்... கேட்கிறேன்... அவர்கள் என்னைக் கொண்டுவருகிறார்கள்... நான் அதற்கடுத்து... அடுத்து... ஒரு தாழ்வாரத்தின் வழியாக... அலங்கரிக்கப்பட்டு... அவர்கள் என்னைக் கொண்டுவருகிறார்கள்... நான் அடுத்து, தொடுதல், நுகர்தல், சுவைத்தல், காணுதல், நுகர்தல் ஆடம்பரமான செதுக்கல்களை - ஸ்டூக்கோ சாந்து மற்றும் தங்கநிற வார்ப்புகள் - எலும்பு மற்றும் ஆமையோடு பதித்த மரச்சாமான்கள் - உலோகத் தட்டுகள் மற்றும் கதவுக் கைப்பிடிகள் - இரும்புச் சாவித்துவாரங்கள் கொண்ட கருவூலத்தின் கதவுகள் - நறுமணம் கொண்ட அய்கோவைட் மரத்தாலான இருக்கைகள் - சேர்ந்திசை பாடுபவர்களுக்கான இருக்கைகள் - பரோக் பாணியிலான துணிகள் மெல்லிய திரைச்சீலைகள் - வளைந்த இருக்கைச் சாய்மானங்கள் - வெண்கலத்தலை கொண்ட ஆணிகள் - வேலைப்பாடுள்ள தோல்கள் - வளைநகம் மற்றும் பந்து கொண்ட மரமேசைக்கால் - வெள்ளியிழைகள் கொண்ட பாதிரியின் ஆடை - மென்சருகுப்பட்டுத் துகிலினாலான நாற்காலிகள் - வெல்வெட்டினாலான நீளிருக்கைகள் - மடத்தின் உணவுக்கூட மேசைகள் - இரண்டுகைகள் கொண்ட ரோமானிய ஜாடிகள் - அலங்கார விளையாட்டு மேசைகள் - கூடாரம் கொண்ட லினென் படுக்கைகள் - வரிகள் கொண்ட தூண்கள் - சின்னங்கள் கொண்ட மேலாடைகள் மற்றும் கவசத்தின் வெளிவரை - மெரினோ வகைக்கம்பளியாலான தரைவிரிப்புகள் - இரும்புச்சாவிகள் - நாற்கால் ஓவியக்கித்தான்கள் - பட்டு மற்றும் காஷ்மீரத்துக் கம்பளிகள் - கம்பளிகள் மற்றும் சிறந்த பட்டினாலான ஆடைகள் - படிகம் மற்றும் அலங்கார விளக்குகள் - கையால் வரையப்பட்ட சீனப்பொருள்கள் - மெருகேற்றப்பட்ட விட்டங்கள் - இவை எதையும் அவர்கள் தொடக்கூடாது... அவை அவர்களுடையதல்ல... என் இமைகள்... என் இமைகளைத் திறக்கவேண்டும்... சன்னலைத் திற... நான் திரும்பிப்படுக்கிறேன்... பெரிய கைகள்... ராட்சசப் பாதங்கள்... நான் உறங்குகிறேன்... திறந்த

என் இமைக்கு முன்னால் கடக்கும் வெளிச்சங்கள்... சொர்க்கத்தின் வெளிச்சம்... நட்சத்திரங்களைத் திற... எனக்குத் தெரியாது...

நீ அங்கே இருப்பாய், உனக்குப் பின்னாலிருக்கும் மலைகளின் வரம்பில், அது உயரத்திலும் பரப்பிலும் தொடர்ந்து வளர்ந்துகொண்டே இருக்கிறது... உன் காலடியில் ஒரு சரிவு இறங்குகிறது. இன்னமும் இலைகள்கொண்ட கிளைகள் மற்றும் இரவின் கிறீச்சிடல்களுடன் வெப்பமண்டலச் சமவெளிகளோடு கலக்கும்வரை, இரவின் நீலநிறத் தரைவிரிப்பு வட்டமாக, சூழ்ந்தபடி வரும்... நடந்து முடிந்தவற்றின் பதற்றமான விளங்காத்தன்மையில் தொலைந்து, நிரந்தரமானது என்று நீ ரகசியமாக நம்பிய ஒரு வாழ்க்கையின் முடிவுக்குப் பிறகு நீ பாறையின் முதல்தளத்தில் நிற்பாய்... மணிபோன்ற வடிவமுடைய மலர்கள் சூழ்ந்த குடிசையின் வாழ்க்கை, ஆற்றில் நீந்துதல் மற்றும் மீன் பிடித்தல், மெழுகுவர்த்தி தயாரித்தல், முலாட்டோ லுனேரோவின் துணை... ஆனால் உன் உள்ளார்ந்த நடுக்கத்தைச் சந்திப்பது... உன் நினைவுகளில் ஓர் ஊசிக்குத்தல், எதிர்காலம் பற்றிய உன் உள்ளுணர்வின் மீதான ஊசிக்குத்தல்... இரவு மற்றும் மலையின் இந்தப்புதிய வாழ்க்கை திறக்கும், அதன் இருள்ஒளி உன் கண்களில் தனது வழியை ஏற்படுத்திக்கொள்ளும். அதுவும் புதியது, மற்றும் நினைவாக மாறும்பொருட்டு வாழ்வாக இருப்பதை நிறுத்திக்கொண்ட ஒன்றால் நிறமூட்டப்பட்டது. இப்போது பழக்கப்படுத்தப்பட முடியாதவற்றோடு சேர்ந்துவிட்ட சிறுவனின் நினைவுகள், அவனுடைய சொந்த சக்தியினின்றும் வேறொன்றாக பூமியின் பெரும்பரப்பிற்கு மாறுகிறது. ஒற்றை இடம் மற்றும் பிறப்பின் இறக்குந்தன்மையிலிருந்து விடுதலை. நட்சத்திரங்களால் ஒளியூட்டப்படும் மலைகளுக்குப்பின்னால் பின்னப்படுகின்ற புதிய, அறிமுகமில்லாத இன்னொரு விதிக்கு அடிமையாக்கப்பட்டு அமர்ந்தபடி, உன்னுடைய மூச்சை நிதானப்படுத்திக்கொண்டு அகண்ட அந்நிலப்பரப்பைப் பார்ப்பாய். நட்சத்திரக் கூட்டங்களுடைய வானத்தின் ஒளி உன்னைத் தொடர்ந்து எப்போதைக்குமாக வந்தடையும். பூமி தனது வழக்கமான வேகத்தில் தன்னுடைய அச்சில் சுழன்று சூரியனின் கட்டுப்பாட்டில் இருக்கும். பூமி மற்றும் நிலவு இரண்டும் ஒன்றையொன்று சுற்றிக்கொள்ளும். மற்றதன் உடலைச்சுற்றி, பகிரப்பட்ட அவற்றின் எடைப்புலத்தினைச்சுற்றி... சூரியனின் மொத்த அரசசபையும் அதன் வெள்ளைப்பாதைக்குள் நகரும். திரவத்தூசின் ஓடை

வெளிப்புறத்திரளைக்கு முன்னால் நகர்ந்துகொண்டிருக்கும். வெப்பமண்டலத்தின் இந்தத்தெளிவான இரவுப்பெட்டகத்திற்குள், பின்னியிருக்கும் விரல்களின் நிரந்தர நடனத்தில், திசைகளற்ற உரையாடலில் மற்றும் மொத்தப்பிரபஞ்சத்தின் எல்லைகளுக்குள்... சிமிட்டும் ஒளி உன்னை நனைத்துக்கொண்டே இருக்கும். அந்தச்சமவெளி, நட்சத்திரங்களின் நகர்ச்சி, பூமியின் சுழற்சி, அதன் தொலைக்கோள்கள், மற்ற விண்வெளி உடல்கள், அண்டம், மற்றும் நெபுலாவிலிருந்து அந்தமலை நிரந்தர அந்நியத்தன்மையோடு இருக்கிறது; உராய்வுகள், கலப்புகள், உலகின் சக்தியை இணைக்கும் மற்றும் சுருக்கும் மீள்தன்மைகள், பாறைகள் மற்றும் அவ்விரவில் ஆச்சரியத்தின் திகைப்போடு இணைந்திருக்கும் உன்னுடைய கைகள் ஆகியவற்றுக்கு அந்நியமாக... நீ ஒற்றை நட்சத்திரத்தில் உன் பார்வையை இருத்தி அதன் ஒளியனைத்தையும் திரட்டிக்கொள்ள விரும்புவாய், அதன் குளிர்ந்த ஒளியை, சூரியனின் ஒளிக்கற்றை எவ்வளவு அகலமாக இருக்கிறதோ அந்த அளவுக்கு கண்ணுக்குத் தெரியாத ஒளி... ஆனால் அவ்வொளி மனிதனின் தோல் தன்னை உணர அனுமதித்ததில்லை... நீ உன் கண்களைச் சுருக்குவாய், பகலைப்போல அந்த இரவிலும், உலகின் உண்மையான நிறங்களை நீ பார்க்கமாட்டாய். அவை மனிதனின் கண்களுக்குத் தடை செய்யப்பட்டவை... வெட்டுப்பட்ட, தொடர்ச்சியற்ற அலையாக உன் கண்களை ஊடுருவும் வெள்ளைஒளி குறித்த சிந்தனையால் நீ குழப்பமும் கவனச்சிதறலும் அடைவாய்... அதன் அத்தனை ஊற்றுகளிலிருந்தும் பிரபஞ்சத்தின் அத்தனை ஒளியும் தனது வேகமான, வளைந்து மிதத்தலைத் தொடங்கும். பிரபஞ்சத்தின் செயலற்ற உடல்களைச் சுற்றித்தப்பி தன்னை வளைத்துக்கொள்ளும்... தெளிவாக அறியக்கூடியவற்றின் நகரும் அடர்த்தியின் வழி ஒளியின் விற்கள் ஒன்றிணைந்து, பிரிந்து, புதிய ஒரு வரையமைப்பினை வேகமாக உருவாக்கும்... ஒளியின் வருகையினை நீ உணர்வாய், அதே நேரத்தில், மலை மற்றும் சமவெளியின் குறிப்பிடத்தக்கதல்லாத சுவையையும்: மிருதுச்செடி, பப்பாளி, பவளமல்லி மற்றும் இரவுப்பூக்கள், குட்டை அன்னாசி, துலிப் பூக்கள், வனிலாப்பூக்கள், காட்டு ஊதாப்பூ, ஈங்கை, செங்காந்தள்... அவை அத்தனையும் பின்புலத்தில் இன்னுமின்னும் தொலைவாக, உறைந்த ஒரு தீவின் மயக்கத்தின் சிறுஅளவில் பின்வாங்குவதைத் தெளிவாகப் பார்ப்பாய்... முதல் திறப்பு மற்றும் முதல் காட்சியிலிருந்து எப்போதையும்விட தொலைவாக... ஒளி உன் கண்களுக்குள் ஓடும்; அதேசமயத்தில் பிரபஞ்சத்தின் தொலைதூர மூலைக்கும் ஓடும்... நீ உன் கைகளால் பாறையைப் பற்றிக்கொண்டு கண்களை

ஆர்தேமியோ க்ரூஸ்சின் மரணம் | 403

மூடிக்கொள்வாய்... மீண்டும் சுவர்க்கோழிகளின் ஒலியை உனக்கருகில் கேட்பாய். மந்தையைப் பிரிந்த விலங்கொன்றின் கதறல்... மூடிய கண்களுக்குள் அத்தனையும் ஒரேசமயத்தில் முன்னாலும் பின்னாலும் அதைத்தாங்கும் நிலத்தின் கீழும் நகர்வதை உணர்வாய்... பறக்கும் பருந்து வெராக்ரூஸ் நதியின் ஆழத்தினுடைய விசையில் தொடர்புகொண்டுள்ளது. பிறகு சமநிலையில் அசைவற்ற சிகரத்தின் மீதிருக்கிறது. இருண்ட அலையில் இருக்கும் நட்சத்திரங்களின் நிலைத்தன்மையைக் குலைக்கும் பறத்தலுக்குத் தயாராக இருக்கிறது. நீ எதையும் உணரமாட்டாய். அந்த இரவில் எதுவும் நகராதது போல் தோன்றும்: பருந்தும்கூட அமைதியைக் குலைக்காது. இந்தப்போட்டி, சுழற்சி, பிரபஞ்சத்தின் முடிவற்ற கிளர்ச்சி ஆகியவை உன் அமைதியான கண்கள், பாதங்கள், மற்றும் கழுத்தில் தெரியாது. நீ உறங்கும் நிலம் குறித்துச் சிந்திப்பாய். அனைத்து நிலங்களையும்: பாறைகள் மற்றும் தனிமநரம்புகள், மலையின் நிறை, உழப்பட்ட நிலங்களின் அடர்த்தி, ஆறுகளின் நீரோட்டம், மனிதர்கள் மற்றும் வீடுகள், விலங்குகள், பறவைகள், நிலவடுக்கின் கீழுள்ள நெருப்பு, அவையனைத்தும் மீளமுடியாத மற்றும் அமைதியான இயக்கத்தை எதிர்க்கும் ஆனால் தடுக்க முடியாது. நீ லுனேரோ மற்றும் கோவேறு கழுதைக்காகக் காத்திருக்கும்போது ஒரு பாறையின் சில்லோடு விளையாடிக் கொண்டிருப்பாய்: அதை மலையின் கீழே எறிவாய், கணநேரத்திற்கு துடிப்பான, ஆற்றல்மிக்கதொரு வாழ்வை அது பெறும் - சிறிய, அலைந்துகொண்டிருக்கும் சூரியன், இரட்டை ஒளிகளின் மிகச்சிறிய கலைடாஸ்கோப்... கிட்டத்தட்ட ஒளியின் வேகம் அதுவே அதற்கு வேறுபடும் பண்பைக்கொடுக்கும்; கிட்டத்தட்ட உடனே மலையின் அடிவாரத்தில் மறைந்துவிட்ட புள்ளி, நட்சத்திரங்களின் ஒளி அதன் மூலத்திலிருந்து ஊறிக்கொண்டேயிருக்கும், மிக நுட்பமாக, தனித்த வேகத்தில்... அந்தச் செங்குத்தான சரிவில் கல் உருண்டுசென்று மங்குவதைப் பார்க்கும் திறன்... உன் முகவாயை கைமுட்டியில் வைத்துக்கொள்வாய், உன்னுடைய உருவம் இரவின் தொடுவானத்திற்கு இணைகோட்டில் இருக்கும். அந்த நிலக்காட்சியின், மலையின் அடுத்தபக்கத்தைத் தேடுவதற்காக சீக்கிரமே மறைந்துவிடும் புதிய தனிமமாக நீயிருப்பாய். அதன் வாழ்வின் நிச்சயமற்ற எதிர்காலமாக... ஆனால் இங்கு வாழ்க்கை கடந்தகாலமாக இல்லாமல் தன் அடுத்த கட்டத்தைத் துவங்கியிருக்கும். களங்கமற்ற தன்மை செழிக்கும், குற்றத்தின் கைகளிலல்ல, ஆனால் மோகங்கொண்ட வியப்பின் கரங்களில்... அவ்வளவு உயரம், அவ்வளவு உயரம், அவ்வளவு உயரத்தில் நீ

இருந்ததே இல்லை... மரங்களின் உச்சியை இந்தக்கோணத்திலிருந்து நீ பார்த்ததில்லை... பழக்கப்பட்ட அருகாமையோடு உலகம் நதியைத் தழுவிக்கொள்வது இந்த எதிர்பாராத எல்லையற்ற தன்மையின் மீச்சிறு பகுதிதான்... நிச்சயமற்ற அமைதியின் சலனமற்ற தன்மையில், தொடர்ந்து சிந்திக்கும்போது நீ உன்னைச் சிறியதாக உணரமாட்டாய். தூரத்து மேகக்கூட்டங்கள், அலையென மிதக்கும் பூமியின் சமநிலம், மற்றும் செங்குத்தாக உயரும் வானம்... நீ நன்றாக உணர்வாய்... ஒழுங்கோடு மற்றும் அமைதியோடு... மலைத் தொடரோடு மலைத்தொடர் மோதிக்கசங்கி ஒரு வலிமைமிக்க கரம் மூன்றாம் சகாப்தத்தில் தோலைக்கசக்கி எறிந்தது போல சிலமணிநேரங்களுக்கு முன்னால்தான் கடலிலிருந்து எழுந்துவந்த இப்புதிய நிலத்தில் உன்னை நீ அறியமாட்டாய்... நிலங்களுக்குச் செங்குத்தாக இருக்கும் மலையின்மீது உன்னை உயரமாக உணர்வாய், தொடுவானத்திற்கு இணையாக... இரவினில் உன்னை நீயே மறைந்துவிட்ட சூரியனின் கோணத்தில் உணர்வாய்: காலத்தில்... அங்கே தொலைதூரத்தில் இருக்கும் ஒன்றையடுத்து ஒன்றிருக்கும் விண்மீன் கூட்டங்கள் வெறும் கண்களுக்குத் தெரிவதுபோல்தான் உண்மையில் இருக்குமா? அல்லது கணக்கிட முடியாத காலம் அவற்றைப் பிரிக்குமா? இன்னொரு கோள் உன் தலைக்கு மேலே சுழலும், அதன் காலவரையறை என்பது அதன் இரட்டை போல இருக்கும் தெளிவற்ற, தொலைதூரத்தில் நடக்கும் சுழற்சி அதை முழுமையானதாக்கும் உண்மையில் அந்தக்கணத்தில் ஒரேயொரு வருடத்தின் ஒரேயொரு நாள், உன்னுடைய வருடங்களிலிருந்து எதிர்பாராது பிரிக்கப்பட்ட நாள்களாக இருக்கும். இப்போது காலம் உன்னுடையதல்ல என்பதால் நட்சத்திரங்களின் இருப்புபோலவே நீயும் சிந்திப்பாய், வேறுபட்டவற்றின் சொல்லப்போனால் இறந்தவற்றின் இறந்தகால ஒளியைப் பார்ப்பது, காலமும் உன்னுடையதாக இருக்காது. உன் கண்கள் பார்க்கும் ஒளியும்கூட கணக்கில்லாத வருடங்களுக்கு முன்பு புறப்பட்ட ஒளியின் ஆவியுருதான், கணக்கில்லாத நூற்றாண்டுகள்: இன்னமும் அந்நட்சத்திரம் உயிரோடுதான் இருக்கிறதா? நீ பார்த்துக் கொண்டிருக்கும்வரை அது உயிரோடுதான் இருக்கும்... நீ பார்க்கும்போது அது ஏற்கெனவே இறந்துவிட்டது என்பதை எப்போது அறிந்துகொள்வாய், எதிர்கால இரவொன்றில் அது உன் கண்களை வந்தடைவதை நிறுத்திக்கொள்ளும்போது - அது இன்னமும் இருக்கிறது என்றால் - உண்மையில் அந்நட்சத்திரத்தின் இப்போதில் முன்னே வெடித்துக்கிளம்பும் அவ்வொளி, உன்னுடைய கண்கள் அப்புராதன ஒளியைச் சந்தித்து அதற்கு ஞானஸ்நானம்

செய்ய நினைக்கையில்... அது அதன் மூலத்தில் இறந்து உன் புலன்களில் மட்டுமே உயிரோடு இருக்கிறது. தொலைந்து, எரிந்து முடிந்து, அவ்வொளியின் ஊற்றுமூலம் இனி பயணிக்காது, இப்போது மூலம் இல்லாமல், ஒரு சிறுவனின் கண்களை நோக்கி இரவில் வேறொரு காலத்தில்... வேறொரு காலத்தில்... வாழ்க்கை, செயல்கள், சிந்தனைகள், ஆகியவற்றால் நிரப்பப்படும் காலம், ஆனால் அது இறந்தகாலத்தின் முதல் மைல்கல் மற்றும் எதிர்காலத்தின் கடைசி மைல்கல்லுக்கு இடையே எப்போதும் தடுக்கமுடியாத ஓட்டமாக இருப்பதில்லை... தனிப்பட்ட நினைவுகளில், தனிப்படுத்தப்பட்ட விருப்பின் மிதத்தலில், மீள்கட்டமைக்கப்படும் காலம், வாழ்வதற்கான ஒருசாத்தியம் பயன்படுத்தப்பட்டு முடிந்ததும் தொலைந்துபோகிறது, இந்த ஒருமை மனித உருக்கொண்ட நீயாக, ஒரு சிறுவனாக, ஏற்கெனவே இறுதியை எட்டிவிட்ட முதியவனாக, பூடகமானதொரு சடங்கில் இரண்டையும் இணைக்கும் இந்த இரவில், சிறிய பூச்சிகள் சரிவின் கற்களில் ஏறிக்கொண்டிருக்கின்றன மற்றும் முடிவற்ற பிரபஞ்சத்தின் ஆழத்தினுள்ளே எண்ணற்ற நட்சத்திரங்கள் மௌனமாகச் சுழன்று கொண்டிருக்கின்றன. அமைதியான கணமொன்றில் பூமியில், ஆகாயவிரிவில், மற்றும் உன்னில் எதுவும் நிகழ்வதில்லை. அனைத்தும் இருக்கும், நகரும், மாற்றத்தின் நதியில் பிரிக்கப்பட்டு அந்தக்கணத்திலேயே அதில் கரைந்துபோகும். காலம் அத்தனையையும் பாழ்படுத்தி எச்சரிக்கையாக ஒலிக்க ஒரு குரல்கூட இல்லாமல் ஆக்கும். சூரியன் தன்னைத்தானே உயிரோடு எரித்துக்கொள்கிறது. இரும்பு தூசியாகப் பொடிகிறது. இலக்கற்ற ஆற்றல் பிரபஞ்சம் முழுதும் சிதறடிக்கப்படுகிறது. பொருண்மைகள் தங்கள் கதிரியக்கத்தை இழக்கின்றன. பூமி குளிர்ந்து இறந்துகொண்டிருக்கிறது... நீ ஒரு முலாட்டோவுக்காகவும் விலங்குக்காகவும் காத்திருப்பாய், மலையைக் கடந்து வாழ்க்கையைத் தொடங்க, காலத்தை நிரப்ப, ஒன்றன் வாழ்வு முடிந்ததும் மற்றதன் வாழ்வு முன்னேறும் ஒரு இரக்கமற்ற விளையாட்டின் நகர்வுகள் மற்றும் அசைவுகளை நடத்த; இதுவொரு பித்துநிலையின் நடனம் இதில் காலம் காலத்தை விழுங்கும் உயிருடன் யாரும் தங்கமுடியாது. மரணத்தின் மீளமுடியாத இயக்கம்... சிறுவன், பூமி, மற்றும் பிரபஞ்சம்: இம்மூன்றிலும் ஏதோவொரு நாளில் ஒளியிருக்காது. வெப்பமிருக்காது, உயிர் இருக்காது... முழுமையாக மறக்கப்பட்ட ஒருமை, பெயரற்றது, அதற்குப் பெயர் சூட்ட ஒரு மனிதனும் இல்லாது: காலமும் வெளியும், பருப்பொருளும் ஆற்றலும் அனைத்தும் ஒன்றாக இணைந்து... அனைத்திற்கும் ஒரே பெயர்தான்

இருக்கும்... எதுவுமில்லை... ஆனால் இப்போதல்ல... இன்னமும் மனிதர்கள் பிறந்துகொண்டிருக்கிறார்கள். நீ இன்னமும் லுனேரோவின் நீண்ட "ஹல்ல்லோஓஓஓ" வையும் குதிரையின் குளம்புகள் கல்லில் எழுப்பும் ஒலியையும் கேட்டுக் கொண்டிருக்கிறாய்... உன் இதயம் இன்னும் அதிகரிக்கின்ற வேகத்தில் துடிக்கும். ஏனெனில் இன்றிலிருந்து உன்னுடைய அறியாத சாகசங்கள் தொடங்குகின்றன என்ற பிரக்ஞையோடு இருக்கிறாய். உலகம் திறந்துகொண்டிருக்கிறது, அதன் காலத்தை உனக்குத்தருகிறது... நீ இருக்கிறாய்... நீ மலைமேல் நின்று கொண்டிருக்கிறாய்... நீ லுனேரோவுக்கு ஒரு சீழ்க்கை மூலம் பதில் தருகிறாய்... நீ வாழப்போகிறாய்... நீயொரு சந்திப்புப்புள்ளியாகப் போகிறாய்... பிரபஞ்ச ஒழுங்கின் இருத்தலுக்கான காரணம்... உன் உடல் இருப்பதற்கான காரணத்தைக் கொண்டுள்ளது... உன் வாழ்க்கை அது இருப்பதற்கான ஒரு காரணத்தைக் கொண்டுள்ளது... நீ இருக்கிறாய், இருப்பாய், இருந்தாய், பிரபஞ்சமே மறுபிறப்பெடுக்கிறது... உனக்காகப் பால்வீதிகள் ஒளிகொள்ளும், சூரியன் எரியும்... அனைத்தும் நீ நேசிக்க, வாழ, இருக்க... இந்த ரகசியத்தைக் கண்டுகொண்டு அதன் பகுதியாக மாறாமல் இறக்க, ஏனெனில் உன் கண்கள் நிரந்தரமாக மூடும்போது மட்டுமே அதை அடைகிறாய்... அங்கே நின்றுகொண்டிருக்கும் நீ, க்ரூஸ், பதிமூன்று வயது, வாழ்வின் விளிம்பில்... நீ, பச்சைநிறக் கண்கள், சிறுத்த கைகள், சூரியனால் செம்பட்டையான தலைமுடி... நீ, மறக்கப்பட்ட ஒரு முலாட்டோவின் நண்பன்... லுனேரோவின் நீண்ட "ஹல்ல்லோஓஓஓ" வைக் கேட்பாய்... நீ எல்லையற்ற, முடிவி-லியாகப் புதுத்தன்மையுடைய பிரபஞ்சத்தோடு இணங்குவாய்... நீ கல்லின்மீது குளம்புகளின் ஓசையைக் கேட்பாய்... உன்னில் நட்சத்திரங்களும் பூமியும் தொட்டுக்கொள்கின்றன... நீ லுனேரோவின் கத்தலைத்தொடர்ந்து துப்பாக்கிகளின் ஒலியைக் கேட்பாய்... உன் தலை சரியும், தொடக்கம் அல்லது முடிவில்லாத காலத்தின் பயணத்திலிருந்து திரும்பிவந்தது போல உணர்வாய். அன்பு மற்றும் தனிமைக்கான வாக்குறுதி, வெறுப்பு மற்றும் முயற்சி, வன்முறை மற்றும் மென்மை, நட்பு மற்றும் தெருட்சி, காலத்தின் மற்றும் மறதியின், களங்கமின்மையின் மற்றும் ஆச்சரியத்தின்... லுனேரோவின் கத்தலின்றி இரவின் அமைதியைக் கேட்பாய், குதிரைக் குளம்புகளின் எதிரொலி இல்லாமல்... இந்த இரவில் உன் இதயம் வாழ்க்கைக்காகத் திறக்கிறது; உன்னுடைய திறந்த இதயத்திலிருந்து...

1889: ஏப்ரல் 9

அவன் தன்னை நோக்கிச் சுருண்டு, சுருக்கங்களின் மத்தியில், தலை ரத்தத்தினால் கருத்து, மெல்லிய இழைகளில் தொங்கிக்கொண்டிருந்தான்: கடைசியில் வாழ்க்கைக்கென வெளிவந்தான். லுனேரோ, இசபெல் க்ரூஸ் அல்லது க்ரூஸ் இசபெல்லின் கைகளைப் பற்றிக்கொண்டான். அவன் சகோதரி; தன் சகோதரியின் விரிக்கப்பட்ட கால்களுக்கிடையே என்ன நடக்கிறது என்று அவன் பார்க்காதிருக்க அவன் தன் கண்களை மூடிக்கொண்டான். முகத்தை மறைத்தபடி அவன் கேட்கிறான். "நாட்களை எண்ணினாயா?" அவளால் பதில் கூறமுடியவில்லை. ஏனெனில் அவள் அலறிக்கொண்டிருந்தாள். மூடிய உதடுகளுக்குள் அவள் அலறிக்கொண்டிருந்தாள். பற்களை இறுகிக்கொண்டு - இப்போது தலை வெளியே வருகிறதென்று உணர்ந்தாள், இப்போது வருகிறது. லுனேரோ அவளைத் தோள்வரையில் தாங்கிப் பிடித்துக்கொண்டான். லுனேரோ மட்டுமே, நெருப்பில் காய்ந்து கொண்டிருக்கும் நீர்ப்பானை, கத்தி மற்றும் கந்தல்துணிகளோடு, அவன் அவளது கால்களுக்கிடையே வெளிவந்துகொண்டிருந்தான். கருப்பையின் சுருக்கத்தினால் வெளியே உந்தப்பட்டு, இன்னுமின்னும் நெருக்கமாக, லுனேரோ, இசபெல் க்ரூஸ், க்ரூஸ் இசபெல்லின் தோள்களை விட்டுவிட்டு அவளது திறந்த கால்களுக்கு இடையே மண்டியிட்டு, ஈரமான கருத்த தலையை வாங்கினான், பிசுபிசுத்த சிறிய உடல் இசபெல் க்ரூஸ், க்ரூஸ் இசபெல்லோடு பிணைக்கப்பட்ட சிறிய உடல் இறுதியில் பிரிந்து வந்தது, லுனேரோவின் கைகளால் வாங்கப்பட்டு, இப்போது அவள் முனகுவதை நிறுத்திவிட்டு, ஆழ்ந்து மூச்சுவிட்டாள். சில பெருமூச்சுகளை வெளியேற்றினாள். முகத்திலிருந்த வியர்வையைத் துடைத்துக் கொண்டாள். தேடினாள், அவனைத் தேடினாள், தன்

கைகளை நீட்டினாள். லுனேரோ கொடியை அறுத்து முனையை முடிச்சிட்டான். உடலைச் சுத்தம் செய்தான். முகத்தை அருகில் வைத்துக்கொண்டு முத்தமிட்டான். அவனைத் தன் சகோதரி-யிடம் கொடுக்க முயற்சி செய்தான். ஆனால் இசபெல் க்ரூஸ், க்ரூஸ் இசபெல், இன்னொரு கருப்பைச் சுருக்கத்தினால் முனகத். தொடங்கினாள். அவள் மண் தரையில் படுத்திருந்த பனையோலை வேயப்பட்ட குடிசைக்கு அருகே காலணிகளின் ஒலி நெருங்கியது. காலடியோசைகள் நெருங்கிக்கொண்டிருக்க லுனேரோ உடலைக் கவிழ்த்துப்போட்டான். குழந்தை அழவேண்டி அதனை அறைந்தான். காலடியோசைகள் நெருங்க அழவேண்டி. அவன் அழுதான். அவன் அழுதபடி வாழத் தொடங்கினான்.

எனக்குத்தெரியாது... எனக்குத்தெரியாது... அவன் நான்தானா என்று... ஒருவேளை நீ அவனாக இருந்தால்... நான் மூன்றாவதாக இருந்தால்... நீ... நான் உன்னை என்னுள் சுமந்துசெல்கிறேன் நீ என்னோடு இறக்கப்போகிறாய்... கடவுளே... அவன்... நான் அவனை என்னுள்ளே சுமந்திருந்தேன் அவன் என்னோடு இறக்கப்போகிறான்... நாம் மூவரும்... பேசியவன்... நான்... அவனை எனக்குள் சுமந்துசெல்வேன் அவன் என்னோடு இறப்பான்... தனியாக... உனக்கு இனி அது தெரியப்போவதில்லை: உன் திறந்த இதயம் உனக்குத் தெரியாது, இன்றிரவு, உன் திறந்த இதயம்... அவர்கள் "அறுவைக்கத்தி, அறுவைக்கத்தி" என்கின்றனர். நான் அதைக் கேட்கிறேன், நான் தொடர்ந்து அறிதலில் இருக்கிறேன் நீ எதையும் அறியாது இருக்கிறாய், நீ அறிவதற்கு முன்... நான் அவனாக இருந்தேன், நீயாக இருப்பேன்... நான் கேட்கிறேன், கோப்பையின் அடியிலிருந்து, கண்ணாடிக்குப் பின்னிருந்து, ஆழ உள்ளிருந்து, அடியிலிருந்து, அவனுக்கும் உனக்கும் மேலிருந்து... "அறுவைக் கத்தி" ... அவர்கள் உன்னைத் திறக்கின்றனர்... உன் தோலைச்சுடுகின்றனர்... உன் வயிற்றின் சுவர்களைத் திறக்கின்றனர்... மெல்லிய, குளிர்ந்த, கூரிய கத்தி அவற்றைப் பிரிக்கிறது... அவர்கள் உன் வயிற்றுக்குள் அந்தத் திரவத்தைப் பார்க்கின்றனர்... அவர்கள் உன் இடுப்பெலும்பின் மேலுள்ள சவ்வைப் பிரித்தெடுக்கின்றனர்... குடல் பகுதியின் முடிச்சுகள் வீக்கமுடன் பழுத்து நடுமடிப்புடன் சேர்ந்திருக்கக் காண்கின்றனர். அது கடினமாகவும் ரத்தம் பாயாமலும் இருக்கிறது... வட்டவடிவிலான அழுகல் பகுதியைப் பார்க்கின்றனர்... மோசமான நாற்றத்துடன் கூடிய திரவத்தில் மூழ்கியிருக்கிறது... அவர்கள் கூறுகின்றனர் மீண்டும் கூறுகின்றனர்... "திசு அழிவு" ... "நடுமடிப்புத் திசு அழுகல்" ... அவர்கள் உன்னுடைய

வீங்கிய, அடர்சிவப்பில் உள்ள, கிட்டத்தட்டக் கருநிறத்தில் உள்ள குடலைப் பார்க்கின்றனர்... அவர்கள் கூறுகின்றனர்... அவர்கள் மீண்டும் மீண்டும் கூறுகின்றனர்... "நாடித்துடிப்பு" ... "வெப்பநிலை" ... "துளையிடுதல்" ... உண், துண்டாக்கு... ரத்தக்கசிவு உள்ள பொருள் உன் திறந்த வயிற்றைத் தாண்டி ஓடுகிறது... அவர்கள் கூறுகின்றனர், மீண்டும்... "பயனற்றது" ... "பயனற்றது" ... மூவரும்... கட்டியாக கருத்த ரத்தத்திலிருந்து விடுபட்டு வெளிவருகிறது... ஓடும், நிற்கும்... நின்றுவிட்டது... உன் மௌனம்... உன் திறந்தகண்கள்... பார்க்க இயலாதவை... உன் உறைந்த விரல்கள்... உணர முடியாதவை... உன் கருத்த, நீலநிற விரல்கள்... உன் அதிர்வுறும் தாடைகள்... ஆர்தேமியோ க்ரூஸ்... பெயர்... "பயனற்றது" ... "இதயத்தை"... "அழுத்து"... "பயனற்றது"... இனி உனக்குத் தெரியாது... நான் உன்னை என்னுள் சுமந்திருந்தேன் உன்னோடே இறப்பேன்... மூவருமாக... நாம் இறப்போம்... நீ... இறந்து கொண்டிருக்கிறாய்... இறந்துவிட்டாய்... நான் இறப்பேன்.

ஹவானா, மே 1960

மெக்சிகோ நகரம், டிசம்பர் 1961

★★★

குறிப்புகள்

1. சடங்குகளில் நீர் தெளிக்கப் பயன்படும் சுள்ளிகள் கொண்ட செடி.

2. மெக்சிகோ புரட்சியின்போது ஜெனரலாக இருந்தவர், அரசியல்வாதி, மெக்சிகோவின் அதிபராக இருந்தவர் (1934-1940).

3. இரண்டாம் உலகப்போரின்போது தாக்குதலுக்கு உள்ளான எகிப்திய நகரங்கள்.

4. ஆண்களைக் குறிக்கும் மரியாதையான அடைமொழி. டான் என்றும் உச்சரிக்கப்படும்.

5. துளைகள் கொண்ட, அதிகமாக ஆக்சிஜனேற்றம் அடைந்த, எரிமலைக் குழம்புப் பாறைகள். சிவப்பு நிறம் உடையவை.

6. மெக்சிகோவிலுள்ள ஒரு மாநிலம், நகரம்.

7. இத்தாலிய வலதுசாரி அரசியல்வாதி. குறுகிய காலத்திற்கு பிரதமராக இருந்தார். (1959 பிப்ரவரி-1960 ஜூலை).

8. கடற்பறவைகள் மற்றும் வௌவால்களின் எச்சம். உரமாகப் பயன்படுத்தடுவது.

9. தோலினால் இழுத்துக் கட்டப்படும் செருப்பு. மெக்சிகோ இந்தியர்கள் அணியக்கூடியது.

10. மெக்சிகோவின் பாரம்பரிய காலை உணவு.

11. கற்றாழை வகை. சாராயம் தயாரிக்கப் பயன்படுத்தப்படுவது.

12. புல்கே - நீலக்கற்றாழையிலிருந்து தயாரிக்கப்படும் சாராயம்.

13. நீலக்கற்றாழை.

14. இறைச்சி மற்றும் பல்வேறு உணவுப்பொருள்களை உள்ளே வைத்து பொரித்தெடுக்கப்படும் உணவுப்பண்டம்.

15. ஸ்பானியர்கள் மற்றும் அமெரிக்க இந்தியர்களுக்குப் பிறந்த கலப்பினம்.

16. அஸ்டெக் அல்லது மற்ற மெக்சிகன் தொல்குடிகளின் கோவில். பிரமிட் வடிவுடையது.

17. லத்தீன் அமெரிக்கர்கள் அணியும் சால்வை அல்லது போர்வை.

18. தாமஸ் ஜெஃபெர்சன் - அமெரிக்க அரசியல்வாதி, அமெரிக்காவை உருவாக்கிய அமெரிக்கத் தந்தைகளுள் ஒருவர், சுதந்திரப் பிரகடனத்தை உருவாக்கியவர்.

19. சிறிய செவ்வக வடிவிலான கீ-போர்ட் வகை இசைக்கருவி.

20. இத்தாலியர்களைக் குறிக்கும் சொல்.

21. காத்தலோனியா - வடகிழக்கு ஸ்பெயினிலுள்ள பகுதி. பைரெனீஸ் - ஃப்ரான்ஸ் மற்றும் ஸ்பெயின் இடையே உள்ள மலைத்தொடர்.

22. ஃப்ரான்சிஸ்கோ ஃப்ராங்கோ பஹாமோன்டே - ஸ்பெயின் அதிபர். பதவிக்காலம் *1939-1975*.

23. பைன் மரவகை.

24. ரோமன் கத்தோலிக்கத் தேவாலயங்கள் உள்ள நகரங்கள்.

25. குழந்தை வடிவிலிருக்கும் நிர்வாணமான வானதூதர். மன்மதன் அல்லது அழகிய தேவதை.

26. கருப்பினத்தவருக்கும் வெள்ளையருக்கும் பிறந்தவர்.

27. க்யூபாவிலுள்ள ஒரு நகரம்.

28. ஐரோப்பிய - கருப்பினத்தவர்களின் கலப்பினம், குறிப்பாக கரீபியன் பகுதிகளில் உள்ளவர்கள்.

★ அமெரிக்கர்களைக் குறிக்கும் சொல்.

ஸ்ரீதர் ரங்கராஜ்

மதுரையைச் சேர்ந்தவர். கல்லூரியில் விரிவுரையாளராகப் பணிசெய்தவர். தற்போது வசிப்பது மலேசியாவில். 2006 முதல் மொழிபெயர்ப்புத் துறையில் இயங்கி வருகிறார். சிறுகதைகள், கட்டுரைகள், நேர்காணல்கள், கவிதைகள் ஆகியவற்றை மொழிபெயர்த்துள்ளார். அவை பல்வேறு சிறுபத்திரிகைகளில் வெளியிடப்பட்டுள்ளன. இவரது மொழிபெயர்ப்பில் ஹருகி முரகாமியின் சிறுகதைகள் அடங்கிய 'நீர்க்கோழி' என்ற தொகுப்பு வெளிவந்துள்ளது. 'பயணம்' என்கின்ற சிரியப் போர் குறித்த மொழிபெயர்ப்பு நூல் மற்றும் ஹருகி முரகாமியின் சிறுகதைகளின் தொகுப்பான 'கினோ' ஆகியவற்றை 'எதிர் வெளியீடு' வெளியிட்டுள்ளது.